కృష్ణవేణి

నవల

కొత్తపల్లి జానకి

KrishnaVeni

Author: Kothapalli Janaki

Copy Right: Kothapalli Janaki

ISBN (Paperback): 978-81-966116-4-4

Print On Demand

Published By
Kasturi Vijayam
Mar-2024

Ph:0091-9515054998
Email: Kasturivijayam@gmail.com

Book Available
@
Amazon (Worldwide), flipkart

కృష్ణవేణి

కృష్ణవేణి

తూర్పున సూర్యుడు ఉదయిస్తున్నాడు. ఆ బాల భానుని, లేత కిరణాల వెలుగుకు కళ్ళు తెరచిన కృష్ణవేణి "అమ్మబాబోయ్ తెల్లారిపోయింది" అనుకుంది. గుండె దడ దడా కొట్టుకుంటోంది. భయాందోళన మేళవించి మనసును కుదిపేస్తుండగా లేవ లేక అలా పడుకునే వుండిపోయింది.

ఇంటిలోని వారందరూ అప్పటికే లేచినట్టు అలికిడి అవుతోంది. నాగమణి వచ్చి "కృష్ణవేణి లేవే అంది". ఆ మాటకు మరింత నిద్ర నటించింది. "పోనీలే పడుకో ఈ రాత్రి నీకు నిద్ర వుండదని" తలుపు దగ్గరగా వేసి వెళ్ళిపోయింది. నాగమణి అన్న మాటకు మరింత దుఃఖం పొంగిపొరలి వచ్చింది. కళ్ళు మూసుకున్నా కన్నీరు దారల్లా చెంపల మీదకు కారుతున్నాయి. వెక్కి వెక్కి వస్తున్న బాధను ఆపుకోవడానికి బోర్లా పడుకుని తలగడా నోటికి అడ్డు పెట్టుకుని తనివితీరా ఏడ్చింది.

"ఇంక నా బ్రతుక్కి మిగిలింది ఇదొక్కటే. ఇక ముందు ఇలా ఏడవడానికి కూడా అవకాశం వుండదేమో, ఏనాడు ఏ పాపం చేసానో, ఇలా వేశ్యగా పుట్టాను. ఆ భగవంతుణ్ణి వేడుకున్నాను. ఈ కన్నెరికం రోజు రాకుండా నాకు మరణం వచ్చినా బాగుణ్ణు, మరణాన్నైనా ప్రసాదించు తండ్రీ అని ఎన్నోసార్లు వేడుకున్నాను. ఆయనకూ నా మీద దయ కలుగలేదు". ఆ మాట అనుకున్నప్పుడు తల్లి విని, "అంత మాటనకు కృష్ణవేణి. నువ్వు లేనిదే నేను బ్రతకలేనమ్మా" అని విలవిలలాడిపోయేది. తను లేకపోతే తన తల్లి బ్రతకలేదేమో, తన తల్లి కోసం తను బ్రతకాలి. కానీ, ఇలా బ్రతికితే తనను బ్రతక నివ్వరు, తన కోసం తన తల్లిని కూడా బ్రతకనివ్వడం లేదు ఈ మగమహారాజులు.

ఎలాగో ఇన్ని సంవత్సరాలు గడిచాయి. తన మీద ప్రేమతో తన తల్లి తనను బలవంతం చేయలేక మంచిగా మార్చాలని చూసింది. కానీ తను మారలేదు. ఇప్పుడు మారాలి, మారి తీరాలి. అందరూ అలా తీర్మానించారు, కనుక మారకతప్పదు. మొన్న ఒక రోజు, అది మారకపోతే దాన్ని మాకొదిలెయ్యండ్రా అని ఒక జమిందారు రాజయ్యని, కొండయ్యని కొట్టబోయాడు. తనతల్లి వెళ్ళి అతన్ని పట్టుకుని బ్రతిమలాడి, “మీరు ఆవేశపడకండి. అది చిన్నపిల్ల బాబూ...” అని కుర్చీమీద కూర్చోపెట్టింది. తాగి, తూలుతున్న అతను మళ్ళీ లేచి “ఏటన్నావు అది చిన్నపిల్లా? చెట్టులా ఎదిగింది. అది చిన్నపిల్ల అయితే నువ్వు బుల్లి పిల్లవా, ఏది దాన్నిలా తీసుకురా చూస్తాను” అన్నాడు. ఆ మాటకు తను తలుపు గడియ వేసుకుని లోపల వణికి పోయింది.

ఇంతలో నాగమణి వచ్చి అతన్ని తన గదిలోకి తీసుకెడుతుంటే “ఏమోయ్ కనకం నీ కూతురు నాది గుర్తుపెట్టుకో, నీకెంత కావాలో అడుగు” అన్నాడు. “అలాగే బాబు నా కూతురు మీదే... మీదే అనుకోండి. అది చిన్నపిల్ల. ఇంకా మా వృత్తి చేయించలేదు” అంది. అతగాడు ఏదో వాగుతూ అటు వెళ్ళిపోయాడు. అలా ఆ రాత్రి గడిచింది.

మొన్నొకరోజు తన మీద ప్రేమతో తనను కోప్పడలేక ఎంతగానో చెప్పింది. “నువ్వు మహరాణిలా ఉంటావు. బోలెడంత డబ్బు నీ కాళ్ళ ముందుకు వస్తుంది. వయసు వున్నప్పుడే డబ్బు సంపాదించుకోవాలి” అని తల్లి చెబుతుంటే నాగమణి పిన్ని వచ్చి “ ఆ రాజమండ్రి జమిందారు గారు 5 ఎకరాలు, బూరుగుపూడి పొలం నీ పేర రాస్తారట. నువ్వు హాయిగా తినొచ్చు” అంది. శకుంతల వచ్చి “మొన్న ఒక షావుకారు రూ.10 వేల కట్ట మన కొండయ్యకు ఇచ్చి వుంచు అన్నాట్ట, ఇప్పుడే వద్దండి అన్నాట్ట” కొండయ్య అంది.

ఆ మాటలకు తను కోపంగా లేచి నుంచొని “నాకా పొలాలు వద్దు, డబ్బులు కట్టా వద్దు. నా మెళ్ళో మంగళసూత్రం కడతాడేమో అడగండి. నన్ను తన భార్యగా ఒప్పుకుంటాడేమో అడగండి” అంది. ఆ మాటకు వాళ్ళు ఒకరి మొఖాలు ఒకరు చూసుకుని ఒక నిర్ణయానికి వచ్చి, “ఒసేయ్ కృష్ణవేణి! మంగళసూత్రం కట్టి, మనల్నెవరూ కాపురానికి తీసుకెళ్ళరు. అలా ఎవ్వరూ ఒప్పుకోరు” అంది నాగమణి.

“ఏం ఎందుకని” అని తనంటే, “అలా మాట్లాడతావేంటే.. కృష్ణవేణి! నీకు తెలిసే మాట్లాడుతున్నావా, తెలియక మాట్లాడుతున్నావా? నీ స్నేహితురాలు పెళ్ళి చేసుకుంది అంటే వాళ్ళ విషయం వేరు, మన విషయం వేరు. మనల్నెవ్వరూ పెళ్ళి

చేసుకోరు. మనం వేశ్యలం, మనం వేరు.. మన వృత్తి వేరు. చెప్పిన మాట విను. ఇటువంటప్పుడే బాగా డబ్బు సంపాదించుకో! హాయిగా బ్రతకొచ్చు" అంది నాగమణి.

"డబ్బు.. డబ్బు.. డబ్బు.. ఏం చేసుకుంటారే డబ్బు? చచ్చేక మీదేసి తగలేసుకుంటారా?" అంది కోపంగా.

"అవునులే డబ్బు విలువ నీకేం తెలుసు? మీ అమ్మ నీకు ఏ లోటూ రాకుండా చూస్తోంది కనుక నీకు తెలియదు. నీకు చిన్నతనమమ్మా –జీవితాల గురించి తెలియదు" అంది.

"అందుకే నేను చదువుకొని ఉద్యోగం చేసి..." అనబోతుంటే, "నువ్వు చదువుకున్నా, ఉద్యోగం చేసినా మన జీవితాలు మనవే. ఇంగువ కట్టిన గుడ్డ వాసన పోనట్లు మన పేరు మారదు, మనకీ వృత్తి తప్పదు. అయినా నిన్ను చదవనివ్వరు. నువ్వు ఒప్పుకోకపోతే మీ అమ్మను బాధపెడతారు. రాజయ్యని, కొండయ్యనీ కూడా వేధిస్తున్నారు. మా మాట విను. మా బంగారుతల్లివి కదూ..." అని శకుంతల, నాగమణి, తన తల్లి కూడా బ్రతిమాలుతున్నారు.

అమ్మమ్మ కోపంగా వచ్చి "దాన్ని బ్రతిమాలి ఒప్పించేదేంటే? రండే ఇవతలకి! పంతులుగారు వస్తున్నారు" అంది. ఆయన వచ్చి సోఫాలో కూర్చున్నారు. అమ్మమ్మ ఆయనకు కాఫీ అందించి అక్కడ నుంచొంది. ఆయన పంచాంగం తీసి వేళ్ళతో ఏవో లెక్కలు వేస్తున్నారు. తన గుండెల్లో రాయి పడింది. ఒక తెల్లకాగితం మీద నాలుగు వైపులా పసుపు రాసి ముహూర్తం రాసి యిచ్చారు.

తను గదిలోంచి ఇవతలకు రావడం లేదు. ఏడుస్తూ అక్కడే కూర్చుంది. ఆ రాత్రి తల్లి దగ్గరకు వెళ్ళి ఏడుపు మొదలుపెట్టింది. తన తల్లి గుండె రాయి చేసుకుంది. పినతల్లికి కోపం వస్తోందని తన బాధను పట్టించుకోకుండా వుండి పోయింది. అందరూ అలానే వున్నారు. అన్నరోజు రానే వస్తోంది. తను అన్నం తినడం మానేసింది. మంచినీళ్ళు కూడా తీసుకోవడం లేదు.

శకుంతల పిన్ని అన్నం పట్టుకొచ్చి బ్రతిమాలుతోంది, కళ్ళు చెరువుల్లా వున్నాయి. నోట మాట రావడం లేదు. "నాకన్నమొద్దమ్మా వెళ్ళిపోండి ఇక్కణ్ణుంచి" అంది తను.

"కృష్ణవేణీ! అలా అనకమ్మా. నువ్వు మంచినీళ్ళు కూడా తాగడం లేదు. నువ్వు అన్నం తినడం లేదని మీ అమ్మ కూడా అన్నం తినడంలేదు. చూడు దాని మొఖం ఎలా వుందో!" అంది శకుంతల. తల్లి కళ్ళు ధారలు కారుతున్నాయి.

"అయితే మీరు నాకు ఒక మాట ఇవ్వండి" అంది. తను ఏమి అడుగుతుందో అని భయపడుతూ ఒకరి మొఖాలు ఒకరు చూసుకున్నారు. "చెప్పు" అంది శకుంతల.

"రేపు, అదే రేపటి రోజున మీరు నా దగ్గరకు ఎవ్వరినీ పిలవవద్దు. ఎవరు వస్తే వాళ్లనే పంపించండి" అంది.

ఆ మాటకు "కృష్ణవేణీ...." అని శకుంతల, కనకం ఒకరి మొఖాలు ఒకరు చూసుకుని, "అమ్మబాబోయ్! అమ్మమ్మ చంపేస్తుంది" అంది శకుంతల. కనకం ఏమీ మాట్లాడకుండా నుంచొంది. కన్నీరుధారల్లా కారుతున్నాయి.

"అక్కా అలా నుంచొని పోయావేంటి, ఏదో ఒక్కటి చెప్పవే" అంది శకుంతల. "అమ్మమ్మ అలా ఒప్పుకోదమ్మా.. ఈ రోజు కోసం చాలా మంది కాచుకున్నారు" అంది. తన ఆశ తీరదేమోనన్న బాధతో గుండె కరిగిపోయి దుఃఖం పొంగివచ్చింది. శోకమూర్తిలా కూర్చున్న తనను తల్లి చూడలేక తలదించుకొంది.

"అమ్మా ఇంక నిన్నేమీ అడగను. ఈ ఒక్క రోజు నామాట వినండి. ఈ ముహూర్తానికి నా దగ్గరికి ఎవ్వరినీ పిలవొద్దు. ఎవరొస్తే వాళ్ళను రానీయండి. మీకు దణ్ణం పెడతాను" అని చేతులెత్తి దణ్ణం పెడుతున్న తనను చూసి స్థాణువులా నిలబడిపోయింది తన తల్లి.

"సరే అమ్మమ్మతో చెప్పి చూస్తాం. అమ్మమ్మ ఒప్పుకుంటేనే, లేకపోతే మేమేమీ చెయ్యలేం" అంటున్న శకుంతల పిన్నికేసి జాలిగా చూస్తూ, మళ్ళీ తను చేతులు జోడించింది.

"నడు అక్కా" అని కనకంను తీసుకుని అమృతవల్లి దగ్గరకు వెళ్ళారు.

"అమ్మా!" అని పిలిచిన కనకం పిలుపునకు, ఇటు తిరిగి చూసింది అమృతవల్లి. ఆ గంభీరమైన చూపుకు ఇద్దరూ తల దించుకున్నారు. "ఏంటో చెప్పండే" అంది కటువుగా అమృతం.

"ఆ రోజుకు ఎవ్వర్నీ పిలవద్దు, ఎవరొస్తే వాళ్ళనే పంపండి అంటోందమ్మా" అంది కనకం దడుస్తూ దడుస్తూ.

అమృతం రివ్వున లేచి ఉరిమినట్లు చూస్తూ "ఇదెక్కడ చదివిందిటా. ఏ పురాణాల్లో విందటా. అందుకే దాన్ని ఫ్రెండ్స్ అనీ, చదువులనీ పంపకే అన్నాను. నువ్వు నా మాట విన్నావా" అని పళ్ళు బిగించి మీద మీదకు వచ్చింది. కనకం తలవంచుకుని నుంచొంది.

"అమ్మా నువ్వు ఆవేశపడకు" అంది శకుంతల.

"అలాగేం కుదరదని చెప్పు. ఆ రోజు కోసం చాలా మంది వేలకు వేలు పాట పాడుతున్నారు. ఎవర్ని ముందు పిలవాలా అని నేను ఆలోచిస్తుంటే ,ఎవర్ని పిలవద్దని నువ్వు చచ్చిపోతావేంటే. నీకసలు బుర్ర పనిచేస్తోందా?" అంది కోపంతో ఊగిపోతూ.

"ఏంచెయ్యను అమ్మా? అది ఒక్కలాగే ఏడుస్తోంది, తిండి మానేసి. ఈ ఒక్కరోజూ అలా చేస్తే రేపటి నుంచి మనం చెప్పినట్టే వింటుందట. అప్పుడు ఎవరో ఒకరిని పిలుద్దువు గాని" అంది దగ్గరగా నుంచుని.

"ఈ రోజు మన మాట విననిది రేపు మాత్రం మన మాట వింటుందా?" అంది అమృతం కోపంగా.

"అసలు ఒప్పుకుంది కదా. రేపు అదే ఒప్పుకుంటుంది" అంది వినయంగా కనకం.

"ఏదో ఒకటి ఏడవండి. నా తల తిరుగుతోంది దీని వెధవ గొడవ తోటి" అని "కొండయ్యని, రాజయ్యని ఇలా రమ్మను "అంది కోపంగా.

"అలాగేనమ్మా..." అంది కనకం. బయటకు వచ్చి హమ్మయ్యా అని గాలి పీల్చుకుంది. జరిగినదంతా తనకు చెప్పి "అమ్మమ్మను ఒప్పించేటప్పటికి నా తల ప్రాణం తోకకొచ్చినట్టయింది. తరువాత రేపటి నుంచి అమ్మమ్మ మాట వినాలి" అంది కనకం కటువుగా, అక్కడ నుండి వెళ్ళిపోతూ....

"ప్రతి కన్నెపిల్లా కలలు కనేది ఈ రోజు కోసమే, అంటే పెళ్ళిరోజు కోసమే కానీ... ఈ పెళ్ళి వేరు. ఈరోజు వేరు. కన్నెపిల్ల కోరుకునేది పెళ్ళిరోజు కాబోయే భర్త తోడుతో కొత్త జీవితం మొదలయ్యేరోజు, భర్త కట్టబోయే తాళిబొట్టు, పెట్టబోయే నగలు, కట్టబోయే పట్టుచీరలు, పొందబోయే ముద్దూ మురిపాలు, కొంచెం ముందుకు వెళితే పుట్టబోయే బిడ్డలు వీటి గురించే కన్నెపిల్లలు కలలు కంటారు.

కానీ అందరి కలలూ పండవు. కొందరికి బాధ్యతల సుడిగుండాల్లో పడి ఆ ఊహలు గగన కుసుమాల్లా అయిపోతాయి. మరికొందరు ఆ ఊహలే రానీయకుండా

రోజులు గడుపుతూ మనసు మోడు చేసుకుని విరక్తితో కాలం గడిపేస్తూ వుంటారు. ఎంతగానో ప్రేమించి ఆ ప్రేమ ఫలించక మళ్ళీ ఆ ఊహ రానీయకుండా బ్రతికేవాళ్ళు కూడా పెళ్ళి గురించి కమ్మని కల కన్నామే... కానీ అది తీరలేదే... అనుకోక మానరు. మనసారా ప్రేమించిన వారిని పొందే అవకాశం లేక తన ప్రేమను హృదయంలోనే సమాధి చేసుకునేవాళ్ళు ఎంతోమంది వున్నారు.

కానీ తనకు ఎవ్వరినైనా పెళ్ళిచేసుకోవాలని వుంది. తనను ఎవ్వరూ పెళ్ళి చేసుకోరు. అలాగని వదిలెయ్యరు. కారణం తను వేశ్య కనుక. అయినా ఒక మగాడి చేత తన మెళ్ళో తాళి కట్టించుకోవాలనే పిచ్చి కోరిక తనను వేధిస్తోంది. ఘనంగా పెళ్ళి చేసుకునే యోగం ఎటూ లేదు. ఈ చిన్న కోరిక అయినా తీరుతుందా భగవంతుడా... ఏమో తీరదేమో. ఏదైనా నీదే భారం తండ్రీ... "అని మనసులో దేవునికి దణ్ణం పెట్టుకుని "ఇంక లేవక తప్పదు" అని లేచి నుంచుంది కృష్ణవేణి. తలుపు తోసుకువచ్చిన శకుంతల "లేచావా దా.. అమ్మమ్మ కోప్పడుతుంది" అంది.

ఇంట్లోని వారందరూ వచ్చి కృష్ణవేణిని పీటమీద కూర్చోపెట్టి నెత్తిమీద నూనె పెట్టి అక్షింతలు వేసి స్నానానికి తీసుకువెళ్ళారు. ముందు రోజు రాత్రి అమృతవల్లి పిలవమన్న వాళ్ళింటికి వెళ్ళి శకుంతల, కనకం పిలిచి వచ్చారు. వాళ్ళందరూ ఒక్కొక్కరుగా వస్తున్నారు.

తలంటిన తలకు సాంబ్రాణి వేసి ఎర్రంచు తెల్లపరికిణి, తెల్ల జాకెట్టు వేసి లేత గోధుమరంగు ఓణీ వేసి, పీటమీద కూర్చోపెట్టారు. ఆ వచ్చిన వాళ్లల్లో పెద్దవాళ్ళు అమృతవల్లితో ఏదో మాట్లాడుతున్నారు. ఆమె కనుబొమ్మలు చిట్లించుకుని వారికి సమాధానాలు చెబుతోంది. వాళ్ళు బుగ్గలు నొక్కుకుంటున్నారు. కనకం గుండె వేగంగా కొట్టుకుంటోంది. అప్పుడే వచ్చిన ఒక పెద్దామె "కృష్ణవేణి చేతిలో కొబ్బరిబొండం, తాంబూలం పెట్టండే" అంది. కనకం కంగారుగా వెళ్ళి కొబ్బరి బొండం, తాంబూలం తెచ్చి కృష్ణవేణి చేతిలో పెట్టింది.

ఆ వచ్చిన ముత్తయిదువులు కొందరు "అమృతం నువ్వు అలా దూరంగా వున్నావేం? దగ్గరగా కూర్చుని మనవరాల్ని బాగా ముస్తాబు చెయ్యి" అన్నారు. "మీరంతా చెయ్యండే" అని తెచ్చిపెట్టుకున్న నవ్వు నవ్వేసింది. కొందరు కృష్ణవేణి దగ్గరగా వచ్చి పాదాలకు పారాణి పెట్టి బుగ్గన చుక్క పెట్టి నుదుట పొడుగు బొట్టుపెట్టారు. ఒకామె "బేండ్ పెట్టలేదేమే, గుడికి తీసుకెళ్ళరా" అంది. "గుడికి తీసుకెళ్ళి దణ్ణం పెట్టిస్తాం, బేండ్ ఎందుకని, పెట్టలేదు" అంది కనకం.

అప్పుడే వచ్చిన రంగనాయికి కృష్ణవేణిని ముద్దు పెట్టుకొని "ఎందుకే అందాల బరిణా, అలా చిన్న బుచ్చుకొని కూర్చున్నావు? నీలాంటి సుందరరూపం ఎంతమందికి వస్తుందే. రేపటి నుంచి నువ్వు రాణివి అయిపోతావే! నీ సంపాదన, నేను లెక్కపెడతాను" అంది. "ఆ.. ఆ.. అది రాణి అయిపోతుంది. నువ్వు రాజు అయిపోతావు" అంది అమృతవల్లి ఏవగింపుగా.

"ఏంటే అలా అన్నావు నేను రాజు, రాణి కాని దాన్ననేగా అలా అన్నావు" అంది.

"అదేం కాదు రంగనాయకీ, అమ్మకోపం వేరు. నువ్వు అక్షింతలు వేసి దీవించు" అంది, అక్షింతలు చేతికిస్తూ, కనకం.

పంతులుగారు వచ్చి విఘ్నేశ్వరుని పూజ చేయించి కృష్ణవేణి మీద అక్షింతలు వేస్తూ అలవాటు ప్రకారం "శీఘ్రమేవ కళ్యాణ ప్రాప్తిరస్తు, సుపుత్రా ప్రాప్తిరస్తు" అనేశారు.

కృష్ణవేణి కళ్ళు ఒక్కసారి ఆయనకేసి కృతజ్ఞతతో చూశాయి. "ఇప్పడే పెళ్ళి జరిపించి వచ్చారా?" అంది అమృతం కోపంగా చూస్తూ. ఆయన తడబడుతూ "అవునమ్మా! అవునమ్మా!" అని తాంబూలం తీసుకొని కృష్ణవేణి రూపాన్ని తేరిపార చూసి వెళ్ళిపోయారు.

అందరికీ శనగలూ తాంబూలం ఇచ్చి "ఈ విషయం ఎక్కడా తెలియనివ్వకండని అందరికీ చెప్పింది" కనకం. "అలాగేలే ఎవ్వరికీ తెలియనివ్వం" అని కృష్ణని దీవించి వాళ్ళు వెళ్ళిపోయారు, ఒకరితో ఒకరు విడ్డూరంగా చెప్పుకుంటూ...

★★★

హోటల్లో టిఫిన్ తిని రూమ్ కి వచ్చిన శేఖర్ కి తాళం కనిపించి ఇంకా మురళీ రాలేదా అనుకున్నాడు. రూమ్ తాళం తీసుకుని, డ్రస్ మార్చుకొని అక్కడున్న వీక్లీ తిరగేస్తున్నాడు. ఏమీ తోచటం లేదు, వీడెక్కడికి వెళ్ళుంటాడబ్బా అనుకున్నాడు.

"లలల..లాలా.." అంటూ మురళీ వచ్చాడు. చేతిలో ఏదో ప్యాకెట్ ఉంది. "ఎక్కడికి పోయేవురా ఇంతసేపూనూ, అదేంటి తినేది ఏదైనా అయితే నాకూ పెట్టు" అన్నాడు.

"నీకు ఇంకా ఆకలేస్తోందా?" అన్నాడు మురళి.

"అలాగే ఉంది. అదేంటో పెట్టు" అన్నాడు శేఖర్.

"ఇది తినేది కాదు. నీకు పనికిరాదు" అన్నాడు మురళీ.

తన మంచం దగ్గరున్న టేబుల్ లైటు వేసుకుని పుస్తకం చదవడంలో మునిగిపోతున్న మురళిని చూసి, "ఏంటిరా నాకు నిద్ర పట్టడంలేదు. చిరాగ్గాఉంది" అన్నాడు శేఖర్, లైట్ వేస్తూ.

"అయితే సినిమాకి వెడదామా?" అన్నాడు మురళీ. తలుపుతీసి బైటికొచ్చి చూసేడు. నక్షత్రాలు కనిపించడం లేదు. "ఏ వానైనా వస్తే చికాగ్గా ఉంటుంది, సినిమా వద్దు" అనుకొని లోపలికి వచ్చి మంచం మీద కూర్చున్నాడు. "ఒరేయ్ తెగ చదివేస్తున్నావు కానీ, నాకో పుస్తకం ఇవ్వరా!" అన్నాడు శేఖర్. "వద్దులే! నువ్వు ప్రవరాఖ్యుడి అన్నగారివి కదా వద్దు" అన్నాడు మురళి.

"ఏం కాదు. ఒకటియ్యి. చదువుతాను" అన్నాడు శేఖర్.

"నిజంగానా" అన్నాడు మురళీ.

"అవునురా ఒక పుస్తకం ఇయ్యి" అన్నాడు శేఖర్.

"అయితే ఉండు" అని లైట్ వేసి పెట్టిలో దాచిన ఒక పుస్తకం తీసి ఇచ్చాడు "జాగ్రత్తగా చదువు" అన్నాడు మురళీ నవ్వుతూ.

"పూబాలలూ–తేటిరాజు" నవల కొంత చదివేటప్పటికే అతనిలో వింత మార్పు వచ్చి శరీరం పటుత్వం తప్పుతోంది. అయినా మానాలని లేదు. అలాగే చదువుతున్నాడు. అతని శరీరం అతనిపై తిరుగుబాటు చేస్తోంద. ఏదోలా మారిపోతోంది అతని స్థితి.

"ఒరేయ్ మురళీ" అన్నాడు. మురళీ అతనికేసి చూసాడు. దాదాపు తను కూడా అలాగే ఉన్నాడు. అలవాటు కనుక నిగ్రహంగా ఉన్నాడు. "ఒరే" అన్నాడు మళ్ళీ శేఖర్. "ఏంటిరా?" అన్నాడు మురళీ.

"నాకేదోలా ఉందిరా! చిత్రమైన బాధగా ఉందిరా!" అన్నాడు.

మురళీ లేచి "కాసిన్ని మంచి నీళ్ళు త్రాగుతావా" అన్నాడు.

"ఇవ్వరా" అన్నాడు శేఖర్.

కొంత సమయం తరువాత మళ్ళీ లేచి ఇటూ అటూ తిరుగుతూ, "ఒరే, నాకేమి తగ్గలేదురా! ఈ బాధ లేకుండా ఏం చేస్తావో చెయ్యరా" అన్నాడు, మంచం మీద వాలిపోతూ.

"ఇదేంటిరా ఇలా అయిపోతున్నావు" అన్నాడు మురళీ.

"తొందరగా నాకు మందివ్వరా అన్నాడు" శేఖర్.

"లేదురా! నీకు జడిసి అక్కడే త్రాగి వస్తున్నాను. అదీ ఈ ఆదివారం ఒక్క రోజే" అన్నాడు మురళి.

"వెళ్ళి తేరా మురళీ! ప్లీజ్.." అన్నాడు.

"ఒరేయ్ నీకు అలవాటు లేదు కదరా! వద్దురా పడుకో" అన్నాడు.

"ప్లీజ్ మురళీ! మందు తాగి పడుకునిపోతాను. నాకోసం తెచ్చి పెట్టవా" అన్నాడు.

మురళీ దడుస్తూ వెళ్ళి చిన్న సీసా తెచ్చాడు. "కొంచెం పోసి ఇవ్వరా" అన్నాడు ప్రాధేయంగా చూస్తూ. కొంచెంపోసి అందిస్తూ "నెమ్మది సుమా" అన్నాడు. మురళీ మంచం మీద పడుకుంటూ "గుడ్నైట్ మురళీ, థాంక్స్" అని ఒరిగేడు.

మురళీ ఆలోచిస్తూ పడుకున్నాడు, 10నిమిషాలకు లేచి నుంచుని "ఒరేయ్ మురళీ! నాతల తిరుగుతోందేంటిరా? ఒక బాధ తీరుతుందని మందు తీసుకొంటే ఇంకో బాధ వచ్చిందన్నట్టు ఉందిరా మురళి, ఇదేంటిరా అంటున్నాడు" అదోలా మారిపోతున్నాడు శేఖర్. మురళీకి ఏం తోచడంలేదు. "ఒరేయ్ నా ఒళ్ళు తూలిపోతోందిరా ఎలారా?" అంటూ ఆ సీసా తీసుకొని పూర్తిగా తాగేశాడు, వద్దన్నా వినకుండా.

"ఒరేయ్ శేఖర్ కూర్చోరా అన్నాడు", కుర్చీ మీద కూర్చోబెడుతూ. శేఖర్ లేచి తూలుతూ నడుస్తూ "నాబాధ తగ్గలేదు కానీ మురళీ, కొత్తగా వళ్ళు తిరుగుడు, తల తిరుగుడు రెండు బాధలు వచ్చాయిరా ఎలారా? ఇంకోటేదన్నా ఇయ్యరా ఈ రెండు బాధలూ తగ్గుతాయేమో చూద్దాం" అంటున్నాడు మత్తుగా.

మురళీకి భయం వేస్తోంది, "ఒరే ఏంటిరా నీ గొడవ. నోరు మూసుకొని పడుకోరా బాబూ" అన్నాడు.

"నువ్వు కూడా నా మంచం మీద పడుకుంటావా.. చెప్పు" అన్నాడు మురళీని గట్టిగా వాటేసుకొని, శేఖర్.

"ఒరేయ్... ఇదేంటిరా నాయనా నీకు ఎరక్కబోయి తెచ్చిచ్చేను ఆ మందు" అన్నాడు మురళీ.

"ఎలా ఇచ్చినా కానీ ఇప్పుడు నా బాధ తీరే మందు ఇవ్వాలి నువ్వు. ఇవ్వకపోతే కుదరదు" అంటున్నాడు శేఖర్ తూలుతూ.

"ఇంకేమందూ నా దగ్గరలేదు నాయనా నన్ను వదిలిపెట్టి వెళ్ళి పడుకో" అన్నాడు.

"అలా అనకురా మురళీ! నీకు తెలుసు, సిగ్గు విడిచి అడుగుతున్నాను. నన్ను అక్కడికి తీసుకెళ్ళరా" అన్నాడు.

"నాకేం తెలియదు బాబోయ్! నన్ను వదిలిపెట్టు. ఇప్పటికే భయపడి చస్తున్నాను. మీవాళ్ళకు ఈ విషయం తెలిస్తే నన్నేమంటారోనని" అన్నాడు మురళీ.

"ఏమీ తెలియదులేరా! నేను నీ ప్రాణ స్నేహితుణ్ణి కాదా. మరి నేనెందుకు చెబుతాను? చచ్చినా చెప్పను ప్లీజ్ తీసుకెళ్ళవూ" అని గడ్డం పుచ్చుకున్నాడు శేఖర్.

మురళి గత్యంతరం లేని కామయ్యలా నుంచొని చూస్తుంటే దగ్గరకొచ్చి మళ్ళీ అదే అనబోతున్న శేఖర్ ని ఆపి "ఇంక మాట్లాడకు. మళ్ళీ అదే చెప్పకు. దా.. తీసుకెళతాను. ఏమయితే అదే అవుతుంది. నడు" అని కోపంగా స్కూటర్ స్టార్ట్ చేస్తూ "రూమ్ తాళం వేసిరా" అన్నాడు మురళీ.

"ఏం పర్వాలేదురా అలా ఉండనీ "అన్నాడు.

"కర్మరా బాబూ" అని తాళం వేసి "నన్ను గట్టిగా పట్టుకొని కూర్చో" అన్నాడు.

అలాగే అన్నట్టు తలూపి గట్టిగా పట్టుకుని కూర్చున్నాడు శేఖర్. మదనతాపంతో వేడెక్కి అతని వళ్ళు వేడిగా తగులుతోంది. భయపడుతూ నడుపు తున్నాడు. మురళి కనకం ఇంటి ముందు ఆపి "దిగు" అన్నాడు.

తూలుతున్న శరీరాన్ని నిలబెట్టుకొని నుంచొని చూస్తున్నాడు శేఖర్. కనకం కళ్ళు పెద్దవి చేసుకొని చూస్తోంది. రాజయ్య కూర్చుని కునికిపాట్లు పడుచున్నాడు. "రాజయ్యా!" అన్న కనకం పిలుపుకు, స్కూటర్ చప్పుడుకి కళ్ళు నులుముకుని లేచి "రండి బాబూ రండి" అన్నాడు. మురళి రాజయ్యతో ఏదో మాట్లాడేడు. శేఖర్ని పట్టుకొని లోపలకు తీసుకొచ్చేడు మురళి. కనకం కృష్ణవేణి గది చూపించింది. మురళి మళ్ళీ రాజయ్యతో ఏదో మాట్లాడేడు. రాజయ్య సరే అని తలూపేడు. మురళీ శేఖర్ చెవిలో ఏదో చెప్పేడు, అర్థం కాకపోయినా తలూపుతున్నాడు.

లోపలున్న ఆమెను చూద్దామని శేఖర్ పక్కనుంచి వంగి పరికించి చూశాడు. పెళ్ళి.. మధుపర్కం చీర, తెల్లని జాకెట్టు, అందమైన పూలజడపై ఎర్రని కనకాంబరాలు మరింత అందాన్నిచ్చాయి. నుదుట పెళ్ళి బొట్టుతో చేతిలో ఏదో పట్టుకున్నట్టుగా ఉంది. సిగ్గుతో తలవంచుకొని నుంచుంది. ఆ రూపం చూసి కళ్ళు నులుముకొని "ఆమె వేశ్యా?"

అనుకొన్నాడు. రాజయ్య వచ్చి మురళిని పిలిచి ఏదో మాట్లాడేడు. "నేను తప్పనిసరి పరిస్థితులలో వీడిని ఇక్కడకు తీసుకొచ్చాను, నేను వీడ్ని జాగ్రత్తగా ఇల్లు చేర్చాలి. అందుకని నేను ఇక్కడే కూర్చొని ఉంటాను" అన్నాడు.

"అలాగా బాబూ! అయితే ఈ సోఫాలో కూర్చోండి" అన్నాడు వినమ్రంగా, రాజయ్య. కృష్ణవేణి గదిలోకి వెడుతున్న శేఖర్ ని తేరిపార చూసిన కనకం "బాగానే ఉన్నాడు చిన్నవాడే" అనుకుంది.

శేఖర్ గదిలోకి అడుగుపెట్టగానే అగరవత్తుల గుమాయింపు మత్తెక్కిస్తోంది. ఆ గది చాలా అందంగా అలంకరించి ఉంది. కృష్ణవేణి అక్కడ సిగ్గుతో నుంచుని ఉంది. ఆమె మొహం బాగా కనిపించడం లేదు, అతని మత్తుకళ్లకు. ఆమెను గట్టిగా వాటేసుకున్నాడు, "దా.. అంటూ అతని బాహుబంధంలో నలిగిపోతోంది. మందు మత్తులో వున్నాడని తెలుసుకొంది. ఆమె గుండెదడ ఎక్కువ అయ్యింది. "కూర్చోండి" అంది. అతను ఆమెను వదలడానికి ఇష్టపడటం లేదు. మెల్లగా అతన్ని కుర్చీ దగ్గరకు నడిపించి "కూర్చోండి" అంది. తప్పక కూర్చున్నాడు.

ఆమె గుండె వేగంగా కొట్టుకుంటోంది. ఎలా అడగాలో తెలియటం లేదు. తీరా అడిగాక ఏం జరుగుతుందో భయం. మళ్ళీ దేవుడికి దణ్ణం పెట్టుకొని మనసారా వేడుకొంది. "నా కోర్కె తీర్చు భగవాన్, నువ్వు తీరిస్తేనే నా కోర్కె తీరుతుంది. నీ దయ ఉంటేనే అన్ని కోర్కెలు తీరతాయి" అని వేడుకుని అతని దగ్గర నుంచుని తాళిబొట్టు చూపించి "ఇది నా మెళ్ళో కట్టండి" అంది.

తను ఏమి చెబుతుందో అతనికి అర్థం కాక చూస్తున్నాడు. అతను తాళి కట్టనంటాడేమోనని భయపడిపోతోంది కృష్ణవేణి. ముచ్చెమటలు పడుతున్నాయి. నోట మాట రావటం లేదు. ధైర్యం కూడ కట్టుకొని అతను భయపడుతున్నాడేమోనని "మీరు భయ పడనక్కర లేదు. ఇది మాఇంటి ఆచారం. ఈ రోజు నా.." అని ఆగిపోయింది. ఆమె గొంతు పూడుకుపోయింది. కళ్ళు చెమ్మగిల్లుతున్నాయి. అతని దగ్గరగా వచ్చి తాళి చేతికందిస్తూ దీనంగా చూస్తోంది. ఆ తాళిబొట్టు చేత్తో పుచ్చుకొని "దా.." అన్నాడు. ఆమె ఆనందంతో వచ్చి అతని దగ్గర కూర్చుంది.

అతను ఆమె మెళ్ళో మంగళసూత్రం క్రమం తప్పకుండా మూడుముళ్ళూ వేస్తున్నాడు. అంతులేని ఆనందంతో హృదయం పొంగి కళ్ళలోంచి ప్రవహించింది. ఆమె మనసు మౌనంగా.. "మాంగల్యం తంతునానేనా మమ జీవన హేతునా", అని చదివే మాంగల్య ధారణ మంత్రం చెవులకి వినిపిస్తోంది. అతను ఆమె మెళ్ళో మూడు ముళ్ళతో

తాళి కట్టేశాడు. ఆమె కళ్ళు ఆనందభాష్పాలు రాలుస్తూనే ఉన్నాయి. మంగళసూత్రం కొనుక్కొని ధరించే ఆభరణం కాదు. దయతో అతను నా మెళ్ళోకట్టాడు అది చాలు ఈ జన్మకి అనుకుంది.

అతను లేవబోతుంటే అతని కాళ్ళకు నమస్కరించింది. అతనికి ఏదోలా ఉంది. తన బాధ తీరకపోగా ఇవన్నీ కొత్త బాధల్లా ఉన్నాయి అనుకుంటున్నాడు. ఆమె మంగళసూత్రం కళ్ళకద్దుకుని తనివి తీరా చూసుకుంటోంది. చంద్రశేఖర్ ఆమెను గట్టిగా వాటేసుకుని మంచం దాకా నడిపించి "దా.." అన్నాడు అసహనంగా చూస్తూ. ఆమె కాళ్ళు వణుకుతున్నాయి. నోరు ఎండిపోతోంది. గుండె వేగంగా కొట్టుకొంటోంది. భయంతో, సిగ్గుతో తల వంచుకొని మంచం దగ్గరే నుంచుని ఉంది. అతను మంచంమీద కూర్చుని చేతులు చాస్తున్నాడు. ఆమె కదలలేదు. శేఖర్ కాళ్ళతో చేతులతో ఆమెను బంధించి ఆమెతో సహా వెనక్కి వాలిపోయాడు. అతని చేతుల్లో కృష్ణవేణి ఉక్కిరిబిక్కిరి అయిపోతోంది. అతని బాహుబంధనాల నుంచి విడిపించుకొని అతనికి దూరంగా జరిగి కూర్చుంది. అమృత కలశాన్ని నోటిదగ్గర బెట్టి ,చెయ్యి నోటికి అడ్డుబెట్టి వరాలడిగినట్టు మళ్ళీ ఏమి అడుగుతుందోనని చాలా కోపంగా చూసాడు. ఆ కళ్ళు ఎర్రగా ఉన్నాయి.

ఆ చూపుకు కృష్ణవేణి భయపడింది. నోటమాట రావటం లేదు. జడుస్తూ జడుస్తూ "మీ గుర్తుగా నాకు ఏదైనా ఇవ్వండి" అంది తడబడుతున్న మాటతో. అతని చూపు మారలేదు. అర్థం అవ్వలేదేమోనని మళ్ళీ అదే మాట అంది వినయంగా. అతను తన వేలి ఉంగరం తియ్యబోయేడు. అది రాలేదు. మెళ్ళో గొలుసు తీసి ఆమె చేతికివ్వబోతుంటే "మీరే పెట్టండి" అని అతని దగ్గరకు జరిగింది. ఆ గొలుసు ఆమె మెళ్ళో పెట్టి ఆమెను వెనక్కి వాల్చడు.

మందు మత్తు, వయసు చిచ్చు తగ్గి మంచి నిద్రపోయిన అతని కళ్ళు ప్రశాంతంగా తెరుచుకున్నాయి. శోభనపు గదిలా అలంకరించి ఉన్న ఆ గదినంతా ఒకసారి కలియచూసేడు. మంచి నిద్రలో ఉన్న ఆమెను పరిశీలనగా చూడాలనిపించి లేచి కూర్చుని ఆమెను తేరిపార చూసాడు. ఆమె గుండెలమీద పచ్చని పసుపు త్రాటితో కట్టిన కొత్త మంగళసూత్రాలు మెరిసిపోతూ కనిపిస్తున్నాయి. తన మెళ్ళో ఉండే గొలుసు కూడా ఆ మంగళసూత్రాల మీద కనిపిస్తోంది. "తన గొలుసు ఈమె మెళ్ళోకి ఎలా వచ్చింది?" అని జరిగినదంతా ఒక్కసారి గుర్తుచేసుకున్నాడు. లీలగా జరిగినదంతా కనిపిస్తోంది.

"ఓహో ఈ తాళి నేను కట్టిందే. కాదు కాదు ఆమె కట్టమని బ్రతిమాలి నాచే కట్టించుకుంది. ఈ గొలుసు కూడా ఆమె నన్నడిగి నాచే పెట్టించుకుంది. ఏమిటిది, అంతా

కలలా జరిగిపోయింది. ఏనాటి బంధమో ఈ పరిస్థితికి కారణమయింది" అనుకొనుచుండగా ఆమె వత్తిగిలి పడుకొంది.

"అందమైన ఆ బుగ్గమీద ఆ నల్లచుక్క ఎంత బాగుందో, ఆ పాదాలకు పెట్టబట్టి పారాణికి అంత అందం వచ్చింది. ఇంత సోయగాన్ని నేను చూడనే లేదు. ఈ అందాల బరిణ, ఈ కొత్త పెళ్ళికూతురు నాకు ఇంత సుఖాన్నిచ్చిన యవ్వనాల రాణి, నిద్రలో ఎంత అందంగా ఉంది" అని చూస్తూ మురిసి పోతున్నాడు.

"ఎంత ఆశ్చర్యం. ఎంతలో ఎంత సంఘటన జరిగిపోయింది. తను వేశ్యలతో సంభోగం జరపాలని, ఏనాడు కోరుకోలేదు. అనుకోకుండా వచ్చిన విచిత్ర పరిణామం వల్ల ఇలా జరిగిపోయింది. వేశ్యలు మగాళ్ళని రెచ్చగొట్టేటట్లు ఉంటారని విన్నాను. కానీ ఇలా ముగ్ధమోహన రూపంతో సిగ్గులొలక పోస్తారా. ఏమో, ఏమిటో? ఇప్పుడు ఈమెను ఏమని పిలవాలి, ఏం చెయ్యాలి. తాళిబొట్టు మెళ్ళో కట్టి తనువును పంచుకొన్నాను కానీ ఆ స్థితి వేరు. ఇప్పుడు ఈ సోయగాన్ని సొంతం చేసుకోవాలి. ఈ సుందరమూర్తిని ఒక్కసారి మనసారా ఆలింగనం చేసుకోవాలి. ఇప్పుడీ నిద్రనెలా లేపాలి" అని ఆమె బుగ్గ మీద చిటిక వేసేడు. ఆమెలో చలనం లేదు. బొటనవేలుతో మధ్య వేలు పట్టి ఆమె పెదవి మీద చిటిక వేసాడు. ఆమె కళ్ళు తెరుచుకున్నాయి. ఆ చూపుకోసమే కాచి చూస్తూన్న అతని కళ్ళు ఆ కళ్ళల్లోకి గురిపెట్టాయి.

ఆ చూపుల బాణాల తాకిడికి తట్టుకోలేని కృష్ణవేణి కళ్ళు రెప్పల చాటుకి దాక్కున్నాయి. అతని కొంటె చూపుల గురికి తనువెల్లా పులకించిపోతుంటే పెదాలు వణుకుతున్నాయి. అతను ఆమె పెదాలను చేత్తో నిమురుతూ దెబ్బ తగిలిందా అనుకొంటున్నాడు మనసులో, అతని చేతి స్పర్శకు మెలికలు తిరుగుతున్న ఆ మేనుని అల్లుకొని ఆపాడు.

తాళికట్టిన భర్త అనే భావనతో అతనిలో ఒదిగిపోయింది. "నీ పేరు?" అన్నాడు. మూసుకున్న ఆమె కనులను పూరేకుల్లా తీస్తూ "కృష్ణవేణి" అంది. కృష్ణవేణి అంటున్నాడు అతను శ్వాసను బరువుగా వదులుతూ... "మీ పేరు?" అని అడుగలేక అడిగింది, అతని మోము కేసి చూస్తూ.... ఆ చూపులు కలబడ్డాయి. "చంద్రశేఖర్" అన్నాడు. ఆమె అణువణువునా తానే అయిపోతూ ఆమె అతని పేరు వల్లె వేసుకుంటోంది మనసులో. మాటలు రాని మధురానుభూతితో తనువులు అల్లుకున్నాయి. అతని కౌగిలిలో కరిగిపోయింది కృష్ణవేణి.

కాలం ఎవ్వరి కోసం ఆగదు. గడియారం 5 గంటలు కొట్టింది. కృష్ణవేణి లేచి తన ప్రతిబింబం అద్దంలో చూసుకుంది. నలిగిపోయిన పూలజడ ముందుకు వేసుకుంది. బుగ్గలు చేత్తో నిమురుకుంది. అందంగా ఉన్న ఆమె మెళ్ళో ఆ తాళిబొట్టు మరింత అందంగా వుంది. తాళి కట్టించుకుని వధువుగా మారాలన్న తను కన్నకల నిజమయిందని, భగవంతుడు తన కోర్కె తీర్చాడని ఆనందంతో మంగళసూత్రాలు చూసుకుంటోంది.

అతను లేచి వెళ్ళిపోవడానికి సిద్ధమౌతున్నాడు. అతని వయసు, మనసు ఆమెను వదిలిపోవడానికి ఇష్టపడడం లేదు. కానీ తప్పదు. ఈ తొలిపరిచయం ఏనాటి బంధమో అనుకుంటున్నాడు. తలుపు కొడుతున్న చప్పుడుకు గుండె కొట్టుకొంటోంది. మరొకసారి ఆమెకేసి చూసాడు. ఆమె కూడా అదే పరిస్థితిలో వుంది. అతను కట్టిన తాళి పమిటి మీద కనిపిస్తోంది. తాళి మెళ్ళో కట్టి తనువును తాకినవాడు ఆడదానికి ఏమౌతాడు (భర్త). అతనూ తాళికట్టేడు. భర్తేకదా. భర్త భార్యను తనతో తీసుకెళ్ళాలి కాని తనను తీసుకెడతాడా, పోనీ తనను రక్షిస్తాడా, అలాగ చెయ్యడు. ఎందుకో వచ్చాడు. ఏ జన్మ బంధమో ఇలా కలిపింది. వెళ్ళిపోతున్నాడు. అతన్ని వెళ్ళనివ్వడం, మనసు ఒప్పుకోవడం లేదు. నన్ను మీతో తీసుకెళ్ళండి అని మనసులో లోలోన రోధిస్తోంది. గుండెలోని బాధ కళ్ళలోంచి ప్రవహిస్తోంది. మళ్ళీ తలుపు కొట్టిన చప్పుడు, మళ్ళీ అతని దగ్గర కొచ్చి గట్టిగా వాటేసుకుని గుండె కరిగేలా ఏడ్చింది. ఆ శోకంలో ఎన్నో శోధనలున్నాయి. గుండె విప్పి చెప్పుకోలేని మూగ బాధలున్నాయి.

అతనికీ, ఏదోలా వుంది. మనసు మూగబోయింది. మళ్ళీ వస్తానని చెబుదామని వుంది. కానీ చెప్పలేదు. ఇక్కడ వుండడం మంచిది కాదని తలుపు చప్పుడుకూ, మురళీ పిలుపుకూ కంగారుగా వెళ్ళి మురళీ బండిమీద కూర్చొని వెళ్ళిపోతూ వెనక్కి చూసాడు. కిటికీ కింది తలుపుల్లోంచి కృష్ణవేణి చూస్తోంది. కళ్ళు చెరువుల్లా కనిపిస్తున్నాయి. చేత్తో టాటా చెబుతోంది.

అతని మనస్సు ఒక్కసారి వెనక్కి వెళ్ళూ అంటోంది. బండి ముందుకు దూసుకెళుతోంది. వెళ్ళిపోతున్న శేఖర్ ని అమృతం పరిశీలనగా చూసింది. తల మాసిన వాడిలా వున్నాడు, వీడేం ఇచ్చుంటాడు అనుకుంది. అమ్మమ్మను చూసి కళ్ళు తుడుచుకుని మంచం మీద కూర్చొంది. అందరూ కృష్ణవేణి గదిలోకి చేరారు. మెడలో పచ్చని తాళిబొట్టుతో కొత్త పెళ్ళికూతురిలా అందంగా వుంది. కనకం అలా చూస్తూ ఉండిపోయింది. మొత్తానికి మెళ్ళో తాళి కట్టించుకుంది. ఆనందం ఆ కళ్ళల్లో

కనబడుతోంది. "ఆ పసుపుత్రాటితో ఎంత నిండుదనం వచ్చింది" అని శకుంతల, నాగమణి చూస్తున్నారు. అమృతం వచ్చి "ఏమిచ్చేడే?" అంది కోపంగా చూస్తూ. మెళ్ళో గొలుసు చూపించింది కృష్ణవేణి,.

"ముష్టిగొలుసు అవతల పారేయ్. వేలకు వేలు ఇస్తామని ఎందరో వస్తే ఈ తలకు మాసిన వెధవ దొరికాడు నీకు అంది" గొలుసు పట్టుకోబోతూ.

"ఈ గొలుసునేమీ చెయ్యకు. నాకు తాళి కట్టాడు. అతన్ని ఏమీ అనకు" అంది.

"వాడు కట్టేడు, నీకు పెళ్ళయింది. ఏం చేసుకుంటావే, ఈ తాడు వెర్రి ముండా?" అంది.

"అమ్మమ్మ! నన్ను ముండా అనకు. నాకు పెళ్ళయింది" అంది కృష్ణవేణి.

"నిజంగా వాడు కట్టేడా, నువ్వు కట్టుకున్నావా" అంది నాగమణి.

"పిన్నీ, నేను నిజం చెబుతున్నాను. అతనే నా మెళ్ళో మంగళసూత్రం కట్టేడు" అంది.

ఎవర్ని ఏమనాలో తెలియక కళ్ళొదిలి పెట్టి అలా ఉండిపోయింది కనకం. "మరి ఈ గొలుసు" అంది, మళ్ళీ నాగమణి.

"ఇది ఆయనను నేను మీ గురుతుగా నాకు ఏదైనా ఇవ్వండి ఇది మా ఆచారం అన్నాను. ఇది నా మెళ్ళో పెట్టేడు" అంది.

"ఏది ఏమైనా కృష్ణవేణి నీ కోరిక మాత్రం ఆ దేవుడే తీర్చేదే" అంది, చెమ్మగిల్లిన కళ్ళతో.

"గొలుసు పెట్టండి అంటే గొలుసు పెట్టేశాడు. తాళి కట్టండి అంటే తాళి కట్టేసాడు. అయితే నిన్ను తీసుకెళతాడా?" అంది, కోపంగా చూస్తున్న అమృతం.

"ఏమో నేను అడగలేదు" అంది కృష్ణవేణి, అమాయకంగా.

"అడగవలసింది తెలిసిపోను. అయినా నీకీ పెళ్ళి పిచ్చేంటే" అని బుగ్గల్లో పొడుస్తున్న తల్లిని, "అమ్మా! దాన్తో... ఏంటే.... నువ్వుండవే" అంది శకుంతల.

తల్లి బలవంతం మీద రెండు ముద్దలన్నం తిని చంద్రశేఖర్ ని తలచుకుంటూ పడుకుంది. తన కోరిక తీరదేమోననే భయంతో రెండు రాత్రుల నుంచి సమంగా నిద్రపోలేదు. తిండి తినలేదు. కంటిమీద కునుకు రాగానే కళ్ళలో కదిలే రూపం మళ్ళీ కళ్ళల్లోకి రానే వచ్చింది.

అల్లిబిల్లిగా నల్లతీగలల్లుకున్నట్లు వున్న ఆమె ఫాల భాగం మీద కురులను తన మునివేళ్ళతో మెల్లగా సవరించి "నాకు ఇంత వరకూ ఎవ్వరితోనూ పరిచయం లేదు. ఇదే మన విలువైన తొలి కలయిక కృష్ణవేణీ. ఈ మధురానుభూతిని మరవలేను" అన్నాడు, ఆమె పొందులో అతను పరవశించిపోతూ. అతని బిగికౌగిలిలో నలిగిపోతూ "చంద్రశేఖర్, చంద్రశేఖర్ అంటోంది" కృష్ణవేణి.

"కృష్ణవేణీ!" అన్న కేకకు కళ్ళు తెరచింది. మధురాతి మధురమైన తన కల చెదరి పోయింది. ఆ కళ్ళకు తొందరగా లే అంటున్న నాగమణి పిన్ని కనిపించింది. తన కమ్మని కల చెదరిపోయింది. జరిగిన పెళ్ళి కలలా మిగిలిపోతుంది. తను నరక కూపంలో తోసెయ్య బడుతోంది. అలా కూర్చొని ఆలోచిస్తోంది. కనకం కృష్ణవేణి మంచం మీద కూర్చొని "ఇంక పేచీలు పెట్టక మేం చెప్పినట్టు విను. చిన జమిందారు కబురు పంపారు" అంది. రాజయ్య, నాగమణి కూడా ఆ మాటే అన్నారు.

కృష్ణవేణి గుండెల్లో మంటలు రేగాయి. ఇంకొన్ని రోజులు అతని ఊహల్లో వుండిపోవాలనుంది. అతని పొందు ఒక మధుర స్వప్నం. ఆ స్వప్న లోకంలో విహరిస్తున్న తనను లేపేరు, అని బాధగా చూస్తోంది.

నాగమణి, కనకం కృష్ణవేణికి నూని రాసి తలంటు పోయాలని సిద్ధమౌతున్నారు. జుట్టు ముడివేసి, "కృష్ణవేణీ... ఈ మంగళసూత్రం ఎక్కడైనా దాచుకో, ఇది ఉండకూడదు. అమ్మమ్మ తిడుతుంది" అంది నాగమణి.

"అమ్మో! నేను ఇది తీయను ఇలా నా మెడలోనే వుండాలి" అంది కృష్ణ.

ఆ మాటకు కనకం గుండె నీరయిపోయింది. "అయినా ధైర్యం వుండి, ఇది నీ మెళ్ళో ఉంటే నీకు ఎవ్వరితోనో పెళ్ళి చేసామని వాళ్ళు నన్ను, మనవాళ్ళను బ్రతకనివ్వరమ్మా. నా తల్లివి కదూ ఇది తీసేయి" అంది కనకం. "అమ్మమ్మ వస్తే ఒప్పుకోదు తీసేయవే" అంది నాగమణి.

"మంగళసూత్రం తియ్యకూడదే. ఇది ఏమి చేసిందే? నేను ఒప్పుకున్నాను కదే అమ్మా. ఇది నా మెడలోనే వుంచండే" అంది దీనంగా.

విసిగిపోయిన కనకం, నాగమణి "నువ్విలా వినవు" అని బలవంతంగా తాళి తియ్యబోతున్నారు.

"వద్దే... వద్దే..నా తాళి తియ్యకండే, మీకు దణ్ణం పెడతానే మీ అందరికీ. దణ్ణం పెడతానే అమ్మా" అని భోరున ఏడ్చింది.

"అసలు ఇది తీస్తే నీకేమవుతుందే" అన్నాడు కొండయ్య.

"ఏమవుతుందో నీకు తెలియదా?" అంది ఉక్రోషంగా. ఆ మాటకు కనకం గుండె పిండుతున్నంత బాధ కలిగింది. కళ్ళు చమరుస్తున్నాయి.

"తెలియదు, చెప్పు" అన్నాడు.

"నాకేమీ కాదు. ఆయనకు కీడు జరుగుతుంది రా.." అని భోరున ఏడ్చింది.

అందరూ ఆశ్చర్యంతో అలా చూస్తూ ఉండిపోయారు. అలా ఊరుకొని వుండడం ఇష్టం లేక "అయితే నీకు పెళ్ళయిందా?" అన్నాడు కొండయ్య.

"ఆ... అయింది. నాకు పెళ్లయింది. నేను అతని చేత నా మెళ్ళో తాళి కట్టించుకున్నాను. ఇది నిజం. అతను నాకు తాళి కట్టిన భర్త, ఇది నా మెళ్ళోనే ఉంటుంది." అంది కృష్ణవేణి.

"తాళి కట్టేస్తే పెళ్ళేనా? బేండ్, పందిరి అక్కర లేదా?" అన్నాడు మళ్ళీ.

"అక్కర్లేదు. ఎన్ని పందిళ్ళు వేసినా, ఎంత మంది జనం వచ్చినా, ఎన్ని బేండ్లు మోగినా, ఎంత అలంకారం చేసినా తాళి కట్టక పోతే పెళ్ళి జరిగినట్టే కదా. తాళి కడితేనే కదా ఒక మగాడికి ఒక ఆడదానితో పెళ్ళి జరిగినట్టు అవుతుంది. తాళి కట్టకుండా పెళ్ళి వారు వెళ్ళిపోతే ఆ పిల్ల కన్నెపిల్లగా ఉన్నట్టే కదా, మళ్ళీ ఇంకో అతనికిచ్చి పెళ్ళి చేస్తారు. కానీ అతడు నాకు తాళి కట్టాడు. మళ్ళీ ఈ గొలుసు కూడా నా మెళ్ళో పెట్టాడు, నన్ను ముట్టుకున్నాడు. అతనే నా భర్త. ఇది మన కులవృత్తి అనీ, మీ అందరి కోరికా ఇదేననీ నేను మీ మాటకు ఒప్పుకుంటున్నాను అంతేకానీ, ఈ తాళి తియ్యను ఎప్పుడూ తియ్యను అని స్పష్టంగా చెప్పింది" కృష్ణవేణి.

చాటునుండి అంతా విన్న అమృత వల్లి వచ్చి" ఏంటే రెచ్చిపోతున్నావు? వాడు తాగి మైకంలో కట్టిన తాళికి నువ్వింత కథలల్లుతున్నావు. మరి నా మాట వినూ. నీ మెళ్ళో ఆ తాళిబొట్టు తీసేసి, నిన్ను వృత్తిలో దింపకపోతే నా పేరు అమృత వల్లి కాదు, జాగ్రత్త" అంది, కృష్ణ జుట్టు పట్టుకొని.

"అమ్మా నువ్వుండవే! నేను ఒప్పిస్తాను" అంది కనకం.

"అసలు నిన్ను తన్నాలే. నేను నిన్నే చెప్పాను. ఇది ఇలా వినదు, ఇలాగే ఏదో చెబుతుంది. మెల్లగా చెబితే మారదు అన్నాను. నువ్వినావా? నేను మారుస్తాను కదా అన్నావు. అసలు దీనికి మంగళసూత్రం ఎలా వచ్చిందే నాకు అర్థం కాదు" అంది.

"నాకేమీ తెలియదమ్మా, ఆ మంగళ సూత్రం ఎలా వచ్చిందో? అతనిచేత కట్టించుకోవడం అనే ఉద్దేశ్యం ఎలా వచ్చిందో నాకసలు తెలియదమ్మా. తెల్లారి దానిమెళ్ళో మంగళ సూత్రం చూసేదాకా నాకేమీ తెలియదు. ఏదో వాళ్ళు నీకు డబ్బిస్తారు, వీళ్ళు నీకు పొలమిస్తారు, నువ్వు ఒప్పుకో అంటే ఆ డబ్బొద్దు, ఆ పొలమొద్దు వాళ్ళు నన్ను పెళ్ళి చేసుకుంటారేమో అడుగు. నా మెళ్ళో మంగళసూత్రం కడతారేమో అడగండి అంటే దాని ఫ్రెండ్ పెళ్ళి చూసింది కదా అలా కోరుకుంటుంది అనుకున్నానే కానీ నాకింత తెలియదమ్మా" అంది కనకం.

"అమ్మా, నిన్నిలా వదలకూడదే" అంది కృష్ణని కొట్టబోతూ.

"అమ్మా నువ్వు ఆవేశపడకే! నీకు బాగోలేదు కదా, నడూ" అని అమృతాన్ని అవతలకి పంపింది శకుంతల.

వీధిలో నీలిరంగు పెద్ద కారు ఆగింది. అందరూ నోర్లు మూసేసి అలా చూస్తున్నారు. రాజయ్య, కొండయ్యా వెళ్ళి కారు దగ్గర నుంచున్నారు. అందులో నల్ల కళ్ళ జోడుతో వున్న ఒకాయన ఏదో మాట్లాడాడు. వినయంగా తలూపి కొండయ్య లోపలికి వచ్చాడు.

"ఇదిగో కృష్ణవేణి నువ్వు ఒప్పుకోకపోతే వాళ్ళు మమ్మల్ని చంపేస్తారు" అన్నాడు.

"అలాగే ఒప్పుకుంటాను బాబూ! ఒప్పుకుంటున్నాను. ఎవ్వరి దగ్గర ఎంత పుచ్చుకొంటావో పుచ్చుకో" అంది.

"నిజంగానా?" అన్నాడు.

"అవును నిజంగానే" అంది కృష్ణవేణి.

చీకటి పడింది. కృష్ణవేణి ముస్తాబు పూర్తయింది. అందరూ హడావుడిగా వున్నారు. మళ్ళీ ఓ చిన్నకారు ఆగింది, ఇంటి ముందు. రాజయ్య ముఖంలో చిరునవ్వు తొణికిసలాడుతోంది.

"అమ్మో! అమ్మమ్మ చాలా పెద్ద ప్లాన్లోనే వుంది. ఇంకా ఎన్ని కార్లు ఆపుతుందో ఈ రాత్రి. అందుకే అంత ఛాలెంజ్ చెప్పింది" అనుకొని తన గదిలో కూర్చొని ఆలోచిస్తోంది.

తన కోసం బాధపడే వాళ్ళు ఎవ్వరూ లేరు, ఒక్క తల్లి తప్ప. ఆమె అయినా కొంతకాలం ఏడ్చి ఊరుకుంటుంది. అంతేకానీ, ఈ తాళి తీసేసి ఇంతమంది

జమిందారులు తోటి... తలచుకుంటేనే బాధొస్తోంది. ఇంక ఆలస్యం చెయ్యకూడదని నిర్ణయించుకుని, దొడ్డి వైపు ప్రహరీ మీద నుంచి ప్రక్క వాళ్ళ డాబా ఎక్కి దాని ప్రక్క నున్న రేకుల షెడ్డు మీదకు వచ్చి దిగితే రోడ్డు వస్తుంది. అక్కడ నుండి పరుగుపెట్టి ఏదో చోటుకు పోయి ఏ అనాథాశ్రమంలోనో పని చేసుకుని బ్రతకొచ్చుకానీ ఈ బాధ నా వల్ల కాదు అని నిర్ణయించుకుంది కృష్ణవేణి.

డాబా దిగి రేకుల షెడ్డు మీద కొస్తుంటే సైకిలు మీద బజారుకెళ్ళి మందు సీసాలు తెస్తున్న కొండయ్య చూసాడు. "కృష్ణవేణి వెళ్ళిపోతుందిర్రా రండర్రా" అని కేకలు వేస్తూ వచ్చాడు.

అందరూ పరుగు పరుగున వచ్చి ఆమెను వెంబడిస్తుంటే కంగారు పడి పరుగెడుతూ ఆ రేకుల షెడ్ కి ఆనుకొని వున్న ప్రహరీ గోడ మీదకు దిగబోయి పడిపోయింది. కనకం గుండె వేగంగా కొట్టుకుంటోంది. కడుపులోంచి దుఃఖం పొంగుకొస్తోంది "కృష్ణ, నా కృష్ణ అని ఏడుస్తోంది. నన్నొదిలి వెళ్ళిపోతావే, నన్నొదిలి వెళ్ళిపోతావే నేనెలా బ్రతకనే" అని ఏడుస్తోంది.

"నువ్వు నోరు ముయ్యవే" అని కనకాన్ని గదిమి, కృష్ణ చెంపలు వాయకొట్టింది. అలాగే నేల మీద ఏడుస్తోంది కృష్ణవేణి. "లేచి నడుస్తావా ఇంకా కొట్టమంటావా" అంది అమృతం.

"లే.. కృష్ణ... లే..." అని కనకం, శకుంతలా కృష్ణవేణిని లేపబోయారు.

"నేను నుంచొలేనమ్మా! నేను నడవలేనమ్మా! నా కాలే, నాకాలే" అంది, ఏడుస్తూ కృష్ణవేణి.

ఆ చుట్టు ప్రక్కల వాళ్ళు చూస్తున్నారని అమృతం, కనకం సిగ్గుపడి "నడవ్వే ఇంట్లోకి" అన్నారు.

"నేను నుంచోలేక పోతున్నానమ్మా!" అని బాధగా ఏడ్చింది.

"అన్నీ దొంగ మాటలు. నమ్మకండి" అన్నాడు కొండయ్య.

"అమ్మా నాకాలు చూడమ్మా" అంది.

"ఏంలేదు" అంటున్న రాజయ్యని, "వుండరా తమ్ముడూ!" అని కృష్ణవేణి కాలు చూసింది. కుడికాలు మోకాలు కింద ఊగిపోతుంది. "అమ్మ దేముడో, పిల్ల కాలు విరిగిపోయిందా్రా, వుండండర్రా!" అని అరవ సాగింది బాధగా, కనకం. శకుంతల కూడా కాలు చూసి కంగారుపడింది.

"ఛ.. దరిద్రపుముండా!" అని తిట్టుకుంటూ ఇంటి మొఖం పట్టింది అమృతం. కనకం భయంతో కాలుకి తడిగుడ్డ చుట్టి, శకుంతలా తనూ రిక్షా ఎక్కించబోయారు. ఎక్కలేకపోయింది కృష్ణవేణి.

రాజయ్య ఎక్కడికో వెళ్ళి తోపుడు కుర్చీ తెచ్చాడు. కృష్ణవేణిని దానిమీద కూర్చోబెట్టారు కష్టం మీద, ముగ్గురు కలిసి. రాజయ్య "అక్కా నేను వెనకాల వస్తాను. మీరు హాస్పటల్ దగ్గరకు నడవమన్నాడు".

కనకం ఏడుస్తూ కృష్ణను తీసుకుని వెడుతోంది. శకుంతల కూడా వుంది. బాధ భరించలేక అమ్మా, అమ్మా అని ఏడుస్తోంది కృష్ణ. కాలుకి కట్టిన గుడ్డమీదకి రక్తం చిందుతోంది. ఆ రక్తం వస్తున్న కాలు చూసి "నా బిడ్డకు ఏమయిపోతుందో దేముడో అని ఏడుస్తోంది" కనకం.

"అలా కంగారుపడకే అక్కా! మనం ధైర్యంగా వుండి దానికి ధైర్యం చెప్పాలి కానీ, నువ్వే అలా డీలాపడితే ఎలాగా?" అంది శకుంతల. ఆ ముగ్గురూ హాస్పిటల్ కి చేరారు. ఒక నర్సు వచ్చి కృష్ణవేణిని లోపలకు తీసుకెళ్ళింది. కనకాన్ని బయట కూర్చోమని శకుంతల ఎక్స్ రే రూమ్ లోకి వెళ్ళింది.

"కాలులో ఒక ఎముక విరిగింది. చిన్న ఆపరేషన్ చేసి ఎముకలు సెట్ చేసి సిమెంట్ కట్టు వెయ్యాలన్నారు" అంది శకుంతల.

"అయ్యో.... భగవంతుడా! ఎంత కర్మ వచ్చిందిరా నాయనా! నా బిడ్డ, నా బిడ్డ కాలు విరిగిపోయిందా. నా బిడ్డ కాలు లేనిది అయిపోయిందా" అని ఏడుస్తోంది.

అప్పుడే వస్తున్న రాజయ్య కనకం బాధ చూసి, ఎంతపని జరిగింది అనుకొని కళ్ళు తుడుచుకొని "అక్కా! ఏడవకే నేనొచ్చేసేనే. ఇదిగో డబ్బు" అని నాలుగువేల రూపాయలు కనకానికి ఇచ్చి "నువ్వు ధైర్యంగా వుండవే ,కృష్ణకేం కాదు" అన్నాడు.

"ఒక నర్సు వచ్చి ఎందుకమ్మా అలా ఏడుస్తావు? నీ కూతురు కేమీ కాదు. కాలు విరిగిందంతే, తగ్గిపోతుంది. అలా బాధపడతారా, ధైర్యంగా వుండాలి కానీ" అంది.

శకుంతల కాసిని మంచినీళ్ళు తెచ్చిచ్చి తాగించింది కనకంతో. "ఇంక బాధపడకు అక్కా! ధైర్యంగా వుండు" అంది. గంట ఆపరేషన్ తరువాత కాలుకి కట్టు వేసి మంచం మీద పడుకోబెట్టారు. అందరూ ఆ రూమ్ కి వెళ్ళిపోయారు.

మత్తివ్వడం వల్ల కృష్ణ స్పృహ లేకుండా వుంది. పక్కన స్టూలు మీద కూర్చొని ఆమె కేసి చూస్తూ కన్నీరు పెడుతోంది. "మనకెంత గతి వచ్చిందే అమ్మా" అంటోంది

కనకం. రాజయ్య మూడు టీలు తెచ్చి వాళ్ళకిచ్చి తనూ తీసుకున్నాడు. బలవంతం మీద కనకం చేత తాగించారు.

★★★

“ఇది మన కొంప ముంచేసింది. ఇప్పుడు మనం ఏం సమాధానం చెప్పాలి” అనుకుంటోంది అమృతం, ఆవేదనతో తిరుగుతూ. “అమ్మా నువ్వు కొంచెం అన్నం తినవే, నీకు నీరసం వస్తుందే! మేము చూసుకుంటాం” అంది నాగమణి.

“ఏం నీరసమే బాబూ! ఇప్పుడా భూషణం గారి కొడుకొచ్చేడంటే చాలా గొడవై పోతుంది. వాడు చాలా పోకిరివాడు. కృష్ణవేణిని స్కూలుకెడుతున్నపుడు చూసేట్ట. అప్పటి నుంచీ నాకు రోజూ కబుర్లు పంపుతున్నాడు. ఇది మన మాట విందా. ఈ రోజు దీన్ని వృత్తిలోకి పంపుచున్నామని చెబితే పనులు మానుకొని 10 వేల రూపాయలు పంపి తరువాత తనొచ్చినప్పుడు ఇస్తానన్నాడు. ఇప్పుడు ఏం చెయ్యాలి, ఏం చెప్పాలి? ఎలాగో రేపు, మాపు అని ఇన్నాళ్ళు గడుపుకొస్తున్నాను. ఇపుడు తీరా రమ్మని మోసం చేసామంటాడు. ఇప్పుడొచ్చి ఏం గొడవ చేస్తాడో” అంది విచారంగా.

వీధిలో కారాగింది. చిన్నదొర వెనుక ఒక మనిషి వస్తున్నారు. సెంట్ వాసన గుప్పున వస్తోంది.

అమృతం కనుసైగలను అర్థం చేసుకుని కొండయ్య వెళ్ళి అతను కాళ్ళమీద పడ్డాడు. “అయ్యా ఘోరం జరిగిపోయిందయ్యా” అని ఏడుస్తున్నాడు.

“ఏయ్. ఏయ్. ఏంటిది ఏంజరిగింది?” అన్నాడు దొర.

అమృతం వచ్చి” ప్రమాదం జరిగిపోయింది బాబూ! ఇలా జరుగుతుందను కోలేదు బాబూ! “అని దీనంగా ఏడుస్తోంది.

“విషయం చెప్పండి ఏం జరిగింది?” అన్నాడు దొర.

“బాబూ, మా కృష్ణవేణి ఇందాక మిమ్మల్ని చూసిన దగ్గర నుండి ఒకటే ఆనందం. ఆ దొరబాబు ఆ కళ్ళజోడులో ఎంత బాగున్నారో అమ్మమ్మా అని ఎంత ఇదయిపోయిందో. ఒకటే కంగారు, నూనె రాసి ఒంటికి నలుగు పెడదామని మా కనకం నూనెగిన్నె బాత్రూమ్లో పెట్టింది. ఈ కంగారుపిల్ల చూసుకోక ఆ గిన్ని తన్నేసి ఆ నూనెలో కాలు జారి పడిపోయింది. ఒక కాలు విరిగిపోయింది బాబు” అంది.

“అలాగా” అన్నాడు ఆశ్చర్యంగా, దొరబాబు.

"అయ్యో, అమ్మమ్మా! నా ఆశ ఇలా అయిపోయిందే అని ఒకటే ఏడుపు. కాలేమయిందో అన్న బాధకన్నా మీకు దగ్గరవ్వలేదన్న బాధే దానికి ఎక్కువయ్యింది బాబూ" అంది.

"ఏదీ" అన్నాడు నిట్టూరుస్తూ, దొరబాబు.

"హాస్పిటల్ కి తీసుకెళ్ళాం బాబూ. బాత్రూమ్ అంతా రక్తకొల్లయిపోయింది బాబూ. నాకే కళ్ళు తిరిగాయి. వెంటనే హాస్పిటల్ కి తీసుకెళ్ళి కట్టు వేయించి ఇప్పుడే వస్తున్నాను బాబూ. వస్తానంటే మిమ్మల్ని తీసుకెళ్ళి చూపిస్తాను. పాపం మా కనకం, శకుంతల అక్కడే వున్నారు" అంది.

కుర్చీలో కూర్చొని అంతా విన్నాడు దొరబాబు. "ఒరే! అయ్యగార్కి విసర్రా, ఈ మాయ ఫాన్ కేమొచ్చిందో తిరగడం లేదు. విసర్రా కొండా, నాగమణీ మంచినీళ్ళు తీసుకురావే, ఆ చేత్తో పళ్ళు కూడా తీసుకురావే" అంది అమృతం.

"వద్దు వద్దు చాలా పనులున్నాయి. ఇప్పుడేమీ వద్దు. మళ్ళీ వస్తాను. ఆ పదివేలు అందాయి కదా, ఆ డబ్బు కృష్ణవేణికి ఇవ్వండి. మంచి మందులు వాడండి. కావలిస్తే ఇంకా ఇస్తాను" అన్నాడు.

"అలాగేనండి బాబూ" అంది వినయంగా, అమృతం. ఆయన కారెక్కడానికి వెళుతుంటే కూడా వచ్చిన మనిషి నాగమణిని వాటేసుకుని ముద్దులతో ముంచెత్తాడు. ఏవో సైగలు చేసి కారెక్కాడు. ఆ కారు వెళ్ళింది.

అమ్మయ్యా అని అమృతం మంచినీళ్ళు త్రాగి కుర్చీలో కూర్చుంది. 30 నిమిషాలలో ఇంకో కారు గుమ్మంలో ఆగింది. భూషణం కొడుకు అని భయంతో లేచినుంచొంది అమృతం. అతను వస్తూనే హడావుడిగా లోపలకి వస్తూ "రండ్రా" అన్నాడు. అతనితో నలుగురు వచ్చారు.

"ఏయ్ రాజయ్యా, ఏదిరా కృష్ణవేణి, ఎక్కడరా... "అన్నాడు.

"వుంది బాబూ! రండి" అంది అమృతం, వినయంగా.

"ఎక్కడా గదిలోనా?" అని గదిలోకి వెళ్ళ బోతుంటే, "వుండండి బాబూ" అన్నాడు కొండయ్య.

"ఇలా గదుల్లో నేనుండను. నా కారు మీద అలా తీసుకెళతాను. అలా తిరిగి వస్తాము. దా.. దా.. రమ్మను" అన్నాడు మంగరాజు. మళ్ళీ ఇందాకట్లాగే చెప్పబోయింది అమృతం.

"కాదు, కాదు. మీరు కథలు చెబుతున్నారు. దాన్ని ఎవరితోనో పంపేసారు దొంగ వెదవల్లారా, నా దగ్గర డబ్బు తీసుకుని నాకు ఈ రోజు కాకుండా చేస్తారా" అని కొట్టబోయాడు. మీరుండండి అని అతనితో వచ్చినవాళ్ళు అందరినీ కొట్టేసారు, పెద్దదని కూడా చూడలేదు.

"ఒరే! ఏ గదిలోనే ఎవరితోనో పెట్టుంటార్రా వెదకండి". అన్ని గదులూ తిరిగేసారు. అన్నీ కోపంతో తోసేస్తున్నారు.

"మా మాట నమ్మండి బాబూ! అది హాస్పటల్లో వుంది. కాలు విరిగింది. మీకు అబద్ధం చెబుతామా" అంది అమృతం.

"కాలు విరిగిందా, నడుం విరిగిందా" అన్నారు కోపంగా, వాళ్ళు.

"అది కాదు బాబూ!" అంది అమృతం.

"ఒరే కొండా! నువ్వూ ,రాజయ్యా ఎంత డబ్బు తీసుకుని ఎన్ని కబుర్లు చెప్పి ఇంత పని చేస్త్రార్రా. అసలెలా పడనిచ్చేర్రా దాన్ని. నేనొస్తానని చెప్పాను కదా" అని కోపంతో కొండని మళ్ళీ కొట్టాడు.

"పొరపాటు జరిగిపోయింది బాబూ మా దురదృష్టం ఇలా వుంది" అని బాధగా అన్నాడు.

"చిన్నబ్బాయి గార్కి మాత్రం ఇది అదృష్టమా... ఎంత డబ్బిచ్చారు మీకు" అన్నాడు అందులో ఒకడు.

"మళ్ళీ వస్తాం మీరు చెప్పింది ఏదైనా తేడా వచ్చిందనుకో బుర్ర పగిలిపోతుంది" అన్నాడు తలపట్టుకుని.

"నా మాట నమ్మండి బాబూ" అన్నాడు మళ్ళీ కొండయ్య.

"రండ్రా" అని మంగరాజు విసురుగా వెళ్ళిపోయాడు.

★★★

ఆఫీసు నుంచి ఇంటికొచ్చిన చంద్రశేఖర్ మంచం మీద పడుకొని తలమీద చెయ్యి వేసుకుని ఆలోచిస్తున్నాడు. మనస్సు ఒక్కసారి గత రాత్రిని గుర్తు చేసుకుంటోంది. కలలో కూడా అనుకోని ఒక సంఘటన క్షణాల మీద జరిగిపోయింది. తను పొరబాటున కూడా ఒక వేశ్యతో పరిచయం కలుగుతుందని ఊహించలేదు. ఎంత విచిత్రమైనదీ కాల మహిమ. రెండు గంటల కాలంలో ఊహ కందని మార్పులు చేసేసింది. తన జీవితంలో ఎన్నడూ అనుకోని ఒక స్త్రీని తనకు చేరువ చేసింది. అయింది అయిపోయింది. అది

మరచిపోదామంటే మనసెందుకిలా ఆమెను మరువకుండా మనోవేదనకు గురవుతోంది. నేను ఆమెను అంతగా ప్రేమిస్తున్నానా? లేదు, లేదు ఎటువంటి ప్రేమ లేదు. ఆ స్థితిలో నా వయసు ఒక వయసును పెనవేసుకుంది. అది ఒక తీపి గురుతుగా నా మనసులో వుండి వుంటుంది. అంతే అంతే... అలా ఊరుకోక ఈ మూగ వేదన ఎందుకు కలుగుతోంది.

ఒక తుమ్మెద రాజుకు తను విహరించిన పూబాల ఇప్పుడు ఎవరి సొంతం కాబోతుందో అని కలవరం కలుగుతోంది. కానీ ఏమి చేయగలడు, ఆమె వేశ్య. తను విటుడు. ఇదే తొలిసారి కనుక మనసు ఇలా ఆలోచిస్తోందేమో. ఏమో తను వచ్చేటపుడు తనను కౌగిలించుకుని ఆమె ఎందుకంతలా ఏడ్చింది. తననామె ప్రేమిస్తోందా? రెండు గంటలలోనే ప్రేమిస్తుందా? ఆ.. వాళ్ళకు ప్రేమేమిటి అంతా నటనేమో? మరి నా మనసెందుకు ఆమెను మరచిపోలేకపోతోంది, ఇది మరచిపోలేని ప్రేమా, నేను ఆమెను ప్రేమిస్తున్నానా? లేదు ప్రేమిస్తే ఆమె ఎంత ఏడ్చినా ఒక్క మాటైనా మాట్లాడేనా? ఏమిటి, నీ బాధ అని అడిగేనా? లేదు ఎందుకడగలేదు? నేనెందుకు అలా వుండిపోయాను. ఏమిటో ఈ మనసు, ఎందుకో ఈ కలవరం అనుకున్నాడు. మురళీ కోసం చూస్తున్నాడు.

సూర్యుడు పడమర సంధ్యకు చేరుతున్నాడు. చీకటి అలముకుంటోంది. పక్షులు గూళ్ళు చేరుకుంటున్నాయి. తన పని పూర్తికాగానే తన కోసం వచ్చే శేఖర్ రాలేదేమిటని శేఖర్ సీటు దగ్గర కెళ్ళి చూసాడు మురళి. శేఖర్ లేకపోయేటప్పటికి టైము చూసుకున్నాడు. ఏంటి పనిలో పడి టైము చూసుకోలేదు అని ఇల్లు చేరాడు మురళి. "ఏంటిరా శేఖర్? వచ్చిన దగ్గర నుంచి ఉలుకూ పలుకూ లేదు. ఏంట్రా ఏంటి కదా, నాతో చెప్పవా సిగ్గా... చెప్పకూడదనా, అవునులే తీసుకెళ్ళేదాకా చంపావు. అవసరం తీరాక అల్లుడు అల్లుడే అన్నట్టు ఇంక నా అవసరం తీరింది. ఒక దారి దొరికింది" అన్నాడు మురళి.

"నోరు ముయ్యరా" అన్నాడు శేఖర్.

"నేను నోరు మూసుకుంటాను కానీ నువ్వు చెప్పమ్మా ఏమయిందో ఆమె నిన్ను డబ్బు కానీ ఇవ్వమందా?" అన్నాడు మురళీ.

అదోలా ఆలోచిస్తూ లేచి నుంచొని, "ఆమెకు డబ్బక్కరలేదు. ఆమెకు డబ్బక్కర్లేదురా మురళీ! ఆమె డబ్బు మనిషి కాదు. అసలు నాకు అటువంటి వాళ్ళంటే ఒక భావన నాటుకుపోయింది చిన్నప్పుడు విన్న విషయాలను బట్టి. కానీ ఈమె తీరు వేరుగా వుందన్నాడు" శేఖర్.

"అవును రా.. నేను లోపలున్న ఆమెను ఎలా వుందా అని ఒకసారి వంగి చూసాను. సాంప్రదాయబద్ధంగా వున్న పెళ్ళికూతురులా వుంది. నేను ఆశ్చర్య పోయాను. ఆమె వేశ్యా అనుకున్నాను. ఆ మాట నీకు చెవిలో చెప్పాను విన్నావా" అన్నాడు మురళీ. తల అడ్డంగా ఊపాడు శేఖర్. "ఆ పరిస్థితిలో మాట నీకు వినిపించలేదేమో!" అన్నాడు మురళి.

"ఇప్పుడు జరిగినదంతా చెబుతాను జాగ్రత్తగా విను" అన్నాడు శేఖర్.

"చెప్పు" అని చెవులొగ్గి వింటున్నాడు మురళి.

"తలుపులు మూసుకోగానే నేను అమాంతం ఆమెను వాటేసుకున్నాను. ఆమె నన్ను మెల్లగా వదిలించుకుని కుర్చీలో కూర్చోపెట్టింది. ఈ మంగళ సూత్రం నామెళ్ళో కట్టండి అంది. అంత మైకంలోనూ నేను లేచి నుంచొని చూస్తున్నాను. ఆమె మీకేమీ భయంలేదు. ఇది మా ఆచారం, ఈ రోజే నా తొలి రోజు అంది.

మురళి లేచి నుంచొని, కంగారుగా చూస్తూ "కట్టేశావా" అన్నాడు.

"కట్టేశాను" అన్నాడు శేఖర్.

"ఏదైనా ఫోటోలు తీసినట్టు గానీ అనిపించిందా?" అన్నాడు ఆతృతగా మురళి.

"ఏమో నాకేం తెలియదు. కట్టేశాను. మూడు ముళ్ళు వెయ్యడం కోసం తొందర పడుతున్న నా చేతులు మూడుముళ్ళు వేసేసాయి" అన్నాడు.

"కుంకుమ బొట్టు కూడా పెట్టావా ఆ మూడు ముళ్ళ మీద" అన్నాడు కోపంగా మురళి.

"అక్కడ కుంకుమ కనిపించలేదు" అన్నాడు శేఖర్.

"ఏడవలేక పోయావ్ కుంకుమ బరిణి ఉంటే పెట్టేద్దువా" అన్నాడు.

"మంగళసూత్రమే కట్టేశాక కుంకుమేముందిరా" అన్నాడు నవ్వుతూ శేఖర్.

"ఏడిశావులే జరిగిందంతా చెప్పు" అన్నాడు. ఆతృతగా మురళి.

"మంగళసూత్రం కట్టేశాక ఆమె నా కాళ్ళకు దణ్ణం పెట్టింది. నాకేదోలా అనిపించింది. ఆమె మంగళసూత్రం కళ్ళకద్దుకుంది. మళ్ళీ ఆమెను గట్టిగా వాటేసుకున్నాను. ఆమె నెత్తి మంచం మీద వేసాను. ఆమె మీదకు..." అన్నాడు. ఇంక మాట్లాడలేదు.

"చెప్పు అన్నాడు" మురళి.

"ఆమె నన్ను వత్తిగించి లేచి కూర్చుని మీ గుర్తుగా నాకేదైనా ఇవ్వండి" అంది. నాకు కోపం వచ్చింది. ఇది మా ఆచారం అంది దీనంగా మొఖం పెట్టి. ఉంగరం ఇద్దామని చూసాను, ఇది ఎంత లాగినా రాలేదు" అన్నాడు.

"అందుకని.." అన్నాడు మురళి కోపంగా. తన కుడి చెయ్యి మెడకేసి చూపించి ఆ చేత్తోనో అలా అలా అన్నాడు ఇచ్చేసినట్టు.... చెయ్యి ఊపాడు.

"గొలుసు ఇచ్చేసావా ఎంత పని చేసావురా, వెర్రి వెధవా! నోటితో చెప్పొచ్చుగా, మళ్ళీ ఆ చేతి భాష ఎందుకు, పెద్ద ఘనకార్యం చేసినట్టు. చేసే తెలివితక్కువ పనంతా చేసేశావురా బాబూ?" అని తలపట్టుకుని అటూ ఇటూ తిరుగుతున్నాడు మురళి.

"అప్పుడు నా ఒళ్ళు నాకు తెలిసే పరిస్థితిలో లేదు" అన్నాడు శేఖర్. అమృతాన్ని నోటి ముందెట్టి ఏది అడిగితే అది ఇవ్వాలా వద్దా ఇవ్వక ఏంచెయ్యను" అన్నాడు.

"ఆ గొలుసులో నీ ఫోటో వున్నట్టుంది" అన్నాడు భయంగా చూస్తూ, మురళి.

"అవునుందిరా!" అన్నాడు శేఖర్.

"కొంపముంచేవు కదరా! ఇప్పుడా అమ్మాయి ఆ గొలుసు పట్టుకొని ఆ తాళి బొట్టు చూపించి, ఈ మంగళసూత్రం కట్టేడు, ఈ గొలుసు పెట్టేడు, నేను ఈయన భార్యను అని ఇక్కడ కొస్తే మన మిద్దరం ఏ గొయ్యో నుయ్యో చూసుకోవాలి" అన్నాడు మురళీ.

"ఏమీ అక్కరలేదు అంత భయపడనక్కరలేదు" అన్నాడు శేఖర్.

"ఎంత ధైర్యంగా చెబుతున్నావురా? తాళి కట్టించుకున్న ఆడదానికి ఆ హక్కు ఉంటుందిరా.. తెలిసి చేసినా, తెలియక చేసినా నువ్వు చేసిన పని చిన్న పనికాదు. చాలా తెలివి తక్కువగా చేశావు" అన్నాడు మురళి.

"ఏం పర్వాలేదు. నువ్వు భయపడకు. నన్ను భయపెట్టకు" అన్నాడు శేఖర్.

"ఒరే! నా భయం అర్థం చేసుకోరా. నీ గొలుసు ఆమె దగ్గర వుంది కదా, అదేరా నా భయం" అన్నాడు.

"ఒరే మురళీ భయపడకు. అంతగా వస్తే నా గొలుసు పోయింది అది నీకు దొరికిందంటాను. ఆ తాళి నేను కట్టలేదు సాక్ష్యం ఏమిటి అంటాను. ఎవరున్నారు.... ఆమె నేను, అయినా ఆమె అలా అనదు" అన్నాడు శేఖర్.

"అంత ధీమాగా ఎలా చెప్పగలవ్" అన్నాడు మురళీ.

"నా మనసు అలా చెబుతుంది" అన్నాడు శేఖర్.

"కన్నెపిల్ల మెళ్ళో తాళిబొట్టు కట్టడం అంటే చిన్న మాటకాదని నా భయం.. నీ మనసు అనుకున్నట్టు జరిగితే మంచిదే! ఇద్దరం బతికిపోతాం" అన్నాడు మురళి.

శేఖర్ ఆలోచిస్తూ అటూ ఇటూ తిరుగుతున్నాడు. "ఏంట్రా ఆలోచిస్తున్నావు" అన్నాడు.

"ఒరే మురళీ! దబ్బిచ్చి ఆ గొలుసు ఇమ్మని తెచ్చుకుంటే" అన్నాడు శేఖర్.

"చంపేస్తాను. నువ్వు మళ్ళీ ఆ వైపుకు వెళ్ళావంటే కాళ్ళిరగ్గొడతాను. ఎప్పుడూ అటు వెళ్ళకు. ఎలా జరుగుతుందో అలాగే జరగనీ" అన్నాడు మురళి.

"ఏం జరగదురా! వాళ్ళు మొదటి రోజు ఎవరొస్తే వాళ్ళ చేత మంగళ సూత్రం కట్టించుకుంటారుట, అంతేకాని ఏం కాదు. మీకేమీ భయంలేదు, ఇది మా ఆచారం అంది" అన్నాడు శేఖర్.

"అలాగే అంటారు నాయనా! తాళి కట్టే దాకా, తీరా కట్టేక ఆ మాటలుండవ్. ఎన్ని సినిమాలు చూడడం లేదు, ఎన్ని కథలు వినడం లేదు" అన్నాడు మురళి.

"ఇప్పుడేమంటావురా? నేను దాన్ని పెళ్ళి చేసుకొన్నానంటావా" అన్నాడు శేఖర్.

"మరి కాదా" అన్నాడు మురళి.

"అయితే బండి తియ్యి ద్వితీయ విఘ్నం ఎందుకు" అన్నాడు.

"ఒరే ఒరే! నేను తలబద్దలు కొట్టుకొని ఆలోచిస్తుంటే నువ్వేమో మళ్ళీ వెళదామంటున్నావు. నిన్నే మనాలి. మనం ఏ చిక్కుల్లోనైనా పడతామేమోనని కన్నెపిల్ల మెళ్ళో తాళిబొట్టు కట్టడం అంటే చిన్న మాట కాదని నా భయం. ఆమె అలా ఎందుకు అడిగిందో కానీ మొదటి రోజు నాడు ఇలా అడగడం అవి ఉండవు, వేశ్యల మొదటి రోజు నాడు ఇంకోలా జరుగుతాయని నేను చదివాను. ఇది ఏదోలా వుంది. ఎవ్వరూ అలా చెయ్యరు. తరువాత అన్నీ తెలుసుకుందాం కానీ, నువ్వు మళ్ళీ అక్కడకు వెళ్ళనని ఒట్టేయ్" అన్నాడు మురళి.

"నా మీద నమ్మకం లేదా" అన్నాడు శేఖర్.

"ఏమో నీ వయసు మీద లేదు" అన్నాడు మురళి.

"ఒరే ఎంత మాట అన్నావురా" అన్నాడు శేఖర్.

"అసలే జ్యోతి నన్ను అన్నయ్యా అని పిలుస్తోంది. అన్నగా భావించిందిరా! ఒట్టేసి చెప్పారా బామ్మర్దీ! ఇది ఏదైనా గొడవైతే మీ అమ్మగారు, మీ నాన్నగారు, మీ అత్తగారు, మామగారు, మీ అత్తగారి ఇద్దరు తండ్రులు, నీ కాబోయే భార్య కలిసి నన్ను చంపేస్తారు.

మా వాడికి మందు ఇస్తావా, వేశ్యల దగ్గరకు తీసుకెళతావా, వాళ్ళతో పెళ్ళి చేస్తావా అని. అయ్యబాబోయ్ తలచుకుంటేనే నాకు భయంగా వుందిరా. నేను వేరే వెళ్ళిపోతాను బాబోయ్" అన్నాడు మురళి.

"అలా భయపడకు. అలా ఏం జరగదు. నేను మళ్ళీ వెళ్ళను సరేనా" అన్నాడు శేఖర్, మురళి చేతిలో చెయ్యివేస్తూ.

వికసిత వదనంతో "సరే" అన్నాడు మురళి. "ఇప్పుడు చెప్పు రాత్రి జరిగిన ముచ్చట్లు" అన్నాడు మురళి.

"ఇంకేమి రాత్రి? నువ్వు పెట్టిన భయంతో రాత్రి తెల్లారిపోయింది" అన్నాడు.

"అలా ఊరికే తెల్లారదు కానీ చెప్పవోయ్" అన్నాడు మురళి.

"అయితే విను. ఆమె చక్కని సోయగాల రాణి. కళ్ళు తిప్పలేని చక్కని రూపం, పెద్ద జడ, పొడవుకు తగ్గా లావు, అందానికి అందం అన్నట్టుంది" అన్నాడు శేఖర్.

"ఏం పేరో అడిగేవా" అన్నాడు మురళి.

"నేను ఆమెతో మాట్లాడింది ఆ ఒక్క మాటే"

"ఏమని అడిగేవురా" అన్నాడు మురళి.

"నీపేరేమిటి అన్నాను. కృష్ణవేణి అంది మెల్లగా" అన్నాడు శేఖర్.

"కృష్ణవేణి! అబ్బా స్వీట్ నేమ్" అన్నాడు మురళి.

" స్వీట్ నేమ్, అవును కదా! మరచిపోలేని పేరు. మనిషి లాగే పేరు కూడా బాగుంది" అనుకున్నాడు శేఖర్.

"పేరు బాగుంది, మనిషి బాగుంది కానీ ఆ మంగళ సూత్రం కట్టించుకోవడమే ఆశ్చర్యంగా వుంది" అన్నాడు మురళి.

"పోనీలేరా ఆమె దీనంగా అడిగింది, నేను కాదనలేకపోయాను" అన్నాడు. ఏదో ఆలోచిస్తూ వుండిపోయాడు శేఖర్. వాతావరణం నిశ్శబ్దంగా మారిపోయింది.

శేఖర్ ని చూస్తూ వుండిపోయాడు మురళి. శేఖర్ కృష్ణవేణిని గురించే ఆలోచిస్తున్నాడని "మనసు అంత తొందరగా మరచిపోలేదు కదా" అని "శేఖర్! ఏంటి అలా అయిపోయావు? కృష్ణవేణి గుర్తొచ్చిందా?" అన్నాడు.

బాధగా చూస్తూ ఏదో చెప్పబోయి చెప్పలేక వూరుకున్నాడు. "ఏంటిరా అంత బాధగా వున్నావు. చెప్పు. చెప్పకపోతే ఎలా తెలుస్తుంది? నాక్కూడా చెప్పకూడని విషయమా" అన్నాడు మురళి.

"ఆ అమ్మాయి అక్కడ ఏదో బాధలో వుందిరా. మంగళ సూత్రం కట్టించుకుని కొంచెం ఆనందం పొందినా నేను వచ్చేటపుడు నన్ను గట్టిగా కౌగిలించుకుని భోరున ఏడ్చిందిరా పాపం. నాకు జాలేసింది. ఏమిటి నీ బాధ అని నేను అడుగలేదురా! ఎందుకు ఏడుస్తుందో అని బాధ ఒకటి, తనను వదలలేని బాధ ఒకటి, నాలాగే తనూ... నన్ను వదలలేక ఏమో అనుకున్నాను. నోరు మెదపలేకపోయాను కానీ ఏదో బాధ వుంది ఆమెలో..." అన్నాడు శేఖర్.

"అలాగా, అంతగా బాధపడిందా, ఏమో పాపం మనం ఏమి చెయ్యగలం. నువ్వు ఎక్కువ ఆలోచించకు శేఖర్! ఈ పరిస్థితుల్లో నేను ఇలా చెప్పడం కన్నా ఏమీ చెయ్యలేను. జరిగిన దాన్ని మరచిపోవడానికి ప్రయత్నించు. దా.. అలా బైటికి వెళ్ళి కాఫీ తాగొద్దాం" అన్నాడు మురళి.

"మరచిపోవడానికి కాలమే మందు. కానీ, ఒక్క రోజులో ఎంత జరిగిపోయిందిరా" అన్నాడు శేఖర్.

"అందమైన కృష్ణవేణిని మరచిపోవడానికి అందమైన జ్యోతి దగ్గరకు వెళితే బాగుంటుందేమో" అన్నాడు మురళి.

"అమ్మో ఇప్పట్లో జ్యోతి దగ్గరకు వెళ్ళను. నాలుగు నెలల దాకా వెళ్ళను" అన్నాడు.

"అదంతా భయమా" అన్నాడు మురళి.

"భయమో, భక్తో నాకు తెలియదు, మనసు ఒప్పుకోవడం లేదు" అన్నాడు.

"జ్యోతి దగ్గర ఈ విషయం చాలా జాగ్రత్తగా వుండాలి సుమా" అన్నాడు మురళి.

"నేను నీతో అలాగే అనాలనుకున్నాను, నువ్వే అన్నావు. చాలా జాగ్రత్తగా వుండాలి. అందరి దగ్గరా జాగ్రత్తగానే వుండాలి. ఇప్పుడు ఈ విషయం పైకి పొక్కితే చాలా గొడవలు ఎదుర్కోవాలి. కనుక మనం ఎలాగో ఈ విషయాన్ని దాచేయాలి. నిన్నీపాటికి మనలో ఏ బాధలేదు. ఈ రోజు ఎన్నో జరిగిపోయి ఈ రహస్యాన్ని మనం గుప్పిట్లో దాచుకోవాల్సిన పరిస్థితి వచ్చింది. చూసేవా మురళీ, నువ్విచ్చిన పూబాలలు–తేటి రాజు పుస్తకం మహిమ నాయనా ఇదంతా" అన్నాడు శేఖర్.

"ఏం కాదు రా! నీకు, కృష్ణవేణికీ ఏదో ఋణానుబంధం వుంది .అందుకే అలా జరిగిపోయింది" అన్నాడు మురళి.

"అయితే ఇది ఏ జన్మబంధమో అంటావా కృష్ణవేణి కలయిక. కృష్ణవేణి కృష్ణవేణి" అన్నాడు బరువుగా శేఖర్. మంచం మీద కూర్చొని గోడకు వాలి కళ్ళు మూసుకున్న శేఖర్ని అలా చూస్తూ నుంచున్నాడు మురళి.

"నిన్న నాతో ఈ రోజు తన తొలి రోజు అంది, మరి ఈ రోజు ఏమౌతుందిరా మురళి" అన్నాడు కళ్ళు మూసుకునే.

అతనిలో మార్పుకి, ఆ కళ్ళు మూసుకోవడానికి ఆ అడిగిన మాటకీ భావార్థం గ్రహించిన మురళి "నీ ప్రశ్నలోనే జవాబు ఉంది, నా నోటితో నేను వివరించి చెప్పి నిన్ను ఇంకా బాధపెట్టలేను" అన్నాడు.

"నాకెందుకో కృష్ణవేణి నా ఒక్కడికే సొంతం అయిపోతే ఎంత బాగుణ్ణు అనిపిస్తోందిరా. ఏరా మురళి, ఎందుకిలా అనిపిస్తోంది? తాళి కట్టేను కనకా లేక తనను పొందేను కనకా, ఇలాంటి ఆలోచనలతో నా మనసు నలిగిపోతుందిరా చెప్పరా మురళి అన్నాడు ఆవేదనతో" శేఖర్.

"అదేరా మన జాతి నైజం. మనం పొందింది మనకే వుండాలనే ఆశ. అదంతా మరచిపోదాం. బట్టలేసుకొని లే! అలా బయటకు వెళదాం" అన్నాడు మురళి. ఇద్దరూ బయటకు వెళ్ళారు.

★★★

గడియారం రాత్రి 12 గంటలు కొట్టింది. కనకం, శకుంతల, కృష్ణవేణి మంచం దగ్గర తిరుగుతున్నారు. కృష్ణవేణికి తెలివి వచ్చింది. కాలునొప్పి వల్ల బాధ కలిగి "అమ్మా" అంది. కనకం, శకుంతల దగ్గరకొచ్చి "అమ్మా కృష్ణా! లేచావా తెలివొచ్చిందా" అని కనకం. ఇంక మాట్లాడలేక పోయింది. తల్లి బాధకి, తన పరిస్థితికి కృష్ణ కళ్ళు నీటిబిందువులు రాలుస్తున్నాయి.

శకుంతల "ఊరుకో కృష్ణ, అలా బాధపడకు నీకేం పర్వాలేదు" అంది.

"అక్కా, కృష్ణకి కాఫీ ఇవ్వచ్చేమో అడుగు అలా బాధపడతావేంటీ" అంది. కనకం నర్స్ దగ్గరకు వెళ్ళింది. శకుంతల కృష్ణ కేసి చూడలేక తలదించుకుని కూర్చుంది. మేమంతా నిన్ను బలవంతం చేసేము, నీకీ పరిస్థితి వచ్చింది అని మనసులో అనుకుంటోంది.

అది తెలిసిన కృష్ణవేణి, "పిన్నీ... నా మంచం మీద కూర్చో" అంది. శకుంతల కృష్ణవేణి తలవైపు కూర్చొని కృష్ణ తల నిమురుతూ "కృష్ణా ,కృష్ణా" అంది. ఆమె కన్నీరు చుక్కలు చుక్కలుగా కృష్ణ మొఖం మీద పడుతున్నాయి.

"పిన్నీ నేనేమీ బాధపడడం లేదు" అంది. మళ్ళీ "కృష్ణా" అంది శకుంతల.

కాలు విరిగినందుకు, కాలుకి పెద్ద కట్టున్నందుకూ కృష్ణ బాధపడడం లేదు. హాస్పటల్లో వున్నా ఒంటరిగా పడుకుంటున్నాను. ఆ బాధముందు ఈ బాధ తక్కువే అనిపిస్తోంది. ఇది శాపమో, వరమో గాని మనసుకి మాత్రం సుఖంగా వుంది అనుకుంది కృష్ణవేణి నిద్రలోకి జారుకుంటూ....

★★★

ఒకరోజు కనకం అలా మంచాన వున్న కృష్ణను చూసి, కళ్ళు తుడుచుకుని "అన్నం తిందువుగాని లే... కృష్ణా! టిఫిన్ కూడా వద్దన్నావు, లే.. అన్నం తిందువు గాని" అంది.

"వద్దమ్మా అసలు ఆకలిలేదు, తినాలనిపించడం లేదు" అంది కృష్ణవేణి.

"అలా మంచం మీదే వుండడం వల్ల ఆకలి మందగించిందేమో డాక్టర్ గారిని అడగాలి" అనుకుంది ఆందోళనగా కనకం.

"ఏం పర్వాలేదమ్మా భయపడకు" అని కళ్ళు మూసుకుని పడుకుంది. అలా పడుకున్న కృష్ణను చూసిన కనకానికి దిగులు పట్టుకుంది.

"కృష్ణా అలా పడుకోకే ఏదైనా మాట్లాడవే" అంది.

కృష్ణ లేచి కూర్చొని "నువ్వు అన్నం తిన్నావా అమ్మా"అంది.

"నువ్వు తిన్నాక తిందామని చూస్తున్నాను" అంది.

"నువ్వు తినేయమ్మా, నేను తరువాత తింటాను" అంది కృష్ణ.

"పోనీ కొంచెం కాఫీ తాగుతావా" అంది కనకం.

"కొంచెం ఇయ్యి అమ్మా" అంది.

కొంచెం తాగగానే తల తిరిగినట్టయింది. "ఇంకొద్దమ్మా తల తిరుగుతున్నట్టుగా వుందమ్మా" అంది. కనకం గ్లాస్ తీసుకుంది. కృష్ణ తన చేతులతో తలపట్టుకుంది. "అమ్మా వాంతొస్తోందమ్మా" అంది. కనకం బేసిన్ తెచ్చే లోపల కొంచెం చేతుల్లోకి వచ్చేసింది. కనకం కంగారుపడుతూ బేసిన్ పట్టింది, పెద్ద వాంతయిపోయింది.

"మందులు పైత్యం చేస్తున్నాయేమో ఇలా వాంతులవుతున్నాయి" అంది కనకం. "ఏమోనమ్మా అని కళ్ళు మూసుకుని పడుకుంది" కృష్ణవేణి.

కనకానికి ఏమీ పాలు పోవడం లేదు. ఒక దాని వెనకాల ఇంకొకటి వచ్చేస్తున్నాయి. ఏమిటి భగవంతుడా అని దిగులుతో కూర్చొంది. లేచి కూర్చున్న కృష్ణవేణి "మళ్ళీ వాంతొస్తొందమ్మా" అంది కనకం గుండె జారిపోతోంది . కృష్ణవేణి మళ్ళీ వాంతి చేసుకుంది. కనకం నర్స్ దగ్గరకెళ్ళి చెప్పింది. కొంచెం సేపటికి డాక్టర్ వచ్చి కృష్ణను చక్రాల మంచం మీద లోపలికి తీసుకువెళ్ళారు. గుమ్మం దగ్గరే వున్న కనకంతో మీరేమీ భయపడనక్కరలేదు, మీ కృష్ణవేణి తల్లి కాబోతోంది అంది.

కృష్ణవేణి అమితానందంతో "నిజంగానా డాక్టర్" అంది.

"అవును నువ్వు తల్లివి కాబోతున్నావు" అంది.

కృష్ణవేణి రెండు చేతులూ జోడించి ఆనందాశృవులు రాలుస్తూ "ఎంత మంచిమాట చెప్పారు" డాక్టర్ అంది. ఆశ్చర్యంగా చూస్తూ నుంచున్న కనకం తేరుకుని ఆనందించింది. ఆ క్షణంలో "అమ్మా" అని చేతులు చాపిన కృష్ణవేణి చేతుల్లోకి వెళ్ళింది కనకం. "అమ్మా నువ్వు అమ్మమ్మవు కాబోతున్నావు. నేను తల్లిని కాబోతున్నాను. ఇది ఎంత మంచి రోజమ్మా. ఇది ఎంత మంచి మాటమ్మా" అని తల్లిని వాటేసుకుని ఎంతగానో ఆనందిస్తున్న కృష్ణను చూసి, నా బిడ్డ ఇలా ఆనందంగా వుంటే నాకంతే చాలు భగవంతుడా అనుకుంది. కానీ మనసులో ఏదో భయం గుండెను పిండేస్తోంది.

కృష్ణవేణికి వేరే మందులు, ఇంజక్షన్లు ఇచ్చి గ్లూకోజ్ పట్టించారు. తల్లి తల నిమురుతుండగా కృష్ణ నిద్రలోకి జారుకుంది. ఒకసారి చూద్దామని అమృతవల్లి క్యారేజీ పట్టుకొచ్చింది. ఆమెను చూడగానే కనకం భయపడింది. "ఎలా వుంది కృష్ణకి?" అంది.

"అలాగే వుంది కానీ..." అంది.

"ఏం జరిగింది?" అంది అమృతం.

అమ్మమ్మ గొంతు వినగానే కృష్ణకు భయం వేస్తోంది. తనను వృత్తిలోకి దింపాలని చూస్తున్నప్పటి నుంచి ఆమెను చూస్తూనే భయంతో వణికిపోతోంది. పక్కకు తీసుకువెళ్ళి ఆ విషయం తల్లితో చెప్పింది కనకం. అలాగా అని అమృతం నవ్వినట్టే నవ్వేసింది. "నువ్వు ఈ రాత్రికి ఇంటికిరా. నాగమణి ఇక్కడకు వస్తుంది" అంది.

"అలాగేనమ్మా" అంది కనకం తల్లిని సాగనంపుతూ.

"ఈ రాత్రి నాగమణి పిన్ని ఉంటుంది. నేను ఇంటికి వెళ్ళి బట్టలు తెస్తాను" అంది.

అమ్మమ్మ ఎందుకు రమ్మందో అర్థం చేసుకొని కృష్ణ "అలాగేనమ్మా" అంది. కృష్ణను వదిలి వెళ్ళాలని లేదు. కాని తల్లికి కోపం వస్తుందేమోనని వెళ్ళింది. తల్లి ఎందుకు రమ్మందో అర్థం చేసుకున్న కనకం గుండె కొట్టుకుంటోంది. "కనకం నేను చెప్పేది జాగ్రత్తగా విను. ఇప్పుడు కడుపు తీయించకపోతే మన దారిలోకి రాదు. ఇంక ఆ పిల్లను పెట్టుకుని కూర్చుంటుంది. పిల్లలు కావలిస్తే మళ్ళీ పుడతారు. ఇప్పుడందరూ దాన్ని చూసి మోజుగా వున్నారు. కాలు తగ్గగానే మనవైపుకు తిప్పుకోవాలి" అంది అమృతం.

"అమ్మా నేను పిల్లలు లేక ఎంత బాధ పడ్డానో నీవెరుగవా? అప్పుడప్పుడు నువ్వు కూడా బాధపడేదానివి. ఆ బాధ నేను మరచిపోయి ఇప్పుడు ఈ శిశు హత్య చేస్తే నా జన్మ జన్మలకు పిల్లలు పుట్టరన్న భయం నన్ను దహించేస్తోందమ్మా" అంది ప్రాధేయంగా కనకం.

"ఇప్పుడు వద్దంటున్నాను కానీ ఎప్పుడూ లేకుండా చెయ్యమనటం లేదు కదే" అంది.

"ఏమోనమ్మా అది ఏం గోల చేస్తుందోనని నాకు భయం వేస్తోంది. అమ్మా నువ్వు చూడలేదు కానీ డాక్టర్ ఆ మాట అనగానే అది ఎంత ఆనంద పడిపోయిందో నేను చెప్పలేను" అంటుంటే "మీ ఇష్టమొచ్చినట్టు ఏడవండి. నాకు తోచింది నేను చెప్పాను" అంది చేతులు వెనక్కి పెట్టుకుని అటూ ఇటూ తిరుగుతూ. సందిగ్ధ పరిస్థితిలో తలవంచుకుని నుంచుంది కనకం.

"ఏ ముహూర్తాన కట్టేడో వాడా తాళి? అది తీద్దామన్నా తియ్యలేకపోయాం. వాడు కట్టిన తాళి లాగే వాడి బిడ్డ కూడా వచ్చి కూర్చున్నాడు. ఎంత మాయ, ఇది ఎంత మాయ" అనుకుంటూ అటూ ఇటూ తిరుగుతోంది. "నీకు గుర్తుందా కనకం, ఆ రోజు ఆ బ్రాహ్మణుడు శీఘ్రమేవ కళ్యాణ ప్రాప్తిరస్తు, సుపుత్రా ప్రాప్తిరస్తు అని దీవించారు. అది బ్రహ్మ వాక్కయి కూర్చుంది .అందుకే అంటారు, బ్రాహ్మణుల వాక్కు బ్రహ్మ వాక్కు ఒక్కటేనని. వాళ్ళేదంటే అది అవుతుందని, ఆ మాటే, మనకిప్పుడు నిజమైంది. చ్చా.. చ్చా నా ప్లానంతా పాడయిపోయింది. అయినా ఇంకా రెండు నెలలు నిండలేదు, అప్పుడే గర్భిణీ అని చెప్పేసిందా, ఎంత చిత్రంగా వుంది. దీనికి అప్పుడే వాంతులు వచ్చేసేయడం, కడుపని చెప్పే సేయడం, ఎంత చిత్రం ఎంత చిత్రం" అనుకుంటున్న పినతల్లిని చూసి "డాక్టర్ చెప్పగానే నేనూ ఆశ్చర్యపోయానమ్మా" అంది కనకం.

"దానికేం వయసు అయిపోలేదు. అది చిన్న పిల్ల. తరువాత ఎప్పుడో కనొచ్చు. ఇప్పుడు వుంచొద్దు. అది నా అభిప్రాయం" అంది అమృతం.

"నీ మాట నేనెప్పుడూ కాదనలేదమ్మా. ఈ పిల్ల విషయంలోనే ఎటూ చెప్పలేకపోతున్నాను. దానికి నువ్వు నా మీద కోపం పెట్టుకోకు మరి" అంది కనకం వినయంగా.

"నువ్వు ఒప్పించడానికే ప్రయత్నించు ఆ తరువాత ఆలోచిద్దాం"అంది అమృతం.

"అది ఒప్పుకోకపోతే ఏం చేస్తాం అమ్మా! తీరా వచ్చేసాక" అంది కనకం.

"తీయించేయాలనే నా కోరిక" అంది.

"అమ్మా ఆ శిశు హత్య మనం చెయ్యొద్దమ్మా, ఆ పాపం మనకొద్దు, ఏదో మన రోజులు ఇలా వెడుతున్నాయి. ఆ పాపం మననేమి చేస్తుందోనని నాకు భయం వేస్తోంది" అంది కనకం.

"ఏడిసావులే నీ భయం, నువ్వునూ, దానికి నచ్చచెప్పడానికి ప్రయత్నించు" అంది అమృతం.

"సరేలే రేపు చెప్పి చూస్తాను అంది" కనకం దిగులుగా.

"కృష్ణా! నీ కిష్టమైన గుత్తి వంకాయ కూర నేనేవండి తెచ్చేనే .లే.. అన్నం తిందు గాని" అంది కనకం.

"వద్దమ్మా ఆకలి లేదు" అంది కళ్ళు తెరువకుండానే కృష్ణవేణి.

"అలా అనకమ్మా నీరసమొస్తుంది" అంది.

"కాసేపు వున్నాక తింటాను లేమ్మా" అంది.

కృష్ణ మంచం మీద కూర్చుని తల నిమురుతూ "కృష్ణా మళ్ళీ డాక్టరుగారు కానీ వచ్చేరా" అంది.

"లేదమ్మా" అంది కృష్ణవేణి.

"నిన్న డాక్టరు గారు చెప్పిన మాట విన్నావు కదా" అంది. కళ్ళు తెరచి ఆమెకేసి చూసింది కృష్ణవేణి. "నువ్వు తల్లివి కావాలనుకుంటున్నావా?" అంది మెల్లగా కనకం.

"ఏమిటమ్మా నువ్వు మాట్లాడుతున్నది. నేను తల్లినవ్వడం నీకు ఇష్టం లేదా" అంది ఉద్రేకపడుతూ.

"లేదు అంది" కనకం, ఏమంటుందోనని.

"నాకు తెలుసమ్మా ,మీకు ఎవ్వరికీ ఇష్టముండదనీ. అమ్మమ్మ నిన్ను ఎప్పుడైతే ఇంటికి రమ్మందో నేను అప్పుడే అనుకున్నాను. ఇలాంటి మాట వస్తుందని. చెప్పమ్మా నీకు మనస్ఫూర్తిగా ఇష్టం లేదా అంది" కృష్ణ. కనకం ఏమీ మాట్లాడలేదు.

"అమ్మా, ప్రతీ ఆడదీ కలలు కంటుంది, తను తల్లి కావాలని. ఆ శుభగడియ రాగానే పరవశించి తన భర్తకు విషయం చెప్పాలనుకుంటుంది. నాకా అదృష్టం లేనేలేదు. కనీసం ఈ భాగ్యానికి కూడా దూరం చెయ్యకమ్మా నీకు దణ్ణం పెడతాను" అంది రెండు చేతులూ జోడించి చెమ్మగిల్లిన కళ్ళతో కృష్ణవేణి.

కనకం కళ్ళు పెద్దవి చేసి చూస్తోంది. ముక్కుపచ్చలారని నా చిన్ని కృష్ణవేణి ఎంత మారి పోయింది, తన బిడ్డ కోసం ఎంత తపన పడుతోంది అని ఆనందాశ్చర్యాల తోటి చూస్తోంది.

"ఒకవేళ నా కడుపులో శిశువును చంపెయ్యాలని మీకుంటే ముందు నన్ను చంపమ్మా, నా బాధ నీకు, నీ బాధ నాకు విరగడైపోతుంది" అంది కృష్ణవేణి.

"ఏమిటా మాటలు" అంది గట్టిగా కనకం.

"ఏమ్మా నేను చచ్చిపోతానన్న మాట వింటేనే నీకు బాధ కలుగుతోంది. ఎందుచేత నీవు నన్ను నవమాసాలు మోసి కనిపెంచావు కనుక. ఆనాడు నేను నీ కడుపులో వున్నప్పుడు నువ్వు ఆనందించేవా, ఆనందించి వుండవు. ఎందుకొచ్చిందిరా ఈ కాన్పు అనుకుని వుంటావు. నువ్వు ఆనాడే అబార్షన్ చేయించుకుని వుంటే నీ కడుపున పుట్టి ఈ బాధలు పడేదాన్ని కాదు, ఈనాడొచ్చిన ఆలోచన ఆనాడెందుకు రాలేదమ్మా, వచ్చే వుంటుంది. ఎన్ని ప్రయత్నాలు చేసినా నేను చచ్చి వుండను. బ్రతికి చావుకుందామని బ్రతికేను "అని పిచ్చిగా ఏడ్చింది కృష్ణ.

"ఇంకాపు నీ ధోరణి ఆపవే" అంది కనకం కటువుగా.

"మన బ్రతుకు లేమిటో నీకు తెలుసు. ఇప్పటి పరిస్థితులు ఎలా వున్నాయో నీకు తెలుసు. ఈ బ్రతుకులు ఇలా బ్రతికితే చాలు అన్న ఉద్దేశ్యంతో అన్నాను కానీ, నీ కడుపు పండితే చూడలేక కాదు" అంటున్న కనకాన్ని, "అమ్మా ఒక్క మాట అడుగుతాను చెబుతావా? నేనంటే మీకెందుకమ్మా కోపం. నీ కడుపున పుట్టేననేనా, పుట్టి బాగా డబ్బు సంపాదించలేదనేనా" అని అంటుంటే, "కృష్ణ, నీ మాటలతో నన్నింక బాధపెట్టకు. నువ్వంటే నాకెంత ప్రేమో నీకు తెలుసు, ఆ దేవునికి తెలుసు" అంది కనకం.

"అయితే మనం ఊరు వదలి వెళ్ళిపోదాం అంటే రాలేదేం" అంది కృష్ణవేణి.

"ఎక్కడకు వెళ్ళినా మన జీవితాలు ఇంతే. ఈ చుట్టు ప్రక్కల అమృతవల్లి, కనకం అంటే తెలియని వాళ్ళుండరు. నా కూతురువని నిన్ను కూడా తెలియని వాళ్ళుండరు. ఎక్కడకు వెళ్ళినా ఇది మారదు అయినా ఇద్దరం ఆడవాళ్ళం ఒంటరిగా ఎలా బ్రతకగలం. నువ్వు పెళ్ళి మీద ఎన్నో ఆశలు పెట్టుకున్నావు. నీ ఆశలు తీరకపోగా ఎన్నో బాధలకు గురవుతున్నావు. దానికి కారణం మన స్థితి ఏమిటో నువ్వు అర్థం చేసుకోలేకపోతున్నావు, బాధలకు గురవుతున్నావు" అంది కనకం.

"మనకి భర్తలు, కాపురాలు లేకపోయినా ఈ తాళిబొట్టు, ఈ బిడ్డా నాకు కావాలమ్మా. ఇవి నాకు చాలమ్మా" అంది కృష్ణవేణి.

ఇంతలో నర్సు వచ్చి డాక్టర్ గారు వస్తున్నారు గట్టిగా మాట్లాడకండి అంది. "ఏం కృష్ణవేణి ఎలా వున్నావు" అంది డాక్టర్ రాధాదేవి.

"బాగానే వున్నానమ్మా మీ దయ వల్ల" అంది తెచ్చిపెట్టుకున్న నవ్వుతో.

"ఏం పర్వాలేదు నీ కాలు నయమవుతుంది, కొంచెం సమయం పట్టినా. ఎన్ని వాంతులయ్యాయి. ఈ రోజు" అంది డాక్టర్.

"ఒకటయింది. ఏమి తినడం లేదమ్మా. మీరే చెప్పాలి" అంది కనకం.

"అలా మానెయ్యకూడదు. బాగా తినాలి. లేకపోతే నీరసం అయిపోతావు" అంది, మందుల చీటీ ఇస్తూ. ఈ మందులు తెప్పించి శ్రద్ధగా వాడండి అని కనకానికి చెప్పి వెళ్ళిపోయింది డాక్టర్.

★★★

"ఒరేయ్, మురళీ! అది మా నాన్న పంపిన బాంబేమో చూడరా" అన్నాడు బట్టలు మార్చుకుంటూ శేఖర్.

"డౌట్లేదు అదే, అదిగో రైటింగ్ తెలుస్తోందిగా" అన్నాడు మురళి.

"ఏం రాసుంటారో" అన్నాడు.

"కంగారెందుకు చూద్దాం" అన్నాడు మురళి.

"ఆ రోజు నేను వెళ్ళే ముందు నాన్న గారు ఇంట్లో లేకుండా వుంటే బాగుండును అనుకున్నాను. బిజినెస్ పనిమీద బొంబయి వెళుతూ వుంటారు. అలా జరిగితే బాగుణ్ణు అనుకున్నాను. అచ్చం అలాగే జరిగింది. నాన్నగారు ఊరు వెళ్ళారు అని అమ్మ చెప్పగానే ఊపిరి పీల్చుకున్నాను. అమ్మ ఈ రోజు వుండు నాన్నగారు రాత్రికి వచ్చేస్తారు అంది. ఆ

మాటకు భయమేసి వుండడం కుదరదమ్మా చాలా పనులు వున్నాయి అని వచ్చేసాను. అమ్మతో ముందుగా మనం అనుకున్నట్టుగా గొలుసు పోయిందని చెప్పాను. అమ్మ చాలా బాధపడింది. అది మీ తాతగారు చేయించారు. దుక్కలాంటి గొలుసు ఎలా పోయిందిరా అని విచారించి మీ నాన్నగారు కోప్పడతారు ఆయనకు ఉత్తరం ద్వారా అయినా తెలియపర్చ వలసింది అంది. నాకు భయమేసిందమ్మా అన్నాను. నాన్నకి ఎలాగో నచ్చజెప్పుమ్మా అని వచ్చేసాను" అన్నాడు శేఖర్.

"ఉత్తరం చదువుచున్నాను. జాగ్రత్తగా విను" అన్నాడు మురళి.

"చి॥ శేఖర్ కి మీ నాన్న దీవించి వ్రాయునది. ఇక్కడంతా క్షేమం. నీవు, చి॥ మురళీ క్షేమంగా వున్నారని తలుస్తాను. మొన్నటి సారి నువ్వు వచ్చినపుడు నేను వచ్చే దాకా వుండవలసింది. ఈ మధ్య నువ్వు ఏదో ఒక కారణం చెప్పి నెలరోజుల దాకా రాలేదు. నాకు తీరిక లేక నేనూ నీ దగ్గరకు రాలేకపోయాను. నిన్ను చూసి రెండు నెలలు కావస్తోంది . కనుక నువ్వు వెంటనే బయలు దేరి నాలుగు రోజులు ఉండేలా రావలసింది. మురళిని కూడా నాలుగు రోజులు వుండేలా తీసుకురా. ఇది నా మాటగా చెప్పు. నీ రాక కోసం ఎదురు చూస్తూ ఉంటాము.

ఇట్లు,

పి.మోహనరావు"

"వెంటనే బయలుదేరి వస్తున్నాము అని లెటర్ రాసేసేయ్" అన్నాడు మురళి.

"వుండరా కొంచెం ఆలోచించుకోనీ, ఊరికినే రమ్మని రాసారంటావా లేక ఏదైనా ఉద్దేశ్యంతో రాసారా" అన్నాడు శేఖర్.

"ఏదైనా వెళ్ళక తప్పదు" అన్నాడు మురళి.

"మరి నువ్వు కూడా రావాలి" అన్నాడు.

"అలాగే వస్తాను కానీ ఒక రోజుండి వచ్చేస్తాను" అన్నాడు మురళి.

"మురళీ నువ్వు నాలుగు రోజులుండాలిరా" అన్నాడు.

"అక్కడ పరిస్థితిని బట్టి చూద్దాం. వీలు చూసుకుని వస్తున్నామని జవాబు రాసేయ్" అన్నాడు మురళి. అలాగే అన్నాడు శేఖర్.

★★★

మురళినీ, శేఖర్ నీ చూసిన తులసి ఆనందంతో ఆహ్వానించింది. మంచినీళ్ళు పట్టుకొచ్చి ఇచ్చింది. కూర్చోండి కాఫీ తెస్తాను అంది. తల్లిని అనుసరించి లోపలికి వెళ్ళాడు శేఖర్.

"అమ్మా! నాన్నగారు బైటికి వెళ్ళారా" అన్నాడు.

"ఆ... బైటికి వెళ్ళారు. వచ్చేస్తారు. నీకు చెప్పేదేమిటంటే మీ నాన్న గారు ఏమన్నా మాట్లాడకు. నువ్వెళ్ళాక నేను గొలుసు పోయిందని చెప్పగానే చాలా కోప్పడ్డారు. ఎలాపోతుంది బంగారు వస్తువులు జాగ్రత్తగా వుంచుకోనక్కరలేదా, అయినా పోయిన వెంటనే నాకు తెలియపర్చనక్కరలేదా? నీతో చెప్ప డం ఏంటి అని, నేనొచ్చేదాకా వుండొద్దా అని చాలా కోపంగా వున్నారు. భయపడి చెప్పలేదేమో అన్నాను. నా మీద కోప్పడ్డారు. నువ్వేమి అనకు జాగ్రత్త సుమా. ఆయనకు ఎలాగో నచ్చజెప్పి మళ్ళీ అలాంటి గొలుసే చేయించాను. నీ ఫోటో లాకెట్లో పెట్టించాను. జాగ్రత్త సుమా" అంది గొలుసు చేతికిస్తూ.

"అలాగేనమ్మా! ఇప్పుడింత అర్జంటుగా నన్నెందుకు పిలిపించారో నీకేమైనా తెలుసామ్మా అంటుంటే" బయట నుంచి మోహనరావు గారు వస్తుంటే "ఆయన వస్తున్నారు" అంది తులసి మెల్లగా. ఇద్దరూ మాట మార్చేసి చిరునవ్వులతో మౌనం వహించారు.

శేఖర్ ని, మురళీని చూసి "ఎంతసేపయింది వచ్చి" అన్నారు.

"ఇప్పుడే నాన్న గారు అన్నాడు".

కాళ్ళు కడుక్కొని గదిలోకి వెళ్ళి ఆయన "శేఖర్, లోపలికి రా" అన్నారు. వినయంగా వెళ్ళి లోపల నుంచున్నాడు. "అసలేం జరిగిందిరా" అన్నారు.

శేఖర్ గుండె కొట్టుకుంటోంది. నోరు ఎండిపోతోంది. "నీ మెళ్ళో గొలుసు పోయిందని చెప్పనక్కర్లేదురా లేక చెప్పలేకపోతున్నావా" అన్నారు.

"అదేంలేదు నాన్నగారు. పోయిందన్న భయంతోనే మీకు చెప్పలేదు" అన్నాడు.

"కాదు! అది మామూలుగా పోయింటే నాకు నువ్వు వెంటనే చెప్పేద్దువు. కానీ అది మామూలుగా పోయి వుండదు. నీ మెళ్ళోది ఎవరన్నా కొట్టేశారా, లేక నువ్వు ఎవరికైనా..." అంటుంటే, "లేదు నాన్నగారు లేదు" అన్నాడు భయపడుతూ.

"ఏదో జరిగింది, నీ మనసు నాకు తెలుసు. నా దగ్గర ఎంత భయమున్నా ఏదీ దాచవు. ఇప్పుడిది నా దగ్గర దాచావంటే ఆలోచించాలి" అంటుంటే, "తులసమ్మగారూ!,

జానకమ్మ గారు, రామారావు గారూ వచ్చేస్తున్నారు వచ్చేస్తున్నారు" అని గట్టిగా అంటూ లోపలికి వచ్చింది నూకాలు.

వీధిలో కారాగింది. "తరువాత మాట్లాడుకుందాం శేఖర్!" అని కారు దగ్గరికి వెళుతూ... "తులసీ! మీ అన్నయ్య , వదిన వచ్చేరోయ్ అని పిలిచారు" మోహనరావు.

ముఖానికి పట్టిన ముచ్చెమటలు తుడుచుకొని "అమ్మబాబోయ్ ఈయన ఏ పోలీసాఫీసరో అవ్వవలసింది. ఈ బిజినెస్ లో వున్నారు. కానీ ఇప్పుడేం చెప్పాలి? ఎలా ఒప్పించాలి?" అని ఆలోచిస్తూ, నవ్వు తెచ్చుకుని మేనమామ దగ్గరకు వెళ్ళాడు.

"ఎప్పుడొచ్చావురా" అన్న మేనమామకు "బాగున్నావా బాబు" అన్న జానకి పలకరింపుకు "బాగున్నానత్తయ్యా" అన్నాడు.

పెద్దవాళ్ళు నలుగురూ మేడమీద గదిలోకి వెళ్ళారు. "ఏదో జరుగుతోందిరా" అన్నాడు శేఖర్, మురళితో.

"ఇంకేమి జరుగుతుంది నీ పెళ్ళి తప్ప" అన్నాడు మురళి.

"ఇంత సడన్ గా వీళ్ళెందుకిలా మారిపోయారు? కొంప తీసి..." అంటుంటే "నువ్వేమీ కంగారుపడుకు, ఏమీ తెలియదు" అన్నాడు మురళి.

"ఏమోరా బాబూ! మా నాన్నగారి వాలకం చూస్తే చాలా భయంగా వుంది. నన్ను గదిలోకి తీసుకువెళ్ళి నిలబెట్టేశారు. గొలుసు గురించి నేను చెప్పింది ఆయన నమ్మినట్లు లేరు" అన్నాడు.

అంతలో తులసి కిందకు వచ్చింది. "ఏం జరుగుతోందమ్మా" అన్నాడు శేఖర్. ఆమె కంగారుగా వంట గదిలోకి వెళుతూ "మీ తాతగార్కి బాగోలేదట... చిన్నాన్న, పిన్ని తాతగార్ని తీసుకొస్తున్నారట" అంది.

శేఖర్ ఆ మాట బైటకెళ్ళి మురళికి చెప్పాడు. అంతలోనే రంగనాథ్, అనూరాధ, తాతగారు వచ్చారు. శేఖర్, మురళీ తాతగారిని లోపలికి తీసుకొచ్చారు. ఆయన ఆయాసపడుతూ అక్కడ సోఫాలో కూర్చున్నారు.

"ఇప్పుడెలా వుంది తాతగారు మీకు?" అన్నాడు మంచినీళ్ళిస్తూ.

"ఏదో అలాగే రోజులు గడుపుచున్నాను" అన్నారు.

రంగనాథ్, శేఖర్ భుజం మీద కొట్టి "ఏరా పెళ్ళికొడుకా! బూరిముక్క ఎప్పుడు పెడతావ్" అన్నారు.

నవ్వే సమాధానంగా నవ్వేసి అక్కడ నుండి వీధిలోకి వెళ్ళిపోయాడు. తరువాత మురళి కూడా అతన్ని చేరుకున్నాడు.

మోహన్ రావు, అందరూ కిందకు వచ్చి చలపతిరావు గారు (తాతగారు) చుట్టూ కూర్చుని యోగక్షేమాలు అడిగారు.

అందరికీ తులసి కాఫీలు అందించింది. తాతగారు "తులసీ, ఇలారామ్మా. ఈ మధ్య నా ఆరోగ్యం ఏమీ బాగోటం లేదు. నా పెద్ద మనుమడు, వాడికి పెళ్ళి చేస్తే చూడాలని వుంది. మోహనరావు తోటి ఇదే మాట చెప్పాను. ఇప్పుడు రామారావుతో కూడా చెప్పాలని వచ్చాను. ఏమంటావు రామారావు? నీకు ఒక్కగానొక్క కూతురు జ్యోతి. మీ అన్నా చెల్లెలు వియ్యమందితే చూడాలని వుంది నాకు. మీరు నా మాట కాదనరని అనుకుంటున్నాను" అన్నారు.

"మీ మాట కాదనం కాని మావయ్య గారు, జ్యోతికి అప్పుడే పెళ్ళేంటి? అది చిన్నపిల్లా" అన్నారు రామారావు.

"నీ కూతురు చిన్న పిల్లే! కానీ ఆ వయసుకు మాకు పెళ్ళయింది అన్నారు" చలపతిరావు గారు.

"అప్పటి రోజుల్లో అలాగే జరిగేవి లెండి" అంది జానకి. "శేఖర్ కి కూడా చదువుకునే వయసే, ఉద్యోగం వచ్చింది కనుక చేస్తున్నాడు కానీ" అంది మళ్ళీ.

"నా కోరిక నేను చెప్పాను .తీర్చడమా లేదా అన్నది మీ ఇష్టం" అన్నారు నిష్టూరంగా, తాతగారు.

"అలా అనకండి నాన్నగారు. మీ కోరిక కాదనడం నాకైతే ఇష్టం లేదు" అన్నారు మోహనరావు.

"అయితే మీ బావమరిదిని ఒప్పించి నా మనువడికి పెళ్ళి చేసెయ్యి" అన్నారు చలపతిరావు గారు.

ఆ మాటకు అందరూ ఊరుకున్నారు. "దానికి పదహారేళ్ళు ఇంకా పూర్తి కాలేదు. దాని వయసు మీకు తెలుసుకదా!" అన్నారు రామారావు గారు.

"అయితే ఒక పనిచేద్దాం! నాన్న గారి మాట ప్రకారం బావగారి మాట కాదనకుండా పెళ్ళికి కొద్ది రోజులు వాయిదా వేద్దాం. కానీ తాంబూలాలు పుచ్చుకుందాం" అన్నారు రంగనాథ్. "ఏమంటావు బావా!" అని రామారావు గారి కేసి చూసి అడిగారు.

"సరే అయితే అలాగే కానియ్యండి" అన్నారు రామారావుగారు.

"ఇంతకీ పెళ్ళికొడుకేడీ?" అన్నారు తాతగారు.

"వుండండి తీసుకొస్తాను" అన్నాడు రంగనాథ్.

"శేఖర్ ఇలా వచ్చి కూర్చో" అన్నారు. తాత దగ్గర కూర్చున్నాడు శేఖర్.

"తాతగారు నీకు పెళ్ళి చెయ్యమంటున్నారు" అన్నాడు రంగనాథ్.

"నాకప్పుడే పెళ్ళొద్దు" అన్నాడు శేఖర్.

"అయితే ఎప్పుడు చేసుకుంటావు" అన్నారు మోహనరావు.

"ఇప్పుడు చేసుకోను" అన్నాడు.

"ఎవర్ని చేసుకుంటావు" అంది, మళ్ళీ ఆ తండ్రి గొంతు.

"ఎవర్ని చేసుకుంటావురా" అన్నారు తాతగారు. తలదించుకుని కూర్చున్నాడు. ఏ జవాబు లేదు. అతన్ని చూచి అందరూ చిరునవ్వులు నవ్వుకుంటున్నారు.

"వదినా, మీరు జ్యోతిని అడిగేరా" అంది తులసి.

"అంటే ప్రత్యేకించి అడగలేదు" అంది జానకి.

"వాళ్ళని ముందు అడగాలి" అన్నారు రంగనాథ్.

"అయితే ఇప్పుడు అడుగుదాం" అంది అనూరాధ. "జ్యోతి ఇలారామ్మా" అన్న అనూరాధ పిలుపు విని జ్యోతి వచ్చి నుంచుంది, తలవంచుకుని.

"లేడీస్ ఫస్ట్ కనుక మేము అడిగిన దానికి ముందు నువ్వు సమాధానం చెప్పాలి" అన్నాడు రంగనాథ్.

"మా చెల్లి చిన్న పిల్ల. ముందు మీ అబ్బాయిని చెప్పమనండి" అన్నాడు మురళి.

"ఓహో నువ్వు శేఖర్ ఫ్రెండ్ వి , జ్యోతికి సపోర్టు" అన్నమాట.

"అవును నేను శేఖర్ ఫ్రెండ్ ని., జ్యోతికి అన్నయ్యలాంటి వాడిని" అన్నాడు మురళీ.

"కాదు కాదు... నువ్వు అన్నయ్యవే" అన్నారు రామారావు గారు. జ్యోతి, మురళి కేసి ఆనందంతో చూసింది.

"శేఖర్! నీకు, జ్యోతికి పెళ్ళి చెయ్యాలన్నారు తాతగారు. అది ఆయన కోరిక, మా అందరి కోరికానూ!. నీ కిష్టమేనా?" అంది తులసి. మౌనంగా ఉండిపోయాడు శేఖర్.

"అలా మౌనంగా వుంటే ఏం తెలుస్తుంది? నీ మౌనం అంగీకారమేనా" అన్నాడు రంగనాథ్.

"మనం ఇలా అడగడం కాదు, మీ ఇద్దరికి ఒకళ్ళంటే ఒకళ్ళకి ఇష్టమేనా అని అడగాలి అన్నాడు మోహనరావు బావా" అన్నారు రామారావు.

"అవును బావా, ఈ రోజులను బట్టి అలా అడగడమే మంచిది" అన్నారు మోహనరావు.

"సరే అయితే, అలాగే అడగండి" అంది తులసి.

"అయితే నువ్వు జ్యోతిని అడుగు" అన్నారు మోహనరావు.

"అలా వద్దు, ఎవరి పిల్లల్ని వారే అడగండి" అన్నారు రంగనాథ్.

"ఇది బాగుంది" అన్నారు చలపతిరావుగారు.

"నీకు బావ అంటే ఇష్టమేనా?" అన్నారు రామారావు గారు. "చెప్పమ్మా" అంది జానకి. "ముందు నువ్వే చెప్పాలి జ్యోతి" అంది అనూరాధ. "చెప్పు" అంది మళ్ళీ, జానకి,

"నాకు బావంటే ఇష్టమే. నేను బావనే పెళ్ళి చేసుకుంటాను" అంది. అందరూ ఒక్క క్షణం మాట్లాడకుండా ఒకరినొకరు చూసుకున్నారు.

"శభాష్ జ్యోతి శభాష్... నిక్కచ్చిగా చెప్పావు. అలా వుండాలి మాటంటే, నాకు బావంటే ఇష్టం, నేను బావనే పెళ్ళి చేసుకుంటాను అని మనసులో మాట చెప్పగలగాలి. అందరికీ ఈ మాటలో అర్థం తెలిసిందిగదా ...తను బావనే పెళ్ళి చేసుకొంటుందిట" అన్నాడు రంగనాథ్.

శేఖర్ కూడా జ్యోతికేసి చూసాడు. జ్యోతి అతన్ని చూడలేదు. "నువ్వు చెప్పరా" అన్నాడు రంగనాథ్. "చెప్పు శేఖర్" అన్నాడు మురళి. అందరూ ఏమి చెబుతాడా అని చూస్తున్నారు.

"నాకూ ఇష్టమే" అన్నాడు.

"అలాక్కాదు, అలాక్కాదు జ్యోతిలా చెప్పు" అన్నారు అనురాధ, మురళి.

"నాకు జ్యోతి అంటే ఇష్టమే ,నేను జ్యోతిని పెళ్ళి చేసుకుంటాను అన్నాడు" శేఖర్.

"అదిరా మాట. అలా చెప్పాలి. మనం దేంట్లోనూ తగ్గకూడదరోయ్ అన్నారు" రంగనాథ్, శేఖర్ భుజం తట్టి.

"ఇప్పుడు నువ్వు నాకు నచ్చావ్ అన్నాడు" మురళి. శేఖర్ చెయ్యి పుచ్చుకుని "అయితే ఆలస్యం ఎందుకు బేండ్ మేళం పిలిపించండి పెళ్ళి చేసేద్దాం అన్నారు" తాతగారు, నవ్వుతూ. ఆ తాత మనసు ఎంత తొందరపడుతుందో మనవడి పెళ్ళి చూడాలని అనుకుని అందరూ ఆయన కేసి చూసారు.

ఒకసారి జ్యోతికేసి చూసాడు శేఖర్. ఆమె కూడా తలవంచుకుని మెల్లగా కనురెప్పలు పైకి లేపి చూస్తోంది. ఒకరినొకరు చూసుకున్నారు. ఆ చూపుల కలయికలో, చిరునవ్వులు పెదాల మీదకు వచ్చాయి. సిగ్గు కూడా బుగ్గల మీదకి వచ్చింది. దానితో మళ్ళీ కళ్ళు వాల్చేసింది జ్యోతి. "అమ్మదొంగా! తలఎత్తకుండానే చూస్తున్నావా" అనుకున్నాడు శేఖర్.

"హమ్మయ్యా... మీ ఇద్దరికీ ఇష్టమే కనుక రేపే నిశ్చితార్థం జరుగుతుంది" అన్నాడు రంగనాథ్.

"రేపేనా" అన్నాడు శేఖర్.

"శుభస్య శీఘ్రం అన్నారు. శుభకార్యాలు తొందరగా జరిగిపోవాలి" అన్నారు, చలపతి గారు.

"తాతయ్యా.. కొంచెం ఆగండి" అన్నాడు శేఖర్.

"ఆగను, అస్సలాగను. మీ వాళ్ళు ఇప్పుడు పెళ్ళి చెయ్యమన్నారు. ఈ నిశ్చితార్థం ఆగడానికి వీల్లేదు. నేను ఆనందంగా చూసుకోవాలనుంది, నా ఆరోగ్యం అలా వుంది" అన్నారు.

"అలా అనకండి నాన్న గారు, వీడి పెళ్ళి పనంతా మీ చేతుల మీద జరుగుతుంది" అన్నాడు మోహనరావు.

"మీకేం కాదు నాన్నగారు" అన్నాడు రంగనాథ్.

"ఏం చెప్పగలంరా పెద్ద వయసు వచ్చేకా!" అన్నారు తాతగారు.

"తాతయ్యా!" అని ఆర్తితో చూసాడు శేఖర్. శేఖర్ తలను చేతితో నిమిరి వీపు మీద కొట్టారు.

"ఈ నిశ్చితార్థం, మా పుట్టింట్లో జరుపుకుందామా" అంది జానకి.

"అలా ఎలాగ జానకి, అది నీకు పుట్టినిల్లు. కానీ జ్యోతికి తాతగారి ఇల్లు, జ్యోతి పుట్టింట్లోనే జరగాలన్నారు" రామారావు.

"అవునొదినా, నా పుట్టినిల్లు అదే. జ్యోతి పుట్టినిల్లు ఈ ఊరులోనే ఉంది కనుక ఆ ఇంట్లోనే జరిగితే బాగుంటుంది. మా అమ్మ, నాన్న మనసు శాంతిస్తుంది" అంది తులసి.

"అయితే అలాగే కానివ్వండి" అంది జానకి.

"ఇదిగో జానకొదినా! మా అన్నయ్యను నువ్వు ఇల్లరికం తీసుకెళ్ళినట్లు మా చంద్రశేఖర్ ని, మీ ఇంటికి పంపం. మీ అమ్మాయి మా ఇంటికొచ్చే కాపురం చెయ్యాలి" అంది అనురాధ.

"మీ ఇంటికే పుంపుతానమ్మా వియ్యపురాలా!" అంది జానకి. అందరూ నవ్వుకున్నారు.

"రేపు కార్యక్రమానికి కావలసినవి చూసుకోండి. టైము చాలదు" అన్నారు తాతగారు.

"బాగా అన్నారు, చాలా పనులున్నాయి.. నడు జానకీ.."అన్నారు లేస్తూ, రామారావు.

"అలా వెళ్ళిపోవడమేనా మమ్మల్ని పిలవడం లేదా?" అంది అనూరాధ. జానకి అలా చూస్తోంది.

"రేపు మా అమ్మాయికి, మీ అబ్బాయికి నిశ్చితార్థం జరిపి తాంబూలాలు పుచ్చుకోవడానికి రమ్మని బొట్టుపెట్టి పిలవమ్మా" అన్నారు తాతగారు.

"తులసి అందిస్తున్న కుంకుమ బరిణి తీసుకుని ఆయన చెప్పినట్టే పిలిచింది."

"ఇదే నాకు మొదటి శుభకార్యం. ఇవే మొదటి పిలుపులు. ఏమైనా లోపాలుంటే వియ్యపురాళ్ళూ అలగొద్దు సుమా..." అని జానకి తులసిని, అనురాధను చెయ్యిపుచ్చుకుంది.

"వదినా ఏమిటిది, నువ్వు మాకు మర్యాదలు చెయ్యనక్కరలేదు. అన్నీ మేము చేసుకుంటాం" అన్నారు ఆ తోటికోడళ్ళు.

జానకిలో వచ్చిన ఆ పెద్దరికాన్ని, ఆ హుందాతనాన్ని ఆనందంగా చూస్తున్నాడు రామారావు. నడవండి అన్న జానకి మాటకు వస్తాం బావా, అన్నాడు రామారావు.

"నువ్వు మళ్ళీ వచ్చి పిలుస్తావా అన్నాడు" రంగనాథ్.

"ఓహో నేను పిలవాలా, సరే మావయ్య గారు రేపు మీరందరూ వచ్చి మా జ్యోతిని, మీ పిల్లవానికి నిశ్చయతాంబూలం తీసుకుని వెళ్ళండి" అన్నాడు, బావగారి చెయ్యి పుచ్చుకొని, "ఇవన్నీ సరదాలు బావా అన్నాడు" రంగనాథ్.

మురళి లేచి "మేం వెళ్ళివస్తాం బై" అన్నాడు.

"ఒరే నువ్వు వెళ్ళిపోతే ఎలారా" అన్నాడు శేఖర్.

"నీకేం భయం? మీ వాళ్ళంతా వున్నారుగా!" అన్నాడు మురళి.

"నువ్వన్నట్టు వుండదురా" అన్నాడు శేఖర్.

"ఇప్పుడు నన్నాపకు, రేపు మగపెళ్ళి వారికి ఏ లోటు రాకుండా చూసుకోవాలి" అని జ్యోతితో కలిసి ఆ నలుగురూ వెళ్ళిపోయారు.

నలుగురు పనివాళ్ళతో కలిసి పగలు, రాత్రి విసుగు లేకుండా చేస్తున్న మురళిని చూసి జానకీ, రామారావు ఎంతగానో మెచ్చుకుంటున్నారు.

"నిద్రపో మురళి. రేపు తెల్లవారుఝామునే లేవచ్చు" అంది జానకి.

"మీరు నిద్రపోండి, మీరు 5 గంటలకే లేవాలంటున్నారు కదా" అన్నాడు. సరే అని జానకి వెళ్ళిపోయింది.

ఉదయం 7గంటలయింది. జానకిలో ఆందోళన ఎక్కువవుతోంది. "అసలు పెద్ద నాన్నకీ కబురు అందిందో లేదో? అందితే ఈ పాటికి రావాలి కదా" అని అటూ ఇటూ తిరుగు తోంది.

" జానకీ! అలా ఏం జరుగదు. మావయ్యగారు వస్తూ వుంటారు. కంగారు పడకు. పంతులుగారు ఇచ్చిన లిస్టుప్రకారం అన్నీ సిద్ధం చెయ్యి" అన్నారు.

"అదంతా సిద్ధమయి పోయిందన్నాడు" మురళి.

మాటల్లోనే వచ్చిన తండ్రి కారుని చూసి చంద్రుని చూసిన కలువలాగ నవ్వుకుంటూ కారు దగ్గరకెళ్ళింది. ఇద్దరి తండ్రుల ముద్దుల కూతురు జానకి. చిన్న పిల్లలా తమ రాక కోసం ఎదురు చూస్తున్న జానకిని చూసి "కొంచెం లేటయిందమ్మా కంగారు పడుతున్నావా" అన్నారు గిరీశం గారు.

"ఏం కంగారు పడడం, పెదమామ గారు! ఇంకొంచెం ఆలస్యం అయితే మీరు రాక నన్ను తోలేస్తుందని భయపడిపోతున్నాను" అన్నారు రామారావు. ఆ మాటకు ఆ అన్నదమ్ములు నవ్వుకున్నారు. "తాతగారూ అంటూ" వచ్చిన జ్యోతిని, ఆనందంతో చూస్తున్నారు ఆ తాతలు.

"వాళ్ళొచ్చేస్తున్నారు జానకీ!" అన్నారు రామారావు గారు, కంగారుగా.

"పెద్దలు, పెళ్ళివారి రాకతో ఈ ఇంటికి ఇప్పుడే పెళ్ళి కల వచ్చింది" అనుకుంటూ జానకి, రామారావు పెళ్ళివారిని ఆహ్వానించారు.

"ఈ శుభసమయంలో, ఈ ఆనందం మనతో పంచుకోవడానికి మన అమ్మ, నాన్న లేరు" అన్న తులసి మాటకి రామారావు విచారించి, "దా తులసి దా.. "అని పూదండలు వారి ఫొటోకు వేసారు. మనఃస్ఫూర్తిగా తల్లిదండ్రులకు నమస్కరించుకున్నారు ఆ అన్నాచెల్లెళ్ళు.

"పెళ్ళికూతుర్ని తీసుకురండి" అన్న పురోహితుని పిలుపుతో జానకి వెళ్ళింది.

కొత్త పెళ్ళి కూతురులా పట్టుచీరతో, వంకీ, వడ్డాణంతో, లక్ష్మీదేవిలా మేడ దిగుతున్న జ్యోతిని అందరి చూపులూ చుట్టుకున్నాయి. కోడలిని మోహనరావు గారు ఒకసారి తేరిపార చూసుకున్నారు.

పెండ్లికుమారుని ఇలా కూర్చోమనండి అన్నారు. కంగారు అణుచుకుంటూ మెల్లగా వెళ్ళి కూర్చున్నాడు. ఉంగరాలు ఒకరికొకరు చేతికి అలంకరించాలి అన్నారు. జ్యోతి సిగ్గుతో తల దించుకుంది. తులసి జ్యోతి చెయ్యి పట్టుకొని శేఖర్ తో ప్రధాన ఉంగరం పెట్టించింది. అలాగే శేఖర్ వేలికి జ్యోతిచే పెట్టించింది. అందరూ అక్షింతలు వేసారు. పెద్దలు తాంబూలాలు మార్చుకున్నారు. ఆ కార్యక్రమం ఆనందంగా జరిగింది. చూడచక్కని ఆ జంటను అందరూ ఆనందంగా చూస్తున్నారు.

"కట్నకానుకలు, ఇచ్చి పుచ్చుకోవడాలు అవన్నీ మీరు నిర్ణయించుకుని నాకిచ్చి చదవమంటే నేను చదివేస్తాను" అన్నారు పంతులుగారు. ఆ మాట విన్న అందరూ ఒకరి మొఖాలు ఒకరు చూసుకున్నారు.

"ఏంటి అంతా అలా వుండిపోయారు. నేను తప్పు మాట అనలేదే! మీరు అనుకున్న కట్నకానుకలు విషయాలు మాకు చెబితే మేం అందరూ వినేలా ఆ మాటలు చెబుతాం .అలాగే జరుగుతుంది కనుక అలా అడిగాను" అన్నారు మళ్ళీ పంతులు గారు.

"అబ్బే మీరన్నది మంచిదే కానీ మేము అస్సలు ఆ విషయాలు గురించి అనుకోలేదు. మరచిపోయాము. మీరంటే గుర్తొచ్చి అలా వుండిపోయాం" అన్నాడు రంగనాథ్.

"ఎవ్వరైనా ఒక్క మాట నిశ్చితార్థానికి ముందే అనుకోవాలి. తరువాత గొడవలకి అవకాశం రాదు" అన్నారు పంతులు గారు.

"అవును మీరు చెప్పిందే నిజం" అన్నారు రంగనాథ్.

అందరూ అలా చూస్తున్నారు. "పెద్ద వాడిగా నేను చెబుతున్నాను, ఏదో ఒక మాట అనుకోండి" అన్నారు తాతగారు.

"మేం కట్నం తీసుకోం" అన్నారు మోహనరావు.

"అయ్యో నేను ఇద్దామనుకుంటున్నానే" అన్నారు రామారావు,

మగపెళ్ళి వారికి ఎప్పుడు ఏఏ మర్యాదలు జరపాలో, ఎప్పుడు ఏఏ బట్టలు పెట్టాలో, ఏఏ నగలు పెట్టాలో, ఏఏ సామానులు పెట్టాలో వివరంగా రాసివ్వండి అన్నారు రామారావు.

అలాగే ఆడపెళ్ళివారికి ఏఏ మర్యాదలు జరపాలో, ఏఏ వస్తువులు పెట్టాలో, పెళ్ళికూతురికి ఎన్ని పట్టు చీరలు పెట్టాలో మాకు విపులంగా రాసివ్వండి. మా అన్నయ్య దగ్గర మేం కట్నాలు తీసుకోం అంది తులసి.

"ఏరా పెళ్ళికొడుకా! నువ్వేమైనా అనేది వుందా" అన్నారు తాతగారు. నాన్నగారి మాటే నా మాట అన్నాడు శేఖర్.

"అయితే అన్ని లాంచనాలు జరిపి పెళ్ళి చేస్తాము అని మీ తరపు అంటాను" అన్నారు పంతులుగారు రామారావుతో. అలాగే అన్నట్టు తలూపారు. అలాగే వారి తరపునా అంటానని అలా చదవి ఆ తంతు ముగించారు.

★★★

"అమ్మా ఈ రోజే కదా గీత వస్తుందని చెప్పింది ఉష" అంది కృష్ణవేణి.

"అవునమ్మా" అంది కనకం.

"ఎన్నాళ్ళయిందో గీతను చూసి" అనుకుంది కృష్ణవేణి.

"కొంచెం మొఖం కడుక్కొని తలదువ్వుకో" అంది కనకం.

"ఏం పర్వాలేదు కానీ కొంచెం ఈ దుప్పటి మార్చు" అంది. అలాగేనని కనకం కష్టపడి, దుప్పటి మార్చింది. ఆ మాత్రం కదలికకే కాలు నొప్పి అనిపించింది. మంచినీళ్ళు తాగి పడుకుంది కృష్ణవేణి.

నీరసంగా కాలుకి కట్టుతో మంచానికి అతక్కుపోయిన కృష్ణను చూసిన గీత గుండె కరిగి పోయింది. "కృష్ణా..." అని కృష్ణమీదకు ఒరిగిపోయింది. "గీతా..." అంది కృష్ణ. ఒకరినొకరు హత్తుకున్నారు. బాధ నుంచి తేరుకున్న గీత "ఎంత పని జరిగిందే. ఇలా నిన్ను చూస్తుంటే గుండె తరుక్కుపోతోందే" అంది.

"ఏం చెయ్యను గీత? ముందు ముందు ఇంకెలా నడుస్తుందో నా జీవితం అని భయం వేస్తోంది" అంది కృష్ణవేణి.

"కృష్ణా బాధపడకు. నేనున్నాను, నీకేమీ భయం లేదు, నువ్వు బాధపడితే నేను చూడలేను" అంది. బాధపడుతున్న కనకాన్ని చూసి బాధపడకండి అంది ఓదార్పుగా

"గీతమ్మా! మా బ్రతుకులు ఇలా అయిపోయాయి" అంది కన్నీరు తుడుచుకుంటూ, కనకం.

"ఏం పర్వాలేదు కృష్ణ కాలు తగ్గిపోతుంది" అంది కనకం జబ్బ తడుతూ.

"అమ్మా నువ్వు అన్నం తినమ్మా!" అంది కృష్ణ.

"ఇంకా క్యారేజీ రాలేదు. అదే చూస్తున్నాను" అంది కనకం.

"నేను వెళ్ళి తీసుకురానా?" అంది గీత.

"వద్దమ్మా నేను వెళ్ళి వస్తాను" అంది కనకం.

"అయితే కారు మీద వెళ్ళండి" అంది గీత.

"పర్వాలేదమ్మా! నేను రిక్షా మీద వెళతాను" అంటున్నా వినకుండా డ్రైవర్ని కనకాన్ని ఇంటికి తీసుకెళ్ళమని చెప్పి కారెక్కించి వచ్చి కృష్ణ పక్కన కూర్చుంది.

"ఎప్పుడొచ్చావు గీత" అంది కృష్ణ.

".రెండుగంటలయింది. నేను వచ్చాక రమణి వచ్చింది. కాసేపు దానితో మాట్లాడుతున్నాను. అది చెప్పింది. నాకు ఏమీ తోచలేదునుకో. అది నాకు లెటరు వ్రాసినపుడు అందులో ఏమీ వ్రాయలేదు. ఆ విషయం అడిగితే నాకు ఈ మధ్యే తెలిసింది, వచ్చేక చెప్పొచ్చు కదా అని వ్రాయలేదు అంది. అసలేం జరిగిందే, ఎలా వుండే దానివి, ఎలా మారిపోయావే" అంది గీత విచారంతో తలపట్టుకొని.

"ఏం చెప్పనే నా జీవితమే మారిపోయింది" అంది కృష్ణ.

"ఏం జరిగిందే" అంది గీత.

"ఇన్నాళ్ళు ఏమి జరగకూడదు అని అనుకున్నానో, అదే జరిగింది" అంది, కళ్ళు పవిట కొంగుతో తుడుచుకుంటూ...

ఆమె పమిటి కొంగుతో కళ్ళు తుడుచుకుంటున్నపుడు మెళ్ళో మంగళ సూత్రాలు చూసి, ఆనందంతో కళ్ళు పెద్దవి చేసి, అవి చేత్తో పట్టుకొని "కృష్ణా! నీకు పెళ్ళయిందా, నీ కోరిక తీరిందా" అంది గీత.

"ఏం చెప్పనే. అయ్యిందని చెప్పనా? అవ్వలేదని చెప్పనా" అంది కృష్ణ.

"ఏం జరిగిందో అంతా చెప్పవే" అంది.

"నీకు చెప్పుకోవాలనే, నీ రాక కోసమే ఎదురు చూస్తున్నాను" అని జరిగిందంతా చెప్పింది కృష్ణవేణి. గీత ఆశ్చర్యంగా వింటోంది. కృష్ణకు వాంతు వస్తున్నట్టు పెద్దగా తేనుపు వచ్చింది. "గీత ఆ బేసిని ఇలా ఇవ్వవే" అంది కృష్ణ. "ఎందుకే అంటూ" తెచ్చి ఇచ్చింది గీత. ఒళ్ళో పెట్టుకుని వాంతి చేసుకుంది. గీత ఆశ్చర్యంగా చూస్తోంది. ఆ బేసిన్ పక్కన ఉన్న స్టూలు మీద పెట్టబోతోంది కృష్ణ. వద్దు కృష్ణ ఇలా ఇవ్వు అని గీత తీసుకుని బాత్రూమ్ కి వెళ్ళింది. కృష్ణకు మంచినీళ్ళు ఇచ్చింది కంగారుగా. అవి త్రాగి సేద తీర్చుకుంది కృష్ణవేణి.

"ఈ వాంతు లేమిటే" అంది గీత.

"ఈ విషయమే నీకు చెప్పబోతున్నాను. ఇప్పుడు నాకు మూడవ నెల. గర్భిణీనని డాక్టర్ గారు చెప్పారు. ఈ విషయమే నీకు చెప్పబోతున్నాను. ప్రత్యక్షంగా నువ్వే చూసావు. ఇదీ నా పరిస్థితి" అంది కన్నీరు తుడుచుకుంటూ. గీత అవాక్కయి చూస్తోంది.

"ఇక మీద నా జీవితం ఎలా వెళుతుందో. అమ్మమ్మ, అమ్మ కడుపు తీయించు కోమంటున్నారు. అది నాకు ఇష్టం లేదు. అలా కుదరదన్నాను" అని చెబుతుంటే "మైగాడ్" అంది గీత, తన తల తన రెండు చేతులతో పట్టుకుంటూ.

"ఎంత మార్పు జరిగిపోయిందే, ఎంత క్లిష్ట పరిస్థితుల్లో బ్రతుకుతున్నావే, ఎలా మారిపోయిందే నీ జీవితం. ఇప్పుడేం చేయాలే" అని భోరున ఏడ్చింది కృష్ణ భుజం మీద తల పెట్టుకుని గీత.

"ఏడ్వకు ఏడ్వకు గీత! ఏడుపు మాని నా జీవితం అంతా విను" అంది కృష్ణ. గీత కృష్ణ భుజం మీద నుండి లేచి కళ్ళు తుడుచకుంది. ఇంకా చెప్పు అన్నట్టు చూస్తోంది.

"నాకీ బిడ్డను చంపకుండా కాపాడుకోవాలని ఉందే. ఈ పసిగుడ్డు నవ మాసాలు నాలోనే పెరిగి భూమ్మీద పడితే చూడాలని వుందే. తాళికట్టిన మనిషి ఆ రాత్రే నన్ను వదిలి వెళ్ళిపోయాడు. అతని జ్ఞాపకంగా ఈ శిశువు నాలో పెరుగుతోంది. డాక్టర్ నువ్వు గర్భవతివి అని చెప్పగానే ఎంత ఆనందమో, ఎంత ఆశ్చర్యమో, ఎంత బాధవచ్చిందో నాకు తెలియదు. నేను భార్యను, తల్లినీ అయిపోతున్నాననీ ఆ ఆనందం, మళ్ళీ ఎంతో భయం వీళ్ళేపని చేస్తారని భయం. ఇప్పుడు నేను ఎక్కడకీ పారిపోలేను గీత. నాకు కాలు కూడా లేదు. నేను ఇలాగే కూర్చుని వాళ్ళు పెట్టింది తినాలి. ఏ మందో పెట్టి నా బిడ్డను చంపేస్తుంది మా అమ్మమ్మ. నా బిడ్డ చచ్చిపోతుంది గీత. నా బిడ్డ చచ్చిపోతుంది" అని భోరున ఏడుస్తోంది. ఎంత కష్టమొచ్చిందే నీకు అని గీత మనసు కరిగిపోయింది.

గీత కాస్త తేరుకుని ,“కృష్ణ.. ఏడవకు నీ బిడ్డకు ఏహానీ జరుక్కుండా నేను చూస్తాను. నీ దగ్గర నేను వుంటాను. నువ్వు భయపడకు. నువ్వు తల్లివి అవుతావు. నేను చూస్తాను. ధైర్యంగా వుండు .నీకు నేనున్నానురా... కృష్ణ నేనున్నాను అని” కృష్ణ తలపట్టుకుంది.

“అంత మాట అన్నావు గీత, నీ మాట నాకు కొండంత ధైర్యాన్ని ఇస్తోంది గీత” అంది కృష్ణవేణి.

“అతనెవరో, ఎక్కడ వుంటాడో, ఏం చేస్తాడో చెప్పగలవా” అంది.

“ఏమో పేరు చంద్రశేఖర్ అన్నాడు. చూస్తే గుర్తు పట్టగలను, ఏ ఊరో కూడా చెప్పలేదు” అంది.

“అతను నీ పేరేమిటి అన్నాడు. కృష్ణవేణి అన్నాను. మీ పేరు అన్నాను. చంద్రశేఖర్ అన్నాడు” అంది కృష్ణవేణి.

“ఈ గొలుసు ఇచ్చేడా?” అని ఆమె మెళ్ళోంచి తీసి చూస్తోంది. అందులో వున్న ఆ లాకెట్ పరిశీలనగా చూస్తూ, రావాకులా వున్న ఆ లాకెట్టుని రెండుగా తీసింది. అందులో అతని ఫోటో చూసింది. ఆశ్చర్యపోతోంది గీత.

“కృష్ణ ఇతడేనా?” అంది.

కృష్ణ ఆశ్చర్యంగా చూస్తూ “ఈ లాకెట్లో ఫోటో వుందా, ఇన్నాళ్ళు నేను చూడలేదే! ఇతనేనే ఇతనే. ఈ రోజు ఎంత మంచిరోజు. ఇంక చూడలేనేమో అన్న అతని రూపం నా మెళ్ళోనే వుందని తెలిసిన మంచి సమయం కదా! ఇది నీ మంచి చేత్తో అతన్ని నాకు చూపించావే” అని ఆ చేతుల్ని ముద్దు పెట్టుకుంది. “నువ్వు తీసి చూడకపోతే నేను ఏదో గొలుసు లాకెట్టు అనుకుందును అని, అతని రూపాన్ని తనివితీరా చూసుకుంది” కృష్ణవేణి.

“నేను ఇతన్ని వెతికి కలుస్తాను” అంది గీత.

“ఎందుకు అలాంటి పిచ్చి పని చెయ్యకు. ఏదో మంచివాడో, చెడ్డవాడో తెలిసో తెలియకో నా మెళ్ళో మంగళ సూత్రం కట్టి నా కోరిక తీర్చాడు. అతని మేలు జన్మ జన్మలకీ మరువలేను. ఇప్పుడు అతని బిడ్డకు తల్లిని కాబోతున్నాను. ఇది వరమో, శాపమో తెలియడం లేదు” అంది కృష్ణవేణి.

“శాపం అని ఎందుకు అనుకోవాలి. ఆ దేవుడు నీ కోరిక తీర్చాడు కదా తాళి కట్టించుకోవాలని కలలు కన్నావు. అది తీరింది. తల్లివి కాబోతున్నావు. ఎన్ని కష్టాలు

ఎదురైనా నీకు మంచే జరుగుతుంది. నీకు ఏ ఆపద రాదు. ఇంతకీ నీకు ఏ బిడ్డకావాలని వుందే ఆడపిల్లా, మగపిల్లాడా" అంది గీత.

"ఏమో అది మన చేతుల్లో వుందా ఆ దేవుని దయ" అంది.

"అవునులే కానీ నీ కోరిక ఏమిటో చెప్పు" అంది.

"ఆడబ్రతుకు ఏమిటో నేను అనుభవిస్తున్నాను. ఇంకా ఇలాంటి జన్మను నేను కోరుకోవడం లేదు" అంది.

"అలా ఐతే నీకు పండంటి కొడుకు పుడతాడు. కానీ, నువ్వు ధైర్యంగా వుండాలి. నేను వున్నానని మరచిపోకు. నీకు గుర్తుందా కృష్ణా... మనం హైస్కూల్లో జేరిన రోజుల్లో మీ అమ్మకు చాలా జ్వరంమొచ్చింది. నేను నీ కోసం మీ ఇంటికి వచ్చాను. అప్పుడు మీ అమ్మ గారు దానికి అన్నదమ్ములు, అక్కచెల్లెళ్లు లేరు. గీతమ్మా నువ్వే దానికి తోడు-నీడ. దాన్ని వదలకు. ఈ జబ్బు తగ్గి నేను బ్రతుకుతానో లేదో" అన్నారు.

"నేను కృష్ణవేణిని ఎప్పుడూ వదలను. మీరు భయపడకండి, మీకు తగ్గిపోతుంది అన్నాను. అంతలో నువ్వు వచ్చావు, ఆమె కళ్ళు తుడుచుకున్నారు. నేను ఆ రోజే నిర్ణయించుకున్నాను. నిన్ను ఎన్నడూ మరువనని. నేను ఎక్కడున్నా నిన్ను తలచుకోని రోజు వుండదు. కృష్ణ! నువ్వు ఏ అగాయిత్యమూ చేసుకోకు. ప్రాణం పోతే మళ్ళీ తేలేము. నువ్వు ఏ పిచ్చి పనీ చెయ్యననీ, నా కోసం బ్రతుకుతానని నాకు ఒట్టేసి చెప్పు" అని తల ముందుకు వంచింది, గీత.

"నేను చచ్చే ప్రయత్నం చేయను. భగవంతుని తలచుకుంటూ బ్రతికేస్తాను. నీకు చేతిలో ఒట్టేసి చెబుతున్నాను" అంది కృష్ణ.

"నా తలమీద వెయ్యి" అంది గీత. వద్దు గీత.

"ఊహ తెలిసినప్పటి నుంచి మనం చేయి చేయి పట్టుకు నడిచాం. మన స్నేహాన్ని ఎవ్వరూ విడదీయలేరు. ఈ చేతితో ఒట్టేసి చెబుతున్నాను. నేను ఆత్మహత్యా ప్రయత్నాలు చేసుకోను. నువ్వున్నావన్న ధైర్యంతో బతికేస్తాను" అంది ,ఆ చేతిని గట్టిగా పట్టుకొని.

"చాలు కృష్ణా! చాలు నేను ధైర్యంగా వుండగలను" అంటోంది గీత.

కనకం క్యారేజీ పుచ్చుకుని వచ్చింది. కనకాన్ని చాటుకు తీసుకువెళ్ళి "ఆంటీ నేను మీకు చెప్పదగ్గ దాన్ని కాదు. ఇలా చెబుతున్నానని ఏమీ అనుకోకండి. నేను, కృష్ణ ఎంత స్నేహంగా ఉన్నామో మీకు తెలియనిది కాదు. ఆ స్నేహంతో నేను మీకు

చెబుతున్నాను. దాని కడుపులో పాపను జాగ్రత్తగా చూసుకోండి. ఆ బిడ్డను తీసేయకండి" అంది చేతులు జోడిస్తూ. చెమ్మగిల్లిన కళ్ళతో చూస్తూ ఇంక నోట మాట రాలేదు గీతకు.

"నేను జాగ్రత్తగా చూసుకుంటాను గీతమ్మా! మీరు భయపడకండి" అంది కనకం.

"సరే ఆంటీ" అని, కృష్ణ దగ్గరకు వచ్చింది గీత. కృష్ణ తలదించుకుని వుంది, అర్థం చేసుకున్న గీత "నేను మళ్ళీ వస్తాను. నువ్వు డీలా పడిపోకు. నేను మీ అమ్మకి చెప్పాను. ధైర్యంగా వుండు" అని "వస్తానాంటీ" అని గీత దిగులుగా నడుస్తోంది. చెయ్యి ఊపుతూ వెళ్ళిపోతున్న గీత కేసి కృష్ణ అలా చూస్తూ వుండిపోయింది చెయ్యి ఊపుతూ.

★★★

చీకటి అలముకొంది. అందరూ నిద్రపోతున్నారు. కృష్ణమాత్రం నిద్రపోవడం లేదు. మనసులో ఏవేవో ఆలోచనలు, "అమ్మా నిద్ర పోయావా" అంది.

"లేదమ్మా ఏం కావాలి" అని లేచి నుంచుంది కనకం. "ఏంటో చెప్పమ్మా అంది" మళ్ళీ.

"ఇన్నాళ్ళు నా గురించి చాలా బాధలు పడ్డావు, ఇంకొక్క 5-6నెలలు నన్ను నీ గుండెల్లో దాచుకుంటావా" అంది.

ఆ మాటకు గుండె కరిగి వెక్కి వెక్కి వస్తున్న బాధను దిగమ్రింగి "దాచుకొంటానమ్మా! నిన్ను నా గుండెల్లో దాచుకుంటాను" అంది, కృష్ణ తలపట్టుకుని.

"ఈ కాన్పు అయ్యే దాకా నేను ఎవరి కంటా పడనమ్మా. ఆ తరువాత నేను నీ మాట వింటానమ్మా" అంది.

"అయినా ఇప్పుడు నీ దగ్గరకు రావడానికి ఎవరూ ఇష్టపడరమ్మా" అంది కనకం. కృష్ణ ఆశ్చర్యంగా చూసింది. "అంతేనమ్మా మనలాంటి ఆడవాళ్ళ బ్రతుకులు అంతే" అంది కన్నీళ్ళతో, కనకం. ఏదో గుర్తు చేసుకుంటూ ఆవేశపడుతోంది. బరువుగా ఊపిరి వదులుతోంది.

తల్లి బాధపడుతోందని తెలిసి "ఎందుకమ్మా బాధపడుతున్నావు. నాకు చెప్పమ్మా" అంది కృష్ణవేణి.

"అలాగేనమ్మా తప్పకుండా చెబుతాను. ఇప్పుడు కాదు, తరువాత చెబుతాను. నువ్వు ఆలోచించకుండా పడుకోమ్మా" అంది, కృష్ణ తల నిమురుతూ.

తల్లి చేయి సోకిన హాయిలో కృష్ణవేణి మనసు తేలికపడింది. తను తన తల్లిని సుఖపెట్టకపోగా కష్టపెడుతున్నాను అనుకుంది. "అమ్మా నువ్వు కూడా పడుకోమ్మా" అంది.

"అలాగేనమ్మా నీకు మంచినీళ్ళు ఇక్కడ పెడుతున్నాను, అవసరమైతే నన్ను లేపు" అని మంచం దగ్గర చాప మీద పడకుంది.

కృష్ణవేణి, చంద్రశేఖర్ ను తలచుకుంటోంది. అతని రూపు లీలగా కనిపిస్తోంది. అతనితో గడిపిన ఆ రేయి గుర్తుకు వస్తోంది. ఆ మధుర క్షణాలు జ్ఞాపకం వస్తున్నాయి. అతని రూపు తన కడుపులో పెరుగుతోంది. అతను వెళ్ళిపోయినా, అతని బిడ్డకు తను తల్లి అవుతున్నాననే ఆనందంతో మనసు పులకించిపోతోంది. అతనిచ్చిన గొలుసు తీసుకుని అతని ఫోటోకు ముద్దు పెట్టుకుంటోంది. "మనకి బాబు పుట్టబోతున్నాడు. మీరు నాన్న కాబోతున్నారు. మీకు పాప కావాలా, బాబు కావాలా? వద్దు పాపొద్దు. మనకి బాబే కావాలి" అనుకుంటోంది. కృష్ణ మాటలు మెల్లిగా వింటున్న కనకం "పిచ్చితల్లీ!" అనుకుంటోంది కన్నీరు తుడుచుకుంటూ...

ఒకరోజు బట్టలు ఉతికి పైకి ఫట్టు కెళ్ళి ఆరవేసి వచ్చి ఆయాసపడుతున్న కనకాన్ని చూసి, "అమ్మా నేను నిన్ను చాలా కష్టపెడుతున్నాను. నువ్వు నా గురించి చాలా బాధలు పడుతున్నావు. ఆ బాధలే కాక కాలు విరిగిపోతే నా కన్నా ఎక్కువ బాధపడ్డావు. చంటిపిల్లకు కన్న తల్లి చేస్తున్నట్టు చేస్తున్నావు, విసుకనేది లేకుండా నన్ను చూస్తున్నావు" అంది కన్నీళ్ళతో కృష్ణవేణి.

"ఏమిటా మాటలు. నా బిడ్డకు నేను చేసుకోవడంలో గొప్పేముంది" అంది కనకం.

"కాదమ్మా! నీలాగా ఎవ్వరూ చెయ్యలేరేమో, ఎంత సేవ చేస్తున్నావమ్మా? నీ ఋణం ఎలా తీర్చుకోవాలో నాకు తెలియడం లేదమ్మా. మూడు నెలల నుండి సరైన తిండి, నిద్ర లేక ఎలా అయిపోయావో చూడు. చాలా పాడై పోయావమ్మా. నువ్వు తప్ప నాకు ఎవరున్నారు. నిన్ను బాధ పెట్టి నేను బాధపడుతున్నాను. ఈ వృత్తి అంటే ఇష్టంలేక చేసిన ప్రయత్నంలో ఈ అనర్థం జరిగిపోయింది. నిన్ను ఎంత కష్టపెడుతున్నానో అని నేను చాలా బాధపడుతున్నాను. తల్లి ఋణం తీరదంటారు. ఏ ఋణమైనా తీర్చగలం కానీ తల్లి ఋణం తీర్చలేనిది అంటారు. కొడుకై పుట్టి తల్లిని అభిమానంతో చూసి, చచ్చిపోయిన తరువాత తల కొరివి పెడితే తీరుతుందంటారు. నేను అలాగా కాదు. నీకు ఏమి చెయ్యక,

పైగా నీ చేత ఎదురు చేయించుకుంటున్నాను. నీ ఋణం ఎలా తీరుతుందమ్మా" అంది కృష్ణవేణి.

"అలా బాధపడకు కృష్ణ! రోజుకి నాలుగు సార్లు అమ్మా అమ్మా అని పిలు. చాలు. నీ ఋణం తీరిపోతుంది" అంది కనకం.

"అదేంటమ్మా అంత సులువుగా తీరుతుందని చెప్పావు. అమ్మని అమ్మా అని పిలువకపోతే ఏమని పిలుస్తారు". అంది కృష్ణ.

"ఆ పిలుపు చాలమ్మా" అంది కనకం.

"మళ్ళీ అదే మాట అంటున్నావు. నన్ను ఊరడించడానికి నువ్వంటున్న మాట అని నాకు తెలుసు. కానీ, నువ్వు కూడా నా బిడ్డ ఎంత చేస్తోందో అని నువ్వు ఆనందించేలా చేస్తాను" అంది కృష్ణ వేణి.

"నేను ఎంతకాలమో అమ్మా అనే పిలుపుకోసం అల్లాడిపోయాను. ఆ భగవంతుని దయవల్ల ఆ పిలుపు నాకు ప్రసాదించాడు. ఇప్పుడు అమ్మమ్మా అనే మరో పిలుపు కూడా ప్రసాదించి, రెండో వరం కూడా ఇవ్వబోతున్నాడు. ఈ రెండు పిలుపులు వినబడుతుంటే నేను ఎన్ని బాధలైనా మరచిపోతాను" అంది కనకం.

"అవునమ్మా! ఇది అనుకోని వరంగా దొరికింది మనకు. ఇది ఏ జన్మ పుణ్యమో కానీ!" అంది కృష్ణ.

"నువ్వు పడుకో కృష్ణా!" అంది కనకం.

"అమ్మా నాకు మళ్ళీ వికారం వస్తోందమ్మా" అంది. ఉండమ్మా అని బేషిన్ తెస్తానని తెచ్చింది. అయ్యయ్యో తిన్నదంతా పోయిందే అనుకుంటోంది కనకం. "ఎన్నాళ్ళు ఇలా వాంతులవుతాయమ్మా" అంది అలా చూస్తున్న కనకాన్ని. "చెప్పమ్మా" అంది కృష్ణ.

"అందరికీ ఒకలాగా వుండవమ్మా! కొంతమందికి చాలా రోజులు వుంటాయి. కొంతమందికి 3 నుండి 4 నెలలు వుంటాయి" అంది.

"ఏమోనమ్మా నా గొంతు నొప్పిగా వుంది" అంది.

"పడుకోమ్మా" అంది కనకం.

"అమ్మా" అంది కృష్ణ లేచి కూర్చుని.

"ఏమ్మా?" అంది కనకం.

ఎలా అడగాలో తెలియక చూస్తోంది. "ఏంటమ్మా అడుగూ" అంది కనకం. "అతనికి నేనంటే ప్రేమ వుండదామ్మా" అంది సిగ్గుపడుతూ.

"నువ్వు నిద్రపోకుండా అతని గురించే ఆలోచిస్తున్నావా" అంది కనకం.

"నేనడిగిన దానికి జవాబు చెప్పమ్మా" అంది కృష్ణ.

"మంచి వాడైతే కొంతకాలం గుర్తుపెట్టుకుంటాడు. ప్రేమ విషయమంటే మబ్బుల్లో నీరున్నట్టే ప్రేమ కూడా వుంటుంది. మనక్కావాలన్నపుడు వర్షంగా మారి మనకు నీటిని అందిస్తుందా... అలాగే మనం కావాలనుకున్నప్పుడు వాళ్ళు రారు. వాళ్ళకి ఎప్పుడు రావాలనిపిస్తుందో అప్పుడే వస్తారు" అంది కనకం.

"ఏమిటమ్మా మన జీవితాలు" అంది నిట్టూరుస్తూ కృష్ణవేణి.

"నువ్వు అలా ఆలోచిస్తూ నిద్ర పాడుచేసుకోకు" అంది కనకం.

"ఏమి నిద్ర వస్తుందమ్మా! ఈ పరిస్థితుల్లో సతమతమవుతుంటే మళ్ళీ ఈ పసికందు గురించి ఆలోచన ఒకటి. అమ్మమ్మకు అస్సలు ఇష్టంలేదు. నా మీద ప్రేమతో నువ్వు నాకు పుట్టబోయే నీ మనుమల కోసం అభిమానంతో నువ్వు ఊరుకున్నా... అమ్మమ్మ ఈ బిడ్డను బ్రతక నివ్వదేమోనని నాకు చాలా భయంగా వుందమ్మా. నేను ఇది కోరుకోలేదు. నేను కోరుకున్నది ప్రసాదించిన భగవంతుడు ఇది కూడా నాకు ప్రసాదించాడు. ఈ బిడ్డను మాత్రం నాకు దూరం కాకుండా నువ్వే చూడాలి. నా తల్లివి కదూ!" అంటున్న కృష్ణను చూసి గుండెలు పిండేస్తున్న బాధననుభవిస్తున్నా పైకి ధైర్యంగా వుండి "కృష్ణా!, నీ బాధను నేను అర్థం చేసుకున్నాను. నీకు నీ పిల్లాడికి ఏమీ భయంలేదు. నేను నీకు మాట ఇస్తున్నాను. నన్ను నమ్ము. నా మనవణ్ణి నేను జాగ్రత్తగా చూసుకుంటాను" అంది కనకం.

"అమ్మా... అది చాలమ్మా, ఈ మాట చాలమ్మా అంది ఆనందంతో" కృష్ణవేణి.

"నువ్వింక పడుకో నీ బిడ్డకు ఏమీ భయం లేదు. నా తల్లివి కదూ పడుకో. చాలా ఎండగా వుంది" అని జోకొడుతూ నిద్ర పుచ్చింది, కనకం. చిన్న పిల్లలా తల్లి దగ్గర నిద్రపోయింది కృష్ణవేణి.

"అమ్మా మనం ఈ హాస్పటల్ కి వచ్చి నాలుగు నెలలు పూర్తి అయిపోయింది. నిజంగా నా జీవితంలో ఇంత ప్రశాంతంగా గడిపిన రోజులు ఇవేనేమో. నాకు కావలసిన నువ్వు నా దగ్గరే వున్నావు. నాకు కాలు లేకపోయినా వస్తుందన్న ధైర్యంతో, నీ ప్రేమలో

హాయిగా నిద్రపోయాను. ఇప్పుడు మళ్ళీ ఇంటికి వెళ్ళాలి అంటే ఏదో భయంగా ఉంది“ అంటుంటే ఇద్దరు సిస్టర్స్ వచ్చి కృష్ణను చక్రాల మంచం మీదకు మారుస్తామన్నారు.

“ఏంటీ ఈ రోజు కట్టు విప్పుతారా” అంది కనకం ఆనందంతో.

“చూస్తారు, తీసేసాలా వుంటే కట్టు తీసేస్తారు” అన్నారు కృష్ణను తీసుకెళుతూ.

డాక్టర్ వచ్చి పరీక్ష చేసి కట్టు తీసెయ్యమన్నారు. ఒకతను కట్టు చీరేసి తీసేసాడు. “మెల్లగా రెండు కాళ్ళ మీద నుంచోడానికి ప్రయత్నించు” అన్నారు. తను కూడా నుంచుందామని ఆనందంతో ఆ కాలు నేల మీద ఆన్చబోయింది. ఆ కాలు దద దదలాడి పోయి, నిలువలేక, “అమ్మా అమ్మా” అంది. ఆ పిలుపు విన్న కనకం పరుగున అక్కడ వాలిపోయి ఆమెను పట్టుకోబోయింది. “నువ్వుండమ్మా” అని ఆ డాక్టర్ ఒక చేతి కర్ర జబ్బకు పెట్టి దీని ఆసరాతో మెల్లగా నడవమన్నారు. కృష్ణ దదదదలాడి పోతోంది. ఒక ఎర్రని గుడ్డ మళ్ళీ కాలుకి బిగువుగా చుట్టారు.

“కృష్ణవేణి, నువ్వు కంగారుపడకు. ఇన్నాళ్ళు కట్టువల్ల రక్త ప్రసరణ లేక నరాలు బలహీనం అయిపోయాయి కదా! అందుచేత వెంటనే నడవలేవు. కానీ మెల్లగా ప్రయత్నించు. నీ కాలు బాగానే అతుక్కుంది. కానీ చాలా జాగ్రత్త సుమా. కొన్ని నెలల పాటు కాలుని చాలా జాగ్రత్తగా చూసుకోవాలి. ఇప్పుడు చాలా కష్టం మీద అతుక్కుంది. ఈ కాలుకి ఏమీ తగలకుండా చూసుకోవాలి, మేం ఇచ్చిన మందులు జాగ్రత్తగా వాడు” అన్నారు.

“బాగా నడిచేదాకా మేం ఇక్కడే వుంటాం డాక్టర్” అంది కనకం. సరే అయితే వుండండి అంది డాక్టర్.

చిన్నప్పుడు చేతులు పట్టుకుని నడిపించిన ఆ తల్లి మనసు మళ్ళీ ఇప్పుడు భారంగా నడిపిస్తోంది. “ఈ కట్టుకూడా తీసేసి నువ్వు బాగా నడిచే దాకా మనం ఇక్కడే వుందాం కృష్ణ” అంది.

“అలాగే నమ్మా” అంది కృష్ణవేణి.

★★★

“జ్యోతీ... జ్యోతీ...” అని పిలుస్తున్న తండ్రి పిలుపుకు ఓయ్ అన్న పలుకు లేదు. ఎక్కడకెళ్ళింది అని జానకి కూడా చూస్తోంది. ఆ ఆలూమగలు అంతా వెతుకుతున్నారు. జ్యోతి గదిలోకి మెల్లగా చూసారు. కుర్చీలో కూర్చుని ఏవో చూస్తున్న జ్యోతిని చూసి ఆమె దగ్గరకు మెల్లగా వచ్చారు.

తాంబూలాలు పుచ్చుకున్నపుడు తీసిన ఫోటోలను అక్కడ పెట్టుకుని, తనూ చంద్రశేఖర్ పీటల మీద కూర్చున్న ఫోటో, అతను తనవేలికి ఉంగరం పెడుతున్న ఫోటో చూస్తూ మంత్రముగ్ధురాల్లా కూర్చున్న జ్యోతిని చూసి "జ్యోతి" అన్నారు మెల్లగా. ఆమె తుళ్ళిపడినట్లు చూసి" అమ్మా.. నాన్నగారు ఏంటీ నా కోసమా, నన్ను పిలిచారా "అంది.

"చాలా సేపు పిలిచేం, అందుకే ఇలా వచ్చాం". అన్నారు రామారావు.

"బావ ఫోటో చూస్తున్నావా" అంది జానకి.

ఆమె తడబడుతూ "అబ్బే లేదు, మా ఫ్రెండ్, ఫోటోలు తీసుకురావే చూస్తాము అంది. ఏమి చూపించాలా అని చూస్తున్నాను" అంది.

"వాళ్ళని వచ్చి చూడమను. నువ్వు కాలేజీకి తీసుకెళ్ళడం ఎందుకూ" అంది జానకి.

"అందరూ రాలేరు కదా అందుకే" అంది జ్యోతి.

"సరే తీసుకెళ్ళు. మళ్ళీ జాగ్రత్తగా తీసుకురా "అంది జానకి. సిగ్గుతో తలవంచుకుని అలాగే అంది జ్యోతి.

జ్యోతి మనసులో చంద్రశేఖర్ ను చూడాలని వుందేమోనని ఆలోచిస్తూ కూర్చున్న జానకిని చూసి, "ఏంటి ఆలోచిస్తున్నావు నిద్ర పోకుండా" అన్నారు రామారావు.

"మనం పొరబాటు చేసేమేమో అనుకుంటున్నాను" అంది జానకి.

"నువ్వలా ఆలోచించకు, అది చిన్న పిల్ల. దానికి పెళ్ళి చేసుకుని వెళ్ళిపోదామని ఏమీ లేదు. ఏదో ఒకసారి బావను, ఆనాడు తీసిన ఫోటోల్ని చూడాలనిపించిందేమో చూస్తోంది. ఈ పరీక్షలు అయ్యేదాకా దానికి డిస్టర్ బెన్స్ వుండకూడదు. పెళ్ళయితే చదవగలదా? వివాహం విద్య నాశనం అన్నారు కదా. ఈ రోజుల్లో పిల్లలకు చదువు చాలా అవసరం. నాకైతే డిగ్రీ కూడా అయ్యే దాకా పెళ్ళి చెయ్యాలని లేదు" అన్నారు.

"పెళ్ళయితే జ్యోతి వెళ్ళిపోతుందని బెంగా" అంది.

"అది కాదు, చదువు వుండాలి కదా" అన్నారు రామారావు.

"కుదుర్చుకున్న పెళ్ళి అంత కాలం ఆపొద్దు. జ్యోతిని కూడా అడిగి వెంటనే ముహూర్తాలు పెట్టేద్దాము" అంది.

"మీ నాన్నగారిని అడిగేవా" అన్నారు.

"నేనడగడమేమిటి మా పెదనాన్నగారు, నాన్నగారు నన్ను పిలిచి కుదిరిన పెళ్ళిళ్ళు ఎక్కువ రోజులు వుండకూడదు. పెళ్ళి చేసెయ్యండి అంతగా మీకు చదివించాలి అని వుంటే, అటు వాళ్ళకి వుంటే పెళ్ళి చేసేసి శోభనం ఆపుకోవచ్చు అన్నారు" అంది.

"అలా వద్దులే జానకీ! పెళ్ళి చేసాక అలా వుంచొద్దు. అయినా ఒకసారి మనం వెళ్ళి తులసిని సంప్రదించి ముహూర్తాలు పెట్టుకుందాం. కాస్త వానలు లేకుండా వున్న ముహూర్తాలు చూసుకుందాం" అన్నారు.

"ఈ లోపు మనం కూడా పంతులు గారిని పిలిచి వాళ్ళ ఇద్దరికీ నప్పే ముహూర్తాలు ఎప్పుడెప్పుడు వున్నాయో చూపించుకుంటే, దాన్ని బట్టి ఆలోచించుకోవచ్చు" అంది.

"వద్దు జానకీ! ఈ పరీక్షలు అయిపోనీ, ఇప్పుడు మనం పెళ్ళి విషయాలు, ముహూర్తం విషయాలు చర్చించుకుంటూ వుంటే దానికి ఏకాగ్రత కుదరదు. ఇంట్లో ఏ సమస్య వచ్చినా, ఏ సంతోషమైన కార్యం వచ్చినా, పెద్దవాళ్ళకి ఎవరికైనా అనారోగ్యం వచ్చినా, దాని ప్రభావం చదువుకునే పిల్లలమీద పడుతుంది. నువ్వెళ్ళి చదువుకోవచ్చు కదా ...మేమేదో పడతాము అంటారు. కానీ వాళ్ళకూ స్థిమితం ఉండదు. మంచి మార్కులు రాకపోతే మనమే వాళ్ళని మాటలంటాము. అది సరికాదు. మనం ఫ్రీగా వుండి దానిని బాగా చదువుకో అని శ్రద్ధ చూపిస్తే అది చదువు కుంటుంది. ఈ ఇంటర్ పరీక్షలు పూర్తయ్యాక చూద్దాం" అన్నారు.

"సరే"అంది జానకి.

★★★

"ఏంటిరా అంత సీరియస్ గా ఆలోచిస్తున్నావు" అన్నాడు మురళి.

"నిన్ను చూస్తుంటే ఒళ్ళు మండిపోతుందిరా" అన్నాడు కోపంగా, శేఖర్.

"ఎందుకో తెలుసుకోవచ్చా" అన్నాడు మురళి.

"ఎందుకా, ఎందుకేంటిరా? చెల్లెలు, చెల్లెలు అన్నావు. ఏం చేస్తోందిరా నీ చెల్లెలు. ఆ రోజు నేను బావనే చేసుకుంటాను అంది. అంది సరే, ఇపుడు ఆ బావ ఎలా వున్నాడో, ఏం చేస్తున్నాడో, వున్నాడా లేడా అని ఒక్క ఉత్తరం ముక్క రాయద్దా. దానికి చిన్నతనం, రాయలేదనుకో. వాళ్ళ అమ్మ ఎరగదా, మావయ్య ఎరుగడా. తను పెళ్ళాం కోసం ఇల్లరికం వెళ్ళిపోయిన వాడే కదా, ఆయనకు తెలియదా! నా బాధ ఎవ్వరికీ అక్కర్లేదు".

"ఎంత బెంగ వేస్తోందో వెర్రి నాగన్నకి" అన్నాడు మురళి, నవ్వాపు చేసుకుంటూ..

"అలాగే అను, నీ సంగతి చెబుతాను. ఇలాంటి పరిస్థితి నీకు రాకపోతుందా, నేను చూడక పోతానా" అన్నాడు శేఖర్.

"ఆ వేళ మీ నాన్నగారు పెళ్ళి చేసేద్దాం అంటే అప్పుడే చేసుకోను. ఇప్పుడే నిశ్చితార్థం ఎందుకు కంగారుపడకండి అని అప్పుడు నియోగంపోయావు. ఇప్పుడేమో ఇలా.. ఏడుస్తున్నావు. అప్పుడు చేసేయండి పెళ్ళి అంటే వదిలి పోను కదా. నేను ఎంచక్కా ఇంకో రూమ్ చూసుకుందును" అన్నాడు మురళి.

"నేను జ్యోతి నుంచి ప్రేమలేఖలు రాలేదేంటిరా అని ఏడుస్తుంటే నువ్వు ఇంకో రూమ్ అని ఏడుస్తున్నావేంటిరా" అన్నాడు.

"మరి నీకు పెళ్ళయ్యాక నేనే వేరే రూమ్ చూసుకోవాలి కదా లేకపోతే ఎలాగా" అన్నాడు మురళి.

"నేను పెళ్ళిచేసుకున్నా, నువ్వు పెళ్ళి చేసుకున్నా మనం ఒక ఇంటిలోనే ప్రక్క ప్రక్కనే వుండాలి తెలిసిందా. నిన్ను వదిలి నేను వుండలేను" అన్నాడు శేఖర్.

ఆ మాటకు మురళి కళ్ళు చెమర్చాయి. "ఒరేయ్ శేఖర్! నీ మనసు నాకు తెలుసురా, నీ అభిమానం నాకు తెలుసురా. కళంకం లేని మన స్నేహం, ఎప్పుడూ చల్లగా వుండాలి. మనం ఎప్పుడూ కలిసే వుండాలి" అన్నాడు మురళి.

అప్రయత్నంగా ఒకరి చేతిని ఒకరు పట్టుకున్నారు. "వుంటుందిరా ఎప్పుడూ వుంటుంది" అన్నాడు శేఖర్.

"నువ్వింతకీ మా చెల్లెలు జ్యోతిని చూడాలి. ఆ ఏర్పాటు నేను చెయ్యాలి అంతే కదా, తప్పకుండా చూద్దువుగాని. జ్యోతికి కూడా నిన్ను చూడాలనే వుంటుంది, కానీ పెద్ద వాళ్ళ చాటు పిల్ల కదా వాళ్ళ మాట దాటలేదు. ముఖ్యంగా వాళ్ళ అమ్మగార్కి ఇష్టం వుండి వుండదు" అన్నాడు మురళి.

"ఎందుకు అలా చెప్పగలుగుతున్నావు" అన్నాడు శేఖర్.

"నాకు ఆ రోజు అలా అనిపించింది" అన్నాడు.

"ఏ రోజురా?" అన్నాడు శేఖర్.

"మీ నిశ్చితార్థం జరిగిన రోజు సాయంత్రం ఆ సంఘటన నేను మరచిపోలేదు" అన్నాడు.

"అదేంటో చెప్పరా?" అన్నాడు శేఖర్.

"మీ అనురాధ పిన్నిగారు శేఖర్ బాబునీ, జ్యోతినీ అలా బైటికి వెళ్ళి రమ్మందాం అక్కా అన్నారు, మీ అమ్మగారి తోటి. చూద్దాంలే అన్నారు, మీ అమ్మగారు. చూద్దాంలే కాదు, వాళ్ళిద్దరూ అస్సలు మాట్లాడుకోలేదు, పాపం వాళ్ళని అలా తిరిగి రమ్మందాం అన్నారు. ఆ మాటలు నూకాలు అదే, పనిమనిషి వింది. వంట గదిలో వున్న మీ అత్తగారు జ్యోతి జ్యోతి అని పిలిచారు. శేఖర్ బాబు, జ్యోతమ్మా బైటకు వెళుతున్నారు అంది నూకాలు. ఆ మాట విన్న జానకాంటీ కంగారుగా వీధిలోకి వచ్చారు. ఎవరో వెడుతున్న కారు చూసి జ్యోతి వెళ్ళొద్దూ, జ్యోతి వెళ్ళొద్దమ్మా అన్నారు కంగారుగా. వాళ్ళ పెద నాన్నగారు ఆ కారులో జ్యోతి వెళ్ళడం లేదమ్మా అన్నారు. ఆమె ఆయాసాన్ని అణుచుకుని, తలదించుకుని లోపలికి వెళ్ళిపోయారు" అన్నాడు మురళి.

"అత్తయ్యకు భయం ఎక్కువేమో. అందుకే ఆ రోజు ఎరగని పిల్లని లోపల దాచినట్లు జ్యోతిని దాచేసారు. ఆ పీటల మీద చూడ్డమే, మళ్ళీ చూడలేదు. వచ్చేటపుడు కావాలని నేనే చూసాను. తను కొంచెం చూసింది. అయితే ఏమీ కుదరవు. ప్రేమకలాపాలు, భామాకలాపాలు సాగించి ఒకరినొకరు ప్రేమించుకుంటూ ఒకరి నొకరు అర్థం చేసుకోవచ్చు అనుకున్నాను. కానీ నా కళ్ళ నువ్వుపడకు, నీ కళ్ళ నేను పడను అన్నట్టుంది పరిస్థితి" అన్నాడు శేఖర్.

"అదేంటిరా" అన్నాడు మురళి.

"అదేరా! నాగులచవితినాడు పుట్టలో పాలు పోసి నా కళ్ళ నువ్వుపడకు, నీ కళ్ళ నేనుపడను నాగేంద్రుడా తండ్రీ అని దణ్ణం పెట్టిస్తారు కదా అలా వుంది" అన్నాడు శేఖర్.

"అలా నిరాశపడకురా. నువ్వు, జ్యోతీ కలుసుకుంటారు, మాట్లాడు కుంటారు. అలా జరిగేలా నేను చేస్తాను" అన్నాడు మురళి.

"థ్యాంక్స్ మురళి. మేమిద్దరం మనసు విప్పి మాట్లాడుకోవాలి. తను, నా గురించి ఎలా ఊహించుకుంటుందో తన మనసేమిటో తెలియాలి. నువ్వు ఈ సహాయం చెయ్యి. నీకు కూడా నేను చేస్తాను" అన్నాడు శేఖర్.

"అయితే నడు. కడుపులో ఎలుకలు పరుగెడుతున్నాయి" అని బయటకి కదిలాడు మురళి.

★★★

ఐదు నెలల శిశువు కడుపులో చేప పిల్లలా మెదులుతుంటే ఆనందంతో పర వశించి పోతుంది కృష్ణవేణి. "అమ్మా నా కడుపులో కదలికలు తెలుస్తున్నాయమ్మా" అంది.

ముక్కుపచ్చలారని తన చిన్నారి కృష్ణవేణి ఎంత మారిపోయింది. తన బిడ్డ కోసం, ఎంత తపన పడుతోంది అని ఆనందాశ్చర్యాల తోటి చూస్తూ నుంచుంది కనకం.

"అమ్మా ఏ బిడ్డ అవుతుందే" అంది.

"మనకేం తెలుస్తుందమ్మా! ఏదో ఒక బిడ్డ, నీకు దేముడిచ్చిన బిడ్డ ఎవరైతేనేం" అంది కనకం.

"పున్నామ నరకం నుండి ఉద్ధరించేవాడు పుత్రుండంటారు. అలాంటి ఒక బిడ్డను ప్రసాదిస్తే చాలు. ఇచ్చిన బిడ్డను ఎలాగూ ఇస్తున్నాడు .ఆ ఇచ్చేది మగబిడ్డ అయితే నా తనువు చాలించాక..." అంటుంటే "కృష్ణ ఆగు! ఇంక మాట్లాడకు. ఆ దేముని దయ వల్ల నీకు మగపిల్లాడే పుడతాడని ఆనందంతో వుండు, అసలు ఈ మాటలన్నీ నీకు ఎలా తెలిసాయే" అంది కనకం.

"అదా నేను శుక్రవారం శుక్రవారం పొద్దు గూకాక దేవి గుడికి ఉషతో వెళతాను కదా, అక్కడ పంతులుగారు అడిగిన వాళ్ళకు చెబుతూ వుంటారు. అవి వింటాను, ఇంకా ఆయనను అడిగితే మనకు ఏ విషయమైనా చెబుతారు" అంది.

"అలాగా నువ్వు ఏమైనా అడిగావా" అంది కనకం.

"దేని గురించమ్మా" అంది.

"దేని గురించైనా అడిగావా" అంది.

"అడిగా నమ్మా శకుంతల.. దుష్యంతుడు గురించి. శకుంతల మెళ్ళో దుష్యంతుడు మంగళ సూత్రం కట్టేడా అని అడిగాను. ఆయన గారు నవ్వుకుని, ఈ సందేహం ఇప్పుడు నీకెందుకు వచ్చింది. అయినా అడిగావు కనుక చెబుతాను.

ఒక్కొక్క వంశానికి ఆ వంశాచారాన్ని బట్టి ఒక్కొక్క రీతిలో వివాహాలు జరుగుతాయి. క్షత్రియుడైన మహారాజు గనుక గాంధర్వ వివాహమనే పద్ధతిలో ఆయన వేలినున్న అంగులీకము ఆమెకు మనస్ఫూర్తిగా తొడిగితే అది గాంధర్వ వివాహ మౌతుంది. ఆ దుష్యంత మహారాజు అలా చేసి శకుంతలను పరిణయమాడాడు. శకుంతలకు భర్త అయ్యాడు. దుర్వాసముని శాపం వల్ల శకుంతల, దుష్యంతుడు విడిపోయారు".

"శాపం వల్ల విడిపోయారా" అంది కనకం.

"ఆ శాప ప్రభావం వల్ల శకుంతలను మరచిపోయాడు. నువ్వెవరో నాకు తెలియదు అన్నాడు. ఆమె ఇదిగో మీరు ఇచ్చిన ఉంగరం అని తియ్యబోతే ఆ వేలున ఆ వుంగరం లేదు. అది పోయినట్టు గమనించని శకుంతల తలవంచుకుంది. నువ్వెవరవో నాకు జ్ఞాపకం రావడం లేదు అన్నాడు. ఆ మాటకు మొదలు నరికిన చెట్టులా కూలబడి, విలపించి చేసేది లేక పెంచి పెద్ద చేసిన కండనముని ఆశ్రమానికి వెళ్ళక వనాల్లో మునులు నివసించే చోట తలదాచుకుని, తను మగబిడ్డను ప్రసవించింది. ఆ బిడ్డే తన సర్వస్వం అనుకుని కంటిరెప్పలా పెంచింది. పదేండ్ల బాలుడు అడివిలో తిరుగుతుంటే వేటకు వచ్చిన దుష్యంతుడు అతని ధైర్యాన్ని మెచ్చుకుని అతనితో వచ్చి శకుంతలను చూసాడు. అప్పుడు గతం గుర్తు వచ్చింది. జరిగిన దానికి విచారించి ఆ భరతునకు తండ్రి, ఆ శకుంతలకు భర్త అయ్యాడు.

అందుచేత ఎవరి ఆచారాన్ని బట్టి వాళ్ళకి వివాహాలు జరుగుతాయి. మన ఆచారం ప్రకారం మెళ్ళో మంగళసూత్రం కట్టిన వాడే భర్త అన్నారు పంతులు గారు. అందుకే నేను ఆ విధంగా నైనా ఒక భర్తకు భార్య అవ్వాలనుకున్నాను" అంది.

అలా చూస్తున్న కనకంతో, "ఆ... అందుకని 10 సంవత్సరాలు తరువాత అయినా నీ అల్లుడు నీదగ్గరకు రావాలని కోరుకో" అంది కృష్ణవేణి.

"పిచ్చితల్లీ! ఇవన్నీ జరిగే పనులేనా" అనుకుంది కనకం మనసులో.

నర్స్ వచ్చి కృష్ణవేణిని లోపలికి తీసుకెళ్ళింది. పరీక్షలు పూర్తయ్యాక కనకాన్ని పిలిచి "మీరు రేపే వెళ్ళిపోవచ్చు. మీ అమ్మాయికి కాలు బాగుంది. మీ మనుమడు కూడా బాగానే వున్నాడు" అన్నారు, డాక్టర్ రాధ.

"సరేనమ్మా! పురిటికి కూడా మీ దగ్గరకే వస్తాం" అంది.

"అలాగే తప్పకుండా రండి" అంది డాక్టర్.

కృష్ణను తీసుకుని రూమ్ కు వచ్చింది కనకం. ఆ రాత్రి కృష్ణకు నిద్ర పట్టలేదు. మనసంతా భయాందోళనతో వుంది. అమ్మమ్మ తనను హేళన చేస్తే తను తట్టుకోలేదు. అదీకాక తనను ఎవరైనా ఇది వరకు లాగా బలవంతం చెయ్యబోతే... అయ్యో తన బాబు నలిగిపోతాడు. చాలా జాగ్రత్తగా నడుచుకోవాలి. రాత్రి అయ్యేక దీపం లేకుండా పడుకోవాలి. నా బుజ్జి తండ్రిని జాగ్రత్తగా చూసుకోవాలి అనుకుని ఆలోచిస్తుంది". నిద్రాదేవి ఆమెను తన ఒడిలోకి తీసుకుంది.

కనకానికి నిద్ర రావడం లేదు. లేచి అటూ ఇటూ తిరుగుతోంది. “కృష్ణ!” అంది. ఆమె కదల్లేదు. పిచ్చి పిల్ల నిద్రపోయింది అనుకుంది. డాక్టర్ పిలిచి రేపు మీరు ఇంటికి వెళ్ళిపోండి అనగానే గుండె వేగంగా కొట్టుకుంది. ముచ్చెమటలు పట్టాయి. తనూ, కృష్ణవేణీ ఎంతో ప్రేమగా గడిపారు. తనూ, కృష్ణ ఇద్దరూ ఎప్పుడు ఇలా వుండలేదు.

అక్కడ మళ్ళీ చికాకులు, తన పిన తల్లికి కృష్ణను ఇంతప్రేమగా చూస్తే కోపం వస్తుందేమో, ఆమెకు వృత్తి చెయ్యలేదనే కోపం వుంది. ఎలాగో ఈ కాన్పు అయ్యే దాకా కృష్ణను కాపాడుకోవాలి. తన కృష్ణ ఇలా నవ్వుతూ వుంటే తనకు చాలు. ఆ కాలు ఇంకా మడవలేకపోతుంది. అలా రావాలంటే ఇంకా టైం పడుతుంది అంది డాక్టర్. తన వృత్తికి కృష్ణ మనసుకి అసలు పొంతన లేదు. దీని పద్ధతులు అన్నీ సంసార పద్ధతులు ,పైగా ఈ గర్భిణీ ఒకటి. ఈ పురుడు ఎలా జరుగుతుందో, కృష్ణ ఎలా తట్టుకుంటుందో భగవంతుడా నీదే భారం అని దేమునికి నమస్కరించుకుని కళ్ళు మూసింది.

★★★

రూమ్ లో హుషారుగా కూనిరాగమాలపిస్తున్న శేఖర్ని చూసి “ఏంటోయ్ సంగతి” అన్నాడు మురళి.

“చెప్పుకో చూద్దాం” అన్నాడు శేఖర్.

“జ్యోతి లెటర్ వ్రాసిందా” అన్నాడు మురళి.

“కాదు” అన్నాడు శేఖర్.

“ఏంటో నువ్వే చెప్పు” అన్నాడు మురళి.

“ఇదిగో మా నాన్న వ్రాసిన లెటరు చదువుకో” అన్నాడు.

“చదివి చెప్పరా నాకు తలపోటుగా వుంది” అన్నాడు మురళి.

“ఏం రా తలనొప్పిగా ఉందా” అన్నాడు శేఖర్.

“ఏం లేదు మాత్ర వేసుకుని వచ్చాను చెప్పు” అన్నాడు మురళి.

“అయితే విను.

చి॥ శేఖర్కి మీ నాన్న దీవించి వ్రాయునది. ఇక్కడ అంతా క్షేమం, నువ్వు, చి॥ మురళి క్షేమమని తలుస్తాను. ముఖ్యంగా వ్రాసేదేమిటంటే మీ మామయ్య, మీ అత్తయ్య, చి॥ జ్యోతి, వాళ్ళ తాతగారు, పెద్ద తాతగారు, ఆదివారం ఉదయానికి మనింటికి వస్తున్నారు. ఈ లెటర్ అందిన వెంటనే నువ్వు, మురళీ బయలుదేరి రండి. అన్ని విషయాలు ఇక్కడ మాట్లాడు కోవచ్చు.

ఇట్లు

మీ నాన్న

పి.మోహనరావు

"సరే అయితే రేపు మధ్యాహ్నం రెండు గంటలు పర్మిషన్ అడిగి వెళ్ళిపోదాం" అన్నాడు మురళి.

★★★

అన్నయ్య, వదిన, కోడలు వస్తున్నారని ఆనందంతో వంటవానిని పెట్టి అన్ని రకాల వంటలూ చేయిస్తోంది. "ఏంటి వదినా మీ అన్నయ్య వియ్యంకుడు హోదాలో వస్తున్నాడని ఘుమఘుమల వంటకాలు చేయిస్తున్నావా అన్నాడు" రంగనాథ్.

"అదేం లేదయ్యా.. అన్నయ్య ఎప్పుడూ అన్నయ్యే!" అంది తులసి.

"అక్కా నువ్వు రెడీ అవ్వు. నేను చూసుకుంటాను. వాళ్ళు వచ్చేస్తారు" అంది అనురాధ.

"మామయ్య గార్కి కాఫీ ఇచ్చొస్తాను" అంది తులసి.

"నేను ఇస్తాను అక్క" అంది.

"పిన్ని నేను తీసుకెళతాను, నాకియ్యి" అని శేఖర్ తాతగారికి తీసుకెళ్ళాడు.

అతన్ని అనుసరించి వెళ్ళిన రంగనాథ్ "ఒరేయ్ శేఖర్, మామయ్య, అత్తయ్య, జ్యోతి పెళ్ళి ముహూర్తాలు పెట్టుకోవడానికి వస్తున్నారు. నువ్వు, జ్యోతి కూడా ఒక్కసారి ఆలోచించుకుని చెప్పండి" అన్నాడు.

"ఆ విషయం నేను జ్యోతితో ఎలా మాట్లాడను చిన్నాన్నా" అన్నాడు.

"మరి మీరిద్దరూ ఎప్పుడు పెళ్ళిచేసుకుందాం అని ఏమీ అనుకోలేదా" అన్నాడు.

"చిన్నాన్నా, మేం ఇప్పటి వరకు ఏమీ మాట్లాడుకోలేదు" అన్నాడు శేఖర్.

"అదేంటీ నిశ్చితార్థం జరిగాకా కూడా... "అన్నాడు రంగనాథ్. శేఖర్ ఏమీ మాట్లాడలేదు.

"సరే అయితే నేను చెబుతాను వుండు" అన్నాడు రంగనాథ్. కారు గుమ్మంలో ఆగింది.

"ఒరే కారు వచ్చింది. నువ్వు కిందకెళ్ళు, నేను తాత గారి దగ్గరే వుంటాను" అన్నాడు రంగనాథ్ .

"మీరు వెళ్ళండి నేను వస్తాను" అన్నాడు.

"వెళ్ళరా జ్యోతిని చూసిరా" అన్నారు తాతగారు.

"అలాగే వెళాతాను లెండి" అని మేడ మీద నుంచి కారు దిగుతున్న జ్యోతిని చూసాడు. "అమ్మో... చీరలో అందం అదిరిపోతోంది" అనుకున్నాడు.

కారు దగ్గరకు వెళ్ళిన మురళి "ఈ గురుడు ఏడీ..." అని పైకి చూసాడు. అమ్మ దొంగా! అక్కడ నుంచి చూస్తున్నావా అనుకున్నాడు వాళ్ళతో లోపలికి వస్తూ.

"రండి రండి" అని రంగనాథ్, మోహనరావ్ వాళ్ళని ఆహ్వానించారు.

"మీ నాన్నగారు, పెదనాన్నగారు రాలేదేం" అన్నారు జానకితో.

"రాలేదు అన్నయ్య గారు, పెదనాన్న గార్కి వంట్లో బాగోలేదు. నాన్నగారు మీరెళ్ళి వచ్చేయ్యండి అన్నారు" అంది.

"అనూరాధ... పిల్లల్ని తీసుకురాలేదా అంది" జానకి.

"రాలేదు. మా అమ్మ వుంది కదా! వుండిపోయారు. శేఖర్ పెళ్ళికి వాళ్ళని వారం రోజులు ముందుగా పంపాలిట. శ్రావణి, వాసు అలా షరతు పెట్టి మమ్మల్ని పంపించారు" అంది అనూరాధ.

"అవును మరి వాళ్ళకి సరదా వుంటుంది కదా!" అంది జానకి.

"తాత గారు మేడ మీద వున్నారు చూసి రామ్మా జ్యోతి" అన్నారు రంగనాథ్.

వెళ్ళనా అన్నట్టు చూసింది జ్యోతి తల్లికేసి. "తాతగారు పైనున్నారా? వెళ్ళి చూసి వస్తాం" అంది జానకి, రంగనాథ్ మాటకు జవాబుగా.

"తులసీ... పంతులు గారు వచ్చారు కాఫీ తీసుకురా" అన్నారు మోహనరావు.

"రంగనాథ్, నాన్నగార్ని పంతులు గారొచ్చారని తీసుకురా" అన్నారు.

"అలాగే అన్నయ్యా" అన్నాడు, పైకి వెళుతూ.

చలపతి గారిని చూసి "మావయ్యగారు కులాసాగా వున్నారా" అన్నాడు రామారావు.

"ఆ... అదే కులాసా" అన్నారు చలపతి.

తాతగారు "పంతులుగారు రాత్రి ముహూర్తానికే చూడండి. మా పిల్లలకి రాత్రి పెళ్ళే జరిగింది" అన్నారు.

"అలాగే చూస్తాను. మీకు తొందరగా కావాలంటే మంచి ముహూర్తాలు లేవు. కంగారు లేదు అంటే 5 నెలలు తరువాత దివ్యమైన ముహూర్తం వుంది. దానికి జరిపించుకుంటే బాగుంటుంది. ఆ ముహూర్తం వధూవరులిద్దరికి చాలా బాగుంది" అన్నారు పంతులు గారు.

మోహనరావు లోపలికి వెళ్ళి తమ్ముణ్ణి రమ్మని పిలిచారు. "ఏం చేద్దాంరా" అన్నారు.

"నెలకీ, రెండు నెలలకీ కంగారు పడి ఏదో ముహూర్తానికి చెయ్యడం ఎందుకు. మంచి ముహూర్తానికి పెళ్ళి జరిగితే వాళ్ళకీ మంచిగా వుంటుంది. మంచి సంతానం కలుగుతుంది" అన్నాడు రంగనాథ్.

సరేఅయితే ఐదు నెలలు ఆగినా ఆ ముహూర్తానికే చేద్దాం అనుకుని ఆ అన్నదమ్ములు తండ్రి దగ్గరకు వచ్చి అదే మాట అన్నారు. ఆయన వాళ్ళకు సమాధానం చెప్పక "ఇంకా దగ్గరలో ఏమన్నా వున్నాయేమో ఇంకోసారి చూడండి" అన్నారు.

"చూసాను ,వుండడం వున్నాయి కానీ, సప్తమ శుద్ధి అయిన ముహూర్తాలు లేవు. అదే చూస్తున్నాను" అన్నారు పంతులుగారు.

"రామారావు నువ్వేమంటావోయ్" అన్నారు వెంకటాచలపతి గారు.

"పెద్దలు మీరేమంటే అదే" అన్నాడు.

"సరే ఆ ముహూర్తానికే ఖాయం చెయ్యండి" అన్నారు తాత గారు.

"కార్తీక బహుళ పంచమి గురువారం రాత్రి 10-54 నిమిషాలకు ఉత్తరాషాడ నక్షత్రయుక్త మేషలగ్నమందు ఇరువురుకూ బాగుంది. మీ అబ్బాయి మోహనరావు గార్కి, అటు రామారావుగార్కి కూడా బాగుంది" అన్నారు పంతులు గారు.

"అయితే లగ్నపత్రిక రాసేయండి" అన్నారు తాతగారు.

"అలాగేనండి అని, అమ్మా తులసమ్మగారూ.... కొంచెం పసుపు ఇలా ఇవ్వండమ్మా" అన్నారు సత్యనారాయణ పంతులుగారు.

తులసి పసుపు ఇస్తూ "విఘ్నేశ్వరుని బియ్యం కట్టడానికి, పెళ్ళి కొడుకుని చేయడానికి, అలాగే వాళ్ళు విఘ్నేశ్వరుని బియ్యం కట్టడానికి, పెళ్ళికూతుర్ని చెయ్యడానికి అన్నీ విపులంగా వ్రాసి, వాళ్ళకి కూడా ఇవ్వండి" అంది.

"అలాగేనమ్మా" అని పంతులుగారు అన్నీ వ్రాసి ఇచ్చారు ఇరువురికీ.

"ఇంకా నాలుగు నెలల 20 రోజులు వుంది. పెళ్ళికి కావాల్సినంత వ్యవధి వుంది. పనులు అన్నీ నిదానంగా చేసుకోవచ్చు" అన్నారు తాతగారు, ఆ లగ్న పత్రిక చదువుతూ.

"ఇంకా భోజనాలకు టైం వుంది కనుక జ్యోతిని, శేఖర్ని అలా వెళ్ళి రమ్మందాం" అంది అనూరాధ.

ఎవరూ ఏమీ మాట్లాడలేదు. "ఇలా అడుగుతున్నానని మరోలా అనుకోకు జానకి వదినా! వాళ్ళు కూడా ఒకరితో ఒకరు మాట్లాడుకోవాలి. ఒకరినొకరు తెలుసుకోవాలి. ఈ కాలం పిల్లలు అసలు ఎలా వున్నారు. పాపం వీళ్ళు మన చెప్పుచేతుల్లోనే వున్నారు. మళ్ళీ రేపు వీళ్ళు మనల్ని మాట అంటారు. ఒకళ్ళు గురించి ఒకళ్ళు అర్థం చేసుకొందుకు అవకాశం మీరు ఇవ్వలేదు అని. అలా కాకుండా, మనం వాళ్ళని అలా వెళ్ళి రమ్మందాం" అంది అనూరాధ.

జానకి చిరునవ్వు నవ్వుతోంది. అవుననీ, కాదనీ అనడం లేదు. "ఆంటీ నేను కూడా వాళ్ళతో వెళతాను. వాళ్ళు ఒక అరగంట మాట్లాడుకున్నాక టంగ్ మని బెల్లు కొట్టేస్తాను. వాళ్ళిద్దరూ నాకు దూరంగా కనిపిస్తూ ఉండాలి అది షరతు. ఏం.. ఆంటీ" అన్నాడు మురళి ప్రాధేయపూర్వకంగా.

"అయితే తీసుకెళ్ళు గుడికి" అంది.

"గుడికా" అన్నాడు మురళి నీరసంగా.

"అదేనయ్యా ముందు గుడికి వెళ్ళి దేమునికి దణ్ణం పెట్టుకోవాలి కదా.... వాళ్ళు నిశ్చితార్థం జరిగాక ఇదే బైటికి వెళ్ళడం. ముందు దేముని దర్శనం చేసుకుంటే మంచిది. అక్కడే మాట్లాడు కోవచ్చు అంది. అయినా తులసాంటీని కూడా అడుగు" అంది.

"జానకీ అలా అనకు. నీ కూతుర్ని పంపడానికి నీకు మనస్ఫూర్తిగా ఇష్టం వుందా?" అంది తులసి.

"అది కాదమ్మా, మీ అన్నయ్య కూడా అంత కంగారు పడకూడదూ అన్నట్టుగానే వున్నారు. అందుకని నేనూ అలా ఊరుకున్నాను అంతే. పెళ్ళికి ముందు వాళ్ళను దూరంగా వుంచినా, పెళ్ళి అయ్యాక నా కూతుర్ని, శేఖర్ని వదిలి మా ఇంటికి కూడా రానివ్వను. వస్తే ఇద్దరూ వచ్చి వెళ్ళవలసిందే" అంది జానకి.

"ఇది బాగానే వుంది అనుకోండి. కానీ మావాడు, ఆ జ్యోతి ఎలా మాట్లాడుతుందో, తనను ఏమని భావిస్తోందో అది తెలుసుకోవాలని అంతే" అన్నాడు నసుగుతూ మురళి.

"సరే వాళ్ళ నాన్న గార్కి, వీళ్ళ నాన్న గార్కి, వీళ్ళు అలా వెళ్ళడం నచ్చితే ఏమీ పర్వాలేదు. నువ్వున్నావు కనుక నేనూ పంపుతాను" అంది జానకి.

"నేను వుండడం కాదు వాళ్ళని గజం దూరం వుండేలా చూస్తూ వుంటాను సరేనా" అన్నాడు మురళి.

"ఆ మాటలకి రంగనాథ్ నవ్వుకుని, మేమందరం వెళ్ళడానికే ఓటు వేస్తున్నాము" అన్నాడు.

మేడ మీద నుంచి ఇవన్నీ గమనిస్తున్నాడు శేఖర్. మురళి, శేఖర్ దగ్గరకు వెళ్ళి "జరుగుతున్నవి అన్నీ చూసావా, జ్యోతి తల్లి చాటు పిల్ల. నువ్వేమి అడగాలనుకుంటున్నావో ముందుగా ప్రిపేరవ్వు .మళ్ళీ కుదరలేదు, మాట్లాడలేదు అనకు" అన్నాడు. అలాగే అన్నాడు శేఖర్. మురళి, శేఖర్, జ్యోతి మెల్లగా పెద్దల ముందు నుంచి తలవంచుకుని వెళ్ళారు.

కారులో అతని పక్కన కూర్చోవడానికి ముచ్చెమటలు పడుతున్నాయి. బావ బావ అని మనసులో అనుకోవడమే కానీ అతనితో ఎప్పుడూ మాట్లాడలేదు. చిన్నప్పటి నుంచి అతని రూపం తన గుండెలో ప్రతిష్టించుకుందికానీ, వయసొచ్చాక సిగ్గుపడి అతని రూపం కళ్ళతో చూడలేదు. మొన్న నిశ్చితార్థం రోజున చూడటమే. ఇప్పుడు బావ ఏమి అడుగుతాడో, ఏమి మాట్లాడాలో గుండెదడ వస్తోందని అనుకుంటోంది జ్యోతి. జ్యోతిని ఓరకంట చూస్తూ కూర్చు న్నాడు. దగ్గరగా జరిగితే ఏమంటుందో అని ఆలోచిస్తున్నాడు.

కారు గుడిముందు ఆగింది. శేఖర్, జ్యోతి, మురళి దేవునికి దణ్ణం పెట్టుకున్నారు. ఆ పూజారి శేఖర్ని పలుకరించి వారి పేరున అర్చన చేశారు. శీఘ్రమేవ కళ్యాణ ప్రాప్తిరస్తు అని దీవించి పాదుకలు వారి శిరస్సున పెట్టారు. ఆ గుడి ప్రాంగణంలో నడుస్తూ "ఇక్కడ కూర్చుందామా అన్నాడు" చిరునవ్వుతో ఆమె కేసి చూస్తూ.

ఆమె తలదించుకుని "మీ ఇష్టం" అంది.

అమ్మ! లైసెన్స్ ఇచ్చింది అనుకున్నాడు శేఖర్. అక్కడ ఆగకుండా కారు దగ్గరకు నడిచాడు. మురళి, జ్యోతి కూడా కారు దగ్గరకు వచ్చారు. ఆమె చూస్తోంది. శేఖర్ కారెక్కి "దా.. జ్యోతి" అన్నాడు. ఆ కారు చాలా దూరం వెళ్ళి ఒక పార్కు దగ్గర ఆగింది. శేఖర్ కారు దిగి "దా జ్యోతి" అన్నాడు. ఆమె ఆలోచనగా చూస్తోంది. "జ్యోతి దామ్మా" అన్నాడు మురళి కూడా, కారు దిగుతూ.

వాళ్ళిద్దరూ నుంచున్న చోటుకు వచ్చింది జ్యోతి. "నువ్వు, బావ ఈ పార్కులో మాట్లాడుకుంటూ ఉండండి, నేను ఇప్పుడే వస్తాను" అన్నాడు. ఆమె ఇబ్బందిగా చూస్తుంటే కారు ఎక్కి వెళ్ళి పోయాడు మురళి.

ఇదేంటీ అని ఆలోచిస్తూ నుంచున్న జ్యోతిని, చిరునవ్వుతో "రండి మేడం" అన్నాడు పార్కులోకి నడుస్తూ. అమ్మ బావా... అనుకొని నడుస్తోంది. ఆ పార్కులో ఒక చెట్టు కింద సిమెంట్ బల్ల మీద కూర్చున్నాడు. ఆమె అతని దగ్గర నుంచొని వుంది. "కూర్చో జ్యోతీ" అన్నాడు. అతనికి కొంచెం దూరంలో కూర్చుంది. "జ్యోతి ఏమైనా మాట్లాడు. అలా దూరంగా కూర్చున్నావేంటి" అన్నాడు. ఏదైనా మాట్లాడు" అన్నాడు మళ్ళీ.

"ఏం మాట్లాడనూ అంది" భయంగా చూస్తూ.

"అదే జ్యోతి మన పెళ్ళి గురించి, ఇంకా నాలుగు నెలలు దాకా పెళ్ళి జరుగదు కదా నీకు బాధగా లేదా" అన్నాడు. బాధలేదు అంది. నిజంగా చెప్పు అన్నాడు. బాధెందుకు, నాలుగు నెలలే కదా అంది. ఎంచక్కా చదువుకుంటాను అంది. పెళ్ళయ్యాకా కూడా చదువుతావా అన్నాడు. నీ ఇష్టం అంది. అన్నీ నా ఇష్టమే అంటున్నావు, నీ కేమీ ఇష్టాలు వుండవా అన్నాడు .ఆమె మాట్లాడలేదు. చెప్పు జ్యోతి నీ ఇష్టాలు ఏమిటో చెప్పు అన్నాడు. "నాకిష్టాలు ఏముంటాయి బావా" అంది.

"జ్యోతి ఒక విషయం అడుగుతున్నాను సూటిగా చెప్పు. అసలు నేనంటే ప్రేమ లేక అభిమానమా లేకపోతే, మేనరికం కదా అని చేసుకుంటున్నావా" అన్నాడు.

"ఏంటి బావా అలా అడుగుతున్నావు" అంది జ్యోతి.

"అది కాదు జ్యోతి, నువ్వు నాకన్నా చిన్నపిల్లవి. ఆ రోజు నేను బావనే పెళ్ళి చేసుకుంటాను అని నువ్వు చెప్పేటప్పటికి నాకు కొంచెం ఆశ్చర్యంగా అనిపించింది. అప్పటి నుంచి నిన్ను అడిగి, నీ మనసులో మాట తెలుసుకుందామని అనిపిస్తోంది, అందుకే ఈ ఏర్పాటు. మనం ఇద్దరం సరదాగా అన్నీ మాట్లాడుకోవాలి" అన్నాడు.

"మా అమ్మ కన్నా మా నాన్న గారు కూడా ఎనిమిదేళ్ళు పెద్దట. తులసి అత్తయ్య కన్నా మా అమ్మ చిన్నదిట" అంది జ్యోతి.

"అలాగా సరే అది వదిలెయ్యి. నన్నే పెళ్ళి చేసుకోవడంలో నీ మాట ఏమిటో చెప్పు" అన్నాడు.

"అయితే విను, నాకు ఊహ తెలిసినప్పటి నుంచి అత్తయ్య మా ఇంటికి వచ్చిందంటే మీ అత్తగారు వచ్చింది జ్యోతి అనీ, నువ్వొచ్చావంటే మీ ఆయన వచ్చాడనీ అనే వారు నాన్న గారు. అలా... నువ్వే నాకు భర్త అనుకున్నాం. నిన్నే చేసుకోవాలనుకున్నాను. ఆ ఊహే ప్రేమగా మారిపోయింది. ఆ ప్రేమే ఈ రోజు అలా పలికించింది" అంది.

"జ్యోతి.. అన్నాడు ఆప్యాయంగా" శేఖర్. ఆమె కూడా అభిమానంతో చూసింది అతనికేసి. జ్యోతి మళ్ళీ ఎప్పుడు నాకు కనిపిస్తావో, ఒక్కసారి దగ్గరకు రా అన్నాడు. చెట్టుకు ఆనుకు నుంచొని, ఆమె అలా నుంచొని చూస్తోంది "దా జ్యోతి" అన్నాడు. ఆమె కదల్లేదు. నేనంటే ఇష్టం లేదా అన్నాడు.

"ఆ మాట అనకు బావా, పెళ్లి అయ్యే దాక ఇలా వుండడమే మంచిది" అంది.

"ఈ మాట ఎవరు చెప్పారు, మీ అమ్మ చెప్పారా" అన్నాడు.

"ఆమె మాటలో కూడా రీజన్ వుంది కదా" అంది.

"ఏమి రీజనో ఏమిటో ఈ పరిస్థితుల్లో మనం పెళ్ళి దాకా కలుసుకోలేమేమో... దా.... జ్యోతి" అన్నాడు. ఆమె అలా నుంచొని చూస్తోంది. అతని మనసు ఆగడం లేదు. జ్యోతి భయపడుతూ నుంచొంది. అతను తనివి తీరా ఆమెను ఆలింగనం చేసుకున్నాడు. జ్యోతి ఉక్కిరి బిక్కిరి అయిపోతోంది.

"వదులు బావా" అంది.

"నన్నే కావాలని నువ్వు చేసుకుంటున్నావు. నిన్నే కావాలని నేను చూసుకుంటున్నాను. మన మధ్య ఏ విధమైన అపార్థాలు రాకుండా వుండాలని, నేను కోరుకుంటున్నాను జ్యోతి" అన్నాడు.

"నేను నిన్ను ప్రేమించి చేసుకుంటున్నాను బావా, మన మధ్య ఏ పొరపాట్లు రావు" అంది.

"చాలు జ్యోతీ" అన్నాడు తన్మయత్వం తోటి.

"వదులు బావా" అంది.

"ఇప్పుడు మనకు ఏకాంతం దొరికింది కదా, నా కౌగిలిలో కరగాలనీ నీకు లేదా జ్యోతి" అన్నాడు.

"నేను నిజం చెబుతున్నాను నీ మీద ప్రేమున్నా నీ ఒళ్ళో వాలాలని నాకు లేదు. పెళ్ళి అయ్యేక నేను నీదాన్ని అవుతాను. నా మాట విను, నన్ను తప్పుగా అర్థం చేసుకోకు.

ఇంకెంత నాలుగు నెలలు ఇట్టే గడుస్తాయి" అంది అతని బాహుబంధాలను విడిపించుకుంటూ. కారు వస్తున్నట్టు హారన్ వినిపిస్తోంది. నక్షత్రకుడు టైముకి వాలిపోతున్నాడు. జ్యోతీ, ఒక చిన్న ముద్దు అన్నాడు. "అదుగో మురళి అన్నయ్య" అంది. నీ సంగతి చెబుతాను అని నోట్లో గొణుక్కుంటూ మురళి కేసి చూసాడు.

"ఏరా శేఖర్ ఏం చేస్తున్నావు? గజం దూరంలో వుండమన్నాను, నువ్వు వున్నావా" అన్నాడు మొఖం అదోలా పెట్టి.

"గజం బద్ద ఎక్కడ పెట్టావురా. ఇప్పటిదాకా ఆ బద్ద ఎక్కడా వుందా అని వెదుకుతున్నాను. నక్షత్రకుడులా నువ్వొచ్చేసావు" అన్నాడు.

"ఏమన్నావు మళ్ళీ అను" అన్నాడు మురళి.

"నిన్నేమీ అనలేదురా" అన్నాడు శేఖర్.

"నక్షత్రకుడు అన్నట్టు వినిపించింది" అంది జ్యోతి.

"అవునమ్మా అన్నాడు అలాగే అన్నాడు".

"జ్యోతీ! నేనలా అనలేదు" అన్నాడు శేఖర్.

"అలా అన్నాడంటే నాకు సీన్ అర్థమైపోయింది" అన్నాడు.

"అర్థమవడానికి ఏమీ లేదు, నీబొంద నడు" అన్నాడు. ఆ ముగ్గురూ కారెక్కారు.

"ఒరేయ్ శేఖర్ నువ్వు చాలా తెలివైన వాడవు. కానీ అర్ధ గజం దూరంలో కూర్చో ఇది కారు కనుక. మా జ్యోతి అమాయకురాలు" అన్నాడు మురళి.

"అర్ధగజమా గాడిద గుడ్డా వెనక్కి చూసావనుకో మెడ మెడలా వుండదు" అన్నాడు శేఖర్.

"ఒరేయ్.. ఒరేయ్.. ఎంత తెలివైన వాడవురా, నువ్వు మాటంటే మాట మీద నిలబడాలి" అన్నాడు మురళి.

"అలా మాట మీద నిలబడబట్టే కాళ్ళు నెప్పులు వస్తున్నాయి" అన్నాడు.

"అలా నుంచోకపోతే కూర్చోలేకపోయావా" అన్నాడు మురళి.

"ఏం కూర్చుంటాం బాబూ నా పరిస్థితి అలా వుంది. నువ్వేమో అక్కడ ఏకాంతంలో ఏమో ఏమోమో అని ఊహించుకుని వుంటావ్. ఈవిడగారి నీతులు విన్నాను, అంతకన్నా ఏమీ లేదు" అన్నాడు శేఖర్.

"అలా ఉడికిపోకు, నీకు అర్ధ గజం దూరంలో కూర్చొని చూడ్డానికి లైసెన్స్ ఇచ్చాను" అన్నాడు మురళి.

"నువ్విచ్చేదేంటిరా గాడిద గుడ్డు. ఇప్పుడు జ్యోతిని నా ఒళ్ళో కూర్చో పెట్టుకుని ఇక్కడ ఏకాంతంలో ఏమో ఏమోమో అంటాను. మెళ్ళు ప్రక్కకి తిరిగాయంటే చెబుతాను అన్నాడు. బాబూ మా తలలు పక్కకు తిప్పం, నీచేతిలో గన్ వుందనుకుంటాం నీ ఇష్టం.. గోపీ... నువ్వు వాడు ఎక్కడికి తీసుకెళ్ళమంటే అక్కడికి తీసుకెళ్ళు వాడిచేతిలో గన్ వుంది అనుకో" అన్నాడు మురళి.

"వూరుకో అన్నయ్యా, నువ్వు మరీను. నువ్వు వెనకొచ్చి బావ పక్కన కూర్చో" అంది.

"చూసావా జ్యోతి ఎలా భయపడిపోతోందో" అన్నాడు మురళి. "అదేం లేదు" అన్నాడు శేఖర్.

"మంచి హోటల్ కి వెళ్ళి కాఫీ తాగుదామా" అన్నాడు శేఖర్.

"అప్పుడైనా ఇంటికి వెళదామా అన్నాడు" మురళి.

"ఇంటి దగ్గర దాకా వెళ్ళి ఇంటి చుట్టూ రౌండ్ కొడదాం" అన్నాడు శేఖర్.

"అయితే సరే అన్నాడు" మురళీ. ఏదైనా ఒక మంచి పాట పెట్టనా అన్నాడు డ్రైవర్ గోపి.

"ఇంతకీ గోపి నీకు పెళ్ళి అయ్యిందా" అన్నాడు మురళి. అతను నవ్వుతూ తల అడ్డంగా ఊపాడు.

"ఇప్పటి పరిస్థితిని బట్టి ఏ కేసెట్ పెట్టాలో అది పెట్టు" అన్నాడు మురళి.

"నన్ను వదిలి నీవు పోలేవులే అదీ నిజములే, తావి లేని పూవు నిలువలేదులే లేదులే" "శభాష్ గోపి శభాష్" అన్నారు శేఖర్, మురళి.

"హోటల్ కి వద్దు ఇంటికి వెళ్ళిపోదాం" అంది జ్యోతి గోముగా చస్తూ. "సరే

"ఈ పాట పూర్తి అయ్యేదాకా ఇంటికి తీసుకువెళ్ళకు" అన్నాడు శేఖర్. ఆ పాటకి తన స్వరం కలుపుతూ ఆ నలుగురి మొఖాల్లో ఆనందపు జల్లులు కురుస్తుంటే ఇల్లు చేరింది ఆ కారు.

★★★

మెల్లగా వచ్చి "కృష్ణా, కృష్ణా అని" పిలిచింది ఉష. కృష్ణవేణి లేచి "ఉషా నువ్వా.. దా కూర్చో" అంది. "మీ అమ్మమ్మ పడుకుంటుందనే మెల్లగా వచ్చాను, పడుకుందా"

అంది ఉష. "పడుకుంది, దా కూర్చో మంచినీళ్ళు ఇమ్మంటావా" అంది. "ఏమీ వద్దు. గీత లెటరు వ్రాసింది, అది తీసుకువచ్చాను. కులాసాగా వున్నావా, ఆరోగ్యం జాగ్రత్త, మళ్ళీ కలుస్తాను, మీ అమ్మమ్మ లేస్తుందేమో మళ్ళీ" అని వెళ్ళిపోయింది ఉష.

కృష్ణవేణి మంచం మీద పడుకుని చదవడం మొదలుపెట్టింది.

"ప్రియాతి ప్రియమైన కృష్ణకి నీ గీత వ్రాయునది. హాస్పిటల్ కి వచ్చి నిన్ను మళ్ళీ కలవలేకపోయానని బాధపడుచున్నాను.

ఆ విషయమంతా ఉష పేర లెటరులో వ్రాసాను. కానీ దాని నుండి జవాబు రాలేదు. మళ్ళీ దానికి నీకు రాస్తున్నాను. ఇదైనా చేరుతుందని భావిస్తున్నాను. ముఖ్యంగా నీకు వ్రాసేదేమిటంటే కాలు జాగ్రత్తగా చూసుకో. ప్రసవ సమయంలో ఏమీ టెన్షన్ పడకు. ఇక్కడ తెలుసున్న డాక్టర్ని కలిసి అన్నీ విషయాలు చెప్పాను. ఆమె సలహా ఏమిటంటే కాలుకి దెబ్బతగిలి నందువల్ల మళ్ళీ ఆ కాలుకి నొప్పి రావచ్చు. వచ్చినా ఏమీ టెన్షన్ పడకుండా, ధైర్యంగా వుండి డాక్టర్కి సహకరిస్తే ప్రసవం సలువుగా వుంటుందట. కంగారుపడకు. అంతేకాదు, బేబీ పుట్టిన టైమ్ నోట్ చెయ్యమని ముందుగా ఆ డాక్టర్కి చెప్పు. బర్త్ సర్టిఫికెట్ అవీ తీసుకో, నువ్వు నిరాశతో వుండి, అవి తీసుకోకపోతే చాలా ఇబ్బందులు ఎదుర్కోవాలి. తండ్రి పేరు అడుగుతారని భయపడి మానకు. ఏదో అబద్ధం చెప్పి జననం రిజిష్టర్ చేయించు, సరైన టైమ్ నోట్ చెయ్యమను. అది ఎందుకంటే ఆ పిల్ల వాని జాతకం వ్రాయించడానికి వీలవుతుంది. జనన టైమ్ లేకపోతే అది కుదరదు. ఇంకా నీకు వ్రాసేదేమిటంటే మందులు జాగ్రత్తగా వాడు. డెలివరీ అయిన వెంటనే ఉషకి తెలియపర్చు, అది నాకు వ్రాస్తుంది. మా అమ్మమ్మకి హార్టెటాక్ వచ్చిందని అర్జంటుగా రమ్మనమని కబురు వచ్చింది. అమ్మా, నాన్న గారు నేనూ వెంటనే బయలుదేరి వెళ్ళాము. ఆ కంగారులో కొన్ని రోజులు లెటరు వ్రాయలేకపోయాను. తరువాత ఉష పేర వ్రాసాను. అది ఎలా మిస్ అయిందో దాని నుంచి జవాబు లేదు. చాలా కంగారు పడ్డాను. మళ్ళీ ఇది వ్రాస్తున్నాను. ఇది చదివిన వెంటనే మళ్ళీ అన్ని విషయాలతో లెటరు వ్రాసి ఉష చేతికి అందజేయి. ఉష నాకు పోస్టు చేస్తుంది. నీకు నేను వెంట వెంటనే లెటర్లు వ్రాస్తాను. మా అమ్మమ్మ గారు కొంచెం బాగానే వున్నారు.

ఇంతే సంగతులు

ఇట్లు, నీ గీత

నీ లెటరు సరైన సమయానికి వచ్చి నన్ను ఉత్తేజ పరిచింది. నువ్వు ఇవన్నీ రాయకపోతే నేను నిజంగానే నిరాశగా వుండేదాన్ని. నా బంగారు గీత అని లెటరు ముద్దుపెట్టుకుంది.

కాలం గడిచిపోతోంది. నెలలు తిరిగి పోతున్నాయి. కృష్ణ – ఇంటికి తీసుకొచ్చి 3 నెలలు పూర్తి అయిపోయాయి. 9వ నెల వచ్చేసింది. ఈ కాన్పు ఎలా అవుతుందో భగవంతుడా అని రోజూలాగే దేమునికి నమస్కరించుకుని లేచింది కనకం. ఆమె కళ్ళు కృష్ణ కోసం వెదికాయి. ఆమె కనిపించలేదు. కృష్ణా! అన్న పిలుపుకు సమాధానం రాక బాత్రూమ్ కు వెళ్ళిందేమోనని చూసింది. అక్కడా లేదు. సందులో అటూ ఇటూ పచార్లు చేస్తున్న కృష్ణను చూచి కంగారు పడింది కనకం.

"ఏమ్మా ఇక్కడున్నావు" అంది.

"ఏమీ లేదమ్మా అని" లోపలి కొచ్చింది. కనకం కాఫీ చేసి ఇచ్చింది. "వద్దమ్మా తాగాలని లేదు, ఏదో బాధగా వుంది" అంది. కనకానికి కంగారు ఎక్కువయింది.

డాక్టర్ ఇచ్చిన డేట్ ప్రకారం ఇంకా 10 రోజుల దాకా కాన్పు జరుగదు అనుకుంది. "పడుకో కృష్ణా" అంది. అలాగేనమ్మా అంది. కనకం అమృతవల్లి దగ్గరకు వెళ్ళి" "అమ్మా! కృష్ణ ఏదోగా వుంది. నాకేమీ తోచడం లేదు" అంది. "డాక్టర్ ఇచ్చిన డేట్ ఇంకా రాలేదు కదా కంగారుపడకు" అంది. "నువ్వొచ్చి చూడమ్మా, నాకు భయమేస్తోంది. కాళ్ళు చేతులూ ఆడడం లేదు" అంది కనకం. "అలాగే వస్తాను నువ్వు కంగారుపడకు" అంది అమృతం.

"అమ్మా! కృష్ణవేణి కాలువిరిగి చచ్చి బతికి మళ్ళీ ఇంటికి వచ్చింది. నువ్వు దాన్ని మాటలని బాధపెట్టకు. ఇప్పుడు అది వట్టి మనిషి కూడా కాదు. ఇది వరకు జరిగినవన్నీ తలచుకుని ఎక్కడికో పారిపోదామని వెళ్ళావు, కాళ్ళు విరగ గొట్టుకుని తిరిగి వచ్చావు అని నువ్వంటావని, నేను నీకు చెబుతున్నాను. అలాంటి మాట ఏమన్నా అంటే అది చచ్చిపోతుంది. తల్లీ, పిల్లా కూడా చచ్చిపోతారు. ఆ మహాపాపం మనకి చుట్టుకుంటుంది. అందుకని నువ్వు ఏమీ అనకు. మా అమ్మవు కదా" అని నాగమణీ, శకుంతలా బ్రతిమలాడారు. అప్పటి నుంచి కృష్ణ వేణిని ఏమీ అనలేదు. తను మాట కూడా ఆడలేదు. ఇప్పుడు వెళ్ళకపోతే కనకం గోలపెడుతుంది. ఒకసారి వెళ్ళి చూసి కనకానికి ధైర్యం చెప్పాలి అనుకుని వెళ్ళి కృష్ణను చూసింది. కళ్ళు గుంటలు పడ్డాయి. చాలా మార్పు కనిపిస్తోంది. కడుపులో ఏదో మార్పు వచ్చినట్టు కూర్చోలేక తిరుగుతోంది. డాక్టర్ ఇచ్చిన టైముకు ముందుగానే కాన్పు అవుతుందేమో అనుకొని చూస్తోంది కృష్ణని.

కృష్ణ ఆమెను గమనించింది కానీ ఏమీ మాట్లాడలేదు. విధి వంచితలాగ తలవంచుకుని గూడుకట్టుకున్న బాధను భరిస్తూన్నట్టు నేలచూపు చూస్తూ నుంచొంది.

మొన్నటి దాకా తనకళ్ళ ముందు చిన్నపిల్లలా తిరిగిన కృష్ణవేణి ఎంత మారిపోయింది. వర్షించే నీలిమేఘంలా మెల్లగా నడుస్తోంది. తను ఆమెను ఒక లాగ చూడాలనుకుంది. కానీ ఆమె ఇంకొకలాగ మారాలని కలలు కంది. ఆ కలలే ఒక విధంగా నిజమౌతున్నాయి అనుకుని చూస్తున్న అమృతం వంక కనకం బేలగా చూస్తోంది.

కనకం బేల చూపుల్లో బాధ అర్థం చేసుకుని మనసు పట్టు సడలించి "కృష్ణవేణీ, నీకెలా వుంది" అంది అమృతం.

కృష్ణ తలవంచుకుని మాట్లాడలేదు. "అమ్మమ్మ అడుగుతోంది కదా చెప్పు" అంది కనకం.

"తిన్నది అరగనట్టుగానూ, కడుపులో నొప్పిగానూ వుంది" అంది కృష్ణ.

"రాత్రి నిద్రలేకపోయినా అన్నం అరగదు. అలా అరక్కపోయినా కడుపులో నొప్పి వస్తుంది. వేడి వేడి కాఫీ తీసుకుని కళ్ళు మూసుకుని పడుకో, నిద్రపడితే అదే సర్దుకుంటుంది" అంది. అలాగే అన్నట్టు తల ఊపింది. ఆమె మనసులో బాధను అర్థం చేసుకుని అమృతం వెళ్ళిపోయింది. కనకం కాఫీ ఇచ్చింది, కృష్ణ పడుకుంది. కానీ నిద్ర రావడం లేదు. గంటలు గడుస్తున్నాయి. పొద్దువాలి పోయింది. చీకటి అలముకుంది. కృష్ణ "అమ్మా అమ్మా" అని సన్నగా మూలుగుతోంది. ఒకచోట నుంచో లేకపోతోంది.

"అమ్మా నాకు కంగారుగా వుంది, అది బాధ పడుతోంది" అంది కనకం.

"పొద్దున్నుంచీ తగ్గలేదు పైగా ఎక్కువైపోయాయి, అవి నొప్పులే కావచ్చు. డాక్టర్ ఇచ్చిన టైముకి ముందే కాన్పు అవ్వచ్చు" అంది అమృతం.

కనకం కంగారుగా "అలా అవడం మంచిది కాదంటావా" అంది.

"తొమ్మిదో నెల వచ్చేసింది కదా ఇంక ఆ భయమేమీ వుండదు", కంగారుపడకు. హాస్పిటల్ కి తీసుకెళ్ళడం నయం" అంది అమృతం.

"ఈ రాత్రి ఇక్కడ వుండడం కన్నా అక్కడ వుండడమే మంచిది" అంది నాగమణి.

"ఏమోనమ్మా... నాకు కాళ్ళు వణుకుతున్నాయి" అంది కనకం కంగారుగా.

నువ్వుండు అక్కా అని శకుంతల కావలసిన బట్టలు, ఒక స్టవ్, కొన్ని గిన్నెలు అక్కడికి కావాల్సినవన్నీ సర్దేసింది. నాగమణి వెళ్ళి రెండు రిక్షాలు తీసుకొచ్చింది.

నొప్పులు పడుతున్న కృష్ణవేణిని మెల్లగా రిక్షా ఎక్కించి హాస్పిటల్ కు చేర్చారు ఆ ముగ్గురు. కొండయ్య కూడా సైకిల్ మీద వెనకాల వచ్చాడు.

డాక్టర్ చూసి ఇంకా టైమ్ వుంది అని మందులిచ్చింది. నర్సు రూమ్ కి వచ్చి చూస్తోంది. అమ్మా అమ్మా అని అరుస్తున్న కృష్ణవేణి గొంతు వినలేక, తల్లడిల్లిపోతుంది ఆ తల్లి మనసు. శకుంతల, నాగమణి కనకాన్ని ఆపుతున్నారు.

రాత్రి తెల్లవార్లూ కృష్ణవేణి నొప్పులు పడుతోంది. కనకం ఆ బాధ చూడలేక సోలిపోతుంది. నిద్రాహారం లేని ఆమె వేదనతో నడవలేకపోతుంది. "అక్కా, కొంచెం కాఫీ తాగు. అలా అయిపోతావేంటీ, బిడ్డ పుట్టేక ఎత్తుకుందుకు ఓపిక వుండొద్దా" అని బలవంతం మీద పట్టించేరు. ఆ రాత్రి గడిచింది. గడియారం 5 గంటలు కొట్టింది. వచ్చిన నర్సును ఎలా వుంది పరిస్థితి, ఎప్పుడు అవుతుంది కాన్పు అన్నారు ఆ ముగ్గురూ.

ఇంక కాన్పు అయిపోతుంది కంగారు పడకండని లోపలికి తీసుకు వెళ్లారు. కృష్ణవేణి పెద్ద పెద్ద కేకలు వేస్తోంది. వినలేని కనకం దూరంగా వెళ్ళింది. అయినా ఆ చెవులకు వినిపిస్తూనే వున్నాయి. ఆ కేకలతో పాటు పసి బిడ్డ కేక కూడా వినిపించింది. ఆ ముగ్గురు ఆనందంతో ఊపిరి పీల్చుకున్నారు. ఆ రూమ్ పక్కకు చేరి "ఆడపిల్లా, మగపిల్లాడా" అంటున్నారు. వాళ్ళ మాటలకి ఏ సమాధానం రావడం లేదు.

సూర్యోదయ సమయంలో కృష్ణవేణికి మగబిడ్డ జన్మించాడు. అంత కష్టంలోనూ, ఏ బిడ్డమ్మా? అనలేక అంది కృష్ణవేణి. ఆ నర్సు నవ్వుతూ "ఆడపిల్ల" అంది. "అయ్యో భగవంతుడా" అని ఇందాకటి కన్నా ఎక్కువగా ఏడుస్తోంది. "కాదు కృష్ణవేణీ కాదు, మగపిల్లాడే ఏడవకు సరదాగా అన్నా" అంది. "కాదు కాదు నాలాంటి దురదృష్టవంతురాలికి మగ బిడ్డ పుట్టడమ్మా" అని ఏడుస్తోంది.

"కాదు కృష్ణవేణీ, మా మాట నమ్మకాకపోతే" చూడు అని కాళ్ళ దగ్గర బిడ్డను తీసి కృష్ణవేణి కళ్ళకు చూపించింది. ఆ మగ బిడ్డను చూసిన కళ్ళకు మరిన్ని ఆనందాశ్రువులు రాలాయి. మాటల కందని ఆనందం మనసుని మూగచేసింది. అప్పుడే ఆ బిడ్డ ఏడుపు మొదలుపెట్టాడు. "అమ్మో! అమ్మను చూడగానే పిల్లాడికి ఏడ్పు వచ్చింది" అంది డాక్టర్.

వాడు కువ్వే... కువ్వే... అని ఏడుస్తుంటే, అమ్మా అమ్మా అన్నట్టు ఆనందించింది ఆ తల్లి మనసు. "మా అమ్మకు చెప్పండి" అంది కృష్ణవేణి.

"మీకు మనమడు పుట్టాడు" అని ఆ గోడ పక్కనే వున్న కనకానికి చెప్పగానే, ఆనంద భాష్పాలు రాలుస్తూ దేవునికి దణ్ణం పెటుకుంది.

ప్రసవ వేదన అనుభవించి నలిగిపోయిన ఆమె శరీరం శోలిపోతున్నట్టు వుంది. ఆడపిల్ల పుడుతుందేమోనని మనోవేదన అనుభవించిన ఆమె మనస్సు ఆనందంతో తేలిపోతుండగా, ఆమెను మంచం మీదకు చేర్చారు. బిడ్డతో సహా నిద్రపోయింది కృష్ణవేణి. తనకా అదృష్టం లేకపోయినా కృష్ణవేణి కడుపునైనా మగ బిడ్డ పుట్టినందుకు ఎంతగానో మురిసిపోతోంది కనకం. "అక్కా! మనవణ్ణి చూసిన ఆనందంతో అన్నీ మరచిపోతున్నావు. మాకు కాఫీ ఐనా ఇప్పించవే" అన్నారు శకుంతల, నాగమణి.

"నాతో పాటు తెల్లవార్లు జాగారం చేసి నన్ను ఓదార్చిన మీకు కాఫీ ఇస్తే తీరదు. మీలాంటి చెల్లెళ్ళకి ఏమిచ్చినా తక్కువే" అంది.

"పోనీ ఈ బుజ్జి గాన్ని ఎత్తుకుంటే చాలే" అంది నాగమణి వాడిని ముద్దు పెట్టుకుంటూ.

"మమ్మల్ని అమ్మమ్మల్ని చేసావురా" అంది శకుంతల.

"అక్కా నువ్వు కూడా కాసేపు పడుకో మేము వంటచేసి, వేన్నీళ్లు కాచి అన్నీ చూసి ఇంటికెళతాము. అమ్మకి, కొండకి చెబుతాము" అంది.

అలాగేనని కనకం కళ్ళు మూసింది. డాక్టర్ గారు వస్తున్నారు అని చెప్పడానికి వచ్చిన నర్స్ తలుపుకొట్టింది. అప్పుడు లేచింది కనకం. అంతా అయోమయంగా తోచింది. శకుంతల, నాగమణి వెళ్ళాక వేసిన తలుపు తియ్యలేదు. లేవలేదు. ఇది రాత్రా నేను ఎప్పుడు పడుకున్నాను. పిల్లాడు, కృష్ణ ఎలా వున్నారు అనుకుని తేరుకుని "కృష్ణ, డాక్టర్ గారు వస్తున్నారంట, కళ్ళు తెరు" అని లేపింది. కృష్ణ కదల్లేదు. మళ్ళీ చేయి కదిపి లేపింది. ఆమె ఒళ్ళు వేడిగా వుంది.

"అమ్మో... జ్వరం వచ్చిందేంటి" అనుకుంది. పిల్లాడు రాగం మొదలు పెట్టాడు. నయనానందాన్ని ఇచ్చిన మనమడు శ్రవణానందంగా రాగం మొదలెడుతుంటే ఆనందానుభూతిలో తేలిపోతుంది. నర్స్ వచ్చి "డాక్టర్ గారు వస్తున్నారు" అంది. ఆ వెనుకే డాక్టర్ రాధ వచ్చింది. "ఏం పట్టారు పిల్లవానికి" అంది. "పాలు పట్టాం" అని సమయానికి చెప్పింది. కృష్ణను చూస్తున్న డాక్టర్ టెంపరేచర్ చూడమంది. 101 టెంపరేచర్. జ్వరం వచ్చింది ఎందుకు డాక్టర్ అంది కనకం. "పర్వాలేదు అలసట వల్ల కుట్లుపడ్డాయి కదా అందువల్ల జ్వరం తగిలింది. మందులిస్తాను వాడండి. పిల్లాడికి 3

గంటలకు ఒకసారి పల్చని పాలలో పటిక బెల్లం వేసిన కాచిన నీళ్ళో పట్టండి" అంది. "కుట్లు పడ్డాయా డాక్టర్" అంది కనకం. "చిన్నాపరేషన్ చేయవలసి వచ్చింది. అందుకే జ్వరం వస్తుంది, తగ్గిపోతుంది అంది మందుల చీటీ ఇస్తూ. ఇవి టైముకి వాడండి" అంది వెళ్ళిపోతూ..

మనుమడి తోటి కూతరుతోటీ ఇంటి ముందు నుంచున్న కనకాన్ని తృప్తిగా చూస్తోంది అమృతం. అక్షతలు పట్టుకొచ్చి ఇచ్చింది శకుంతల. అవి దిష్టి తీసి కాళ్ళ మీద నీళ్ళు పోసింది. అందరూ లోపలికి వచ్చారు.

తెల్లవారుఝామునే లేచి ఆ బిడ్డకు నీళ్ళు పోసి, సాంబ్రాణి వేసి ముద్దులతో ముంచెత్తేస్తోంది కనకం. "అబ్బా నీ మనుమడు అంత బాగున్నాడా" అంది కృష్ణవేణి.

"ఆ.. మరి బాగోలేడూ. ఈ ముక్కు చూడండే, కొటేరులా వుంది. ఈ జుట్టు చూడంటే పట్టుకుచ్చులా వుంది. ఈ ఒళ్ళు చూడండే బంగారంలా వుందే. నా అందాల దొరమ్మా, నా ముద్దుల మూటమ్మా" అని వాడిని ఎత్తుకుని చిన్న సైజ్ డాన్స్ చేస్తున్న కనకాన్ని అమృతవల్లి చాటు నుంచి జాలిగా చూసింది.

"అసలు కన్నా వడ్డీ ముద్దంటారు. నీ మనుమణ్ణి ఎంత ముద్దుగా చూసుకుంటున్నావో, నన్ను ఇంత ప్రేమగా పెంచుంటావా" అంది కృష్ణవేణి.

"నీ మొహం నిన్ను ఇంతకన్నా ప్రేమగా పెంచబట్టే నీ బిడ్డను ఇంత ప్రేమతో పెంచుతున్నాను. నీ కొడుకు నిన్ను రాత్రులు నిద్ర పోనిస్తున్నాడు. నువ్వు రాత్రయితే ఏడ్పు మొదలెట్టేదానివి. తెల్లవార్లు నిద్రపోయే దానివి కాదు. అప్పుడు నా పాట్లు ఆ దేమునికే తెలుసు" అంది కనకం.

మెళ్ళో తాళి, ఒళ్ళో పాపడుతో వున్న కృష్ణవేణిని చూసి శకుంతల, నాగమణి వచ్చి "ఒసేయ్ కృష్ణవేణీ! నువ్వు నిజంగా అదృష్టవంతురాలివే. ఎన్ని బాధలుపడినా పవిత్రమైన విధంగా మంగళసూత్రం దక్కింది. మాతృత్వం కూడా పవిత్రంగానే జరిగింది. నీకు దేవుని దయవుందే" అంది నాగమణి.

"ఆ దేవునితో పాటు మీ అందరి దీవెన కూడా వుంది పిన్నీ" అంది కృష్ణవేణి. రోజులు గడుస్తున్నాయి.

★★★

"అమ్మా రేపటికి వీడికి 25వ రోజు వచ్చింది. నెల వెళ్ళకుండా ఏదో ఒక పేరు పెడదాం" అంది కృష్ణవేణి.

"అవును కదా వుండు" అని వెళ్ళి పినతల్లికి ఈ మాట చెప్పింది. ఆమె ముభావంగా వెళ్ళి కేలండర్ చూసి ఈ రోజు బాగానే వుంది అంది. అమృతం వెళ్ళి తన గదిలో కూర్చుంది. కొంచెం సేపు చూసిన కనకం, ఆమె దగ్గరకు వెళ్ళి "నువ్వు నాకు తల్లిని మించిన తల్లివి. నిన్ను నేను ఏనాడైనా పిన్నీ అని పిలిచానా, నువ్వు మమ్మల్ని పిన్నిలా చూసావా. నేను, శకుంతల, రాజయ్య నీ అక్కబిడ్డలమని మరచిపోయాము. నువ్వు మమ్మల్ని అంత ప్రేమగా చూసావు. అది చిన్న పిల్ల, దాని మనసు వేరు, నీకన్నీ తెలుసు కదా. నీకు తెలియని విషయం వుందా చెప్పు. నా పరిస్థితి అర్థం చేసుకుని నన్నాదరించకపోతే, నేనేమై పోవాలి" అని ఆమె ఒళ్ళో తలపెట్టుకుని "మేమేమై పోవాలి" అని ఏడుస్తోంది కనకం. శకుంతల కూడా వచ్చి ఆమె ఒళ్ళో తలపెట్టుకుని ఏడ్చింది. నువ్విలా ముభావంగా వుంటే నేను తట్టుకోలేక పోతున్నానమ్మా అని ఏడుస్తున్న అక్క పిల్లల్ని తలపట్టుకుని తనూ ఏడ్చి, "ఏడవకండే ఊరుకోండే! అది ఎందుకూ చెందకుండా పోతుందేమోనని నా బాధే" అంది కన్నీళ్ళతో అమృతం.

"అవునమ్మా నీ బాధ నాకు తెలుసు. ఎలాగో దారికి తెచ్చుకుందాం. దామ్మా వచ్చి పిల్లాడికి పేరు పెట్టు. నీ దీవెనతో వీడూ పెరుగుతాడు. కృష్ణ చిన్న బుచ్చుకుని కూర్చుంది దామ్మా" అంది తల్లి చెయ్యి పుచ్చుకుని కనకం.

అమృతవల్లి ఆ పసివాడిని తేరిపార చూసి ఎత్తుకుని కొత్తబట్టలు తొడిగి, ఎర్రబొట్టు పెట్టి, బుగ్గ చుక్కపెట్టింది. తన మెళ్ళో వున్న రెండు పేటల గొలుసు వాడి మెళ్ళో వేసింది. వాడి కేసి చూస్తోంది. వాడు కూడా కన్నార్పకుండా ఆమె కేసి చూస్తున్నాడు. "ఏరా.. నాకేసి కోపంగా చూస్తున్నావు, నువ్వు మాకు వద్దనుకున్నందుకు నా మీద కోపమా, ఏంరా నా మీద కోపమా" అంది అమృతం.

"అలా అనకమ్మా" అంది కనకం.

"అమ్మమ్మా నువ్వే వాడికి పేరు పెట్టు అంది" కృష్ణవేణి. అమృతం ఒకసారి కృష్ణవేణి కేసి చూసింది. నడుము కట్టూ, మెళ్ళో తాళి బొట్టు, నెల బాలింతరాలు, కృష్ణవేణి ఎంత మారిపోయింది. చిన్నపిల్లలా కనిపించే కృష్ణవేణి... బిడ్డతల్లిలా... ఎంత హుందాగా వుందో అనుకుని ఏదో పేరు చెప్పండి అంది అమృతం.

"సూర్యోదయ వేళ పుట్టేడు కనుక కిరణ్ అని పెడదామే" అంది శకుంతల.

"ఉదయాన్నే పుట్టాడు కనుక ఉదయ్" అని పెడదాం అంది నాగమణి.

"ఏదో ఒకటి ఆలోచించి చెప్పండి" అంది అమృతం.

"తల్లివి, నువ్వు కూడా చెప్పవే అంది" నాగమణి.

"కిరణ్ అని పెడదామె" అంది కృష్ణ. అందరూ తలూపారు.

"సరే అమ్మా నువ్వు పిలు" అంది కనకం.

"నువ్వూ అమ్మమ్మవు అయ్యావు. నువ్వు పిలవచ్చు" అంది కనకం కేసి చూస్తూ.

"కాదు నువ్వు పెద్దదానివి నువ్వే ముందు పిలు" అంది.

"ఒరే చిన్నా నిన్ను అందరూ చిన్నా, చంటీ అంటున్నారా. ఈ రోజు నుంచి నువ్వు కిరణ్ బాబువిరా... కిరణ్ బాబు... నువ్వు ఆ సూర్యునిలా వెలగాలి" అంది అమృతం. కనకం కళ్ళు ఆనందంతో చమరుస్తున్నాయి.

"నువ్వు పిలు కనకం అంది" అమృతం.

"మాట్లాడలేని ఆనందంతో కిరణ్" అంది ముద్దు పెట్టుకుంటూ.

"కృష్ణా! నువ్వు పిలు" అంది శకుంతల.

"నా ఆశా కిరణానివి రా... అంది" బొంగురుపోయిన గొంతుతో, కృష్ణ. అందరూ వాడి మీద అక్షింతలు వేసారు.

★★★

"కృష్ణవేణీ ఏం చేస్తున్నావు" అంది మెల్లగా వచ్చిన ఉష.

"ఏముంది ఇదిగో వీడితోటే సరిపోతోంది" అంది కృష్ణ.

"పోనీలే నీ కోరిక తీరింది అని నేనూ సంతోషించాను. ఆరోగ్యం జాగ్రత్త. ఇదిగో గీత ఉత్తరం వ్రాసింది" అంది, చేతికిస్తూ. "చదవ్వే ఏంరాసిందో" అంది.

"చదవమంటావా" అంది కృష్ణ.

"చదువు మనలో మనకేముంది" అంది. సరే అని మొదలు పెట్టింది.

ప్రియమైన కృష్ణకు,

నీ లెటరు చూసి చాలా చాలా సంతోషించాను. నిజంగా నీకు భగవంతుడు తోడు ఉన్నాడు. అందుకే మగబిడ్డ కావాలి అన్న నీ మాట అస్తమానూ నా చెవిలో వినిపించేది. ఏ బిడ్డ పుడుతుందోనని నేను భయపడ్డాను. పోనీలే కోరిక తీరింది. నీ లెటరు అందగానే పంతులు గారికి ఆ టైము చెప్పి జాతకం వేయించాను. ఆయన అన్నదేమిటంటే పిల్లవాని జాతకం చాలా మంచిది, అభివృద్ధిలోకి వస్తాడు. కాకపోతే మూలా నక్షత్రం కనుక ముసలి వాళ్ళు కొంచెం జాగ్రత్తగా వుండాలి అన్నారు. బహుశా అమ్మమ్మని జాగ్రత్తగా

చూసుకోండి, ఇంతకన్నా చెప్పలేను. నేను చెప్పినట్టు జననం రిజిష్టర్ చేయించానన్నావు. చాలా సంతోషం. నీ బాబుకి నా ముద్దులు. వాడిని జాగ్రత్తగా పెంచు. వీలు చూసుకుని వస్తాను, వాడ్ని చూడాలని వుంది.

ఇంతే సంగతలు.

ఇట్లు నీ గీత

"ఇదిగో లెటరు జాగ్రత్త పెట్టుకో... నేను వెళ్లి వస్తాను" అంది ఉష.

"మూల నక్షత్రం మంచిది కాదా?" అంది కృష్ణవేణి.

"మొన్నటి దాకా మగపిల్లాడు పుట్టడేమోనని బెంగపెట్టుకున్నావు. ఇప్పుడు నక్షత్రం గురించి బెంగపెట్టుకుంటున్నావు. ఏ నక్షత్రం అయినా పర్వాలేదు. అదృష్టం మంచిది అవ్వాలి. నేను అలాగే అనుకుంటాను" అంది ఉష.

"సరే అయితే నేనూ అలాగే అనుకుని ధైర్యంగా వుంటాను" అంది కృష్ణవేణి.

"బాబూ కిరణ్... కళ్ళు తెరూ.. ఇదిగో ఈ సబ్బు, పౌడర్.. నీకేరా బుజ్జి కన్నా.. అని ముద్దు పెట్టుకుని.. బాబూ జాగ్రత్త నేను వెళ్లొస్తాను" అంది ఉష.

★★★

శేఖర్ కు "స్టార్ట్ ఇమ్మీడియట్లీ యువర్ గ్రాండ్ ఫాదర్ ఈజ్ ఇన్ సీరియస్" అని వచ్చిన టెలిగ్రామ్ చూసి కంగారుపడ్డాడు శేఖర్. వెంటనే మురళి రూమ్ కు వెళ్లి టెలిగ్రామ్ చూపించాడు. మురళి తన కంగారు లోపల అణచుకుని ఏమీ పర్వాలేదు కంగారు పడకు అన్నాడు. ఇద్దరూ వెంటనే బయలుదేరారు.

చీకటి అలముకుంటోంది. ఏముంది ఇల్లు చేరే సరికి తాతగారు వీధి అరుగు మీదే పడుకుని ప్రత్యక్షమయ్యారు. శేఖర్ గుండె వేగంగా కట్టుకుంటోంది. "మీ తాతగారు మనకింక లేరు" అని తల్లి బాధపడుతూ అన్నమాట గుండెను చీల్చేసింది.

తండ్రి శవం ప్రక్కన కూర్చున్న శేఖర్ని చూడగానే ఆ అన్నదమ్ములు కళ్ళు చెరువులయ్యాయి. వెళ్ళి వారి దగ్గర కూర్చున్నాడు. తాతగారి కోసం దుఃఖిస్తూ, నిన్న ఉదయంకూడా బాగానే వున్నారు. రాత్రి కొంచెం దగ్గు వచ్చింది. ఆయాసంగా వుందన్నారు. ఆసుపత్రికి వెళ్ళాం మాట్లాడుతూ మాట్లాడుతూనే... అని ఇంకా మాట్లాడలేకపోయాడు. పినతండ్రి మాటలకి గుండెకరిగి "తాతయ్యా" అన్నాడు ఆయన తల నిమురుతూ బోరున విలపించాడు. మురళీ శేఖర్ ని ఊరడించాడు.

సత్యనారాయణ పంతులుగారు ఆ కార్యక్రమానికి సంబంధించిన బ్రాహ్మణులను పురమాయించారు. ఆ కార్యక్రమాలు జరుగుతున్నాయి. గిరీశం గారు, భూపతిగారు, జానకి, రామారావు వచ్చారు. అందరి మనస్సుల్లోనూ ఒకటే దిగులు. పెళ్ళి చూసుకోకుండా వెళ్ళి పోయారే అన్నబాధ అందరి మనసుల్లోను మూలుగుతోంది.

ఎవరితో ఏమి మాట్లాడాలో తెలియక కంగారుగా వచ్చి కన్నీరు పెట్టుకుంది జానకి. ఆమె మనసులో చాలా ఆందోళనలు సుడిగుండాల్లా రేగుతున్నాయి. అనూరాధ ఓదార్పుగా "ఆయనకేంటి అదృష్టవంతులు. 82 ఏళ్ళు బ్రతికినా ఆరోగ్యంగా వున్నారు. ఎవరి తోటీ ఏమీ చేయించుకోలేదు. సునాయాసంగా వెళ్ళిపోయారు. మనుమడి పెళ్ళి చూడాలన్న కోర్కె తీరలేదే అన్న బాధ తప్ప ఏమీ పర్వాలేదు, ఆయనకేంటీ ధన్యులు" అంది అందరికీ ధైర్యం చెబుతున్నట్లుగా అనూరాధ.

ఆయన అంతిమ పయనంలో చుట్టు ప్రక్కల పెద్దలు, కొడుకులూ, బంధువులు అందరూ కదలబోతున్నారు. "నేను వెడతానన్న" శేఖర్ ను మురళి ఆపుచేసాడు.

తాతగారికి స్నానం చేయించి వీధిలోకి తీసుకెళుతున్నారు. గుండెలో బాధను ఆపుకోలేని శ్రావణి ఒక్కసారి "తాతయ్యా... తాతయ్యా... అని పెద్ద పెద్ద కేకలు పెట్టి" ఏడుస్తోంది. ఆమె ఏడ్పు చూసి అందిరి బాధ కట్టలు తెచ్చుకుంది. ఇల్లంతా బాధామయమైంది. అందరినీ దుఃఖసారగంలో వుంచి ఆయన వెళ్ళిపోయారు అంది అనూరాధ. శేఖర్ పెళ్ళో, శేఖర్ పెళ్ళో అని కలవరించేవారు. ఒక్క నెల ఆగలేక పోయావా నాన్నా" అని బాధపడుతూ గోడను పట్టుకున్న రంగనాథ్ ని గుండెలకు హత్తకున్నారు మోహనరావు. మోహనరావు ఫ్రెండ్ కంగారుగా వచ్చి "నాకూ ఇప్పుడే తెలిసింది. అరెరే ఎంతపని జరిగింది" అని వాపోయారు. ఎదురింటి పెద్దాయన సుందరరావు గారు వచ్చి రంగనాథ్ ని , మోహనరావును పట్టుకుని "ఏమీటీ చేదస్తం, మీరు చిన్న పిల్లలా? ఆయన పెద్ద వారు, అదృష్టవంతులు. ఎంత మందికి వస్తుంది ఇలా సునాయాస మరణం. తండ్రి తండ్రే అనుకోండి, కానీ ధైర్యంగా వుండి ఆయన్ను ఆనందంగా సాగనంపండి. స్టేషన్లో వున్న ప్రయాణీకులు, ఎవరి బండి ముందొస్తే వాళ్ళు వెళ్ళినట్టు, ఎవరి టైం వస్తే వాళ్ళు ఆగుతారా, ఈ పెళ్ళిళ్ళూ, పేరంటాలు, ఇలా వస్తూనే వుంటాయి. ఎంత ఋణం వుందో అంతే చూసుకుంటారు. అలా బాధపడకండి" అని ధైర్యం చెప్పారు.

గిరీశం గారు "చీకటి పడిపోయింది, నడవండి" అని ఆ అన్నదమ్ములను ఆ కార్యక్రమానికి తొందరపెడుతున్నారు. బయట నుండి పంతులు గారు చుట్టు పక్కల

పెద్దలూ "రండి రండి" అని కేకలేస్తుంటే వెళ్ళారు ఆ అన్నదమ్ములు. వెంకటాచలపతి గారి అంతిమ యాత్ర సాగిపోతోంది.

ఒక జీవితం ముగిసిపోయింది. ఆ కన్న బిడ్డలకు విషాదం మిగిల్చింది. ఎవరు ఏడ్చినా, ఎవరు నవ్వినా, ఎవ్వరు పుట్టినా, ఎవరు గిట్టినా, ఎవ్వరితోనూ ఏమీ ఆలోచిస్తూ ఆగను అన్న కాలచక్రం తిరిగి పోయింది. మళ్ళీ సూర్యుడు ఉదయించాడు. శేఖర్, మురళి "మేం బయలుదేరతాం" అన్నారు. "అలాగే మళ్ళీ ఎప్పుడు రావాలో పంతులు గార్ని అడిగి అన్ని విషయాలు తెలియజేస్తాను" అన్నారు మోహన రావు గారు. తల్లికి, పిన్నికి చెప్పి బయలుదేరారు మురళి, శేఖర్.

రాత్రి రూమ్ లో దిగులుగా కూర్చున్న శేఖర్ని చూసి "ఒరే, అలా దిగులుగా వుండకురా. ఒక్కొక్కసారి అనుకోని సంఘటనలు జరుగుతాయి. పెళ్ళిళ్ళు ముందు కొంతమంది పోవడం జరుగుతుంది. అలా అని మనం ఏమీ చెయ్యలేము. ఆయనకు మీ పెళ్ళి చూసే ఇది లేదు. ఏం చేస్తాం. పెద్దాయన. అలా బాధపడకు" అన్నాడు.

"అది కాదురా ఇంకా నెల వుంది. పెళ్ళి అనగానే ఇంత మార్పు వచ్చేయాలా, పోనీ ఏదో జబ్బు చేసి తగ్గకూడదూ, ఆ పెళ్ళి అయిపోయాక ఆయనకి తృప్తిగా ఉండును. ఏమిటో ఇప్పుడు ఏం జరుగుతుందో" అన్నాడు.

"ఏమీ పర్వాలేదు. నువ్వు ఏదేదో ఆలోచించి మనసు పాడు చేసుకోకు" అన్నాడు మురళి.

"అది కాదురా మురళి! తాతగారు పోయినపుడు నువ్విలా ఆలోచిస్తున్నావా అనకు" అంటుంటే "అదేం మాటరా శేఖర్ మనలో మనం అన్నీ మాట్లాడుకోవాలి చెప్పు" అన్నాడు. "ఆ ముహూర్తానికి పెళ్ళి కుదరదుట, అక్కడ కొంతమంది అనుకుంటున్నారు. అలా చేయకూడదుట పంతులు వాళ్ళు అనుకుంటున్నారు" అన్నాడు. "పోనీ ఇంకో నాలుగు నెలలు లేటవుతుంది ఏం చేస్తాం" అన్నాడు ఊరడింపుగా మురళి. "నాకెందుకో పెళ్లి ఆగిపోతుందంటే భయంగా వుందిరా".

"తాత గారు పోయారన్న బాధ ఒక పక్క, పెళ్లి ఆగిపోతుందేమో అన్న భయం మరో పక్క. మనసు నలిగిపోతుంది రా" మురళి అన్నాడు. ఎక్కువ ఆలోచించకు రా అన్నాడు మురళి.

12వ రోజుతో వెంకటచలపతి తాతగారికి దినవార కార్యక్రమాలు పూర్తయ్యాయి. ఆ రోజు చాలా మందికి భోజనాలు పెట్టారు. పేదలకు పంచె, తువ్వాలు పంచిపెట్టారు. చాలా వైభవంగా చేశారు.

సత్యనారాయణ పంతులుగారు కూర్చుని మాట్లాడుతుంటే "మీరు చాలా మంచి ముహూర్తం, చాలా బాగుందన్నారు కానీ ఇలా జరిగిందన్నాడు" రంగనాథ్ వుండబట్టలేక.

"నేనూ అదే ఆలోచిస్తున్నాను. మీ కుటుంబాల్లో అంటే మీకు గానీ, మీ అక్క చెల్లెళ్ళకు గానీ ఎవరయినా మూలా నక్షత్రాన మనుమలు జన్మించారా" అన్నారు.

"మా కుటుంబాల్లో ఎవరూ చంటి పిల్లలు పుట్టలేదే" అన్నాడు రంగనాథ్.

"ఈ ముహూర్తం బలంగా వుంది. అంత బలాన్ని తోసేసిందంటే అలాంటిదేదో జరిగి వుండాలి అనుకున్నాను" అన్నారు పంతులుగారు.

"అలాంటిదేదీ లేదండి" అన్నాడు రంగనాథ్.

"ఏమో ఆయనకి నూరేళ్ళు నిండిపోయాయి. అలా అనుకోవలసిందే ఏం చేస్తాము" అన్నారు పంతులుగారు.

అన్ని పనులు పూర్తిగా చేసేసి శేఖర్, మురళి మళ్ళీ రూమ్ కు చేరుకున్నారు.

★★★

తల్లి ఒళ్ళో పాలు తాగుతూ ఆమె మెళ్ళో గొలుసు, మంగళసూత్రాలు చేత్తో పట్టుకుని కదుపుతూన్న పిల్లాడిని కృష్ణవేణి ముద్దు పెట్టుకుని "కిరణ్ బాబూ ఇది మీ నాన్న గొలుసురా, మీ నాన్నది అని చెప్పడానికి ఉన్న ఆధారం ఇదొక్కటే. ఆ రోజు నేను అలా అడిగినందుకు, ఆయన ఇచ్చినందుకు ఇది నీకు చూపగలుగుతున్నాను. నా బంగారు తండ్రికి చూపగలుగుతున్నాను. మీ నాన్న ఫోటో వుందిరా చూస్తావా, నువ్వు పెద్దయ్యాక చూద్దువుగాని" అంటోంది కృష్ణవేణి.

తన మనసు పడుతున్న వేదన అంతా వాడికి చెప్పుకుంటోంది. ఆ పసిగుడ్డు తన కడుపున పుట్టబట్టి కదా వాడికి తన వేదన చెబుతోంది. లేకపోతే ఎవరికి చెబుతుంది ఆ రాని భర్త గురించి ,అనుకుని కృష్ణను జాలిగా చూస్తూ నిద్రలోకి జారుకుంది కనకం.

కృష్ణవేణి నిద్రలేచేసరికి బాబు బోర్లా పడి వున్నాడు. "అమ్మా... అమ్మా.. అని" కేకేసింది కృష్ణ. కనకం ఆనందంతో వచ్చింది. "చూడమ్మా! నీ మనుమడు బోర్లా పడ్డాడు" అంది. "వాడు బోర్లా పడి ఆయాసంతో మొహం పైకెత్తి చూస్తున్నాడు". "ఈ రోజుకి

వాడికి రెండు నెలలు పూర్తయ్యాయి. అప్పుడే బోర్లా పడ్డాడు అని ఎంతో ఘనకార్యం చేసిన కొడుకుని ఎత్తుకుని ఆనందించినట్లు ఆ పసివాడిని ఎత్తుకుని ఆనందంతో పరవశించిపోయింది" కృష్ణవేణి. కనకం కళ్ళు ఆనందంతో మెరుస్తున్నాయి. కూతుర్ని, మనవణ్ణి చూసి ఏ ఆనందం అయినా పిల్లల తోనే వుంది, పిల్లలు లేకపోతే ఏముంది అనుకుంది.

మనసుకీ, మనిషికీ సమానత్వం లేక డబ్బు కోసం యంత్రాల్లా పనిచేస్తున్న ఆ ఇంట్లో వాళ్ళకి ఆ పసివాడు ఆమని పులకింతగాను, ఆనందపు జల్లుగాను మారాడు. అందరూ వాడిని ఎత్తుకుని ముద్దాడి సేద తీర్చుకుని వాళ్ళ వాళ్ళ పనులకు వెళుతున్నారు. ఒకరోజు ఎవ్వరూ లేని సమయాన అమృతవల్లి కూడా వచ్చి ఎత్తుకుని ముద్దు పెట్టుకుంటుంటే కృష్ణ గదిలోకి రాబోయి, ఆగిపోయి చాటు నుంచి చూస్తోంది.

రోజులు గడుస్తున్నాయి...

ఒక రోజు పిల్లాడికి పాలిస్తూ నిద్రపోయింది కృష్ణవేణి. కనకం కూడా మాగన్నుగా పడుకుంది. ఎవరో తలుపు తోసిన చప్పుడయింది.

కనకం లేచి ఎవరా అని చూస్తోంది. భూషయ్య కొడుకు మంగరాజు తాగి తూలుతూ వచ్చాడు. "కృష్ణవేణి ఏదీ" అంటున్నాడు. ఆ మాటకు కృష్ణకు మెళుకువ వచ్చింది. అతనేం చేస్తాడో అని భయంతో వణికిపోతోంది.

"కృష్ణకు వంట్లో బాగోలేదు బాబు" అంది కనకం.

"ఏం రోగమొచ్చిందీ" అన్నాడు.

"జ్వరమొచ్చింది బాబూ" అంది.

"జ్వరమే కదా పర్వాలేదు" అన్నాడు. కృష్ణ మంచం దగ్గరకు వచ్చేస్తున్నాడు కనకాన్ని తోసుకుని.

"ఒక్క 15 రోజులు ఆగండి బాబూ 15 రోజులు ఆగండి" అంది కనకం.

అతను సరాసరి కృష్ణవేణి మంచం దగ్గరకు వచ్చేసి కప్పుకు పడుకున్న కృష్ణను చూసి "ఏమే మహారాణీ లాగ పడుకున్నావు" అని దుప్పటి లాగేసాడు. పక్కలో వున్న చంటి పిల్లాణ్ణి చూసి "ఇది దీని జబ్బు, జ్వరమొచ్చింది అన్నావు కదే" అన్నాడు కోపంగా కనకం కేసి చూస్తూ. "నీయమ్మ ఎందుకే అబద్ధాలు" అని పళ్ళు కొరుకుతున్నాడు.

"బాబూ అది బాలింతరాలు" అంది దీనంగా కనకం. కృష్ణ లేచి నుంచొని చూస్తోంది. అతను కృష్ణ జుట్టు పట్టుకుని నడు లోపలికి అన్నాడు. అలా నుంచొని చూస్తోంది. ఇంకో గదిలోకి తీసుకెళుతున్నాడు.

"ఆగండి దాని వంటి మీద చెయ్యి వెయ్యకండి" అంది గట్టిగా కనకం.

"ఏమీ పర్వాలేదు అన్నాడు" మైకంతో.

"మీకేమీ పర్వా లేదు బాబూ ఎలా పోయినా మేమే కదా" అంది కనకం.

ఇంతలో రాజయ్య వచ్చి "బాబూ మీరు కొంచెం ఆగాలి" అన్నాడు, అతని చెయ్యి పుచ్చుకుని బ్రతిమాలుతూ.

"నేను చాలా కాలం నుంచి ఆగే వున్నాను. ఇంక ఆగలేను నన్నాపకు" అన్నాడు విదిలించుకుంటూ.

"ఒక్క 15 రోజులు ఆగండి, ఆ తరువాత మీ కాళ్ళ దగ్గర పడేస్తాను దాన్ని" అన్నాడు.

"ఇలా అనే నన్ను ఇన్నాళ్ళూ వెధవని చేసారు. మొట్టమొదటి రాత్రి నాకియ్యండని ఎన్ని సార్లు చెప్పానురా? ఎంత డబ్బులిచ్చానురా? నాకిచ్చావా? పోనీ తరువాత..." అంటుంటే, "కాలు విరిగింది కదా బాబూ" అంది కనకం.

"కాలు విరిగింది. తరువాత కడుపొచ్చింది. తరువాత పురుడొచ్చింది. అవునొరే, ఈ కడుపు ఎలా వచ్చిందిరా కాలు విరక్కముందే కడుపొచ్చిందా అంటే మీరు ఎవరికో దీన్ని ఇచ్చేసారన్న మాట" అన్నాడు కోపంగా చూస్తూ మంగరాజు.

"అది కాదు బాబూ ఒక రోజు ఏం జరిగిందంటే అది పడుకుని వుంది. నేను ఊరులో లేను. ఎవరో పట్నం బాబుట, వచ్చి దాన్ని బలవంతం చేసాడు. ఆ పెనుగులాటలో కృష్ణకు జ్వరమొచ్చింది. ఆ జ్వరం తగ్గాక మీకు కబురు పంపాం. ఆరోజు సాయంత్రమే జారి పడిపోయింది. కాలు విరిగింది. ఆ బాధలో మేమున్నాం. గర్భిణీ వస్తుందని మేము అనుకోలేదు. తరువాత చూపిస్తే, ఇప్పుడు గర్భిణీ తీస్తే తల్లికి ప్రమాదం అన్నారు. చచ్చిపోతుందేమోనని ఊరుకున్నా బాబూ. మా మాట నమ్మండి" అన్నాడు రాజయ్య.

"సరే ఏదో చెప్పావు. అయిందేదో అయిపోయింది. నేను ఊరులో లేను. ఆనాడొచ్చాను. మళ్ళీ ఇప్పుడు వచ్చాను. నేను మళ్ళీ వచ్చేటప్పటికి, ఆగండి తరువాత

రండి అన్నావనుకో" అంటున్న అతన్ని కూర్చోబెట్టి "ఆ తరువాత ఆగొద్దులెండి, నా మాట వినండి .ఇంతకన్నా మంచి అమ్మాయిని ఇస్తాను రండి" అన్నాడు.

"ఇది కావాలని వస్తే ఇంకొకత్తిని ఇస్తానంటావేంటిరా, వెటకారంగా వుందా" అని కొట్టబోయాడు.

"ఇదెక్కడికి పోతుంది బాబూ! 20 రోజులు ఆగితే మీ కాళ్ళదగ్గరే పడి వుంటుంది" అని బ్రతిమాలి పక్క గదిలోకి తీసుకెళుతుంటే "ఏమేయ్ కనకం, 20 రోజులు టైమ్ తరువాత నీ కూతుర్ని మర్యాదగా నా దగ్గరకు పంపావా సరే, లేకపోతే నా సంగతి తెలుసుకదా" అన్నాడు. అలాగే బాబు అంది కనకం దీనంగా. కృష్ణవేణి గుండెల్లో రాయిపడింది. దిక్కుతోచక నుంచొని చూస్తోంది. కాల సర్పాలు కాటు వేయడానికి సిద్ధమౌతున్నాయనుకుంది. కన్నీరు జలజలా రాలుతోంది. తనూ, తన తల్లీ బాబుతోటి ఆనందంగా వున్నారు. ఇకముందు రోజులు ఎలా వెళతాయో అనుకుంటుండగా కనకం "నువ్వు వెళ్ళి పడుకో" అంది. వెళ్ళి బాబు పక్కన పడుకుంది. కానీ నిద్ర రావడం లేదు. మనసులో ఆందోళన మొదలయ్యింది. తన కర్తవ్యాన్ని వచ్చి గుర్తు చేశాడు. దీనిని దృష్టిలో పెట్టుకుని పరిస్థితులను మార్చుకోవాలి అని కళ్ళు మూసుకుంది.

★★★

ఏం చేస్తాం బంధాలు, ప్రేమలు వుంటాయి. కానీ అవి అపహాస్యం కాకూడదు. తన వల్ల తన బిడ్డ నలుగురిలో నవ్వులు పాలు కాకూడదు. తన జీవితపు నీడలు వీడి మీద పడకూడదు. తను ఎంతగా ఈ పరిస్థితులు చూసి అసహ్యంతో జీవితం గడిపేదో. తనకు అన్నీ తెలిసి వీడిని ఇక్కడ వుంచితే రేపు వీడూ రాజయ్య, కొండయ్యలాగ వచ్చే వాళ్ళను మర్యాదగా ఆహ్వానిస్తూ, వెళ్ళే వాళ్ళను మంచిగా సాగనంపుతూ బ్రతకాలి. అలా జరుక్కూడదు. అయితే వీడు నా దగ్గర వుండకూడదు అని నిర్ణయించుకుంది. చలికాలం కావడం చేత తల్లిని అంటిబెట్టుకుని పడుకున్నాడు. బాబు అలా పడుకుంటే తను ఆనందంగా నిద్రపోతుంది. రేపటి నుంచి వీడు చలిలో పడుకోవాలి, తను ఒంటరిగా పడుకోవాలి. వీడిని వదిలి వుండడం ఎలా అని శోకమూర్తిలా రోదిస్తోంది. వీడు లేని బ్రతుకు బతకడం అనే ఆలోచన వచ్చినప్పుడల్లా కన్నులు చెరువుల్లా అవుతున్నాయి.

నిద్రలో ముడుచుకుని తన డొక్కలో ఇమిడివున్న బాబుని చేత్తో నిమురుతూ విలపిస్తోంది. "బాబూ నువ్వు రేపటి నుంచి ఏ పాలు తాగుతావురా, ఎవరి దగ్గర బొజ్జుంటావురా. ఈ అమ్మ వంటి వెచ్చదనం నీకుండదురా అని వాడిని ఒళ్ళోకి తీసుకుని ఆ చిన్నారి బాబు మొఖం ముద్దు పెట్టుకుని, ఒరే కన్నా! నా పేగు తెంచుకుని పుట్టి నన్ను

తల్లిని చేసావు. నేను పాశం తెంచుకుని నిన్ను దూరం చేసుకుంటున్నాను. ఏం చెయ్యను నాన్నా, నేనేం చెయ్యను? నా అదృష్టం ఇంతేరా. ఇలా కన్నీళ్ళుపెట్టుకోవడమే. రేపటి నుంచి నువ్వు ఏడవకేం, నువ్వు ఏడిస్తే పాలిచ్చేందుకు అమ్మ వుండదూ, నిన్నెత్తుకునేందుకు అమ్మమ్మ వుండదూ, నీకు నువ్వే గుండె కరిగిపోయాలా ఏడుస్తూ వుండు అని తన గుండె కరిగేలా ఏడుస్తోంది. అప్పుడు నువ్వు నా కడుపున పడ్డావని ఎంతగానో సంతోషించాను. ఆ భగవంతుడు ఒకటి అడిగితే రెండు వరాలిచ్చాడు అనుకున్నాను. ఎంతగానో ఆనందించాను. ఈనాడిలాంటి దుస్థితి వస్తుందని, నిన్ను దూరం చేసుకోవాలని ఆనాడు ఊహించలేదు. ఈ బాధతో నా మనసు నలిగిపోతుందిరా... ఎవరికీ చెప్పుకోలేని బాధరా బాబూ ఇది. ఈ బాధ నేను భరించలేకపోతున్నానురా. ఎందుకురా నా కడుపున పుట్టావు. నువ్వు పుట్టకపోతే నాకీ బాధ వుండకపోనురా.

ఎంత బంధం వేసావురా. ఇంత లేవురా, నువ్వు ఇంత బంధం వేసేసావు. నీవు నా దగ్గరే వుంటే ఇంకా ఎన్నిరెట్లు పెరుగుతుందో ఈ బంధం. అప్పుడు నేను ఈ పని చెయ్యలేను. అసమర్థతకు లోనై నిన్ను చూసి బాధపడ్డా నిన్ను దూరం చేసుకోలేను. అలా అని నా దుస్థితి నేను మార్చుకోనూలేను. రేపు ఈ కాకులూ, గ్రద్దలూ నన్ను పీక్కుతింటుంటే నువ్వు చూసి సహించలేక, నన్ను వదలలేక, నువ్వు ఎటూ వెళ్ళ లేక, ఆ బంధాల్లో చిక్కుకుపోయి ఏడుస్తావు. నిన్ను చూసి నేనూ ఏడుస్తాను. అప్పుడు నువ్వు ఏడ్చి ఏడ్చి ఎలాగో పెరిగినా, తరువాత మంచిగా బ్రతకాలంటే ఈ సమాజం నిన్ను బతకనివ్వదు.

నిన్ను వేశ్యకొడుకు, వేశ్యకొడుకు అంటుంది ఈ లోకం. నీ తోటి వాళ్ళు నిన్ను హేళన చేస్తారు. నీ తండ్రిని గురించి చెప్పలేవు, చెబితే ఏ అనర్థాలకు దారి తీస్తుందో చంద్రశేఖర్ జీవితం. అటు కన్న తల్లి, ఇటు కన్నబిడ్డ, ఇటు కుల వృత్తి, ఈ మూడింటితోనూ సత మతమైపోతుందిరా నా మనసు. ఏం చెయ్యనురా, నేనేం చెయ్యను. ఇంతకన్నా నాకు మార్గం కనబడుటలేదురా. కానీ కన్నా రేపటి నుంచి నువ్వు అనాధగా ఎంత బాధను అనుభవిస్తావో అనుకుంటేనే నా గుండె బ్రద్దలవుతోందిరా" అని కన్నీరు మున్నీరుగా విలపిస్తుంటే బాబుకి మెళుకువ వచ్చి ఏడుస్తున్నాడు.

బిడ్డ ఏడ్పు విని, "కృష్ణవేణి ఏం చేస్తున్నావే, బాబు ఏడుస్తున్నాడు" అంటూ వచ్చింది.

తల్లికి తన మొఖం కనబడకుండా "లేచానమ్మా" అంటూ తలనిండా ముసుగు వేసుకుని బాబుని ఊరడించింది.

మనిషి ముసుగు వేసుకున్నా మనసు మళ్ళీ వేదనను తెరచింది. "కిరణ్ బాబూ పాలు తాగుతున్నావా కన్నా, రేపటి నుంచి నీకు అమ్మ పాలు వుండవు. ఏ పిండి పాలు పోస్తారో, అవి త్రాగి నీ ఆరోగ్యం పాడైపోయి ఏ విరోచనాలు పట్టి ఏడుస్తావోరా... నా తండ్రీ నేను నీకు ముందు నుంచీ అలా పోత పాలు పోసి వున్నాను కాదు. అలాంటి అవసరమూ రాలేదు. నీకు లోటు లేనన్ని పాలు నాకు ప్రసాదించాడు ఆ దేవుడు. మనం దురదృష్టవంతులం నాన్నా... పాలిచ్చే భాగ్యం నాకూ, తల్లిపాలు తాగే భాగ్యం నీకు లేదు. ఏం చెయ్యను" అని అలా ఏడ్చి ఏడ్చి ఎప్పటికో నిద్రపోయింది. ఆ రాత్రి అలా తెల్లారింది.

కనకం నీళ్ళు కాచి నలుగు పిండి సిద్ధం చేసి "కృష్ణవేణి లేవే.." అని ముసుగు తీసి "కన్నతండ్రీ... కిరణ్ బాబూ, నువ్వు లేవలేదా" అని చూస్తోంది. వాడు తల్లినంటుకుని నిద్రపోతున్నాడు. వాళ్ళని చూసిన కనకం మనసు ద్రవించింది. ఇలా తల్లి పిల్లని, పిల్ల-తల్లిని అంటుకుని వుండాలని ప్రతీ తల్లి మనసూ కోరుకుంటుంది. కానీ పుట్టిన బిడ్డను పుట్టగానే అనాధగా వదిలెయ్య వలసిన దుస్థితి ఎవరికి కలిగినా అది దురదృష్టం అనుకుంది కనకం.

"కృష్ణా! లే నువ్వు", అని లేపి బాబుని తీసుకుని వెళ్ళిపోయింది. కృష్ణవేణి కంగారుగా లేచి "అమ్మా ఒక్క నిమిషం ఆగవే నేనూ వస్తున్నాను. ఈ రోజు నేను పోస్తాను వాడికి నీళ్ళు" అంది.

"నీ మొఖం నువ్వు పొయ్యలేవు" అంది కనకం.

"పర్వాలేదమ్మా ఈ ఒక్కరోజు నేను పోస్తానమ్మా" అంది.

"తరువాత పోద్దువు గానీలే, కొంచెం పెద్దయ్యాక పోద్దువుగాని" అంది.

"అమ్మా అమ్మా ఈ రోజు నేను పోస్తానమ్మా" అంది. కృష్ణవేణి నోట రెండు సార్లు అమ్మా అమ్మా అన్న మాట వింటే కనకం మంత్రముగ్ధురాల్లాగ అయిపోతుంది. మంచులా కరిగిపోతుంది.

"జాగ్రత్తగా పొయ్యకపోతే నీళ్ళు ముక్కు, చెవుల్లోకి వెళ్ళి పిల్లాడు ఉక్కిరి బిక్కిరి అవుతాడే" అంది.

"నేను జాగ్రత్తగానే పోస్తాను, నువ్వు నా దగ్గర వుండు" అంది కృష్ణ.

"అయితే పొయ్యి" అంది కనకం పిల్లాణ్ణి చూస్తూ.

"నువ్వు పైనీళ్ళు పోయమ్మా" అంది కృష్ణ వేణి.

ఎంతో తృప్తిగా వాడి బుల్లి బొజ్జ రుద్ది రుద్ది పోస్తోంది. భుజాల మీద వేడిగా పొయ్యాలి అని కొంచెం వేడి పోసింది. వాడు ఏడుపు మొదలుపెట్టాడు. "ఏడవకురా రేపు ఈ భుజాల మీద బరువు మోయాలి. అందుకనీ వేడి బొబ్బ పోసుకోవాలి" అంది కనకం.

"ఏం బరువమ్మా" అంది కృష్ణవేణి.

"అదేనే.. అమ్మ బరువు, అమ్మమ్మబరువూ" అంది కనకం.

"అలాగే ఎందుకు మొయ్యడు మన ఇద్దరి బరువు వాడేమోస్తాడంది" కృష్ణవేణి వెటకారంగా..

"నీకన్నీ వెటకారాలే... చూస్తూ ఉండు" అంది కనకం బాబుని తీసుకుని తుడుస్తూ. అమ్మా నువ్వు నిప్పులు తీసుకురా అని తల తుడిచి సాంబ్రాణి వేసి మంచి బట్టలు వేసి బుగ్గన చుక్క పెట్టి ముస్తాబు చేసింది. శేఖర్ ఇచ్చిన గొలుసు వాడి మెళ్ళో పెట్టింది. పెళ్ళి కొడుకమ్మా, నా బాబు పెళ్ళికొడుకు అని "నీ పెళ్ళికి నన్ను పిలుస్తావా" అంది వెర్రిగా చెమ్మగిల్లిన కళ్ళతో...

★★★

గంటలు గడుస్తున్న కొద్దీ గుండె ఎక్కువగా కొట్టుకోసాగింది. అర్ధరాత్రి అంతా మాటుమణిగింది.

కృష్ణవేణి అన్ని గదులల్లోకి వెళ్ళి మెల్లగా చూసింది. అందరూ నిద్రపోతున్నారు. దేవునికి నమస్కరించి బాబుని భుజాన వేసుకుని మెల్లగా తలుపులు తీసుకుని వెనక్కి ముందుకి చూసుకుంటూ మెల్లగా నడవసాగింది. ఆమెను ఎవరూ గమనించే స్థితిలో లేరు. మంచి నిద్రలో వున్నారు. బాబు కూడా నిద్రలో వున్నాడు. ఒంటరిగా బెదురుతూ నడుస్తోంది. రోడ్డంతా నిర్మానుష్యంగా వుంది. మొయ్యోమంటూ కుక్కలు మొరుగుతున్నాయి. కృష్ణవేణికి ఆ కుక్కలు మొరుగుతూ తన దగ్గరకు వస్తాయేమోనని భయం వేస్తోంది. తొందర తొందరగా నడవసాగింది. ఈదురు గాలి వీస్తోంది. ఆ చలిగాలికి పసివాడు తల్లి గుండెల్ని అదుముకొని నిద్రిస్తున్నాడు. కొంత దూరం వచ్చేసింది. ఇంకా కొంచెం నడిస్తే అనాథాశ్రమం వచ్చేస్తుంది.

కారు మబ్బు కమ్ముకుంది. అది కాళరాత్రిలా వుంది. భయానికి బాధ తోడైంది. ఈ రెంటినీ తట్టుకునే శక్తిని నాకు ప్రసాదించమ్మా అని ఆ తల్లిని వేడుకుని ధైర్యంగా నడుస్తోంది. ఆ ఆశ్రమం చీకటిలో గుర్తుపట్టడం కష్టమౌతోంది. అందుకుని ఒకనాడు

తను ఆ ఆశ్రమం చూసి వచ్చింది. ఆ దారులు గుర్తు పెట్టుకుంది. కొద్దిపాటి దూరం ఉండగా గుర్ఖా విజిల్ వినిపిస్తోంది. నిశ్శబ్దాన్ని చీలుస్తూ వస్తున్న ఆ విజిల్ కృష్ణ గుండెల్ని కోసేస్తోంది. భయం ఎక్కువైంది. అతడు సామాన్యమైన మనిషికాదు. అతని పహారా గురించి తాను చాలా గొప్పగా వింది. ఇప్పుడు అతను తనను చూసి తను చెప్పినది నమ్మకపోతే, తను మళ్ళీ ఈ పని చెయ్యలేదు. అలా చెయ్యకపోతే వీడు చాలా బాధపడతాడు అని తొందరగా పరుగులాంటి నడకతో ఆ అనాధాశ్రమం చేరుకుంది.

కొన్ని సంవత్సరాల క్రితం అదే అర్ధరాత్రి అదే గుర్ఖా విజిల్ ఒక జీవిత గమ్యాన్ని మార్చేసిందని, కాలానికి తెలుసు కానీ.. కృష్ణవేణికి తెలియదు.

ఆ ఆశ్రమం చుట్టూ ఎత్తయిన ప్రహరీ గోడ. ఎదర పెద్ద పెద్ద అరుగులు, ఆ అరుగులకు పైన వానపడకుండా పెంకిటి కప్పు వుంది. ఆ అరుగులకు మధ్య నుంచి వెళ్ళే మెట్లు, ఆ గుమ్మానికి రెండు అడ్డ తలుపులు, అడుగు తలుపు లోపల వేసి వుంటుంది. రెండు వైపులా అరుగుల మీద రెండేసి చెక్క వుయ్యాలలూ వున్నాయి. కింది తలుపు వేసినా పై తలుపు తీసి వుంటుంది. కనుక అక్కడ నుంచొని, రహీంజీ... అని పిలుస్తారు ఆయనతో మాట్లాడాలని వున్న వాళ్ళు. లేకపోతే పసిబిడ్డను ఉయ్యాలలో పెట్టి బెల్లు కొట్టి వెళ్ళిపోతారు. కృష్ణవేణి కంగారుగా వెళ్ళి ఆ అడుగు తలుపునానుకొని, రహీమ్ జీ.. అని పెద్దగా అరిచింది. లోపల ఖురాన్ గ్రంథం చదువుతున్న రహీమ్ జీ ఆ పిలుపువిని చప్పున వస్తున్నారు. తలుపు తీయండి రహీమ్ జీ అంది మళ్ళీ కంగారుగా. ఆయన వచ్చి తలుపుతీసారు. కృష్ణవేణి లోపలకు వెళ్ళి తలుపు పక్క ఆ గోడకు ఆనుకుని నుంచింది. ఆ గుర్ఖా ఆ గుమ్మం నుంచి విజిల్ వేసుకుంటూ వెళ్ళిపోయాడు.

"క్షణమాగి కొంచెం తేరుకుని నమస్తే రహీమ్ జీ అంది" ఆయన కూడా నమస్తే అన్నారు. ఆమె లోపలకు రావాలనుకుంటోందని గ్రహించిన రహీమ్ జీ రామ్మా అన్నారు. లోపలికి వెళుతూ, అది విశాలమైన పెద్ద హాలు, 10 గజాల పొడవున్న ఆ హాలులో అటువైపు గోడకు చేర్చి ఒక పెద్ద అరుగు ఉంది. ఆ అరుగు మీద రహీమ్ కూర్చున్నారు. కూర్చో అమ్మా అన్నారు ఆయనకు దూరంగా ఉన్న కుర్చీ చూపించి. కృష్ణవేణి కూర్చోలేదు, రహీమ్ ని చూస్తోంది. తెల్లని ఎత్తయిన మనిషి. తెల్లని బట్టలు వేసుకుని వున్నారు. తలమీద చిన్న తెల్ల టోపీ, ఆ ముఖంలో ఎంతో గంభీరం వున్నా, ఆ చూపులో ఆపదలో వున్న వారిని ఓదార్చే పలుకరింపు కనబడుతోంది. "ఏం చెప్పాలనుకుంటున్నావు; అని కృష్ణవేణి కేసి చూసారు. ఏం చెప్పాలో తెలియని కృష్ణవేణి రహీం జీ ఈ బిడ్డ నా..." అంది దుఃఖం పూడిపోయిన గొంతులో ఇంక మాట రాలేదు.

కన్నతల్లికి ఇటువంటి పరిస్థితి ఎందుకు వచ్చిందా అని ఆలోచనగా చూస్తున్నారు రహీమ్. క్షణమాగి చెప్పమ్మా అన్నారు లాలనగా. ఏడ్పుని గొంతులో మ్రింగినా కన్నులలోంచి దారి లేదా అని కన్నీరు రూపంలో వచ్చింది కృష్ణ బాధ. "చెప్పమ్మా" అన్నారు మళ్ళీ రహీమ్ జీ.

"ఈ బిడ్డను మీ దగ్గరే వుంచండి అంది. వీడి పోషణకు కావాల్సిన డబ్బు నేను నెల నెలా ఇస్తాను. వచ్చి చూసుకుంటాను. ఇలా మాట్లాడినందుకు నన్ను క్షమించండి" అంది.

"నీవెవరమ్మా" అన్నారు రహీమ్ జీ... మెల్లగా.. "నేనా" అంది బిడియపడుతూ. మళ్ళీ ఆయన తలూపారు. నువ్వే ఎవరో చెప్పు అన్నట్టు, "నేను వేశ్యను" అని చెప్పలేక చెప్పి తలదించుకుంది. "నీ పేరు" అన్నారు రహీమ్ జీ. నిదానంగా చూస్తూ "కృష్ణవేణి" అంది. నేలకు చూస్తూ విషాదం గూడు కట్టుకున్న ఆమె ముఖంలో ఇంకా ఏదో తనకు చెప్పాలన్న తపనను చూసి "ఇంకా ఏమైనా చెబుతావా" అన్నారు. "అవును బాబా, మీతో ఒక మాట చెప్పాలి. వీడి పేరు కిరణ్. వీడి మెళ్ళో ఈ గొలుసు వుంచుతాను" అని ఇంకా చెప్పబోతుంటే "బంగారం వద్దమ్మా" అన్నారు.

"ఈ గొలుసులో వున్న ఫోటో వీడి తండ్రిది. ఇద్దరూ కలుస్తారని చెప్పలేను. కానీ ఒక వేళ కాలం కలిసి వస్తే తండ్రిని బిడ్డ కలుసుకుంటే వుంటుందని పెట్టాను" అంది.

"వీడు పుట్టిన టైము వుందా, అది మాకు ఇవ్వాలి" అన్నారు.

"అలాగా అని ఆ రోజు ఆ టైమ్" చెప్పింది. ఆయన అది వ్రాసుకున్నారు.

"అయితే ఈ గొలుసు నేను జాగ్రత్త చేస్తానులే" అన్నారు.

"భుజాన అంటుకుని నిద్రిస్తున్న బిడ్డను తీసి రహీం జీ పాదాల దగ్గర పెట్టి" నమస్కరించింది. ఏమి తెలిసిందో వాడికి గుక్క పెట్టి ఏడుస్తున్నాడు. రహీమ్ జీకి కూడా భయం వేస్తోంది. కృష్ణ కళ్ళు పెద్దవి చేసి చూస్తోంది. ఏదో గంభీరం ఆమెను ఆవరించింది, అలా శిలలా నిలబడి పోయింది. ఎవరి బిడ్డ అన్నట్టు చూస్తోంది.

రహీమ్ బాబుని ఎత్తుకుని ఓఓ అని ఊరడించారు. అటూ ఇటూ తిరుగుతున్నారు. అక్కమ్మా అన్నారు.

అక్కమ్మ వచ్చి బాబుని తీసుకుని ఊరడించబోతుంది. పాల సీసా నోటి కందించింది. అది చేత్తో తోసేసి ఏడుస్తున్నాడు. వాడి ఏడ్పు వినలేకపోతోంది. కఠిన శిలలా మారిన తనను కరిగించేస్తుందేమో ఆ ఏడ్పు అనుకుంది. ఇంక నిలవలేని కృష్ణవేణి కాళ్ళు కదులుతున్నాయి.

ఒక్కసారి చూసింది వాడిని. ఆమె కాళ్ళు తాళ్ళతో కట్టేసినట్టు ఆగిపోయింది. వాడు గుక్కపట్టి ఏడస్తున్నాడు. కళ్ళు నిబ్బరం కోల్పోయి జలాజలా ప్రవహిస్తున్నాయి. వెనక్కి వెళ్ళి బిడ్డని హత్తుకో అంటోంది తల్లి మనసు. కృష్ణవేణీ, వెళ్ళిపో వెనక్కిరాకు అంటోంది ఒక వేశ్య. రెంటి నడుమా క్షణమాగి ముందుకు నడుస్తూ వెనక్కి చూస్తోంది. అలా ఏడ్వకుబాబూ, అమ్మకు టాటా చెప్పు అని ఆ ఏడ్చే పిల్లాడి చిన్నారి చెయ్యి పట్టుకుని ఊపుతూ టాటా చెప్పిస్తోంది. అలా ఏడుస్తూ టాటా చెబుతున్న బాబును కళ్ళతో చూస్తూ, తను కూడా ఏడుస్తూ టాటా చెప్పి, ఆ రోజు నీ తండ్రి నన్ను వదిలి వెళ్ళేటప్పుడు టాటా చెప్పాను. మళ్ళీ ఈ రోజుకు చూడలేదు. ఈ రోజు నిన్ను వదిలివెళుతూ టాటా చెబుతున్నాను. దేవుడు కరుణించి నన్ను బ్రతికిస్తే, నిన్ను వచ్చి చూసుకుంటాను అని మనసులో వాపోతూ ఆ ఏడ్పు వినినంత దూరానికి వెళ్ళిపోవాలని పిచ్చిదానిలా పరుగుపెట్టింది. ఒక గోడ నానుకుని ఏడుస్తోంది. వెక్కి వెక్కి ఏడుస్తోంది. పాలు తాగే పసిబిడ్డ ఏడుస్తున్నా వదిలివచ్చిన తల్లి మనసు పడే బాధను ఆపడానికి ఎవరి తరం. ఆ నిశీధిలో ఒంటరిగా ఆ వీధి గోడను ఆనుకుని గుండె కరిగేలా ఏడుస్తోంది. కృష్ణవేణి ఏడ్వకు, ఇక్కడ వుండడం మంచిది కాదు, తొందరగా ఇంటికి వెళ్ళు అంది ఒక మనసు. అర్ధరాత్రి వేళ రోడ్డు మీద ఆడది ఎప్పుడూ ఒంటరిగా ఉండకూడదు. బాపూజీ ఆశించిన స్వాతంత్ర్యం ఇంకా రాలేదు అనే తల్లి మాట గుర్తొచ్చి ఇంటి దారి పట్టింది. కాళ్ళల్లో శక్తి పోయినట్టు కాళ్ళు తేలిపోతున్నాయి. ముందుకో, వెనక్కో తెలియనట్టుంది ఆ నడక.

ఇంక కంగారెందుకు ఇంటికి వెళ్ళడానికి. తనకోసం ఏడ్చే బిడ్డ లేడు కదా అని నెమ్మదిగా ఇల్లు చేరుకొని, తన గదిలోకి వెళ్ళి బాబులేని గుడ్డ ఊయల, టేబుల్ ఫ్యాన్ గాలికి అటూ ఇటూ ఊగుతుంటే బాబూ.. అని ఆ ఉయ్యాల పట్టుకుని వెక్కి వెక్కి ఏడుస్తూ శోకమూర్తిలా నుంచుంది .

కనకం కృష్ణ గదిలోకి వచ్చి “ఎందుకే ఏడుస్తున్నావు... బాబేడే” అంది. కృష్ణ ఏడుపు మరింత ఎక్కువైంది. “బాబేడంటే ఏమీ చెప్పక అలా ఏడుస్తావేంటే” అంది కంగారుగా. “లేదమ్మా, ఇంక బాబు లేడు అంది” ఏడుస్తూ. “బాబు లేడా...” అంది నిర్ఘాంతపోతూ కనకం. ఏమీ మాట్లాడకుండా ఊయల పట్టుకుని అలాగే నేల మీదకు కూలబడి, భోరున ఏడుస్తోంది కృష్ణవేణి. చెంగు మొఖానికి కప్పుకుని, “బాబుని ఏంచేసావే చెప్పవే” అంది, జబ్బ పుచ్చుకుని గుంజి కనకం. “ఇచ్చేసాను” అంది మెల్లగా కృష్ణవేణి. “ఎవరికే ఎవరికిచ్చేసావే నా తం డ్రిని. వాడిని చూడకుండా ఒక్క నిమిషం కూడా బ్రతకలేనే అని నేల మీద దొర్లి ఏడుస్తోంది”. ఇంట్లోని వారంతా వచ్చి ఆశ్చర్యంతో

చూస్తూ "ఏమైందే" అన్నారు శకుంతల, నాగమణీ. "ఏమోనమ్మా బాబుని ఏం చేసిందోనమ్మా బాబు లేడమ్మో" అని కనకం ఏడుస్తోంది. "వద్దమ్మా, తన తల్లి నీచస్థితి చూసి ఏడ్చే పరిస్థితి వాడికి రావద్దమ్మా" అంది కృష్ణ. "నువ్వు కడుపున కన్న తల్లివే కానీ, నేను వాడ్ని కళ్ళల్లో పెట్టుకుని చూసుకున్నానే. చెప్పవే ఎక్కడ ఇచ్చావో, ఎక్కడ వున్నాడో చెప్పవే" అంది కనకం. కృష్ణ మౌనంగా ఉండిపోయింది.

నా బాబూ, నా తండ్రి అని వాడి మంచం మీద చేత్తో పామతూ ఏడుస్తోంది కనకం. శకుంతల, నాగమణీ బిక్క మొఖాలతో కనకాన్ని ఊరుకోబెడుతున్నారు.

"ఏడవకే అక్కా, నెమ్మదిగా అడుగుదాం" అంది నాగమణి.

కనకం ఆవేశంగా లేచి "కృష్ణా.. కృష్ణా... బాబెక్కడున్నాడో చెప్పకపోతే నా శవాన్ని చూస్తావు" అని గోడకు తల కొట్టుకుంటోంది. అందరూ కనకాన్ని పట్టుకున్నారు.

కృష్ణవేణి లేచి "వుండమ్మా బాబు క్షేమంగానే వున్నాడు. నువ్వు తలబాదుకుని, చచ్చిపోతే నేను దిక్కులేని పక్షినై పోతానమ్మా, నా మాట వినమ్మా" అని తల్లిని పట్టుకుని ఏడ్చింది. కనకం తమ్ముళ్ళు, తల్లి వచ్చి ఏడుస్తున్న కనకాన్ని, కృష్ణను ఓదార్చారు. కనకాన్ని మంచం మీద పడుకోబెట్టి తలకు వచ్చిన రక్తాన్ని తుడిచి కట్టుకట్టారు. మంచం మీద పడుకుని నా తండ్రి, నా బాబూ అని రోదిస్తోంది.

తల్లి తలకు వస్తున్న రక్తాన్ని చూసి కంగారు పడుతోంది కృష్ణవేణి. తలకు, చెంపదెబ్బ, గోడదెబ్బలా వుంది. పరిస్థితికి గుండె రాయి అయిపోయింది. కళ్ళల్లో నీరు కారి కారి ఎండిపోయింది. తల్లిని చూసి చాలా బాధ కలుగుతోంది. తను రెండు నెలల పసిగుడ్డును వదలలేక ఎంత బాధపడింది. తన కన్న తల్లి ఇన్నాళ్ళు పెంచి పెద్ద చేసి తనను వదలలేదు కదా. అందుకనే తను బాబును దూరం చేసుకుని తల్లికి దగ్గరయి ఋణం తీర్చుకొందా మనుకుంది. అందుకే వాడిని దూరం చేసుకుంది. శిలలా నిలబడింది. తన మనసు పడే బాధ ఎవరికి తెలుసు. ఎవరికి చెప్పగలదు. అలా చూస్తుండగా ఆ రాత్రి తెల్లారిపోయింది.

"తాళి కావాలి అని తాళి కట్టించుకున్నావు. బిడ్డ కావాలో ,బిడ్డ కావాలో, నా కడుపు తీయించకండో అని ఏడ్చి బిడ్డను కన్నావు. ఇప్పుడు వాడ్ని దూరం చేసుకున్నావు. ఎందుకే కృష్ణవేణీ ఈ బతుకులు. ఎందుకే ఈ బ్రతుకులు మనకి" అని మళ్ళీ ఏడుపు మొదలు పెట్టింది.

"అవునమ్మా ఈ బతుకు ఎందుకు. బతకాలని కాదు. చచ్చి బతకాలని బతుకుతున్నాను. కానీ నేను నీ కోసం బతుకుతున్నాను" అంది కృష్ణవేణి.

"ఏ ఆనందంలేని మన జీవితాల్లో చిరుదివ్వెలా వెలిగిన బాబే వాడు. వాడు లేని మన జీవితాలు చూడు ఎలా వెలవెలలాడి పోతున్నాయో" అంది కనకం నిస్పృహతో.

"అంతేనమ్మా మన బతుకులు ఇంతే" అంది కృష్ణవేణి.

"చెప్పు కృష్ణవేణీ ఎవరికిచ్చావో చెప్పు" అంది కనకం. "ఏమీ మాట్లాడవేమే నీకు మనసెలా ఒప్పిందే వాడ్ని ఇచ్చెయ్యడానికి" అంది మళ్ళీ కనకం.

"నీ కడుపున పుట్టి నేను అనుభవించిన చిత్రశోకం నన్ను అలా చేసింది. ఇంక ఊరుకో. కాఫీ తీసుకో నువ్వేమీ తినలేదు" అంది. ఆమెతో మాట్లాడడం ఇష్టం లేని కనకం కళ్ళు కూడా తెరువలేదు. ఏమీ చెయ్యలేని కృష్ణ అలా నుంచొంది. బిడ్డకోసం మనసు లోలోపల రోదిస్తున్నా తల్లిని ఊరడించాలని తపన పడుతోంది.

అందరి చేతుల్లోనూ అల్లారు ముద్దుగా వుండే పసివాడు దూరమయ్యాడు అని అందరూ లోలోన రోదిస్తున్నారు. కానీ కనకాన్ని ,కృష్ణనీ ఊరడించాలని వాళ్ళని ఊరడిస్తున్నారు. కృష్ణ ఎందుకలా చేసిందో, ఆమె ఎంత బాధ ననుభవిస్తుందో వారికి తెలుసు. ఆ ఇంటిలో వారంతా బాధపడుతున్నారు. ఏమీ చెయ్యలేక వారి బాధను వారిలోనే మ్రింగుతున్నారు. చాటుకెళ్ళి కళ్ళు తుడుచుకుని వస్తున్నారు.

గంటలు గడుస్తున్నాయి. ఎవరూ ఏమీ తినడం లేదు. తాగడం లేదు. అమృతవల్లి, కనకం మంచం మీద కూర్చుని కనకం తల నిమురుతూ "అమ్మా కనకం లేవే, లేతల్లీ.. లే... కాసిని మంచినీళ్ళు తాగు" అంది.

కళ్ళు తెరిచిన కనకం, "అమ్మా!" అని అమృతవల్లిని వాటేసుకుని "వాడ్ని దానికి పుట్టిన బిడ్డ అనుకోలేదమ్మా, నేను నా కడుపున పుట్టినట్టు భావించానే ,నా బిడ్డ అని పెంచుతున్నానే అమ్మా".. అంది రోదిస్తూ.

"అవునమ్మా, అవును తల్లి, నువ్వు అలాగే పెంచుతున్నావు. నేను అలాగే అనుకుంటున్నాను. ఏమీ బాధపడకు. వాడు ఏమీ కాదు. నీ మనుమడు అమ్మమ్మా అంటూ నీ దగ్గరకే వస్తాడు" అంది అమృతం.

"నిజంగానా, నిజంగా వస్తాడా, వాడిని నేను మళ్ళీ చూస్తానా" అంది వెర్రిగా, ఆశగా.

"తప్పక చూస్తావు, వాడు మనకు ఇప్పుడు దూరమైనా క్షేమంగానే వుంటాడు" అంది అమృత.

"కానీ ఈ గదీ, ఈ మంచం చూడు పిన్నీ ఎంతో బోసిపోయాయే" అని చంటి పిల్లలా ఏడ్చింది.

తన ఒళ్ళో వున్న కనకాన్ని అదిమి పట్టుకుని "వాడి ఏడ్పు లేక, ఈ ఇల్లే చిన్న బోయిందమ్మా ఏం చేస్తాం. నువ్వు ధైర్యం తెచ్చుకుని కృష్ణవేణికి ధైర్యం చెప్పాలి" అంది అమృతం.

గుండె పాషాణం చేసుకుని, కారి కారి ఇంకిపోయిన కళ్ళు పెద్దవి చేసుకుని ఏదో గంభీరత తన సొంతం అయిందన్నట్టు మంచినీళ్ళు పట్టుకుని తల్లికిచ్చి "తాగమ్మా" అంది కృష్ణవేణి. గ్లాసు అమృతం పట్టుకుని కనకానికి తాగించింది. కాఫీ అక్కడ పెట్టింది కృష్ణవేణి.

తల్లిపోయి ఏడ్చిన ఏడేళ్ళ కనకాన్ని ఆనాడు అలాగే ఒళ్ళో పెట్టుకుని ఓదార్చిన రోజు గుర్తొచ్చి దుఃఖం పెల్లుబికింది అమృతానికి. ఎంత పెద్ద వాళ్ళయినా బిడ్డలు తల్లికి చంటిబిడ్డలే అనుకుంది అమృతం.

"అమ్మా నువ్వు నా దగ్గరే పడుకోమ్మా" అంది. "అలాగేనమ్మా నీ దగ్గరే పడుకుంటాను" అని అంటుకుని పడుకుంది. గుండె పగిలిపోయిన కనకం తల్లిని హత్తుకుంది.

చీకటి పడింది. నాగమణీ, శకుంతల బల్లమీద తలవంచుకుని కూర్చున్నారు. కొండయ్య, రాజయ్య వీధిలో అటూ ఇటూ తిరుగుతున్నారు.

కృష్ణ వంటింట్లోకి వెళ్ళి చూసింది. ఎవరు వండేరో తెలియదు గానీ, వండిన గిన్నె వండినట్టే వుంది. ఇంతమంది ఇలా ఉపవాసాలతో వుండిపోయారు. బాబు గురించి బాధపడుతున్నారు. వీళ్ళకి తనే అన్నం తినిపించాలని, వడ్డించి "మావయ్యా రండి అన్నం తిందురు గాని" అంది. వాళ్ళిద్దరూ ఆశ్చర్యంతో ఒకరి మొఖాలు ఒకరు చూసుకున్నారు. "రండి వడ్డించాను" అంది కృష్ణ మళ్ళీ.

"పిన్నీ రండే" అంది. వాళ్ళూ అలాగే కూర్చున్నారు. "రండి అని" వాళ్ళ చెయ్యి పుచ్చుకుంది. "బాబుని ఏం చేసావో చెబితే గానీ మేమన్నం తినం" అన్నారు. వారి మాటల్లో వేరే భయం కూడా చోటు చేసుకుంది. కొండయ్య, రాజయ్య కూడా నుంచొని మౌనంగా వున్నారు. జవాబు చెప్పు అన్నట్టు చూస్తూ...

ఏం చెప్పాలో ఏం చెబితే ఏం జరుగుతుందో అని ఆలోచిస్తున్న కృష్ణని "చెప్పు" అంది నాగమణి. "బాబునా.. ఏం చేస్తాను, ఏం చెయ్య లేదు. క్షేమంగా వుంచాను. హాయిగా వున్నాడు" అంటుంటే "ఎక్కడా అంది" శకుంతల. "బిడ్డలు లేని తల్లిదండ్రులకు ఇచ్చాను. వాళ్ళు ఆనందంగా పెంచుకుంటారు. మూడు నెలలకు ఒకసారి ఇక్కడకు తీసుకువచ్చి చూపిస్తారు. మనం వాడితో ఆడుకోవచ్చు" అంది.

"నిజమే చెబుతున్నావా" అన్నారు రాజయ్య, కొండయ్య.

"నిజమే చెబుతున్నాను. నన్ను నమ్మండి అంది. వాడు మనకు దూరంగా వున్నా వాడు బాగానే వున్నాడు. మీరు చూద్దురుగానీ" అంది.

"మాతో ఒక్కమాటైనా చెప్పొచ్చుకదా, ఇంత మంది ఇంట్లో వున్నాము" అంది శకుంతల.

"అది కాదు పిన్నీ, అమ్మకు తెలిస్తే ఒప్పుకోదు కదా. అందుకే చెప్ప లేదు. మీకు తరువాత చెబుదామని అలా చేసాను. ఏమీ అనుకోకండే" అని వాళ్ళని కంచాల దగ్గరకు చేర్చింది.

"నువ్వు పెట్టుకోలేదేం" అంది రుద్ధ కంఠంతో కోపంగా చూస్తూ నాగమణి.

"ఇదిగో తెచ్చుకుంటున్నాను" అని తెచ్చుకుని నాగమణి పక్కన కూర్చుంది. కొంత తిన్నారు. పక్క ఇంట్లోంచి చంటిపిల్లాడి ఏడ్పు వినిపిస్తోంది. అందరి చేతులు ఆగిపోయాయి. కాలం స్థంభించి పోయింది అన్నట్టు ఆగిపోయారు. అందరి కళ్ళు కృష్ణను చూసే లోపు కృష్ణ చేతులు కదిలించి తినడంలో వుంది. అందరూ తిన్నామనిపించి లేచారు.

"కృష్ణ, నాకేదో భయంగా వుంది. నేను నీ దగ్గరే పడుకుంటాను" అంది నాగమణి. తన మనసు అర్థం చేసుకుని అలా అంటోంది అని గ్రహించిన కృష్ణవేణి "దా పిన్నీ మనం ముగ్గురం పడుకుందాం" అంది. ముగ్గురుకీ కనకం మంచం దగ్గర చాపమీద పక్కవేస్తూ వాళ్ళిద్దరూ కృష్ణవేణికి చెరో వైపున పడుకున్నారు.

నేను భయపడతానని తోడుగా వున్నారా లేక నేను కూడా వెళ్ళిపోతానని భయపడుతున్నారా? లేక వీళ్ళ మనసు కూడా కలవరం చేత ఒకరికొకరు వుందామని అనుకుంటున్నారా? ఏదైనా కానీ అనుకుని ఒక్కసారి మనసు నిబ్బరపరుచుకుని తన మధుర స్వప్నాలు కదలిపోయాయి. ఇంక మిగిలింది ఒక్కటే అని కళ్ళు మూసుకుంది. రాత్రయ్యే సరికి తన కోసం ఏడ్చి తన పాలు తాగుతూ తనని అంటి పెట్టుకునే తన

బంగారు తండ్రి తన పసిబిడ్డ తన ఆశా కిరణ్ ఏమి చేస్తున్నాడో. ఈ మధ్యే పాలు తాగకుండా మొఖం కేసి చూడ్డం, చిన్న నవ్వు నవ్వడం నేర్చుకున్నాడు. వాడి నవ్వు చూస్తే చాలు కడుపు నిండిపోయేది. వాడిని ముద్దు పెట్టుకుంటే చాలు, మనసు తేలిపోయేది. నా తండ్రి ఏం చేస్తున్నాడో, నిన్న రాత్రి అక్కమ్మ పాలసీసా నోటికి పెడితే తోసేసి గుక్కపెట్టి ఏడ్చిన తన బిడ్డ, నవమాసాలు మోసి కన్నబిడ్డ ఎంత ఏడుస్తున్నాడో... వాడి మొఖం తలచుకుంటే కళ్ళల్లో కనిపిస్తోంది అని కారుతున్న కన్నీరు తుడుచుకోకుండా అలాగే పడుకుంది.

మొన్న ఒక రోజు తను శేఖర్ ను తలచుకుంటూ కూర్చుని వాడికి పాలిస్తూ వుంటే, వాడు త్రాగడం మానేసి తన మొఖం కేసి చూస్తున్నాడు. "నువ్వు మీ నాన్న దగ్గరికి వెళతావా, మీ నాన్నని చూస్తావా అంది. మీ నాన్నకి నువ్వు పుట్టినట్టు తెలుసో.. లేదో... ఎలా తెలుస్తుంది? నా వెర్రి కానీ. అతను మళ్ళీ రాలేదు. పోనీలే రాకపోయినా నిన్ను ప్రసాదించాడు. నిన్ను కనడం నా అదృష్టం రా.. తండ్రీ! నువ్వు నా బంగారు తండ్రివి కదా" అంటుంటే వాడు.. ఊ.. అన్నాడు. తన మనోవేదన అంతా వాడు అర్థం చేసుకుంటున్నాడన్న ఆనందంతో హృదయం పొంగిపోయింది. ఆనంద భాష్పాలు రాలాయి. వాడు ఇంకా తన మాటకు ఊ.. అనాలని, అంటాడని, ఆశతో ఇంకా ఏవేవో మాట్లాడుతోంది. వాడు ఆమెకేసి చూస్తూ.. నాలిక కదుపుతున్నాడు. నా బంగారు తండ్రీ.. నీతోటే నా జీవితం గడపాలని వుందిరా. నిన్ను తీసుకుని ఏ అడవిలోకో పోయి తల దాచుకోవాలని వుందిరా. నిన్ను వదలలేని బలహీనత నన్ను ఆవరిస్తోందిరా. నీ తల్లిని రక్షించగలవా, ఈ బుజ్జి చేతులు నన్ను రక్షిస్తాయా అని ఆ చేతుల్ని ముద్దు పెట్టుకుంటోంది. "అన్నం నిద్ర మరచి ఈ బుజ్జిగాడినే చూసుకుంటున్నావేంటే, అన్నం తినూ అంది" శకుంతల పిన్ని. అందరి చేతుల్లోనూ అల్లారుముద్దుగా వున్నాడు నా తండ్రి అని వాడ్ని తలచుకుని పెల్లుబికి వస్తున్న దుఃఖాన్ని అణచుకుని కళ్ళనీళ్లను కూడా తుడుచుకోవడం లేదు. ఇప్పుడు తన పడుతున్న బాధ పైకి వస్తే అందరూ గోల పెట్టేలా వున్నారు. నా బాధను నాలోనే మింగేయాలి. ఏ స్త్రీకి ఇటువంటి దిక్కుమాలిన పరిస్థితి రాకూడదు. భగవంతుడా నా జీవితం ఎలా నడిపిస్తావో తండ్రీ. బంధాలు, అనుబంధాలు దూరమైపోయాయి. ఆలోచనలు, ఆవేదనలూ, అపహాస్యాలు, అవమానాలే మిగిలాయి అనుకుని కళ్ళు మూసుకుంది.

"అమ్మా.. లేమ్మా.. కొంచం కాఫీ తాగమ్మా" అంది కృష్ణవేణి.

"ఏదో ఒక రోజు వాడిని ఎవరికి ఇచ్చావో చెబుతావు కదూ" అంది కన్నీళ్ళతో దీనంగా చిన్నపిల్లలా కనకం.

"చెబుతానమ్మా, తప్పక చెబుతాను. ఇప్పుడు చెబితే నువ్వు ఆగలేవని" అంటుంటే, "నువ్వు ఇలా చేస్తావని తెలిస్తే వాడు పుట్టగానే ఇచ్చెయ్యమందునే. ఇన్నాళ్ళు వాడిని పెంచి ఆశలు పెంచుకొనే దాన్ని కాదే" అంది.

"అలా ఏడవకమ్మా, మూడు నెలలైనా పెంచానని తృప్తి పడు" అంది ఓదారుస్తూ.

"వాడిని – వాళ్ళు బాగా చూసుకుంటారు కదా" అంది మళ్ళీ .

"ఆ... చాలా బాగా చూసుకుంటారు. మంచి చదువులు చదివించుకుంటారు. బంగారంలా పెంచుకుంటారు. నా బిడ్డ ఎక్కడున్నా చల్లగా వుంటాడు" అని బాబు మాటలతో కాఫీ పట్టించింది.

తను కాలువిరిగి మంచం మీద ఉంటే ఎంత సేవ చేసింది, చంటి పిల్లలా చూసింది. అలాంటి తల్లి ఎవరికో కానీ దొరకదు అనుకునేది. తను హాస్పటల్లో వున్నప్పుడు తన తల్లి ఋణం తీర్చాలనుకుంది. తన తల్లిని సుఖపెట్టి ఆనందం కలిగించాలని నిర్ణయించుకుంది. ఆ రోజు, అది అమలు పర్చేటప్పుడు కొన్ని బాధలు భరించాలి. తల్లిని అంటిపెట్టుకుని వుండి చూసుకోవాలి అనుకుంది కృష్ణవేణి.

"భగవాన్! తాళి కట్టిన భర్త వున్నాడు కానీ కాపురం చెయ్యడు. కళ్ళతో చూడడు. కడుపారా కన్న బిడ్డా వున్నాడు. కానీ బిడ్డ పాలు తాగడు. కంటికి కనిపించడు. దీనికి కారణం నువ్వే అంటావేమో తండ్రీ. నేను దిగబోయే మురికి కూపంలోకి వాడిని కూడా దింపలేను. వాడైనా నేను అనాధను అని తలెత్తుకుని చెప్పుకోగలడు. నాలా తలదించుకోకూడదు. మొన్న రాత్రి రహీమ్ జీ నీవెవరమ్మా అని అడిగితే నేను తల్లడిల్లిపోయాను నేను వేశ్యను, అని చెప్పుకోవడానికి. నిజమే చెప్పాలి కనుక తలదించుకుని చెప్పాను. నా బిడ్డను నేనే దూరం చేసుకున్నాను, కాదనను. తండ్రీ ఎంత బాధపడుతూ వాడిని నేను దూరం చేసుకున్నానో నీకు తెలియదా బాబా. నా ప్రాణాలు ఆ అనాధాశ్రమంలోనే వదిలేసి ఈ కట్టెను ఈడ్చుకుని ఇంటిలో పెట్టాన ఈ కన్న తల్లి కోసం. ఇప్పుడు బిడ్డతో పారిపోదామంటే తల్లి ఋణం తీర్చలేని దాననవుతాను. అందుకే నా బిడ్డకే ద్రోహం చేసి వాడిని వదిలేసాను. తండ్రి బిడ్డను చూడకపోయినా తల్లి వదలకూడదు. అలా వదిలితే తల్లి అని ఎలా అనిపించుకోగలదు. నోరులేని మూగజీవాలు కూడా ఎన్నేసి

పిల్లలు పుట్టినా వాటిని తండ్రి అనేమాట లేకుండా వాటిని పెంచుతాయి. కొంత వయసు వచ్చాక దూరంగా నెట్టుతాయి. మరి నేను ముక్కుపచ్చలారని పసిగుడ్డును నిర్దాక్షణ్యంగా వదిలేసాను. కొంత వయసు వస్తే వాడు నన్ను వదలలేక నా కోసం బెంగతో బాధపడతాడని, ఇప్పుడు వాడికి ఏమీ తెలియదు కనుక తనకోసం బెంగపెట్టుకోడు. వాడి ఆలనా పాలనా ఎవరు చూస్తే వాళ్ళనే తల్లి అనుకుంటాడు వెర్రి తండ్రి. బాబా ఇక మీద వాడికి తల్లివి, తండ్రివి నువ్వే. నీ చల్లని దయతో వాడికి ఆయురారోగ్యాలు ప్రసాదించు తండ్రీ!" అని కృష్ణవేణి కళ్ళు తుడుచుకుంది.

"దా..." అని శకుంతల కనకం చెయ్యి పుచ్చుకుంది. రెండు రోజుల నుండి అలా ఆ గదిలోనే వుండిపోయిన కనకం కాలు బైట పెట్టింది. ఆ వెనుకే కృష్ణ కూడా నడిచింది.

★★★

కుర్చీలో కూర్చొని మెడ వెనుక్కువాల్చి, కళ్ళుమూసుకుని ఫ్లాంక్ మీద మోచేతులు ఆన్చి, కుడిచేతి వేళ్ళను పెదాల మీద పెట్టుకుని విధి ఇంతలో ఎంత మార్పు చేసేవయ్యా అన్నట్టు ఆలోచిస్తున్న జ్యోతిని చూసి మనసు ద్రవించింది జానకికి. ఆ రోజు తన తండ్రి, పెద తండ్రి చెప్పారు. కుదిరిన సంబంధాలు ఎక్కువ కాలం వుండకూడదమ్మా, పెళ్ళి చేసేసి శోభనం ఆపుచెయ్యొచ్చు. అలా చేస్తారు చాలా మంది అన్నారు. కానీ రామారావుకి అప్పుడే పెళ్ళి చెయ్యడం ఇష్టం లేదు. అటు చంద్రశేఖర్ కూడా ఇప్పుడే పెళ్ళేంటి వద్దన్నాడు. తను బలవంతం చేస్తే జరుగునేమో, ఏమో ఇవన్నీ ఇలా వస్తాయని తనకు తెలుసా. ఆనాడు తన పెళ్ళి కూడా ముందు పెట్టిన ముహూర్తానికి జరుగలేదు. ఇప్పుడు జ్యోతికి కూడా అదే పోలిక వచ్చింది. కారణాలు ఏమైనా, పెట్టిన ముహూర్తం ఆగిపోయింది. ఆ రోజు నిశ్చితార్థం రోజున తిరిగిన తాతగారు షడన్ గా పోవడం ఏంటి. లేకపోతే ఈ రోజు పెళ్ళి జరుగును. ఈ పెళ్ళి జరిగిపోతే తనకు ఇంక బెంగలేదు.

ఈ విషయాలు ఆలోచించే మనసు సతమతమౌతుంది. ఇటువంటప్పుడు పిన్ని నా దగ్గరుంటే నాకు బాగుణ్ణు అనిపిస్తోంది. బాబాయ్ గారు కూడా షిప్ లో వెళ్ళారు. తమ్ముడు ఇబ్బంది పడుతున్నాడని పిన్ని అమెరికా వెళ్ళింది అనుకుంటుండగా, పోస్టు అన్నమాట వినిపించి, ఆలోచన లోంచి తేరుకుని, వెళ్ళి... బాక్స్ లో లెటర్ తీసి చూసింది. అది భాను వ్రాసిందేనని ఆనందంతో చదువుతూ "జ్యోతీ, అమ్మమ్మ లెటరు వ్రాసిందే" అంది.

చి॥ సౌ॥ జానకిని, మీ పిన్ని దీవించి వ్రాయునది. నీవు వ్రాసిన లెటరు అందినది. చలపతి గారు మరణించారని తెలిసి చాలా విచారించాను. పెళ్ళి ఆగినందుకు చాలా

విచారిస్తున్నాను. నువ్వేమీ అధైర్యపడకు. జ్యోతికి ధైర్యం చెప్పు. ఆయన పెద్దాయన. ధన్యులు.

జనన మరణాలు మన చేతుల్లో లేవు. ఇలాంటివి జరిగినప్పుడే ధైర్యంగా ఉండాలి, రామారావుగార్కి కూడా ధైర్యం చెప్పాలి. నేను ఇక్కడ ఉండలేక పోతున్నాను. జ్యోతి పెళ్ళి అయితే ఇప్పుడే వచ్చేద్దును, కానీ అది కుదరలేదు కనుక పెళ్ళి దాకా ఉండమ్మా అంటున్నాడు శ్రీధర్. నాకు తోచడం లేదు. పెళ్ళి ఆగిపోయిందని దిగులు పడవద్దని చెప్పు. మేనత్త కొడుకు, బావే కదా. ఇంకో ముహూర్తం పెట్టి పెళ్ళి చేసుకుంటారు. ఇది వాళ్ళ తాత గారు పోవడం వల్ల ఆగింది కనుక మనం ఎక్కువ ఆలోచించనక్కరలేదు. మళ్ళీ వాళ్ళే ముహూర్తాలు పెట్టిస్తారు. నీకు ముఖ్యంగా చెప్పేదేమిటంటే పెళ్ళి ఆగిందని వాళ్ళు దూరంగా వున్నారనో.. బావే కదా అనో... జ్యోతిని, అతనిని ఒంటరిగా ఎప్పుడూ పంపకు. వాళ్ళని ఏకాంతంగా వుంచకు. ఇది మరచిపోకు. ఇది తల్లిగా నీ బాధ్యత. ముల్లు వచ్చి అరిటాకు మీద పడ్డా, అరిటాకు వచ్చి ముల్లు మీద పడ్డా చిరిగేది అరిటాకే. ఇది నువ్వు మరచిపోకు. తరువాత అందరూ మనల్నే అంటారు. చాలా జాగ్రత్త సుమా... బెంగ పెట్టుకోకు. ధైర్యంగా వుండు. నేను చెప్పినవి గుర్తు పెట్టుకో.

ఇంతే సంగతులు
ఇట్లు, నీ పిన్ని
భాను.

లెటరు అంతా చదివి ఇంకా జ్యోతి రాలేదని చూసింది. "జ్యోతీ! అమ్మమ్మ లెటరు వ్రాసిందే, నిన్ను పిలిచాను" అంది.

"ఏం రాసిందమ్మా" అంటూ అప్పుడొచ్చింది జ్యోతి.

"ఏముంది నీ పెళ్ళి గురించే, ఏమీ కంగారుపడొద్దు అని వ్రాసింది. తను అమెరికా నుండి వచ్చేస్తుందిట" అంది.

"అలాగా పోనీలే అమ్మమ్మ వచ్చేస్తే మనకు బాగుంటుంది. అమెరికా విషయాలు అన్నీ చెబుతుంది" అంది. "సరే కానీ... నువ్వు నడు. గుడికెళ్ళి నీ పేరున అర్చన చేయించాలని మొన్నే అనుకుని పంతులుగార్కి అన్నీ చెప్పి వచ్చాను" అంది. సరే అని గుడికి కదిలారు ఆ తల్లీ కూతుళ్లు.

★★★

కాలం శరవేగంగా పరుగెడుతోంది. అందరూ మాములు స్థితికి వస్తున్నారు. అమృతవల్లి అనుకున్నది కొంచెం ఆలస్యం అయినా సాధించగలను అనుకుంది. కనకానికి మానసిక ధైర్యం నూరిపోస్తోంది. నువ్వే కృష్ణవేణి మనసు తొందరగా మారేటట్టు చూడు అంటుంది. ఇంట్లో పిల్లాడు గురుతులు ఏమీ లేకుండా చేసేసింది. ఈ అవకాశం వదలకూడదు. నా మాట విను అంది. "సరేనమ్మా" అంది కనకం.

కృష్ణా! అని ప్రశ్నార్థకంగా చూసిన చూపును, ఆ ముఖాందోళనను కనిపెట్టిన కృష్ణ గుండె జల్లుమంది.

"కృష్ణవేణి! ఆ రోజు నీకు గుర్తుందా?" అంది కనకం.

"ఆ వుంది, 20 రోజులు గడువు ఇచ్చాడు కదా" అంది.

"అతను అమ్మమ్మను బలవంతం చేస్తున్నాడు. నువ్వు నా మాట వింటానన్నావు" అంది కనకం.

"అమ్మా నువ్వు నాకు చేసిన ఉపకారానికి ప్రత్యుపకారంగా ఇది అడుగుతావని తెలుసు. ఇంకేదైనా అడిగినా బాగుణ్ణు. బలిచక్రవర్తిని వామనుడు మూడడుగులు దానం అడిగి, పాతాళానికి తొక్కినట్టు, నన్ను ఒక్కటి అడిగి బలవంతాన నా పవిత్ర భావాన్ని చంపేసావు కదమ్మా" అంది కనకం కేసి చూస్తూ.

"నీ పవిత్రత నీకు అన్నం పెట్టదు. ఇంక ఇది వరుకులా చేస్తే నేను ఊరుకోను" అంది అమృతం.

"ఇది తప్పుకాదు మన కుల వృత్తి" అంది కనకం.

"ఇది నీచాతినీచం" అంది కృష్ణ.

అమృతం వేలు కృష్ణకు గురిపెట్టి "నోరు లేచిందంటే చంపేస్తాను" అంది. ఎవ్వరూ ఏమీ మాట్లాడలేదు. కృష్ణ కూడా నోరు మెదపలేదు.

చీకటి పడుతోంది. చంద్రశేఖర్ ఫోటో దగ్గర నుంచుని "ఈ మంగళ సూత్రం కట్టి నన్ను వధువుని చేసావు. నన్ను ముట్టుకుని నాకు దగ్గరయ్యావు. ఇదొక తీపిగుర్తు. బాబు ఫోటో చూసి వీడు పుట్టి మూడు నెలలు. నన్ను మురిపించి తల్లిని చేసాడు. ఇదొక తీపి గుర్తు. ఈ రెండు అమూల్యమైన గురుతులను తలచుకుంటూ మిగిలిన నరకకూపంలో బ్రతికేస్తాను, బ్రతికేస్తానమ్మా.." అని భోరున ఏడ్చింది కృష్ణవేణి దేవి బొమ్మ దగ్గర.

తల్లికిచ్చిన మాట దాటలేను. దాటాలన్నా దాటలేను అని భర్త ఫోటోని, బాబు ఫోటోను ముద్దు పెట్టుకుంది. మంగళ సూత్రం తీసి దేవి బొమ్మ పాదాల దగ్గర వుంచి, "అమ్మా! దీన్ని నువ్వే రక్షించు తల్లీ" అని వేడుకుని శిలలా నుంచుంది. లోపల మనసు మంచులా కరుగుతోంది. అంతే అందరూ వచ్చారు. ఆమె ఏమీ చేసుకోనక్కరలేకుండా కొత్త మెరుగులు దిద్దారు. అమృతవల్లి తన చేత్తో గ్లాసుడు పాలు తాగించింది. అందరి మొఖాలు చిరుమందహాసం చేస్తున్నాయి అనిపించింది. తన రూపం తనకే ఆశ్చర్యాన్ని కలిగించింది.

లేత గోధుమరంగు జరీచీర, అదే జాకట్టు. పమిటి వెనుక నుంచి ముందుకు వేసారు. వడ్డాణం పెట్టారు. జుట్టు అందంగా దువ్వి వదులుగా జడ అల్లారు. తల అంటిన తల ఏదో పరిమళం వస్తోంది. రంగనాయకి వచ్చి అమృతవల్లితో ఏదో చెబుతోంది. నీ మనసు నీకు ఎప్పుడూ పవిత్రంగానే వుంటుంది. అది నాకు తెలుసు, భయపడకు అని ఇంకా ఏమేమో చెబుతోంది రంగనాయకి. కానీ తనకు తెలియడం లేదు. కళ్ళు మూసుకుపోతున్నాయి అనిపిస్తోంది కృష్ణకు.

అన్నప్రకారంగా భూషయ్య కొడుకు వచ్చేస్తున్నాడు. రాజయ్య ఎదురెళ్ళి నవ్వుతూ ఆహ్వానించాడు. రాజయ్య మొఖంలో నవ్వు చూసి "ఒప్పించారా" అన్నాడు. తమరికోసమే చూస్తున్నాం అన్నాడు. అతను గదిలోకి వెళుతుంటే వెనకాల బేగ్, ఇంకో అతను తెస్తున్నాడు.

అమృతవల్లి కూడా గదిలోకి వెళ్ళింది. "బాబుగారు వచ్చారు కృష్ణవేణీ" అంది. కళ్ళతో కోపంగా చూస్తూ అలా నుంచుంది కృష్ణ. "దగ్గరకెళ్ళి, రండి అని ఆహ్వానించు" అంది కళ్ళల్లోకి కోపంగా చూస్తూ.

అతను "పర్వాలేదులే" అన్నాడు. కృష్ణ కేసి కోపంగా చూసాడు, నీకు ఇంక పొగరు పోలేదు, అన్నట్టు. ఆ కోపానికి అర్థం గ్రహించిన అమృతం "బాబూ మేము దానితో వృత్తి చేయించే మొదటి వ్యక్తి మీరే బాబూ. ఇది వరకు బలవంతంగా ఏదో జరిగిపోయింది బాబూ" అంది.

"ఇలా రావడం నేనే మొదటివాడ్నా" అన్నాడు.

"అవును బాబూ, ఒట్టుగా చెబుతున్నాను".

"దానికి ఇంకా మీలాంటి వాళ్ళతో ఎలా మసులు కోవాలో తెలియదు" అంది.

"మరి నువ్వు నేర్పలేదా. పుట్టుకతోనే వస్తుంది కదా మీకు" అన్నాడు.

"అది చిన్న పిల్ల బాబూ" అంది. కృష్ణ దగ్గరగా జరిగి వీపు మీద గట్టిగా గిల్లి కోపంగా చూసింది. అప్పుడు కృష్ణవేణి తెచ్చి పెట్టుకున్న చిన్న నవ్వు నవ్వింది. ఆ నవ్వుకి ,కృష్ణ అందానికి మోహితుడవుతున్నాడు. ఆమెను అనుసరించాడు. ఇప్పటికి బాగా మారిందిలే అన్నాడు.

"మీకు నచ్చిందా బాబు" అంది.

"ఆ.. ఆ.. నువ్వు ఇక్కడే వుంటావా" అన్నాడు మందు బాటిల్ ఖాళీ చేస్తూ.

"వుండను బాబూ, ఆ పన్నీరు తీసుకుని బాబు గారి మీద జల్లు అంది వెళ్ళిపోతూ" అమృతం.

పులి ముందు లేడిలా భయపడుతోంది కృష్ణవేణి. గుభాళించే అగరవత్తుల సువాసన, మత్తెక్కించే సన్నజాజుల పరిమళాలు, అప్సర లాంటి కృష్ణవేణిని అలా చూస్తున్నాడు ఆ పన్నీరు జల్లుతుందని. కానీ ఆమె కదల్లేదు. ఆమె లోలోన రోదిస్తోంది. బలిపీఠంలా ఆ మంచం కనిపిస్తోంది. కసాయివాడు, అతడు కనిపిస్తున్నాడు. కాళ్ళ కింద భూమి కదులుతోంది, తల తిరుగుతోంది. అతని బలమైన చేయి ఆమె మెడ మీద పడింది. కృష్ణవేణి బలైపోయింది.

★★★

"కృష్ణవేణీ... కృష్ణవేణీ.... మురళీ నన్నాపకు" అని గట్టిగా అరుస్తున్నాడు శేఖర్.

మురళీకి మెళుకువ వచ్చింది. వెంటనే భయం వేసింది . "శేఖర్ శేఖర్" అని తట్టి లేపాడు.

కళ్ళు తెరచిన శేఖర్ మళ్ళీమళ్ళీ కళ్ళు మూసుకున్నాడు. మురళీ మళ్ళీ లేపి "ఏంట్రా కలవరింతలా" అన్నాడు. శేఖర్ నుంచి సమాధానంలేదు.

"ఏంటి మళ్ళీ నిద్రా" అన్నాడు లైటు వేసి.

"ఒరే.. శేఖర్ లే, లేచి కాసిని మంచినీళ్ళు తీసుకో" అన్నాడు. భయపడిన శేఖర్ పైకి ఏడుస్తున్నాడు.

మురళీ భయంతో "ఏంటిది, ఏంటీ ఎందుకు ఏడుస్తున్నావు" అని అడిగాడు, మంచినీళ్ళ గ్లాస్ అందిస్తూ.

అది చేత్తో పట్టుకుని "కృష్ణవేణికి ఏదో అయిపోయిందిరా" అన్నాడు ఏడుపు మధ్యలో.

"అలా ఏడవకురా కల వచ్చుంటుంది. కలకే అలా బాధపడతారా!" అన్నాడు.

"బాధ కాదురా భయం... కృష్ణవేణికి ఏదో జరిగిందేమోనని భయం వేస్తోంది" అన్నాడు.

"ఒక్కొక్కసారి అలాగే కలలు వస్తాయి. అలా భయపడకూడదు. ఏ కల వచ్చిందో చెప్పు" అన్నాడు మురళి.

"నువ్వూ నేనూ ఏదో ప్రాంతంలో కొండల మీద నడుస్తున్నామంట. మన వెనుక నుంచి మనని వెతుక్కుంటూ కృష్ణవేణి నన్ను చంద్రశేఖర్, చంద్రశేఖర్ ఆగూ ఆగూ అని పిలుస్తోంది. ఆ పిలుపు విని నేను ఆమె కేసి అడుగు వెయ్యబోతున్నాను. నువ్వు, నన్ను చెయ్యి పట్టుకుని ముందుకు లాక్కొని వెళుతున్నావు. నేను వెనక్కి చూస్తున్నాను. ఆమె చాలా దూరం నుంచి పరుగున వస్తూ ఆ కొండ అంచు నుంచి పడిపోయింది నన్ను పిలుస్తూ" అని మురళిని పట్టుకుని ఏడ్చాడు చిన్న పిల్లాడిలా.

"అదా... పైకి కేకలు పెట్టావు. నేను ఎంత భయపడిపోయానో తెలుసా" అన్నాడు మురళి.

"నేను అంతపైకి కేకలేసాను అంటే కలలో నేను ఎంత భయంతో ఆ దృశ్యం చూసుంటాను" అన్నాడు శేఖర్.

"ఒక్కొక్కసారి కలలు అలా జరిగినట్టుగా కనిపిస్తాయి" అన్నాడు.

"కానీ ఏదో జరిగుంటుంది" అన్నాడు శేఖర్.

"నువ్వింకా కృష్ణవేణిని మరచిపోయినట్టు లేదు" అన్నాడు మురళి.

"నేనా మరచిపోవడమా, ఎప్పుడూ జరుగదు. నా మనసనే పుస్తకంలో తొలి పేరా కృష్ణవేణిదే. ఆ తరువాతే జ్యోతి" అన్నాడు శేఖర్. మురళి అలా చూస్తున్నాడు ఆశ్చర్యంగా.

"ఒరే.. మురళి! అలా చూడకు, తొలి కలయికలో అంత బలముందేమో మరి, నాకేం తెలుసు. నేను ఆమెను ఎప్పటికి మరచిపోలేను" అన్నాడు.

"అయితే నీకు ఆమెను చూడాలని వుందేమో" అన్నాడు మురళి.

"ఖచ్చితంగా ఎప్పటికైనా ఒకసారి వెళ్ళి చూస్తాను. ఎప్పుడనీ చెప్పలేని ఈ మాట మన మధ్యే వుండాలి" అన్నాడు శేఖర్.

"సరే. సరే.. ఏదో నేను తాళి చూపించి, గొలుసు చూపించి నా భర్త అంటుంది" అన్నప్పుడు, "రాదు, అలాంటి కాదు" అంటుంటే ఏదోలే అలా అంటున్నావనుకున్నాను. కానీ నీ మనసులో పెద్ద పీట వేసావనుకోలేదు" అన్నాడు.

"నా దగ్గర నుంచొని దీనంగా బ్రతిమాలి నా చేత తాళి కట్టించుకుని నా పాదాలు కళ్ళకద్దుకుని దణ్ణం పెట్టింది. అప్పుడు ఆమె కళ్ళ నీళ్ళు ఆ చేతుల నుంచి నా పాదాలకు తడిలా అనిపించింది. అది అప్పుడు అంత పట్టించుకోలేదు కానీ, మనసులో వుంది. ఇప్పుడు ఈ కలలో మళ్ళీ కళ్ళల్లోకి కనిపించింది. చంద్రశేఖర్ అని పిచ్చికేకలా పెట్టిందిరా. అలా పడిపోవడం కూడా కనిపించింది" అన్నాడు శేఖర్.

"అలాగా" అని టైమ్ చూసాడు.

"నాలుగు గంటలయింది పడుకో. నేనూ నీ దగ్గరే పడుకుంటాను. ఒక్క మాట, నీకు కృష్ణవేణిని చూడాలని వుంటే ఒక్కడివే ఎప్పుడూ వెళ్ళకు" అన్నాడు. అలాగే అన్నాడు శేఖర్. మురళిని అదుముకుని పడుకున్నాడు. కలగని భయపడిన అతని మనసును నిద్రాదేవి నిద్రపుచ్చింది.

సూర్యుడు పడమర సంధ్యకు వాలిపోయాడు. దీపాలు వెలిగాయి. అమృతం అనుకున్నది ఆలస్యంగానైనా నెరవేరుతోందని ఆనందంగా వుంది.

కనకం మాత్రం మనోవ్యాధి నుంచి ఇంకా కోలుకోలేదు. అమృతం రోజూ కనకాన్ని మరిపించడానికి "మన పిల్ల మన దారికి వచ్చింది. ఇంకెందుకే బెంగపెట్టుకుంటావు. నువ్వు ఈ సమయంలోనే మరింత ఉత్సాహంగా వుండి దాని బిడ్డను, భర్తను పూర్తిగా మరిపించాలి" అంది అమృతం.

"పిన్నీ ,నీ వెర్రికానీ అది బాబుని మరచిపోతుందనుకుంటున్నావా. నేనే.. వాడ్ని మరచిపోలేకపోతున్నాను. అది మరిచిపోదు" అని కళ్ళు తుడుచుకుంది కనకం.

"అంటే ఏమిటే అది మారలేదంటావా" అంది అమృతం.

"అది మారలేదు. నా మీద వున్న అభిమానంతో నేను దానికి చేసిన సేవలకు ప్రతిఫలంగా ఇలా చేస్తుంది కానీ అది మారదు, మారదు. మనసు మార్చుకుంది. కాదు... మనసు చంపుకుంది" అంది కనకం.

"సరే ఏదో ఒకటి. ఇప్పుడు అందరూ దాన్ని కోరుకుంటున్నారు. నువ్వు కొంచెం ఆనందంగా వుండి ఈ అవకాశంలో చాలా ధనం సంపాదించుకోవాలి" అంది.

"అలాగే పిన్నీ, నేను ఇప్పుడు కొంచెం కోలుకుంటున్నాను" అంది కనకం.

రాజయ్య కంగారుగా వచ్చి అమ్మా, అక్కా ఏలూరు నుండి కృష్ణారావు గారు వచ్చారు అన్నాడు.

ఆ తల్లీ కూతుళ్ళు ఒకరి మొఖం ఒకళ్ళు చూసుకున్నారు. అమృతం లేచెళ్ళి ఆయన్ని మర్యాదగా ఆహ్వానించింది. ఆయన కళ్ళు కనకం కోసం వెతుకుతున్నాయి.

"అలా ఏడుపు మొహం పెట్టుకుని వెళ్ళకు. వాళ్ళు మన బాధలు వినడానికి రారు" అంది అమృతం.

కనకం కులుకు లొలుకుతా వచ్చి బహుకాల దర్శనాలు అంది. "నావి కావు బహుకాల దర్శనాలు, నీవే బహుకాల దర్శనాలు" అన్నాడు నవ్వుతూ కనకంతో కలిసి గదిలోకి వెళుతున్న కృష్ణారావుగారు.

"అవునండి, ఈ మధ్య కృష్ణవేణికి కాలు విరగడం వల్ల ఇంట్లో లేను" అంది ఆయనకు మంచినీళ్ళు అందిస్తూ కనకం.

"ఇప్పుడు నీ కూతురు దారిలో పడింది" అన్నారు.

"ఆ.. ఏదో కొంచెం నయమే" అంది.

"అయితే నీ ఇల్లు ధనాగారమే నన్న మాట" అన్నారు.

"ఏదో మీలాంటి వారి దయతోనే మా జీవితాలు వెళ్ళదీస్తున్నాం" అంది కనకం.

అమృతం కొన్ని కజ్జికాయలు తెచ్చిపెట్టి "బాగున్నారా బాబూ" అంది.

"ఆ... బాగానే వున్నాము. అత్తగారు లాంటి అమృతం ఎలా వుందా అని నేనే అడుగుదామనుకున్నాను, నువ్వే నన్ను అడిగావు" అన్నారు.

"ఏదో బాబు ఇలా వున్నాము. మీరు బొత్తిగా మా కనకం మీద శీతకన్ను వేసారు" అంది.

"ఊర్లో వుండడం లేదు, అందుకే రాలేదు" అన్నారు కృష్ణారావుగారు.

"అలాగా!" అని ఆ తలుపు జారేసింది అమృతం.

అలా రాత్రులు గడుపుతున్నారు ఆ ఇంట్లో అందరూ. ఇన్నాళ్ళు వృత్తి చేసి డబ్బు సంపాదించమని ఎంత బలవంతం చేసారో అంతకంతా డబ్బు సంపాదించాలని పట్టు బట్టి సంపాదిస్తోంది కృష్ణవేణి. ఎందరెందరో గొప్పవాళ్ళను కూడా ఆకట్టుకుంటున్నారు రాజ్యయ్య, కొండయ్య. వేశ్యా గృహం విటులతో కళకళలాడి పోతుంది. ఇలా కొన్ని రోజులు గడిచాయి.

★★★

ఈ మధ్య కొంత మంది లారీ డ్రైవర్లు కూడా అక్కడ ఆగుతున్నారు. రాజయ్య దగ్గరకు వచ్చిన వాళ్ళు దొంగలూ, రౌడీలు అని తెలుసుకోలేకపోయాడు. ఒక చిన్న కారు

ఇంటి ముందు వుంది. ఇంకో లారీ కొంచెం దూరంలో ఉంది. వాళ్ళు మందు వేసుకుంటున్నారు. రాజయ్యకు కూడా బాగా పోసారు. రాజయ్య త్రాగి గోడకు జార బడ్డాడు. కళ్ళుమూసుకున్నాడు.

"ఒక ఫోటో తీసి ఇదిగో సమంగా చూడు. ఈ ఫోటోలో వాడేనా, నిన్ను బ్యాంక్ దోపిడీ చేస్తుండగా పట్టుకున్నాడు" అన్నాడు వీర్రాజు. ఇంకొకడు ఆ ఫోటోను టీపాయి మీద పెట్టి గుచ్చి గుచ్చి చూస్తున్నాడు. అవునన్నా వీడే అన్నాడు.

గదిలోంచి ఇవతలకు వస్తున్న కృష్ణవేణి ఆ ఫోటో చూసింది. గుండె జల్లు మంది. అది ఆయన ఫోటోనే. అవును, ఆయనదే. మళ్ళీ ఆ రూపం కనిపించే సరికి ఏదో అలజడి వచ్చినా, తమాయించుకుని నిదానంగా వుండి వాళ్ళ మాటలు వింటోంది. విననట్టుగా నుంచొని వుంది.

"బలరాం! చెప్పు వీడేనా, బాగా గుర్తు వుందా" అన్నాడు ఒక ఉంగరాల జట్టువాడు.

"అవును వీడే నా ముసుగు చించి నన్ను పరిశీలనగా చూసాడు" అన్నాడు.

"ఒరే బలరామ్, మన ప్లాన్ ప్రకారం జాగ్రత్తగా పాడు పడ్డ బంగ్లా దగ్గర కాసి వాడ్ని మర్డర్ చెయ్యి" అన్నాడు. అలాగేనని లారీ వేసుకుని వెళ్ళిపోయాడు.

వాళ్ళకు అనుమానం వస్తుందేమోనని కృష్ణవేణి లోపల నుంచి వింటోంది. మళ్ళీ ఆ వీర్రాజు ఇంకొకణ్ణి దగ్గరకు పిలిచాడు. "చెప్పన్నా" అన్నాడు వాడు.

"ఇదిగో నేను చెప్పేది జాగ్రత్తగా విను. వీడు ఎలాగూ పోలీసుల దృష్టిలో వున్నాడు కనుక ఆ బ్యాంక్ వాడు చస్తే వీడు జైలుకి వెళ్ళాలి. ఒక వేళ వీడే వాడి చేతిలో చస్తే వాడిని ఉరికంబం ఎక్కించెయ్యాలి. జాగ్రత్త సుమా! నువ్వు లేటుగా వెళ్ళు. బండి దూరాన వుంచి నడిచి వెళ్ళు. ఎవరో ఒకరి చావు కేక వినగానే పోలీసులకు తెలియజెయ్యి" అన్నాడు.

సరే అన్నా అన్నాడు, అక్కడ నుండి కదులుతూ. వాడిని కూడా పరిశీలనగా చూసింది కృష్ణవేణి. ఆమె గుండె కొట్టుకుంటోంది. అమ్మ బాబోయ్ ఆయన్ని చంపేస్తారేమో, నాకేది దారి అని స్థాణువులా నిలబడిపోయింది. మళ్ళీ తేరుకుని ఈ మధ్య రోజూ అతని ఫోటో చూడలేకపోతోంది. ఆ రోజు ఉష లాకెట్ తీసుకెళ్ళి పెద్ద ఫోటో చేయించింది. లోపలికి వెళ్ళి అతని ఫోటో చూసుకుంది. సందేహం లేదు, రెండూ ఒక్కటే అని ఆవేదనతో ఆలోచిస్తోంది. ఇప్పుడెలా అతనిని ఈ ఆపద నుంచి ఎవరు రక్షిస్తారు? ఎలా కాపాడగలను నేను? భగవంతుడా అనుకుంటోంది.

అక్కడున్న రౌడీ వీర్రాజు సీసా ఖాళీ చేసి ఉంగరాల జుట్టు సరిచేసుకుంటూ లోపలికి వచ్చాడు. అతను ఆమెను వాటేసుకున్నాడు. అతన్ని మాటలతో మత్తెక్కించి మందులో ముంచెత్తింది. అతన్ని అన్ని విధాలా ప్రయత్నించి మత్తులో వుండేలా చేసింది. వాడు ఒళ్ళు తెలియకుండా పడి వున్నాడు. దేవుని దగ్గరకు వెళ్ళి తల్లికి దణ్ణం పెట్టుకుని, అమ్మా! తప్పో,ఒప్పో తెలియదు గానీ రాత్రిళ్ళు నా మెళ్ళో మంగళసూత్రం నీ పాదాల దగ్గర ఉంచుతున్నాను. మళ్ళీ ఉదయాన్నే తీసుకుంటున్నాను. తల్లీ, నన్ను క్షమించు, ఇలా చేస్తున్నాను. నా మంగళసూత్రం నా మెళ్ళో వేసుకునేలాగా నన్ను దీవించు. తల్లీ, ఆయన్ను కాపాడు అని వెళ్ళి మంగళసూత్రం వేసుకుని నల్లచీర, నల్ల జాకెట్టు కట్టుకుని మెల్లగా నడక సాగించింది అడ్డదారిన. టైము తలచుకుని కంగారు పడింది. పరుగులాంటి నడకతో నడుస్తోంది.

ఏదో ఒకనాడు అతను సహృదయంతో తన బిడ్డకు తండ్రిని అని ఆదరిస్తాడేమో అన్న ఆశ ఆమెలో లేకపోలేదు. అలా జరక్కపోయినా నీ తండ్రి ఆయనే అని, తన మదిలో వున్న భర్త అతను అని, తన జన్మరహస్యం చెప్పవచ్చు అనుకుంది. కానీ ఇప్పుడు ఈ ఉపద్రవం వచ్చి పడింది. ఇతను లేకపోతే అమ్మ బాబోయ్ ఇంకేముంది తన తాళి బొట్టూ వుండదు, తన బొట్టూ వుండదు. అయ్యో, భగవంతుడా! తాళి కట్టి తల్లిని చేసిన అతను బ్రతకాలి .అతను లేని లోకం తనకు శూన్యం. తనకు దూరంగా ఉన్నా, తన భర్తగా ఎప్పుడూ తన మదిలోనే వుంటాడు. తన బిడ్డకు తండ్రి అతను. అతన్ని రక్షించాలి. వీళ్ళ చేతుల్లో అతను చచ్చిపోకూడదు. భగవంతుడా! అని మనసులో వాపోతూ నడుస్తోంది ఆ చీకటిలో చీకటిలా.

కాళ్ళల్లో ముళ్ళు గుచ్చుకున్నా లెక్కచేయక పరుగులాంటి నడకతో వెళుతోంది. తను ఎప్పటికి వెళ్ళగలదు, ఎంతని నడవగలదు ఈ చీకటిలో. భయంవేస్తోంది, ఏడ్పు వస్తోంది. అమ్మా ఈ దిక్కుమాలిన కృష్ణవేణిని ఎందుకు కన్నావమ్మా. ఏనాడు నేను సుఖపడలేదమ్మా, నా వల్ల ఎవరూ సుఖపడలేదు. అసలు నాలాంటి జన్మకు పెళ్ళికోరిక ఎందుకు? ఆ తాళి కట్టించుకోవడం ఎందుకు? పోనీ అతను తాళి కట్టాడు కనుక భర్తగా భావించాను. ఈ బిడ్డ వెంటనే నా కడుపున పుట్టడం ఎందుకు. నా బ్రతుకు మచ్చ వాడిమీద పడకూడదని వాడిని అనాథను చేసే నాటి రాత్రి ఆ నిశిరాత్రి ఒంటరిగా ఏడ్చాను. ఆ బిడ్డ కోసం ఎంతగానో ఏడ్చాను. మనసు మార్చుకుని శిలలా మారాను. మళ్ళీ ఈ రోజు ఈ నిశిరాత్రి నా భర్త చంద్రశేఖర్ చచ్చిపోతాడేమోనని ప్రాణం అడ్డుపెట్టి రక్షించుకోవాలని వెళుతున్నాను. నేను రక్షించగలనా? అనుకుని నడుస్తోంది.

★★★

కంగారుగా వచ్చిన రంగనాయకి, "అమృతం... ఒసేయ్ కనకం, ఇంకా లేవలేదేంటే" అంది. ఆ మాటకు లేచిన అమృతం, కనకం ఏంటీ ఇంత పొద్దునే వచ్చిందని కంగారుగా చూస్తున్నారు. కృష్ణవేణిని పోలీసులు పట్టుకున్నారు. ఎవరో లారీ డ్రైవర్ని చంపిందట. హైవే రోడ్డులో పాడుపడ్డ బంగ్లా దగ్గర కృష్ణవేణి, ఆ శవం, ఆ లారీ, పోలీసులు అక్కడ ఉన్నారంట. మాకెరుగున్న కుర్రాడు ఆనందరావు వాళ్ళ ఊరు నుంచి స్కూటర్ మీద వస్తూ చూసేట్ట" అంది.

ఆ పిడుగు లాంటి మాట విన్న అమృతం కుప్పకూలిపోయింది. కనకం స్పృహలేనట్టు పడిపోయింది. మళ్ళీ ఇదేమిటి భగవంతుడా అని శకుంతల, నాగమణి కనకాన్ని మొఖం మీద నీళ్ళు జల్లి లేవదీసి, "ఏమిటే అమ్మా, నువ్వు కూడా అలా అయితే ఎలాగా, ఏదో ఆలోచించాలి" కానీ అన్నారు. కనకం ఏడుస్తోంది.

అమృతం తేరుకుని "అసలేం జరిగింది కొండా" అంది కోపంగా.

"రాత్రి లారీ డ్రైవర్లు వచ్చారు. కాసేపు ఉన్నారు. నేను కునుకు తీసాను. ఇంక నాకేమీ తెలియదు" అన్నాడు భయపడుతూ.

"నేను ఆ లారీ వెళ్ళినపుడు చూసాను" అన్నాడు రాజయ్య.

"ఏడవలేకపోయారూ..." కోపంగా అంది అమృతం.

"ఈ లారీ వాళ్ళంటేనే నాకు భయం, ఈ మధ్య వీళ్ళు వస్తున్నప్పటి నుంచి నేను భయపడుతూనే వున్నాను" అంది శకుంతల.

"భద్రయ్య పెదనాన్న వూళ్ళోనే వున్నాడా" అంది.

"ఆ.. వున్నాడు" అంది రంగనాయకి.

"పెదనాన్నని తీసుకుని నువ్వూ, నేను, రాజయ్య వెళదామా" అంది అమృతం.

"అలాగే" అంది రంగనాయకి.

"మీరు అక్కడకి వద్దమ్మా, నేను భద్రయ్యతాతని, ఇంకా తెలిసిన వాళ్ళని తీసుకుని వెళ్ళి విషయం ఏమిటో తెలుసుకుని వస్తాం" అన్నాడు రాజయ్య.

"నేనూ వస్తాను" అంది కనకం ఏడుస్తూ.

"వద్దక్కా, మేం వెళ్ళివస్తాం" అని బయలుదేరాడు రాజయ్య.

★★★

"ఏమిటిది? కలా? నిజమా? నాకు గండం తప్పిందా? శిక్ష పడుతుందా? అతనెవరు? ఎందుకు చంపడానికి వచ్చాడు? తనకు శత్రువులు లేరు. అయితే వీడు వాడే,

ఆ బ్యాంకు దోపిడీ దొంగల ముఠా వాళ్ళే వాడిని పంపించారు. తనని వాళ్ళు ఫాలో అవుతున్నారు. ఆమె ఎవరు? ఎందుకు వచ్చింది? తనను ఎందుకు రక్షించింది? ఏమీ అర్థం కావడం లేదు. మురళి కోసం ఎవరినైనా పంపుదామా? వద్దు తనే వస్తాడు. ఏది చేస్తే ఏమి జరుగుతుందో" అనుకుంటూ దుప్పటి కప్పుకొని వణికిపోతున్నాడు. తలుపుకొట్టిన చప్పుడుకి శేఖర్ భయపడి పోతున్నాడు మళ్ళీ.

మురళి "ఒరేయ్ శేఖర్, నేను మురళినిరా తలుపుతియ్యరా" అన్నాడు. శక్తి కూడకట్టుకుని తలుపుతీశాడు. "ఏంటిరా తలుపు తియ్యలేదు" అంటున్న మురళిని ఒక చేత్తో నోరుమూసి గట్టిగా వాటేసుకున్నాడు. భయంతో వణికిపోతున్నాడు. ఏం జరిగిందిరా అన్నాడు మురళి తలుపేస్తూ. నోట మాటరాని శేఖర్ అతన్ని అల్లుకుని వున్నాడు భయంతో.

"చెప్పకపోతే ఎలా తెలుస్తుంది" అన్నాడు మెల్లగా మురళి.

"నేనూ నేనూ హత్య చేసాను" అన్నాడు.

"హత్యచేసావా? మళ్ళీ కలగన్నావా?" అన్నాడు.

"కలకాదు నిజం" అన్నాడు.

"హత్య ఏమిటి? నువ్వు చెయ్యడం ఏమిటీ?" అన్నాడు మురళి భయంతో.

"అవును హత్య జరిగింది. ఆ రోజు బ్యాంక్ దోపిడీ జరిగినపుడు ఒక ముసుగువాడ్ని పట్టుకుని కొట్టాను. వాడి ముసుగు చింపాను. వాడిది బాలెడ్ అనుకున్నాను. వాడిని సరిగ్గా చూడలేదు, వాడు పారిపోయాడు. వాళ్ళ వారందరూ పారిపోయారు. వాడు రాత్రి నన్ను చంపబోయాడు. వాడు నాతో ఫైటింగ్ చేశాడు. నేను వాడ్ని చంపేశాను" అన్నాడు.

"ఆ మాటలు వింటున్న మురళి వణికిపోతున్నాడు. వాడు పూర్తిగా చచ్చిపోయాడా" అన్నాడు.

"ఏమో! ఏమి జరిగిందో నాకు తెలియదు. ఒకామె వచ్చి నన్ను పారిపో అని బలవంతంగా నన్ను ఆ అరుగుమీద నుంచి తోసేసింది" అన్నాడు.

మురళి కంగారుగా కాసిని మంచినీళ్ళు తాగి శేఖర్ కి కూడా కాసిని ఇచ్చి "కొంప మునిగింది" అన్నాడు మురళీ. శేఖర్ తలవంచుకుని కూర్చున్నాడు.

కొంచెం తేరుకుని "ఏం జరిగిందో మళ్ళీ చెప్పు" అన్నాడు.

"నువ్వు మీ ఊరు వెళ్ళిపోయావు. నేను సినిమా చూసి రూమ్ కి వస్తున్నాను. పాడుబడ్డ బంగ్లా దగ్గరకు వచ్చాను. దారికి ఏదో అడ్డుపెట్టారు. నేను దిగి అది తీస్తున్నాను. ఒకడు నా మీద పడ్డాడు. నేను వాడ్ని అడ్డుకున్నాను. ఇద్దరం పెనుగులాడుతూ బంగ్లా అరుగుమీదకు వచ్చాం. చీకటి, ఆ చింత చెట్టు నీడలో ఏమీ కనిపించడం లేదు. వాడి చేతిలో కత్తి వుంది. వాడు మందులో వున్నాడని తెలుస్తోంది. వాడి కత్తిపోటుకు తప్పించుకున్నాను. కానీ వాడు నన్ను చంపాలని చూస్తున్నాడు. నేను వాడ్ని కొట్టి బలంగా కత్తి లాక్కున్నాను. అది కింద పడిపోయింది. ఇద్దరం వంగి వెతికాం. నాకు దొరికింది. వాడు లేవకుండానే నేను వాడ్ని పొడిచాను. అలా పొడుస్తున్న సమయంలో ఒకామె వచ్చి చంపొద్దు, చంపొద్దు అని నా చేతిని గట్టిగా పట్టుకుంది. ఆయాసంతో నా చేతిని ఇంక పొడవకుండా ఆపేసింది. ఆమె ఎవరా అని నేను భయపడ్డాను అన్నాడు". ఇంక చెప్పలేక ఆగాడు శేఖర్.

మురళీ లేచి "ఆమె ఎవరూ" అన్నాడు.

"ఏమో ఎవరో నాకు తెలియ లేదు. వాడి చేతిలో చస్తానా అన్న భయం, వాడిని చంపేస్తున్నానే అన్న భయంలో ఆమెవచ్చింది. వాడు హ... అంటున్నాడు. నేను నుంచున్నాను. ఆమె నన్ను, నా తలని తడిమింది. వాడిని కూడా తడిమి వుంటుంది. మళ్ళీ నా జుట్టు చూసింది. నేను చాలా భయంతో వణికిపోతున్నాను. ఆమె నా చేతిని తడిమి ఆ కత్తి లాక్కొంది. నన్ను పొడుస్తుందేమో, అతని మనిషేమో అనుకున్నాను. నాకు భయంతో ఏమీ తోచడంలేదు. ఆమె 'వీడు చచ్చిపోయాడు, నువ్వు పారిపో' అంది. నేను అలా స్థంభానికి నుంచొని పోయాను. పోలీసులు వచ్చేస్తారు, నువ్వు పారిపో అని నన్ను అక్కడ నుంచి తోసేసింది. ఆ పక్క పల్లంలోకి దొర్లిపోయాను. మెల్లగా తేరుకొని నా బండి వేసుకుని రూమ్ కి చేరుకుని తలుపు మూసుకున్నాను. ఇదీ జరిగింది. ఇప్పుడు ఏమి జరుగుతుందో ఆ దేవుని దయ" అన్నాడు శేఖర్.

"వాడు పూర్తిగా చావకపోతే మనం బ్రతికిపోతాం. ఇంతకీ ఆమె ఎవరు? అతని మనిషి అయితే నిన్ను పారిపో అనదు. మరి ఆ మనిషి ఎవరు? అంతా అయోమయంగా వుంది" అన్నాడు మురళి. "ఐతే వుండు నేను వెళ్ళి పేపరు చూసి వస్తాను" అన్నాడు.

"వద్దురా, నువ్వు నన్ను వదిలి బైటికి వెళ్ళొద్దు" అన్నాడు శేఖర్.

అంతలో ఆ ఇంటి ఓనర్, "ఇది విన్నారా మురళీ! రాత్రి ఒక ఆడపిల్లని ఒక లారీ డ్రైవర్ ఎక్కడికో తీసుకుపోతున్నాట్ట. ఆమె లారీ దూకేసి బంగ్లాలో దాక్కుందిట. వాడు

ఆమెను చంపెయ్యమంటావా, నాతో వస్తావా అన్నాట్టా. ఆమె వాడ్ని చంపేసిందిట. రేపు రాజమండ్రి కోర్టులోకి తీసుకొస్తారుట" అన్నాడు.

వారి గుండెలు దడదడా కొట్టుకుంటున్నాయి. మురళి తేరుకుని "అలాగా" అన్నాడు. ఆయన "ఏమిటో" అనుకుంటూ వెళ్ళిపోయాడు. ఇంకెందుకు నేను బైటికి వెళ్ళడం అని అక్కడ కుర్చీలో చతికిలబడ్డాడు.

"రేపు రాజమండ్రి కోర్టుకు వెళదాం" అన్నాడు శేఖర్.

"సరే వెళదాం" అన్నాడు మురళి. "నేను బయటకు వెళ్ళి నీకు ఏదైనా తినడానికి తెస్తాను" అన్నాడు.

"వచ్చేటప్పుడు ఎవరు ఏమంటున్నారో తెలుసుకురా" అన్నాడు శేఖర్.

"సరే" అన్నాడు మురళి.

కనకం కృష్ణా.. కృష్ణా.. నా తల్లీ అని అలా ఏడుస్తూనే వుంది. భద్రయ్య.. రాజయ్య ఇంకా రాలేదేమిటో అని అందరూ ఎదురుచూస్తున్నారు. చీకటి పడిపోయింది. రాజయ్య గబా గబా వచ్చి భద్రయ్య తాతయ్యకు కొంచెం టీ పెట్టి ఇవ్వండి అన్నాడు.

అమృతం టీ పట్టుకెళ్ళి, "పెదనాన్న, నీకు నీరసం వచ్చిందా? శ్రమ కలిగించాను" అంది.

"నాకేం ఫర్వాలేదమ్మ. ఇంత కష్టమొచ్చినప్పుడు శ్రమ అనుకుంటామా. రేపు రాజముండ్రి కోర్టుకు తీసుకొస్తారట. అక్కడికి వెళ్దాం అని ఏర్పాటులు చేసాను. కంగారు పడకండి" అన్నాడు ఇంటికి వెళుతూ.

"నాకు భయం వేస్తోంది రా" అన్నాడు శేఖర్.

"నేను ఒక్కణ్ణి వెళ్ళనా" అన్నాడు మురళి.

"నేనూ వస్తాను. ధైర్యం తెచ్చుకుని వస్తాను. నేను ఆమెను చూడాలి. కానీ మనం ఇలా వెళ్ళొద్దు. ముస్లిం లేడీస్ వేసుకునే నల్ల డ్రెస్ లు వేసుకు వెళదాం అన్నాడు.

"సరే అలాగే ఆ డ్రెస్ లు వేసుకునే వెళ్దాం. నువ్వు ధైర్యంగా వుండాలి సుమా.. ఏమీ మాట్లాడకూడదు. వెళ్లి చూసి వెంటనే వచ్చేద్దాం" అన్నాడు మురళి.

★★★

శేఖర్, మురళి కోర్టుకు వచ్చి కూర్చున్నారు. వాళ్ళకి కొంచెం ముందు కనకం చెల్లెళ్ళు కనకాన్ని చెయ్యి పట్టుకుని తీసుకు వచ్చి కుర్చోపెట్టారు. ఆమె బాధపడుతోంది. ఆమెను వాళ్ళు వూరడిస్తున్నారు. నిమిషాలు గడుస్తున్నాయి. రాజయ్య, కొండయ్య,

భద్రయ్య తాత కూడా వచ్చారు. ఆమె కోసం అందరూ ఎదురు చూస్తున్నారు. పోలీసుల మధ్య నుంచి నెమ్మదిగా వచ్చి బోనులో నుంచుంది కృష్ణవేణి.

కృష్ణవేణి వస్తుంటే చూసిన శేఖర్ నిర్ఘాంత పోయాడు. నోట మాట రావడం లేదు. కొంచెం తేరుకుని "మురళీ.. మురళీ.. కృష్ణవేణి" అన్నాడు శేఖర్.

"ఎక్కడ" అన్నాడు మురళి.

కనకం "నా కృష్ణవేణి, నా కృష్ణా" అని ఏడుస్తున్న ఆమెను పరికించి చూసాడు మురళి. ఈమెను ఎక్కడ చూసాను అబ్బా అనుకుంటున్నాడు. మురళి చేయి పట్టుకుని "బోనులో చూడు" అన్నాడు శేఖర్. మురళి బోనులో వున్నా ఆమెను చూసాడు. "కృష్ణవేణి" అన్నాడు జీరబోయిన గొంతుతో శేఖర్. నిజమా కృష్ణవేణి అన్నాడు ఆశ్చర్యంగా.. మురళి. ఆ ఇద్దరూ ఆశ్చర్యంగా ఆమెను చూస్తున్నారు.

పబ్లిక్ ప్రాసిక్యూటర్ వచ్చి భగవద్గీత అక్కడ పెట్టి భగవద్గీత మీద ప్రమాణం చేసి అంతా నిజమే చెబుతాను, అబద్ధం చెప్పను అని జరిగింది జరిగినట్టు చెప్పమ్మా అన్నారు. అందరూ చెవులొగ్గి వింటున్నారు. భగవద్గీత మీద ప్రమాణం చేసి అంతా నిజమే చెబుతాను, అబద్దం చెప్పను అని అంది కృష్ణవేణి.

"మొన్న అర్ధరాత్రి మీ ఊరు బయట పాడు పడ్డ బంగ్లాలో బలరాం అనే వ్యక్తిని హత్యచేసావా" అన్నారు.

క్షణమాగి "చేసాను" అంది. అంతా నివ్వెరపోతున్నారు.

"నీవు అతన్ని ఎందుకు హత్య చేయవలసి వచ్చింది" అన్నారు పబ్లిక్ ప్రాసిక్యూటర్.

"మొన్న రాత్రి, నన్ను మోసంతో బలవంతంగా కత్తి చూపించి, బెదిరించి లారీ ఎక్కించుకుని ఇంకొక ఊరు తీసుకునిపోతున్నాడు. నేను అతన్ని మంచి మాటలతో నాకు అవసరమని చెప్పి లారీ ఆపమన్నాను. అతను ఆపి అక్కడే నుంచున్నాడు. నేను మెల్లగా ఆ బంగ్లాలో దాక్కున్నాను. అతను నన్ను వెతుకుతూ వచ్చి నన్ను తనతో రాకపోతే చంపుతానని బెదిరించాడు. నేను చాలా బ్రతిమిలాడాను. నన్ను వదిలిపెట్టు, నేను మా ఇంటికి వెళ్లిపోతాను అని చాలా ప్రాధేయపడ్డాను. అతను తనతో తీసుకెళ్ళడానికే నిర్ణయించుకున్నాడు. కత్తి తీసుకుని నన్ను బెదిరించాడు. నేను ఆ కత్తితో అతన్ని చంపేసాను" అంది.

అది విన్న జడ్జి గారు క్షణమాగారు. అంతా నిశ్శబ్దంగా వుంది. అది విన్న కనకం "అమ్మ నా తల్లో... అమ్మ నా తల్లో...." అని గుండెలు బాదుకుంది. మొన్న రాత్రి గుమ్మం ముందు లారీ వుంది అందుకేనేమో అని ఆ చెల్లెల్లు చెప్పుకుంటున్నారు. బోనులో నుంచి కృష్ణవేణి చెప్పిన మాటలకు ఆశ్చర్యపోయాడు శేఖర్. ఆలోచనగా చూస్తున్నాడు మురళి.

"నువ్వేంటిరా అలా చెప్పావు" అన్నాడు అనుమానంగా చూస్తూ మురళీ.

"ఒరే మురళీ అది అబద్ధం" అన్నాడు శేఖర్.

మళ్ళీ జడ్జి గారు నీవెవరు అని ప్రశ్నించారు. ఆమె తల దించుకుంది. నేను హత్యచేసాను అని తలెత్తి చెప్పిన మనిషి తనెవరో చెప్పేందుకు తలదించుకుంది. మళ్ళీ "నీవెవరు, నీ పేరేమిటి" అని ప్రశ్నించారు. తలదించుకుని "నేను వేశ్యను, నా పేరు కృష్ణవేణి" అంది.

ఆ మాటకు ప్రతిపక్ష ప్రాసిక్యూటర్ వినిపించడం లేదు, గట్టిగా చెప్పు అన్నాడు. నేను వేశ్యను, నా పేరు కృష్ణవేణి అంది. వేశ్యవా అన్నారు ప్రతిపక్ష ప్రాసి క్యూటర్ చులకనగా. "ఈమె వేశ్య కనుక ఈమెకూ అతనికి సంబంధం వుంది కనుక, అతను ఈమెను ఎందుకు రమ్మన్నాడో తెలుసుకోకుండా, అతన్ని హత్య చేసి, హత్యచేసాను అని ఒప్పుకున్న సదరు ముద్దాయి ఈ కృష్ణవేణి అనే వేశ్యను తగు రీతిన శిక్షించాల్సిందిగా కోర్టువారిని కోరుతున్నాను" అన్నారు ప్రాసిక్యూటర్.

కృష్ణవేణి తరపు డిఫెన్స్ లాయర్ లేచి, కృష్ణవేణి వేశ్య అయినా అతను ఆమెను బలవంతంగా తీసుకెళ్ళకూడదు కదా, ఆమెకు ఇష్టాఇష్టాలు ఉంటాయి కదా అన్నాడు. పైగా రానని బ్రతిమాలినా వినకుండా, రాకపోతే చంపేస్తాను అని బెదిరించడం అతను చేసిన తప్పే" అన్నారు డిఫెన్స్ లాయర్.

మళ్ళీ ఆయన అందుకుని "ఏమో ఈ వేశ్య మాటలు ఎవరు నమ్ముతారు? తనను చంపుతానని బెదిరించాడు అంటోంది. చూసిన ఇంకో సాక్ష్యం ఏదీ" అన్నారు వాళ్ళ తరపు ప్రాసిక్యూటర్.

"ఇది ఇద్దరి మనుష్యుల మధ్య జరిగిన విషయం. అతను చనిపోయాడు. ఆమె మాటే కదా వినాలి. ఆ సమయంలో ఆమె చనిపోతే అతని మాటే కదా వినాలి. అతను ఆమె ఇష్టం లేకుండా అలా బెదిరించి తీసుకెళ్ళకూడదు" అంటుంటే.. "ఏది ఏమైనా ఈమె వల్ల ఇద్దరు చిన్న పిల్లలు, అతని భార్య దిక్కు లేని వాళ్ళయిపోయారు. ఇప్పుడు ఆ పిల్లలకు తండ్రిని తెచ్చి ఇవ్వగలదా? ఆమెకు భర్తలేని జీవితం గడపవలసిన పరిస్థితి ఈమె వల్లనే

కదా కలిగింది. కొంచెం కూడా ఆలోచించకుండా అలా హత్య చేసేయ్యడమేనా? ఇలాంటి ఆడదాని వల్ల స్త్రీ జాతికే అవమానం కదా" అన్నారు పబ్లిక్ ప్రాసిక్యూటర్. జరిగింది ఒకటి, ఇప్పుడు జరుగుతున్నది మరొకటి. ఇలా జరగడమేమిటి? అని ఆలోచనగా చూస్తున్నాడు వీర్రాజు.

వాదోపవాదాలు విన్న తరువాత జరిగిన విషయాలు పరిశీలించిన తరువాత తను హత్య చేసాను అని ఒప్పుకున్న సదరు ముద్దాయి కృష్ణవేణికి యావజ్జీవ కారాగార శిక్ష విధించడమైనది అన్నారు జడ్జిగారు. ఆ మాటకు కనకం ఘొల్లుమంది. ఆమె నోరు మూసేసారు చెల్లెళ్ళు. ఆ మాటకు శేఖర్ గుండె జల్లుమంది.

"ఇది చాలా అన్యాయం, నేను నిజం చెపుతాను" అన్నాడు శేఖర్.

"ఒరేయ్ నువ్వు నా యందు దయవుంచి నోరు మెదపొద్దు. మీ అమ్మగార్ని ఒక్కసారి గుర్తు చేసుకో. తరువాత కృష్ణవేణిని ఎలా బైటికి తీసుకురావాలో ఆలోచిద్దాం. నా మాట విని నోరు మెదపకు" అన్నాడు మెల్లగా. శేఖర్ నోరు మూసుకున్నాడు. కానీ మనసు ఎంతగానో ఘోషిస్తోంది నేరమొకరిది, శిక్ష ఒకరిదీ అని. ఆమెను చూడ్డానికి కొందరు, అసలేమి జరిగిందో చూద్దామని కొందరూ, చేతిలో పండు జారి పోతోందన్న భావనతో కొందరూ వచ్చారు. కృష్ణవేణిని పోలీసుల మధ్య వేన్ దగ్గరకు తీసుకువెళుతుంటే నేను అనుభవించవలసిన శిక్షకు తను గురైంది. ఇంత త్యాగమా అని ఆలోచనగా చూస్తున్నాడు శేఖర్. కనకం తన ప్రేగులు ఎవరో లాగేస్తున్నట్లు నా కృష్ణా, నా కృష్ణా అని రోదిస్తోంది.

"కృష్ణవేణి పరిస్థితి చదవండి" అన్నారు రామనాథం గారు రుద్ధ కంఠంతో. గీత గుండె వేగంగా కొట్టుకుంటోంది.

"ఏం జరిగిందో చెప్పండి నాన్నగారూ" అంది. ఉష కూడా కంగారుగా చూస్తోంది.

"చెప్పేందుకేముంది కృష్ణవేణి జీవితం ముగిసిపోయింది" అన్నారు.

"అయ్యో... కృష్ణవేణీ" అన్నారు ఒక్కసారే స్నేహితురాళ్ళు కన్నీటితో.

"అలా బాధపడకండి. కృష్ణవేణికి ఏమీ కాలేదు. ఎవరో లారీ డ్రైవర్ని హత్య చేసిందిట. ఆ కారణంగా ఆమెను జైల్లో పెట్టారు. పెట్టడం ఏంటి, పెద్ద శిక్ష వేసారు" అన్నారు.

"అయ్యొమ్మో అయ్యొమ్మో కృష్ణవేణీ ఎంత పని జరిగిందే కృష్ణా" అని ఏడ్చింది గీత. "ఎప్పుడు జరిగింది నాన్న గారు" అంది.

"నిన్ననే శిక్ష విధించారు. రాజమండ్రి సెంట్రల్ జైల్లో వుంది" అన్నారు.

"అయ్యొమ్మో దానికి ఎంత కష్టమొచ్చిందే, దాని పిల్లాడు ఏమైపోతాడో" అంది.

"ఏమో పాపం? నేను నీ దగ్గర కొచ్చే ముందు చూసి వచ్చాను. పిల్లాడు బాగానే వున్నాడు. అదే ఏదోలా వుంది" అంది ఉష కన్నీళ్ళతో.

"మనమిద్దరం వెళ్ళి అసలేం జరిగిందో తెలుసుకుని దాన్ని చూసి రావాలి. అది హత్య చేసే అంత ధైర్యస్థురాలు కాదు, అది హత్య చేయదు. ఏ కారణం చేతనైనా చెయ్యని నేరాన్ని నెత్తిన వేసుకుందేమో" అంది గీత.

"ఎందుకలాచేస్తుంది తనేమైనా వెర్రిదేమిటి. ఇందులో క్లియర్గా వుంది కదా. అతనెవరో తనను బలవంతంగా తన ఊరుకి తీసుకెళతా నన్నాడంట. తనేమో నేను రాను నన్ను వదిలెయ్యి అందిట. అతను ఒప్పుకోలేదుట. నువ్వు రాకపోతే నిన్ను చంపేస్తాను అన్నాట్ట. అలాంటి సమయంలో ఏమీ చెయ్యలేక అలా చేసినా చెయ్యవచ్చు" అన్నారు.

"ఏమో నాన్న నాకు మతి పోతోందీ. దాని జీవితం, ఆ జైల్లోనే అంటే నేనే తట్టుకోలేకపోతున్నాను నాన్న గారూ" అని భోరున ఏడ్చింది గీత.

"బాధ పడకమ్మా నిదానం మీద అన్నీ తెలుస్తాయి" అన్నారు రామనాధం గారు.

"దాన్ని చూసి దానికి ధైర్యం చెప్పి వద్దాం. తరువాత అన్నీ తెలుసుకుని ఎలా చేస్తే బాగుంటుందో ఆలోచిద్దాం" అంది ఉష.

"సరే ఉషా! ముందు కాలేజీకి వెళ్ళి శెలవు చీటీ ఇచ్చి వద్దాం అంది" గీత.

★★★

శేఖర్ లేచి తయారైపోయాడు. "మురళి! తొందరగా లే" అన్నాడు. మురళి కూడా లేచి కూర్చున్నాడు. "ఒరే మురళి ముందు ఆమెను జైల్లో సుఖంగా వుండేటట్లు చూడాలి. అసలే వేశ్య అంటే అందరికీ అలుసే" అన్నాడు.

"మీ చుట్టాలు ఎవరో జైల్లో పనిచేస్తున్నారు అన్నావు గుర్తుందా" అన్నాడు శేఖర్.

"అవును మా చిన్నాన్న గారు అంటే, మా నాన్న గారి కజిన్" అన్నాడు మురళి.

"ఆయన ఏ ఊరులో ఉన్నారు" అన్నాడు శేఖర్.

"తిరుపతిలో, ఈ మధ్య ఆయన్ను కలవలేదు".

"అయినా తెలుసుకుందాం. ఆయన చేత ఈ జైలు సూపరింటెండెంట్ గార్కి ఫోన్ చేయిద్దాం. కంగారుపడకు" అన్నాడు.

"ఈ విషయంలో కంగారుపడాలిరా. లేకపోతే కుదరదు" అన్నాడు శేఖర్.

"ఇప్పుడీ విషయంలో ఏమైనా ఇబ్బందులు పడతావేమో. నీకు కాబోయే భార్య, అత్తగారు, మామగారు, తల్లి, తండ్రి అంతా వున్నారు. వాళ్ళు ఏమైనా ప్రశ్నలు వేస్తారేమో" అన్నాడు మురళి బాధ్యతలు గుర్తు చేస్తూ.

"భార్య, పెళ్ళి ఇవి తరువాత. యావజ్జీవ శిక్ష తప్పించిన ఆ త్యాగమూర్తి కోసం ఏ చిక్కుల్లో పడ్డా ఆనందంతో భరిస్తాను" అన్నాడు.

"సరే నువ్విలా అంటే నేను కాదనేది లేదు, ప్రయత్నిద్దాం" అన్నాడు.

"ఒరే మురళి ఆమె మానాన ఆమెను వది లేస్తే నేను చాలా కృతఘ్నుణ్ణి అయిపోతానురా. అసలు నేను లేచి నిజం చెప్పేద్దామనుకున్నాను. కానీ మురళీ నేను చాలా స్వార్థపరుడినిరా. ఈ మాట విని, మా అమ్మ చచ్చిపోతుందని భయపడి, నేను నోరు మెదపలేదు. రెండోది అసలు నీకు, ఆమెకు ఏమిటి సంబంధం అంటారు. ఆ భయం కూడా నన్ను నోరు మెదపనివ్వలేదు. ఇపుడు ఆమెకు ఏ సహాయమైనా చెయ్యకపోతే నా బ్రతుక్కి అర్థం లేదు" అన్నాడు.

"సరే ఇప్పుడేం చేద్దాం" అన్నాడు మురళి.

"ముందు మనం జైలుకి వెళ్ళి ఆమెను చూడాలి" అన్నాడు శేఖర్.

కృష్ణవేణీ, నీ కోసం ఎవరో వచ్చారు అని పిలిచి ఆమెను తీసుకొచ్చారు. తొందరగా మాట్లాడి వచ్చెయ్యాలి అంది. కృష్ణవేణి వచ్చి నుంచొంది. మురళీని చూసి ఎవరబ్బా అనుకుంటోంది. మురళీ ఆమెను తేరిపారా చూసాడు.

"ఎవరబ్బా ఇతను? ఎప్పుడూ ఇతన్ని చూసినట్లు లేదే" అనుకుని చూస్తోంది. మురళి దూరంగా వెళ్ళాడు. అతని వెనకాల నుంచొన్న చంద్రశేఖర్ ఒక్కసారి ఆమెను చూసి తల దించుకున్నాడు. త్యాగశీలిని తలెత్తి చూడలేనని కాబోలు ఆ తల దించుకోవడం.

అతని రూపు చూసిన కృష్ణవేణికి హృదయంలో ఆనంద కెరటం నిలువెత్తున లేచింది. ఆమెకు కొంచెం దగ్గరగా వచ్చాడు. కానీ ఏమి మాట్లాడాలి అనుకుంటున్నాడు. ఆమె కూడా అలాగే వుంది. శేఖర్ ముందు తేరుకుని ఏదో ఒకటి అనాలని, "మీకు నేను గుర్తున్నానా?" అన్నాడు ఆమెకేసి చూసి. ఆ మాటకు హృదయం ఆనందంతో పొంగి

చిరునవ్వులా పెదాల మీదకు వచ్చింది. చిరునవ్వుతో తలూపింది. "మీకు నేను ఏనాడూ ఏ సహాయము చేయలేదు. మరి మీరు ఇలా చేయడంలో మీ భావం ఏమిటో? ఈ త్యాగమేమిటో? మీ గురించి తలచుకునేటపుడు వచ్చే బాధ, ఈ శిక్ష అనుభవించినా రాదేమో" అన్నాడు శేఖర్. ఆమె ఏమీ మాట్లాడలేదు.

"మీ కోసం ఏమి చెయ్యమంటే అది చేస్తాను. అలాచేస్తే నాకు మనశ్శాంతిగా ఉంటుంది. నా మీద దయ వుంచి చెప్పండి ,సంతోషంగా చేస్తాను" అన్నాడు శేఖర్. నా మీద దయ వుంచి చెప్పండి సంతోషంగా చేస్తాను అంటున్న శేఖర్తో అనాధ అని ఏదో చెప్పబోయి ఆగిపోయింది. ఆమె మనసు ఆమెను ఆపేసింది. "చెప్పండి అనాధ అని ఆగారు చెప్పండి" అన్నాడు. "అనాధలను ఆదుకొని సహాయం చెయ్యండి" అంది.

"కాదు మీరు ఏదో దాస్తున్నారు. అనాధలను ఆదుకోవడం ఒకటి, ఇంకా ఏదో చెప్పండి. వివరంగా చెప్పండి" అంటున్నాడు ఆతృతతో.

ఆమె ఆలోచించి "చెప్పనా? చేస్తారా? తప్పరుకదా" అంది.

"తప్పక చేస్తాను చెప్పండి" అన్నాడు.

"ఇంకెప్పుడూ నన్ను చూడడానికి రాకండి" అంది.

అతను బాధగా "ఇదా మీరు చెప్పేది" అన్నాడు.

"ఇంకొకసారి వస్తే నా మీద ఒట్టే, నేను వెళుతున్నాను" అంది వెళ్ళబోతూ.

"వద్దు ఆ ఒట్టు కుదరదు. ఆ మాట అనకండీ, ఆ మాట తీసేసాను అనకపోతే నా మీద ఒట్టే" అన్నాడు.

ఆ మాట ఆమె చెవులకు సోకింది. వెనుదిరిగి వచ్చి ఒక హంతకురాలిని చూడ్డానికి మీరు వస్తే ఏమి బాగుంటుంది" అంది.

"ఆ మాట అనడానికి మీకు ధైర్యంగా వుందేమో గానీ, వినడానికి నాకు లేదు. నేను వస్తూనే వుంటాను" అన్నాడు.

రామ్మా అని వచ్చిన ఆ పోలీస్ తో వెళ్ళిపోతున్న కృష్ణవేణిని ఒకసారి "కృష్ణవేణీ.." అన్నాడు. ఆ పిలుపు విని ఆనందంతో అతన్ని చూసి ముందుకు కదిలింది.

నీలి అంచు తెల్ల చీర, తెల్ల జాకెట్టు, పెద్ద ముడి, బొట్టు మాత్రమే పెట్టుకుంది. 20 సంవత్సరాలకే 60 సంవత్సరాలు వచ్చిన వైరాగ్యంతో వుందామె. మురళి, శేఖర్ భుజం మీద చెయ్యి వేసి "దా.." అన్నాడు. ఆమె వెళ్ళిన వైపే చూస్తున్న శేఖర్ కళ్ళు నీటి పొరలు కమ్మాయి. మురళి ఆమెను చూసాడు. ఆమె మెడ కింద జబ్బమీద కమిలినట్లు నీలంగా

కనిపించింది. శేఖర్ కు కనబడి వుండదు, కన్నీటి పొరల్లో అనుకున్నాడు. మురళి ఆమెను జాలిగా చూసాడు. ఆమె వెళ్ళిపోయింది. ఆమెకూ, తనకూ జరిగిన సంభాషణ అంతా విచార హృదయంతో చెప్పాడు శేఖర్.

"ఆమె మాటను బట్టి ఆలోచిస్తే, అనాధలు అంటే అనాధాశ్రమంలో ఎవరైనా వుండి వుండాలి" అన్నాడు మురళి.

"నేనూ అదే అనుకుంటున్నాను" అన్నాడు శేఖర్.

"లేకపోతే ఆ మాటరాదు" అన్నాడు. "మళ్ళీ ఒక్కసారి నేను వెళ్ళి అన్ని విషయాలు వాళ్ళింట్లో వాళ్ళని అడిగి తెలుసుకుని వస్తాను" అన్నాడు మురళి.

"అలా చేస్తే అన్ని విషయాలు తెలుస్తాయి" అన్నాడు శేఖర్.

★★★

ఆ విషయాలు చెబుతాడని మురళిని ఆతృతతో చూస్తున్నాడు శేఖర్.

"వాళ్ళ ఊరుకు ముందు వాళ్ళ మావయ్య కనిపించాడు. వాడిని గుర్తు పట్టాను. ఈ విషయం అడిగాను" అన్నాడు.

"ఏమని అడిగావు" అన్నాడు శేఖర్.

"ఆమెకు పిల్లలున్నారా అని అడిగాను. ఒక బాబు పుట్టాడు. మూడు నెలలు పెంచి ఒకనాటి రాత్రి ఏమి చేసిందో తెలియదు. ఆ పిల్లాడు లేడు. వాళ్ళమ్మ ఎంతగానో ఏడ్చింది. ఏం చేసావో చెప్పవే అని అడిగింది. కానీ చెప్ప లేదు. ఎవరో పిల్లలు లేని వాళ్ళకు ఇచ్చేసాను అని చెప్పింది. రెండు నెలలకు ఒకసారి వాళ్ళు తీసుకొచ్చి మనకు చూపిస్తారు అని చెప్పింది. కానీ వాళ్ళెవరూ తీసుకురాలేదు. చూపించలేదు. ఈ మధ్యే మనసు మార్చుకుంది. అంతలో ఇలా జరిగిపోయింది అని రాజయ్య చెప్పాడు. ఆమె కోర్టులో చెప్పిందే నిజమని వాళ్ళు నమ్ముతున్నారు" అన్నాడు మురళి.

"అయితే ఈ చుట్టు పక్కల అనాధాశ్రమాలు ఎక్కడెక్కడ వున్నాయో తెలుసుకోవాలి" అన్నాడు.

"అదెంత పని, బైటికి వెళితే ఎవరన్నా చెబుతారు" అన్నాడు మురళి.

"ఇంకా ఏమన్నా చెప్పాడా గుర్తు తెచ్చుకో" అన్నాడు శేఖర్.

"ఆ.. ఆ పిల్లాడి పేరు కిరణ్ బాబు అంట. ఆ మాట అన్నాడు. మా కిరణ్ బాబుని మళ్ళీ తీసుకురాలేదు, చూపించలేదూ అన్నాడు" అని మురళీ అన్నాడు.

"మళ్ళీ మరచిపోతాం" అని ఆ పేరు నోట్ చేసుకున్నాడు శేఖర్. కిరణ్ అని నోటిలో అనుకున్నాడు. "ఆమెకు ఎంత పిల్లాడు వుంటాడంటావ్" అన్నాడు శేఖర్.

"నెలల పిల్లాడు వుండి వుంటాడు".

"ఎలా చెప్పగలవు" అన్నాడు.

"ఆమె దగ్గరకు నిన్ను తీసుకెళ్ళి సంవత్సరం దాటింది. నీతో ఇదే నా మొదటి రాత్రి అందన్నావు కదా. ఈ సంవత్సరన్నర కాలంలో పిల్లలు పుడితే నెలల పిల్లలే వుంటారు" అన్నాడు మురళి. అలా అంటావా అన్నాడు శేఖర్. అవును అన్నాడు మురళి.

ఇద్దరూ రహీమ్ ఆశ్రమానికి వచ్చారు. ఆయనకు వినయంగా నమస్కరించారు. "ఏం కావాలి "అన్నారు రహీమ్ జీ.

"కొన్ని నెలల కాలంలో మీ ఆశ్రమంలో ఒకామె చిన్న పిల్లవాడ్ని ఇచ్చిందా" అన్నారు వినయంగా.

"ఎవరు ఇచ్చారని మీరు అడుగుతున్నారు. పేరు చెప్పగలరా అన్నారు" రహీమ్.

"కృష్ణవేణి ఆమెపేరు. పిల్లాడి పేరు కిరణ్" అన్నాడు శేఖర్.

"అలాగా" అని రహీమ్, అక్కమ్మ లోపలికి వెళ్ళి ఆలోచించుకుని, మళ్ళీ ఒకసారి చంద్ర శేఖర్ ను చూసి ఆనాటి కృష్ణవేణి మాటలు గుర్తుకు తెచ్చుకుని వెళ్ళి ఆ లాకెట్లో ఫోటో చూసారు. అతనే ఇతను అనుకుని కిరణ్ బాబుని తీసుకువచ్చారు. శేఖర్ ఎత్తుకున్నాడు. తల నిండుగా వంకీల జుట్టు, తెల్లగా, ముద్దుగా వున్నాడు. కిరణ్ ను మురళి కూడా ఎత్తుకున్నాడు. రహీమ్ మళ్ళీ తీసుకుందామని నుంచున్నారు.

మురళి రహీమ్ జీకి ఇవ్వబోతుంటే శేఖర్ తీసుకుని, "రహీమ్ జీ! బాబుని నేను తీసుకెళతాను" అన్నాడు.

"కృష్ణవేణి తన బిడ్డ అని చెప్పింది" అన్నారు ఆయన.

"అవును మా బిడ్డే" అన్నాడు శేఖర్, అలా అంటే గాని ఇవ్వరేమోనని.

"కృష్ణవేణి రాలేదేం" అన్నారు.

"సందేహించనక్కర్లేదు, కృష్ణవేణి ఇష్టం మీదే తీసుకెళుతున్నాను. నా అడ్రసు, నా ఉద్యోగం, వివరాలు అన్నీ మీకు వ్రాసి ఇస్తాను" అన్నాడు.

"అలాగే ఇవ్వండి" అన్నారు రహీమ్. అతను వ్రాసి ఇచ్చాడు. అది తీసుకుని బాబును ఇచ్చారు.

"ఆమె గురించి మీకు మళ్ళీ వచ్చి చెబుతాను" అన్నాడు శేఖర్. ఇవి కూడా బాబుని ఇచ్చినపుడు ఆమె మాకు ఇచ్చింది అని ఒక జేబురుమాలు మూట కట్టినది వాళ్ళకివ్వబోతుంటే, "నువ్వు తీసుకో మురళి" అన్నాడు శేఖర్. అది తీసుకుని వాళ్ళిద్దరూ బాబుతో ఇంటికి చేరారు.

మురళీ ఆ మూటలో ఏముందా అని చూసాడు. ఒక తాయత్తు లాంటిది, ఒక కాగితం ఉంది. మళ్ళీ మూట కట్టేశాడు. విపులంగా చూడలేదు. అది శేఖర్ అలమరలో ఒక బాక్సులో పెట్టేసాడు. వాడిని ఎత్తుకుని అటూ ఇటూ తిరుగు తున్నాడు. శేఖర్ని చూసి వాడు బిక్కమొఖంతో చూస్తూ రాగం మొదలు పెడుతున్నాడు.

"మురళీ నువ్వు వెళ్ళి బాబుకి కావాల్సినవి కొని తేవాలి" అని 100 రూపాయలు ఇచ్చాడు.

"ఏం తేవాలి" అన్నాడు మురళి.

"అవును ఏం కావాలి" అన్నాడు శేఖర్.

"పాలడబ్బా, పాలు పట్టే సీసా" అన్నాడు మురళి.

"రెండు గ్లాసులు, రెండు గిన్నెలు, ఒక స్టవ్" అన్నాడు శేఖర్. సరే అన్నాడు మురళి. ఈ పిల్లాడ్ని ఎలా పెంచగలం అన్న దిగులు కనిపిస్తోంది మురళి మొఖంలో. అది గమనించిన శేఖర్, "ఏం చేస్తాం కృష్ణవేణి కొడుకు వీడ్ని పెంచి తీరతాను" అన్నాడు.

చీకటి పడుతోంది. తను మంచం మీద పడుకుని వాడిని కూడా మంచం మీద పడుకోబెట్టి జోకొడుతున్నాడు. వాడు పడుకోకుండా లేచి అటూ ఇటూ పాకుతున్నాడు. వాడిని గుండెల మీద కూర్చోపెట్టుకుని మీ అమ్మ నిన్ను అనాధాశ్రమంలో ఎందుకుంచిందిరా? అలా నీకు దూరంగా ఎందుకు వుందిరా? మూడు నెలల పసికందుని నిన్ను అక్కడ వదిలేసిందా. ఈ బుజ్జితండ్రి తల్లి, తండ్రి లేక అనాధగా వున్నాడా? ఈ బుజ్జిబాబు అనాధ కాదు. నేను నిన్ను కంటికి రెప్పలా చూసుకుంటానే. నిన్ను నా బంగారు తండ్రిగా పెంచుకుంటానే కన్నా..

వెలుగు చూడని నీ తల్లి కంటి దీపానివిరా నువ్వు. నీ తల్లి త్యాగబుణం తీర్చుకోవాలని నిన్ను నేను తీసుకొచ్చాను. నీకు తండ్రి ఎవరో నాకు తెలియదు కానీ, నీ తల్లిని నేను అని... ఇంక మాట రాక కళ్ళు తుడుచుకున్నాడు. ఆనాటి తీపి గురుతు మరచిపోక గుర్తుంచుకుని, నీ తల్లి నన్ను బ్రతికించుకోవాలని వచ్చి, నన్ను బ్రతికించి తను చచ్చిపోయింది. బ్రతికినంత కాలం ఆ జైల్లోనే మగ్గిపోతుంది. ఎందుకురా నీ తల్లి ఇంత

త్యాగం చేసింది. ఎందుకురా నా కోసం తన జీవితం ధార పోసింది అంటున్నప్పుడు వచ్చిన మురళి "నాకు ఒకే కారణం కనిపిస్తోందిరా" అన్నాడు.

"ఏమిటదీ" అన్నాడు శేఖర్.

"ఆమెకు ఎవరినైనా పెళ్ళి చేసుకోవాలని ఉండి ఉంటుంది. కానీ ఎవరు పెళ్ళి చేసుకుంటారు. తెలిసో తెలియకో నువ్వు ఆమె మెళ్ళో మంగళసూత్రం కట్టావు. ఆమె పొందు పంచుకున్నావు. నిన్ను భర్తగా భావిస్తోంది. చూసావా ఆ మంగళసూత్రం తియ్యలేదు" అన్నాడు మురళి.

"అవును ఆ పసుపుతాడుకే వున్నాయి" అన్నాడు శేఖర్. ఇద్దరు మౌనంగా వున్నారు. కిరణ్ రాగం మొదలు పెట్టాడు.

"పాపం వీడికి పాలు కలుపుతాను" అన్నాడు శేఖర్.

"నేను కలుపుతాను. కొట్టువాడు చెప్పినట్లు కలపాలి" అన్నాడు.

"సరే కలుపు, పాపం వీడు కూనిరాగం తీస్తున్నాడు. కానీ ఇల్లు పీకి పందిరి వెయ్యడం లేదు" అన్నాడు.

"పోనీలే" అని పాలు సీసాలో పోసి ఇచ్చాడు. ఆ సీసా చూసి అందుకుంటున్న బాబుని "నా తండ్రే ఆకలేసిందా" అని ఆ పాలు పట్టి భుజాన వేసుకుని అటూ ఇటూ తిప్పుతున్నాడు. వాడు నిద్రపోవడం లేదు. రాగం పెంచాడు. శేఖర్ ఒక లుంగీపంచి తాడుకట్టి పైన ఉక్కుకి కట్టాడు. అందులో బాబుని పెట్టి ఊపాడు. కానీ వాడు ఏడ్పు మానలేదు. పక్కలో పెట్టుకు పడుకున్నాడు అయినా పడుకోలేదు. శేఖర్ పరిస్థితికి మురళికి జాలివేస్తోంది. "ఒరే నేను ఒక్కసారి బైటికి వెళ్ళి వస్తాను ఉండు" అన్నాడు.

శేఖర్ కి భవిష్యత్తు అయోమయంగా కనిపిస్తోంది. పసివాడిని చూసి మనసు బాధగా మూలుగుతోంది. ఈ ఉయ్యాల్లో బొజ్జో అమ్మా అంటున్నాడు. మురళి ఒక పెద్ద బొమ్మ కొని తెచ్చాడు. దానికొ చొక్కా, లాగు ఉన్నాయి. ఆ బొమ్మ బాబుకి చూపించాడు. వాడు దానికేసి చూస్తున్నాడు. అది మంచం మీద పెట్టి వాడ్ని బాబుని అక్కడ పడుకోబెట్టాడు. వాడు నిద్రపోకుండా దాన్ని చూస్తున్నాడు. మురళి చాపమీద దుప్పటి వేసి దాని మీద పడుకో బెట్టి ఆ బొమ్మను కూడా వాడి పక్కన పడుకోబెట్టాడు. వాడు ఆ బొమ్మ మీద చెయ్యి వేసుకుని ఆ చాప మీద పడుకున్నాడు. మురళి వాడిని జోకొడుతున్నాడు.

శేఖర్ మాటలు రాని మూగవానిలా ఆ పసివాడికేసి చూస్తున్నాడు. "విషాదం గూడు కట్టుకున్న ఆ మొఖంలో ఏదో మూగవేదన అనుభవిస్తూ తల్లిదగ్గర బిడ్డను

తీసుకొస్తే కొన్నాళ్ళు తల్లికోసం ఏడుస్తాడు. తండ్రి దగ్గర బిడ్డయితే తండ్రి కోసం ఏడుస్తాడు. ఈ నాలుగైదు నెలల నుంచి వీడు వీడిలాంటి అనాధ బాలుడి దగ్గర పడుకుని వుంటాడు. వాడి కోసం ఏడ్చాడు. ఈ బొమ్మ వాడనుకుని చెయ్యి వేసుకుని చాపమీద నిద్రపోయాడు అని, ఇంక మాటాడలేక పోతున్నాడు. కళ్ళు వర్షిస్తున్న మేఘంలా వున్నాయి. ఆ విషయం గ్రహించే నేను అలా చేసాను" అన్నాడు మురళి. శేఖర్... బాబు పక్కన కూర్చుని తల నిమురుతూ "వెర్రినాన్న ఈ బొమ్మే నీకు తోడు".

"మీ అమ్మ జీవిత గమ్యం మారిపోయింది. నా జీవితం ఎలా ఉంటుందో, నీ జీవితం అయినా బాగుంటే అంతే చాలు" అంటున్నాడు వాడిని నిమురుతూ.

"శేఖర్ అంత బేలగా మాట్లాడకు, ధైర్యంగా వుండు" అన్నాడు.

"ఏమి ధైర్యమో, ఏమిటో" అన్నాడు శేఖర్.

"ఇప్పుడు మనమిద్దరం వెళ్ళి భోజనంచేసి రాలేం కనుక నువ్వు వెళ్ళి భోజనంచేసిరా. నేను బాబు దగ్గర వుంటాను" అన్నాడు మురళి.

"నాకు భోజనం చెయ్యాలని లేదు. నువ్వెళ్ళి భోజనం చేసి నాకు కొంచెం టిఫిన్ తీసుకురా" అన్నాడు.

సరే అయితే అని మురళి వెళ్ళబోతుంటే "మెల్లగా వీడికి ఉయ్యాల అలవాటు చేద్దాం" అన్నాడు బాధగా. "సరే చూద్దాం" అన్నాడు మురళి.

"అయినా కన్నతల్లి ఎందుకు బిడ్డను అనాధను చేసిందంటావు?" అన్నాడు శేఖర్.

"అన్నీ అవే తెలుస్తాయి. కంగారెందుకు. ముందు వీడు మనకి అలవాటు అయితే ఎలాగో ఒకలాగ ఇద్దరం కలిసి పెంచుకోవచ్చు" అన్నాడు మురళి.

"కానీ మనం బ్యాంకుకి వెళ్ళినపుడు ఎలాగో అనుకుంటున్నాడు" శేఖర్.

"ఒక పనిమనిషి దొరికితే బాగుండును, చిన్న పిల్ల అయితే బాబుని చూసుకుని ఆడిస్తూ వుంటే ఎలాగో రోజులు గడపొచ్చు" అన్నాడు మురళి.

"చూద్దాం అన్నిటికీ ఆ దేవునిదే భారం" అన్నాడు శేఖర్.

"ఒరే రేపు నేను డ్యూటీలో జాయిన్ అయి మళ్ళీ సెలవు పెట్టి ఊరు వెళ్ళాలి" అన్నాడు మురళి.

"ఈ పరిస్థితిలో నన్ను వదిలిపెట్టి ఏ ఊరు వెళ్ళాలిరా" అన్నాడు శేఖర్.

"తిరుపతి" అన్నాడు మురళి.

"తిరుపతా, ఓహో తిరుపతా! మీ చిన్నాన్న గారి దగ్గరికా" అన్నాడు శేఖర్.

"అవును వెళ్ళి ఆయనతో అన్నీ మాట్లాడి కృష్ణవేణికి రక్షణ కలిగించాలి" అన్నాడు.

"అవునురా మురళీ ఆ విషయం నువ్వు చూడు" అన్నాడు శేఖర్.

"నువ్వు బాబుని జాగ్రత్తగా చూసుకో, నేను మళ్ళీ వెంటనే బయలుదేరి వచ్చేస్తాను" అన్నాడు మురళి.

"అలాగే చూసుకుంటాను. నేను 10 రోజులు దాకా రాను. మా మేనేజర్ కు నువ్వే చెప్పు. లెటర్ ఇస్తాను" అన్నాడు.

"ఒకసారి నువ్వే వెళ్ళి ఇచ్చిరా" అన్నాడు మురళి. అలాగే అన్నాడు" శేఖర్.

"ముందు ఇంటి వాళ్ళు అడిగితే ఏమి చెప్పాలి" అన్నాడు మురళి.

"అవునురోయ్ ఇది ఒకటి ఉంది కదా" అన్నాడు శేఖర్.

"మాకు కావాల్సిన ఫ్రెండ్ కొడుకు ,తల్లి లేదు. తండ్రి హాస్పటల్లో వున్నాడు. కొన్నాళ్ళు మేం పెంచుదామని తీసుకొచ్చాం అని ఇద్దరం ఒకేలాగా చెప్పాలి" అన్నాడు మురళి. "అలాగే చెబుతాను రా" అన్నాడు శేఖర్.

★★★

కనకానికి మనవడి కోసం బెంగ తగ్గకముందే కృష్ణవేణి పూర్తిగా దుఃఖసాగరంలో ముంచేసింది. ఇంక ఆ బాధ నుండి తేరుకోవడానికి, కోలుకోవడానికి దారి లేని కనకం మంచం పట్టింది.

డబ్బుకు అతిగా ఆశపడి ఆ రౌడీలతో స్నేహం చేసి, మొదలుకి మోసం తెచ్చుకొని కృష్ణవేణి జీవితాన్ని నాశనం చేసేసామే అన్న బాధతో రాజయ్య, కొండయ్య దిగులు పడుతున్నారు.

ఇప్పుడిప్పుడే మారి బోలెడు డబ్బు సంపాదించే పిల్ల జీవితం ఎన్ని మలుపులు తిరిగి చివరికి చీకటి పాలైపోయిందే, అందరికీ దూరంగా ఎలా వుంటుందో అని అమృత రాత్రిళ్ళు కన్నీరు పెట్టుకుంటోంది.

నాగమణి, శకుంతల వెళ్ళి కృష్ణవేణిని చూసి రావాలని, కానీ ఆ జైల్లో కృష్ణను చూసి భరించగలమా? దాన్ని అక్కడ వదిలి ఇంటికి రాగలమా? అని ఆలోచిస్తూ కృష్ణ కోసం విలపిస్తున్నారు. ఆ పిల్లాడు వున్నా, వాడితో అన్నీ మరచి పోదుం

అనుకుంటున్నారు. ఏం చెయ్యాలో తోచని పరిస్థితిలో వుండి కనకాన్ని బ్రతికించుకోవాలని చూస్తున్నారు.

ఎవరో వస్తున్న అలికిడికి శకుంతల తలెత్తి చూసింది. గీత, ఉష వస్తున్నారు. వాళ్ళని చూడగానే శకుంతల బాధ కట్టలు తెంచుకుంది.

నేలమీద కూర్చొని పోయింది ఏడుస్తూ.... "కృష్ణ జీవితం ఎంత ఘోరమైపోయింది ఆంటీ" అని గీత, ఉష ఏడుస్తున్నారు.

కనకం లేని ఓపిక తెచ్చుకుని గదిలోంచి వాళ్ళ దగ్గరకు వచ్చి "నన్ను దిక్కుమాలినదాన్ని చేసేసి నాతల్లి వెళ్ళిపోయిందమ్మో" అని ఏడుస్తూ అంటున్న కనకాన్ని పట్టుకుని ఊరుకోబెట్టారు. దాని నూరేళ్ళ జీవితం బుగ్గిపాలయింది (అంది చేసారు అనలేక). మిమ్మల్ని చూస్తే నా తల్లిని చూసినట్లనిపిస్తోంది" అంది ఆ ఏడుపులో కనకం.

"బాబేడీ అంది" గీత.

"ఇంకెక్కడ బాబు తల్లీ. ఎప్పుడో దూరం చేసింది. తనూ నాకు దూరమైపోయి నన్ను ఇలా ఏడుస్తూ చావమని వెళ్ళిపోయింది" అని కనకం కన్నీరు మున్నీరుగా ఏడ్చింది. ఆమె పరిస్థితికి హృదయం ద్రవించింది గీతకి.

"బాధపడకండి బాబుని ఏంచేసింది. ఎప్పుడు దూరం చేసింది.." అంది.

"నాలుగు నెలల క్రితమే ఒకరోజు రాత్రి ఎక్కడికి వెళ్ళిందో, ఏం చేసిందో తెలియదు. పిల్లాడి ఉయ్యాల పట్టుకొని ఏడుస్తుంటే నేను లేచాను. ఏం చేసావే అని అడిగాను. ఎవరో పిల్లలు లేని వాళ్ళకి ఇచ్చేను అంది. ఎంతవరకూ నిజమో నాకు తెలియదు. వాడికోసం బెంగతోనే నేను కోలుకోలేదు. వాడితోటే నేను లోకం మరచిపోయేదాన్ని. వాడు లేక, అదీ లేక... నేను ఎందుకు ఇంకా బ్రతుకుతున్నానో అర్థం లేదు" అని బాధపడింది.

"అస్తమాను అలాగే అంటోంది. తిండిలేదు. అక్క ఏమైపోతుందో అని భయపడుతున్నాము" అంది శకుంతల బాధగా.

"అలా అనకండి ఆంటీ, ఇలాంటి దారుణ పరిస్థితుల్లోనే ధైర్యం తెచ్చుకోవాలి. అన్ని చిక్కులూ తొలగిపోతాయి" అంది గీత.

"ఈ చిక్కులు తొలగుతాయా? మా జీవితాలు మళ్ళీ మారతాయా?" అంది కనకం జాలిగా.

"మీ కృష్ణవేణిని మేము చూసి వస్తాం" అంది ఉష.

"మళ్ళీ వస్తారా? నాకు దాని గురించి చెబుతారా?" అంది.

"తప్పకుండా మేము వెళ్లి చూసిన తరువాత వచ్చి మీకు చెబుతాము. మీరు ధైర్యంగా వుండండి ఆంటీ" అంది గీత.

★★★

కృష్ణవేణి వస్తోంది. వాళ్ళు ఆమెను దూరం నుంచే చూస్తున్నారు. కళ్ళు కాలువల్లా అవుతున్నాయి. వాళ్ళను చూడగానే "గీతా.. ఉషా.." అని కేకేసి వాళ్ళను తన చేతులతో పట్టుకోబోయింది. వాళ్ళు కూడా అలాగే చేయబోయారు. ఆ చేతుల మధ్య మెష్ అడ్డొచ్చింది. చాలా నీరసంగా అయిపోయిన ఆమెను చూసి బాధతో "ఎలా అయిపోయావే కృష్ణ ఎంత కష్ట మొచ్చిందే" అంది గీత.

"బాబుని ఎవరికి ఇచ్చావు మాకు చెప్పు" అంది ఉష.

"నిజం చెప్పు. అసలు నువ్వు ఈ హత్య చేసి ఉండవు. ఎందుకే ఈ జైల్లో మగ్గిపోతున్నావు" అంది గీత. తన నాడి తెలిసిన గీత నిజం తెలుసుకుంటుందేమోనని భయం వేసింది కృష్ణకు.

"అలా అనకు గీత, బాబుని క్షేమంగా వుంచాను. ప్రాణ రక్షణ కోసం ఈ హత్య చేసాను" అంది నెమ్మదిగా కృష్ణవేణి.

"ఏమో తల్లి నీ పరిస్థితి చూస్తుంటే నా గుండె నీరైపోతోంది " అంది కన్నీళ్ళతో గీత ఆమె చేతిని నిమురుతూ.. ఆచేయి వెచ్చగా సోకింది. "ఏమే కృష్ణ జ్వరమొచ్చిందా" అంది.

"లేదే ఏం లేదు" అంది.

"లేదు నీ చేతులు నాకు వేడిగా కాలుతున్నట్లున్నాయి" అంది గీత.

"నాకేం లేదు కానీ.. మా అమ్మ ఎలా వుంది?" అంది బాధగా.

"ఏం చెప్పమంటావు మీ అమ్మ గురించి" అంది. మీరందరూ ఆమెకు ధైర్యం చెప్పాలి అంది. అలాగే అంది ఉష. "నువ్వు నా దగ్గర చాలా నిజాలు దాస్తున్నావు" అంది గీత అనుమానంగా.

టైము అయిపోయింది నడమ్మా అని ఆమెను తీసుకుపోతుంటే వాళ్ళకు చెయ్యి ఊపుతూ కన్నీటి వీడ్కోలు చెప్పింది కృష్ణవేణి. ఆమె వెళ్ళిన వైపు చూసి ఆ జైలు వాతావరణం చూసి భయమేసి వాళ్ళు బయటకు వచ్చారు.

మాట తప్పకుండా కనకాన్ని కలిసి కృష్ణవేణి బాగానే వుంది. మిమ్మల్ని అందరినీ అడిగింది అని చెప్పారు. కనకం ఆశగా నా తల్లి ఎలా వుంది? అని అడిగింది. బాగానే వుంది, మీరు ధైర్యంగా వుండండి అని బయలుదేరిపోయారు.

★★★

వాళ్ళను చూసి అన్నీ అడిగి తెలుసుకున్న రామనాథం గారు "కృష్ణకు ఎవరు తెలుసు. తను ఎవ్వరినీ కలవదు కదా. అలాంటప్పుడు పిల్లాడ్ని ఎవరికీ ఇచ్చి వుండదు. ఏ అనాధాశ్రమంలోనో ఇచ్చేసి వుంటుంది" అన్నారు.

"అలా అంటారా నాన్నగారూ" అంది.

"అవును పిల్లలు లేని వాళ్ళకు తను తెలిసే అవకాశం లేదు. తనకు వాళ్ళు తెలిసే అవకాశం లేనప్పుడు ఆ పని ఎలా జరుగుతుందీ" అన్నారు.

"అవును నాన్నగారూ, మేం ఇలా ఆలోచించలేదు. మీరు చెప్పినది జరిగి ఉంటుంది. ఈసారి ఆ విధంగా తెలుసుకోవాలి" అనుకుంది గీత.

★★★

చీకటి పడింది. ఒళ్ళు విపరీతమైన నొప్పి, వెన్నులోనుంచి చలి, వణుకు వస్తోంది. ఒళ్ళు వేడిగా కాలిపోతోంది. తను ఈ నాలుగు రోజుల నుంచి నరకం కళ్ళ చూస్తోంది.

నాలుగు రోజుల నుంచి నిద్ర రాలేదు. రోజూ పెట్టే బాధలు చాలవన్నట్టు ఈ రోజు తనకు వేరే ట్రీట్మెంట్ ఇస్తాను అంది. ఆ మాట తలచుకుంటే గుండె దడ వస్తోంది. జైలుకి వచ్చింది మొదలు చావు బ్రతుకుల మధ్య పోరాడుతోంది. ఈ బాధలు తట్టుకుని బ్రతగగలనన్న ఆశ లేదు.

విపరీతమైన జ్వరం వచ్చింది. ఒళ్ళు నొప్పులు, పోట్లు వస్తున్నాయి. తను నాలుగు రోజుల నుంచి నరకం అనుభవిస్తోంది. ఈ రోజు గీతను, ఉషను చూసి మనసు కొంచెం ఊరటగా అనిపించింది.

యమలోకంలో యమధర్మరాజు, పాపాత్ములను హింసించడం అదీ కొన్ని సినిమాల్లో చూసింది. మరికొన్ని విషయాలు గుళ్ళో పంతులుగారి నోట వింది. కానీ ఈ దేహంతోటే, ఈ జన్మలోనే, నరకం ఎలా వుంటుందో అనుభవిస్తోంది. ఈమె ఎవరో, ఎందుకు తనను హింసిస్తోందో తెలియదు. ఇలా ఎన్ని రోజులు హింసిస్తుందో తెలియదు. ఏమీ చెప్పడం లేదు. నోట్లో ఏదో తిట్టుకుంటోంది. నాలుగు రోజులు నుంచి

చితకొట్టేస్తోంది. ఆ రోజు తను అన్నం కోసం కంచం తీసుకుని లైనులో నుంచుంది. ఆ కంచం పట్టుకోగానే తల్లి గుర్తుకొచ్చింది. దుఃఖ సముద్రంలా వున్నా, తన హృదయంలోంచి ఒక్కసారి ఉప్పెన కెరటంలా, బాధ బైటికి వచ్చింది. ఆ నీరు ధారల్లా కళ్ళల్లోంచి ప్రవహిస్తుంటే నోటిలోంచి ఎక్కిళ్ళలా వస్తోంది. పమిట కొంగు నోటికి అడ్డు పెట్టుకుంది. అలా ఏడుపు ఆపుచేసుకోవడంతో దగ్గు వచ్చింది. ఆ నెపంతో వెనక్కి వెళ్ళిపోయింది.

అన్నం తినవే కృష్ణా అని పిలిచే తల్లి రూపు కళ్ళల్లో కనిపిస్తోంది. తన తల్లి ఎంత ఏడుస్తోందో? అసలు తన తల్లి తనకు అన్నంపెట్టందే తినేదే కాదు. తనకు ఇష్టం అయిన కూరవండినప్పుడు వద్దన్నా ఎక్కువ అన్నం పెట్టేది. ఇప్పుడు అమ్మ ఎలావుందో? ఏమి చేస్తుందో? ఒక్కసారి చూడాలని ఉంది. ఈ మధ్య కాలు విరిగి తన తోనే లోకంగా తనతో హాస్పటల్లో అహర్నిశలు తన కోసం శ్రమించిన తన తల్లి ఇప్పుడు దిక్కులేని దానిలా తన కోసం బెంగతో అక్కడ ఏడుస్తోంది. తను ఇక్కడ ఏడుస్తోంది అనుకుని కళ్ళు తుడుచుకుంటుంటే తనను ఆ పోలీస్ తదేకంగా చూస్తున్నట్లు అనిపించింది. ఆ మొహాన్ని పరిశీలనగా చూడగానే ఆ తీక్షణ చూపుకు భయపడింది. ఈమె ఎందుకిలా చూస్తోంది? ఇలా ఏడ్వకూడదా? ఏమో అని కళ్ళు తుడుచుకుని మళ్ళీ లైనులో నుంచుంది. ఆమె లాఠీ కుడిచేత్తో గుండ్రంగా తిప్పుకుంటూ, ఎడమచేతిలో కొట్టుకుంటూ ఒక్కొక్కళ్ళనీ చూస్తూ పేర్లు అడుగుతోంది. ఎవరి పేర్లు వాళ్ళు భయపడుతూ చెబుతున్నారు. తను కృష్ణవేణి అని చెప్పింది. అంతే, లాఠీతో చేతి మీద కొట్టింది. కంచం కింద పడిపోయింది. ఆ చప్పుడికి అందరూ బొమ్మల్లా నుంచొని అక్కడ చూస్తున్నారు.

"ఏమే కంచం విసిరేస్తావా రాస్కెల్" అని ఆమె లాఠీతో చావకొట్టింది. "తియ్యి కంచం తియ్యి" అంది. వంగుని తీస్తుంటే మెడల మీద పిడిగుద్దులు గుద్దేసింది.

ఆకలేసి ఆ జైలు కూటికోసం నుంచున్న తన ఆకలి ఆ చావుదెబ్బలతో చచ్చిపోయింది. అందరూ తనని చూస్తున్నారు. ఈ బ్రతుకు బ్రతికేకన్నా చావే నయం అనిపిస్తోంది. "వెళ్ళండి, వెళ్ళి అన్నం తెచ్చుకోండి. ఏంటి అలా చూస్తున్నారు" అని గర్జించింది. అందరూ నడుస్తున్నారు.

తను కూడా నడిచింది. ఆ అన్నం తినాలని లేదు. తినకపోతే కొడుతుందేమోనని ఆ గడ్డిలాంటి కూడు నోటిలో పెట్టుకుంది. ఆ ఏడుపులో అది దిగక దగ్గులా వచ్చి నోట్లోంచి ఇవతలకు వచ్చేసింది. "ఉమ్మేస్తున్నావే" అన్నీ మళ్ళీ కొట్టింది. లేదు దగ్గు వచ్చింది అని చెప్పాలనకుంది. కానీ చెబితే ఏం చేస్తుందో అని అలా నుంచుంది. ఆ కళ్ళు క్రోధంతో

తనను చూస్తున్నాయి. నాలుగు ముద్దలు ఎలాగో, ముద్ద ముద్దకీ మంచినీళ్ళు త్రాగి తింటోంది. తన చేతిలో కంచం లాఠీ దెబ్బకు కింద పడిపోయింది. ఆమె తిన్నది చాలు అన్నట్టు చూస్తోంది. ఏమి చెయ్యాలో పాలుపోవడం లేదు. చెయ్య కడగవే అంది లాఠీ చూపిస్తూ. చెయ్యి కడిగేసుకుంది. "దా.. దామ్మా దా.." అంది ముందుకు నడుస్తూ. ఆమె వెనకాల నడిచింది. ఒక సెల్లోకి తీసుకెళ్ళి విప్పు అంది. కృష్ణవేణి నిశ్చేష్టురాలై నుంచొని చూస్తోంది.

"ఏంటే చూస్తున్నావు, నాకు టైము లేదు" అని జుట్టు పట్టుకుని వంచి వీపు మీద లాఠీతో చితకొట్టేసింది. ఆయాస పడిపోతూ దా అని బైటికి వచ్చాక ఆ సెల్ తలుపులు మూసేసింది. "పో.. పోయి పడుకో నోరు విప్పి ఎవరితోనైనా మాట్లాడావో.. నేను చూసానో, నీకు శాశ్వతంగా నోరు ఉండదు" అంది. ఆమె కోపంగా చూస్తూ వెళ్ళిపోయింది.

తనకు చూపించిన 153 నెం. మంచమంత అరుగుమీద కూర్చుంది. అది పెద్ద హాలు. అలాంటి అరుగులు చాలా వున్నాయి. వాటి మీద తనలాంటి వాళ్ళు పడుకున్నారు. ముసుగులు పెట్టుకుని వాళ్ళు నిద్రపోతున్నారో, రోదిస్తున్నారో, ఉక్రోషం వెళ్ళ కక్కుకుంటున్నారో, విరహ బాధననుభవిస్తున్నారో తెలియదు. ప్రతీకార జ్వాలలతో రగిలిపోతున్నారో, ఏ తప్పు చెయ్యని నిర్దోషులో, ఎవరి కోసమో నేరాన్ని మోస్తున్న త్యాగమూర్తులో ఈ ముసుగుల్లో వున్నవారు తనకు తెలియదు.

కానీ సమాజం దృష్టిలో వీరంతా నేరస్తులే అని అందరినీ ఒకసారి కలియ చూసింది. తన జీవితం ఎంత దుర్భరమై పోయింది? ఇంత కష్టం ఎలా భరించ గలదు? ఇన్ని దెబ్బలు ఎలా భరించగలదు? అందుకే జైల్లో కొంతకాలం ఉండి మెంటల్ కండిషన్ బాగోలేదని మెంటల్ హాస్పిటల్ కు పంపించేస్తారు అని వింది. అక్కడ నుంచి పరిస్థితి మెరుగవ్వక ఆ పిచ్చివాళ్ళ మధ్య నరకం అనుభవించి చచ్చిపోతే అంతే సంగతి. తనకు ఇక ముందు ఎలాంటి గతి పడుతుందో? అని ఆ రాత్రి నిశిరాత్రి దాటే దాకా కంట ధారలు కట్టలేదు. బయట వుంటే తన వాళ్ళు కనిపిస్తారు. మనసులో ఎన్నో బాధలున్నా అదో దారి. ఇది ఏ దారికెళుతుందో? ఇక మీద తన జీవితం ఏ నరకం ననుభవిస్తుందో? అని ఆలోచనలతో నాలుగు గంటలకు ఒక్క కునుకు పట్టింది. ఆ కునుకులోనే ఒక కల. ఏ రూపం కోసం తన కళ్ళు ఎదురు చూస్తున్నాయో.. ఆ రూపం. ఎవ్వరి కోసం తన మనసు శోకిస్తోందో ఆ బిడ్డ, చిట్టి చిట్టి చేతులతోటి ప్రాకుతూ ఏడుస్తూ ఆ ఆశ్రమంలో, తను రహీమ్ ఇచ్చిన చోట ఆ హాల్లో ప్రాకుతున్నాడు. తను వెళ్ళి తీసుకుందామనేలోపు అక్కమ్మ

వచ్చి ఎత్తుకుని లోపలకు తీసుకెళ్ళిపోతుంటే... ఏమండీ, ఏమండీ ఒక్కసారి నాకివ్వండి అని తను ఆమె వెనకాల అరుస్తూ వెళుతోంది. పక్కనున్న ఆమె ఎందుకో పెద్దగా ఏడ్చింది నిద్దట్లో. అంతే మెళుకువ వచ్చేసింది. కలలో కనిపించిన కిరణ్ బాబు రూపం ఇంకా కళ్ళలోనే వుంది. వాడు ప్రాకుతున్నాడు కాబోలు. అవును వాడికి ప్రాకే వయసే. తను మళ్ళీ చూడలేదు. చూస్తే ఇనుము దగ్గర పెట్టిన అయస్కాంతం ఇనుము నంటుకొన్నట్టు తన మనసు వాడ్ని అతుక్కుపోతే, తను వాడ్ని వదలకపోతే ఏం చెయ్యాలి? పైగా తను వెళ్ళినట్టు తల్లికి తెలిస్తే వాడ్ని తెచ్చేస్తుంది. ఇంక ఇవ్వమన్నా ఇవ్వదు. అన్ని విధాలా ఆలోచించి మనసుని ఆపు చేసుకుంది.

మలినమైన తన శరీరంతో వాడిని తాకడానికి మనసు అంగీకరించలేదు. అవకాశం కుదిరితే ఒక్కసారి వెళ్ళి చూడాలనుకుంది. కానీ ఇంక చూసే అవకాశం లేదు. వాడక్కడ, తనిక్కడ, తల్లి అక్కడ.... ఒకళ్ళ కోసం ఒకళ్ళు ఏడుస్తూ వుండవలసిందే. ఇదే మా తలరాత అనుకుని లేచింది. కానీ ఒళ్ళు నొప్పిగా వుంది. రాత్రి ఆమె కొట్టిన దెబ్బలకు. ఆ రోజే చంద్రశేఖర్ వచ్చాడు. అతని రాక తను రాత్రి అనుభవించిన బాధను తుడిచేసింది. ఎన్నాళ్ళుగానో అతన్ని చూడాలని మనసు వాపోయేది. అతని ప్రతిరూపం, తనతో వున్నన్నాళ్ళు మనసు మరీ లాగేది అతని జ్ఞాపకాల మీదకు. అతని పొందు గుర్తు చేసుకుంటూ అతని పోలికలతో బాబు పుట్టాలని కోరుకునేది. ఇన్నాళ్ళకు అతను కనిపించాడు. అదే చాలు అనుకుంది ఆ రోజు.

ఆ రోజులు మారిపోయాయి. ఆ అనుభవాలు గడిచిపోయాయి. ఈ రోజులు ఎలా గడుస్తాయో ?ఈమె ఎందుకో పగబట్టినట్టు వుంది. (రెండోరోజు కూడా) ఒక రూమ్ కి తీసుకెళ్ళి రౌడీ వాడి లాగ ఫోజు పెట్టి విప్పవే అంది. తను నిర్ఘాంతపోయి నుంచొని చూస్తోంది. ఏమే అర్థం కావడం లేదా, బట్టలిప్పవే అంది. కోపంగా విప్పవే అన్న పదం తనకు సుపరిచయమే కానీ ఆ విప్పవే వేరు, ఆ సందర్భం వేరు. కానీ ఇక్కడ ఈ విప్పు ఏమిటి. ఇప్పుడు ఏమి జరుగనుంది. తన శరీరానికి మళ్ళీ ఏ గతి రానుంది. భగవంతుడా.... ఇప్పుడు మళ్ళీ ఇదేమిటి అనుకుని నుంచుంది.

ఆమె కృష్ణ పమిట కొంగు లాగి "ఏంటే మహా పతి వ్రతలాగా అంతా సిగ్గే. ఈ సిగ్గుతో బలరాంని నీవల్లో వేసుకున్నావా. ఇవేంటే మంగళసూత్రాలా, ఇవెందుకే" అని లాఠీతో లాగబోతుంటే, ఆ మంగళసూత్రం చేత్తో పట్టుకుని" "అమ్మా ఇవి తెంపొద్దమ్మా" అంది. ఆ చేతులు జోడించింది.

"ఇవి... నీకెందుకే, లంజకి పిల్లతెగులని నీకు మంగళసూత్రం ఎందుకే" అని లాగబోతుంటే... "నీకు దణ్ణం పెడతాను, ఇది లాగొద్దు" అంది కృష్ణవేణి.

"సరేలే అవే నాటకానికి వేసుకున్నావో. మాయదానా! నీ మాయలు నాకు చూపించకు. బలరాం ని నీవల్లో వేసుకుని నీ వెనకాల త్రిప్పుకోకపోతే, నిన్ను తీసుకుని వేరే చోటుకి ఎందుకు పోదామంటాడు. అంటే నిన్ను వాడు వదలలేకపోయాడన్న మాట. అంతేనా" అని కోపంతో లేచి "దొంగలంజా బలరాం భార్యా, బిడ్డలు నీ మూలాన కదే దిక్కులేని వాళ్ళయిపోయారు. నిన్ను నేను బ్రతకనిస్తానా" అని జాకట్టు విప్పించి తన కోపంతో ఒళ్ళంతా తట్లు తేలేట్టు కొట్టేసింది. కుక్కను గదిలో పెట్టి కర్రతో కొడుతుంటే అరచినట్టు ఆ బాధ భరించలేక అరచేసింది" అమ్మా.. అమ్మా" అని.

దాని కోపం తగ్గాక "నాకు వేశ్యలంటే కక్ష ఎందుకో తెలుసా. జమిందారుగా ఉండవలసిన మా జీవితాలు తిండికి, గుడ్డకీ కష్టపడే లాగా చేసిందే ఒకత్తి. అందుకే మీ జాతంటే నాకు పగ అంది. చూసావా నా పగ ఏమిటో? బలరాం భార్య నాకు చెల్లెలు లాంటిది. దాని జీవితం నువ్వు పాడుచేసావు. పైకి కనిపించని చోట్ల చితక్కొట్టేసాను. లే, లేచి బట్టలేసుకో. ఎవరితోనైనా చెప్పావా, నీ నాలుక కోసేస్తాను, ఇంక మాట్లాడలేవు" అంది.

లేవలేక లేచి బట్టలు కట్టుకుంది. "ఏమే నంగనాచీ, నువ్వు చాలా మందిని వుంచుకున్నావట కదే. పులిలా మేసేశావుట కదే. నీ చరిత్ర నాకు తెలిసిందే. రోజూ రాత్రులు నీ ఇంటి ముందు చాలా మంది ఉండేవారుట కదే దొంగలంజ. అంత అలా వున్న దానవు ఇక్కడ ఇలా ఉండ గలవా? ఏమీ పర్వాలేదు, నీకు నేను ఏర్పాటు చేస్తాను. నీ చరిత్ర తెలిసి, నీ వయసు, నీ సొగసు చూసి మా వాళ్ళు చాలా మంది ఉర్రూతలూగుతున్నారు. పాపం చిన్న పిల్లవి అలవాటు వున్న దానివి. నీకు ఆ ముచ్చట కూడా తీరుస్తాను. నిన్ను అప్పుడే చావనివ్వను" అంటుంటే, "అమ్మా! నువ్వు నన్ను చంపెయ్యి. కానీ ఎవ్వరినీ నా దగ్గరకు పంపకు తల్లీ... నీ కాళ్ళు పట్టుకుంటానమ్మా.. " అని ఆమె కాళ్ళు పట్టుకుని ఏడ్చింది.

"అదేమీ కుదరదు. నీకు ఇక్కడ శోభన ఏర్పాట్లు చేస్తాను" అంది మేరీ.

"నీకు దణ్ణం పెడతాను ,నన్ను చంపెయ్యమ్మా. నన్ను ఇన్ని బాధలు పెట్టి, బలరామ్ ని చంపావు అని చావుదెబ్బలు కొట్టినా నేను నోరు మెదపలేదు. భరిస్తున్నాను. రాత్రుళ్ళు పడుకోలేక, కూర్చోలేక చచ్చిపోతున్నాను. కానీ మళ్ళీ ఆ పాడు జీవితం నాకు తెచ్చిపెట్టకమ్మా నా తల్లీ, నీ కాళ్ళు పట్టుకుంటాను" అంది.

ఆమె పాదాలు పట్టుకుని "అమ్మా! నేను వేశ్యనే కానీ, ఆ వేశ్య వృత్తి అంటే నాకు పడదు. అది చేయడం ఇష్టం లేక పారిపోదామని వెళ్ళబోతూ గోడ మీద నుండి పడిపోయాను. కాలు విరిగి పోయింది చూడమ్మా అని తనకాలు చూపించింది ఏడుస్తూ.

తను చెప్పిన మాటలు విని "నువ్వు చెప్పినవి నిజమేనా" అంది మేరీ. అవునమ్మా అంది కృష్ణవేణి.

"అయినా నీ మాయ మాటలు నేను నమ్మను. నిన్ను వదలను" అంది మేరీ.

నిన్న రాత్రి తను బాధపడి చెప్పినా నమ్మినట్టు లేదు. మరి ఈరోజు ఇంకా రాలేదు. వచ్చి తన జీవితాన్ని ఏం చేస్తుందో అనుకుని బిక్కుబిక్కుమంటూ చూస్తోంది కృష్ణవేణి.

★★★

అసలే తన అవయవాలు అన్నీ ఆ దెబ్బలకు వాచిపోయి జ్వరమొచ్చింది. ఇప్పుడు ఎలాంటి పరిస్థితి ఎదుర్కోవాలో అని భయపడుతోంది కృష్ణవేణి.

ఇంతలో ఒక పోలీస్ ఇన్స్పెక్టర్ పెద్ద నల్లఫోన్ చేత్తో పట్టుకుని, ఏదో కంగారుగా దానిలో మాట్లాడుతూ వచ్చి ఆ ఫోన్ చేత్తో మూసి మేరీ, మేరీ అన్నాడు. ఆమె ఇంకా రాలేదని చెప్పింది ఇంకొకామె. అతను కంగారుగా... "వచ్చిన వెంటనే నన్ను కలవమని చెప్పండి" అన్నాడు. మళ్ళీ చెయ్యి తీసి ఆ ఫోన్లో ఏదో మాట్లాడుతూ వెళ్ళిపోయాడు.

బలరామ్ భార్య వెళ్ళి వీర్రాజుని, దొరగారిని అడిగి తన కుటుంబానికి సహాయం చెయ్యమని అడుగుదామని ఆ ఇంటికి వెళ్ళింది. కాంపౌండ్ వాల్లో ఎవరూ లేరు. ఆ ఇంట్లోంచి మాటలు వినిపిస్తున్నాయి. ఆ గోడ పక్కకు వెళ్ళి వింటోంది.

"ఏంటిరా.. ఇలా జరిగింది. బలరాం చచ్చిపోవడమేంటి. మందుమీద ఉన్నాడా? ఆ పోరి చంపడమేంటి?" అంటున్న దొరగారితో "లేదన్నా లేదు, ఆ పోరి పొట్టకూటికి ఒళ్ళు అమ్ముకునే వెర్రిముండ. అది మన బలరాం ని చంపడమేంటి. మన బలరాంకు, దానికి ఏమీ సంబంధంలేదు. ఎప్పుడూ బలరాం దాని మొఖం కూడా చూడలేదు. అది వాడిని చంపలేదు. ఎందుకు అలా ఒప్పుకుందో" అంటుంటే, గోడపక్క నుంచి వింది. అయ్యయ్యో! ఎంత పని జరిగింది అనుకుని, పరుగు పరుగున వెళ్ళిపోవాలి, మళ్ళీ కాపలావాడు వస్తే తనను విషయం చెప్పకుండా వదలడు. వెంటనే మేరీని కలవాలి అని బైటికి పరుగు పెట్టింది.

"మేరీ పాపం దాన్ని కొట్టకు. అది బలరాం ని చంపలేదుట. అసలు బలరామ్ దాని మొఖం కూడా చూడలేదంట" అంది. "దోషులను శిక్షించవచ్చుగానీ, నిర్దోషులను శిక్షించకూడదు" అంది రత్నమ్మ.

"అయ్యయ్యో! నేను చాలా బాధలు పెట్టేనే. చాలా బాధలు పెట్టి నీచంగా మాట్లాడేనే" అంది మేరీ.

"అందుకే కంగారుగా వచ్చాను. ఏం పాపం చేసానో బలరామ్ నాకు దూరం అయ్యాడు. ఈ పిల్లని బాధపెట్టి ఈ పాపం కూడా ఎందుకు" అంది రత్నమ్మ.

"సరేలే ఇంకేమీ బాధపెట్టను. డ్యూటీకి టైము అయింది, నేను బయలు దేరతాను" అని మేరీ రత్నమ్మకు చెప్పి వెళ్ళిపోయింది.

వెళ్ళగానే "నిన్ను ఇన్స్పెక్టర్ గారు రమ్మన్నారు" అంది ఒకామె.

"అలాగా అని మేరీ ఆయన దగ్గరకు వెళ్ళింది".

"తిరుపతి నుంచి సూపరింటెండెంట్ గారు ఫోన్ చేశారు. కృష్ణవేణి మీద ఈగ కూడా వాలకూడదట. చాలా జాగ్రత్త సుమా ,నాకు మాట వస్తుంది" అన్నారు కటువుగా.

"అలాగే సార్.. అలాగే చూసుకుంటాను. చాలా జాగ్రత్తగా చూసుకుంటాను" అని తలవంచుకుని వచ్చేసింది. తన రూమ్ కి వెళ్ళి తలుపు మూసి కూర్చుంది. ఏంటిది? అసలు ఈమె ఎందుకు చెయ్యని నేరాన్ని నెత్తిన వేసుకుని ఈ శిక్ష అనుభవిస్తోంది. ఆ రోజు కోర్టులో బలరాం వైపు వాళ్ళు కూడా చాలా కఠినంగా మాట్లాడారు.

ఇప్పుడు రత్నమ్మ ఇలా చెప్పింది. ఇది చూస్తే వేశ్య, మెళ్ళో మంగళ సూత్రం ఏంటి? అవి తియ్యబోతే ఇవి తెంపకమ్మా అని ఏడ్చింది. దీని కథ ఏమిటో తెలుసుకోవాలి. ఇప్పుడే వెళ్ళి 'సారీ' అని అంటే తన పరువు పోతుంది. దాన్ని చాలా బాధ పెట్టాను. ఇంకా ఇంకా బాధ పెడదామనుకున్నాను. నిజంగా అనుకున్నాను. ఎందుకంటే బలరాంని చంపి రత్నమ్మను అనాథను చేసింది. కనుక బాధలు పెట్టాలనుకున్నాను. కానీ రత్నమ్మ వాళ్ళ మాటలు విని కంగారు గా వచ్చి చెప్పిందంటే ఇది నిజంగా హత్య చెయ్యలేదా? మరెందుకు చేసానని ఒప్పుకుంది? ఇందులో ఏదో వుంది. ఎవరైనా అలా ఒప్పుకోమన్నారా? ఏమో, ఏదో జరిగింది. ఇప్పుడు ఈ ఫోన్ చేశారు. తిరుపతి నుంచి ఆ సూపర్నెంట్ అంటే చాలా పెద్ద పేరుంది. ఏదైనా చెయ్యగల సమర్థుడు. ఒక వేశ్యను జాగ్రత్తగా చూడండి అని తిరుపతి నుంచి ఫోన్ చేశారంటే చాలా ఆలోచించాలి. పోనీలే ఏది ఏమైనా దాన్ని ఇంక చావగొట్టకుండా, అసలు విషయం తెలిసింది. ఈ రోజు నీకు

శోభనం అనగానే ...పాపం అది నా కాళ్ళు పట్టుకుని నన్ను చంపెయ్యమ్మా, నన్ను చంపెయ్యి .కానీ నన్ను ఎవ్వరి దగ్గరకూ పంపకు. తల్లీ నీ కాళ్ళు పట్టుకుంటాను అని నా కాళ్ళు పట్టుకుని బోరున ఏడ్చింది. నేను వేశ్యనే గానీ, నాకు ఆ వృత్తి అంటే ఇష్టముండదు. అది చెయ్యడమే ఇష్టం లేక పారిపోదామనే ప్రయత్నంలో పడిపోయాను. ఈ కాలు విరిగిందని కాలు చూపించింది ఏడుస్తూ. నేను నమ్మలేదు. నేరస్థులను శిక్షించవచ్చు గానీ... నిర్దోషులను, మంచివాళ్ళనూ శిక్షించకూడదు. ప్రభువు క్షమించడు అని, ప్రభువును ప్రార్థించకుంది. ఇప్పుడు కృష్ణవేణిని చూడ్డానికి సిగ్గుగా వుంది. అయినా చూడాలి, వెళ్ళి చూడాలి అనుకుంది.

కృష్ణవేణి లేవలేని పరిస్థితిలో తీవ్ర జ్వరంతో బాధ పడుతోంది. మూలుగుతో ముడిచి పెట్టుకుని పడుకుంది ఆ నొప్పులతోనే.

మేరీ వెళ్ళి "ఏయ్ లే.." అంది. హృదయం జాలిగా కరుగుతున్నా పైకి గంభీరం ప్రకటిస్తోంది. ఆ పిలుపుకు కళ్ళు తెరచి ఆమె రాకకు హడలిపోయింది కృష్ణవేణి. లేద్దామని దుప్పటి తీసి కిందకు దిగుదామని లేవబోయి తూలిపోయింది. ఆమె పట్టుకుని ఆపింది. కృష్ణ ఒళ్ళు మరిగిపోతుంది. జ్వరమొచ్చిందే అని, పడుకో మందులు తీసుకొస్తాను అని వెళ్ళి మాత్రలు తెచ్చి ఇచ్చి వేసుకో అంది. కృష్ణవేణి పులిని చూసిన మేకపిల్లలా వణికిపోతూ ఆ మాత్రలు తీసుకుంది. మనసు కొంచెం తేరుకుంది. అమ్మయ్యా! ఈమె తన మీద జాలి చూపుతోంది అని ధైర్యం తెచ్చుకుని, ఆ మందులు వేసుకుని నిద్రపోయింది.

★★★

"ఆ... ఫోన్ చేయించాను. జరిగిందంతా ఇప్పుడు చెప్పరా మురళి" అన్నారు వీరేశలింగంగారు. మురళీ జరిగిందంతా పూసగుచ్చినట్లు చెప్పాడు. అంతా విన్న వీరేశలింగం గారు ఆశ్చర్యపోయారు.

"అలాగా ఇంత జరిగిందా? ఇలాంటి వాళ్ళు కూడా ఉంటారా? చాలా ఆశ్చర్యంగా వుందే. ఆమెకు ఏమీ భయం లేదు" అన్నారు.

"కానీ చిన్నాన్న, నేను నా ఫ్రెండ్ వెళ్ళినపుడు ఆమె వీపు మీద దెబ్బలున్నాయి" అన్నాడు.

"అలాగా నేను రేపు మళ్ళీ ఫోన్ చేస్తాను. ఎవరు కొట్టుంటారబ్బా అనుకున్నారు" ఆయన. "మళ్ళీ రేపు చెబుతాను. నువ్వు భయపడకు" అన్నారు.

"అయితే చిన్నాన్నా నేను బయలుదేరతాను. ఎందుకంటే వాడు ఒక్కడే పిల్లాడ్ని చూడలేడు" అన్నాడు మురళి.

"రేపు వెళుదువుగానీ రాక రాక వచ్చావు" అన్నారు.

"సరే రేపు బయలుదేరతాను" అన్నాడు మురళి.

★★★.

"శేఖర్ మొన్న శనివారం రాత్రి వస్తాడనుకున్నాను కానీ రాలేదు. ఉత్తరం కూడా రాలేదు. ఎందుకో తెలియడం లేదు" అన్నారు మోహనరావుగారు.

"నేను అదే అనుకుంటున్నాను" అంది తులసి.

"వీలు చూసుకుని ఒక్కసారి వెళ్ళివస్తాను" అన్నారు.

"అలాగే వెళ్ళిరండి" అంది తులసి.

"అన్నట్టు నీకో విషయం చెప్పడం మరచి పోయాను తులసీ, మన ఎదురింటి వాళ్ళకు ఫోన్ వచ్చిందిట. ఆ తరువాత మనమే వున్నాము. రెండునెలల్లో మనకీ వస్తుందిట" అన్నారు.

"మంచిమాట చెప్పారు. అయితే అన్నయ్య వాళ్ళు కూడా డబ్బు కట్టి చాలా రోజులైంది. వాళ్ళకీ వస్తుందేమో" అంది తులసి.

"వాళ్ళకీ వస్తుంది కొద్దిరోజుల్లో అన్నారు" మోహనరావుగారు.

★★★

"ఒరేయ్ శేఖర్ మీ నాన్న గారు వస్తున్నారు" అన్నాడు ఆతృతతో మురళి.

"అలాగా వస్తే రానీ" అన్నాడు శేఖర్.

"నాకు భయం వేస్తోందిరా" అన్నాడు మురళి.

"ఒరే నువ్వు భయపడకు, నన్ను భయపెట్టకు, నేను ధైర్యంగా వున్నాను" అన్నాడు శేఖర్.

"ఇప్పుడు ఈ పిల్లాడు ఏమిటీ అంటారు, ఏమి చెబుదాం" అన్నాడు.

"నేను ఎలా చెప్పాలనుకుంటే అలా చెబుతాను. నువ్వు ఏమీ మాట్లాడకు" అన్నాడు. ఆయన వచ్చేసారు. మురళికి కంగారు వస్తోంది.

ఆయన గుమ్మంలోకి వస్తుంటే రండి నాన్నగారూ అన్నాడు వినయంగా. కూర్చోండి అని కుర్చీ జరిపి మంచినీళ్ళు ఇవ్వడానికి వెళుతున్న శేఖర్ ని ఎత్తుకున్న

పిల్లాడ్ని చూసి "ఈ బాబు ఎవరు" అన్నారు? సమాధానం ఇవ్వకుండా మంచినీళ్ళు అందించాడు.

"మీ ఆరోగ్యం ఎలా వుంది, అమ్మ కులాసాగా వుందా" అన్నాడు.

"అమ్మ కులాసాగానే వుంది. నువ్వు మొన్న వారం ఎందుకు రాలేదా అని నేను బయలుదేరి వచ్చాను. ఇంతకీ ఈ బాబెవరు ఇంటి వాళ్ళ అబ్బాయా" అన్నారు. ఆ మాటకు సమాధానం ఇవ్వలేదు. ఇంతలో బాబు ఏడుస్తున్నాడు. మురళీ పాలు కలుపు అన్నాడు శేఖర్. మురళి పాలు కలిపి పట్టిస్తున్నారు. ఆయన తల తిరిగిపోతుంది. "ఎవరురా... ఆ పిల్లాడు ఎందుకు వుంచుకున్నావు" అన్నారు మోహనరావు గారు.

"నా దగ్గరే ఉంటాడు నాన్న గారూ" అన్నాడు.

ఆయన కంగారుగా లేచి "ఏమిట్రా నువ్వంటున్నది" అన్నారు.

"నన్నేమీ ప్రశ్నలు వెయ్యకండి" అన్నాడు.

"నాక్కూడా చెప్పుకూడదా" అన్నారు.

"ఎవ్వరికీ ఏమీ చెప్పలేను" అన్నాడు శేఖర్.

"ఏమిట్రా నీవు అసలు ఏమి జరిగిందో చెప్పకపోతే ఎలా తెలుస్తుంది" అన్నారు.

"ఏమి చెప్పినా, ఏమి తెలిసినా చేసేదేమీ లేదు. నేను ఈ బాబుని పెంచుతాను అంతే" అన్నాడు.

మురళీ భయాందోళనతో చూస్తున్నాడు.

"మురళీ నువ్వయినా చెప్పు. నాకు చాలా కంగారుగా వుంది" అన్నారు.

"ఏమీ కంగారుపడకండి అంకుల్, బాబుని పెంచాల్సిన పరిస్థితి వచ్చింది వాడు అనాధబాలుడు" అన్నాడు.

"అనాధ బాలుడైతే మీరు పెంచుతారా? ఏమిటో సమంగా చెప్పాలి కానీ, అలా చెబితే ఎలాగ" అన్నారు.

"నాన్నగారు మురళి ఏమీ చెప్పలేడు. ఏమి జరిగింది అన్న విషయం అడగొద్దు. బాబుని నేను పెంచుతాను" అన్నాడు శేఖర్. ఆయన కొంచెం సేపు కూర్చొని బయలుదేరి వెళ్ళిపోయారు.

★★★

లైట్ వేసి వీధి అరుగుమీద కుర్చీలో కూర్చొని వున్న మోహనరావు గారిని, తులసి చూసి కంగారుపడి "ఎప్పుడొచ్చారు" అంది. ఆయన ఏమీ మాట్లాడలేదు.

"అసలు వెళ్ళేరా" అంది. మళ్ళీ అదే మాట అంది.

"ఊ.." అన్నారు.

"శేఖర్ కులాసాగా వున్నాడా" అంది. సమాధానం లేదు. ఆయన్ని పరికించి చూసింది. "ఏమిటండి అలా వున్నారు" అంది. జవాబు లేదు. "ఏమీ మాట్లాడరేంటండి" అని కుదిపింది జబ్బ పట్టుకుని. ఆయన కళ్ళు తెరిచి చూసారు, ఆ కళ్ళు ఎర్రగా వున్నాయి.

ఆమెకేసి చూసి "వాడు మారిపోయాడు" అన్నారు.

"ఏంచేస్తున్నాడండీ" అంది తులసి.

"ఏమి చెప్పమంటావు వాడు ఒక చంటి పిల్లాడ్ని పెంచుతున్నాడు. ఆ పిల్లాడు వాడితోటే వుంటాడుట" అన్నారు.

"ఇదెక్కడి గొడవండి. బంగారం లాంటి నా బిడ్డ ఆ పిల్లాడ్ని పెంచడమేంటి" అంది.

"ఏమో అదే నాకు అర్థం కావడం లేదు. మతి పోతోంది" అన్నారు.

"ఇదేమిటి భగవంతుడా పెళ్ళి అవ్వవలసిన పిల్లాడు చంటిపిల్లాడ్ని పెంచడం ఏమిటండి, నేను వెళ్ళి అడుగుతాను" అంది.

"ఎందుకూ? నువ్వు వెళ్ళినా అంతే" అన్నారు.

"కాదండీ అసలు విషయం తెలుసుకుని వస్తాను" అంది తులసి.

"కంగారుపడకు నేను వెళ్ళి వచ్చాను కదా" అన్నారు.

"ఇంకా కంగారుపడకు అంటారేమిటండి. పెళ్ళి అవ్వాల్సిన పిల్లాడు ఒక చంటి పిల్లాడ్ని పెంచడం ఏమిటండీ? రేపు నలుగురికీ ఏమి చెప్పగలం? ఏమి చెయ్యగలం? అసలు పెళ్ళిముందు మామగారు పోయి అదో బాధ. పెళ్ళి ఆగిపోయిందనే బాధతో నేను వుంటే, మళ్ళీ ఇప్పుడు ఈ చంటి పిల్లాడు ఏమిటి? తనే పెంచడమేమిటి? ఆ పిల్లాడు ఎవరు? తనకి ఏమిటి సంబంధం? అన్నీ తెలుసుకుని వస్తాను" అంది.

"రేపు మీ అన్నయ్య, వదినా జ్యోతి అడిగితే మనం ఏమి సమాధానం చెప్పగలం" అన్నారు ఆందోళనగా మోహనరావు.

"ఏమో నాకేమీ తోచడం లేదు. ఇదెందుకొచ్చిందో ఏమిటో, నేను వెళ్ళి చూసేదాకా తోచడం లేదు" అంది.

"సరే వెళుదువు గానిలే" అన్నారు.

★★★

వచ్చి గుమ్మంలో నుంచున్న తల్లిని చూడగానే మనసు ఆక్రోశించింది. అమ్మా! అని ఒక్కసారి తల్లిని కౌగలించుకుని, ఆమె భుజం మీద తల పెట్టుకుని విలపించాడు. ఆ రోజు రాత్రి వాడు చంపబోయినప్పటి ఆందోళనను వెళ్ళగ్రక్కింది మనసు.

"అమ్మా, నేను జైల్లో శిక్ష అనుభవించాల్సి వచ్చినా, నీ పూజాఫలం వల్లే నేను బైట పడ్డాను. కానీ నన్ను ఒక స్త్రీ రక్షించిందమ్మా" అని మనసులో వాపోతున్నాడు శేఖర్.

బిడ్డ ఏడుపు చూసి ఏదో ప్రమాద పరిస్థితి నుంచి బైటపడినట్లు అనిపిస్తోంది తులసి మనసుకు. "నీకేం భయం లేదు నాయనా, నేనున్నాను" అంది వీపు మీద నిమిరి. "ఆంటీ... మంచినీళ్ళు తీసుకోండి" అని మురళి అనగానే ఆ ఇద్దరూ తేరుకుని మంచినీళ్ళు తీసుకుంది తులసి.

శేఖర్ మనసులో పెద్ద అగాధం లాంటి బాధ ఏదో వుంది అనుకుంది. శేఖర్ మనసులాగే మొఖం కూడా చిన్న బోయి వుండడం చూసి ఆ తల్లి మనసు విలవిల్లాడిపోయింది. పెళ్ళిచేసుకుని భార్యతో సరదాగా తిరగాల్సిన తన బిడ్డ, ఇలా చిక్కు సమస్యలతో వుంటే తల్లి మనసు తట్టుకోలేకపోతోంది. కానీ ఏం చెయ్యగలదు. భగవంతుడే తన బిడ్డను రక్షించాలి అనుకుంటోంది తులసి. ఇంతలో పిల్లాడు లేచి ఏడుస్తున్నాడు. వాడ్ని తులసి ఎత్తుకోబోయింది. వాడు ఆమె దగ్గరకు రాలేదు. పెదవి విరచి, ఏడుపు మొదలెట్టాడు. తులసికేసి కొత్తగా చూస్తూ ఏడుస్తున్నాడు.

"లేదు నాన్నా, లేదురా అమ్మరా.. మన అమ్మరా" అన్నాడు. ఏదో బాధ మనసులో కలుక్కుమంది. అమ్మలేని వాడి పసితనం చూసి రోజూ పడే బాధ మళ్ళీ పైకి వచ్చింది. కళ్ళు చెమ్మగిల్లాయి. తనకు అమ్మ వుంది. పాతికేళ్ళు అమ్మలాలనలో తను పెరిగాడు. ఒక్కరోజు తల్లి ఊర్లో లేకపోతే ఎంత ఇబ్బందిగానో ఫీలయ్యేవాడు.

రెండు నెలల పసి వయసులో వీడి బ్రతుకు అనాధగా మారిపోయింది అనుకుని మనసు కరిగింది. కృష్ణవేణి గుర్తుకు వచ్చింది. జైల్లో కనిపించిన ఆమె రూపం కళ్ళల్లో కదిలింది. "శేఖర్ ఏంటి ఆలోచిస్తున్నావు, నీకు వచ్చిన సమస్య ఏమిటో? నాకు చెప్పరా" అంది తులసి.

"అమ్మా నీ కొడుకు జీవితం అగాధంలో పడిపోయే పరిస్థితిలో వీడి తండ్రి వచ్చి నన్నాదుకున్నాడు. ఆ శిక్ష తను అనుభవిస్తున్నాడు. ఇంకా ఎక్కువ వివరాలు నన్ను

అడగొద్దు. నాన్న గారికి కూడా చెప్పలేదు. నీకే చెప్పాను. అందువల్ల ఈ పిల్లాడిని నేను పెంచుతాను. వీడిని పెంచి పెద్ద చేస్తాను" అన్నాడు.

"అయ్యబాబోయ్! అంత ప్రమాదం వచ్చిందా నాయనా?" అని ఆమె కళ్ళు మూసుకుని తలపట్టుకుంది. "నా తల తిరిగిపోతోంది. నా తండ్రి! ఎంత గండం తప్పిందిరా. నువ్వు లేకపోతే నేను బ్రతకలేను. ఆ త్యాగమూర్తి ఎవరో కానీ అతనికి నేను జన్మ జన్మలా ఋణపడి వుంటాను. అతని బిడ్డను పెంచి పెద్ద చేసి ప్రయోజకుడిగా చేద్దాం. అది మన బాధ్యత, మన ధర్మం. అతని తల్లి, తండ్రి వుంటే వాళ్ళని కూడా చూడాలి సుమా. పెద్ద వాళ్ళు బాధపడకూడదు. అలా చూడకపోతే నువ్వు కృతఘ్నుడవు అయిపోతావు. ఇన్ని చేసినా మన కుటుంబం అంతా అతనికి ఋణపడి వుంటుంది" అంది.

"అవునమ్మా, నేనూ అదే అనుకుంటున్నాను" అన్నాడు శేఖర్.

"నేను కూడా అతని తల్లిదండ్రులకు ధనరూపంగా సహాయం చేస్తాను" అంది తులసి.

"అమ్మా నువ్వన్నమాట బాగుందమ్మా" అన్నాడు శేఖర్.

"అమ్మా ఒక్కమాట. ఈ విషయాలు ఎవ్వరికీ ఎప్పుడూ చెప్పొద్దు. నీకు, నాకు, మురళికి తెలుసు అంతే" అన్నాడు.

"మరి నాన్నగారికి చెప్పొద్దా" అంది.

"వద్దు" అన్నాడు.

"మరి జ్యోతి, అన్నయ్య, జానకి అడిగితే" అంది.

"అందరికి నేను ఒక్కటే మాట. ఈ పిల్లాడు నా దగ్గర వుంటాడు. నేనే పెంచుతాను. ఇంతకన్నా ఎవ్వరికీ ఏమీ చెప్పలేను అంటాను. నాకేమీ తెలియదు అను అంతే" అన్నాడు.

"సరే అలాగే చెబుతాను. నిన్ను భగవంతుడు కరుణించాడు. ఈ పై వచ్చే చిన్న చిన్న సమస్యలు ఎలాగైనా తట్టుకుంటాను. రేపు నేను వెళ్ళేటప్పుడు బాబుని నాతో తీసుకుని వెళతాను. నాన్న, నేను ఏమీ తోచక బాధపడుతున్నాం. వీడిని మేం పెంచుతాం" అంది.

"వద్దమ్మా, వీడ్ని ఎక్కడికీ పంపను. నువ్వే ఇక్కడ వుండమ్మా కొన్నాళ్ళపాటు. ఆ తరువాత నాన్న ఒప్పుకుంటే ఆయన కూడా ఇక్కడే వుంటారు" అన్నాడు భారం నిండిన మనసుతో శేఖర్.

"అలాక్కాదు నాన్న... మీ నాన్నగారు ఎక్కడికీ రారు. నేను ఇక్కడుండడం జరగదు. నేను వీడిని కంటికి రెప్పలాగా చూసుకుంటాను" అంది.

"వద్దమ్మా నా దగ్గరుంటేనే నాకు తృప్తి" అన్నాడు.

"సరే నీ ఇష్టం. నేను రేపు వెళ్ళిపోతాను" అంది.

★★★

ఇదంతా విచిత్రమైన కథలా వుంది. ఇక ముందు ఈ కథ ఏ మలుపు తిరుగుతుందో ఆ పరమాత్మునికే తెలియాలి. ఆ దేవుని దయ వల్ల జ్యోతికి, వీడికి పెళ్ళయిపోతే మెల్లగా నచ్చచెప్పి ఈ పిల్లాడిని తను అలవాటు చేసుకుంటే బాగుంటుంది. కానీ అలా జరుగుతుందా. ఏమో ఈ పెళ్ళి సవ్యంగా జరుగుతుందా అని నిట్టూర్పు విడుస్తోంది తులసి. పరిస్థితి అంతా తనకు అర్థమైనట్టుగా ఆమె ముఖంలో విషాదఛాయలు, ఆ నిట్టూర్పులు చెప్పకనే చెబుతున్నాయి.

"తులసీ అసలు విషయం నీకు చెప్పలేదా" అన్నారు అనుమానాస్పదంగా మోహన రావు గారు. శేఖర్ తనకు చెబుతాడని ఆయనకు తెలుసు. కానీ తనేమీ చెప్పకూడదు అనుకుని, "అబ్బే నాకే ఏమీ చెప్పలేదండీ" అంది.

"మరి ఇప్పుడే ఏమి చేద్దాం. ఈ విషయం మీ అన్నయ్యకు తెలియజేద్దామా" అన్నారు.

"అలా వద్దు. కంగారుపడకండి, మంచి విషయం అయితే వెళ్ళి చెప్పవచ్చు. కానీ ఇలాంటి విషయం వెళ్ళి చెప్పినా హేళనగా వుంటుంది" అంది.

"అవును నువ్వు చెప్పింది నిజమే. నాకు ఈ సమస్యలతో బుర్ర పనిచేయడం లేదు. అసలు మీ అన్నయ్య, వదినా, జ్యోతి ఎలా అర్థం చేసుకుంటారో? మనలను అనుమానిస్తారేమో నాకేమీ అర్థం కావడం లేదు. ఈ పరిస్థితికి ఎవ్వరి ముందూ తలెత్తుకుని నిలవలేం. నాకు ఈ మధ్యకాలంలో ఏదో అనుమానం పీకుతోంది. తులసీ నీకు గుర్తుందా ఏణ్ణార్థం క్రితం వాడు గొలుసుపోయిందని నీకు చెప్పి వెళ్ళిపోయాడు. నాకు ఆ విషయం తెలియపర్చనే లేదు. నీకు చెప్పడమే. నువ్వు నాకు చెప్పావు. అప్పటి నుంచీ నాకు అనుమానంగా వుంది. ఏదో జరిగిందని నా మనసు చెబుతోంది. అక్కడికీ నేను వాడిని నిలదీసి అడిగాను. ఏదో చెప్పాడు కానీ నాకు ఇప్పటికీ ఆ విషయంలో నమ్మకం కలగడం లేదు. వాడ్ని ఏమైనా అందామంటే నువ్వు వాడినెనకేసుకొస్తావు.

బిడ్డలమీద తల్లికి ప్రేమ వుండడం సహజం. కానీ కొంత వయసు వచ్చాక కొంచెం భయం కూడా వుండేలా మాట్లాడాలి. నీకు వెర్రి ప్రేమ తప్ప, ఏమీ తెలియదు.

కూతురు తప్పుచేస్తే తల్లి తప్పు అంటారు. కొడుకు తప్పు చేస్తే తండ్రి తప్పు అంటారు. ఇప్పుడు నిన్ను ఎవ్వరూ ఏమీ అనరు. ఇలా పెంచావేంటి అని నన్నంటారు అన్నందుకు బాధ కాదు. ఇప్పుడెలాగ? ఏమి చెయ్యాలి?" అన్నారు బాధగా.

"పిల్లాడ్ని నేను తీసుకెడతాను. మీ నాన్న, నేనూ ఏమీ తోచక వున్నాము అన్నాను" అంది తులసి.

"ఆ మాటకు ఏమన్నాడు" అన్నారు గట్టిగా.

"అలా ఎవ్వరి దగ్గరకూ పంపట్ట. వాడే పెంచుకొంటాట్ట" అంది నెమ్మదిగా.

"పెంచుకుంటాడు. ఉద్యోగం చెయ్యడా? పిల్లాడ్ని పెంచడం అంటే మాటలనుకున్నాడా? పెంచనీ. ఎలా పెంచుతాడో చూస్తాను. ఈ కాలం పిల్లలకు ఎంత తోస్తే అంతే. మురళి ఏమన్నాడు" అన్నారు.

"అతనేమంటాడు పాపం. వీడికి అన్ని విధాలా సహాయం చేస్తున్నాడు. నేను చూడలేక పోయాను" అంది తులసి.

"ఏమి చేస్తాం మన తలరాత. తీరా పెళ్ళి చేద్దామనుకుంటే నాన్న గారు పోయారు. ఆ బెంగ ఇంకా తగ్గకుండానే ఈ చిక్కు సమస్య ఏమిటో వచ్చిపడింది" అనుకున్నారు నిట్టూరుస్తూ.

"మీరు ఆందోళన పడి మనసు పాడుచేసుకోకండి. పెళ్ళీడు కొచ్చిన పిల్లలతో రకరకాల సమస్యలు చాలా మంది ఎదుర్కొంటూనే వుంటారు. అవి ఇప్పుడు మనం ఇలా ఎదుర్కొంటున్నాము. ఇలాంటప్పుడే మనసు కుదుటపర్చుకుని వాడినీ ఏమీ అనకుండా నెమ్మదిగా వుంటే అన్నీ అవే సర్దుకుంటాయి" అంది.

"ఏం సర్దుకుంటాయో ఏమిటో, వాడి దగ్గర నుంచి వచ్చేటప్పుడే మా రంగనాథ్ కి లెటరు వ్రాసి పడేసాను. వాడు వెంటనే వస్తే బాగుణ్ణు. వచ్చాక వాడి తోటి ఈ విషయం మాట్లాడాలి. అప్పుడు కానీ... నాకు తోచదు" అన్నారు మోహనరావు.

"ఎవరు వచ్చి మాత్రం ఏం చేస్తారు. వాడు మన మాట వినే పరిస్థితిలో లేడు" అంది.

"అదే.. అదే పెంకితనం అంటే. పెద్దవాళ్ళ మాట వినక పోవడం గొప్ప అనుకుంటున్నాడా, వాడి కోసమే కదా చెబుతాం. పోనీ మనమే ఎలాగో పెంచుతాం ఆ

పిల్లాడిని. వాడు జ్యోతిని పెళ్ళి చేసుకుని కాపురం చేస్తే చాలు" అంటుంటే..."అంతలా మాట్లాడకండీ వాడు ఏమీ చెడిపోలేదు. కనీసం సిగరెట్ కూడా వాడు పట్టుకుని ఎరుగడు" అంది తులసి.

"ఈ రోజుల్లో పిల్లల్ని గుడ్డిగా నమ్మకూడదు. ఇంకొంచెం శ్రద్ధ తీసుకోవలసిందేమో అనుకున్నారు" మోహనరావుగారు.

"నాకైతే గట్టి నమ్మకం" వుంది అంది.

"సర్లే ఎలా జరిగేది అలా జరుగుతుంది, ఇంకొందిలేసెయ్" అన్నారు విసుగ్గా...

★★★

"ఉషా, మా నాన్నగారు చెప్పినట్టు కృష్ణ ఆ పిల్లాడిని అనాధాశ్రమంలోనే ఇచ్చి వుంటుంది. మనం వెళ్ళినప్పుడు ఆ చుట్టు పక్కల అనాధ శరణాలయాలకు వెళ్ళి తెలుసుకుందాము" అంది గీత.

"అలాగే చేద్దామే" అంది ఉష.

ఆ మాటలు విన్న రాజ్యలక్ష్మి "గీతా నీకు మతిపోయిందా? పెళ్ళీడు వచ్చిన పిల్లవి. అలా జైలుకు వెళ్ళకు. నాకు ఇష్టం లేదు. వద్దంటే నా మాట వినవని ఊరుకున్నాను. భవిష్యత్తులో వచ్చే అనర్థాల గురించి చెబుతున్నాను. నా మాట విను ఇంక. కృష్ణవేణి గురించి తలపెట్టొదు. ఎవరి తలరాత ఎలా వుంటే అలా జరుగుతుంది. ఎవరు ఏమి చెయ్యగలరు. ఆ పిల్లాడిని తెచ్చి ఇప్పుడు నువ్వు పెంచుతావా, పిల్లాడ్ని పెంచడం అంత సులువైన పని అనుకుంటున్నావా. అలా చేస్తే నేను ఒప్పుకోను" అంది ఖచ్చితంగా చెప్పినట్టు రాజ్యలక్ష్మి.

"అమ్మా! మన పిన్ని కూతురో, మన మామయ్య కూతురు, కొడుకో అయితే అలా ఊరుకుంటామా. మన బంధువుల కన్నా కృష్ణ నాకు ఎక్కువమ్మా. చిన్నప్పటి నుంచి ఒక్కచోట కూర్చుని చదువుకున్నాము. దాని స్నేహం ఎలా మరచిపోగలను. దాని జీవితం ఎలా అయిపోయిందో? దాని బిడ్డ ఏమై పోయాడో అని నేను ఎంత బాధపడుతున్నానో" అంటుంటే, "నువ్వు ఏమైనా చెప్పు కావాలంటే వాళ్ళకు డబ్బు పంపు, చూసిరా. అంతే గానీ నువ్వు పెళ్ళి చేసుకునే పిల్లవు. ఆ పిల్లాడ్ని పెంచుతానంటావేంటి. నేను దీనికి ఒప్పుకోను" అంది రాజ్యలక్ష్మి.

"సరేనమ్మా చూసివస్తాను. సహాయం చేస్తాను. నీ మాట నేను కాదనను" అంది గీత. "అయితే సరే అంది" రాజ్యలక్ష్మి.

★★★

"ఒరేయ్ మురళీ, మా అమ్మగారు వాళ్ళ కుటుంబానికి సహాయం చెయ్యాలి అది మన ధర్మం అన్నారు" అన్నాడు శేఖర్.

"ఎవరి కుటుంబానికి" అన్నాడు మురళి.

"ఓహో నీకు చెప్పలేదు కదూ.. మా అమ్మగార్కి చెప్పాను" అన్నాడు శేఖర్.

మురళీ కంగారుగా "ఏమని చెప్పావు" అన్నాడు.

"అమ్మ నన్ను మరీ మరీ అడిగింది. కన్నతల్లి నీకు పరాయిదా బాబు అసలేమి జరిగిందో నాకు చెప్పవా అంది కన్నీళ్ళతో. నేను జరిగిన విషయం పాత్రలు మార్చి చెప్పాను. అలాగా, అయితే అతని తల్లిదండ్రులకు ధనరూపంగా సహాయం చెయ్యాలి. అది మన ధర్మం, బాధ్యత అంది. అప్పుడు నాకు అనిపించింది. కృష్ణవేణి తల్లి ఎలా వుందో, ఆమెను ఒకసారి చూసి రావాలి అనిపించింది" అన్నాడు శేఖర్.

"సరే నీ ఇష్టం అలాగే చేద్దాం" అన్నాడు మురళి.

శేఖర్, మురళి బండి మీద వేల్పూరు వెళుతుంటే, రిక్షాలో అదే ఊరుకు వెళుతున్న గీత, ఉషతో "అతనేనే, అతనే... అలాగే వున్నాడు" అంది.

"ఎవరే ఎవరూ" అంది ఉష.

"కృష్ణవేణి మెళ్ళో తాళిబొట్టు కట్టాడు" అని చెప్పింది. "అతని పేరు ఏదో చెప్పిందే. అతనే. నేను ఫోటోలో చూసాను" అంది గీత.

"అలాగైతే అతను ఇక్కడిక్కడే వున్నాడన్న మాట. పాపం కృష్ణవేణి ఇతన్నే దైవంగా భావించేది పిచ్చిది. ఇతను కట్టిన తాళికి ఎంత సంబరపడిపోయిందో" అంది ఉష. గీత, ఉష వాళ్ళని పరిశీలనగా చూస్తున్నారు.

"ఆ తాళి ఇతను కట్టిందే అని, ఆ బిడ్డ ఇతని బిడ్డ అని ఇతనికి చెప్పాలని నేను ఎప్పుడో అనుకొని ఆ మాట కృష్ణతో అన్నాను. కాని కృష్ణవేణి వద్దంది. ఇప్పుడు చెబితే నేను ఏమీ ఎరుగను అని అంటాడో లేక ఏనాటి కృష్ణవేణీ అన్నట్లుగా మాటలాడితే ఏమి చెయ్యగలం మనం. అతను మగాడు. లక్షణంగా పెళ్ళి చేసుకొన్న వాళ్ళే కాళ్ళపారాణి ఆరకుండా, ఆ వధువును వదిలేసి ఇంకో పెళ్ళి చేసుకున్న ఘనులను చూడడం లేదా. ఈ తుమ్మెద రాజుకు ఆ పిచ్చి పువ్వు ఇంకా గుర్తుందా అనిపిస్తోంది. అయినా నేను ఒకసారి అతన్ని కలిసి మాట్లాడాలి అని అనుకున్నాను. మాట్లాడతాను" అంది గీత. చూద్దాంలే అంది ఉష.

మురళీ, చంద్రశేఖర్ కూడా వాళ్ళను చూసి వీళ్ళు మనలను పరీక్షించి చూస్తున్నారు. వీళ్ళు ఏ ఊరు నుంచి వస్తున్నారు అనుకున్నారు. కృష్ణవేణి వయసు వాళ్ళే వీళ్ళు. కృష్ణవేణి ఫ్రెండ్స్ అనుకున్నాడు శేఖర్.

ఆ రిక్షా కృష్ణవేణి ఇంటి కేసి వెళ్ళడం చూసి వాళ్ళ అనుమానం బలపడింది. వాళ్ళకి నాగమణి కనిపించింది.

విచారంగా "నాగమణీ ఆంటీ.. ఎలా వున్నారు?" అంది గీత.

"ఏమని చెప్పను మా అక్కకి ఏమీ బాగోలేదు. మా అమ్మ, మా అక్క ఆసుపత్రిలో వున్నారు అంది. అలాగా ఏ ఆసుపత్రి అంది. శాంతి నర్సింగ్ హోమ్" అంది నాగమణి. అలాగా.. అయితే మేం వెళతాం అని బయలుదేరబోతూ ... మళ్ళీ వెనక్కి వెళ్ళి "నాగమణి పిన్నీ ఒక్కమాట" అంది మెల్లగా.

"ఏమిటి గీతా" అంది నాగమణి.

"కృష్ణవేణి దగ్గర వుండే ఫోటోలు ఒకసారి చూపించవా" అంది. కొన్ని ఫోటోలు వున్న చిన్న బ్యాగ్ వాళ్ళకిచ్చింది నాగమణి.

అదే రిక్షాలో మళ్ళీ శాంతి క్లినిక్కు వెళ్ళారు. వాళ్ళ వెనకాల శేఖర్, మురళీ వున్నట్టు వాళ్ళు చూడడం లేదు. ఆ రిక్షా హాస్పటల్ దగ్గర ఆగింది. మృత్యు మొఖంలో వున్న పేషెంట్ దగ్గర వున్న వాళ్ళలా శకుంతలా, అమృతం విచారంగా వున్నారు. ఉష, గీత వాళ్ళదగ్గర కూర్చున్నారు. శకుంతల కన్నీళ్ళు ఆపుకోలేక పోయింది. "ఏం జరిగింది మామ్మా" అంది గీత, అమృతవల్లిని భయంతో చూస్తూ.

"ఏమి చెప్పనమ్మా" అని ఆమె గుమ్మం వైపుకు వెళ్ళిపోయింది.

"నువ్వయినా చెప్పు" అంది ఉష, శకుంతలను చూసి.

"ఏమి చెప్పమంటావు. కృష్ణవేణి జైలుకెళ్ళిన దగ్గర నుంచి అన్నం, తిండి లేదు. ఏదో మా అమ్మ బ్రతిమాలితే కాసిని పాలు తాగడం, అస్తమానూ ఏడ్పు, చాలా నీరసంగా అయిపోయింది. కృష్ణ వెళ్ళి మూడవ రోజు అర్ధరాత్రి బాబోయ్, బాబోయ్ నా కృష్ణను కొట్టి చంపేస్తున్నారు, బాబోయ్ నా కృష్ణ ఏడ్చేస్తుంది అమ్మో, అమ్మా అని ఏడుస్తోంది. నా తల్లి.. నా కృష్ణను కొట్టేస్తున్నారు.. చంపేస్తున్నారు.. బాబోయ్ అని పెద్దగా ఏడ్చింది. నన్ను నా కృష్ణ దగ్గరకు తీసుకుపోండి. ఆ జైలులోనే వుండి నా తల్లిని కొట్టదమ్మా అని బ్రతిమాలుకుంటాను. బాబోయ్ నా కృష్ణను కొట్టేస్తున్నారు. నేను ఒక్క దెబ్బ కూడా కొట్టలేదు. నా తల్లిని అని ఏదో చూసినట్టు పిచ్చిదానిలా ఏడుస్తుంది.

కల వచ్చిందో, మతి భ్రమించిందో లేక అలా జరుగుతుందని ఊహో.. ఏమో మేమందరం భయంతో పట్టుకున్నాం. మా అమ్మ... ఏం లేదు, దాన్ని ఎవ్వరూ కొట్టరు, భయపడకు అని మంచినీళ్ళు ఇచ్చి ఊరడించింది. ఆ రాత్రి నుంచి చాలా నీరసంగా అయిపోయింది. అమ్మని అసలు వదలడం లేదు. డాక్టర్ గార్ని ఇంటికి తీసుకువచ్చారు. ఆయన ఇంజక్షన్ చేస్తే అలా పడుకుంటుంది. కొంతసేపు తరువాత మళ్ళీ మెళుకువ వస్తే అమ్మా కృష్ణవేణి నిన్ను నేను చంపేసానే, నేనే నిన్ను చంపాను. నీకు ఇష్టం లేని పాడు వృత్తి చేయించి నీకీ పరిస్థితి తెచ్చేనే అని తనలో తానే అనుకోవడం, కిరణ్ బాబూ, కిరణ్ బాబూ నా తండ్రీ, నీ తల్లి జైలు పాలయ్యిందిరా, నువ్వు ఏమయ్యావో? ఈ అమ్మమ్మను వదిలేసి మీరు వెళ్ళిపోయారు. నేను ఒంటరి దాన్ని అయిపోయాను అనుకుని ఏడ్పు. మేమందరం ఊరడించినా మా మాట వినడం లేదు. ఇంక ఈ హాస్పిటల్ కి తీసుకెళ్ళమన్నారు ఆ డాక్టర్గారు. ఇక్కడ ఒక్కొక్కసారి కొంచెం బాగానే వున్నా మళ్ళీ అలాగే ఏడుస్తోంది. మళ్ళీ ఇంజక్షన్ ఇస్తే ఇలా నిద్రపోతోంది" అంది శకుంతల. ఆ మాటలకు బాధగా, మౌనంగా వుండి కళ్ళు మూసుకున్నారు గీత, ఉష.

కనకంలో చలనం కలిగింది. కళ్ళు తెరిచింది. గీతను చూసి "కృష్ణ కృష్ణ వచ్చేసావా, నా కూతురు వచ్చేసిందా, ఆ జైల్లోనే చచ్చిపోతుందేమో బాబోయ్ అని నేను ఏడుస్తున్నాను" అని గీత భుజం మీద చెయ్యి వేసి ఒళ్ళో తల పెట్టుకుంది. గుండెను చీల్చే బాధను భరిస్తూ... కన్నీటి ధారలతో ఏమి చెయ్యాలో తెలియక ఆమె తల అదిమి పట్టుకుంది గీత. కనకం లేచి ఏడ్వడం, ఆ గది ప్రక్క సందులో నుంచుని వింటూ కిటికీ కర్టెన్లోంచి చిన్నగా చూస్తున్నారు మురళి, శేఖర్.

"మనం వెళ్ళిపోదాంరా" అన్నాడు మురళి. "సరే నడు" అని వాళ్ళిద్దరూ వెళ్ళిపోయారు.

మళ్ళీ కనకం గీత నడుం చుట్టేసి, "అమ్మా! నిన్ను నేను తల్లి కన్నా ఎక్కువగానే పెంచేనే. నీ బిడ్డను నీకన్నా ప్రేమగానే పెంచాను. వాడ్ని నాకు నువ్వు దూరం చేసావు" అంటుంటే కనకం మాటలు విని అమృతం కనకాన్ని మంచం మీదకు తీసింది. అప్పుడే వచ్చిన నర్సు ఆమెకు మళ్ళీ ఇంజక్షన్ ఇచ్చింది. ఆమె ఒళ్ళో తలపెట్టి అన్న ఆ మాట చెవికి సోకగానే గీతకు తలమీద సుత్తిదెబ్బ తగిలినట్టు మైండ్ ఆగిపోయింది. మళ్ళీ అదే మాట చెవిలో వినిపిస్తోంది.

నిన్ను నేను తల్లికన్నా ఎక్కువగానే పెంచాను అన్నమాట వినిపించి... "ఓ.. మైగాడ్ కృష్ణవేణికి ఈమె కన్న తల్లి కాదా.. ఆమె వేశ్య కాదా? ఈ మాట వింటే కృష్ణవేణి ఎంత ఆనందపడిపోతుంది?" అనుకుంటోంది గీత.

"గీతమ్మా! దానికి మతిలేక ఏదో మాట్లాడుతోంది. ఈ మాట ఎక్కడా చెప్పొద్దని ఒట్టు వేయమంది" అమృతం. గీత అలా వుండి పోయింది. "వెయ్యమ్మా" అంది అమృతం. అప్రయత్నంగా ఆమె చేతిలో ఒట్టు వేసింది.

గీతకు ఏమి జరుగుతుందో తెలియనట్టుగా అయిపోయింది. ఉష కోసం చూసింది. ఆమె గది బైట కనిపించింది. తన ఆనంద సాగరానికి అడ్డుకట్ట పడిపోయింది. ఏది నిజమో, ఏది అబద్ధమో తెలియడం లేదు. తను విన్నది, కనకం అన్నది నిజమే అయి వుంటుంది. కనకం తనను కృష్ణా.. అని పట్టుకోగానే తనను తాను మరచిపోయినట్టు అయింది. ఆ బాధతో కళ్ళు నీళ్ళతో నిండిపోయాయి. తను మాత్రం వింది. కానీ ఎవ్వరికీ చెప్పకూడదు. తను ఒక పని చెయ్యాలని వస్తే ఇంకొక నిజం బైటపడింది.

కిరణ్ బాబును చూసి వాడికి ఏ లోటూ రాకుండా కావాల్సిన సహాయం చెయ్యాలని అనుకుంది. కృష్ణవేణికి, తనకూ ఉన్న స్నేహ బంధానికి ఇది చాలదు. కానీ తన తల్లి మాట కాదనలేదు. కనీసం వాడిని చూద్దామని మళ్ళీ కృష్ణవేణి చూడ్డానికి వెళ్ళినపుడు వాడి గురించి చెబుదామని తనూ, ఉష బయలుదేరి వచ్చారు. కానీ ఇక్కడ పరిస్థితులు మారిపోతున్నాయి. ఆంటీకి చాలా సీరియస్ గా వుంది.

"కృష్ణవేణిని కానీ, కిరణ్ బాబును గానీ తీసుకొచ్చి ఆమెకు చూపిస్తే ఆమె మైండ్ బాగుపడవచ్చు" అంది గీత.

"మరి ఆ పిల్లాడిని ఎవరికిచ్చిందో తెలియదు" అంది శకుంతల.

"ఏ అనాథాశ్రమంలోనైనా ఇచ్చిందేమో? మేము తెలుసుకుని వస్తాం" అంది గీత అక్కడ నుండి బయలుదేరుతూ.

రహీమ్ జీ అనాథాశ్రమానికి వెళ్ళారు. అక్కడ "రహీమ్ లేరు" అన్నారు.

"మరి ఎవరు ఇక్కడ చూస్తున్నారు" అని అడిగింది" గీత.

"అక్కమ్మ గారు ఉన్నారు" అంది ఒకామె.

"అయితే ఆమెను కొంచెం పిలవండి" అంది గీత.

అక్కమ్మ వచ్చి "ఏం కావాలి" అంది.

"మేడమ్ మేము ఒక విషయం గురించి అడుగుదామని వచ్చాం" అంది చెప్పండి అంది ఆమె.

"నా పేరు గీత. నేను కృష్ణవేణి ఫ్రెండ్ని. కృష్ణవేణి కిరణ్ అనే పిల్లాడిని నాలుగు నెలలక్రితం ఇక్కడ ఇచ్చిందేమో తెలుసుకుందామని వచ్చాం" అంది.

"ఆ పిల్లాడిని అతను వచ్చి తీసుకువెళ్ళాడు" అంది అక్కమ్మ.

"ఎవరూ" అంది ఆతృతగా, గీత.

"అదే కృష్ణవేణి ఒక ఫోటో ఉన్న గొలుసు ఇచ్చిందే అతను" అని, ఆ రోజు జరిగిన విషయం అంతా చెప్పింది అక్కమ్మ.

"అతని అడ్రస్ మీ దగ్గరుందా" అంది గీత.

"లేదు రహీమ్ జీ దగ్గర వుంది. ఆయన మూడు రోజులు తరువాత వస్తారు" అంది. ఏమి చెయ్యాలో తోచని గీత గోడకు నిలబడిపోయింది.

"మైగాడ్ ఇది నిజంగా ఆశ్చర్యకర విషయమే" అంది ఉష.

గీత తేరుకుని, "కృష్ణవేణి కోరికే అది. అక్షరాలా అలాగే జరిగింది. ఇది చాలా ఆనందమైన విషయం. అతను కూడా కృష్ణవేణిని మరచిపోలేదన్న మాట అనుకుని, అక్కమ్మతో రహీమ్ జీ వచ్చాక మళ్ళీ వస్తాం" అని బయలుదేరారు. "ఇప్పుడు ఏమి చేయాలి ఉష" అంది గీత.

"కృష్ణవేణికి తన కిరణ్ బాబు, కనకం ఇంట్లో పెరగడం ఇష్టం లేకే కదా కన్న మమకారాన్ని చంపేసుకని అనాధాశ్రమంలో ఇచ్చింది. పైగా ఇంటివాళ్ళతో, ఎవరో పిల్లలు లేని వాళ్ళకు ఇచ్చాను. వాళ్ళు వాడిని బాగా చూసుకుంటారు అని చెప్పిందంటే వాడిని గురించి వాళ్ళకు తెలియకూడదనే కదా"

"ఇప్పుడు మనం వెళ్ళి అక్కడ వుంచిందట, అతను తీసుకెళ్ళాట్ట అని చెబితే వాళ్ళు అతన్ని వెతికి పట్టుకుని అతని దగ్గర నుంచి తెచ్చేస్తారు. అలా చేస్తే ఆంటీ కోలుకుంటుంది. కనుక వాళ్ళు తప్పక అలా చేస్తారు. కానీ వాడు ఆ ఇంట్లో వుండడం కృష్ణకు ఇష్టం లేదు కదా. దాని కోరిక తీరిందనుకొంటుండగా, మనం మళ్ళీ ఇలా చేస్తే అది బాధపడుతుంది" అంది గీత.

"సరే మనకు ఏమీ తెలియలేదు అని చెప్పి వెళ్ళిపోదాం" అంది ఉష.

"అనాధ శరణాలయానికి వెళ్ళి చూసాం ఏమీ తెలియలేదు" అంది గీత.

"అలాగా" అంది విచారంగా శకుంతల. ఉష, గీత కనకం కేసి చూశారు. ఆమెలో చలనం లేదు. వాళ్ళు బయలుదేరారు.

విచారంగా భోజనాలు చేస్తున్న గీతను, ఉషను చూసి "ఏం జరిగింది. కృష్ణవేణి పిల్లాడు బాగున్నాడా" అంది రాజ్యలక్ష్మి.

"లేదమ్మా ఆ పిల్లాడు అక్కడ లేడు. ఎవరికో ఇచ్చాను. వాళ్ళు పెంచుకుంటారు అందట" అంది గీత. అలాగా అంది రాజ్యలక్ష్మి.

ప్రియాతి ప్రియమైన గీతకు, ఉషకు,

కృష్ణవేణి హృదయ వేదనతో వ్రాయునది. నా పరిస్థితి ఏమీ బాగోటం లేదు. రోజూ రాత్రిళ్ళు నన్ను ఇబ్బందులకు గురి చేస్తున్నారు. నా గురించి మా అమ్మను, మావయ్యలను కొట్టడానికి సిద్ధం అవుతున్నారు. నేను ఎప్పటి నుంచో వాళ్ళ కళ్ళల్లో వున్నాను. ఇంక తప్పించుకోలేను. ఇంత వరకు విఫలయత్నం చేసాను.

మెళ్ళో తాళి కట్టించుకుని, అతని భార్యనై, అతని బిడ్డకు తల్లినై ఇప్పుడు చెడిపోతున్నానన్న బాధతో హృదయం దహించేస్తోంటే మీకు తెలియపరచాలని వ్రాసాను. నన్ను మరచిపోకండే... ఇదివరకులా మీరు నన్ను ముట్టుకుంటారా... ప్రేమతో చూస్తారా... మీ ఇద్దరి రాక కోసం వెయ్యి కళ్ళతో ఎదురు చూసే కృష్ణవేణి.

లెటరు చదివిన గీత భోరున ఏడ్చింది. గట్టిగా ఏడిస్తే తల్లీ, తండ్రీ వస్తారేమోనని జేబురుమాలు అడ్డుపెట్టుకుంది. ఉష కూడా అలాగే వుంది. అయినా కంట్రోల్ చేసుకుని "గీతా ఏడవకు" అంది.

"కృష్ణవేణీ! నీకు ఎన్ని కష్టాలు వచ్చాయే, ఎవ్వరూ తీర్చలేని కష్టాలు నీ మెడకు చుట్టుకున్నాయే వెర్రిదానా. ఆడుతూ పాడుతూ చదువుకొనవలసిన వయసే నీది. జీవితం ఆ జైలు గోడల్లో మసి బారిపోతోందే. విధి నీ జీవితంతో వింతాటలాడుతోందే. తల్లికి దూరమై, బిడ్డకు దూరమై, అందరికీ దూరమై నువ్వు అక్కడ వుంటే నీ గీత ఎంత బాధననుభవిస్తుందో నీకు తెలుసా కృష్ణా..." అని ఇంక మాట్లాడలేకపోయింది. వెక్కి వెక్కి ఏడుస్తోంది.

"ఊరుకోవే గీతా... ఊరుకో ఏమి చేస్తాం. ఏవేవో కథల్లో చదువుతాం, సినిమాల్లో చూస్తాం. అవి చూసినప్పుడు బాధ వస్తుంది. కానీ మన కళ్ళముందు ఇన్ని కష్టాలు, ఇన్ని చిత్రమైన మలుపులు తిరిగి చివరకు చీకటి కొట్లో పడిపోయింది దాని బ్రతుకు. వాడి మొఖం మండా వాడెవరో దాన్ని బలవంతంగా తీసుకుపోవడం ఏంటి?

వాడి నుంచి తప్పించుకోవడానికి వాడిని చంపడమేమిటి? ఇదంతా ఏదో మాయలాగుంది. పవిత్రమైన దాని భావాలు మంచితనానికి మారుపేరుగా వుండే దాని నడవడికలు నేను మరచిపోలేను. అది కృష్ణానది అంత పవిత్రమైనది. దాన్ని మనం ముట్టకపోవడం ఏమిటీ" అనుకుంది ఉష.

★★★

జ్వరంతో కృష్ణవేణి మూలిగేస్తోంది. ఆమె ఇచ్చిన మాత్రలు వేసుకున్నా తగ్గి నట్టే తగ్గి మళ్ళీ వెన్నులో నుంచి చలి, వణుకు వచ్చేస్తోంది. ఒళ్ళు వేడిగా కాలి పోతోంది. అపుకుందామన్నా మూలుగు ఆగడం లేదు. అలా వున్న కృష్ణవేణిని చూసింది మేరి. ఈమె నిర్దోషి అన్న సానుభూతి మనసులో ఏర్పడింది. ఎందుకు ఈమెకు జ్వరం తగ్గడం లేదు అని పరికించి చూస్తోంది. తను దెబ్బలు కొడుతున్నపుడు భయపడిందేమో అనుకుని, "లేవే" అంది. కృష్ణవేణి ముసుగు తీసుకుని మెల్లగా లేవలేక లేచి నుంచుంది.

"ఎందుకు జ్వరం తగ్గలేదు. మాత్రలు ఇస్తున్నాను కదా" అంది మేరి. కృష్ణవేణి ఏమీ మాట్లాడలేదు. తలవంచుకుని నుంచుంది. "చెప్పవే" అంది. గెడ్డం కింద లాఠీ పెట్టి పైకి లేపింది. కృష్ణవేణి ఆమెకేసి చూసింది. ఆ కళ్ళు కళావిహీనంగా వున్నాయి. అందమైన ఆమె మొఖం మారిపోయింది. పీడ కొట్టుమిట్టాడుతోంది అనుకుంది మేరి. "ఏమే నీకు జ్వరం ఎందుకు తగ్గలేదు" అంది. ఏమో అంది కృష్ణవేణి. కదిపితే కారిపోయేలా వున్నాయి ఆ కళ్ళల్లో నీళ్ళు.

"ఎందుకే ఏడుస్తున్నావు" అంది మేరీ.

"ఏమీ లేదు" అంది కృష్ణవేణి.

"నాతోరా" అంది. ఆమెను మెల్లగా అనుసరిస్తోంది. ఒక గదిలో లైట్ వేసి వెళ్ళి నుంచో మంది మేరీ. కృష్ణ కూడా ఆ గదిలోకి వెళ్ళింది.

"ఏమే నీకు ఏమయింది అంటే చెప్పవేంటే, చేతులు ఆడించు" అని చేతులు పైకి లేపి చూసింది. అలా చేయి కదిపినప్పుడు పుండు నొప్పి వల్ల బాధతో "అమ్మా" అంది. "ఏమయిందే" అంది మేరీ. "పుండు నొప్పి" అంది కృష్ణవేణి. ఎక్కడా అంది. "కడుపుమీద" అంది. ఏదీ చూడని అంది. కృష్ణవేణి ఏమీ మాట్లాడలేదు. "విప్పవే" అంది గట్టిగా. లంగాను మెల్లగా కొంచెం జార్చి పొత్తి కడుపు కింద కుడి భాగంలో వున్న పుండును చూపించింది. ఆ పుండు చూసిన మేరీ "అబ్బా అనుకుంది". "ఏమే ఈ పుండు ఎలా వచ్చిందే" అంది. కృష్ణవేణి మౌనంగా వుండిపోయింది.

"అడిగిన దానికి సమాధానం చెప్పు" అంది కోపంగా.

"మీరు నన్ను కొట్టి కొట్టి ,లాఠీ కర్రతో పొత్తి కడుపులో తిప్పారు" అంది. తన పైశాచిక చర్య చెప్పగానే మనసు కదలినట్లు అయింది.

అయినా ఇంతపుండు అవుతుందా అని ఆమె పొత్తి కడుపు అంతా పరిశీలనగా చూసింది. బిడ్డ చారలు వున్న ఆమె పొట్ట కింద భాగం చూసి "ఏమే నీకు పిల్లలు పుట్టారా" అంది. ఏమి చెబితే ఏమి ప్రమాదమోనని ఏమీ మాట్లాడలేదు.

"కృష్ణవేణి మాట్లాడవేంటే" అంది.

"ఊ..." అంది.

"ఏ పిల్లలు ఆడపిల్లలా, మగ పిల్లలా? ఎంత మంది పుట్టారు. ఇప్పుడు ఎక్కడ వున్నారు" అంది.

"ఇప్పుడు ఎవరూ లేరమ్మా" అంది.

"ఎంత మంది పుట్టారు వివరాలు చెప్పు" అంది.

"ఒక్క బాబు పుట్టాడు. కానీ ఇప్పుడు వాడి వివరాలు నాకు తెలియవమ్మా" అంది.

"ఏమయ్యాడు" అంది మేరీ. కృష్ణ మాట్లాడలేకపోయింది.

"అయితే నీకు పెళ్ళి అయింది. ఎవరు నీ భర్త. బిడ్డ పుట్టాడు, ఎక్కడున్నాడు" అంది మేరి.

"ఈ జ్వర బాధతో నేనేమీ మాట్లాడే పరిస్థితిలో లేనమ్మా .చెప్పే ఓపిక లేదు. తరువాత చెబుతాను" అని ఆ గదిలోనే ముడుచుకుని కూర్చొనిపోయింది.

"సరే లేచి.. నడు. మందులు మార్పించి డ్రస్సింగ్ చేయిస్తాను" అంది మేరీ. ఆమె వెనకాల నడుస్తోంది కృష్ణవేణి.

★★★

తన రాకను గమనించీ గమనించగానే నవ్వుతో ఎదురు వచ్చే అన్నగారు, ఇప్పుడు తనను చూసి వీధి అరుగు మీద నుంచి ఇంట్లోకి వెళిపోతున్నాడేమిటి అని కంగారుతో లోపలికి వెళ్ళి "అన్నయ్యా" అన్నాడు రంగనాథ్. అతని మాటకు బదులులేదు. తలదించుకుని నుంచున్న అన్నగారిని "అన్నయ్యా ఏం జరిగిందిరా" అన్నాడు రంగనాథ్.

"ఏమి చెప్పాలో అర్థం కావడం లేదురా.. చిక్కు సమస్య వచ్చింది" అన్నారు మోహనరావు.

ఎవరొచ్చారూ... అని తులసి గదిలోకి వచ్చి చూసింది. "వదినా ఏం జరిగిందమ్మా..." అన్నాడు ఆమెవైపు చూసి.

"ఇప్పుడే వచ్చావా మంచినీళ్ళు తీసుకొస్తాను" అని ఆ మాటకు బదులు చెప్పకుండా లోపలికి వెళ్ళిన వదినను చూస్తూ నుంచున్నాడు.

"చెప్పన్నయ్యా" అన్నాడు వదిన చెప్పదని తెలిసి.

"ఏం చెప్పాలో తోచక నీకు చెప్పుకుంటే మనశ్శాంతి దొరుకుతుందేమోనని నీకు లెటరు వ్రాశాను, అది అందిన వెంటనే వస్తానని అనుకున్నాను" అన్నారు మోహనరావుగారు.

"అన్నయ్యా నేను లెటరు చూసిన వెంటనే బయలుదేరాను. నీ దగ్గర నుంచి లెటరు వచ్చేటప్పటికి మేము ఊరులో లేము. మా మామగార్కి బాగోలేదని చూడ్డానికి వెళ్ళాము. ఆ టైంలో నీ లెటరు వచ్చి ఉంటుంది. మేము వచ్చి లెటరు చూసిన వెంటనే నేను బయలుదేరాను" అన్నాడు రంగనాథ్.

"అలాగా... ఆయన ఇప్పుడు ఎలా వున్నారు" అన్నారు మోహన రావు.

"కొంచెం తగ్గింది. టైఫాయిడ్ జ్వరం వచ్చి చాలా నీరసంగా అయిపోతే ఆసుపత్రిలో వుంచారట. మీ మరదలు కంగారు పడింది. అందరం చూద్దామని వెళ్ళాం. ఇంతకీ ఏం జరిగిందో చెప్పు" అన్నారు, వదిన గారు అందించిన మంచినీళ్ళు తీసుకుంటూ రంగనాథ్.

"అదే మన చంద్రశేఖర్ పరిస్థితి ఏమిటో అర్థం కావడం లేదు" అన్నారు.

"ఏమిటన్నయ్యా నాకు అర్థం అయ్యేటట్టుగా చెప్పు" అన్నాడు రంగనాథ్.

"ఒక ఏడు, ఎనిమిది నెలల పిల్లాడిని తను పెంచుతున్నాడు. ఏమిట్రా ఇది అంటే ఏమిటో చెప్పడు. ఆ పిల్లాడిని తను పెంచాలి. తన దగ్గరే వుంటాడు అంతే. అంతకన్నా నన్నేమీ అడగొద్దు అంటున్నాడు. నా బుర్ర పని చెయ్యడం లేదు. ఏమీ తోచక వెంటనే నీకు లెటరు వ్రాశాను" అన్నారు.

"ఇదెక్కడి గొడవ. ఆ పిల్లాడిని వీడు పెంచడం ఏంటి. చంటి పిల్లాడిని పెంచడం అంటే మాటలనుకున్నాడా, వెర్రి మాటలు కానీ... అసలు పిల్లాడిని తను పెంచే అవసరం

ఏమి వచ్చింది. మనం పెద్ద వాళ్ళం వున్నాం కదా, ఆ విషయాలు ఏమిటో మనకు చెప్పవచ్చు కదా" అన్నాడు చిరాకుగా, రంగనాథ్.

"ఏమీ చెప్పడం లేదు. నా దగ్గరే వుంటాడు అంతే, నన్నేమీ అడగొద్దు అంటాడు. మీ వదిన వెళ్ళి వచ్చింది. పోనీ మేం పెంచుతాం రా. నాతో తీసుకెళ్ళి అలవాటు చేసుకుంటాం అందిట. అయినా నేను ఎవ్వరి దగ్గరా వుంచను అన్నాట్ట. అసలు విషయం ఏదో చెప్పలేక దాస్తున్నాడు. ఏదో చిక్కు సమస్యలో వున్నాడు అని నాకనిపిస్తోంది. పెళ్ళీడు పిల్లాడికి ఏ సమస్య వచ్చిందో ఎందుకు చెప్పలేక పోతున్నాడో అని మనసు పరి పరివిధాల పోతోందిరా" అన్నారు బాధగా.

"చిక్కు సమస్య తెచ్చిపెట్టాడే. ఇప్పుడెలాగ? అసలే నాన్నగారు సడన్గా చనిపోయి పెళ్ళి వాయిదా పడిపోయిందేమిటిరా అని మనసు బాగోలేదు. ఏదో మళ్ళీ ముహూర్తం చూసి జ్యోతికి, వీడికి అక్షింతలు పడిపోతే అయిపోతుంది అనుకుంటుండగా... మళ్ళీ ఇప్పుడు ఈ చంటి పిల్లాడు ఏమిటి? వాడిని గురించి ఏమీ చెప్పకపోవడం ఏమిటి?" అనుకున్నాడు రంగనాథ్.

"ఏమిటో నాయనా నాకేమీ పాలిపోవడం లేదు" అంది తులసి, అక్కడ నుంచొని.

"నేను వెళ్ళి వాడితో మాట్లాడి వస్తాను" అన్నాడు.

"ఇప్పుడే కదా వచ్చావు. తరువాత వెళుదువు గానీలే" అన్నారు మోహనరావుగారు.

"లేదు అన్నయ్యా! నన్ను ఆపుచేయకండి, నేను వెంటనే వాడిని కలిసి అన్ని విషయాలూ మాట్లాడి వస్తాను" అన్నాడు రంగనాథ్.

"ఎవ్వరికైనా అదే మాట చెబుతాడేమో అని అనిపిస్తోంది" అంది తులసి.

ఇంతలో వీధిలో కారు ఆగింది. మోహనరావు గుండె వేగంగా కొట్టుకుంటోంది. తులసి లోపలికి వెళ్ళిపోయింది. మోహనరావు కూడా గదిలోకి వెళ్ళిపోయారు. రంగనాథ్ "రండి రండి" అని ఆహ్వానించారు.

వాళ్ళు అలా వెళ్ళడంలో కారణం ఏమిటో అనుకుని బావగారిని అనుసరించి "బావా.... కులాసానా..." అన్నారు.

"ఆ.. ఆ.. కులాసాయే" అని ముక్తసరిగా సమాధానం చెప్పారు.

రంగనాథ్ ఇచ్చిన మంచినీళ్ళ గ్లాస్ తీసుకుని "నువ్వు ఎప్పుడు వచ్చావు" అన్నారు.

"నేను ఇంతకుముందే వచ్చాను" అన్నాడు రంగనాథ్.

"తులసి ఏంటి మీరిద్దరూ అలా వున్నారు" అన్నారు రామారావు.

"ఏదో చిన్న సమస్య వచ్చిందని, వీళ్ళు మతిలేని వాళ్ళలాగా మారిపోతున్నారు బావ" అన్న రంగనాథ్ మాటకు, "ఏమిటా సమస్య" అన్నారు రామారావు.

"అదా.. అని అన్నగారికేసి చూసాడు" రంగనాథ్.

"మీ చెల్లెల్ని అడుగు బావ" అన్నారు మోహనరావు.

"తులసీ చెప్పమ్మా" అన్న అన్నగారి మాటకు "ఏమి చెప్పనన్నయ్యా... వాడు ఒక చంటిపిల్లాడిని పెంచుతున్నాడు. వాడిని తనే పెంచుతాడంట" అంది తలదించుకుని తులసి.

"ఇదో పెద్ద సమస్యా? పెంచనీయండి, దీనికెందుకు మీరు బెంగ పెట్టుకోవడం" అన్నారు తేలిగ్గా.

అప్పటిదాకా ఊపిరి బిగపట్టుకున్న తులసి ఒక్కసారి ఊపిరి పీల్చి "అన్నయ్యా" అంది.

"అవునమ్మా వాడేమీ నేరాలు చెయ్యలేదు. ఒక పసివాణ్ణి పెంచుతాను అన్నాడు. పెంచనీయండి" అన్నారు రామారావు. ఆ ముగ్గురూ ఆయనకేసి ఆనందాశ్చర్యాలతో చూసారు.

"జానకీ, జ్యోతి ఈ విషయం ఎలా అర్థం చేసుకుంటారో అని" అంది మళ్ళీ తులసి.

"ఎవ్వరూ ఏమీ తప్పుగా అర్థం చేసుకోరు. దీని గురించి మరీ ఎక్కువగా ఆలోచించకండి. నేను ఇంకొకసారి వాడిని కలుస్తాను" అన్నారు రామారావు.

"నేను ఇప్పుడెళ్ళి శేఖర్ని కలిసి మాట్లాడి వద్దామనుకుంటున్నాను. నువ్వు వస్తావా, ఇద్దరం వెళదాం" అన్నాడు రంగనాథ్.

ఆ మాటకు "నువ్వు వెళ్ళిరా. నేను తరువాత వెళతాను" అన్నారు రామారావు.

"తను అన్నయ్య కనుక ఇలా అన్నారు. కానీ జానకీ, జ్యోతీ.. ఇలా అంటారా" అని ఆలోచనగా నుంచుంది తులసి.

"అలా నుంచున్నావేంటి వదినా, మీ అన్నయ్యకు కాఫీ ఇవ్వడం, వియ్యంకుని మర్యాద చేయడం ఏమీ లేదా" అన్నారు రంగనాథ్.

ఆ మాటకు వేడి నిట్టూర్పు వదలి, మోహనరావు "అందరికి కాఫీ తీసుకురా తులసి" అన్నారు.

"నేను బయలుదేరతాను బావా, ఈ విషయం గురించి ఏమీ ఆలోచించకండి. నేను ఒకసారి వాడిని కలిసి వచ్చి మీకు చెబుతాను. మళ్ళీ వస్తాను" అని అందరికీ చెప్పి వెళ్ళిపోతున్న అన్నగారిని బేలగా చూస్తూ నుంచుంది తులసి.

"అసలు నీకు ఏమీ చెప్పలేదా అన్నయా" అన్నాడు రంగనాథ్.

"నాకేమీ చెప్పలేదు. ఆ పిల్లాడికి పాలు పట్టుకోవడంలో వుండి నన్నేమీ అడగొద్దు, ఈ పిల్లాడ్ని నేను పెంచుతాను అన్నాడు. మీ వదిన వెళ్ళి ఈ పిల్లాడిని మేము తీసుకువెళ్ళి పెంచుతాము. నువ్వు జ్యోతిని పెళ్ళి చేసుకో అందిట. ఈ పిల్లాడిని ఎవరి దగ్గరా వుంచను. ఇంక పెళ్ళి మాట ఆలోచించే పరిస్థితిలో లేను అన్నాట్ట. నాకేమీ పాలుపోవడం లేదు. రామారావు ఎంతో తేలిగ్గా మాట్లాడాడు కానీ, ఇది చిన్న విషయమా" అన్నారు తమ్మునితో.

"అన్నయ్యా! ఇది చిన్న విషయమా, పెద్ద విషయమా అంటే వాళ్ళిరువురూ ఇష్టపడి పెళ్ళి చేసుకుని ఆ పిల్లాడిని పెంచుకుంటే ఇది అప్పుడు చిన్న విషయమే అవుతుంది" అన్నాడు.

"అలా జరుగకపోతే" అన్నారు మోహనరావు.

"అలాగే జరుగుతుందని బావ ధైర్యంతో అలా తేలిగ్గా మాట్లాడారు" అన్నాడు రంగనాథ్.

"సరే చూద్దాం మంచిగా జరిగితే మంచిదే. నువ్వు ఈ రోజు నా దగ్గర వుండి రేపు శేఖర్ దగ్గకు వెళుదువు గాని" అన్నారు తమ్మునితో.

"అలాగే అన్నయ్యా.. నీ మాట నేనెప్పుడన్నా కాదన్నానా" అన్నారు రంగనాథ్.

"మా అన్నయ్య అన్నట్టే జరిగి జ్యోతి, చంద్రశేఖర్ని ఇది వరకులాగే ప్రేమతో చూస్తే వాళ్ళ పెళ్ళి జరిగిపోతుంది. అప్పుడు ఆ పిల్లాడిని నేను పెంచుతాను" అంది తులసి.

"అన్నీ మంచిగానే జరుగుతాయి వదినా. నువ్వు అధైర్యపడకమ్మా" అన్నాడు రంగనాథ్ అన్నగారి పక్కన మంచం వేసుకుంటూ....

★★★

పినతండ్రిని చూసి "చిన్నాన్నా" అన్నాడు శేఖర్. రంగనాథ్ శేఖర్ని ప్రేమగా కౌగలించుకున్నాడు.

చంటి పిల్లాడిలా కౌగలించుకున్న శేఖర్ని వీపు నిమిరి "నాకు నువ్వంటే ఎంత ప్రేమో నాన్న. ఈ మాట వినగానే నా కాళ్ళు నిలువలేదు. ఏ సమస్యలో చిక్కుకున్నాడో మా తండ్రి అన్న భయంతో నాగుండె కొట్టుకుందిరా. అన్న కొడుకు కన్న కొడుకు అంటారు. నిన్ను చిన్న పిల్లాడప్పుడు నేను ఎత్తి పెంచాను. నా తరువాత మా ఇంట్లో నువ్వు పుట్టావని నిన్ను ఎంతో ప్రేమతో పెంచానురా. మీ నాన్న, మీ అమ్మ ఎంత బెంగపెట్టుకున్నారో. నాకు లెటరు రాశాడు అన్నయ్య, వెంటనే రమ్మని. అది చూసి వచ్చాను. జరిగినదేమిటో అన్నయ్యకు చెప్పలేదుట. అందుకు మరీ విచారంగా వున్నాడు. ఏమి జరిగిందో.. నాకైనా చెప్పరా" అన్నాడు రంగనాథ్.

"చిన్నాన్నా నువ్వు నాకు తండ్రి లాంటి వాడివి. నేను కావాలని పెద్ద తప్పేమీ చేయలేదు. అనుకోని పరిస్థితులు వచ్చి పడ్డాయి. అందుకు ఈ పసివాడిని పెంచవలసి వచ్చింది" అన్నాడు.

"అర్థమయ్యేట్టు చెప్పరా" అన్నాడు రంగనాథ్.

తల్లికి చెప్పిన విధంగానే పినతండ్రికి చెప్పాడు శేఖర్. అంతా ఆశ్చర్యంగా విన్నాడు. "విచిత్రమైన పరిస్థితులు నీ జీవితానికి అడ్డంకులు తెచ్చి పెట్టాయి శేఖర్. నువ్వు చేసిన పని మానవత్వానికి ప్రతీకగా వుంది. చాలా మంచి పని చేసావు. నిన్ను నిజంగా మెచ్చుకోవాలి" అంటుంటే బాబు లేచి ఏడుస్తున్నాడు. వాడిని ఉయ్యాలలోంచి తీసి "ఒరే ఒరే ఎవరొచ్చారో చూడరా" అని ఊరడిస్తున్నాడు శేఖర్.

ఆ పసివాడిని పరిశీలనగా చూసాడు. ఏమిటి వీడిని చూస్తే ఎవరో గుర్తుకువస్తున్నారు. ఎవరు, ఏమిటీ, మా వాసు.. అవును మా వాసు చిన్నప్పుడు అచ్చం ఇలాగే వుండేవాడు. వాడి పోలిక వీడికి ఏమిటి అనుకుంటున్నాడు మనసులో రంగనాథ్. కొంపతీసి వీడు మన వంశంలో పిల్లాడు కాదు కదా. మన వంశంలో ఎవరికి పుడతాడు. పుడితే చంద్ర శేఖర్ కే పుట్టాలి. అలా పుట్టాడు అంటే చంద్రశేఖర్ తనకి నిజం చెప్పాడా లేక అబద్ధం చెప్పాడా అనుకుని ఆలోచనగా చూస్తున్నాడు.

"చిన్నాన్నా వీడిని తీసుకో, పాలు కలుపుతాను" అన్నాడు.

ఆ పిల్లాడిని ఎత్తుకుని "గత జన్మ ఋణానుబంధం ఏదో నిన్ను వీడిని దగ్గరకు చేర్చిందిరా అనుకుని వాడిని చూస్తున్నాడు".

"మరీ జ్యోతిని పెళ్ళి చేసుకుంటావా" అన్న చిన్నాన్నతో "పెళ్ళి చేసుకున్నాక ఎలాంటి ఇబ్బందులు వస్తాయోనని భయంతో పెళ్ళి మాట వద్దనుకుంటున్నాను" అన్నాడు శేఖర్.

"ఏం ఎందుకని" అన్నాడు రంగనాథ్.

"ఎందుకనేంటి రేపు జ్యోతి ఈ పిల్లాడు మన దగ్గర వద్దు. ఏ అనాధ శరణాలయాల్లోనే పెడదాం అందంటే నేను తట్టుకోలేను. రోజూ గొడవలు పడడం చాలా కష్టం కదా చిన్నాన్నా. అందుకే పెళ్ళి మాటలు అంటే ఏదో భయంగా వుంది" అన్నాడు శేఖర్.

"అలా అనకు. నువ్వు చిన్నవాడివి. పెళ్ళి, పెళ్ళాం లేకపోతే ఎలాగరా. జీవితం కష్టమై పోతుందిరా నాయనా. ఎలాగో జ్యోతికి మేం నచ్చచెబుతాం" అంటుంటే "వద్దు చిన్నాన్నా అలా నచ్చచెప్పడాలు వద్దు. అసలు నాకు పెళ్ళి వద్దు" అన్నాడు.

"ఒరే శేఖర్, పెళ్ళి వద్దు అనకు. ఆ మాట వింటే నా తల తిరిగిపోతోంది. నువ్వు మా అన్నకు ఒక్కడివే. పెళ్ళి వద్దంటావేంటి. జీవితాంతం ఇలా బ్రహ్మచారిలా వుంటావా" అన్నాడు.

"ఏమో చిన్నాన్నా నాకు ఆ మాట అంటేనే ఏవో ఆలోచనలతో చిరాకు వస్తోంది" అన్నాడు.

"ఈ చిరాకులన్నీ అవే తొలగిపోతాయి. నీకు మంచిరోజులు వస్తాయి. ఏమీ మనసు పాడుచేసుకోకు. మరినేను వస్తాను" అని ధైర్యం చెప్పి ,మళ్ళీ వస్తాను, మురళీని కలువలేకపోతున్నాను, అడిగానని చెప్పు అని బయలుదేరి వెళ్ళిపోతున్న చిన్నాన్నను చూస్తూ నుంచున్నాడు కిరణ్ బాబు నెత్తుకుని శేఖర్.

★★★

ఈ మధ్య కాబోయే వియ్యంకులు ఇంటికి వెళ్ళి వచ్చి ఆనందంతో నవ్వుతూ కబుర్లు చెప్పే భర్త మాటల్లో కొత్త ఆనందం కనిపించేది తనకు. కానీ ఈ రోజు మొఖంలో మార్పు కనిపిస్తోంది అనుకుని "ఇదేనా రావడం. తులసి వాళ్ళంతా కులాసాగా వున్నారా" అంది.

ఆమె అడిగిన ప్రశ్నకు తెచ్చిపెట్టుకున్న నవ్వు ఆయన మొఖం మీద పేలవంగా కనిపించింది. "ఆ.. ఆ... అంతా బాగానే వున్నారు" అన్నారు రామారావు గారు.

"చంద్రశేఖర్ కానీ వచ్చాడా" అంది జానకి.

ఆ మాటకు కొంచెం కంగారుపడి "లేదు లేదు" అన్నారు.

"ఏంటి అలా వున్నారు" అంది.

"ఏమీలేదు" అన్నారు.

"నాకు చెప్పకూడదని ఏదో దాస్తున్నారు" అంది జానకి.

"జ్యోతి ఏదీ" అన్నారు.

"అది భోజనం చేసి తన గదిలో చదువుకుంటోంది. మీరు భోజనానికి రండి" అన్న జానకి మాటకి "తింటానులే" అన్నారు. రండి అంది ఇద్దరికీ వడ్డిస్తూ. గదిలోకి వెళ్ళి పడక కుర్చీ మీద పడుకుని దీర్ఘంగా ఆలోచిస్తున్నారు. జానకి నిద్రపోతున్న జ్యోతిని చూసి, రామారావు గారి దగ్గరకు వచ్చి నుంచుంది. ఆయన ఆమెకేసి చూడకుండా కళ్ళుమూసుకుని ఆలోచనలో వున్నారు.

"ఏమిటండీ అంతగా ఆలోచిస్తున్నారు" అంది.

"కూర్చో చెబుతాను, విన్నాక కంగారుపడకు నిదానంగా ఆలోచిద్దాం" అన్నారు.

ఆమె గుండె కంగారుగా కొట్టుకుంటోంది. "చెప్పండి" అంది. జరిగిన విషయమంతా చెప్పారు రామారావు.

"తులసి, బావ చాలా విచారంగా వున్నారు. రంగనాథ్ ని బావ రప్పించుకున్నాడు. రంగనాథ్ శేఖర్ దగ్గరకు వెళ్ళడానికి బయలుదేరబోతూ నన్నూ రమ్మనాడు. నేను తరువాత వెళతాను అన్నాను. తులసి, బావ చాలా దిగులుగా వున్నారు" అన్నారు రామారావు గారు.

"ఇదెక్కడి గొడ వండీ బాబూ! పెళ్ళి అవ్వాల్సిన పిల్లాడి దగ్గర చంటి పిల్లాడు ఏమిటండీ" అంది జానకి.

"అన్ని విషయాలు తెలుసుకునే దాకా నువ్వు కంగారు పడి, జ్యోతికి చెప్పి దాన్ని కంగారుపెట్టకు. ఇది మన ఇద్దరి మధ్యే ఉండాలి. మనం ఆడపిల్ల గల వాళ్ళం. నిశ్చయ తాంబూలాలు కూడా పుచ్చుకున్నాం. ఎలాగో వాళ్ళిద్దరికీ పెళ్ళి జరిగేలాగా చూడాలి" అన్నారు.

"ఆ పిల్లాడికి తల్లిదండ్రులు ఎవరు? ఇతనికి, ఆ పిల్లాడికి సంబంధం ఏమిటి? అది తెలుసుకోవాలి" అంది జానకి.

"కంగారుపడకు జానకీ, శేఖర్ మా చెల్లెలు కొడుకని చెప్పడం కాదు కానీ, మంచివాడు. పెళ్ళి అయిన తరువాత ఇలా చేస్తే ఏం చేస్తాం అనుకోవాలి కానీ, కుదిరిన పెళ్ళి ఈ కారణంగా ఆగకూడదు" అన్నారు రామారావు గారు.

"ఇది చిన్న విషయం కాదండీ. చాలా పెద్ద విషయం. మీరు బాగా ఆలోచించండి. మన జ్యోతి చిన్నపిల్ల. వెళుతూనే ఏ ముద్దూ ముచ్చట లేకుండా ఆ పిల్లాడిని పెంచాలి. ఆ పిల్లాడి విషయంలో ఇద్దరి మధ్య ఏమైనా గొడవలు వస్తాయేమోనన్న విషయం మనం బాగా ఆలోచించుకోవద్దా" అంది.

"జానకీ నువ్వలా మాట్లాడతావని అనుకుంటూనే వున్నాను. ఇప్పుడు ఏమీ చేద్దామంటావు" అన్నారు విసుగ్గా, రామారావు గారు.

"ఏమో బాబూ నాకేమీ తోచడం లేదు. పెళ్ళి ముహూర్తానికి ముందు తాతగారు చచ్చిపోవడం, పోనీలే మళ్ళీ ముహూర్తం పెట్టుకోవచ్చు అనుకుంటుండగా ఈ పసివాడిని పెంచుకోవడం ఏమిటో" అంది.

"జానకీ నువ్వు అలా ఆలోచిస్తున్నావు కానీ, నేను వాళ్ళిద్దరికీ పెళ్ళి జరిగినట్టుగా అనుకుంటున్నాను. అంటే నిశ్చితార్థం అయితే పెళ్ళి జరిగినట్టే. వాళ్ళిద్దరికీ పెళ్ళి అయిన తరువాత ఇలాంటి పరిస్థితి వస్తే ఏమి చేస్తాం. పిల్లను తీసుకొస్తామా? అదే విధంగా ఆలోచించి పెళ్ళిచేసేద్దాం. తరువాత అన్నీ అవే సర్దుకుంటాయి" అన్నారు రామారావు.

"అలా జరిగితే ఈ తల్లి మనసుకు ఇంకేమి కావాలి. కానీ ఈ రోజుల్లో అమ్మాయిలు చాలా ఆలోచించి పెళ్ళిళ్ళు చేసుకుంటున్నారు. మన అమ్మాయి అనే కాదు" అంది జానకి.

"అందరి మాట అలా వుండనీ నా పిల్ల అలా అనదు చూడు. కావాలంటే దాన్ని ఇప్పుడే పిలు" అన్నారు రామారావు.

"వద్దులెండి, పడుకోనీయండి. అది ఈ విషయాన్ని ఎక్కువగా ఆలోచించకపోతే అందరికీ మంచిదే. కానీ, నా పిల్ల భార్య గానూ, తల్లిగానూ కాపురానికి వెళుతుంది" అంది నిట్టూర్పుగా జానకి.

"నీ మనసులో బాధ నేను అర్థం చేసుకోగలను. కానీ ఒక్కసారి శేఖర్ని కూడా ఆలోచించు. వాడు ఎంత సరదా పడ్డాడు జ్యోతితో మాట్లాడాలని, అలా సరదాగా తిరగాలని. కానీ నీ మాటకు నేను అడ్డుచెప్పలేక నీ మాటలోనూ ఒక పద్ధతుంది అని, నేను వాళ్ళని దూరంగానే వుంచాను" అన్నారు.

"అలా వాళ్ళని దూరంగా వుంచబట్టే వాళ్ళ తాతగారు పోయి పెళ్ళి వాయిదా పడ్డందుకు వాళ్ళు నిగ్రహంగా వుండగలుగు తున్నారు. పెళ్ళికి ముందు దూరం వుండాలి. అది ఆడపిల్లకు చాలా మేలు చేస్తుంది" అంది.

"జానకీ ఈ మాట గుర్తుపెట్టుకో. నువ్వు ఏమీ చెప్పవద్దు. అది చంద్రశేఖర్ ను పెళ్లి చేసుకోవాలి అన్న భావన మనం దానికి కలుగజేయాలి. ఈ పసివాడి గురించి కలిసిన వాళ్ళ మనసులకు ఏ మాత్రం ఎడబాటు రాకూడదు. కుదిరిన ఈ పెళ్ళి సలక్షణంగా జరిగిపోవాలి అని ఆ దేవుని మనసారా వేడుకుంటున్నాను" అన్నారు రుద్ధ కంఠంతో రామారావు. చెప్పను అంది జానకి. "చాలా సమయం అయింది నువ్వు ఎక్కువ ఆలోచించక నిద్రపో" అన్నారు రామారావు.

★★★

డాక్టర్ గారు పేషెంట్ ను చూడడానికి వస్తున్నారు అని నర్స్ వచ్చి చెప్పగానే శకుంతల అక్కడ వున్న సామానులు కొంచెం సవరించింది. డాక్టర్, కనకం బిపి చూస్తుంటే "డాక్టరమ్మా! ఎలా వుంది కనకం పరిస్థితి, మతి తప్పలేదు కదా!" అంది దీనంగా అమృతం.

"మతిపోలేదు కానీ చాలా మనోవ్యాధి పెట్టుకుంది. అందుచేత ఎవరిని చూసినా కృష్ణవేణి అంటోంది. మైండ్ బాగానే వుంది. మీరు ధైర్యం చెప్పి, ఆమెకు ఆహారం తినిపించండి. ఈ మందులు టైమ్ కు వెయ్యండి" అంది వెళ్ళిపోతూ.

నడవలేక నడుస్తూ వస్తున్న అతనిని పరిశీలనగా చూసింది అమృతం. దగ్గరకంట వచ్చాక పోల్చుకుని "రంగా" అంది. కన్నీళ్ళు నిండిన కళ్ళతోనే నేనే అన్నట్టు తల ముందుకు వూపాడు రంగడు. "చూడు రంగా కనకం ఎలా అయిపోయిందో అంది" ఏడుస్తూ అమృతం.

రంగడు కనకం మంచం మీద కూర్చొని "కనకం ఒక్కసారి నన్ను చూడవూ... నేనే కనకం, కళ్ళు తెరు" అని కనకాన్ని తల నిమిరాడు. బుగ్గలు నిమిరాడు. ఆ పిలుపు వినిపించో, ఆ స్పర్శ గుర్తొచ్చో కనకం కనురెప్పలు మెల్లగా లేస్తున్నాయి. రంగను చూస్తోంది.

"మళ్ళీ అలాగే పిలు, మళ్ళీ పిలు" అంది ఆతృతతో అమృతం.

"కనకం నేనే రంగడిని, నన్ను చూడు" అన్నాడు ఆమె కళ్ళల్లోకి చూస్తూ. కనకం ఆ చూపు నిలబెట్టి రంగన్ని చూసింది. ఆమె పెదాలు కదులుతున్నాయి, చేతి వేళ్ళు కదులుతున్నాయి. కనకం చూడు, కనకం చూడు అంటూనే వుంది రంగని గొంతు.

కనకం తలలో ఏదో నొప్పిలా అనిపించి తల అటూ ఇటూ కదుపుతూ "అమ్మా" అంది గట్టిగా. రంగడు, అమృతం కంగారు పడ్డారు. శకుంతల వెళ్ళి నర్సును తీసుకొచ్చింది. ఆమె చూసి ఆమెకు జ్ఞాపకం వస్తోంది. అందుకే తలనరాలు నొప్పి వస్తున్నాయి .భయపడకండి .కొంచెం గ్లూకోజ్ పోయండి. ఇంజక్షన్ ఇస్తాను అంది. ఆ నొప్పికి మళ్ళీ అమ్మా అంది. రంగడు పిలుస్తూనే వున్నాడు.

ఒక్క నిమిషానికి కళ్ళు నిలిపి, చూసి "రంగా" అంది కనకం. కనకం అని ఆమెను సృజిస్తున్నాడు రంగడు.

"కనకం రంగడితో మాట్లాడు... లే... కళ్ళు తెరు" అంటోంది అమృతం. కనకం మాట్లాడడానికి ప్రయత్నం చేస్తోంది. రంగడు చొరవ చేసి మంచం మీద కూర్చొని ఆమె తల తన ఒళ్ళో పెట్టుకున్నాడు. ఆమె ఏమి చెబుతోందో అని చూస్తూ.

"కనకం మాట్లాడు" అన్నాడు.

"రంగా నా బిడ్డ నాకు లేదు" అని పిచ్చిగా ఏడ్చింది.

"వచ్చేస్తుంది,వచ్చేస్తుంది. ఏడవకు. నేను వచ్చాను కదా" అన్నాడు, ఒడిలో ఉన్న కనకం కళ్ళు తుడిచి ఊరడిస్తూ.

"వచ్చేస్తుందా" అంది కనకం.

అమృతం కనకం కళ్ళల్లోకి చూస్తూ "ఎప్పుడూ నీ బిడ్డ కోసమే కానీ, నీ తల్లి కోసం ఏడవ్వా" అంది కన్నీరు కారుస్తూ జీరపోయిన కంఠంతో.

"అమ్మా.. ఏడవకు" అంది కనకం చేతితో పట్టుకోబోతూ. కానీ ఆ చెయ్యి నిలువలేదు.

అమృతం ఆ చేతిని పట్టుకుని "ఎంత నీరసంగా అయిపోయావో చూడు. నువ్వు బ్రతకకపోతే నేనూ బ్రతకలేను" అంది.

"అమ్మా అలా అనకు" అంది కనకం. ఇంక మాట్లాడలేదు అమృతం. రంగ కంగారు పడుతున్నాడు.

"ఎక్కువ మాట్లాడించకండి. అలాగే ఉండనివ్వండి అంది నర్సు.

"రంగా నువ్వు వచ్చాక ఇలా కదిలింది కనకం" అంది అమృతం.

"ఇతనెవరో చెప్పు. ఇతని పేరు గుర్తుందా" అంది రంగని చూపిస్తూ, మళ్ళీ ఏమంటుందోనని.

ఆ మాటకు కనకం పైకి ఏడుస్తోంది. ఏమైందే అని అమృతం ఆమెకేసి చూసింది. తన చేతులు దోసిట పట్టి ఏడుస్తోంది. రంగడికి అర్థమైపోయింది. ఆ దోసిలి పట్టిన రెండు చేతులు పుచ్చుకొని ఆమెకు గతం గుర్తుకు వస్తోందని అర్థం చేసుకున్నాడు. కనకం నువ్వేమీ ఆలోచించకు. నీ పరిస్థితి బాగోలేదు. విశ్రాంతి తీసుకో అన్నాడు. కాసిని పాలు తీసుకుని అమృతం, శకుంతల పట్టించారు. చాలా రాత్రి అయ్యింది, నిద్రపో కనకం అంది అమృతం కనకం తల నిమురుతూ.

అందరూ నిద్ర పోతున్నారు. రంగ లేచి అటూ.. ఇటూ.. తిరుగుచున్నాడు. గతం గుర్తుకు వస్తోంది.

★★★

అర్ధరాత్రి దట్టంగా అలముకున్న చీకటి. ఎక్కడా మనుష్య సంచారం లేదు. నక్కల అరుపులు వినిపిస్తున్నాయి. గుడ్లగూబల కూతలు వినిపిస్తున్నాయి. పెద్ద పెద్ద అడుగులు వేసుకుంటూ నడుస్తున్నాయి. ఎక్కడ నుంచో గుర్ఖా విజిల్ వినిపిస్తోంది. అలాగే గబాగబా నడుస్తున్నాడు. పుట్టిన తరువాత అంత వరకు ఏడవని ఆ పురిటికందు, అప్పుడే ఏడ్పు మొదలుపెట్టింది. రంగడికి భయం వేస్తోంది. గుర్ఖావిజిల్ దగ్గరవుతోంది. పసిపిల్ల ఏడుపు ఎక్కువవుతోంది. రంగడికి భయం ఎక్కువవుతోంది, గండె వేగంగా కొట్టుకుంటోంది. ముచ్చెమటలు పడుతున్నాయి. పసిపిల్ల ఏడ్పు విని గుర్ఖా తనను పట్టుకుంటాడని భయంతో నడుస్తున్నాడు. పాప ఏడ్పు మానడం లేదు. తను పాపను చేర్చవలసిన గమ్యం ఇంకా దూరంగా వుంది. ఏమి చెయ్యాలో తోచక భయపడుతున్నాడు. పాప ఏడ్పు మానలేదు. ఆ ఏడ్పు వినలేక చెవులు బ్రద్దలవుతున్నాయి. రంగడికి కనకం ఇల్లు కనబడుతోంది. తలుపు తెరిచి వుంది. వీథిలో చిన్నలైటు వెలుగుతోంది.

గుర్ఖా విజిల్ చాలా దగ్గరవుతోంది. తన వెనుకనుంచే వస్తున్నట్లు అర్థమౌతోంది. తన వెనుక నుంచి ఇంక ఎటూ వెళ్ళకుండా ఆ రోడ్డు గుండా తన ముందుకు వస్తున్నాడు. తనని తప్పక పట్టుకుంటాడు. ఆ గుర్ఖా అంటే సామాన్యుడు కాదు. చాలా మంది దొంగల్ని పట్టుకుని తన్నాడు. పోలీసులకు అప్పగించాడు. అతనంటే దొంగలకు, తిరుగుబోతులకు చాలా భయం. మామూలుగా నడిచి వెళ్ళే వాళ్ళను ఆపి ఎన్నో ప్రశ్నలు వేస్తాడు. హెచ్చరింపులు కూడా చేస్తాడు. అందు చేత రంగడికి భయం ఎక్కువయింది. ఈ పిల్లను

ఎక్కడో ఎత్తుకొచ్చేవని తనను పట్టుకుంటే తను ఏమి చెయ్యగలడు. తను నిజం చెప్పకూడదు. పెద్దయ్యగారి హెచ్చరింపులు చెవిలో వినిపిస్తున్నాయి. అయ్యబాబోయ్ నాకు ఏమిటి దారి అనుకున్నాడు. అందుకే రంగడు కనకం ఇంట్లో తలదాచుకుని తరువాత మళ్ళీ పయనించవచ్చు అనుకున్నాడు. తొందర తొందరగా పరుగు పెట్టకపోతే ఆ గుర్ఖా అంటే భయంతో కనకం కూడా తలుపులు మూసేస్తుందేమోనని పరుగు పరుగున కనకం ఇంటిలోకి ప్రవేశించి తలుపు వేసిన రంగడు, ఆ తలుపుకు జార్ల పడి నుంచున్నాడు ఆయాసపడుతూ. ఆ తలుపు శబ్దం విన్న కనకం లోపల గదిలోంచి వచ్చి రంగడ్ని తేరపార చూసింది. చెమటలు పట్టిన మొఖం, ఆందోళనతో ఎరుపెక్కిన అతని కళ్ళు ,భుజం మీద వున్న పసిపిల్ల ఏడుపు ఆశ్చర్యంగా చూసిన కనకం వెంటనే ఆ పిల్లను ఎత్తుకుని ఊరడించింది. తన కోసమే ఏడుస్తున్నట్టు, ఆ పిల్ల కనకం ఎత్తుకోగానే ఏడుపు మానేసింది. రంగడు అలాగే నుంచున్నాడు. తలుపు కొట్టిన చప్పుడు అవుతోంది.

అది విన్న రంగడికి పై ప్రాణం పైకి పోతోంది. తలుపు మీద మళ్ళీ చప్పుడు అవుతోంది. ఆ గుర్ఖాయే అన్నాడు. "పిల్లను లోపల దాచి, తలుపు తియ్యి" అన్నాడు కంగారుగా రంగడు.

"నువ్వు పిల్లను తీసుకుని లోపల గదిలోకి వెళ్ళు" అని, రంగని పంపేసి తలుపు మూసేసి తమాయించుకుని చిరుమందహాసంతో తలుపు తీసింది కనకం.

"చంటిపిల్లతో ఎవడో పారిపోతున్నాడు. ఇక్కడ దాకానే వచ్చి వుండాలి. నన్ను చూసి ఎక్కడో దాక్కున్నాడు. వాడుకానీ నీ లోపలికి వచ్చాడా" అన్నాడు కోపంగా.

"లేదండీ అలాంటిది ఏదీ లేదు. మీరు చూసే ఈ ఏరియాలో అంత ధైర్యం ఎవరికుందయ్యా. అలాంటివాళ్ళు ఎవరు రాలేదు" అంది.

"చంటిపిల్ల ఏడుపు నేను విన్నాను. లేదు అంటావేంటి" అన్నాడు కరుకుగా.

"వాడెవడో ఇక్కడిదాకా వచ్చి వుండాలి. ఈ చుట్టుపక్కల ఎక్కడో వుండి వుంటాడు చూస్తాను, చూస్తాను" అన్నాడుమళ్ళీ అనుమానాస్పదంగా.

"అదా.. చంటి పిల్ల ఏడుపు విన్నారా, అయితే మా చెల్లి కూతురు ఏడుస్తుంటే మా తమ్ముడు అలా రోడ్డు మీద తిప్పుతున్నాడు. మీరు వస్తున్నారని భయపడి లోపలికి వచ్చేసాడు. ఆ ఏడుపు మీకు వినిపించి వుంటుంది. ఆ పిల్ల రాత్రి అయితే చాలు ఎంత ఏడుపో" అంటుంటే, "ఎంత పిల్ల, ఆ పిల్ల" అన్నాడు కరుకుగా.

"నెల పిల్లయ్యా. రండి చూద్దురు గాని" అని కదలబోతుంటే "వద్దులే" అని చిరాగ్గా చూసి ఆ గుర్ఖా వెళ్ళిపోతుంటే కనకం అతనికేసి చూస్తోంది.

అతను చర్రున వెనకొచ్చి "ఇదిగో చూడు నువ్వు దొంగలకి కూడా చోటిచ్చావనుకో నీ టపారం లేపేస్తాను జాగ్రత్త" అన్నాడు కోపంగా చూస్తూ.

"అయ్యా.. అయ్యా... నేనెందుకు దొంగలకు చోటిస్తాను అనుమానించకండయ్యా" అంది.

మిర్రు మిర్రున కనకం కేసి చూస్తూ, "వాడు ఎక్కడో నక్కాడు, దొరక్క పోడు దొంగ రాస్కెల్" అంటున్నాడు నోట్లో మెల్లగా. అతను తన మాట నమ్మలేదని తెలసిన కనకం, "అది మా చెల్లెలు పిల్లయ్యా కావాలంటే చూపిస్తాను వుండండి పాలు తాగుతోంది వాళ్ళమ్మ దగ్గర" అని మళ్ళీ వెళ్ళబోతుంటే, వద్దులే అని గుర్ఖా వెళ్ళిపోయాడు.

కనకం తలుపు వేసుకుంది. అదంతా లోపలి నుంచి విన్న రంగడు మెల్లగా కనకం వున్న గదిలోకి వచ్చాడు. కనకం చాలా కంగారుగా వుంది "పెద్ద గండం తప్పింది అయ్యమ్మో" అని కూర్చుంది.

రంగడికి గుండె దడగా వుంది. మళ్ళీ వస్తాడేమోనన్న భయంతో కనకం తలుపు తీసి బైటికి వెళ్ళి చూసింది. అతడు విజిల్ వేసుకుంటూ వెళ్ళిపోతున్నాడు. మళ్ళీ తలుపులు వేసేసి కూర్చుంది "వెళ్ళిపోతున్నాడు" అంటూ.

అతను కూడా అక్కడున్న మంచం మీద కూలబడ్డాడు. ఒక్క క్షణం ఆ ఇద్దరూ మౌనంగా కూర్చున్నారు. ఆ పరిస్థితిని అర్థం చేసుకున్నట్లు చంటిపిల్ల ఏడుపు మానేసింది.

"అమ్మబాబోయ్ ఎంత గండం తప్పింది! ఎంత గండం తప్పింది!" అనుకుంటూ అక్కడ వున్న కూజాలో మంచి నీళ్ళు తీసుకుని తాగాడు.

"ఆ వెళ్ళినవాడు గుర్ఖా అయినా పోలీసుల కన్నా ఎక్కువ. నేను వాడి కళ్ళ పడి వుంటే అమ్మబాబోయ్ నా పని అయిపోయేది. ఇంకేమన్నా వుందా" అనుకుంటున్న రంగణ్ణి చూసి, "ఎవరీ పిల్ల" అంది కనకం మంచం మీద పాపను చేతుల్లోకి తీసుకుంటూ. రంగడు మాట్లాడలేదు.

కనకం రంగడి భుజం మీద చెయ్యివేసి "నాకు చెప్పకూడని రహస్యమా" అంది.

"ఏదైతే ఎందుకులే పాపను ఇలా ఇయ్యి" అన్నాడు.

"ఎక్కడికి తీసుకెళతావు" అని అడిగింది.

ఆ మాటకు జవాబు చెప్పకుండా మౌనంగా వున్నాడు. "చెప్పు రంగా నేను ఎవ్వరికీ చెప్పను" అంది రంగడికి దగ్గరగా జరిగి.

"అనాధాశ్రమానికి" అన్నాడు.

"అనాధాశ్రమానికా? "ఈ పిల్లకు తల్లీ, తండ్రీ ఎవరు లేరా?" అంది. లేరన్నట్లు తలూపాడు. "అయితే పిల్లను అనాధాశ్రమంలో వదిలేస్తావా" అంది. "ఊ.." అన్నాడు రంగడు.

"అక్కడ అనాధగా వుంచేకన్నా ఈ పిల్లను నాకియ్యి రంగా, నేను ప్రేమతో పెంచుకుంటాను" అంటున్న కనకం కేసి చేస్తూ వుండిపోయాడు రంగడు.

పెద్దయ్యగారి మాటలు చెవిలో వినిపిస్తున్నాయి. "వద్దు వద్దు నాకిచ్చెయ్యి" అని లేవబోతున్న రంగని భుజం మీద చెయ్యి వేసి కూర్చోపెట్టి గడ్డం పుచ్చుకుని , "ఈ పిల్లను నాకియ్యి రంగా. మహరాణిలా పెంచుకుంటాను" అని ప్రాధేయంగా అడుగుతున్న కనకాన్ని చూస్తూ ఏమీ మాట్లాడలేకపోతున్నాడు. "బిడ్డలు లేని నాకు ఈ బిడ్డనిచ్చి పుణ్యం కట్టుకో రంగా. పెద్దరికంలో నాకు అక్కరకొస్తుంది" అంది కనకం.

చాలా కాలం నుంచి రంగడికి, కనకానికి సంబంధం వున్నా రంగను ఏదీ నొక్కించి అడగలేదు. ప్రియురాలి కోరిక తీర్చకపోతే ఎలాగా, తీరిస్తే అయ్యగార్కి తెలిస్తే ఏమౌతుంది? అయినా కనకం దగ్గర ఈ పిల్లకు తల్లి ప్రేమ దొరుకుతుంది, ఏ లోటూ వుండదు. కనకానికి పిల్లలు లేని లోటు తీర్చిన మంచి తనకు దక్కుతుంది. ఇద్దరికీ మంచే జరుగుతుంది అని ఆలోచిస్తున్నాడు. ఎటూ తోచడం లేదు. అయినా ఈ పిల్లను అనాధాశ్రమానికి తీసుకెళ్ళే అవకాశం లేదు. ఈ పిల్ల మళ్ళీ ఏడుపు మొదలెడితే ఆ గుర్ఖా ఇక్కడ ఎక్కడో ఉండి వింటే ఎలా ఈ పని జరిగేది? అసలు ఈ పిల్లని అనాధాశ్రమంలో వదలి రమ్మని చెప్పి పెద్దయ్య గారు తనకు చెబుతున్నప్పుడు తన బుర్రకు ఈ పిల్ల ఏడుస్తుందేమో, ఎవరన్నా అడుగుతారేమో? అన్న ఆలోచన రాకుండా ఏదో ఒక వస్తువు అన్నట్లు తీసుకుని భుజాన వేసుకున్నాను.

ఇలాంటి ఇబ్బందులు ఊహించలేదు. ఇప్పుడు ఇన్ని సమస్యలు వచ్చాయి. ఏమి చేస్తే బాగుంటుంది? నిజం కనకానికి చెప్పకూడదు. అనాధ పిల్ల, తల్లీ తండ్రీ లేరు అంటే నాకు ఇచ్చెయ్యమంటోంది. పైగా ఆ గుర్ఖా ఒకడు కాచి వున్నాడు. ఇప్పుడేం చెయ్యాలి ఏమీ చెయ్యొద్దు. ఎలాగో కష్టపడి ఈ పిల్లను అక్కడకు తీసుకువెళ్ళి వదిలేస్తాను. ఏగోల వుండదు. అలా చేస్తే ఎవ్వరికీ భయపడనక్కరలేదు అని ఆలోచించుకుంటున్న రంగని

భుజం మీద చెయ్యి వేసి, "నిన్ను నేను ఏదైనా ఇవ్వమని ఏనాడూ వేధించలేదు. ఇప్పుడు ఈ పసిపిల్లని ఇవ్వమని ఇంతగా అడుగుతున్నానంటే నా బాధని అర్థం చేసుకో. పిల్లలు లేని నన్ను ఈ పిల్ల ముసలి తనంలో చూస్తుంది. నేను ఈ పిల్లని తల్లి కన్నా ఎక్కువగా చూసుకుంటాను" అని ప్రాధేయంగా అడిగింది కనకం.

"అలా ప్రాధేయపడి నన్ను ఇబ్బంది పెట్టకు కనకం. నీకు తెలియదు నేను ఈ పిల్లని అక్కడే వదిలిపెట్టాలి" అన్నాడు.

పిల్లని ఎత్తుకుని వెళ్ళబోతున్న రంగని చూసి "రంగా నాకు సంతాన భిక్షపెట్టు. నిన్ను వేడుకుంటున్నాను" అంది.

ఆ మాటకు రంగడు వెనుదిరిగి చూసాడు. ఆమె మోకాళ్ళ మీద కూర్చుని దోసిలి పట్టి శోకమూర్తిలా వున్న కనకాన్ని చూసాడు. అతను ఆగిపోయాడు.

కంటి ధారలు కారుస్తూ, వెక్కి వెక్కి ఏడుస్తూ, చేతులు చాచి అడుగుతున్న కనకం దగ్గరకు అతని కాళ్ళు కదిలాయి. ఆ పిల్లను ఆ దోసిలిలో పెట్టి నుంచున్నాడు. ఆమె పిల్లను ఒక చేత్తో తీసుకుని, ఒక చేత్తో అతని పాదాలు పట్టుకుంది. అప్రయత్నంగా అతని చెయ్యి ఆమె తల మీదకు వచ్చింది.

కనకం మొఖంలో ఆనందం వెల్లువలా వచ్చింది. "చాలు రంగా చాలు... ఈ జన్మకి ఈ వరం చాలు" అంది కృతజ్ఞతా భావనతో అతనికేసి చూసి. అనుకోని సంఘటనకు అతని హృదయం స్తంభించి పోయింది. చలనం లేనట్టు నుంచుండిపోయాడు.

ఆ పిల్లను తన ఇంటి నుంచి తీసుకుపోతున్నాడనే బాధతో ఆమె కళ్ళు కన్నీరు కార్చాయి. ఇప్పుడు ఇంకా.. ఆ కన్నీటి ధారలు ఎక్కువ అయ్యాయి. ఇంక ఆ పిల్ల తనదే అన్న ఆనందంతో, క్షణకాలం ఆగిపోయి ఆనందానుభూతి అనుభవించి కనకం కళ్ళు తుడుచుకుని "ఈ బంగారు తల్లికి నేనే తల్లిని, నేనే తల్లిని, నేను తల్లిని అయిపోయాను. నేనూ తల్లినయిపోయాను" అని ఆనందంతో ఆ పిల్లను హృదయానికి హత్తుకుని చిన్నపిల్లలా ఆడుతున్న కనకాన్ని చూసి కళ్ళు తుడుచుకుని "నేను వెళతాను. నువ్వు ఈ విషయం ఎవ్వరితోనూ చెప్పనని నాకు ఒట్టు వెయ్యి" అన్నాడు.

"ఎట్టి పరిస్థితుల్లోనూ నువ్వు ఈ పిల్లను నాకిచ్చేవని ఎక్కడా చెప్పను. నన్ను నమ్ము రంగా" అని అతని చేతిలో చెయ్యి వేసి, "నేనీ ఒట్టు దాటను" అంది. రంగడు గబా గబా వెళ్ళిపోతున్నాడు.

రంగడికి బంగ్లా కనబడుతోంది. ఏదో బెదురు బెదురుగా వుంది. చెప్పిన పని అక్షరాలా చేసి వస్తే, ఆ బెదురు వుండకపోనేమో అనిపిస్తోంది. ఇంత ఆలస్యం అయిందే అని అయ్యగారు అడుగుతారేమో! ఆ అనాథాశ్రమానికి వెళ్ళి వస్తే ఇంకా కొంత ఆలస్యం అవును అని సమాధాన పరచుకుని గబగబా నడుస్తూ వెళుతున్నాడు.

"చెప్పిన పని చెప్పినట్లు చేసావా" అన్నారు పెద్దయ్య గారు. గేటు వేసి లోపల నుంచుని చిన్న కంఠంతో "తమరు సెలవిచ్చినట్టే చేసానయ్యా" అని తను పడుకునే బల్ల మీద ఒరిగాడు.

★★★

"తెల్లారిపోయిందా, నువ్వు నిద్ర పోలేదా రంగా" అని అమృతం పిలవగానే అతని జ్ఞాపకాలు ఆగిపోయి కళ్ళు తెరిచే పరధ్యానంలో వున్న రంగడు వాస్తవంలోకి వచ్చాడు. చాలా టైం అయిపోయింది అనుకుంటూ శకుంతల కాఫీ చేస్తోంది.

ఇంతలో మురళి వచ్చి "కనకం వున్న రూమ్ ఇదేనా, కనకం ఎవరూ" అన్నాడు.

ఆ ముగ్గురు ఆశ్చర్యంగా చూసి, "మీరెవరు, ఈమే.. కనకం" అన్నాడు రంగడు.

"నేనెవరో తరువాత చెబుతాను. ఈమెకు ఎలా వుంది" అన్నాడు మురళి.

"ఎలా వుందని చెప్పమంటారు బాబూ చావు, బ్రతుకుల మధ్య కొట్టుకుంటోంది. ఏమీ చేయలేక ఇలా బాధపడుతున్నాము" అంది కన్నీళ్ళతో అమృతం.

"మైండ్ బాగుందా అన్నాడు" మురళి.

"మైండ్ బాగానే వుందిట, ఆహారం తింటే పర్వాలేదు అన్నారు డాక్టర్ గారు. కానీ మనుమడి కోసం, కూతురు కోసం బెంగతో ఏమీ తినడం లేదు" అంది శకుంతల.

"మరి వాళ్ళని చూపించారా" అన్నాడు.

"ఆ పిల్లాడు ఎక్కడున్నాడో తెలియదు. కృష్ణవేణి వున్న చోటు తెలిసినా తీసుకురాలేము" అంది.

"ఆ పిల్లాడిని నేను తీసుకువస్తాను. కానీ ఒక్క షరతు, మళ్ళీ నేను తీసుకెళ్ళిపోతాను. అలా ఒప్పుకుంటే చూపిస్తాను" అన్నాడు.

"మా కృష్ణవేణి మీకిచ్చిందా బాబూ. ఎవరో పిల్లలు లేని వాళ్ళకి ఇచ్చాను. వాళ్ళు తీసుకొచ్చి చూపిస్తారు అంది. అది మీరేనా" అంది ఆనందంతో అమృతం.

"అవును నేనే..." అని కిరణ్ బాబుని తీసుకొచ్చి మంచం మీద ఆమె మొఖం దగ్గర కూర్చోబెట్టాడు ఏమి జరుగుతుందోనని. అందరూ అక్కడే చూస్తున్నారు. వాడు ఆమె మీదకు పాకి ఆమె ముఖం మీద చేత్తో పాముతున్నాడు. తనలో తానే నవ్వుకుంటున్నాడు.

"మా కిరణ్ బాబూ" అని శకుంతల వాడిని ఎత్తుకోబోతుంది.

"అలా వుండనీ" అంది అమృతం.

వాడిని చేత్తో నిమిరి కన్నీళ్ళు పెట్టుకుంటోంది శకుంతల. వాడు తన కుడిచేత్తో ఆమె ముఖం మీద కొట్టి ఏదో నవ్వు నవ్వుతున్నాడు. కనకం కళ్ళు తెరచుకున్నాయి. "కనకం నీ మనుమడే, కిరణ్ బాబు చూడు, చూడు అంది" అమృతం.

కనకం బాబూ... అని వాడిని తన రెండు చేతులతోటి పట్టుకుంది. అందరూ ఆశ్చర్యపోతున్నారు. గుండెలకు హత్తుకుంది. వెక్కి వెక్కి ఏడుస్తోంది. "కనకం నీ ఆరోగ్యం బాగోలేదు. ఏడవకు, నీ మనుమడు నీ దగ్గరకు వచ్చాడు. కాసిన్ని కొబ్బరి నీళ్ళు తీసుకో" అంది.

"మీ మనవడిని చూసుకోవడానికి ఓపిక కావాలి కదా. అవి తీసుకోండి ఆంటీ" అన్నాడు మురళి.

కనకం అతనికేసి కృతజ్ఞతతో చూసింది. ఆ పిల్లాడిని పరిశీలనగా చూస్తోంది. వాడి కుడి చేతి దండ మీద నల్లటి పుట్టు మచ్చ ఉండేదని జ్ఞాపకం వచ్చిన కనకం అది చూసింది. ఆ మచ్చ కనిపించ గానే మళ్ళీ వాడిని గుండెలకు హత్తుకుని బాధపడింది.

"కనకం బాధపడకు. లేచి కూర్చో" అని ఆమెను కుర్చోపెట్టాడు రంగడు.

కిరణ్ ని ఒళ్లో ఉంచుకుని తనివి తీరా చూసుకుంటోంది. "వీడిని నేను ఎత్తుకుంటాను" అంది.

"నువ్వు ఎత్తుకోలేవు" అంది శకుంతల.

"వీడిని ఎత్తుకోవాలంటే నీకు ఓపిక కావాలి కదా... ఈ జ్యూస్ కూడా తీసుకో" అని బలవంతంగా నోటికి పట్టించింది అమృతం. అది కూడా తీసుకున్న కనకం కొంచెం ఊపిరి తీసుకుంది.

అందరూ ఊపిరి పీల్చుకున్నారు. రంగడు బలవంతంగా.. ఆ కిరణ్ ని ఎత్తుకున్నాడు. వాడు అతని మొఖం కేసి చూస్తూ చెంపల మీద కొడుతూ ఏడుస్తున్నాడు. బుద్ధి లేని రంగడిని ఇంకా కొట్టు అంటున్నాడు రంగడు మెల్లగా. శకుంతల అందరికీ

కాఫీలు ఇచ్చింది. "రంగా నువ్వు వచ్చిన వేళ మంచిది. మా కనకం లేచింది. మా కిరణ్ బాబు మా కళ్ళకు కనిపించాడు" అంది ఆనందంతో అమృతం. అంతా ఆ దేవుని దయ అన్నాడు రంగడు.

"బాబుని తీసుకు వెళతాను" అన్నాడు మురళి.

కనకం మనుమడిని ఇవ్వడానికి బాధపడుతోంది. "అలా బాధపడకు. కంటికి కనిపించాడు. నీ బిడ్డ ఉంటే చాలు అనుకో" అంది అమృతం.

"మళ్ళీ తీసుకు వస్తాను. మీరు ఆరోగ్యంగా వుండాలి. నేను మళ్ళీ తీసుకు వచ్చేటప్పటికి మీరు బాగా నడవాలి. ఆరోగ్యం జాగ్రత్త" అని బాబుని తీసుకు వెళుతున్న మురళి కేసి అందరూ చూస్తున్నారు.

"నీ మనవడు నీకు కనిపించాడు. బెంగ పడకు. నేను బయలు దేరుతాను" అన్నాడు రంగడు. వద్దు అన్నట్టు చెయ్యి ఊపింది కనకం.

"నువ్వు కొన్ని రోజులు మాతో పాటే వుండు రంగా. మాకు కొంచెం ధైర్యంగా వుంటుంది" అంది అమృతం.

"మరి నువ్వు అన్నం తింటేనే వుంటాను" అన్నాడు కనకం కేసి చూస్తూ. తింటా అన్నట్టు తలూపింది కనకం.

శేఖర్ బాబును ఎత్తుకుని "వాళ్ళమ్మమ్మ ఎలా వుంది" అన్నాడు.

"ఆమె చావు బ్రతుకుల మధ్య వుంది. ఆ రోజు కోర్టులో చూసిన మనిషికి, ఇప్పటి మనిషికి పోలిక లేదు" అని జరిగింది అంతా చెప్పాడు మురళి.

"పోనీ లే ఆమె బ్రతకాలి. ఈ సారి డబ్బు ఇస్తాను. అది ఆమెకు ఇద్దువు గాని ఇలాంటి సహాయాలు ఎన్ని అయినా చేస్తాను. ఆమెను మళ్ళీ మనిషిని చెయ్యాలి. అవసరం అయితే కృష్ణ వేణికి తాళి కట్టిన చంద్ర శేఖర్ ని.." అని అంటుంటే "శేఖర్ కొంచెం నిదానించు... తొందర పడకు. నీకు ఇంకా చాలా బాధ్యతలు వున్నాయి. అవి మరచిపోకు. నీ తరపున నేను వున్నాను కదా. అక్కడ విషయాలు నేను చూసుకుంటాను" అన్నాడు మురళి.

"అలాగేరా... మురళి నువ్వే చూద్దువు గాని" అన్నాడు శేఖర్.

అమృతం, శకుంతల నిద్ర పోతున్నారు. కనకం కూడా నిద్ర పోతోంది. రంగడు ఆ గదిలో అటూ.. ఇటూ.. తిరుగుతున్నాడు. తలుపు తీసి చూసాడు. ఆ.. హాల్లో.. చెక్క బల్ల మీద ,చాపల మీద కొందరు నిద్రపోతున్నారు. తనకి మాత్రం ఈ మధ్య నిద్ర పట్టడం లేదు. దానికి కారణం, కృష్ణవేణి విషయాలు తెలిసినందు వల్ల మనసు వేదనను అనుభవిస్తోంది. ఇప్పుడు ఏమి చెయ్యగలను. ఈ పరిస్థితి ఎలా మార్చగలను. మార్చే అవకాశమే లేదు. ఘోరమైన విషయం మొన్న తెలిసాక గుండె కరిగేలా ఏడ్చాను. ఏమి చెయ్యను. ఈ విషయంలో అమృతం ది కాని... కనకానిది కాని ఏమి తప్పు లేదు. కోమటి వానికి ఇస్తే, కొట్టులో కూర్చుని సరుకులు అమ్మమంటాడు. కుమ్మరి వానికి ఇస్తే మట్టి పిసికి కుండలు చెయ్యమంటాడు. చాకలి వానికి ఇస్తే రేవుకు వెళ్లి బట్టలు ఉతకమంటాడు. అవి వాళ్ళ వృత్తులు కనుక ఆ ఇళ్ళల్లో పిల్లలు ఆయా పనులు నేర్చుకుని చేస్తారు. అలాగే కనకం కూడా తన వృత్తి చెయ్యమనడం లో ఆమె తప్పు లేదు. కనకం దగ్గర పెరిగినా ఆ వాతావరణం లో వున్నా ఆ వాసనలేమీ అంటకుండా, బురద లో పుట్టిన కలువ లాగా తను స్వచ్ఛంగా వుంది. ఈ పాడు వృత్తి చెయ్యలేక పారిపోదామని పడిపోయి కాలు పోగుట్టుకుంది. తెలిసి అయ్యో భగవంతుడా... అని ఆనాడు చాలా బాధపడ్డాను. మనోవ్యాధితో కాలం గడుపుతున్నాను. అన్నిటి కన్నా ఘోరమైన విషయం మొన్న తెలిసాక నన్నెందుకు ఇంకా బ్రతికిస్తున్నావు తండ్రీ, నన్ను చంపెయ్యి. నేను ఈ మాటలు వినలేను. ఈ బాధ భరించలేను. తనువు చాలించడమే మంచిదేమో అనిపించింది. ఆత్మహత్య మహా పాపం కదా. ఇంకా ఆ పాపం కూడా మూట కట్టుకోవడం ఎందుకు. ఒకసారి వెళ్లి చూసి వద్దామని అనిపించి ఎలాగో వచ్చాడు.

కనకం నిద్రలో మూలుగుతోంది. ఆమె దగ్గరకు వెళ్లి చూసాడు. ఆమెకు మెలుకువ లేదు. ఆమె తల దగ్గర చిన్న జిప్ బాగ్ కనిపించింది. అది తీసి చూసాడు. అందులో కనకంతో వున్న కృష్ణవేణి ఫోటో కనిపించింది. ఆమెను చూడగానే రంగడి గుండె జల్లుమంది.

"కృష్ణవేణి... నన్ను క్షమించమ్మ.. తప్పు చేశాను. చాల పెద్ద తప్పు చేశాను. చెయ్యాలని చెయ్యలేదమ్మ. విధి చేతిలో కీలుబొమ్మనయిపోయాను తల్లీ. ఆ రాత్రి కాళరాత్రి నేను అనుభవించిన బాధ ఎవరికి తెలుసు. నా గుండె ఎన్ని ముక్కలు అయ్యిందో ఎవ్వరికీ తెలియదమ్మా. ఎవ్వరికి తెలియదు. ఇంత జరుగుతుందని తెలిస్తే అలా చెయ్యనమ్మా. తెలియక నేను చేసిన తప్పుకు నీ జీవితం కుక్కలు చింపిన విస్తరయ్యింది తల్లీ.. నరకం అనుభవిస్తున్నావు తల్లీ. ఏ గూటి పక్షి ఆ గూటి పలుకు పలుకుతుంది

అంటారు. ఈ ఆలోచన రాక తప్పు చేశాను. తప్పు చేసాను” అని చిన్నగా అనుకుంటూ చెంపల మీద కొట్టుకున్నాడు.

ఆ మాటలు వింటున్న అమృతం లేచి “రంగా... నువ్వు ఇలా ఆలోచిస్తున్నావు, కాని మాలో కూడా ఇష్టం లేకపోయినా ఈ వృత్తి చేసేవాళ్ళు వుంటారు. నీకో విషయం చెబుతాను విను. మా అమ్మ చెల్లెలు కూడా ఒకతన్ని ప్రేమించి అతనితో వెళ్ళిపోయింది. ఆతను కొన్నాళ్ళు చూసుకుని తరువాత...” అమృతవల్లి కంఠం జీరబోయింది. కళ్ళు తుడుచుకుంటోంది. రంగడు ఆసక్తిగా చూస్తున్నాడు.

“అమ్మేశాట్ట. వేరే వాళ్ళకి అమ్మేశాట్ట” అంది. రంగడు ఆశ్చర్యంగా చూస్తున్నాడు.

“మెళ్ళో తాళి కట్టి నువ్వే నా భార్యవు అని చూసిన మనిషి కనిపించక భయాందోళనతో ఎదురుచూస్తూ వుంటే, ‘అతను రాడు. నిన్ను మాకు అమ్మేశాడు’ అని వచ్చిన వాళ్ళను చూసి వణికి పోయి ప్రేమించాను అని నన్ను నమ్మించిన మనిషి నన్ను మోసం చేసాడు. నన్ను క్షమించదని ఉత్తరం రాసింది. కాల్చుకుని చచ్చిపోయింది. ఆమెను చూసి వచ్చిన మా అమ్మా చాలా కాలం బాధపడేది. ఇదంతా కృష్ణవేణికి రాసి పెట్టాడు ఆ భగవంతుడు. ఎవ్వరూ బాధ్యులు కారు రంగా” అంది అమృతం.

తలుపు దగ్గర నుంచి రాజయ్య “రంగా.. రంగా..” అన్నాడు. మెల్లగా తలుపు తీసి ఇంత రాత్రి వేళ మళ్ళీ ఎందుకు వచ్చావు. నేను వున్నాను కదా అన్నాడు రంగడు. “ఏమి తోచడం లేదు, నిద్ర రావడం లేదు. అందుకే వచ్చేసాను. నువ్వు నిద్ర పోలేదా” అన్నాడు రాజయ్య. “కృష్ణవేణి గురించి ఆలోచనతో నిద్ర రావడం లేదు అన్నాడు” రంగ.

“అవును రంగా కృష్ణవేణి ఎలా వుందో అన్న ఆందోళనతో నిద్ర రావడం లేదు. మా అమ్మా, అక్క కూడా ఇంట్లో లేక తోచడం లేదు” అన్నాడు రాజయ్య.

“అలా బయట మాట్లాడుకుందాం రా” అన్నాడు రంగ. “రాజయ్య! ఈ పిల్లాడిని, ఇతనికి ఎలా ఇచ్చింది? ఇతను మీకు తెలుసా” అన్నాడు.

“ఏమో నాకేమీ తెలియదు. నేనైతే అనాధాశ్రమంలో ఇచ్చి వుంటుంది. అక్కడ నుంచి ఇతను తీసుకు వెళ్లి ఉంటాడు అనుకుంటున్నాను” అన్నాడు రాజయ్య. ఆ మాట వినగానే వీపు మీద ఎవరో కొట్టినట్టు అయ్యింది రంగకు. “నాకు తెలిసిన ఒకతను, ఆ రోజు అనాధాశ్రమం వీధి నుంచి వస్తున్న కృష్ణవేణిని చూసాట్ట. ఈ మధ్య ఆ మాట చెప్పాడు” అన్నాడు రాజయ్య.

"అలాగ ఇవ్వరేమో అనుకుంటున్నాను. ఆమె ఇష్టం లేకుండా ఇవ్వరు. అసలు ఏమి జరిగిందో తెలుసుకుందామని, నేను ఏమైనా చెయ్యగలనేమో, నా వంతు సహాయం చేద్దామని వచ్చాను" అన్నాడు.

జరిగినదంతా చెబుతాను విను. ఈ బ్రతుకంటే కృష్ణవేణి కి ఇష్టం లేదు అని మొదలుపెట్టి మొత్తం అన్ని విషయాలు చెబుతూ, కళ్ళు తుడుచుకున్నాడు. "రేపు వాడు నా వృత్తి చూసి, నీ కడుపున పుట్టినందుకు నేను బాధపడుతున్నానమ్మ అంటే.. నేను ఆ బాధ భరించలేనమ్మ... అంది భోరున ఏడుస్తూ... ఆ మాట నేను మరచిపోలేను" రంగా అన్నాడు రాజయ్య. ఆ మాటకు రంగ కుడా బాధపడ్డాడు.

నువ్వు మా అక్క కోలుకునే దాక మా దగ్గర వుండు. నా మాట కాదనకు అన్నాడు, రంగ చెయ్యి పుచ్చుకుని ."సరే వుంటాను. నువ్వు ధైర్యంగా వుండు" అన్నాడు రంగ. నేను ఇంటికి వెళతాను. నువ్వు పడుకో అన్నాడు రాజయ్య.

★★★

చీకటి పడుతోందంటే కృష్ణవేణికి మనసులో దిగులు పట్టుకుంటోంది. ఏ రాత్రి వేళో ఆ మేరీ తన బతుకును ఆ రక్షక భటులకు బలి ఇస్తుందేమోనని భయంతో వణికిపోతోంది. వంటి మీద లాఠీ దెబ్బల బాధ కన్నా, మనసులో ఈ బాధ ఎక్కువవుతోంది. ఆ మేరీ అన్న మాట అస్తమానూ చెవిలో వినిపిస్తోంది. బలరాం ని చంపి రత్నమ్మను, పిల్లలను అనాథలను చేసేవే. నిన్ను సుఖంగా వుండనిస్తానా, నా తడాఖా చూపిస్తాను కంగారుపడకు. మా పోలీసోళ్ళు నీ కోసం ఉవ్విళ్ళూరుతున్నారు. నీకు జైలు శోభనం జరిపిస్తాను అంది ఆ రోజు. మళ్ళీ మీ జాతి అంటేనే నాకు అసహ్యం, పగ. మీలాంటి దానివల్లే మా జీవితాలు కష్టాలపాలయ్యాయి అంది. అన్ని పగలు పెట్టుకున్న ఆమె అధికారంతో తనను ఏమైనా చెయ్యొచ్చునని ఏడుస్తోంది.

ఒక పెద్దామె కృష్ణవేణిని చూసి జాలి పడి "బాధపడకమ్మా. నీకు మేమంతా వున్నాము. అలా బాధపడకు" అంది దగ్గర కూర్చుని. కృష్ణవేణి ఆమె కేసి ఆదరంగా చూసింది. ఆమె కృష్ణవేణి ఒళ్ళు చూసి "జ్వరం తగ్గిందా" అంది. "తగ్గింది" అంది కృష్ణవేణి.

ఆమె వీపు నిమిరి "మనసుకు ధైర్యం తెచ్చుకో. నీలాంటి జీవితాలు ఎన్నో వున్నాయి ఇక్కడ. అలా బాధపడకూడదు. మనకి మనము సమాధానం చెప్పుకోవాలి" అంది వెన్ను తట్టి.

"ఆమె నన్ను కొట్టినందుకు కానీ, కొడుతుందని కానీ కాదమ్మా నా బాధ" అంది. ఆమె, ఏమిటి అన్నట్టు చూసింది. "ఈ అగ్ని పరీక్ష ఎలా తట్టుకోగలనమ్మా" అంది బాధ పడుతూ. "నా జీవితం ఈ జైల్లో బలైపోతుందేమోనమ్మా. నా మీదకు పోలీసులను పంపి తను డబ్బు సంపాదించుకొంటుందేమోనమ్మా... అలాంటిదే కనుక జరిగితే నేను చచ్చిపోవడమే తప్ప చేసేదేమీ లేదమ్మా. నా జీవితానికి ఎన్నో విషమ సమస్యలు వచ్చాయి. అన్నిటినీ ఎలాగో జీర్ణించుకున్నాను. ఇక్కడ కూడా ఇలాంటిది జరిగితే నేను బతకను" అని కన్నీరు మున్నీరుగా ఏడుస్తున్న కృష్ణవేణిని ఓదార్చి అలాంటిదేమీ జరుగదు అంది.

ఒక ఖాకీ డ్రస్ వేసుకున్న ఆమె చూసి, "ఏడ్వకు నిన్ను ఏమీ చెయ్యదు. నీకు ఆ తిరుపతి దేవుని దయ" అని ఇంకా ఏదో చెప్పబోతుంటే మేరీ వస్తోందని అక్కడ నుంచి వెళ్ళిపోయింది. అంత బాధలోనూ కృష్ణవేణి ఆమె మాటలు విని కొంచెం ఊరట చెందింది.

ఏ రోజైనా ఆ పనిచేస్తుందేమో? తను బలికి తీసుకువెళుతున్న మేకపిల్లలా నడవ వలసిందేనా? నాకేదీ దారి. ఏ గొయ్యో నుయ్యో చూసుకుందామంటే ఇక్కడ అలాంటివి లేవు. "ఎలాగ భగవంతుడా.. అమ్మా భవానీ... నన్ను కరుణించమ్మా. నిన్నే నమ్ముకున్నానమ్మా.. తల్లీ నన్ను రక్షించు" అని మనసులో అనుక్షణం విలపిస్తోంది. ఇప్పుడు ఈ పెద్దామె తల్లిలా ఓదార్చింది. ఈమె కూడా నిన్ను ఏమీ చెయ్యదు. నీకు ఆ తిరుపతి దేవుడు అంది ... మాట... పూర్తిచెయ్యలేదు. రేపైనా అడగాలి. ఆ తల్లి దయవల్ల కాస్త మనసుకు శాంతి కలిగితే చాలు అనుకుంది. టక టక నడుస్తూ మేరీ వస్తుంటే లేచి నుంచుంది. మేరీ ఆమెను క్రీగంట చూసి వెళ్ళి పోయింది. కృష్ణ గుండె వేగంగా కొట్టుకుంటోంది. ఆ పెద్దామె కృష్ణవేణి కేసి చూసి "భయం లేదు. అలా భయపడకు" అని తన చోటుకు నడిచింది. ఇద్దరు తనకు ధైర్యం చెప్పారు. అమ్మయ్య అనుకుంది. తన స్థానంలో కూర్చుంది. ఆ పెద్దామె తన తల్లిలా అనిపించింది. గణ గణ మని గంట వినిపిస్తోంది. అందరూ లేచి అన్నం తినడానికి లైనులో నుంచున్నారు.

★★★

పోస్టు అని అరచి లెటరువేసి వెళ్ళిన పోస్టుమేన్ని చూసి లెటరు తీసింది జ్యోతి. అమ్మమ్మ అనుకుని చించి చదవడం మొదలుపెట్టింది.

చి॥ సౌ॥ జానకీ! నువ్వు రాసిన లెటరు అందింది. సంగతులు తెలిసినవి. నువ్వు ఏమీ కంగారుపడకు. భయపడకు. నేను వీలు చూసుకుని ఇండియా వస్తాను. నువ్వు

రామారావు గారు బాగా ఆలోచించుకుని అప్పుడు జ్యోతికి తెలియపర్చండి. చంద్రశేఖర్, మంచివాడే. ఏ కారణం చేత ఒక పసివాడిని తను పెంచుతున్నాడో. అతన్ని ఏమీ అనొద్దు. ఎలాగో, వాళ్ళిద్దర్నీ ఒప్పించి వాళ్ళకి పెళ్ళి జరిపించేస్తేనే మంచిది. ముందు నువ్వు ధైర్యంగా వుండు.

ఒక పిల్లవానిని పెంచుతున్నాడు అంటే ఏదో ఒక బలమైన కారణం వుండి వుండాలి. ఏది ఏమైనా ఆ కారణం చేత వాళ్ళని విడదీయడం మంచిది కాదు. కానీ జ్యోతికి వివరంగా అన్ని విషయాలు చెప్పి దాన్ని ,చంద్రశేఖర్ని అన్ని విషయాలు మాట్లాడుకోమని చెప్పండి. వాళ్ళు చిన్నపిల్లలు కాదు. వాళ్ళిద్దరూ ఇష్టపడితే నువ్వు ఏమీ ఆలోచించకు, ధైర్యంగా వుండు. నీ ఆరోగ్యం జాగ్రత్త. అందరినీ అడిగినట్టు చెప్పు. నేను తొందరలో వచ్చేస్తున్నాను. ఏమీ కంగారుపడకు.

ఇట్లు, నీ పిన్ని, భాను విజయరాం.

లెటరు అంతా చదివాక జ్యోతికి తల తిరుగుతున్నట్టు అయ్యింది. మైగాడ్ ఏమి జరుగుతోంది. తనకు ఏమీ చెప్పకుండా అమెరికాలో వున్న అమ్మమ్మకు తెలిసిపోతున్నాయి. బావ ఒక చిన్న పిల్లాడిని పెంచుతున్నాడా? ఎందుకు పెంచుతున్నాడు? ఆ విషయాలు ఏమిటి? అమ్మకీ, నాన్నకి తెలిసి నాకు చెప్పకుండా దాచారా. ఎందుకు దాచడం? ఇదంతా ఏమిటో అనుకుంటోంది. తను రోజూ ఊరేగే ఊహల పల్లకి డొంకదారుల్లో వుందని తనకు తెలియదు. ఇప్పుడు తనేమి చెయ్యాలి. ఆ రోజు అంతమందిలోనూ తను బావనే పెళ్ళి చేసుకుంటాను అని చెప్పింది. మరి ఇప్పుడు ఆ మాట దాటేసి ఆ పిల్లాడి గురించి బావను దూరం చేసుకుంటుందా నో.. నో.. అలా జరుగదు.

ఎన్ని పరిస్థితులు వచ్చినా ఎదుర్కొని బావచేత తాళి కట్టించుకుంటాను. కానీ బావ, ఆ పిల్లాడే నాకు సర్వస్వం పెళ్ళి వద్దు, ఏమీ వద్దు అంటే... అలా ఎందుకంటాడు. ఆ పిల్లాడిని పెంచడానికి అయినా ఒక తోడు కావాలి కదా. ఆ తోడే తనే అయ్యి ఆ పిల్లాడిని పెంచుతాను అని ఎలాగైనా బ్రతిమాలి ఒప్పించాలి. అందుకే... అమ్మా, నాన్న ఈ విషయం గురించి, తన పెళ్ళి గురించి ఆందోళన చెందుతున్నారు కాబోలు. ఇది వరకులాగ ఆనందంగా కనిపించడం లేదు. తను గమనించినా ఏమని అడుగగలదు? వాళ్ళు ఏమంటారో? బావతో పెళ్ళి వద్దు అంటారా.. అలా అనరు. ఏమో కన్నవాళ్ళు పిల్ల జీవితం గురించి ఆలోచిస్తారు కదా. ఏమిటో ఇదంతా అయోమయంలా వుంది అనుకుంది. అప్పుడే వచ్చిన రమణికి అంతా చెప్పింది.

"గొప్ప చిక్కే వచ్చింది జ్యోతి. ఆ పిల్లాడు ఎవరైనా.. నువ్వు మీ బావనే పెళ్ళి చేసుకుంటావు గనుక నువ్వు ఓపిగ్గా పెంచాలి మరి. మా మాధవి వదిన గురించి కొన్ని విషయాలు విన్నాను. రెండో పెళ్ళివాడు, మూడేళ్ళ పాప. ఆ ఇంట్లో మా వదిన చాలా ఓపికతో వుందిట. మొన్న వచ్చినప్పుడు మా అమ్మ గారితో చెప్పింది. అది ఒక వంటమనిషిలా, పనిమనిషిలా వుండి ఆ పిల్లాన్ని చూసుకోవడానికి నన్ను చేసుకున్నారు అని బాధపడింది" అంది రమణి.

"ఎన్ని ఇబ్బందులు వచ్చినా ధైర్యంతో ఎదుర్కొంటాను కానీ, బావని తప్ప ఎవ్వరినీ చేసుకోలేను, మీ వదినలాగే జీవిస్తాను" అంది జ్యోతి.

"అందరి సమస్యలు ఒకేలా వుంటాయనుకోకు జ్యోతి. నీ జీవితం బాగుండొచ్చు. ఈ పిల్లాడి గురించి కుదిరిన మీ పెళ్ళి ఆగకూడదు. మీ బావ నిన్ను ప్రేమగా చూసు కోగలడు. నువ్వు ఏమీ ఆందోళన పడకు. మీరు చిన్నప్పటి నుంచి తెలిసినవాళ్ళు కనుక ఏమీ ఇబ్బందులు రాకపోవచ్చు" అంటుంటే జానకి గేటు తీస్తున్న చప్పుడుకి ఇద్దరూ అటు చూసారు.

"మీ అమ్మ గారు వస్తున్నారు ఇప్పుడు చెబుతావా... లెటరు వచ్చిందని" అంది.

"ఇప్పుడు చెప్పను. అడిగితే రాలేదంటాను. రేపు చెబుతాను" అంది జ్యోతి. సరే అయితే నేను బయలుదేరతాను అని లేచి నుంచుంది.

"ఏమిటి రమణి ఎప్పుడు వచ్చావు" అంది జానకి.

"కొంచెం సేపు అయ్యిందాంటీ నేను వెళ్ళొస్తాను" అంది రమణి.

"కాసేపు వుండు" అంది జానకి. "ఈసారి వస్తాను" అని వెళ్ళిపోయింది.

జానకి ప్రసాదం తీసి జ్యోతికిచ్చి బొట్టుపెట్టింది. తన గదిలోకి వెళ్ళిపోతున్న జ్యోతిని "పోస్టు వచ్చిందా" అంది. ఏమి చెప్పాలా అని ఆలోచిస్తున్న జ్యోతిని మళ్ళీ అడిగింది. "లేదమ్మా అంది" లోపలికి వెళుతూ. "ఇంకా రాలేదా" అని వీధిలోకి వెళ్ళి పోస్టుమేన్ వస్తున్నాడేమోనని చూసింది. గేటు దగ్గరకు వెళ్ళి లోపలికి వస్తుంటే ఒక కాగితం ముక్క కనిపించింది. అది తీసి చూసింది.

లెటరు చించిన ఆ ముక్క చూసి "అయితే పోస్టు వచ్చిందన్న మాట. అంటే జ్యోతి అది చదివి ఉండాలి. తనకు ఈ విషయాలు తెలిసి ఉండాలి. అందుకే రమణి కూడా తనను చూసి వెళ్ళి పోయింది. అయితే పిన్ని అమెరికా నుంచి రాసిన లెటరు జ్యోతి చదివేసింది. మరి రాలేదని చెప్పిందెందుకు? తనకు చెప్పని విషయం, లెటరు ద్వారా తెలిసి తన మీద

కోపమా లేక రేపు వచ్చినట్టు రేపు ఇస్తుందా? ఈ రోజు అంతా ఆలోచిస్తుందా లేక అడుగుతుందా? అడిగితే ఏం చెప్పాలి? ఎలా చెప్పాలి? ఏమి చెయ్యాలి? రేపు ఈ లెటరు ఇవ్వకపోతే ఏమి చెయ్యాలి?" అని ఆలోచిస్తోంది.

ఏది ఏమైనా ఇంక ఈ విషయం జ్యోతి దగ్గర దాచకూడదు అనుకుని "జ్యోతి భోజనం చేద్దువు గానీ రామ్మా" అంది. జ్యోతి నుంచి జవాబు లేదు. ఆ గది తలుపు తీసి చూసింది. ఆమె మంచం మీద పడుకుని ఏదో ఆలోచనలో వుంది. తన అనుమానం నిజం అయింది. లెటరు జ్యోతి చేతిలో పడింది. మళ్ళీ ఏమి అడుగుతుంది ఆ లెటరు గురించి. సరే అది వదిలేసి భోజనానికి పిలుద్దాము అని "జ్యోతి అన్నానికి రా" అంది.

"ఆకలి లేదమ్మా. నువ్వు తిను" అంది. దామ్మా పెట్టేస్తున్నాను అని వంటింట్లోకి వెళ్ళిన తల్లిని అనుసరించింది.

ఆ రాత్రి రామారావు పేపరు చివర పేరాలు తిరగేస్తూ జానకి ముఖ కవళికలు చూసి ఏదో చెప్పబోతుందని ఊహించారు. జానకి జ్యోతి గదికి వెళ్ళి చూసి వచ్చింది. "ఏమిటి జానకీ ,ఏదో ఆదుర్దాగా వున్నావు" అన్నారు.

"మీతో ఒక విషయం చెప్పాలని. జ్యోతి వచ్చి ఏదైనా చెబుతుందేమోనని, తను మన మాటలు వింటుందేమోనని భయంగా ఉంది" అంది అతని కేసి చూసి.

"ఏమిటి జానకీ వివరంగా చెప్పు" అన్నారు.

"ఈ విషయం జ్యోతికి తెలిసిపోయింది" అంది.

ఆయన లేచి "ఎలా తెలిసింది? నువ్వు చెప్పలేదు కదా" అన్నారు.

"జ్యోతిని పోస్టు వచ్చిందా అని అడిగాను రాలేదు అంది. నేను పోస్టు వస్తుందేమోనని గేటు దగ్గరకు వెళ్ళి చూస్తే ఈ లెటరు చించిన ముక్క వుంది. ఇది అమెరికా నుంచి వచ్చినదే. అందులో మా పిన్ని ఈ విషయం గురించే వ్రాసి వుంటుంది. తను చదివి వుంటుంది. ఇప్పుడు మనం ఏమి చేద్దాం" అంది జానకి సాలోచనగా అతనికేసి చూస్తూ.

"అలా జరిగిందా, లెటరు వచ్చిందని నీకెందుకు చెప్పలేదు? మనం ఈ విషయం తనకెందుకు చెప్పలేదు అని ఆలోచిస్తోందా?" అనుకుంటున్న భర్తతో "మనని ఎలా అడగాలా? తను ఏమి చెయ్యాలా? అని ఆలోచిస్తోందేమో. ఇప్పుడు "తనకు ఎందుకు చెప్పలేదు అంటే మనం ఏమని జవాబు చెప్పాలి" అంది జానకి.

"జ్యోతి చెప్పేదాకా మనం కాస్త ఓపిక పట్టాలి. రేపు చెబుతుందేమో చూద్దాం" అన్నారు.

"రేపయినా తనడిగే ప్రశ్నకు మనం ఏమని చెప్పాలి" అంటున్న జానకి గొంతు చివర "ఏమని చెప్పాలి" అంది జ్యోతి కంఠం. ఆ ఇద్దరూ బొమ్మల్లాగ వుండిపోయి ఆమెకేసి చూస్తున్నారు.

"ఇదిగో అమ్మమ్మ రాసిన లెటరు చదువుకుంటారా? నన్ను చదవమంటారా?" అంది. దోషుల్లా వుండిపోయి ఆమెను చూస్తూ కళ్ళు వదిలిపెట్టిన తల్లిదండ్రులను చూసి, "ఎందుకు చెయ్యని నేరానికి భయపడతారు. ఇందులో మీరు చేసిన తప్పేముంది. అమ్మకు ఏమి చెయ్యాలో తోచక అమ్మమ్మకు రాసింది. దానికి జవాబు రాసింది. అది నేను చదివాను" అంది.

"మరి అమ్మకు.." అంటుంటే "మీరు వచ్చాక చెబుదామని లెటరు రాలేదన్నాను. మన ముగ్గురం ఆలోచించుకుంటే మంచిదని చెప్పలేదు" అంది.

"అసలు అమ్మమ్మ ఏమని రాసింది" అంది జానకి.

"అమ్మమ్మ ఏమందంటే జానకి ముందు నువ్వు కంగారుపడకు. చంద్రశేఖర్ మంచివాడే. ఏ కారణం చేత ఒక పసివాణ్ణి తను పెంచుతున్నాడో? అతన్ని ఏమీ అనొద్దు. వాళ్ళిద్దర్ని రప్పించి వాళ్ళ పెళ్ళి జరిగేలా చూడడం మంచిది. ఈ విషయం జ్యోతికి చెప్పి చంద్రశేఖర్ని, జ్యోతినీ అన్ని విషయాలు మాట్లాడుకోమని చెప్పండి" అంది జ్యోతి లెటరుచూసి. అలా చదివి చెప్పిన జ్యోతికేసి చూడకుండా వుండిపోయారు రామారావు, జానకీ.

"ఏంటి అలా వుండిపోయారు? అలా మాట్లాడకుండా వుంటే నేనేమనుకోవాలి" అంది జ్యోతి.

"మేమేమి మాట్లాడాలో, నీకేమి చెప్పాలో తెలియకే ఊరుకున్నాము" అన్నారు రామారావు.

"ఆ పిల్లాడి గురించి మీకు ఏమైనా మనస్పర్థలు వస్తాయేమోనని" అంటుంటే "నీకు భయంగా వుందా అమ్మా. ఇప్పుడు అందుకు ఏమి చేద్దాం. బావని పెళ్ళి చేసుకోవడం మానెయ్యనా" అంది. ఆ మాట విన్న జానకి మౌనంగా ఉండిపోయింది.

"అలా అని కాదు" అంటున్న తండ్రిని, "వుండండి నాన్న గారు అమ్మ ఏమంటుందో విందాం" అంది.

"నాకు ఒక్కగానొక్క పిల్లవి.. నీకు ఏ సమస్య వచ్చినా నేను తట్టుకోలేను జ్యోతి" అంది జానకి రుద్ధ కంఠంతో.

"అమ్మా పెళ్ళయిన తరువాత ఈ పరిస్థితి వస్తే ఏమి చేద్దువు. వదిలేసి వచ్చేయ మందువా" అంది జ్యోతి.

"పెళ్ళి అవలేదు కనుకే ఆలోచించాలి. ఒక అమ్మకన్న పిల్లాడిని ఇంకొకళ్ళు పెంచడం అంటే చిన్న విషయం కాదు. ఆ తరువాత మీరు నాకు చెప్పలేదు అనుకుంటావేమో అని ఆలోచిస్తున్నాను" అంది జానకి.

"ఏమీ ఆలోచించనక్కరలేదు" అంది జ్యోతి.

"శేఖర్ అసలు పెళ్ళి చేసుకునే ఇదిలో వున్నాడో లేదో. ఆ పిల్లాడికి, అతనికి సంబంధం ఏమిటో అంది అనుమానాస్పదంగా" జానకి.

ఆ మాటకు రామారావు జానకి కేసి చూసారు. "ఎందుకు పెళ్ళి చేసుకోడు. ఆ పిల్లాడిని చూసుకోవడానికి ఒక మనిషి కావాలి కదా. ఆ మనిషి నేనే అయి వెళతాను" అంది జ్యోతి. ఆ మాట విన్న జానకి దుఃఖం ఆగలేదు. బాధతో పక్కకు తిరిగింది. కళ్ళు వర్షిస్తున్నాయి.

రామారావు లేచి జానకిని కళ్ళు తుడిచి "బాధపడకు. నువ్వు ఇలా డీలా పడితే అది చిన్న పిల్ల ఎంత బాధపడుతుంది" అన్నారు తల నిమురుతూ.

"తాతగారు పోయారన్న మాట విన్ననాటి నుంచి నాకు మనశ్శాంతి లేదు. ఎప్పుడు పిల్ల పెళ్ళి అవుతుందా? అని చూస్తుంటే, మళ్ళీ ఈ సమస్య అంది" బాధగా.

"ఒక్కోసారి ఇలాంటివి వస్తాయి అన్నిటినీ నెట్టుకుంటూ ముందుకు నడవాలి" అన్నారు రామారావు.

"నాన్నగారూ! అమ్మ అన్నట్టు బావ పెళ్ళి చేసుకోను అని అన్నాడా" అంది.

"అబ్బే అలాగేమీ లేదమ్మా, అంటాడేమోనని అమ్మ భయం" అన్నారు.

"అయినా ఈ విషయం నా దగ్గర దాచడం ఎందుకు? మనం బావని అన్ని విషయాలూ అడిగి తెలుసుకుందుము కదా" అంది.

"మామయ్యగారు వెళ్ళి అడిగారుట. అత్తయ్య వెళ్ళి అడిగిందట. అందరికీ ఒకే సమాధానం చెప్పాడుట" అంది జానకి.

"ఏమని చెప్పాట్ట" అంది జ్యోతి.

"ఈ పిల్లాడి గురించి నన్ను మీరేమీ అడగొద్దు. ఈ పిల్లాడు నా దగ్గరే వుంటాడు అన్నాట్ట" అంది.

"పిల్లాడు వుంటాడు సరేనమ్మా, పెళ్ళి చేసుకుంటావా అని అడిగారా మావయ్య" అంది.

"అలా అడగలేదు కానీ ఈ పిల్లాడిని మేము పెంచుతాము అని మీ అత్తయ్య అడిగిందట. వద్దు ఎవ్వరి దగ్గర వుంచను, నేనే పెంచుతాను అన్నాట్ట" అంది జానకి.

"మీరు మాత్రం అలా అడక్కండి బాగోదు" అంది జ్యోతి.

"ఎంత ఎత్తుకి ఎదిగిపోయావే" అంది జానకి ఆశ్చర్యపోతూ.

"అవునమ్మా మీ పిల్ల జీవితం గురించి మీరు పడే తపన అలా అడిగేలా చేస్తుందని చెబుతున్నాను. మాట జారితే తీసుకోలేము. అసలు బావ ఎంత నలిగి పోతున్నాడో ఈ విషయంలో. తను ఏనాడైనా చిన్న పిల్లల్ని పెంచి ఎరుగుదుడా" అంది.

ఆ మాటకు రామారావు లేచి నుంచుని "జ్యోతి.. ఎంత బాగా ఆలోచించావమ్మా..నీలాగ మేము ఆలోచించకలేక పోయామేమిటి? ఈ విషయం మాకు తట్టలేదు. ఎంతసేపూ మా జ్యోతి కాపురానికి వెళ్ళింది మొదలు ఈ పిల్లాణ్ణి పెంచాలి అని నీ గురించి ఆలోచించాం. పైగా నువ్వు ఈ విషయంలో చంద్రశేఖర్ని ఏ విధంగా అర్థం చేసుకుంటావో అని సతమతమై పోతున్నామే కానీ నీలాగ ఆలోచించ లేదంటేనే సిగ్గుగా వుంది" అన్నారు.

"దూరానున్న వాళ్ళం ఇన్ని రకాల ఆలోచనలు చేస్తూ వుంటే, అక్కడ బావ పరిస్థితి తలచుకుంటేనే బాధగా వుంది" అంది జ్యోతి.

"నువ్వలాగే అంటావని నేను ఆ రోజే ఊహించాను జ్యోతి. ఆ మాట మీ అమ్మ తోటి అన్నాను. కానీ జానకి భయపడుతూనే వుంది. ఈ రోజుల్లో అమ్మాయిలు పెళ్ళి విషయంలో ఎక్కువగా ఆలోచిస్తున్నారు అంది. నేను ఆ మాటకు నా కూతురు అలా అనదు. ఇలాగా అంటుంది అన్నాను. నువ్వన్నట్టే అంటుంది అన్నాను. నా నమ్మకాన్ని నిజం చేసావు. నాకింక బెంగలేదు. నీకు, బావకీ పెళ్ళి అవుతుంది" అన్నారు తేలికపడ్డ హృదయంతో కూతురు తలనిమురుతూ.

"ఇంతగా ఎందుకు ఆలోచించారు నాన్నగారు. ఏనాడు.. నాకు, బావకు నిశ్చితార్థం జరిగిందో ఆనాడే బావకు నేను భార్యనైపోయాను. ఈ పిల్లాడి గురించి వెనుకడుగు వేస్తానా? దేవుడిచ్చిన బిడ్డగా పెంచుకుంటాను కానీ" అంది. తిరుగులేని ఆమె

నిర్ణయానికి, సాంప్రదాయాన్ని గౌరవించే ఆమె మనస్తత్వానికి ఆ తండ్రి మనసు ఎంతగానో ఆనందించి... "జ్యోతి" అన్నారు మళ్ళీ. ఆయన కళ్ళు చెమ్మగిల్లాయి.

జానకి మనసు ద్రవించింది. ఆడది జన్మకి ఒక్కసారే మనసునిచ్చి ప్రేమించేది, ఆ ప్రేమ కోసం ఎన్ని సమస్యలొచ్చినా ఎదుర్కొని పోరాడుతుంది. తను కోరుకున్న వానితోనే తన జీవితం సాగాలనుకుంటుంది, అనుకుని కళ్ళు తుడుచుకుంటోంది.

"అమ్మా... ఎందుకమ్మా బాధపడుతున్నావు. నీకు ఇష్టం లేదా" అంది జ్యోతి.

"అది కాదమ్మా.. నువ్వింకా చిన్న పిల్లవీ, ఈ విషయం విని ఈ పిల్లాడెవరమ్మా, బావ పెంచడమేంటమ్మా అంటావేమో. అప్పుడు నిన్ను బలవంత పెట్టి ఈ పెళ్ళికి ఒప్పించకూడదు. నా బంగారు తల్లిని బలవంతపెట్టి, ఈ పెళ్ళి చెయ్యకుండా ఇక్కడితో ఆపేద్దాం అనుకున్నాను. నిజంగా అలాగే నా మనసులో నిర్ణయించుకున్నాను. మళ్ళీ ఒక్కసారి అయ్యో చంద్రశేఖర్ చిన్నప్పటి నుంచి తెలిసిన మేనల్లుడు, తులసి ఆడబిడ్డ. వీళ్ళు మళ్ళీ దూరమౌతారేమోనని నాలో నేను ఎంత బాధపడుతున్నానో" అంటుంటే రామారావు ఆమె కేసి చూస్తున్నారు. "నేను తప్పుగా ఆలోచించానా" అంది ఆయన కేసి చూసి జానకి. "లేదు జానకీ లేదు. ప్రతి తల్లీ తన కూతురు జీవితం గురించి ఆలోచించినట్టే నవ్వు ఆలోచించావు" అన్నారు. "పోనీలెండి. జరిగినవేవో జరిగిపోయాయి. మా పిన్ని వ్రాసినట్టు వీళ్ళకి తొందరగా పెళ్ళి జరిగేలా చూడండి" అంది.

"మనం తొందరగా తులసిని, బావని కలుసుకుని అక్కడి నుంచి శేఖర్ దగ్గరకు వెళ్ళాలి. ఇప్పటికే ఆలస్యం అయింది" అన్నారు రామారావు.

"జ్యోతిని కూడా తీసుకుని వెళదాము. మా పిన్ని చెప్పినట్టు వాళ్ళిద్దరూ కూడా మనసు విప్పి మాట్లాడుకుంటారు" అంది.

"వస్తావా జ్యోతి" అన్నారు.

"వస్తాను లెండి" అంది.

"మా నాన్న గారు వస్తానని వ్రాశారు. పెదనాన్న గారు ఇంకా మద్రాసులోనే వున్నారుట. వచ్చాక ఇద్దరం వస్తాం అని వ్రాసారు" అంది జానకి.

"ఈ విషయం తెలియజేసావా" అన్నారు రామారావు.

"లేదు వచ్చాక చెప్పొచ్చు అని తెలియపరచలేదు" అంది. "మా పిన్ని కే వ్రాశాను. తను వెంటనే జవాబు వ్రాసింది" అంది.

"మీ నాన్న గారికి నేను మెల్లగా చెబుతాను. ఆయన కుదిరిన పెళ్ళి ఆపకూడదు, తొందరగా చేసెయ్యండి అని ఆ రోజే అన్నారు. మనం నిశ్చితార్థం చేసేసాం కదా పెళ్ళి చేద్దాంలే అనుకున్నాం. ఇన్ని చికాకులు చూస్తున్నాం. ఇంక ముహూర్తాలు పెట్టి పెళ్ళి చేసేస్తే కానీ నాకు స్థిమితం ఉండదు" అన్నారు తన గదిలోకి వెళుతూ.

"రేపు బయలుదేరుదామా" అంది జానకి.

"నువ్వు పంచాంగం చూసి తిథి, వార, నక్షత్రాలు లెక్కలు చూసి చెప్పు. దాన్ని బట్టి నేను శెలవు పెట్టుకుంటాను" అన్నారు నవ్వుతూ.

అయితే వుండండని చూసి, "రేపు బాగానే వుంది" అంది.

"కంగారులో చెబుతున్నావా, నిజంగా చూసావా" అన్నారు.

"భలేవారే.... మంచి అంటే మంచే, కంగారెందుకూ" అంది.

"జ్యోతి నువ్వు నిద్రపోమ్మా, పెందరాడే లేవాలి" అన్నారు తను మంచం మీదకు ఒరుగుతూ.

★★★

మేనమామ కారు దిగుతుంటే కంగారుగా చూస్తున్నాడు శేఖర్. గుండె వేగంగా కొట్టుకుంటోంది. గబాగబా అడుగులేసుకుని లోపలకు వెళ్ళిపోయాడు, తప్పుచేసిన వాడిలా భయపడుతూ.

ఆ రోజు మీ మామయ్యగారి కారు వచ్చింది రారా.. అని మురళీ అంటుంటే, నేను రాను నువ్వెళ్ళు అని తాతగారి దగ్గర కూర్చున్నా కాబోయే భార్యని చూడాలనే తొందరతో మేడపైకి నడిపించాయి కాళ్ళు. ఆతృతతో జ్యోతిని చూసాయి కళ్ళు. ఇప్పుడు అదే మావయ్య కారు గుమ్మంలో ఆగగానే అవే కాళ్ళు భయంతో లోపలికి వెళ్ళిపోతున్నాయి. కాలమహిమ చాలా గొప్పది. విచిత్రమైనది కూడా. ఎంతలో ఎంత మార్పు వచ్చింది నాకు. జ్యోతి వచ్చిందా లేదా అని కూడా చూడలేదు. సిగ్గుతో లోపలికి వెళ్ళిపోతున్నాను అనుకుంటున్నాడు.

లోపలికి కంగారుగా వస్తున్న శేఖర్, వీధిలో ఆగిన కారుని చూసి మురళీకి కంగారువచ్చింది. మళ్ళీ తేరుకుని "ఒరే శేఖర్... అలా లోపలకు వెళ్ళిపోతే బాగోదు" అన్నాడు.

అతని మాట విన్నా ఆగక ఇంకో గదిలోకి వెళ్ళి కర్టెన్ వేసుకున్నాడు. గుండె వేగంగా కొట్టుకుంటోంది. ఎన్నడూ ఊహించని పరిణామం జరిగి, కృష్ణవేణితో

పరిచయం హృదయంలో పదిలంగా వున్నా, చిన్ననాటి నుంచి అనుకుంటున్న మేనమామ కూతురు జ్యోతి, కాబోయే భార్య, ఆమె మీద ప్రేమ పెరగకుండా, తగ్గకుండా వుంది. ఇప్పుడీ పిల్లాడు తనకు సర్వస్వంగా అయిపోతున్నాడు. ఇప్పుడు నేనేమి చెయ్యగలను? ఈ రోజు వస్తుందని తనకు తెలుసు. కానీ ఏమి చెయ్యగలడు? విధి తన జీవితంతో ఆడుకుంటోంది. ఎన్నో చిక్కు సమస్యలు అనుకోకుండా వచ్చి పడుతున్నా వాటి నుంచి మళ్ళీ... మళ్ళీ బయటపడుతున్నాను. ఒక భయంకరమైన రాత్రి. అది కాళరాత్రి. తనను మృత్యువు నోటి నుంచి తృటిలో తప్పించినట్టే తప్పించి అంతకు మించిన ఘోర ప్రమాద స్థితిలో పడవేసిన సమయంలో వచ్చి కాపాడిన ఆ స్త్రీకి, తను ఏమి చేసినా తక్కువే అయినా, ఈ పసివాడు అనాథ కాకూడదని వీడిని తెచ్చి పెంచుతున్నాను. అందుకు అందరి ముందూ చేతులు కట్టుకుని నుంచున్నా. వీడిని పెంచి పెద్ద చేసి ఆ ఋణం కొంచెం తీర్చుకోవాలని నిర్ణయించుకున్నాను. దానికి ఏ త్యాగం చెయ్యడానికైనా సిద్ధమే. ఏది జరుగుతుందో జరగనీ. దీనికి మావయ్య వాళ్ళు ఇష్టపడకపోతే ఇదిక్కడతో ఆపెయ్యడమే అనుకుంటున్నాడు శేఖర్.

"రండి రండి" అని మురళీ.. వాళ్ళని ఆదరంగా అహ్వానించాడు. "శేఖర్ మీ అత్తయ్య, జ్యోతి కూడా వచ్చారురా" అన్నాడు కంగారుపడుతూ. ఆ మాటకు కంగారుపడి లేచి అటూ ఇటూ తిరుగుతున్నాడు ఆ గదిలోనే. జ్యోతి కూడా వచ్చేసిందా? ఇప్పుడు ఏమి అడుగుతుందో? ఏమని జవాబుచెప్పాలో? నిజం చెప్పే పరిస్థితి లేదు. మావయ్య ఏమి అడుగుతాడో? "రారా బైటికి లోపల దాక్కున్నావేం" అని తనని పిలుస్తాడేమో అని భయంతోటి తిరుగుతున్నాడు శేఖర్ ఆ గదిలో...

"శేఖర్ ఇలారారా.. ఎందుకురా లోపలికి వెళ్ళిపోయావు" అన్నారు రామారావు గారు.

ఆ పిలుపుకు మరింత కంగారు వచ్చింది శేఖర్ కు. "ఒరే రారా.. ఎందుకురా.. ఈ భయం. ఉత్తప్పుడు చాలా ధైర్యంగా నిర్ణయాలు తీసుకున్నట్టు చెబుతావు కదరా. ఇప్పుడు ఇలా దాక్కుంటే అసహ్యంగా ఉంటుందిరా" అన్నాడు మురళి.

వారి పరిస్థితి గమనించిన జ్యోతి లోపలికొచ్చి "ఒరే బాబూ! ఏం చేస్తున్నావురా.. దా.. దా.. దామ్మా" అని శేఖర్ చేతిలో పిల్లాడిని అడక్కుండా తీసుకుని ఎత్తుకుంది. వాడు ఆమెను బిక్క చూపు చూస్తున్నాడు.

"ఒరే నీ కోసం ఎవరొచ్చారో చూడు... చూడు..." అని వాడిని బైటికి తీసుకువెళుతుంటే ఆశ్చర్యపోతూ నిలబడిపోయారు శేఖర్, మురళి.

"ఒరే అప్పచ్చి తింటావా, అమ్మా బిస్కెట్ పెడతావా" అంటుంటే జానకి కూడా వాడిని ఎత్తుకుని ముద్దు పెట్టుకుంది. వాడు కూనిరాగం తీస్తుంటే, రామారావు గారు కూడా "ఓయ్ ఓయ్ ఇలా చూడు కొత్తగా వుందా" అని జానకి దగ్గర బాబుని తీసుకుని ఎత్తుకోబోతుంటే మంత్ర ముగ్ధుల్లా అయిపోయి మురళీ, శేఖర్ వాళ్ళ దగ్గరకు వచ్చారు. ఆ ఆశ్చర్యకరమైన విషయాన్ని చూస్తూ నుంచున్నారు.

మురళి తేరుకుని "శేఖర్, నేను కాఫీ తీసుకువస్తాను" అని వెళ్ళబోతుంటే "మురళి ఆగు అందరి బైటికి వెళదాం" అన్నారు రామారావు.

"నేను బండి మీద వస్తాను" అన్నాడు మురళి.

"అందరం ఇందులోనే వెళదాం" అన్నారు రామారావు.

"వద్దు లెండి, ఇబ్బంది అవుతుంది" అని మురళి బండి మీద బయలుదేరాడు. బాబుతో ముందు కూర్చున్నాడు శేఖర్.

"నాన్నగారూ... ముందు ఏదైనా గుడికి వెళదాం, ఆ తరువాత హోటల్ కి వెళదాం" అంది జ్యోతి.

"ఏ గుడికి వెళదామో.. నువ్వు చెప్పరా శేఖర్" అన్నారు రామారావు.

"ఇక్కడ దగ్గరలో దుర్గాదేవి గుడి వుంది" అని తీసుకువెళ్ళాడు. ఆ గుడి పెద్ద ఖాళీ స్థలంలో వుంది. చుట్టూ ఎత్తయిన ప్రహరిగోడ వుంది. చాలా మంది ఆ ఖాళీ స్థలంలో కూర్చుని ధ్యానం చేసుకుంటున్నారు. అందరూ ఆ గుడిలోకి వెళ్ళి, ఆ తల్లికి అర్చన చేయించి ఆ గుడి ముందు కూర్చున్నారు. ఆ దేవి కుంకుమ తెచ్చి బాబు నుదుటన పెడుతుంటే శేఖర్ జ్యోతిని ఆనందాశ్చర్యాలతో చూస్తున్నాడు. అందరూ హోటల్లోకి వెళ్ళి టిఫిన్ తీసుకుని ఆ ఖాళీ స్థలంలో కుర్చీల మీద కూర్చున్నారు.

"జ్యోతి నువ్వు, బావా అలా వెళ్ళి మాట్లాడుకోండి" అంది జానకి.

"అమ్మా" అని ఆశ్చర్యంగా చూసింది జ్యోతి.

"అలా చూడకు. ఇప్పుడు నేను చెబుతున్నాను కదా వెళ్ళు, వెళ్ళి అతనితో అన్ని విషయాలు మాట్లాడుకోండి" అంది జానకి మళ్ళీ.

ఇంతలో "మావయ్య ఇలా రండి" అని శేఖర్ మేనమామను పిలుస్తుంటే, ఆయన శేఖర్ దగ్గరకు నడుస్తున్నారు.

"మావయ్యా మీరు నన్ను ఏమీ అడగకపోవడం మీ పెద్దరికం, మీ అభిమానం అవ్వచ్చు. కానీ మీకు చెప్పడం నా బాధ్యత. నేను పెద్ద తప్పులు చెయ్యలేదు. కానీ",

అంటుంటే “ఒరే, శేఖర్ నువ్వు చిన్నవాడివి కాదు. చెడ్డ ఆలోచనలు రానిచ్చేవాడివీ కాదు. కాల ప్రభావం చేత కొన్ని జరుగుతాయి. వాటి గురించి ఎవ్వరికీ చెప్పనక్కరలేదు. ఎందుకంటున్నానంటే కొన్ని విషయాలు మళ్ళీ తిరగదీసి చెప్పడం అంత మంచిది కాదు. ఎప్పుడైనా చెప్పాలనిపిస్తే అవకాశం వస్తే నాకు చెప్పు. కానీ జ్యోతికి కూడా చెప్పకు” అన్నారు. “మావయ్యా” అన్నాడు ఆశ్చర్యంగా చూస్తూ.

“అవును శేఖర్, ఇప్పుడు ఏ విషయం బైటికి రాకూడదు. జ్యోతి మంచిగా ఆలోచిస్తోంది” అంటుంటే, “అసలు జ్యోతికి ఎలా చెప్పారు? ఏమని చెప్పి ఒప్పించారు?” అన్నాడు శేఖర్.

“మేము చెప్పలేదు. కానీ జ్యోతికి చిత్రంగా తెలిసింది” అని జరిగినదంతా చెప్పారు.

“అలాగా”... అన్నాడు శేఖర్ ఆనందంగా చూస్తూ.

“అప్పుడు జ్యోతి ఏమందో తెలుసా? మీరంతా ఇలా ఆలోచిస్తున్నారు. కానీ అక్కడ బావ ఆ పిల్లాడి తోటి ఎంత ఇబ్బంది పడుతున్నాడో, ఏమిటో” అంది బాధగా.

“ఆ మాటకు నేను ఆశ్చర్యపోయాను. దేవున్ని స్మరించుకున్నాను. ఒక్కగానొక్క పిల్లని ప్రసాదించిన దేవుడు దానికి ఇంత మంచి మనసు ఇచ్చినందుకు కన్న తండ్రిగా గర్వపడ్డాను కూడా” అన్నారు.

“మావయ్యా... మీ మాటలు నాకు ఆశ్చర్యాన్ని కలిగిస్తున్నాయి” అన్నాడు శేఖర్.

“నేను అలా అంటుందని అనుకోలేదు” అన్నారు రామారావు.

“జ్యోతి ఇలా అనకపోతే నేను పెళ్ళి అపేద్దామనుకున్నాను” అన్నాడు శేఖర్.

“అవును ఆ మాట తులసి చెప్పింది. జానకి ,జ్యోతి అన్నమాట చెప్పగానే ఎంత ఆనందపడిందో. బావ కూడా ఆమె ఆనందంలో పాలు పంచుకుని కొండంత భారాన్ని దింపేసేవమ్మా జ్యోతి. ఎంత భయ పడ్డామో. మేము మాకు నువ్వు కోడలివి కాదు దేవుడిచ్చిన కూతురుగా భావిస్తాము అన్నారు. ఇప్పుడు జ్యోతి అన్న చల్లని మాటలు విన్నాక మనసు తేలికపడింది తులసి అని ఎంతగానో ఆనందించారు బావ” అన్నారు.

“మావయ్యా! మీరు నాన్నగార్ని కలిసే వస్తున్నారా” అన్నాడు శేఖర్.

“అవును మేము తులసిని, బావని కలిసే వచ్చాము” అన్నారు.

శేఖర్ ఆనందంగా చూస్తుంటే, "ఏంటీ మీరు మేనల్లునితో మాటలే కానీ మాక్కూడా చెప్పరా" అంది జానకి.

"అబ్బే మా ఇద్దరికి ప్రత్యేకించి మాటలేమున్నాయి, అందరికీ తెలిసిన విషయాలే" అన్నారు రామారావు.

"జ్యోతి వాళ్ళ బావతో మాట్లాడుతుందిట. వాళ్ళిద్దర్నీ అలా వెళ్ళి మాట్లాడుకోమనండి" అంది నవ్వుతూ. "ఆంటీ!" అని ఆశ్చర్య ఆనందంతో చూసాడు మురళి.

"అవును మురళీ చాలా రోజులయింది కదా వాళ్ళిద్దరూ చూసుకుని, మాట్లాడుకోని. వాళ్ళకు అవకాశం ఇద్దాం" అంది ఇంకో చోటుకు నడుస్తూ జానకి.

వచ్చిన అవకాశాన్ని సద్వినియోగం చేసుకో అన్నట్లు చూసాడు మురళి. జానకి మాట అర్థం చేసుకుని మరోవైపు నడవసాగాడు. జ్యోతి అతన్ని అనుసరించి నడుస్తోంది. కొంచెం దూరం వెళ్ళాక వెనక్కి చూసింది. తల్లి, తండ్రీ, మురళీ దూరంగా వున్నారని "బావా... బాబుని నాకియ్యి" అంది. "వద్దు జ్యోతీ, నువ్వు ఎత్తుకోలేవు" అన్నాడు. "పర్వాలేదు బావా ఎత్తుకుంటాను. రారా బుజ్జీ" అంది. "వీడి పేరు కిరణ్" అన్నాడు. "ఓహో కిరణ్ బాబూ పేరు బాగుంది" అంది. "ఆ.. పేరు బాగానే వుంది." నిట్టూర్చి అక్కడున్న సిమెంట్ బల్ల మీద కూర్చున్నాడు. జ్యోతి కూర్చుంది.

"అడుగు జ్యోతీ ,నన్నేమి అడగాలనుకుంటున్నావో అడుగు" అన్నాడు.

"పెళ్ళి చేసుకోనన్నావట ఎందుకు బావా?" అంది.

"ఇప్పుడూ అంటున్నాను జ్యోతి, నాకు పెళ్ళి చేసుకోవాలనే ఉద్దేశ్యం లేదు. పరిస్థితులు నన్ను చాలా కలవర పెట్టేసాయి" అన్నాడు.

"మరి ఆ రోజు పార్కులో ఎందుకు నన్ను వాటేసుకున్నావు. వద్దన్నా వినకుండా ఎందుకు ముద్దు పెట్టుకున్నావు. అలా చేసి అందరిలోను నిశ్చయ తాంబూలాలు తీసుకుని ఈ ఉంగరం నా వేలికి పెట్టావు కదా" అంది.

"అవి ఏమీ నేను మరచిపోలేదు జ్యోతి. నువ్వంటే నాకు అభిమానం లేకపోలేదు. విధి నా జీవితంతో ఆడుకున్న వింత ఆటకు ఆనవాలు ఈ పసివాడు. ఇది జీవితాంతం వీడని బంధం. దీనికి అందరూ ఒప్పుకున్నా, ఒప్పుకోకపోయినా నాకు తప్పదు. ఇది నా పరిస్థితి. మా అమ్మ, జ్యోతి, అత్తయ్య ఏమంటారో? ఈ బాబును నేను పెంచుతాను, నువ్వు జ్యోతిని పెళ్ళి చేసుకో అంది. జ్యోతికి చెప్పి ఒప్పిస్తాము. తొందరలో పెళ్ళి చేసుకో అన్నారు

మా చిన్నాన్న. అలా బలవంతంగా ఒప్పించిన పెళ్ళి వల్ల తరువాత అనేక సమస్యలు తలెత్తుతాయి. అసలు ఇప్పుడు నాకు పెళ్ళి వద్దు. ఆ ఆలోచన నాకు రావడం లేదు అన్నాను. అది తప్పో, ఒప్పో నాకు తెలియదు" అన్నాడు శేఖర్.

"అయితే అందరూ ఈ పిల్లాడి కారణంగా నేను నిన్ను పెళ్ళి చేసుకోనను కొన్నారన్నమాట. మా అమ్మ, నాన్న గారు అయితే ఏదో దిగాలుగా వుండేవారు. ఏమని అడుగుతాను? వాళ్ళు చెప్పాలి కానీ. అమ్మమ్మ లెటరు ద్వారా నాకు తెలిసింది. అప్పుడు నేను నీ గురించే ఆలోచించాను బావా. ఉన్న పరిస్థితిని బట్టి, వాళ్ళాడిన మాటలు బట్టి నువ్వు నన్ను పెళ్ళి చేసుకోననడం సహజమే. మరి ఆ పరిస్థితిలో ఎవరైనా అలాగే అంటారు" అంది జ్యోతి.

"ఈ బాబు ఎవరు, తల్లిదండ్రులు వున్నారా, మనం ఎందుకు పెంచాలి అని నువ్వు అడిగావా" అన్నాడు శేఖర్.

"నువ్వు చెప్పేదాకా అడగను, చెప్పకపోయినా నేను అడగను సరేనా" అంది.

"సరే అయితే కానీ" జ్యోతీ అన్నాడు.

"చెప్పు బావా ఆగిపోయావేం" అంది.

"జ్యోతి, నా మనసు అసలు స్థిమితంగా లేదు. అసలు స్థిమితంగా లేదు" అన్నాడు.

"అర్థమైంది బావా, నా కర్థమైంది. మరి నా మెళ్ళో తాళి కట్టు" అంది అదోలా చూస్తూ.

ఎప్పుడో, ఎక్కడో విన్న ఆ మాట గుర్తొచ్చింది. వీడి తల్లి ఆ రోజు, ఈ తాళి నా మెళ్ళో కట్టమని కట్టించుకుని నన్ను ఋణగ్రస్తుడిని చేసింది. ఇప్పుడు పెళ్ళి కుదుర్చుకున్నందుకు నా కష్ట సుఖాల్లో పాలు కోరుకుంటున్నావు నువ్వు అనుకుని జ్యోతి కేసి చూస్తూ వుండిపోయాడు శేఖర్. "ఏంటి బావా ఆలోచిస్తున్నావు" అంది.

"నీ చేతిలో తాళిబొట్టు వుందేమో, కట్టేద్దామని చూస్తున్నాను" అన్నాడు.

"అంత సింపుల్గా పెళ్ళి చేసేసుకుందామనే" అంది జ్యోతి.

"నాకైతే అలాగే చేసుకోవాలని వుంది" అన్నాడు.

"ఎలాగో ఒకలాగా నన్ను పెళ్ళి చేసుకో బావా. బాబుని నేను తల్లిలాగ చూసుకుంటాను" అంది.

"చాలు జ్యోతి చాలు, నీ భరోసా నాకు చాలు" అన్నాడు జ్యోతి కేసి తృప్తిగా చూస్తూ.

"వస్తారా మీరు, అక్కడే వుండిపోతారా అన్నాడు" మురళి నవ్వు దాచుకుంటూ. ఆ మాటకు తేరుకుని లేచారు జ్యోతి, శేఖర్. బాబు నిద్రపోతున్నాడా, నాకియ్యి అని మురళీ భుజాన వేసుకున్నాడు.

"ఇంక మేము ఇలా వెళ్ళిపోతాం అన్నారు" రామారావు.

"అప్పుడే వెడతారా.." అన్నాడు శేఖర్.

"మళ్ళీ వస్తాం .తొందరలో ముహూర్తాలు పెట్టించుకుని మళ్ళీ వస్తాను" అన్న మేనమామ మాటకు "నాకు పెద్ద ఆర్భాటంగా పెళ్ళి చేసుకోవాలని లేదు మావయ్య" అన్నాడు.

"అలా అనకు శేఖర్. అలా చేస్తే మనలో ఏదో లోపము వుందనుకుంటారు. అందుకని ఆ అవకాశం ఎవ్వరికీ ఇవ్వకూడదు. ఘనంగా పెళ్ళి జరిపిస్తాను" అన్నారు రామారావు.

"ఒక్కరోజులోనే అయిపోయి, అందరూ వెళ్ళిపోయేలాగా చూడండి. లేకపోతే బాబు ఎవ్వరి దగ్గరగా వుండడు" అన్నాడు.

"అలా భయపడకు. ఆ రోజు నేను చాలా జాగ్రత్తగా చూసుకుంటాను. అయినా బాబు గురించి పెళ్ళి చేసుకునే జ్యోతికి ఏమీ అభ్యంతరం లేనప్పుడు నువ్వెవరికీ భయపడనక్కరలేదు. నేను బాబుని ఆరోజు చాలా జాగ్రత్తగా చూసుకుంటాం. మురళీ వున్నాడు, నువ్వు ధైర్యంగా వుండు" అన్నారు శేఖర్ భుజం తట్టి.

జానకి కూడా "నువ్వేమీ ఆలోచించకు శేఖర్" అంది.

బావని వదిలి వెళ్ళలేని దిగులు జ్యోతి మొఖంలో స్పష్టంగా కనబడుతోంది. శేఖర్, మురళీ జ్యోతిని గమనించారు.

"దామ్మా.. జ్యోతి అని కారు దగ్గరకు వెళ్ళారు" రామారావు.

"అన్నయ్యా, బావ బైయ్" అని జాలిగా చూస్తూ కారెక్కిన జ్యోతిని చూస్తూ ఉండిపోయాడు శేఖర్.

"శేఖర్ దా వెళదాం" అన్నాడు మురళి.

"మనం ఇక్కడే కాసేపు కూర్చుందాం మురళి" అన్నాడు ఆ బల్ల మీద కూర్చుంటూ శేఖర్.

కొన్ని రోజుల నుంచి మనసు పరిపరి విధాల పోతోంది. ఎవ్వరికీ చెప్పుకోలేని విచిత్ర బాధను అనుభవిస్తోంది. జరుగబోయే పెళ్ళి ఆగి పోయి చికాకులో వున్న సమయంలో కొండంత ఆపద వచ్చిపడింది. దాని ప్రభావం జీవిత సమస్యగా మారింది. జ్యోతి కనుక ఇలా కలసిరాకపోతే తను పెళ్ళి ఆపేద్దామనుకున్నాడు. అలాగే కనుక జరిగితే జీవిత పయనం ఎలా జరుగుతుంది? అమ్మ, నాన్నగారు ఆ విషయం గురించే బెంగపెట్టుకున్నారు. కానీ ఏమి చెయ్యగలడు? తన జీవితం ముళ్ళదారి నడకలా మారిపోతుందని ఒక్కొక్కసారి భయపడే వాడు. కానీ అలా జరుగలేదు. దానికి కారణం జ్యోతి తనను ఎంతగానో ప్రేమించింది. ఆ ప్రేమతోనే కిరణ్ బాబుని తల్లిలా పెంచుతాను అని పెళ్ళికి తొందరపడుతోంది. తనకొక తోడుగా వచ్చిన భార్య తనదైన బాధ్యతను తను తీసుకుంటుందంటే తనకు ఇంక అంత ఆందోళన వుండదు అనుకుంటున్నాడు శేఖర్.

“ఒరేయ్... శేఖర్! ఎందుకా మౌనం, ఇంక ఫ్రీగా వుండు. జ్యోతి ఏమందిరా అన్నాడు” మురళీ.

“తన మెళ్ళో తాళి కట్టేస్తే తనొచ్చి నా భారం తగ్గించి బాబుని చూసుకుంటుందిట. జ్యోతి కూడా గ్రేట్” అన్నాడు శేఖర్.

“పోనీలే నీకు మనశ్శాంతి కలిగింది. నేను అంతగా భయపడలేదు. జ్యోతి ఇలాగే అంటుందని అనిపించేది. కానీ ఏమో ఏమి చెప్పగలం? అని అనిపించేది మళ్ళీ” అన్నాడు మురళీ.

“అదే మురళీ నాకు రకరకాల ఆలోచనలు వచ్చేవి. రాత్రులు నిద్రపట్టేది కాదు. ఏదో దేవుడు కరుణించాడు. జానకి అత్తయ్య కూడా మారారు” అన్నాడు.

“అవునురా ఆవిడలో మార్పు నాకు ఆనందాశ్చర్యాన్ని కలిగించింది. ఏది ఏమైనా తొందరలో పెళ్ళి జరిగిపోవాలి” అన్నాడు మురళి.

“అదే జరుగుతుంది. ముందు మనసు తేలికపడింది కదా” అన్నాడు శేఖర్.

“నదు ఇంటికి వెళదాము అన్నాడు” మురళి బండి తీస్తూ. ఇంక ఈ బుజ్జి తండ్రికి ఒక అమ్మగాని అమ్మ వస్తుంది అనుకుని బండి మీద కూర్చున్నాడు శేఖర్.

★★★

“అమ్మా! ఆ అబ్బాయి కిరణ్ బాబుని తీసుకుని చూపిస్తాను. మీరు ఆరోగ్యం జాగ్రత్తగా చూసుకోండి అన్నాడు. మళ్ళీ రాలేదేంటమ్మా” అంది కనకం.

"వస్తాదమ్మా వస్తాడు. ఏ కారణం చేత రాలేదో కానీ తప్పకుండా వస్తాడు" అంది అమృతం.

"రంగ కూడా రెండు రోజులుండి వస్తాను అన్నాడు, కానీ రాలేదు. ఎందుచేతనో ఏమిటో" అంది కనకం.

"నీకు నేను పెంచిన తల్లిని. ఈ కృష్ణవేణి, ఈ కిరణ్ బాబు నీకు తరువాత వచ్చారు. నువ్వు వాళ్ళ గురించి ఆలోచించి ప్రాణాల మీదకు తెచ్చుకుంటున్నావు. నువ్వు లేకుండా నేను బ్రతకలేను అని మరిచిపోతున్నావు" అంది అమృతం.

"అవును పిన్నీ, నేను లేకుండా నువ్వు బ్రతకలేవు. నిన్ను చూడకుండా నేనూ వుండలేను. నువ్వు నాకు తల్లివి. నన్ను చిన్నప్పటి నుంచి కంటికిరెప్పలా చూసుకున్నావు. నేను నీ కోసం బ్రతుకుతాను. నేను నీ కోసం బ్రతుకుతాను. నువ్వు కన్నీరు పెట్టకు" అంది ఆమె కళ్ళు తుడుస్తూ కనకం.

"నువ్వు ఆరోగ్యంగా వుండి వుంటే అన్నీ చక్కబడతాయి. కానీ ప్రాణాల మీదకు తెచ్చుకుంటే ఎలాగా" అంది అమృతం.

"ఏమోనమ్మా కృష్ణవేణి తరువాత వచ్చినా అది నాకు ప్రాణానికి ప్రాణం అయిపోయింది. ఆ కిరణ్ బాబు అంతకన్నా ప్రాణం అయిపోయాడు. వాళ్ళిద్దరి తోటీ నన్ను నేనే మరచిపోయేదాన్ని" అంది కనకం.

"అంత ప్రేమ లేకపోతే పిల్లల్ని పెంచగలమా.. కృష్ణవేణి బాగానే వుంది, వస్తుంది. కిరణ్ బాబు కూడా బాగానే వున్నాడు, వచ్చి కనిపించాడు. మళ్ళీ వస్తాడు. రంగ కూడా వచ్చి వున్నాడు. మళ్ళీ వస్తాడు. ఇంక బెంగ తగ్గించుకుని మన ఇంటికి వెళదాము. కృష్ణవేణిని ఎలాగైనా చూసి వద్దాము" అంది అమృతం.

"అమ్మా! వద్దు నేను ఆ జైల్లో నా కూతురుని చూడలేను. ఎలాగైనా దాన్నే నా దగ్గరకు రప్పించమ్మా. రంగతో చెప్పమ్మా" అంది జాలిగా కనకం.

"అలాగే చెబుతాను. దాన్ని చూద్దువు గాని అంటోంది" అమృతం.

అలా అనుకుంటుండగా మురళి కిరణ్ బాబు ని తీసుకుని వచ్చాడు. రూ.10వేలు కట్ట కనకానికి ఇచ్చాడు. ఆ డబ్బు చూడగానే కనకం కళ్ళు ఆనందంగా మెరిసాయి. అమృతం కూడా ఆనందంగా చూసింది. కిరణ్ బాబుని ఎత్తుకుని తన గుండెలకి హత్తుకుంది. ఆనందంతో పరవశించి పోతోంది.

"మీరు మందులు జాగ్రత్తగా వాడండి. అవసరమైన డబ్బు ఖర్చు పెట్టుకోండి" అన్నాడు వినయంగా మురళి.

"అలాగే బాబూ మీరు పిల్లాడ్ని నా కళ్ళకు చూపడమే కాక, నాకు సహాయం కూడా చేసారు. బాబూ అడిగాననుకోక నా పిల్లని కూడా ఒక్కసారి నా కళ్ళకు చూపించండి మీకు పుణ్యం ఉంటుంది" అంది బాధగా కనకం.

ఆ మాట విన్న మురళి అవాక్కయి నుంచున్నాడు. "దానికి ఆయనేమీ చెయ్యగలరు. నీకు మతిలేదేమిటి" అంది అమృతం.

"కాదమ్మా.. ఆయన ఏమైనా చెయ్యగలరేమోనని ఆశ" అంది కనకం బేలగా.

ఆ మాటకు ఏమనాలో తెలియక "వీలైతే మీరన్నట్టు చెయ్యడానికి ప్రయత్నం చేస్తాను. మీ అదృష్టం" అన్నాడు. కాని అతని మనసు భయపడుతోంది. అది నా వల్ల అవుతుందా అయితే ఈమెకు కాస్త మనశ్శాంతి దొరుకుతుంది అనుకున్నాడు బాబును తీసుకుని వెళుతూ.

అతన్ని చూసిన శేఖర్ "ఆమె ఎలా వుంది? డబ్బు తీసుకుందా" అన్నాడు.

"ఆ తీసుకుంది. చాలా ఆనందించింది" అన్నాడు.

"కొంచెం కోలుకుందా" అన్నాడు శేఖర్.

"ఆ.. కొంచెం నయమే, బెంగ అంతే" అన్నాడు మురళీ.

రంగడు హాస్పటల్లో మురళీ రావడం బాబుని ఇవ్వడం గమనించి మళ్ళీ వెళ్ళేటపుడు వెంబడించాడు. కానీ శేఖర్, మురళీ అతన్ని గమనించలేదు. వాళ్ళ మాటలు అన్నీ విన్నాడు. వాళ్ళు వెళ్ళే వైపు చూసి వాళ్ళని బాగా గుర్తు పెట్టుకుని కనకం దగ్గరకు వచ్చాడు. కనకం... "రంగా మొన్నే వస్తావనుకున్నాను" అంది. "వీలు కుదరలేదు. వద్దామని అనుకున్నాను. ఎలా వున్నావు" అన్నాడు. "ఏదో పర్వాలేదు. ఇప్పుడే అతను మా పిల్లాడిని తీసుకొచ్చాడు" అంది ఆనందంగా కనకం. పోనీలే అతను మంచివాడు అన్నాడు రంగడు.

"అది అమ్మా అని పిలిస్తే నేను అన్నీ మరిచిపోయేదాన్ని ఆ పిలుపు కోసం. దాని రూపు కోసం నేను ఎంత ఆశగా ఎదురు చూస్తున్నానోనమ్మా... మళ్ళీ ఆ పిలుపు వినకుండానే చచ్చిపోతానేమోనమ్మా" అని బాధపడింది కనకం.

"అంత మాట అనకు. నువ్వు ధైర్యంగా వుండి, మంచం మీంచి లేస్తే, నేను ఆ విషయం ఎలాగో ఆలోచిస్తాను. నీ కోసం ఈ హాస్పటల్లోనే వుండిపోతే ఏం చెయ్యగలను

చెప్పు. నువ్వు ధైర్యంగా వుండు. రంగడు, నేనూ కలిసి ఆ విషయం చూస్తాము" అంది అమృతం.

"అవును కనకం ఇలా ఎంతకాలం వుంటాం. ఇంటికి వెళదాం" అన్నాడు రంగ.

"మరి కిరణ్ బాబుని ఇంటికి తీసుకొస్తాడా" అంది.

"తప్పక తీసుకొస్తాడు. నేను అతనికి చెబుతాను" అన్నాడు.

"అయితే వెళ్ళిపోదాం ఇంటికి" అని మళ్ళీ ఏడుపు మొదలు పెట్టింది

"ఎందుకు" అన్నారు ఆ ఇద్దరూ.

"నా కృష్ణవేణి లేని ఆ ఇంట్లో నేను వుండగలనా" అని భోరున ఏడ్చింది.

ఆ మాటకు అమృతం బాధగా పక్కకు తిరిగింది. "నీ బిడ్డను నేను వెళ్లి చూసి వస్తాను. బయటకు తీసుకు వచ్చే ప్రయత్నాలు చేస్తాను. నా ప్రాణాలు కృష్ణ కోసం ధారపోస్తాను. ధైర్యంగా వుండు. ఇంటికి వెళ్దాం అన్నాడు" రంగడు.

"ఇదిగో కనకం మనం ఇద్దరం ఇక్కడే వుంటే తమ్ముళ్ళు, చెల్లెళ్ళు ఏడుస్తున్నారు. మన ఇంటికి ఇంకా ఏ ముప్పు వస్తోందోనని నేను ఏడుస్తున్నాను" అంది అమృతం.

"అవునమ్మా మనం వెళ్ళిపోదాం. రంగా! నువ్వు కూడా మాతో రా.. నాలుగు రోజులు వుందువు గాని" అంది.

"అలాగే వస్తాను. నా మాట విని కాస్త అన్నం తిని, ఆరోగ్యం కాపాడుకో" అన్నాడు.

ఆ రాత్రి డాక్టర్ దగ్గర మందులు తీసుకుని, కనకాన్ని తీసుకుని, రంగడు సహాయంతో ఇల్లు చేరింది అమృతం. అక్క రాకకు తృప్తి చెందిన చెల్లెళ్ళు, తమ్ముళ్ళు ఆమె చుట్టూ పడుకుని నిద్రపోతున్నారు. ఆ హాస్పటల్లో శారీరకంగా, మానసికంగా నలిగిపోయిన అమృతం కూడా కనకం పక్కన నిద్రపోతోంది.

"కృష్ణవేణి! నిన్ను కలిసి నేను తెలియక చేసిన పొరపాటు చెప్పి నీ చేత నా చెంపలు వాయ కొట్టించుకోవాలని వుందమ్మా. ఇప్పుడు ఈ విషయం ఎవరికి చెప్పినా నమ్మక, కనకం నీ ప్రియురాలు కనుక ఆమె కోరిక మేరకు ఇచ్చావు అంటారు. కానీ ఆనాటి రాత్రి తన గుండె ఎంతగా పగిలిపోయిందో ఎవరికి తెలుసు.

ఈ పిల్ల సుఖపడుతుందనుకున్నాను కానీ ఈ పరిస్థితి ఊహించలేకపోయాను. ఆ తాళి కట్టిన ఆ చంద్రునికి ఈ పిచ్చి కలువ గుర్తుందా. భద్రంగా కని వుంచిందని తెలుస్తుందా? తెలిసినా ఏమి లాభం? ఆ బిడ్డను ఎవరో తీసుకున్నారు. ఆ తీసుకున్నవాడు

ఇంకో అతనితో కలిసి వెళ్ళడం తను చూసాడు. ఆ ఇద్దరూ ఎవరో" అనుకుంటూ అటు ఇటూ తిరుగుతున్నాడు రంగడు. అంతలో రాజయ్య లేచాడు.

"రంగా.. నువ్వు పడుకోలేదా" అన్నాడు.

"లేదు రాజయ్యా! ఏమీ తోచడం లేదు" అన్నాడు.

"పడుకో రంగా, నిద్ర లేకపోతే ఆరోగ్యం పాడవుతుంది" అన్నాడు.

"పడుకుంటానులే" అని లైటు తీసి అలా తిరుగుతూ, మనసు ఉప్పెన రోజు సముద్రంలా కల్లోల పడుతూవుంటే నిద్ర ఎలా వస్తుంది అని అక్కడున్న సోఫా మీద నడుం వాల్చాడు.

★★★

రెండు స్వీట్లు మురళి చేతికి ఇచ్చాడు. "ఏంటిరా ఏదైనా గుడ్ న్యూస్ చెబుతావా. ఆలస్యం ఎందుకు చెప్పు" అన్నాడు.

"మావయ్యకు కూడా రెండు రోజుల క్రితం ఫోన్ వచ్చిందట. ఈ నెల్లో నాకు పెళ్లి అంట" అన్నాడు.

"చాలా సంతోషంరా. నీకు పెళ్ళయితే నాకు మనశ్శాంతిగా వుంటుందిరా" అన్నాడు మురళి.

"ఈ రోజు నాకు ఆనందంగా వుందిగా" అన్నాడు శేఖర్.

"దానికి ప్రత్యేక కారణం జ్యోతి మాట్లాడి వుంటుంది అవునా" అన్నాడు.

"లేదు మురళీ తను మాట్లాడలేదు. ఒకసారి దగ్గరకొచ్చిన పెళ్ళి, తాతగారి మరణంతో ఆగిపోయి చిరాగ్గా అనిపించింది. ఆ తరువాత ఎన్నో భయంకర సంఘటనలు జరిగి నా మనసుని కుదిపేసాయి. మళ్ళీ ఇప్పుడు ఆ పెళ్ళి మాట వినిపించి ఆనందం కలిగింది" అన్నాడు శేఖర్.

"ఈ ఆనందంలో నా మనసు ఏమి కోరుకుంటోందో తెలుసా" అన్నాడు.

"ఏమిటో చెప్పు, జ్యోతి దగ్గరకు ప్రయాణమా" అన్నాడు మురళి.

"కాదు కాదు, శ్రీకృష్ణ జన్మస్థానానికి ప్రయాణం. నాకీ ఆనందాన్ని అందించిన నా కృష్ణవేణిని చూడాలి. ఈ ఆనందంలో ఆమెతో కబుర్లు చెప్పాలి. ఆమె నవ్వుతూ మాట్లాడితే చూడాలని వుందిరా. నా కోసం తను ఎదురుచూస్తుందిరా. ఆ రోజు ఏదో తన కోసం రావద్దు అంది. కానీ, తను నా కోసమే చూస్తూ వుంటుంది" అన్నాడు ఆమెను గుర్తు చేసుకుంటూ..

"శేఖర్ ఏమిటిరా.. నీ తెలివి వెర్రి తలలు వేస్తోంది. నీ కృష్ణవేణా.. మతి వుండే మాట్లాడుతున్నావా? అలా పైకి మాట్లాడవచ్చా" అన్నాడు.

"అవును. నా కృష్ణవేణే. నేను తాళి కట్టిన నా కృష్ణవేణి" అన్నాడు.

"అలా ఎందుకు నా భార్య అనూ" అన్నాడు మురళి.

"అవును నా భార్యే" అన్నాడు.

"మరి ఇప్పుడు ఈ పెళ్ళి అన్నాడు" మురళీ.

"ఇది మళ్ళీ పెళ్ళి" అన్నాడు శేఖర్.

"నాయనా, దయ వుంచి ఈ మాట పైకి అనకు. ఈ విషయం అందరికి తెలిస్తే నన్ను మూసేస్తారు" అన్నాడు మురళి.

"నా మనసుకు ఆనందం వచ్చినా కృష్ణవేణినే తలచుకుంటోంది. కష్టమొచ్చినా తననే తలచుకుంటోంది. నేనేమి చెయ్యనురా. ఈ మాట నీ దగ్గర పైకి అనకపోతే ఎక్కడ అననురా. వీడు కృష్ణవేణి కొడుకు. అందుకే వీడన్నా నాకు ప్రాణం. కదురా బుజ్జీ" అని నిద్రలో వున్న బాబుని ముద్దు పెట్టుకున్నాడు శేఖర్.

"నీ మనసు కృష్ణవేణిని మరచిపోదా" అన్నాడు మురళి.

"సంఘటనలు, సంఘర్షణలు మనిషిని అదుపులో పెట్టొచ్చు కానీ మనసుని ఆపగలవా? ఆ తలపులు వీడగలదా? ఆ మనిషిని మరువగలదా మనసు. నిబంధనలు, పరువు, మర్యాదలూ అన్నీ ఆలోచించి ఆగిపోయాను. ఏ ముహూర్తాన కలిసామో కానీ నా కనులలో ఆ రూపం వుండిపోయింది. ఆదివారం రాత్రి అయితే నా మనసు ఆమె వున్న చోటుకు వెళ్ళిపోతుంది" అంటున్న శేఖర్ ని ఆపి, "నీ కలలోకి ఆమె వస్తుంది. నువ్వు కృష్ణవేణీ, కృష్ణవేణీ అని ఆమె వెళ్ళిపోతున్నట్టు పైకి అనేస్తావు నాయనా. అప్పుడు నేను ఒరే శేఖర్ అని ఒక్కటిచ్చి లేపితే అబ్బా ఏంటిరా అంటావు. నన్ను విలన్ని చేసినట్టు చూసి" అన్నాడు మురళి.

"మరి నా మధుర స్వప్నం పాడు చేస్తే నేను ఇంకెలా చూస్తాను" అన్నాడు శేఖర్.

"మరేం చెయ్యాలిరా లేపకపోతే" అన్నాడు మురళి అదోలా చూస్తూ.

"మరువాలని మరువకపోయినా కాలగర్భంలో కొట్టుకుంటూ మరచిపోదునేమో" అంటున్న శేఖర్ ను "అలాగే చేస్తే బాగుంటుంది అనుకుంటున్నాను" అన్నాడు మురళి.

"ఒరే మురళీ! మరువడం మరువకపోవడం మన చేతుల్లో లేదురా. ఆమెను మరచి పోలేకపోతోంది నా మనసు. ఇలా జరుగకపోతే ఏమవునో, కానీ ఇప్పుడిక మరచే పనేలేదు. అది ఆమె చేసిన త్యాగము. ఏనాటి జన్మబంధమో నాకు తెలియదు" అన్నాడు శేఖర్.

"మంగళసూత్రం కట్టిన ముహూర్తబలం నాయనా అది" అన్నాడు మురళి.

"అయితే అయి వుండవచ్చు. ఆ ముహూర్త బలమే మమ్మల్ని ఇలా చేస్తోందేమో" అన్నాడు శేఖర్.

"ఈ మధ్య నిశ్చితార్థం జరిగాక కొంచెం మార్పు వచ్చిందేమో అనుకున్నాను" అన్నాడు మురళి.

"అవును మనసు ఇటూ అటూ ఊగేది కానీ...ప్రాణభిక్ష నాకు పెట్టిన తను త్యాగియై కూర్చుంది. చీకటిలో చీకటై, నాకు వెలుగు నిచ్చింది. చెయ్యని నేరానికి శిక్షననుభవిస్తోంది. ఎలా మరువగలను. నేను ఎలా మరువగలను. మరువలేను, నేను తనని మరువలేను. ఊపిరున్నన్నాళ్ళూ మరువలేను" అని చేతులూపుకుంటూ పాడిన శేఖర్ కేసి ఆశ్చర్యంగా చూస్తూ... "కవివై పోతున్నావురోయ్ శేఖర్" అన్నాడు మురళీ.

"ఈ విరహ వేదన లోంచి, పుట్టుకొస్తోందేమో ఈ కవిత" అన్నాడు శేఖర్.

"నేను ఏదో వెటకారంగా అనడం లేదు, శేఖర్ నువ్వు చాలా బాగా పాడేవు నిజంగా బాగుంది. ఈ విరహంలోంచి వచ్చిందేమో గానీ బాగుంది, నువ్వు పాటలు రాయగలవేమో" అన్నాడు మురళీ.

"నేను ఒక పాట కృష్ణవేణి మీద వ్రాద్దామనుకొంటున్నాను" అన్నాడు శేఖర్.

"అస్తమానూ కృష్ణవేణి ఉద్దేశ్యమే మరి నీకు, ఆ ధ్యాసలో ఆ పాటలు వస్తాయి... కలలు వస్తాయి... నాకు భయంగా వుంది. ఎందుకో తెలుసా, అతి రహస్యం బట్టబయలు అయినట్లు ఏదో ఒకనాడు నిద్రలో ఈ రహస్యం జ్యోతికి నువ్వే చెప్పేవనుకో, నాకు జ్యోతి ముందు తల ఎత్తుకొనే పరిస్థితి వుండదు" అన్నాడు ఆందోళనగా చూస్తూ.

"నువ్వు అలా భయపడకు నేను చాలా జాగ్రత్తగా వుంటాను ఈ విషయంలో" అన్నాడు మురళీ భుజం తట్టి.

"ఏమోరా... నాకు ఒక్కోసారి భయంగా వుంటోంది, ఏమిటి ఇదంతా ఇలా జరిగిపోతోంది? ఎప్పుడైనా ఎవరైనా నన్ను నిలదీస్తారేమోనని భయంగా వుంది" అన్నాడు.

"ఒరే మురళీ, అలా భయపడకు నువున్నావని నేను ధైర్యంగా వున్నాను. అంత వరకు వస్తే నేను జ్యోతికి పెళ్లి అయిన తరువాత, నిజం చెప్పేస్తాను" అన్నాడు శేఖర్.

"ఒరే జరిగిదంతా చెప్పి చిక్కుల్లో చిక్కుకొనే కన్నా, ఈ విషయం బైటకి రాకుండా చూసుకోవడం మంచిది అన్నాడు. ఎప్పుడైనా జ్యోతి నన్ను అడిగితే ఒక ఫ్రెండ్ కొడుకు అని చెప్పనా" అన్నాడు మురళీ.

"అలాగే చెప్పు" అన్నాడు శేఖర్.

"మనం కృష్ణవేణి దగ్గరకు వెళ్ళినప్పుడు వీడిని తీసుకెళ్ళి చూపిద్దామా" అన్నాడు శేఖర్.

"ఆ పని మాత్రం చెయ్యకు. అలా చేస్తే చాలా సమస్యలు వస్తాయి. మనం వెళ్ళి చూసి వద్దాం అది చాలు. నువ్వు కనిపిస్తే ఆమెకు ఆనందం వస్తుంది. ఇప్పటికి ఇలా చాలు" అన్నాడు మురళీ.

"సరే అయితే మనం వెళ్ళి చూసి వద్దాం. ఆప్తుల దగ్గరకీ, ఆత్మీయల దగ్గరకి వెళ్ళేటప్పుడు ఏమైనా కొని తీసుకెళ్ళితే తృప్తిగా వుంటుంది. కానీ తనకి ఏమీ తీసుకెళ్ళలేము" అన్నాడు నిరాశగా.

"ఒరే శేఖర్ మా బాబాయ్ తో చెప్పి ఆ విషయాలు తరువాత చూద్దాం" అన్నాడు మురళీ.

"సరేరా తరువాత చూద్దాం అన్నావు అది చాలు. నడు, బైటకి వెడదాం" అన్నాడు శేఖర్.

కృష్ణవేణీ, నీ కోసం ఎవరో వచ్చేరు అని చంద్రమ్మ తనను ఎప్పుడు పిలుస్తుందా అని ఆతృతగా చూస్తోంది. కానీ అలా జరగక నిరాశగా గడుపుతోంది. తన తల్లిని, తన భర్తని, తన బిడ్డని, ఈ మూడు రూపాలని చూడాలని మనసు ఆక్రోశిస్తోంది. బెంగగా ఏడుస్తూ రోజులు గడుపుతోంది. మనసు ఆపుకోలేక చంద్రమ్మా! నా కోసం ఎవరూ రాలేదా అంది. రాలేదు కృష్ణవేణీ, వస్తే నిన్ను ఎక్కడున్నా పిలుస్తాను అంది. సరే అంది కృష్ణవేణి. "ఈ రోజు నీ కోసం, ఎవరో ఒకరు తప్పక వస్తారు దిగులు పడకు కృష్ణవేణీ" అని వీపు తట్టి ప్రక్కన కూర్చొంది ఆ పెద్దామె.

"కృష్ణవేణీ నీకోసం ఒకతను వచ్చేడు అంది" చంద్రమ్మ తన దగ్గరకు వస్తూ... తల్లి రాకను చూసిన లేగదూడలాగ, చంద్ర శేఖర్ వచ్చి వుంటాడు అనుకొని పరుగు లాంటి నడకతో కదలిపోతున్న కృష్ణవేణిని, ఆనందంతో చూసింది పెద్దమ్మ. పరుగున

వస్తున్న కృష్ణవేణిని అంతకన్నా ఆతృతతో, ఆనందంతో చూస్తున్నాడు చంద్రశేఖర్. అతను నవ్వుతూ తనను చూస్తున్నాడని అతన్ని చూసి తను కూడా చిన్నగా నవ్వుకుని సిగ్గుపడి కొంచెం దూరంలో ఆగి పోయింది.

ఎందుకు మనసు ఇంత పరుగు తీసింది? ఇంత ప్రేమ ఎందుకు? అతను ఏమనుకుంటాడు? అనుకుని అక్కడే ఉండిపోయింది. ఇది వరకు అతను వచ్చినపుడు, మీరు నన్ను చూడ్డానికి రాకండి అదే మీరు నాకు చేసే సహాయం అంది తను. మనసులో మమత దాచుకుని పైకి అన్నమాట అది. ఏ రూపం కోసం తను రోజూ ఆశగా ఎదురుచూసింది, ఏ మనిషి కోసం తను ఈ స్థితికి వచ్చిందో... ఆ మనిషి తనను చూడ్డానికి వచ్చాడు.

తనకు తాళికట్టిన భర్త తనకోసం వచ్చాడు. తను కోరుకున్న కోరిక ఇదే. తన కోరిక తీరింది. ఇది చాలు తన జన్మకి అనుకుంది. ముందుకు కదల్లేదు. "కృష్ణవేణీ" అన్నాడు శేఖర్. నడమ్మా అంది చంద్రమ్మ. మెల్లగా నడిచి అక్కడ నుంచుంది. ఆమెను చూసి ఆమె మనసు చదివేసిన శేఖర్ "కృష్ణవేణీ ఎలా వున్నావు" అన్నాడు ఆమె కేసి చూస్తూ.

బాగానే వున్నాను అన్నట్లు తలూపింది. ఆమెకు మాటలు రావడం లేదు. అక్షరక్షరంలో ప్రేమ నింపి తనను పేరుతో పిలిచిన భర్త పిలుపుకు ఆమె హృదయం ఆనందంతో పరవశించి పోతోంది. అతని చూపుకు తనువు పులకించిపోతోంది. ఒకరితో ఒకరు ఏమీ మాట్లాడుకోవడం లేదు.

ఆనాటి రాత్రి తను మత్తుకళ్ళతో చూసిన కొత్త పెళ్ళికూతురు, ఈ తాళి నా మెడలో కట్టండి అని బేలగా చూసిన ముగ్ధరాలు, ఈ రోజు ఈ రూపంతో ఈ జైల్లో వుంది. గుండె నిండా ప్రేమ దాచుకుని పైకి నా దగ్గరకు రాకండీ, అదే మీరు నాకు చేసే సహాయం అంది. ఒక హంతకురాల్ని చూడడానికి వస్తే మీ పరువుకు మంచిది కాదు అంది. ఆ మాటలోనూ తన మీద ప్రేమే వుంది. హృదయంలో వున్న ప్రేమ సాగరాన్ని అన్ని వేళలా దాచగలదా అనుకున్నాడు.

ఒకరిని ఒకరు చూసుకుంటున్నారు. ఆమె కళ్ళు వాల్చింది. "చాలా నీరసంగా అయిపోతున్నావు కృష్ణవేణీ, బెంగ పెట్టుకున్నావా" అన్నాడు శేఖర్.

"అబ్బే లేదు" అంది.

"నీతో ఎన్నో మాట్లాడాలని వచ్చాను కృష్ణవేణీ. ఏమీ మాట్లాడలేకపోతున్నాను" అన్నాడు.

"ఏం చెప్పాలనుకున్నారు" అంది.

"అదీ.. మీ అమ్మగారు కానీ వచ్చారా" అన్నాడు.

"మా అమ్మా.. అమ్మ రాలేదే అమ్మకు బాగోలేదని, మా పిన్ని వచ్చినప్పుడు చెప్పింది. మళ్ళీ ఏమీ తెలియదు" అంది విచారంగా.

"మీ అమ్మగారి ఆరోగ్యం ఇప్పుడు బాగానే వుంది. ఇంటికి వెళ్ళారు" అన్నాడు.

"మీకు ఎలా తెలుసు" అంది ఆశ్చర్యంగా చూస్తూ.

"నేను హాస్పిటల్ కు వెళ్ళి చూసాను. ఆమెకు ఏ లోటూ రాకుండా చూసుకుంటున్నాను. నువ్వు దిగులుపడకు.

ఆమె ఆనందాశ్చర్యాలతో చూస్తూ "మీరా" అంది.

"అవును నేనే. నేను చూడకూడదా మీ అమ్మ గారిని" అన్నాడు ఆమెను చూస్తూ.

కృష్ణవేణి మనసు ఆనందంలో తేలిపోతోంది. తనివి తీరా అతని రూపాన్ని మరొక్కసారి చూసుకుంది. ఆ క్షణం కోసం కాచుకుని చూస్తున్న అతని కళ్ళు ఆమె కళ్ళల్లోకి గురిపెట్టాయి. అతని వాడిచూపుల గురిని చూసిన ఆమె కళ్ళు సిగ్గుతో వాలాయి. తను ఎక్కడుందో తెలియని ఆనందం అనుభవిస్తోంది ఆమె. అతను కళ్ళు కదపడం లేదు.

"టైమ్ అయిపోయింది దామ్మా" అంది చంద్రమ్మ, ఆమె దగ్గరకు వచ్చి. ఆమె అతని కేసి చూస్తూ అటు అడుగులు వేస్తోంది. శేఖర్ దిగులుగా చూస్తూ "కృష్ణవేణీ బై.. కృష్ణవేణీ బై.. మళ్ళీ వస్తాను దిగులుపడకు" అంటున్నాడు. ఆమె కూడా చెయ్యి ఊపుతూ వెనక్కి చూస్తూ ముందుకు నడుస్తోంది. ఆమె కనుమరుగయ్యే దాకా చూస్తున్నాడు. ఆ కళ్ళు అటే చూస్తున్నాయి.

మురళీ వచ్చి భుజం మీద చెయ్యి వేసి "నడు" అన్నాడు. భ్రాంతి వీడని నిర్లిప్తత అతని మొఖంలో చోటు చేసుకుంది. తలదించుకున్నాడు. మురళి అందించిన చెయ్యి పుచ్చుకుని చిన్న పిల్లలా నడిచాడు శేఖర్.

"బాబుని గుండెల మీద పడుకోబెట్టుకుని నిద్రపోతున్న శేఖర్ని చూసి గుండె నిండా కృష్ణవేణి, గుండె మీద ఆమె కొడుకు. ఇంక జ్యోతికి చోటెక్కడుంది. ఆమెను ఏమి చేస్తావో? ఆ పిల్ల ఎలా కాపురం చేస్తుందో? పెళ్ళి దగ్గరకొస్తోంది. కృష్ణవేణి మీద వీడికి ప్రేమ ఎక్కువ అవుతుంది. తను ఏమి చెయ్యగలడు. తను కావాలని తప్పు చేయలేదు. కానీ

తన పాత్ర వుంది. అసలు ఆ రోజు శేఖర్ని తప్పనిసరి పరిస్థితుల్లో తనే తీసుకువెళ్ళాడు. తీసుకెళ్ళినా ఆమె తాళి కట్టించుకుంటుంది అనుకున్నాడా? ఇంత ప్రేమ పెంచుకుంటుంది అనుకున్నాడా? ఇన్ని సంఘటనలు ఇలా జరిగిపోతున్నాయి. తను చూస్తూ ప్రేక్షకుడిలా వుండిపోతున్నాడు. కృష్ణవేణి దగ్గరకు వెళ్ళొద్దు అని తను బలవంతంగా కొన్ని రోజులు ఆపగలిగాడు, కానీ ఇప్పుడు ఆపినా ఆగే పరిస్థితిలో లేదు. నేనేమి చెయ్యను. ఆ కృష్ణవేణిని చూస్తే ఈమె వేశ్యా అనిపిస్తోంది. ఏమి చెయ్యాలో ఏమీ తోచడం లేదు. ఈ పసివాడు ఒకడు... వీడిని పెంచడం న్యాయమే మరి.

ఈ విషయాల్లో ముందు ముందు జ్యోతి ఎలా సరిపుచ్చుకోగలదో ఏమో? ఏమిటో.. అంతా వింత కథలా వుంది. అన్నిటినీ మార్చగలవాడు ఆ భగవంతుడు ఒక్కడే వున్నాడు. నేనేమి చెయ్యగలను? అని ఆ పిల్లాడిని, శేఖర్ని చూస్తూ ఇది ఏ జన్మ బంధమో ఇలా దగ్గరచేసింది. విడదీయడానికి ఎవరి తరము" అనుకుని ఆ సోఫాలో వాలిపోయాడు మురళి.

★★★

జానకి పినతల్లిని చూడగానే ఆనందంతో చిన్నపిల్లలా పరుగుతీసింది. భాను కూడా చేతులు చాచింది. జానకి ఆమెను కౌగలించుకుని "ఎన్నాళ్ళయిందమ్మా నిన్ను చూసి, ఇన్నాళ్ళు నిన్ను చూడకుండా ఎప్పుడూ వుండలేదు" అంది మాటలు రాని ఆనందంతో.

భాను జానకి కళ్ళు తుడిచి, "వచ్చేసాను కదా నీకేమీ భయం లేదు" అంది భాను.

"నువ్వు రాలేక పోతావేమో ఏ కారణం చేతనైనా అని నేను భయపడ్డాను అమ్మా" అంది జానకి.

"నీ ఒక్కగానొక్క పిల్ల పెళ్ళికి నేనెలా రాకుండా వుంటాను" అంది భాను జానకిని పట్టుకుని.

ఆ ఇద్దరినీ చూసి భూపతిగారు ఆనందించారు. ఆడపిల్ల లేని భాను తల్లిలేని జానకిని తల్లిలా పెంచింది అని గుర్తు చేసుకున్నారు. "బావగారూ బాగున్నారా" అంది భాను.

ఆయన దగ్గరకొచ్చి "బాగానే వున్నాము భాను. నువ్వు ఒక్కదానివి అమెరికా నుంచి వస్తున్నావు .ఎలా వస్తావో అని కొంచెం కంగారు పడ్డాం" అన్నారు.

"అవును బావగారూ నేను కంగారు పడ్డాను. కానీ, బాగానే వచ్చేసాను" అంది.

"జ్యోతి, అమ్మమ్మ వచ్చిందే" అన్నారు.

ఆ మాటకు తన గదిలోంచి పరుగున వచ్చిన జ్యోతి, "అమ్మమ్మా" అంది.

"ఏమే పెళ్ళికూతురా, ఎంత ఎదిగిపోయావే" అంది.

"ఏం లేదు, అమ్మమ్మా నేను అప్పటిలాగే వున్నాను" అంది భాను చేతిలో బ్యాగ్ తీసుకుంటూ జ్యోతి.

తిరుపతయ్య ఇచ్చిన కాఫీ తీసుకుంటూ "బాగున్నావా తిరుపతయ్యా" అంది భాను.

"బాగానే వున్నానమ్మా, మా పిన్ని వస్తే కాని నేను ఈ పెళ్ళిపనులు చెయ్యలేను అని అమ్మాయి గారు ఒకటే భయపడిపోతున్నారు. మీరు వచ్చేసారు, ఇంక పెళ్ళిసందడి వచ్చేసింది. మా జ్యోతమ్మ పెళ్ళికూతురు అయిపోతుంది" అన్నాడు తిరుపతయ్య.

జ్యోతి సిగ్గుతో తన గదిలోకి వెళ్ళిపోయింది. చీకటి పడింది. భూపతిగారు వీధిలో అటూ ఇటూ తిరుగుతున్నారు. జానకి కూడా బైటికి వచ్చి చూస్తోంది. "భోజనాలు వడ్డించనా అయ్యా" అంటున్నాడు తిరుపతయ్య.

"కాసేపు వుండు, అన్నయ్య ఇంకా రాలేదు ఎందుచేతో" అనుకున్నారు. ఇంట్లోకీ, వీధిలోకి తిరుగుతున్నారు.

కారాగిన శబ్దానికి బైటికి వచ్చింది జానకి. "పెదనాన్న వచ్చారు" అంది.

"భూపతి గారు కారు దగ్గరకు వెళ్ళి ఇంత లేటయ్యిందే అన్నయ్యా" అన్నారు.

"బయలుదేరే ముందు కారు ట్రబుల్ ఇచ్చింది. దాంతో కొంచెం ఆలస్యం అయింది" అన్నారు లోపలికి వస్తూ... ఆయన కళ్ళు ఆ ఇంట్లో వెదుకుతున్నాయి.

"భాను వచ్చిందా" అన్నారు.

"వచ్చింది" అన్నారు.

"పెదబావగారూ బాగున్నారా" అంది.

"ఆ.. బాగానే వున్నాను ఎంతసేపయింది వచ్చి" అన్నారు.

"రెండు గంటలయింది" అంది. తిరుపతయ్య అందరికి వడ్డించాడు.

"పెళ్ళి కూతుర్ని చేసే కార్యక్రమములో పంచిపెట్టేవి అన్నీ సర్దుకున్నారా?" అన్నారు భూపతిగారు.

"రాత్రి సర్దుకుంటాము బావగారూ" అంది భాను.

"నువ్వొచ్చేక నాకు ఎంతో ధైర్యంగా వుంది భాను" అన్నారు భూపతి గారు.

"నీ కొడుకి పెళ్ళి అమెరికాలో చేసుకోకపోతే నేనూ, మా తమ్ముడూ వచ్చి నీక్కావలసిన సహాయం చేస్తాం" అన్నారు నవ్వుతూ, గిరీశంగారు.

"వాడు అమెరికాలో పిల్లని ఏమీ పెళ్ళి చేసుకోడు. మన బంధువుల అమ్మాయినే చేసుకుంటాడుట. మంచిపిల్లని కూడా మీరే చూడండి" అంది ఆయనతో, భాను.

"అలాగే రానీ అప్పుడు చూద్దాం అన్నారు" గిరీశం గారు.

"అయ్యా కాఫీ తీసుకోండి అన్నాడు" తిరుపతయ్య.

"ముందు మా మరదలుకి కాఫీ ఇయ్యవయ్యా అమెరికాలో బెడ్ కాఫీ అలవాటు చేసుకుందేమో" అన్నారు భూపతి గారు.

"ఏమిటి మీ అన్నదమ్ములు ఇద్దరూ మాటి మాటికీ అమెరికా, అమెరికా అని నన్ను ఆటపట్టిస్తున్నారు. నేను, మా అబ్బాయి కూడా ఏమీ మారలేదు. బ్రష్ చేసుకుంటే గానీ వాడు ఏమీ తీసుకోడు" అంది బాను.

"పోనీలే మార్పులు రాకపోతే మంచిదే" అన్నారు భూపతిగారు.

"ఇంతకీ విజయరాం ఎప్పుడు వస్తున్నారు అన్నారు" గిరీశం గారు.

"బావగారు ఆయన చెప్పిన మాటల్ని బట్టి తప్పకుండా వస్తారు అని చెప్పలేను" అంది భాను.

"పిన్నీ, బాబాయిగారు రావడం లేదా" అంది జానకి.

"మరో నెల రోజుల తరువాత షిప్ దిగుతారు, మనతోనే వుందురు" అంది భాను. అలాగా అంది జానకి విచారంగా. "ఆయన వచ్చాక మళ్ళీ వస్తాము. మీ అల్లుడిని, కూతురుని చూస్తాము" అంది భాను.

"అయ్యా... సోమరాజు మామిడికొమ్మలు తీసుకువచ్చాడు. మిమ్మల్ని పిలుస్తున్నాడు" అన్న తిరుపతయ్య పిలుపుకు ఆ అన్నదమ్ములు బైటికి వెళ్ళారు.

జ్యోతికి రెండు చేతులకీ గోరింటాకు పెట్టారు. మొఖానికి ఏవేవో పూస్తున్నారు. అబ్బా రమణి ఏమిటే ఈ పూతలు అంది జ్యోతి. రేపు పెళ్ళి పీటల మీద నువ్వు పైడి బొమ్మలాగ మెరిసిపోతావు. నిన్ను చూసిన మీ ఆయన మంత్ర ముగ్ధుడులాగా వుండిపోతాడు అంది అనిత. ఏమి పైడిబొమ్మో ఏమిటో నాకు మొఖం అంతా చిరాకుగా వుందే. తుడుచుకోవడానికి రెండు చేతులకు గోరింటాకు పెట్టేశారే అంది జ్యోతి. కొంచెం

ఓర్చుకోవాలమ్మా, పెళ్ళంటే ఏమనుకున్నావే నీకు చిరాకు రాకుండా, మేం తుడుస్తాం వుండు అంది రమణి.

రామారావు మరికొన్ని కొత్తబట్టలు, ఇద్దరు వంటవాళ్ళను తీసుకువచ్చారు. "అత్తయ్యగారు ఎప్పుడొచ్చారు? ప్రయాణం బాగా జరిగిందా?" అని భానుని పలుకరించారు రామారావు గారు.

"నిన్న సాయంత్రం వచ్చాను" అంది భాను.

"మీ అమ్మాయికి ఇంక ధైర్యం వచ్చేస్తుంది" అన్నారు, జానకి వైపు చూస్తూ.

ఏయే పిండి వంటలు కావాలో వాళ్ళతో చేయించండి అత్తయ్యగారు అని బైటికి వెళ్ళారు. తెల్లపెయింట్ తోటి రోహిణి, అనిత ఆ ఇల్లంతా ముగ్గులు పెట్టేటప్పటికి చీకటి పడింది. మీరు ముగ్గురు భోజనాలు చేసి తొందరగా నిద్రపోండి. రేపు పెందరాడే లేవాలి అన్న జానకి మాటకు, వాళ్ళు భోజనాలు చేసి జ్యోతి గదిలోకి వెళ్ళి పడుకున్నారు. పినతల్లి, కూతురు వండించిన పిండి వంటలు అన్నీ జాగ్రత్తగా పెట్టుకుంటున్నారు. ఇల్లంతా వంటకాల ఘుమఘుమలతో నిండిపోయింది. మామిడి తోరణాలతో ఇంటికి పెళ్ళి కళ వచ్చింది. రేపు పెళ్ళి కూతురు కాబోతున్న తన గారాల పట్టిని ఒకసారి చూడాలనిపించి ఆమెను చూస్తున్నారు రామారావు. తలమీద చెయ్యి వేసుకుని పడుకున్న జ్యోతిని చూసారు. ఆ చేతికి అందమైన గోరింటాకు చూసారు.

"నాన్న గారూ నేను గోరింటాకు పెట్టుకున్నాను చూసారా" అని తన చిట్టి చేతులు చూపించే చిన్ని తల్లి జ్యోతి పెద్ద పిల్లయిపోయింది. పెళ్ళి కూడా అయిపోతుంది. రేపు తనను విడిచి అత్తగారి ఇంటికి వెళ్ళిపోతుంది అన్న ఆలోచన రాగానే మనసు కలుక్కుమంది. నా జ్యోతి ఇక వెళ్ళిపోతుంది. ఎలా వుండగలమో తను లేని ఇంట్లో అని మనసు ఆక్రోశించింది.

మేడ మీదకు వెళ్ళి విచారంగా తిరుగుతున్న అల్లుడిని చూసి గిరీశంగారు. "అలా బెంగపడకు రామారావు, మా జానకి పెళ్ళి అయిన తరువాత భూపతిని పట్టుకోలేకపోయాను" అన్నారు.

"అందుకే కదా మీ జానకిని మీ ఇంటిలోనే వుంచుకున్నారు" అన్నారు రామారావు.

"అవును జానకి అత్తవారింటికి వెళ్ళిన కొద్ది రోజులు కూడా మేము వుండలేక పోయాము. ఆడ దిక్కులేని ఈ ఇంటిలో జానకిని ఇక్కడే వుంచి నువ్వు మహోపకారం

చేసావు. నీ మేలు మేము ఎప్పటికీ మరువలేము అన్నారు" గిరీశం గారు కృతజ్ఞతతో చూస్తూ.

"అంత మాట లెందుకులెండి మామయ్య "అన్నారు రామారావు.

"కూతుర్ని అత్తవారింటికి పంపినప్పుడు ఏ తండ్రికీ విచారం తప్పదు. నువ్విక్కడ ఇలా వుండడం, జానకి చూస్తే ఇప్పుడే బేలా పడుతుంది. నడు కిందకి వెళదాము, చాలా రాత్రి అయింది" అన్నారు గిరీశం గారు.

★★★

సన్నాయి మేళం చేస్తుంటే జ్యోతిని పెళ్ళి కూతుర్ని చేస్తున్నారు. తలంటు పోసి పట్టు చీర కట్టి కుర్చీలో కూర్చోపెట్టారు. ఒకరు బుగ్గన చుక్క పెడుతుంటే, మరొకరు చేతుల నిండా గాజులు వేస్తున్నారు. మరొకరు తలనిండా పూలు పెడుతున్నారు. పుత్తడి బొమ్మలా అలంకరించిన జ్యోతిని అందరి చూపులూ ఆకట్టుకుంటున్నాయి. అమ్మమ్మ చేత ముందు అక్షింతలు వేయించింది జానకి. తరువాత తాతలు, తల్లిదండ్రులు అందరూ అక్షింతలు వేసి దీవించారు, వచ్చిన ముత్తయిదువులు కూడా.

పసుపు కొమ్ములు రోట్లో దంచి, జ్యోతికి హారతి ఇచ్చారు. ఉదయం నుండి మధ్యాహ్నం దాకా పేరంటాళ్ల తోటి సందడిగా వుంది. అందరికి పళ్ళు, శనగలు, తాంబూలం, వాయినాలు పంచారు. రమణి, అనిత చాలా సందడిగా ఆ కార్యక్రమంలో ఉన్నారు. రేపు రాత్రి పెళ్ళి. అంతా తప్పక రావాలి అని జానకి అందరికీ మళ్ళీ చెప్పింది.

★★★ ★★★ ★★★

మెల్ల మెల్లగా చుట్టాలు వస్తున్నారు. చీకటి పడుతోంది. శ్రావణీ, వాసూ తోరణాలు కట్టడం పూర్తి చేసి ఇంకా శేఖర్ అన్నయ్య రాలేదేంటీ అని చూస్తున్నారు. అప్పుడే కారాగింది. మురళీ, శేఖర్ కిరణ్ బాబుని తీసుకుని దిగారు. వాళ్ళకని సిద్ధం చేసిన గదిలోకి వెళ్ళి కూర్చున్నారు.

"కొంచెం తొందరగా రావాల్సింది" అంది అనురాధ. ఆ మాటకు సమాధానం చెప్పకుండా ఒకరి నొకరు చూసుకుంటూ వుండిపోయారు.

"కాఫీ తీసుకోండి" అంది తులసి.

కాఫీ తీసుకుంటూ, "కొంచెం లేటయ్యింది ఆంటీ" అన్నాడు మురళి.

"మీ ఇద్దరి తోటి ఒక మాట చెప్పాలని వచ్చాము. మరోలా అనుకోకుండా వినండి" అంది అనురాధ.

"చెప్పు పిన్నీ" అన్నాడు శేఖర్.

"మురళి, నువ్వు కూడా మరోలా అనుకోకు" అంది.

"అలా ఏమీ అనుకోను చెప్పండి ఆంటీ" అన్నాడు.

"ఈ ఒక్కరోజు ఈ పిల్లాడు మా శేఖర్ ఫ్రెండ్ కొడుకని చెబుతాము. మీరు కాదనకూడదు. మా పరిస్థితిని అర్థం చేసుకోగలవాడవని ధైర్యంతో అన్నాను మురళీ" అంది అనురాధ.

"నాకేమీ పర్వాలేదాంటీ, మా అబ్బాయి అని చెబుతాను. నేనే చూసుకుంటాను. సరేనా శేఖర్" అన్నాడు మురళి. సరే అన్నట్టు తలూపాడు.

"అమ్మయ్య ఒప్పుకున్నాడు. దారా బాబూ" అని శేఖర్ చేతిలో పిల్లాడ్ని తీసుకున్నాడు.

"శేఖర్ నువ్వు పెళ్ళికొడుకువి. చక్కగా నవ్వుతూ వచ్చిన బంధువులను పలుకరించాలి. నీ రాక కోసం వాళ్ళు కూడా కంగారు పడి, ఇంకా పెళ్ళికొడుకు రాలేదేమిటమ్మా అని మమ్మల్ని అడుగుతున్నారు. ఇది పెళ్ళి, ఈ ఆనందం జీవితంలో మళ్ళీ రాదు. ఇలా సిగ్గుపడుతూ గదిలో వుంటే అందరూ అనుమానాలు వ్యక్తం చేస్తారు. మీ నాన్నగారి తోటి, చిన్నాన్న గారి తోటి, వాసు, శ్రావణి అందరి తోటి ఇది వరకు కన్నా ఎక్కువ సరదాగా వుండాలి. అందరూ చూస్తున్నారు. మీరు ఫ్రెష్ అవండి" అంది తులసి.

★★★

తెల్లబట్టలు వేసుకుని కళ్యాణం బొట్టుపెట్టుకుని, బుగ్గ చుక్క పెట్టుకుని కొద్దిగా తలదించుకుని కూర్చున్న పెళ్ళికొడుకుని చాటు నుండి పరిశీలనగా చూస్తోంది. ఆ తండ్రి మనసు. ఈ రోజు కోసమే ఎదురుచూసిన ఆయన కళ్ళు ఆనందంతో శేఖర్ రూపాన్ని చూసుకుంటున్నాయి. పెళ్ళి వారి బస్ వచ్చింది. "మురళీ... మన సామానంతా ఒక చోట పెట్టించమ్మా" అన్నారు.

"అలాగే అంకుల్ నేను పెట్టిస్తాను" అన్నాడు.

"నేను చూస్తాలే అన్నయ్యా...." అన్నాడు రంగనాథ్.

పెళ్ళివారి బస్ కదిలింది. అందరూ ఆనందంతో వున్నారు. చిన్న పిల్లలు పాటలు పాడుతున్నారు. దీపాలుపెట్టే టైమ్ కు విడిది ఇల్లు చేరుకుంది బస్. బేండ్ వాయిస్తున్నారు.

ఆడ పెళ్ళి వారు కొంత మంది వచ్చి వున్నారు. పెళ్ళికొడుక్కి దిష్టి తీసి లోపలకు తీసుకువెళ్ళారు. వంట వాళ్ళు అందరికీ రస్నాలు ఇస్తున్నారు.

తొందరగా మంగళస్నానాలు చేయించండి. మళ్ళీ వాళ్ళు వరపూజకు వస్తారు అంటున్నారు కొంతమంది. "రండి బాబూ! నీళ్ళు సిద్ధం చేసాం" అన్నాడు మంగలి నవ్వుతూ.

బ్రహ్మ గార్ని తీసుకుని రామారావు గారు, జానకి, గిరీశంగారు, రమణి వచ్చారు. పీటలు వేసి వరపూజకు సిద్ధం చేస్తున్నారు. శేఖర్ని తొందరగా తల తుడిచి తీసుకొచ్చి కూర్చోపెట్టారు.

రామారావు గారు బొట్టుపెట్టి గంధం రాసి పట్టు పంచ ఇచ్చారు. శుభలేఖ చదివిన బ్రహ్మగారు రామారావు గారి చేత పానకం మోహనరావుకు, శేఖర్ కు, రంగనాథ్ కు, ఇంకా అక్కడున్న పెద్దలకు ఇప్పించారు. "మీరందరూ పెళ్ళికి వచ్చి మా అమ్మాయిని, మీ పెళ్ళి జరిపించవలసిందిగా కోరుచున్నాను" అని చెప్పి సభా ముఖంగా అందరికి నమస్కరించారు.

"మీ మాట ప్రకారం మేము వచ్చి పెళ్ళి జరిపించుకునెదము" అన్నారు మోహనరావు గారు.

"సరే మీరు వెళ్ళండి అని ఆడ పెళ్ళి వారిని పంపించేశారు బ్రహ్మంగారు. రెండు చిన్న కార్లు గుమ్మంలో వచ్చి ఆగాయి. పెళ్ళికొడుకు పువ్వులు వున్న కారులోంచి దిగుతున్నాడు. అనిత చూసి పరుగున లోపలికి వెళ్ళి, "జ్యోతి, మీ ఆయన వచ్చేసాడే. చాలా బాగున్నాడే" అంది. భాను దిష్టి తీసింది. జానకి కాళ్ళకు నీళ్ళిచ్చింది. శేఖర్ని లోపలకు తీసుకువచ్చారు.

"నాకు చాలా కంగారుగా వుందే అనితా. నువ్వు ఇక్కడే వుండవే" అంది జ్యోతి.

"ఎందుకు భయం" అంది.

"ఏమోనే నా గుండె కొట్టుకుంటోదో. భయమేస్తోందే" అంది జ్యోతి.

"ఏమీ భయపడకు. నేను ఇక్కడే వుంటాను. వుండు తల తుడవనీ" అంది అనిత. ఇంకా కొంతమంది వచ్చి జ్యోతిని తొందరగా ముస్తాబు చేసేస్తున్నారు. పెళ్ళి కూతుర్ని తొందరగా తీసుకురావాలి. సమయం చాలదు అన్నారు పురోహితులు.

జ్యోతిని భాను, పేరంటాళ్ళు వచ్చి పీటల దగ్గరకు తీసుకువెళ్ళారు. తల్లీ, తండ్రి పక్కన కూర్చోపెట్టారు. పెళ్ళి పందిరి కళకళలాడిపోతోంది. తెరచాటున కూర్చొని వున్న పెళ్ళికూతుర్ని అందరూ చూస్తున్నారు.

కాళ్ళు కడగడానికి సిద్ధం చేస్తున్నారు. పెద్ద పళ్ళెంలో శేఖర్ కాళ్ళు పెట్టించారు. జానకి వంగుని నీళ్ళు పోస్తోంది. రామారావు గారు మేనల్లుడి కాళ్ళు కడుగుతున్నారు. మగపెళ్ళివారు, ఆడపెళ్ళివారిలో ముఖ్యులు ఆ వేడుక చూడాలని దగ్గరకొచ్చి చూస్తున్నారు. బ్యాండ్ మేళం వాయిస్తున్నారు. తులసి, అనురాధ అక్కడే వుండి చూస్తున్నారు. బావమరిది కొడుకు కాళ్ళు కడుగుతుంటే చూసి ఆనందంతో పరవశించి పక్కనున్న రంగనాథ్ మీద చెయ్యి వేసారు మోహనరావు. ఆయన కూడా అన్నగారికేసి ఆనందంగా చూసారు. గిరీశంగారు, భూపతిగారు చూస్తున్నారు. భాను, జానకి పక్కనే వుంది. కాళ్ళు కడిగి కన్యాదానం చేసారు.

రామారావు గారు అందరూ గడియారాలు చూసుకుంటున్నారు. సుముహూర్తం రానే వచ్చింది. కళ్యాణం చూతము రారండీ అని బేండ్ వాళ్ళు వాయిస్తున్నారు. పెళ్ళి కొడుకు చేత జ్యోతి తలమీద, జ్యోతి చేత శేఖర్ తలమీద జీలకర్ర, బెల్లం పెట్టించారు. తెర తీసేసారు. జ్యోతి తలదించుకుని అలా కూర్చుంది. ఒకరి చేతులు ఒకరి తలమీద వున్నాయి. అందరూ అక్షింతలు వేస్తున్నారు. మెల్లగా ఆ చేతులు తీసి "ఇప్పుడు మీరు ఒకరికేసి ఒకరు చూసుకోండి" అన్నారు పంతులుగారు. శేఖర్ ఒకసారి జ్యోతికేసి చూసాడు. వాళ్ళు ఎలా చూసుకుంటారా.. అని అక్కడ వున్నవాళ్ళు చూస్తున్నారు. "జ్యోతీ... చూడు" అంది రమణి. జ్యోతి మొఖం పైకి ఎత్తింది. కానీ జ్యోతి కళ్ళు లేవలేదు. "నువ్వు చూడమ్మా" అన్నారు పురోహితులు. జ్యోతి ఒక్కసారి చూసింది. పెళ్ళి కొడుకులాగ వున్న బావ ఎలా వున్నాడా అని చూసింది. ఆ చూపులు కలిసాయి. జ్యోతి తలవంచుకుని కూర్చంది. శేఖర్ చేతికి మధుపర్కం, చీర ఇచ్చి జ్యోతి చేతికి ఇప్పించారు.

"పెళ్ళికూతుర్ని లోపలికి తీసుకువెళ్ళి మధుపర్కం కట్టించి తీసుకురండమ్మా" అన్నారు పురోహితులు.

రంగనాథ్ చంద్రశేఖర్ ను తీసుకెళ్ళి మధుపర్కం పంచె కట్టించి తీసుకొచ్చాడు. రావాలమ్మా.. తొందరగా తీసుకురండి పెళ్ళికూతుర్ని అన్నారు. జ్యోతి ఆ పెళ్ళి చీరలో వస్తుంటే అందరి చూపులు ఆమె వైపే చూస్తున్నాయి. మంగళ సూత్రం, శేఖర్ కు ఇచ్చి మాంగల్యధారణ మంత్రం చదివిస్తున్నారు పురోహితులు. బేండ్ గట్టిగా వాయిస్తున్నారు.

మంగళసూత్రం కట్టేసాడు. అక్కడే వుండి చూస్తున్న మురళి... హమ్మయ్య అని గుండెలమీద చెయ్యి వేసుకున్నాడు. తలదించుకుని తాళి కట్టించుకున్న జ్యోతి కూడా హమ్మయ్య... పెళ్ళి అయింది అనుకుంది. వెంటనే తలంబ్రాల కార్యక్రమం జరిపిస్తున్నారు. దోసిలి నిండా కొబ్బరి పెచ్చుతో బియ్యం పోసి మంత్రం చదువుతున్నారు. ఆ తలంబ్రాల కార్యక్రమం దగ్గరకు అటు వాళ్ళు, ఇటు వాళ్ళు ఆనందంతో చూస్తున్నారు.

కానీ ఆ తాతలు ఇద్దరూ మేమిక్కడ నుంచి కదలమని ఒకళ్ళ పక్కన ఒకళ్ళు అలాగే కూర్చుని చూస్తున్నారు. తలంబ్రాలు జ్యోతి చేత కష్టపడి రమణి, అనిత పోయించారు. ఆ పెళ్ళికూతురు, పెళ్ళికొడుకు పోటీ మీద తలంబ్రాలు పోసుకుని ఆయాస పడుతున్నారు. శేఖర్ ని జ్యోతి పక్కనే కూర్చోబెట్టారు. ఇద్దరు కొంగులు ముడిపెట్టారు. ఇంక అందరికి దణ్ణాలు పెట్టండి అన్నారు.

"వాళ్ళని అలాగే వుండనివ్వండి, మేమే వస్తాము" అని పెద్దలందరూ వాళ్ళ దగ్గరకే వచ్చారు దీవించడానికి. అందరి ఆశీస్సులు అందుకున్న ఆ జంటకు హారతి ఇచ్చారు.

"జ్యోతికి కొంచెం పెరుగన్నం పెట్టి వడి కట్టు కట్టండి అత్తయ్య గారు, మేము బయలు దేరుతున్నాము. విడిదింటి నుంచి అలాగే బయలుదేరతాం" అంది తులసి.

"తొందరగా తీసుకురండమ్మా" అంది రమణమ్మ.

భాను జ్యోతిని లోపలకు తీసుకువచ్చి పెరుగన్నం పెట్టించింది. "ఇప్పుడన్నం ఏంటమ్మా" అంది జ్యోతి.

"కొంచెం తినమ్మా. నిన్ను తీసుకెళ్ళడానికి మీ ఆయన వస్తాడమ్మా" అంది భాను.

ఆ మాట విన్న జానకి కళ్ళు చెమ్మగిల్లాయి. తల్లిని చూసి అలా తినకుండా కూర్చుంది జ్యోతి. రమణి కళ్లు తుడుచుకుని రెండు ముద్దలు బలవంతంగా జ్యోతి నోట్లో పెట్టింది. అనితా, జానకీ కలిసి వడికట్టు కట్టారు. తొందరగా తీసుకురండమ్మా. పెళ్ళికొడుకు ఎదురుచూస్తున్నాడు అన్నారు పురోహితులు. భాను, జానకి జ్యోతిని తీసుకువెళ్ళారు. తులసి, అనురాధ జ్యోతిని తీసుకుని కారెక్కారు.

★★★

"అమ్మా భానమ్మగారు జానకమ్మగారితో చెప్పండి నేను వచ్చేశాను. నా ఆలస్యం లేదు. ఈ కార్యక్రమం ఎక్కడ చేయిద్దాం" అన్నారు.

"మేడ గదిలోనే చేయిస్తాం" అంది భాను.

"సరే అయితే అక్కడే పీటలు వేయించండి. అమ్మాయిని, అబ్బాయినీ తీసుకురండి. నేను మేడమీదకు వెళతాను టైముకు. నేను అన్నీ సిద్ధం చేసుకుంటాను" అన్నారు బ్రహ్మ గారు.

"అలాగే మీరు పైకి నడవండి. ఇంకా పెళ్ళికూతురు, పెళ్ళి కొడుకూ రాలేదు" అంది భాను.

"ఇంకా రాలేదా" అన్నారు ఆయన.

అంతలోనే కారు వీధిలో ఆగింది. "అదిగో వాళ్ళు మాటల్లోనే వచ్చేసారు. జానకీ, వాళ్ళు వచ్చేసారు" అంది భాను.

జానకి కంగారుగా దిష్టి నీళ్ళు తీసుకుని కారు దగ్గరకు వెళ్ళింది. లక్ష్మమ్మ, శ్రావణి, జ్యోతి చంటి పిల్లాడిని ఎత్తుకుని శేఖర్ కారు దిగారు. జానకి మనసు చివుక్కుమంది. ఎంతో సంబరంతో కూతురు శోభనం అని తను ఆనందంతో మళ్ళీ బ్రహ్మ గార్ని రప్పించుకుని ఈ రాత్రి శోభనానికి మంచి ముహూర్తం వుందంటే, ఆ ముహూర్తంకు శేఖర్ని, జ్యోతిని తొందరగా రమ్మని ఫోన్ చేసి రప్పించుకుంది. ఎంతో ఆనందంతో కారు దగ్గరకు వెళ్ళింది. కానీ పెళ్ళికొడుకు శేఖర్ శోభనానికి వచ్చినట్టుగా లేడు. ఒక పిల్లాడికి తండ్రిలా వున్నాడు ఆమె కళ్ళకు. ఆమె మనసు చివుక్కుమంది. అయినా మనసు సర్ది పుచ్చుకుంది. పిల్లాడిని ఎత్తుకుని నుంచున్న చంద్రశేఖర్ పక్కన నుంచున్న జ్యోతికి దిష్టితీసి లోపలకు తీసుకు వచ్చింది.

"వధూవరులను తొందరగా పైకి తీసుకురండమ్మా. సమయం సరిపోదు అని మేడ మీద నుంచి పిలిచిన బ్రహ్మ గారి పిలుపుకు, వాళ్ళను మేడమీదకు తీసుకువెళ్ళింది" జానకి. ఆ వెనుకాలే భాను వెళ్ళింది.

"మళ్ళీ పీటలా" అన్నాడు శేఖర్ ఇబ్బందిగా చూస్తూ.

"అవునయ్యా, ఈ రోజు మంచి శోభన ముహూర్తం ఉంది. అది మీ ఇద్దరికీ బాగా కుదిరింది. రండి తొందరగా కూర్చోండి" అన్నారు పురోహితులు. చేసేది లేక శేఖర్ కూర్చున్నాడు. జ్యోతి కూడా కూర్చుంది. శ్రావణి బాబుని ఎత్తుకుని అక్కడే నుంచుంది.

ఆ బ్రహ్మ గారు విఘ్నేశ్వరుని పూజ చేయించి ఒక పళ్ళెంలో కొన్ని పాలు పోసి, "బాబు! నువ్వు ఈ పాల పళ్ళెం కుడి చేత్తో పట్టుకుని ఎడమచేతిని ఆమె మెడమీద వేసి ఆ చేతితో కూడా ఈ పాల పళ్ళెం పట్టుకోవాలి. అదే ముహూర్తం నేను చెబుతాను" అని ఒక్క

నిమిషం తరువాత ఒక పళ్ళెంలో పాలుపోసి అతనిచేతికి ఇచ్చారు. "ఇప్పుడు అమ్మాయి భుజం మీద నుంచి ఎడమ చెయ్యి వేసి రెండు చేతులతో కూడా ఈ పళ్ళెం పట్టుకో అన్నారు. శేఖర్ ఆయన చెప్పినట్టే చేసాడు. అలా చెయ్యడం వల్ల జ్యోతి అతని ఛాతీకి దగ్గరగా వుండిపోవలసి వచ్చింది. అతని ఎడమ చేతితో బలంగా ఆమెను తన దగ్గరకు తీసుకున్నాడు.

ఆ పాల పళ్ళెం పట్టుకొన్నాడు. జ్యోతికి చాలా సిగ్గుగా అనిపించింది. అక్కడ మగాళ్ళు ఎవరూ లేరు. జానకీ, భాను, లక్ష్మి అక్షింతలు వేసేరు. "మగవాళ్ళు ఎవరన్నా వుంటే వచ్చి అక్షింతలు వెయ్యమనండి" అన్నారు బ్రహ్మగారు.

"అందరూ బైటకి వెళ్ళేరు. మీరు దీవించండి" అంది భాను.

ఆయన "అతిశీఘ్రమేవ సుపుత్రా, ప్రాప్తిరస్తు॥ అన్యోన్య దాంపత్య సిద్ధిరస్తు" అని వాళ్ళమీద అక్షింతలు వేసేరు.

"అమ్మా భానమ్మగారు ఈ కార్యక్రమం అయింది. వధూవరులను లేవదీసి మీ ఆచారం ప్రకారం తాంబూలాలు ఇప్పించుకోవచ్చు. ఇంక అవ్వన్నీ మీ ఇష్టంతో చేసుకొనేవి. పెళ్ళికూతురూ, పెళ్ళికొడుకు కూడా ఇష్టపడితే ఆ వేడుకలు చేసుకోండి. నా కార్యక్రమం అయింది నాకు శెలవు ఇప్పించండి" అన్నారు. జానకీ, భాను ఆయనకు కొత్త బట్టలు ఇచ్చి ఘనంగా సత్కరించి మీ చేతుల మీద ఈ కార్యం తృప్తిగా జరిపించారు అని ఆయనకు నమస్కరించి సాగనంపారు.

" హమ్మయ్య పంతులుగార్ని శాస్త్రయుక్తంగా ఈ శోభన ముహూర్త కార్యక్రమం జరిపించండి అన్నందుకు ఈ రోజే వాళ్ళకి నప్పిన ముహూర్తం వున్నందుకూ, ఈ కార్యక్రమం జరిగినందుకూ నాకు చాలా ఆనందంగా వుంది పిన్నీ" అంది జానకి.

"అవును జానకీ వాళ్ళకి పరమాన్నం పెట్టి గదిలోకి పంపించేస్తే మనం కూడా విశ్రాంతి తీసుకోవచ్చు" అంది బాను.

"అవును పిన్నీ, నేను పరమాన్నాన్ని ఆ గదిలోకి తీసుకెడతాను. నువ్వు జ్యోతికి జాజి పూలదండ జడకి కుట్టు" అంది జానకి.

"జ్యోతీ... ఇలారా!" అన్న ఆ పిలుపుకు వస్తున్నానుండు అమ్మమ్మ అని వంటగదిలోనే వుంది. తెల్లచీర జాకెట్టు తీసి "దా జ్యోతి" అని మళ్ళీ పిలచి, ఏం చేస్తోందా అని వంటగదిలోకి వెళ్ళి చూసింది భాను. పాలసీసాలు ఉడకపెడుతూ పాలు

కలుపుకొంటోంది జ్యోతి. భాను జ్యోతిని ఆశ్చర్యంగా చూసింది. "జ్యోతి ఆ పని మేము చేస్తాం. ఒకసారి ఇలా రా, పూలు కుట్టించుకో" అంది లక్ష్మమ్మ . "దా జ్యోతి" అంది భాను.

"ఈ పూల జడలు అవీ ఎందుకమ్మమ్మా? వద్దు, బావకి ఇష్టం వుండవు" అంది జ్యోతి.

"ఎందుకు ఇష్టం వుండవు నువ్వు మరీ చెబుతావు. దా" అని బలవంతంగా జడకి పూలమాల పెట్టి కుట్టేరు. తెల్ల చీరకట్టి, తెల్ల జాకెట్టు కట్టి జాజిపూల జడతో పాలగ్లాసు పట్టుకుని, దానితో పాటు పాలసీసాలు కూడా పట్టుకుని నడుస్తున్న జ్యోతి అందరి కళ్ళకీ అప్సరసలా వుంది.

శేఖర్ అక్కడ బాబుని భుజాన వేసుకుని జోకొడుతున్నాడు. వాడు చిన్న రాగం తీస్తున్నాడు. వాళ్ళను చూసి శేఖర్ కొంచెం సిగ్గుపడ్డాడు. "జ్యోతీ! ఇందులో పరమాన్నం బావకి పెట్టి నువ్వు తిను. అలాగే ఈ పాలు కూడా బావకిచ్చి నువ్వు తాగు. పిల్లాడిని నేను తీసుకెళ్ళనా" అంటుంటే ,"వద్దమ్మా" అంది జ్యోతి జానకితో. "మేం వెళతాం జాగ్రత్త" అని వాళ్ళు కిందికి వెళ్ళిపోయారు.

"బావా బాబుని నాకియ్యి పాలుపడతాను" అని తీసుకుంది. వాడికి పాలు పడుతూ "బావా అక్కడ పరమాన్నం వుంచారు, తీసుకుందామా" అంది. "సరేరా" అన్నాడు. తాను రెండు చెంచాలు తిన్నాడు. ఆ పరమాన్నం కిరణ్ బాబు ఏడుస్తుంటే వాడికి పెట్టి తనూ తింది. మళ్ళీ వాడిని భుజాన వేసుకుని ఆ గది ముందు ఖాళీ స్థలంలో వున్న సోఫాలో వాడిని జోకొడుతుంది. అతను కూడా వచ్చి తన పక్కన కూర్చుంటాడేమోననుకుంది. కానీ రాలేదు. వాడు నిద్రపోవడం లేదు. అలాగే వాడిని భుజాన వేసుకుని తిరుగుతోంది. చలివేస్తోంది. అతను "జ్యోతి దా".. అని పిలుస్తాడని ఎదురుచూస్తూ తిరుగుతోంది. కానీ అతని పిలుపు వినబడడం లేదు. ఇందాక బావ తనను పీటల మీద దగ్గరకు తీసుకున్నాడు. అతని స్పర్శ తనకు ఎంతో ఆనందాన్ని కలిగించింది. తనే వెళ్ళి అతని దగ్గర నుంచుంటే ఎలా వుంటుంది. తన ఫ్రెండ్ రమణి, తనకు ఏమి చెప్పింది, నిన్ను పెళ్ళి చేసుకున్నాడు. నువ్వు ఈ రోజు అతని దూరంగా ఉండకు. ఇది తొలిరాత్రి అని మరచిపోకు అంది. కానీ ఆ రోజు బావ... జ్యోతి నాకు మనసు స్థిమితం లేదు అన్నాడు. నాకు అర్థం అయింది బావా. నువ్వు నన్ను పిలిచేదాకా నేను రాను అనట్టు చెప్పాను. ఇప్పుడు మాట దాటి కంగారు పడడం ఎందుకు? అయినా ఒక సారి బావ ఏమి చేస్తున్నాడో చూద్దాం. బాబు పడుకోలేదని చూస్తున్నాడేమో? ఇప్పుడు గదిలోకి వెళ్ళగానే బావ తనను వాటేసుకుని మంచం మీదకు తీసుకెళతాడు. అతని బిగి కౌగిలిలో తను

పులకించి పోతుంది. ఆ ఆలోచన రాగానే సిగ్గు, భయం ఒక్కసారే వచ్చాయి. మెల్లగా గదిలోకి వెళ్ళింది. బాబుని ఉయ్యాలలో పడుకో బెట్టింది. మెల్లగా అతను పడుకున్న మంచం మీద కూర్చుంది. అతన్ని చూస్తోంది. శేఖర్ మంచి నిద్రలో వున్నాడు. తను అలాగే నడుం వాల్చింది. అతను తన వైపు తిరిగితే బాగుండును అనుకుంది. కానీ తిరగడం లేదు.

ఇంత నిద్రపోతున్నాడేంటి అని ఆలోచిస్తోంది. అతను తలగడ పట్టుకుని మెలికలు తిరుగుతూ కృష్ణవేణీ, కృష్ణవేణీ అంటున్నాడు. ఆ మాట మెల్లగా జ్యోతి చెవికి సోకింది. చెంప చెళ్ళుమనిపించినట్టు అయింది. లేచి చూస్తోంది. అతను మంచి నిద్రలో వున్నాడు. కాని అతని కౌగిలిలో కృష్ణవేణి వున్నట్టు, ఆ తలగడను అదిమి పట్టుకుని "కృష్ణవేణి" అని మెలికలు తిరుగుతున్న అతనిని నిద్ర లేపాలో... వద్దో... తెలియడం లేదు. అతని ఊహాసుందరి కృష్ణవేణి అనుకుంది, లేచి నుంచుంది. తనువెల్లా ఊగిపోతోంది. కాళ్ళ క్రింద భూమి కదిలిపోతోంది. తల తిరిగిపోతోంది. ఇప్పుడేమి చెయ్యాలి అనుకుంటోంది. బాబు ఏడుస్తున్నాడు. వాడిని మళ్ళీ భుజాన వేసుకుని జోకొడుతూ తిరుగుతోంది.

ఏమిటిది, ఏమిటి తను వింది. ఈ కృష్ణవేణి ఎవరు? ఆమెకు, బావకు సంబంధం ఏమిటి? ఆ రోజు అత్తయ్య తనకు చాటుగా చెప్పిన మాటలు అబద్ధమేనా? లేక బావ అత్తయ్యకు అబద్ధం చెప్పాడా? ఆ రోజు జానకికి కూడా తెలియకుండా నీకు చెబుతున్నాను అర్థం చేసుకో, ఎక్కడా చెప్పకు అని చేతిలో చెయ్యి వేయించుకుంది. ఆ రోజు అత్తయ్య చెప్పిన ఆ మాటల ప్రకారం తన మనసు ఆ పిల్లాడిని, బావనీ కూడా జాలిపడింది. ఆ స్నేహితున్ని, అతని త్యాగాన్ని మనసులో వేయినోళ్ళ మెచ్చుకుంది. బావ పైకి చెప్పుకోలేని పరిస్థితిలో వున్నాడని జాలిపడింది.

కానీ ఇప్పుడు ఈ కృష్ణవేణి ఎవరు? నిద్రలో ఈ శృంగార క్రీడ ఏమిటి? అత్తయ్య తన కొడుకుకు పెళ్ళి జరగాలని అబద్ధం చెప్పిందేమో? లేక బావ అత్తయ్యకు అబద్ధం చెప్పాడా? అయితే ఆ జైల్లో వున్నది ఎవరు? ఆడమనిషా? అత్తయ్య చెప్పినట్లు ఆ కథ అలా వుండినా, ఇంకో కృష్ణవేణి అనే మనిషి అతని మనసులో వుందా? బావకీ, ఆమెకు సంబంధం వుందా? అయితే ఇప్పుడు తన పరిస్థితి ఏమిటి? ఇప్పుడు ఏమి చెయ్యాలి? ఇతను నిద్రలో చూపించే శృంగార క్రీడ చూస్తూ ఈ రాత్రి తెల్లవారడమేనా? ఏమిటి నా గతి అని ఆలోచిస్తోంది. ఏమైనా ఎదురీదడమే నేర్చుకోవాలి. అంతకన్నా చేసేదేమీ లేదు అనుకుని, బాబుని కూడా ఆ మంచం మీదే పడుకోబెట్టి అతనికేసి చూస్తూ కూర్చుంది. అతని మనసుకు ఏ ఊరట కలిగిందో నిద్రపోతున్నాడు, పసివాడు నిద్రపోతున్నాడు.

మీ బావ ఏ ఆలోచనలోనైనా వుండి పిలవకపోయినా, నువ్వే అతని దగ్గరకు వెళ్ళు. అంతేగానీ ఈ తొలిరేయి వదులుకోకు. నువ్వు తాళి కట్టించుకున్న భార్యవు అని మాట చెప్పి వెళ్ళిపోయింది రమణి. ఆ మాటకు తనకు గుర్తుంది. కానీ ఎలా?

ఇప్పుడీ మహానుభావుణ్ణి లేపి దగ్గర కెళితే కృష్ణవేణీ వచ్చావా అన్నా... ఆశ్చర్యపోనక్కరలేదు. ఆ చర్య చాలా అసహనంగా వుంటుంది తన మనసుకు. అసలు ఈ కృష్ణవేణి ఎవరు? ఈ తొలి రాత్రి కూడా మరువలేని ప్రియురాలా బావకి? నేనిప్పుడు ఏమి చేయాలి? ఆ రోజు రమణి, వాళ్ళ వదిన జీవితం గురించి తనకు చెప్పింది. తనదీ అదే జీవితం... ఆమె "ముందు భార్య చచ్చిపోయింది. నేను రెండో భార్యనీ" అని చెప్పుకోవచ్చు. కానీ తనది రెండో భార్యస్థానమో, మొదటి భార్య స్థానమో ఏమీ అర్థం కావడం లేదు అనుకుని అలాగ మంచం మీద ఒరిగింది. ఇద్దరి మధ్యన బాబు నిద్రపోతున్నాడు.

తన మనసు ఎవరూ పట్టించుకోరు అనుకుంటోంది జ్యోతి. నీ పరిస్థితి ఎలా వచ్చిందో చూడు అని తన ప్రతిబింబం రకరకాలుగా తనతో అంటున్నట్టుగా ఉంది. ఉరుములు, మెరుపులు తోటి ఆకాశం ప్రళయ గర్జన చేస్తున్నట్టు అనిపిస్తోంది. తనువెల్లా ఊగిపోతోంది. "మీరు ఇలా ఆలోచిస్తున్నారు కానీ... బావ ఏ పరిస్థితిలో వున్నాడో అని సానుభూతితో మీ అమ్మతో, నాన్నగారితో మాట్లాడావు కదా మరి ఇప్పుడు ఆ సానుభూతిని మార్చేసుకుంటావా"? లేదు, మార్చుకోను బావమీద సానుభూతి, ప్రేమ మారదు అనుకుంటోంది. కన్నీరు కారుతోంది. మనసు బాధపడుతోంది. మళ్ళీ మనసు చెబుతోంది, "జ్యోతి ఇంక బాధపడకు. ధైర్యంగా వుండు. నీకు నువ్వే ధైర్యం తెచ్చుకోవాలి. ఇది ఎవ్వరికీ చెప్పుకొనే విషయం కాదు సుమా" అంటోంది.

అయితే కృష్ణవేణి అనే ప్రియురాలు బావకి వుంది. ఆమెను మరచిపోలేక తొలి రాత్రి కూడా ఆమెను గుర్తు చేసుకుంటూ పరవశించిపోతున్నాడు. అంటే ఇది చిన్న విషయం కాదు. ఇది ఇప్పుడు తనకు తెలిసింది, కానీ ఏమి చెయ్యగలదు. తను బావని తప్ప మరెవ్వరినీ పెళ్ళి చేసుకోలేదు. అతని ఊహలోనే తను కాపురం చేసింది. అతనితో మనువు కుదిరింది కనుక ఇంక ఎవ్వరినీ పెళ్ళిచేసుకోదు కనుక... ఆ రోజు తల్లీ, తండ్రీ, బావ విషయం విని భయపడుతున్నారు కనుక, తను భయపడినా ధైర్యంగా వుండి అలా అంది. వాళ్ళని భయం నుంచి తప్పించి, కన్న తల్లిదండ్రు లకు అలా ధైర్యం చెప్పాలని నిర్ణయించు కుంది. అలా చెయ్యకపోతే, తనకు తప్పదు కనుక అలా చెప్పి కన్నవాళ్ళకు కొండంత ధైర్యాన్ని ఇచ్చింది. ఆ తరువాత చంద్రశేఖర్ ను కలిసినప్పుడు "జ్యోతి! నా మనసు

కుదురులేదు. నీకెలా చెప్పాలో తెలియడం లేదు జ్యోతి" అని అతనంటే, "బావా, నీ మనసు సంతోషంగా వుండడమే నాకు కావాలని" అతనికి హామీ ఇచ్చింది.

అతను పెంచే బిడ్డకు తల్లి అయింది. అతనికి భార్య అయింది. కానీ అతని మనసులో ఉన్న ఆ మనిషి పేరు కృష్ణవేణి అని ఇప్పుడు తెలిసింది. ఇక మీద తన జీవితం ఎలా వుంటుందో అనుకుని అతని కేసి చూసింది. అతనిలో చలనం లేదు. పెళ్ళి చేసుకున్న భార్య వుందో... చచ్చిందో అని లేకుండా ఆ కృష్ణవేణిని తలచుకుంటున్నావంటే నువ్వు ఆమెను ఎంతగా ప్రేమించావో బావా. నేనూ నిన్ను అంతకన్నా మిన్నగా ప్రేమించాను. నీ బాబుని పెంచుదామని, నీకోసం వచ్చాను బావా. ఇక మీద మన దాంపత్యం ఎలా నడుస్తుందో అని కళ్ళు మూసుకుంది. నిద్రాదేవి ఆమెను తన ఒడిలోకి తీసుకుంది.

తెల్లవారింది, బాబు లేచి ఏడుస్తున్నాడు. శేఖర్ కు మెలకువ వచ్చింది. ఆ మంచం మీద బాబు, బాబు పక్కన జ్యోతి వున్నారు. ఒకసారి జ్యోతిని చూసాడు. మంచి నిద్రలో వుంది. బాబు కూర్చుని ఏడుస్తున్నాడు. జ్యోతి లేచింది. అతనికేసి చూడకుండా తలదించుకుని బాబును ఎత్తుకుని కిందకు వెళుతోంది. తెల్లచీర, పూలజడ, కళ్యాణ బొట్టు, ఘుమాయిస్తున్న పరిమళాలు అవేమీ తను చూడలేదు. అసలు జ్యోతి తన మంచం మీద వుందనే ఇప్పటివరకూ తను చూడలేదు అనుకుని తనూ సిగ్గుపడ్డాడు. లేచి వెళ్ళిపోతున్న సోయగాల రాణిని ఒకసారి చూసాడు.

తిరుపతయ్య కాఫీ తీసుకొచ్చాడు. అది తీసుకుని కిందికి వెళ్ళి మేనమామతో "ఈ రోజే జ్యోతిని తీసుకెళతానని" చెప్పాడు. రామారావు గారు ఆ మాట జానకికి చెప్పారు. జానకి భానుకు చెప్పింది దిగులుగా.

"నువ్వు ధైర్యంగా వుండి జ్యోతికి ధైర్యం చెప్పాలి కాని అలా అయితే ఎలాగ? పెళ్ళి అవలేదు అని కొన్ని రోజులు బెంగ పెట్టుకున్నావు. ఇప్పుడు పెళ్ళి చేసాక అతను తీసుకెళ్ళడా మరి" అని జానకిని ఊరడించింది భాను.

జ్యోతి తాతలకు నమస్కరించి, తండ్రి దగ్గరకు వెళ్ళి చంటిపిల్లలా ఆయనను హత్తుకుంది. ఆ తండ్రి మనసు ద్రవించి పోయింది. జానకి కూడా కూతుర్ని పట్టుకుని బాధపడుతోంది. శేఖర్ వాళ్ళను చూసి "మావయ్యా, ఏమిటిది మీరిద్దరూ ఇలా వుంటే నేను చూడలేను. జ్యోతిని నేను ప్రేమగా చూసుకుంటాను. మీరు బాధపడకండి" అని, జ్యోతిని చెయ్యి పుచ్చుకుని దగ్గరకు తీసుకున్నాడు. అనిత, రమణి జ్యోతిని ఊరడించి కారు దగ్గరకు తీసుకెళ్ళారు. అమ్మమ్మా నువ్వు కొన్ని రోజులుండు. అమ్మ వుండలేదు అన్నమాటకు భాను, జానకీ మరీ బాధపడుతున్నారు. ఆ కారు కదలిపోయింది.

జ్యోతి అత్త వారింటికి వెళ్ళిపోయింది. తమ కళ్ళముందు తిరిగే చిన్నారి జ్యోతి వెళ్ళిపోయిందని ఆ తాతలు కూడా కళ్ళు తుడుచుకున్నారు. జానకి తన గదిలోకి వెళ్ళి మంచం మీద పడిపోయింది. కన్నీళ్ళతో భాను ఆమెను ఓదారుస్తోంది.

"జానకీ అలా వుండకు. ఎన్నాళ్ళు పెంచినా ఆడపిల్ల అత్తింటికి వెళ్ళవలసిందే" అన్నారు రామారావు.

"మళ్ళీ ఈ రోజుకు నీకు మనుమణ్ణి ఇస్తుంది. వాడితోటి నీకు తీరిక ఉండదు. మేము వాడితోటే ఆడుకుంటాం" అన్నారు గిరీశంగారు. లే జానకీ అలా గుడికి వెళ్ళివద్దాం అన్నారు. భాను, జానకి అందరూ గుడికి బయలుదేరారు.

★★★

జ్యోతిని, చంద్రశేఖర్ని, బాబును లోపలకు తీసుకువెళ్ళారు తులసి, అనురాధ. కొడుకుని, కోడలిని చూసిన ఆ అన్నదమ్ములు ఆనందించి, "ఒరే ఈ కిరణ్ బాబుని మా ఇంట్లో వుంచండిరా" అన్నారు మోహనరావుగారు. నవ్వే సమాధానంగా నవ్వి ఊరుకున్నాడు శేఖర్.

"అన్నయ్యా ,నీకు మురళి ఫోన్" అంది శ్రావణి ఫోన్ ప్రక్కన బెట్టి.

"ఒరే మురళీ, నాకు చెప్పకుండా వెళ్ళి పోతావా? దుర్మార్గుడా నువ్వు దొరక్కపోతావా? నిన్ను వదులుతానా" అన్నాడు.

"వదలొద్దులే కానీ నీ ఫస్ట్ నైట్ ఎప్పుడురా" అన్నాడు మెల్లగా.

"ఇంకా ఎప్పుడు అంటున్నావా రాత్రి అయిపోయింది బాబు" అన్నాడు శేఖర్.

రాత్రా అన్నాడు. మురళి ఇంక మాట్లాడలేక పోతున్నాడు. "మురళీ మనం కలుసుకున్నాక అన్నీ చెప్పుకుందాం. రేపు జ్యోతిని, మా అమ్మ గారిని తీసుకుని వచ్చేస్తున్నాను" అన్నాడు శేఖర్. "సరే అన్నాడు" మురళి.

★★★

అలా బైటికి వెళ్ళి వస్తాము అని జ్యోతికి చెప్పి మురళితో కలిసి బైటికి వెళ్ళాడు. జరిగిన విషయమంతా మురళికి చెప్పాడు శేఖర్. తలదించుకున్నాడు ఇంకేమీ అడుగలేక మురళి.

"ఏమోరా కిరణ్ బాబు ఏడుస్తున్నాడు. వాడిని ఊరుకోబెడుతున్నాను. నాకియ్యి బావా నేను నిద్రపుచ్చుతాను అని జ్యోతి ఆ గదిముందు వాడిని భుజాన వేసుకుని తిరుగుతోంది. నేను గదిలోకి వెళ్ళాను, ఆ మంచం మీద కూర్చున్నాను. ఆ మంచం

అచ్చం కృష్ణవేణి గదిలో మంచం లాంటిదేరా.. నేను ఆ మంచం మీద నడుం వాల్చాను అంతే నిద్ర పట్టేసింది. నా ఒళ్ళు నాకు తెలియలేదు. కిరణ్ బాబు ఏడుపుకు నేను లేచాను. అప్పుడు ఆ మంచం మీద పడుకుని వున్న జ్యోతిని చూసాను. బాబు ఏడుపుకు ఆమె కూడా నిద్రలేచి వాడిని తీసుకుని కిందకు వెళ్ళిపోయింది. నాతో మాట కూడా మాట్లాడలేదు" అన్నాడు శేఖర్.

"అంటే నువ్వు కృష్ణవేణిని కలవరించి వుంటావు. అందుకే నీతో మాట్లాడకుండా బాబుని తీసుకుని వెళ్ళిపోయింది. ఛ... ఛ... అంతా పాడు చేసేసావు కదరా.. నీకు పెళ్ళి అయిపోయింది. హమ్మయ్యా అని నేను గుండె మీద చెయ్యి వేసుకున్నాను. కానీ నువ్వు తొలిరాత్రే జ్యోతిని నిరుత్సాహపరిచేసావు కదరా ఇప్పుడు ఏం చెయ్యగలవు? "అన్నాడు మురళి.

"ఏమో ఏమి జరిగిందో? ఇక ముందు ఏమి జరుగుతుందో? నాకు ఏమీ తెలియడం లేదురా మురళి" అన్నాడు.

"అసలు నీకేమైనా గుర్తుందా? కృష్ణవేణీ, కృష్ణవేణీ అనకపోతే ఫర్వాలేదు. నిద్రపోయినా ఫర్వాలేదు. అలా కలవరించితే మాత్రం కొంప ముంచినట్టే. మొదటి రాత్రి మంచి అభిప్రాయం కలుగకపోతే మాత్రం జ్యోతిని నమ్మించడం కష్టం" అన్నాడు మురళి.

"ఒరే మురళీ, ఆ గదిలో సువాసన మాత్రం ఆనాటి రాత్రిని గుర్తు చేసింది. ఆ మంచం కూడా అదే మంచం. నేను నడుం వాల్చాను. ఇంక నేను చెప్పలేను ఇప్పుడు" అన్నాడు. ఆ మాటలు విన్న మురళి తలదించుకుని కూర్చున్నాడు.

"ఒరే మురళీ, నేను జ్యోతిని బాగా చూసుకుంటాను రా... నువ్వు బెంగగా కూర్చోకు" అన్నాడు.

"చూసుకుంటావు, చూసుకుంటావు. కృష్ణవేణీ, కృష్ణవేణీ అని అంటూ వుండు. జ్యోతి ఏదో ఒక రోజు అదెవరు బావా అని నిలబెడితే అప్పుడు తెలుస్తుంది" అన్నాడు.

"ఏమీ భయం లేదు. నేను జ్యోతిని మంచిగా చూసుకుంటాను. నువ్వు నా ఫ్రెండ్ గా నా గురించి ఇంతగా ఆలోచించే మంచి వాడివి వున్నట్టే, జ్యోతికూడా నాకు వ్యతిరేక భావన చూపే మనిషి కాదు అని నేను ధైర్యంగా వున్నాను" అన్నాడు శేఖర్.

"అలాగే జరగాలని నేను కోరుకుంటున్నాను" అన్నాడు మురళి.

★★★

బస్ స్టేషన్ లో మురళి, శేఖర్ ను చూసి "ఉషా, అతనే చంద్రశేఖర్" అంది. "నేను అదే అనుకుంటున్నాను" అంది ఉష. వాళ్ళు స్కూటర్ మీద వెళ్ళిపోతున్నారు. గీత తొందరగా వెనకాల నడుస్తూ "చంద్రశేఖర్" అని గట్టిగా అరిచింది. అతను ఆ పిలుపు విని వెనక్కి చూసాడు. మళ్ళీ అటుగా నడుస్తూ "ఆగండి చంద్రశేఖర్" అంది.

వాళ్ళు ఆగారు. ఎవరా అని చూస్తున్నారు. "శేఖర్, నేను కృష్ణవేణి ఫ్రెండ్ ని. నా పేరు గీత. మీతో మాట్లాడాలి" అంది ఆవేశపడుతూ.

"మీరు కృష్ణవేణి ఫ్రెండా? ఏ విషయం మాట్లాడాలి" అన్నాడు.

"అదే కిరణ్ బాబు బాగున్నాడా? ఏమి చేస్తున్నాడు?" అంది గీత.

"మీకు ఎలా తెలుసు" అన్నాడు.

"నేను ఆశ్రమంలో తెలుసుకున్నాను" అంది. "అప్పటి నుండి మిమ్మల్ని కలుసుకోవాలని మీకు కొన్ని విషయాలు చెప్పాలని నేను ఎదురుచూస్తున్నాను. కానీ మీ చిరునామా అక్కడ ఆమె నాకు చెప్పలేదు. రహీమ్జీకి తెలుసు. ఆయన ఇప్పుడు ఊరులో లేరు అంది. చేసేది లేక ఊరుకున్నాను" అంది.

"ఏమి చెప్పాలనుకుంటున్నారు" అన్నాడు.

"కొన్ని విషయాలు మీతో చెప్పాలి" అంది.

"చెప్పండి" అన్నాడు. ఆమె మాట్లాడలేదు.

మురళీ ఆ పరిస్థితి అర్థం చేసుకుని "నువ్వు ఆమెతో వెళ్ళు" అన్నాడు.

గీత వెంట అతను నడిచాడు. "మీరు ఏమి చెప్పాలనుకుంటున్నారో తొందరగా చెప్పండి" అన్నాడు.

"ఎలా చెప్పాలో అని ఆలోచిస్తున్నాను. తీరా చెప్పాక నా మాట మీరు నమ్ముతారో లేదో అని భయపడుతున్నాను" అంది.

"అబద్ధం చెబుతారని, ఎందుకు అనుకుంటాను. నేను మీ మాట నమ్ముతాను చెప్పండి" అన్నాడు.

"మీ బిడ్డ గురించి మీకు చెబుదామని" అంది.

"ఎవరూ నా బిడ్డ చెప్పండి" అన్నాడు.

"మీరు తీసుకున్న కిరణ్ బాబే మీకు పుట్టిన బిడ్డ" అంది.

"ఏమిటి మీరనేది కిరణ్ బాబు నా బిడ్డా" అన్నాడు.

"అవును ఆ బాబు మీ బిడ్డే. కృష్ణవేణికి మీ వల్ల కలిగిన సంతానం. వాడు మీ వారసుడు" అంది.

"మైగాడ్" అనుకున్నాడు.

"మా కృష్ణవేణి గురించి ఇంకా చెప్పాలనుకుంటున్నాను" అంది.

"చెప్పండి" అన్నాడు.

"మా కృష్ణవేణికి అసలు ఆ వృత్తి అంటే ఇష్టంలేదు. ఎవరినైనా పెళ్ళి చేసుకుని కాపురం చేసుకోవాలని దానికి వుండేది. కానీ దాన్ని ఎవరూ పెళ్ళిచేసుకోరంటే బాధపడేది. వాళ్ళమ్మమ్మ ఇప్పుడే డబ్బు సంపాదించుకోవాలనేది. నేను చదివి ఉద్యోగం చేసి సంపాదిస్తాను అనేది. అలా కుదరదు అనేవారు ఇంట్లోవాళ్ళు. పాపం అది నాతో బాధపడేది. ఆఖరుకు నా మెళ్ళో ఎవరన్నా మంగళసూత్రం కడతారా అని అడిగింది? ఎవరూ కట్టరు అంది వాళ్ళమ్మ. అందుకే ఆ రోజు ఎవరినీ పిలవద్దు, ఎవరొస్తే వాళ్ళని పంపండి అందిట. ఆ రోజు మీరు దాని కోరిక తీర్చి దాని మెళ్ళో తాళి కట్టారు. ఆ మరునాడు వాళ్ళ అమ్మమ్మ మళ్ళీ రంగం సిద్ధం చేసింది. అది ఇంటి నుంచి పారిపోయే ప్రయత్నంలో కాలు విరిగిపోయింది. ఐదు నెలలు ఆసుపత్రిలో వుంది. అప్పుడు కిరణ్ బాబు కడుపున పడ్డాడు. వాళ్ళమ్మమ్మ బిడ్డను వుంచకూడదనుకుంది.

అప్పుడు నేను దాన్ని చూద్దామని వెళ్ళాను. విషయం తెలిసి ఆసుపత్రికి వెళ్ళాను. అప్పుడు అది నాకు అన్నీ చెప్పి భోరున ఏడ్చింది. నా బిడ్డను చంపేస్తారేమో, నా బిడ్డను రక్షించుకొందుకు పారిపోదామంటే నాకు కాలు లేదు అని ఏడ్చింది. నేను దాని బాధ చూడలేకపోయాను. వాళ్ళమ్మ గారిని దాని తరపున వేడుకున్నాను. ఆమె ఒప్పుకుంది. వాడు పుట్టేదాకా మా కృష్ణవేణి ఎవరి కంటికీ కనిపించలేదు. వాడు పుట్టాడు. వాడిని తన దగ్గర వుంచడం ఇష్టంలేక వాడి మీద మమతానురాగాల్ని చంపేసుకుని, మీరు దానికి ఇచ్చిన గొలుసుతో వాడిని అక్కడ వుంచింది. ఈ గొలుసులో వున్న చంద్రశేఖరే ఈ పిల్లాడి తండ్రి అని చెప్పిందిట. ఆ గొలుసు మీరు చూసారా" అంది.

"లేదు నేను గొలుసు చూడలేదు. కానీ వాళ్ళు ఏదో ఇచ్చారు.. మా మురళీ తీసుకున్నాడు" అన్నాడు శేఖర్.

"పాపం.. అది మీ జ్ఞాపకాలతోటే వుండిపోవాలనుకుంది. మీరే దానికి తాళి కట్టిన భర్త అనేది. చూడండి మీరు ఇచ్చిన గొలుసు అది" అంది.

"మీరు చాలా మంచి విషయాలు చెప్పారు. మీరు మళ్ళీ కలవండి" అన్నాడు. అలాగే తప్పక కలుస్తాను అంది. మురళీతో శేఖర్, గీతతో ఉషా ఎవరిదారిన వాళ్ళు వెళ్ళిపోయారు.

ఆశ్చర్యానందాలతో వున్న శేఖర్ మొఖం చూసినా ఏమీ అడగకుండా వుండి బండి నడుపుతున్నాడు మురళి. "ఒరేయ్ మురళీ" అన్నాడు. ఈ మాట కోసమే ఎదురుచూస్తున్న మురళి బండి ఆపాడు. ఆ దగ్గరలో మనుష్యులు లేరు. చుట్టూ చూసాడు శేఖర్. ఒక్కసారి మురళిని కౌగలించుకున్నాడు.

"గుడ్ న్యూస్... మురళి గుడ్ న్యూస్" అంటున్న శేఖర్ ని ,"ఆ గుడ్ న్యూస్ ఏంటో, ఆ అమ్మాయి ఏం చెప్పిందో చెప్పరా" అన్నాడు.

"నీ నోరు తీపి చెయ్యాలిరా" అన్నాడు.

"తరువాత చేద్దువు గాని ముందు చెప్పరా" అన్నాడు మురళి.

"కిరణ్ బాబు నా బిడ్డరా" అన్నాడు. కుడిచెయ్యి గుండెలమీద వేసుకుని జీరబోయిన కంఠం అతనిని ఇంక మాట్లాడనివ్వలేదు.

"మైగాడ్, నిజమా" అన్నాడు ఆశ్చర్యంగా చూస్తూ మురళి.

"అవునురా ఆమె చాలా విషయాలు చెప్పింది. నేను నమ్మనేమో అని అనుమానించింది. నేను అలా అనుకోనండి ఏమి చెప్పాలనుకుంటున్నారో చెప్పండి" అన్నాను.

"ఎవరూ నమ్మని నిజాలు చెప్పిందిరా" అన్నాడు.

"ఏమి చెప్పిందో చెప్పరా ఆ గీత" అన్నాడు మురళి.

"అవును ఆమె పేరు గీత అని చెప్పింది కదా, నీకు బాగా గుర్తుంది" అన్నాడు శేఖర్.

"ఏం చెప్పిందో చెప్పరా" అన్నాడు మురళి ప్రేక్షకుడిలా నుంచుని చూస్తూ.

ఆ ఆగిన బండి మీద కూర్చుని గీత చెప్పిన మాటలన్నీ చెప్పాడు. ఆ మాటలు విన్న మురళి అలా వుండిపోయాడు. కొంచెం సేపటికి తేరుకుని "ఆమె వేశ్యా? నో... ఆమె వేశ్య అయితే ఇలా జరుగవు. ఇన్ని సంఘటనలు ఇలా జరుగవు" అన్నాడు మురళీ ఆవేశంగా.

"ఏమో.. ఏమిటో, ఆమె ఎవరో అన్న విషయం కన్నా.. నా బిడ్డను భద్రంగా కని పెంచి వాడి పరువు కోసం, రేపు సమాజం వాడిని నవ్వుల పాలు చేస్తుందని మమకారం చంపుకుని వాడిని అనాధాశ్రమంలో వుంచిందిరా. నన్ను రక్షించిందిరా. వాడిని అక్కడ

వుంచి విషయం తల్లికి చెప్పకుండా గుండె రాయి చేసుకుందిరా. ఆమెను నేను ఏమని వర్ణించాలో అర్థం కావడం లేదు" అంటున్న శేఖర్ ని చూసి "నిజంగా ఆమెను వర్ణించలేము" అన్నాడు మురళి.

"నా అదృష్టవశాత్తూ నా బిడ్డ నాదగ్గర వున్నాడు. ఇన్నాళ్ళు వాడు కృష్ణవేణికి పుట్టాడు అన్న అభిమానంతోనే పెంచుతున్నాను. ఇప్పుడు నా బిడ్డను నాబిడ్డలాగా పెంచుతానురా మురళి. నీ సహకారం నాకు వుండాలిరా" అన్నాడు.

"శేఖర్ నేను నీకు సహాయంగా వుంటాను" అన్నాడు మురళి.

"ఆ రోజు అనాధాశ్రమంలో రహీమ్ జీ బాబుని తీసుకువస్తుంటే, ఏదో భరిణి ఇచ్చారు కదా అది నువ్వు తీసి చూసావా" అన్నాడు.

"ఆ రోజు ఆ భరిణి నువ్విమ్మంటే నాచేతికే ఇచ్చారు. తీసి చూసిన గుర్తు వుంది. అందులో ఏదో కాగితం, తాయత్తులాంటిది వుంది. అది నీకిచ్చానో లేకపోతే నీ బీరువాలో నేను పెట్టానో గుర్తులేదు" అన్నాడు మురళి.

"అయితే అది ఎక్కడుందో చూడాలి. అందులో ఆ రాత్రి కృష్ణవేణికి నేను ఇచ్చిన గొలుసు వుందిట. ఆ గొలుసులో మీ ఫోటో కూడా వుంది అంది గీత" అన్నాడు శేఖర్.

"అయితే ఇంటి వెళ్ళి అది చూడు" అన్నాడు మురళి.

"ఇప్పుడు నువ్వు కూడా నాతో రారా" అన్నాడు శేఖర్.

"ఒరే నేను ఇప్పుడు నా రూమ్ కి వెళ్ళిపోతాను. మన ఇద్దరం మీ ఇంటికి వెళితే బాగోదు. ఏమీ అనుకోకు" అన్నాడు.

"ఒరే మురళి ఇప్పుడు నాకు చాలా ఆనందంగా వుందిరా" అన్నాడు.

"వుండదా మరి. నీ కొడుకు ఇన్నాళ్ళు నీ దగ్గరే వున్నా ఎవరి బిడ్డో అన్నట్టుగా వున్నావు. కానీ నవ్వు వాడిని పరాయి వాడిలాగా చూడలేదు. చాలా ప్రేమగా పెంచావు" అన్నాడు.

"నాకు వాడిమీద కృతజ్ఞతా భావం వుండేదిరా. వీడు ఆమె కొడుకు అని అభిమానం వుండేది" అన్నాడు. "పసి వాడనే జాలి వుండేది. ఈ మధ్య ఒక్క క్షణం కూడా వాడిని వదలలేని ప్రేమగా మారింది. పెంచిన ప్రేమ గొప్పది అంటారు కదా అదేనేమో" అన్నాడు శేఖర్.

"ఇప్పుడు కృష్ణవేణి మీద ఏ ప్రేమ వుంది" అన్నాడు మురళి.

అదోలా.. చూస్తూ... 'ఆమెకు ప్రేమాభిషేకం, వీడికి పట్టాభిషేకం' అంటున్న శేఖర్ ని "బాగాపాడావు కానీ, జ్యోతిని జాగ్రత్తగా చూసుకో" అన్నాడు.

"మా బిడ్డని ముందు చూసుకుని అప్పుడు" అన్నాడు శేఖర్.

"సరే పదా" అన్నాడు మురళి.

పెళ్ళై రెండు నెలలు గడిచినా ఏనాడూ అతను ఆమెను భార్యగా చూడలేదు. ఏదో ఆలోచనలతో వుండడం, ఆఫీస్ కి వెళ్ళే దాకా బాబుతోటి ఆడుకోవడం, మళ్ళీ వచ్చాక బాబుతోటి ఆడుకోవడం, ఆమె అతనికి కావాలిసిన రీతిలో వండి పెట్టడం, అతను తినడం, వెళ్ళడం ....ఇలాగే రోజులు గడుపుతున్నాడు. "ఏమిటిది, ఎంతకాలం" ఇలా అనకుంటూ బాబుకి స్నానం చేయించి బట్టలేస్తోంది. వాడు కూడా ఆమెకు చేరువ అవుతున్నాడు. పెళ్ళి చేసుకున్న బావ తనను దూరంగా వుంచినా, నువ్వు నాకు దగ్గర అవుతున్నావురా కిరణ్ బాబూ అని వాడిని ముద్దు పెట్టుకుని, బొమ్మలు దగ్గర పెట్టి వాడిని చాపమీద కూర్చోబెట్టి తను సందులో మొఖం కడుక్కుందామని వెళ్ళింది.

ఇంటికి వచ్చిన శేఖర్ మధ్య గదిలో బొమ్మలతో ఆడుకుంటున్న బాబుని చూసాడు ఆతృతతో వాడిని ఎత్తుకుని ఎగరేసి పట్టుకుని ముద్దులతో ముంచెత్తుతూ "ఒరే కిరణ్ బాబు! నా బంగారు తండ్రీ, నా కన్నా, నువ్వు నా బిడ్డవేరా, నే కన్నకొడుకువిరా.. అని గుండెలకు హత్తకుని ఒక్కరోజు సుఖానికి మీ అమ్మ నాకిచ్చిన వరాల మూటవురా నువ్వు.." అని వాడిని ఎత్తుకుని "జ్యోతీ.. జ్యోతీ.. అని పిలిచాడు.

"వస్తున్నాను" అంది జ్యోతి. ఇదంతా సందులో నుంచుని, కిటికీలో నుంచి చూస్తున్న జ్యోతిని గమనించలేదు. మళ్ళీ "జ్యోతీ ఎక్కడున్నావు. వీడిని ఒక్కడ్నీ ఇక్కడ వుంచి ఏంచేస్తున్నావు" అన్నాడు.

"ముఖం కడుక్కుందామని వెళ్ళాను" అంది.

"అయితే తొందరగా రెడీ అవ్వాలి వీడిని తీసుకో. మనం గుడికి వెళుతున్నాం" అని బాబునిచ్చి వెడుతున్న శేఖర్ని "ఆగు బావా" అంది. అతను ఆగి ఆనందంతో చూస్తున్నాడు. "ఏంటీరోజు ఇంత ఆనందంగా కనిపిస్తున్నావు" అంది.

"నా మనసు చాలా ఆనందంగా ఉంది. ఈ రోజు చాలా మంచిరోజు" అన్నాడు.

"ఈ మంచిరోజున ఈ ఆనందంతో నేనేమైనా కోరుకోవచ్చా" అంది.

"ఓ.. కోరుకో. నీకేమి కావాలో కోరుకో" అన్నాడు.

"ఇస్తావా బావా" అంది.

"తప్పక ఇస్తాను" అన్నాడు.

"మాట తప్పకూడదు" అంది. "వీడి మీద..." అనబోతుంటే "వద్దు బావా పసివాడి మీద ఒట్టు వద్దు" అంది బాబుతో దూరంగా జరుగుతూ.

అతను మనసులో ఏదో అనుకుంటూ చెయ్యి అలా పెట్టి "ఒట్టేసి చెబుతున్నాను కోరుకో జ్యోతి" అన్నాడు.

"ఏమిటా ఒట్టు, ఎవరి మీద ఒట్టు" అంది.

"నా ఆరాధ్య దైవమైన కృష్ణభగవానుని మీద ఒట్టువేసి చెబుతున్నాను కోరుకో" అన్నాడు.

"నువ్వు ఆఫీసుకు వెళ్ళిపోయినపుడు, నేను పనిచేసుకుంటున్నప్పుడు వీడు ఒక్కడే ఉంటున్నాడు బావా" అంది తల వంచుకుని. ఆ మాటకు శేఖర్ ఆలోచిస్తున్నాడు. "వీడికి ఒక తమ్ముణ్ణి ఇయ్యి బావా చాలు" అంది. ఆమె పెదాలు వణుకుతున్నాయి. కళ్ళు వాలాయి. చిరునవ్వు ముఖం మీద కనిపిస్తోంది. అదురుతున్న ఆ అధరాలు చూసి, వాలిన ఆ కళ్ళు చూసి ఆమె కోరిన కోరికేమిటో అర్థమైంది.

"అమ్మ జ్యోతి, అమ్మ జ్యోతి వీడు తమ్ముడు కావాలన్నాడా, గ్రాంటెడ్ జ్యోతి. నీకు ఎంతమంది కావాలో చూసుకో, నీ ఓపిక ఎంతమందినైనా ఇస్తాను ఓకే" అన్నాడు. ఆమె అతనికేసి చూడలేక చూస్తోంది. "దా.. రెడీ అవ్వు" అన్నాడు.

"సరే బావా" అంది. వరాన్ని ఇచ్చిన దేవుడవు. నీ మాట కాదంటానా అనుకుంది. ఆ ముగ్గురూ గుడికి వెళ్ళారు. పూజారిగారి దగ్గరకు వెళ్ళి "చంద్రశేఖర్, జ్యోతి, కిరణ్, మా పేర్ల అర్చన చెయ్యండి అని, ఒక చీటీ మీద కృష్ణవేణి అని రాసి ఈ పేరు మనసులో చదివి అర్చన చెయ్యండి" పంతులుగారు అన్నాడు.

జ్యోతి కాళ్ళు కడుక్కుని వచ్చింది. ఆ పేర్లు చదివి అర్చన చేసారు. ఆయన ఆ ముగ్గురుకు శఠగోపం ఇచ్చారు. ఆ దేవునికి, ఆదేవికి నమస్కరించుకుని ఆ గుడి ముందు కూర్చున్నారు. పెళ్ళికి ముందు వచ్చినపుడు కూడా అదే గుడికి వచ్చినట్టు గుర్తు చేసుకుంది జ్యోతి. అక్కడ బాబుతో ఆడుకుని ఆ తరువాత హోటల్ కు వెళ్ళి వచ్చేటపుడు జాజి పూలమాల కొన్నాడు. అది చూడగానే ఆమె గుండె వేగంగా కొట్టుకుంది. ఇల్లు చేరేటప్పటికి గడియారం 10 గం||లు కొట్టుకుంటోంది. నిద్రకొస్తూ ఆమె భుజం మీద తలవాల్చిన బాబుని ఉయ్యాలో వేసి ఊపుతోంది. ఆ స్ప్రింగ్ ఉయ్యాల ఊపుకు ఊ... ఊ... అంటున్నాడు కిరణ్.

లేత గులాబీరంగు ఎంబ్రాయిడీ చీరలో అందంగా వుంది జ్యోతి. జాజిపూలమాల తీసి ఆమె చేతికి ఇచ్చాడు. ఆమె తీసుకోలేదు. తలదించుకుంది. ముగ్ధ మోహనంగా వున్న జ్యోతి రూపాన్ని చూసి పరవశించిపోతూ ఆమె భుజాల మీద చేతులు వేసాడు. ఆమె అలాగే తలదించుకుని ఊయల ఊపుతోంది. ఆ పూమాల ఆమె జడలో తురిమాడు. ఆమెను వాటేసుకుని జ్యోతి అంటున్నాడు. ఉండు బావా వీడు పడుకోలేదు అంది. ఆ లైట్ తీసేసాడు. వాడు ఊ.. ఊ.. అనడం ఆపాడు. మంచం దాకా నడవను అని తలదించుకుని అలా ఊపుతున్న జ్యోతిని చంటిపిల్లలా ఎత్తుకుని మంచం మీద వేసాడు.

"బావా ఈ రోజు మంచిదో కాదో" అంటున్న జ్యోతిని "తరువాత చూసుకుందువు గాని, ఆ మంచి చెడ్డలు" అని ఆమె మీద వాలిపోయాడు చంద్రశేఖర్.

ఇన్నాళ్ళ తన తపస్సు ఫలించింది. బావ తనవాడయ్యాడు అనుకుని అతని బిగి కౌగిలిలో ఇమిడిపోయింది. ఎప్పుడో ఒక్కటవ్వాల్సిన ఆ జంట ఈనాటికి ఒక్కటైంది. మావిని, మాలతీ లత అల్లుకున్నట్టు జ్యోతి అతన్ని అల్లుకుంది. అమ్మా అని రాగం తీస్తున్న కిరణ్ బాబు ఏడుపు ఆమె చెవులకు వినిపిస్తోంది. వుండు బావా.. అని అతని బిగికౌగిలిని కదిలించింది. వద్దు జ్యోతీ ,వాడిని అలాగే వుండనియ్యి అంటున్నాడు. అలా వుండడు బావా అంది. ఉయ్యాల లోంచి మెడ కిందకుపెట్టి అమ్మా అమ్మా అని ఏడుస్తున్నాడు. వుండు బావా వాడు ఏడుస్తున్నాడు అంది లేవబోతూ. వుండు జ్యోతి అని బాబుని తీసుకుని తన గుండెల మీద పడుకోబెట్టుకుని వాడి వీపు మీద జోకొడుతున్నాడు. వాడు అమ్మా.. అమ్మా అంటున్నాడు. అమ్మే జోకొడుతోంది బొజ్జో నాన్నా ,అని వాడిని జ్యోతికూడా జోకొడుతుంది. వాడు నిద్రలోకి జారుకున్నాడు.

"జ్యోతి వీడు నిన్ను అమ్మా అంటున్నాడా" అన్నాడు శేఖర్.

"అవును బావా నేను అలా అనిపించుకుంటున్నాను. రెండు రోజుల నుంచే ఆ మాట వచ్చింది" అంది.

"కనని బిడ్డకు అమ్మవయ్యావు" అన్నాడు ఆమె తలనిమురుతూ.

"ఇంకెప్పుడూ ఆ మాట అనకు బావా. వీడు నాకు ముందుబిడ్డ. నేను అలాగే చూస్తాను" అంది. చాలు జ్యోతి అని ఆమెను మరింత దగ్గరకు జరుపుకున్నాడు. కుడి చేతిమీద జ్యోతి పడుకుంటే, గుండెల మీద కిరణ్ పడుకుంటే వర్షించిన మేఘం లాగ, అతని మనసు తేలిపోతోంది. కనురెప్పలు వాలిపోయాయి.

ఫోన్ లో మురళి, "శేఖర్ ఏమీ గొడవ జరుగలేదు కదా జాగ్రత్తగా చూసుకున్నావా. డ్యూటీకి వస్తున్నావా" అన్నాడు.

"ఏం జరగకపోవడమేమిటిరా బాబూ యుద్ధం జరిగింది" అన్నాడు.

"అయ్యయ్యో గొడవ పడ్డారా.. జ్యోతి, నీ మాటలు విందా అయ్యయ్యో.... అందుకే జాగ్రత్తగా చూసుకోరా అన్నాను" అన్నాడు విచారంగా.

యుద్ధం టైమ్ రా అంటుంటే "అసలేమైందో సమంగా చెప్పరా" అన్నాడు మురళి.

"ఆమె సొగసులు నా వయసుకు లేఖ పంపించాయి. తీరా చూస్తిని యుద్ధం ప్రకటించేయి. యుద్ధానికి రా అన్నాక సరే రండి అన్నాను అంటున్న శేఖర్ ను "నాయనా మంచి విషయాన్ని యుద్ధ భాషలో చెప్పి చంపావుకదరా. నీ యుద్ధ భాష బంగారు గాను" అన్నాడు మురళి. "అదీ విషయం" అన్నాడు శేఖర్ మళ్ళీ.

"సంతోషం, చాలా సంతోషం. ఉద్యోగానికి వస్తావా" అంటున్న మురళి మాట పూర్తికాకుండా "నాకు ఇంకా లేవాలని లేదు. నేను భూమి మీదకు రాలేదు. ఉద్యోగానికి రాను. పోయి చెప్పుకో" అన్నాడు శేఖర్.

"థ్యాంక్స్ చంద్రశేఖర్. నేను పోయి చెప్పుకుంటాను కానీ.. నువ్వు మంచం దిగకు. మనసులోని మాట జారావో... జాగ్రత్త సుమా" అన్నాడు.

"అలాగే కానీ. మురళి నా కోసం సహాయం చేస్తావా" అన్నాడు.

"ఏంటో చెప్పరా చేస్తాను" అన్నాడు మురళి.

"ఈ.. నా కొడుకుని తీసుకుపోరా నీతోటి" అన్నాడు.

"అమ్మ బాబోయ్ ఏదో అడుగుతావు, చేద్దామనుకున్నాను కానీ నాయనా వాడితోటి నేను పడలేను. కష్టపడి కన్నావు. నీ పాట్లేవో నీవే పడు" అన్నాడు మురళి.

"మళ్ళీ అలాగే నీకు ఇంకో మేనల్లుడిని ఇద్దామని" అన్నాడు.

"దొంగ రాస్కెల్ కి నా మీద దయే" అన్నాడు మురళి.

"నిజమేరా" అన్నాడు శేఖర్.

"ఒరే చంద్రశేఖరూ.." అన్నాడు మురళి.

"ఒరే నువ్వలా ఎందుకు లాక్కుంటూ పిలుస్తున్నావో నాకు తెలుసురా" అన్నాడు శేఖర్.

"ఎందుకో చెప్పుకో చూద్దాం" అన్నాడు మురళి.

"నేను కూడా ఆ శివుని లాగా, ఆయన పార్వతికి తెలియకుండా...."

"బాగానే క్యాచ్ చేసావురా" అన్నాడు మురళి.

"ఇంతకీ నువ్వు బ్యాంక్ కు వెళ్ళి చెప్పొచ్చేసి వీడిని తీసుకెడుతున్నావా లేదా" అన్నాడు శేఖర్.

"బాబోయ్ నన్నొదిలిపెట్టు" అని ఫోన్ పెట్టేశాడు.

ఈ పిల్లాడి తోటి శేఖర్ కు ఎటువంటి సమస్యలొస్తాయో అని ఒక్కోసారి చాలా భయపడే వాడిని. కానీ ఈ పిచ్చిపిల్ల ఎప్పటికప్పుడే సర్ది పెట్టుకుంటూ వస్తోంది. ఏదో బాబు, ఆ కిరణ్ తోటి వాళ్ళిద్దరూ అన్యోన్యంగా వుంటే ఆ జ్యోతి, ఆ ఇద్దర్నీ బాగా చూసుకుంటే వాళ్ళ జీవితాలు సాఫీగా సాగిపోతాయి. ఎన్ని సమస్యలొచ్చినా శేఖర్ లక్కీఫెలో అని నవ్వుకుని ఆఫీస్ కు వెళ్ళిపోయాడు మురళి.

"బావా ఇంకా నిద్రపోతున్నావా. నీళ్ళు పెట్టేసాను. వంటకూడా అయిపోతోంది. తొందరగా లే" అంది జ్యోతి బాబుని తుడుస్తూ.

"నువ్వు హైరానా పడి వంట చెయ్యనక్కర లేదు జ్యోతీ.. నెమ్మదిగా చెయ్యి. కంగారు లేదు. నేను ఈ రోజు ఆఫీస్కు వెళ్ళడం లేదు" అన్నాడు.

"ఏం ఎందుకనీ" అంది కంగారుగా చూస్తూ.

"కంగారు పడవలసింది ఏం లేదమ్మడూ, నేను బాగానే వున్నాను. కానీ జ్యోతి రాత్రి వీడన్నాడు... "నాన్నా! నాకు ఆడుకోవడానికి ఓ బుజ్జి తమ్ముడు కావాలి. నువ్వస్తమాను ఆ బ్యాంకు లోనే వుంటే ఎలాగా అన్నాడు పాపం కిరణ్ బాబు" అన్నాడు శేఖర్.

నవ్వాపుకుంటూ అంటున్న అతని మాటల్లో అర్థం గ్రహించి, "నీతోటి అన్నాడా వీడు" అంది.

"అవును జ్యోతీ! అప్పుడు నువ్వు నిద్ర పోతున్నావు" అన్నాడు చిలిపిగా చూస్తూ. నా మాట నాకే అప్పచెప్పావా స్వామీ అనుకుంది మనసులో.

"అమ్మగారు కిరణ్ బాబు ఏం చేస్తున్నాడు" అంది పనిపిల్ల కుమారి.

"ఇడిగో వీడిని తీసుకోవే ఒకసారి" అని దానికి ఇచ్చింది. అది బాబు నెత్తుకొని పెరటిలో పూలమొక్కల దగ్గరకు తీసుకెళ్ళింది. అక్కడ నడిపిస్తూ, "అమ్మగారు.. కిరణ్

బాబుకి చక్రాల బండి కొనండమ్మా నడిచేస్తాడు" అంది. "అలాగే కొంటారు. నువ్వు కొంచెం సేపు నడిపించు" అంది వంట గదిలోంచి జ్యోతి.

అదను చూసుకుని మంచం దిగి వంట చేస్తున్న జ్యోతిని వెనుకనుంచి గట్టిగా వాటేసుకున్నాడు. "వుండుబావా నీకు మరీ చిలిపితనం ఎక్కువ అయిపోతోంది" అంది అతని చేతులు విడిపిస్తూ. "ఏం టిఫిన్ చెయ్యమంటావు" అంది.

"ఏమీ చేయొద్దు. నేను బయటకు వెళ్ళి టిఫిన్ తీసుకువస్తాను. నీకేమి కావాలో చెప్పు అదే తీసుకువస్తాను" అన్నాడు.

"ఏదో ఒకటిలే బావా అది.. ఇదీ.. అని ఏముంది" అంది.

సరే అని స్నానానికి వెళ్ళిపోయే భర్తను చూసి "ఈ కొంటె చూపులు, ఈ చిలిపి చేష్టలు ఇన్నాళ్ళు ఏమైపోయాయి బావా? కిరణ్ బాబు నీ కొడుకు అని తెలియగానే నీలో ఎంత ఆనందం, వాడి మీద ఎంత ప్రేమ, ఇన్నాళ్ళు ఎవరి బిడ్డనో పెంచుతున్నాను అని బెంగగా వుండేవాడివా. పోనీలే ఈ ఆనంద సమయంలో నాకు కూడా ఆనందం కలిగించావు. నీకు పుట్టిన బిడ్డ అని, నీ నోట వినగానే నాకు కూడా చాలా ప్రేమ కలిగింది బావా. నీ బిడ్డను కన్నతల్లి ఎవరైనా, ఏ కారణం చేత వాడు ఇక్కడున్నా ఆ విషయాలతో నాకు సంబంధం లేదు. వాడిని నా బిడ్డగానే పెంచుతాను" అనుకుంది జ్యోతి.

సాయంత్రం కుమారి వచ్చి తలపు కొట్టిన చప్పుడుకు నిద్రలేచింది జ్యోతి. అబ్బా ఆరు గంటలయి పోతోంది "లే బావా" అంది. శేఖర్ కంగారుగా లేచి "నేను బైటికి వెళ్ళి వస్తాను జ్యోతి" అన్నాడు. "అలాగే బావా" అంది.

బ్యాంక్ బయట తన రాక కోసం కాచుకుని వున్న శేఖర్ని చూసి ఆనందంతో "నా కోసం చూస్తున్నావా" అన్నాడు.

"అవునురా.. దా అలా తిరిగి వద్దాం" అన్నాడు.

ఇద్దరూ ఏకాంత ప్రదేశానికి వెళ్ళారు. జరిగినదంతా మురళికి చెప్పాడు శేఖర్.

"వీడి మాటలు జ్యోతి తప్పక వినే వుంటుంది. అందుకే వీడిని వరం అడిగింది. ఆమెకూ మంచే జరిగింది" అనుకున్నాడు మురళి. "హమ్మయ్య పోనీలేరా కథ సుఖాంతం అయింది. ఇంతకీ గొలుసు చూసావా" అన్నాడు మురళి.

చూడలేదు, చూస్తానురా.. అని తలవంచుకుని ఆలోచిస్తున్న శేఖర్ ని "ఆనందంగా వుండవలసిన సమయం రా ఇది. ఏ సమస్యలు లేవు. ఏమీ ఆలోచించకు" అన్నాడు.

"అది కాదురా మురళీ నా బాధ. ఆమె నన్నిలా వదిలెయ్యకు బావా అని అడిగేదాకా తెచ్చాను అని బాధగా వుంది" అన్నాడు.

"పోనీలేరా ఇలాంటివి పట్టించుకోకూడదు. వదిలెయ్యి" అన్నాడు మురళి.

"వదిలెయ్యక ఏమి చేస్తాననుకో. ఆమె అడక్కపోతే నేను ఇప్పుట్లో ఇలా వుందామనుకోలేదు" అన్నాడు శేఖర్.

"ఎందుకురా అలా దూరంగా వుండడం" అన్నాడు మురళి.

"అనేక కారణాలు నా కళ్ళ ఎదుట కనిపించేవి. ముఖ్యమైనది, కిరణ్ బాబుకి జన్మనిచ్చిన మనిషి ఎవరో, వాడు ఎటువంటివాడో, వీడికి వాడి బుద్ధులే వస్తాయేమో అప్పుడు ఏమి చెయ్యగలమని బాధ. కష్ట నిష్ఠూరాల కోర్చి పెంచడం ఎలాగైనా పెంచుతాము కానీ, మంచి మనసు రాకపోతేనో... అని ఒక్కోసారి మనసు నలిగిపోయేది. రెండు, జ్యోతికి పిల్లలు పుడితే వీడిని అప్పుడు చూస్తుందా? అని ఏవేవో పిచ్చి ఆలోచనలు వచ్చేవి. అవి ఎవరికీ చెప్పు కోలేనివి. మనసుని వీడనివి. నిజంగా ఆ గీత మంచి మనసుతో ఆలోచించి, ఆ విషయం మనకు చెప్పింది కానీ, లేకపోతే మనకు తెలియదు. ఎలాగా నేనే పెంచుతున్నాను కనుక నా బిడ్డే అని చెబితే నాకూ బాగుంటుందని అలా చెప్పింది" అన్నాడు మళ్ళీ శేఖర్.

"అవును గీత మాటలని బట్టి చూస్తే కృష్ణవేణి అంటే ఈమెకు చాలా ఇష్టం అనిపిస్తోంది" అన్నాడు మురళి.

"ఈ శుభసందర్భంలో నీకేమి కావాలో కోరుకో" అన్నాడు. ఆ ఇద్దరూ హోటల్ కు వెళ్ళారు.

శేఖర్ రాక కోసం వీధి గుమ్మంలో నుంచుని చూస్తోంది జ్యోతి.స్కూటర్ ఆపి హాయ్ అన్నాడు. ఆమె చిరునవ్వుతో స్వాగతం పలుకుతూ అతని దగ్గరకు వెళుతుంటే, ఎత్తుకున్న కిరణ్ బాబు "నాన్న" అంటున్నాడు నవ్వుతూ చెయ్యి చూపిస్తూ.

"ఓతినాన్నా.." అని బాబుని ఎత్తుకుని "జ్యోతి వస్తావా, అలా తిరిగొద్దాము" అన్నాడు.

"వద్దులే బావా వీడికి అన్నం పెట్టలేదు" అంది.

"పర్వాలేదు దా.. తొందరగా వచ్చేద్దాం" అన్నాడు. బాబుతో ఆ బండి ఎక్కింది. ఒక బట్టలషాపు దగ్గర ఆపాడు.

"నడు జ్యోతి, నీకు కావలసిన చీర తీసుకో" అన్నాడు.

"ఇప్పుడెందుకు" బావా అంది.

"అలా అనకు నడు లోపలికి" అన్నాడు. జ్యోతి లోపలికి వెళ్ళి చూస్తోంది.

బయట బిస్కెట్ పేకెట్ తీసుకుంటున్నాడు కిరణ్ కు. అక్కడ ఒకతను ఇంకొకతనితో 'ఏరా ఫస్ట్ నైట్ ఏ ప్రజెంటేషన్ ఇచ్చావురా నీ భార్యకు' అన్నాడు. ఏదో చిన్న గొలుసు ఇచ్చాను అన్నాడు అతను. గొప్పగా చెప్పుకొనేలాగా ఇస్తాను అన్నావు కదరా. నీకేమి తక్కువయిందని అలా గొలుసుతో సరిపెట్టావు అన్నాడు. వాళ్ళ మాటలు శేఖర్ చెవిన పడ్డాయి. మనసు గతంలోకి వెళ్ళింది. ఆ రోజు కృష్ణవేణి మీ గుర్తుగా నాకేదైనా వస్తువు ఇవ్వండి అని అడిగింది. ఆ గొలుసు తీసి ఇచ్చాడు. మరి జ్యోతికి ఏమి ఇచ్చాడు, ఒక తీపి ముద్దు తప్ప. తొలిరాత్రి గడిచింది. పోనీలే, ఏదో బాబు తన బిడ్డ అన్న ఆనందంలో ఏ ఆలోచన రాలేదు. ఇప్పుడయినా కొనిపెడితే బాగుంటుంది అనుకుంటుంటే "దా.. బావా" అంది జ్యోతి.

ఆమె దగ్గరకు వెళ్ళి "చీర తీసుకున్నావా ఏది" అన్నాడు.

"నువ్వు కూడా చూడు ఈ రెండు వుంచాను" అంది.

"రెండూ తీసుకో" అన్నాడు.

"వద్దు బావా రెండెందుకు" అంది. సరే అని ఒకటి ఇద్దరూ చూసి పేక్ చెయ్యమన్నారు. కిరణ్ బాబుకు కూడా జతబట్టలు తీసారు. పక్కనే వున్న బంగారం షాప్ దగ్గర నుంచొని "జ్యోతి నీకేమి కావాలి" అన్నారు. "నాకేమి వద్దు బావా" అంది. "నీకేమీ వద్దా" అన్నాడు. జ్యోతి కిరణ్ బాబుకి ఒక గొలుసు చూస్తోంది. "ఇది వీడికి బాగుంటుంది బావా"అంది. "సరే తీసుకో" అన్నాడు ఆనందంతో ఆమెను చూస్తూ. "ఇది చూడు నీకు బాగుంటుందనుకుంటున్నాను" అన్నాడు. "సరే బావా" అంది.

శేఖర్ ఆ గొలుసులు తీసుకుని ముందు జ్యోతికి మెళ్ళో పెట్టి ,ఆ కొత్త చీర ఆమె భుజాన వేసి "మన ఫస్ట్ నైట్ ప్రజంటేషన్ జ్యోతి" అన్నాడు. వీడికి ఇది అని వాడి మెళ్ళో గొలుసు పెట్టి కొత్త బట్టలు వేసాడు జ్యోతి సహాయంతో.

"వీడి మెళ్ళో ఈ గొలుసు ఎంత బాగుంది బావా. నా బుజ్జి తండ్రికి ఎంత అందం వచ్చేసిందో అని వాడిని ముద్దు పెట్టుకుని, ఇంక తియ్యను వీడిమెళ్ళోంచి" అంది. అలాగేలే అన్నాడు.

నోరు తెరు జ్యోతి అన్నాడు. ఒక స్వీట్ ఆమె నోటికిచ్చాడు. నేను నీకిచ్చే ఫస్ట్ స్వీట్ ఇదేనేమో అన్నాడు. కిరణ్ కు పెట్టుబావా అంది. కొంచెం వాడి నోట్లో పెట్టాడు. వాడు

కళ్ళు మూస్తున్నాడు. వాడ్ని ఊయలలో వేసి ఊపుతోంది. నీ ముద్దుల కొడుకు నిద్ర పోయేడు. ఈ అర్భకప్రాణి చూస్తున్నాడు. దయచేయండి రాణీగారూ అన్నాడు. రెండు చేతులూ చాచి ఆమె అతని చేతుల్లోకి వచ్చి "ఏంటి అన్నావు బావా" అంది.

"ఈ అర్భకప్రాణి చూస్తున్నాడు". అన్నాను. ఆమె నోట్లో ఏదో అనుకుంటోంది. "అదేదో పైకి అనొచ్చుకదా" అన్నాడు.

"ఏంలేదు" అంది.

"పోనీలే నువు చెప్పకపోతే, నేను చెబుతాను విను" అన్నాడు.

"చెప్పు బావా" అంది. శేఖర్ ఏమీ మాట్లాడటం లేదు, "చెప్పు బావా ఏం చెబుతావో" అంది.

"కథ కాని కథ చెప్పనా" అన్నాడు.

"ఏదైనా చెప్పు అలా వినడం నాకు ఇష్టం" అంది.

"అనగనగా ఒక వూళ్ళో ఒక పిచ్చి పుల్లయ్య వున్నాట్ట. వాడు చాలా మంచివాడేట. కానీ ఒక రోజు వాడికి తిక్క లేచిందిట. అప్పుడు, అప్పుడూ అని" ఇంకేమి చెప్పటంలేదు.

"అప్పుడు ఏం చేసేడు బావా అంది" జ్యోతి.

"ఈ కథ వద్దులే. ఇంకొక కథ చెబుతాను విను" అన్నాడు. చెప్పు అంది.

"అనగనగా ఒక వూళ్ళో ఒక బుల్లెమ్మ వుందిట. అది వాళ్ళ బావనే పెళ్ళి చేసుకొంటానందిట. పెద్దలు పెళ్ళి కుదిర్చేరుట. ఆ తరువాత వాళ్ళ బావకు కొన్ని చిక్కులు వచ్చి పెళ్ళి ఆగిపోయిందిట. వాళ్ళ వాళ్ళు వద్దు ఆ బావ అన్నారుట. అయినా ఆ బావనే చేసుకొంటానందిట ఆ బుల్లెమ్మ. వాళ్ళ బావమీద జాలి పడి పెళ్ళి చేసుకొందిట. కానీ ఆ బావ మొద్దు బావట, ఆ బుల్లెమ్మని చూడలేదుట. అప్పుడు బావా బావా నన్ను ఏలుకోవా అందిట ఆ బుల్లెమ్మ అనబోతుంటే ..., ఆపు బావా, అని అతని నోరు తన చేత్తో మూసి, "నన్ను అలా వుడికించకు బావా" అంది ఉక్రోషంగా.

"నిన్ను అలా వుడికించాలని కాదురా, నా బంగారు జ్యోతి అదో సరదా. ఇంకా విను ఇప్పుడు. ఆ మొద్దు బావ మారి "బుల్లెమ్మ బుల్లెమ్మా నన్నేలుకోవా" అంటున్నాట. ఆ బుల్లెమ్మ వెనకాలే తిరుగుతున్నాట్ట. ఆ బుల్లెమ్మని ఒక్కటే కోరుతున్నాట్ట. ఆ పిచ్చి పుల్లయ్య".

"ఏమి కోరుతున్నాట్ట!"

"ఆ బుల్లెమ్మ తనని ఏనాడూ ఏమీ అడగదని, ఏనాడూ దూరం జరగదని కోరుకుంటున్నాట్ట ఆ పిచ్చిపుల్లయ్య" అన్నాడు.

"ఏనాడూ తననేమీ అడగదని, గుండె గూడులో చోటు పోయినా గుండె మీద తను వాలిపోతుందని, దూరమన్నమాట భారమన్న మాట, కలలో కూడా రానియ్యదని చెప్పుబావా ఆ పుల్లయ్యకు" అంది.

ఆమె మాటలోని భావం గ్రహించలేని స్థితిలో శేఖర్ "చాలు బుల్లెమ్మ! కథ కంచికి, మనం మంచానికి" అని తన చేతుల్లో వున్న జ్యోతితో సహా వెనక్కి వాలిపోయాడు.

★★★

బావ ఆఫీస్ కి వెళ్ళిపోయాడు అని మనసు కొంచెం దిగులుగా వుంది. తన పుట్టింట్లో జరుగవలసిన శోభన ముచ్చట్లు ఆ మూడు రాత్రులు భర్త దగ్గరే జరిగిపోయాయి. పగలు, రేయి ఒకటిగా గడిపారు. ఈ రోజు ఆఫీసు వెళతానన్నాడు. అయినా తప్పదు ఇంకెంత సేపూ వచ్చేస్తాడు అని సాయంత్రం వంట పనిలో ఉండిపోయింది. గడియారం 7 గంటలు కొట్టినా రాకపోయేసరికి వీధిలో చూస్తోంది. జ్యోతిని దూరం నుండి చూసి ఆనందంతో ఇల్లు చేరాడు.

భోజనాలు అయిన వెంటనే జ్యోతి నిద్రపోయింది. బాబు కూడా ఊయలలో నిద్ర పోతున్నాడు. ఏంటి జ్యోతి నిద్ర వస్తోందా అన్నాడు లేపి. అవును బావా అంది కళ్ళు మూసుకుంటూ. రేడియోలో శ్రోతలు కోరిన యుగళగీతాలు చిన్నగా వింటున్నాడు శేఖర్. అతని మనసుకు ఆ గొలుసు చూడాలనిపిస్తోంది. ఇదే మంచి అవకాశం అని మెల్లగా బీరువా తీసి చూసాడు. అ అరల్లో ఎక్కడా లేదు. లోపలి అరలు తీసి చూసాడు. ఒక భరిణి కనిపించింది. అందులో ఒక తాయత్తులాగా వుంది. మెల్లగా దానికున్న మూడు రంగుల దారాన్ని విప్పుతున్నాడు. గొలుసు కనిపించింది. అందులో తన ఫోటో చూసుకున్నాడు. ఒక్కసారి కృష్ణవేణి గుర్తొచ్చింది. ఆ గొలుసును ముద్దు పెట్టుకున్నాడు. కిరణ్ బాబు పుట్టిన సమయం, ఆ హాస్పటల్ పేరు చదువుతుంటే వున్నట్టుండి కిరణ్ బాబు నిద్దట్లో పెద్దగా ఏడ్చాడు. ఆ ఏడుపుకు జ్యోతి కళ్ళు తెరిచింది. వెంటనే ఆ భరిణిలో గొలుసు పెట్టాడు. ఆ కాగితం కూడా పెట్టేసి ఆ భరిణి తీసి మళ్ళీ బీరువాలో పెట్టాడు. జ్యోతి లేచింది, వాడు ఏడుస్తున్నాడు అని ఊయల ఊపుతుంది. అతన్ని ఏమీ అడగలేదు. అతనూ చెప్పలేదు. వెళ్ళి పడుకున్నాడు.

వాడు ఏడుపు ఆపడం లేదు. ఎందుకో నిద్దట్లో పెద్దగా ఏడ్చాడు. ఏదైనా భయం వేసిందేమో పిల్లాడికి అని వాడిని జోకొడుతూ "ఏంటి ఆ భరిణి .ఏంటి బావ ఒక్కడూ చూస్తున్నాడు" అనుకుని తరువాత చూడొచ్చు అనుకుని నిద్రపోయింది.

మరునాడు శేఖర్ ఆఫీస్ కి వెళుతూ ఆ భరిణి తీసుకువెళ్ళడం తను గమనించింది. ఏముంది రహస్యం అందులో అనుకుంది. సాయంత్రం ఇంటి కొచ్చిన భర్తకు నవ్వుతూ ఎదురెళ్ళింది. అతను తనులేని సమయంలో ఆ బీరువా తియ్యడం చూసింది. ఎలాగైనా అదేమిటో చూసి తెలుసుకోవాలని తపన ఎక్కువయింది. అవకాశం వచ్చినపుడు చూడాలి అనుకుని పడుకుంది.

"ఒరే శేఖర్, రెండు సంవత్సరాలు తరువాత నీ గొలుసు నీ కంటపడింది. నీ బిడ్డను కూడా నీ ఇంటికి తెచ్చింది. ఆమె అలా చెయ్యకపోతే మనకు తెలియదు ఈ గొలుసు విషయం" అన్నాడు మురళి.

"అవునురా" అన్నాడు శేఖర్.

"ఆ రోజు నేను ఏమన్నానో నీకు గుర్తుందా. ఈ గొలుసు, ఆ తాళి చూపించి మన మీదకు గొడవకు వస్తుందేమో అన్నాను. ఆమె అలా రాదురా అని అన్నావు. కానీ నేను చాలా భయపడిపోయాను. నీ బుర్ర తిన్నాను ఆ తాళి కట్టించుకున్నందుకు. ఆమె చాలా చాలా మంచి పనులు చేసిందిరా" అన్నాడు మురళి.

"అవి పనులు కాదురా, ఎవ్వరూ చెయ్యలేని త్యాగాలు చేసిందిరా కృష్ణవేణి. తను చేసిన త్యాగాన్ని ఎవ్వరికీ చెప్పకుండా శిక్ష అనుభవిస్తోందిరా, ఆ మాట గుర్తుకు రాగానే నేను ఏదోలా అయిపోతున్నాను. వెంటనే కిరణ్ని గుండెలకు హత్తుకుంటున్నాను. ఏమీ చెయ్యలేని స్థితిలో అలా హత్తుకుంటే అదురుతున్న నా గుండెకు ఊరట కలుగుతోందిరా" అన్నాడు.

"ఇంక అలాంటి ఆలోచనలు రానీయకు. అదంతా అలా జరిగిపోయింది. ఆమె తన జీవితం త్యాగం చేసినా నీవు వాడి జీవితం బాగు చెయ్యాలని తీసుకువచ్చావు కదా అది చాలు. ఆ తరువాత కదా, వాడు నీకు పుట్టినవాడని తెలిసింది. ఆమె త్యాగం ఒక ఎత్తు అయితే, జ్యోతి కూడా సర్దుబాటుతనంతో పరాయి బిడ్డ అని తెలిసినా, కన్నబిడ్డలా పెంచుతోంది. ఈమెను అభినందించవలసిందే. ఇద్దరివీ పెద్ద మనసులే అని చెప్పవచ్చు. ఇంక నువ్వు ఏమీ ఆలోచించకు హ్యాపీగా వుండు" అన్నాడు మురళి.

"కిరణ్ బాబు ని నేను తీసుకొచ్చి పెంచుతున్నానని ఆమెకు చెబితే చాలా సంతోషిస్తుందేమోరా" అన్నాడు శేఖర్.

"వద్దు వద్దు అలా చెయ్యకు. మిమ్మల్ని ఎవరు పెంచమన్నారు. వద్దు వాడిని అక్కడే వుంచండి. అందనుకో.. అప్పుడు మనం ఏమీ చెయ్యలేము" అన్నాడు మురళి. "ఎప్పుడూ కూడా చెప్పడం మంచిది కాదేమో. కిరణ్ నీ బిడ్డ అని తృప్తిగా వుండు" అన్నాడు.

"ఈ విషయం ఆమెకు చెప్పకుండా వుండను. చెబుతాను. ఎప్పుడంటే ఆమె జైలు నుండి వచ్చిన తరువాత సర్ప్రైజ్ గిఫ్ట్. వీడిని పెంచి పెద్ద చేసి ఇస్తాను. ఇలాంటివి దాచకూడదు. అప్పుడు అన్నీ చెప్పేస్తాను" అన్నాడు.

"ఒరే శేఖర్, ఎప్పుడు మాటలో ఇప్పుడు ఎందుకురా అవేమీ వద్దురా. అంతదూరం ఆలోచించకు" అన్నాడు మురళి.

"సరేరా రేపు మా ఇంటికి భోజనానికి వస్తావా" అన్నాడు శేఖర్.

"అలాగే వస్తానులే" అన్నాడు.

★★★

"ఒరే కిరణ్ ఎవరొస్తున్నారో చూడరా" అంది జ్యోతి. వాడు మురళిని కొత్తగా చూస్తున్నాడు.

"మావయ్యరా మరచిపోయావా, మురళి మావయ్యరా.." అన్నాడు శేఖర్. మురళీ ఎత్తుకోబోతుంటే జ్యోతిని పట్టేసుకున్నాడు.

"చూసావురా జ్యోతిని వదిలి రావడం లేదు" అన్నాడు మురళి.

"నా దగ్గరకు కూడా రావడం లేదు" అన్నాడు శేఖర్.

వాడిని ఎత్తుకునే టేబుల్ మీద వడ్డించింది. వాళ్ళు భోజనాలు చేసేదాకా వాళ్ళతో మాట్లాడుతూ కూర్చుంది. "అప్పుడప్పుడు భోజనానికి రా అన్నయ్య" అంది.

"అప్పుడప్పుడు భోజనానికి, రోజూ చూసి పోవడానికి రారా" అన్నాడు శేఖర్.

"అలాగే వస్తాను రా.. ఏదో జ్యోతికి కొత్త అని ఎక్కువ రాలేదు" అన్నాడు.

ఇద్దరూ ఆఫీస్ కి వెళ్ళారు. జ్యోతి బాబును నిద్రపుచ్చి ఆ బీరువా తీసి చూసింది. ఆ అరల్లో బట్టలు అన్నీ తీసి చూసింది. అక్కడ ఏమీ కనిపించలేదు. లోపలు అరలు చూసింది. అందులో ఒక ఎర్రబరిణి కనిపించింది. అందులో ఒక గొలుసుకి ఒక లాకెట్, ఆ లాకెట్ తీసి చూసింది. శేఖర్ ఫోటో వుంది. ఒక కాగితం వుంది. అందులో పుట్టిన

సమయం, హాస్పటల్ పేరు వున్నాయి. అయితే కిరణ్ పుట్టిన తేదీ అయి వుంటుంది అనుకుని మళ్ళీ అక్కడే వుంచేసి కూర్చుని ఆలోచిస్తోంది.

ఇదా బావా రాత్రులు నిద్రపోకుండా చూస్తున్నది అనుకుని, వెంటనే మేనత్తకు ఫోన్ చేసింది. "అత్తయ్యా నేను జ్యోతిని. నేను ఒక ముఖ్య మైన సంగతి చెప్పాలి" అంది.

"ఏమిటదీ" అంది. ఇంతలో లైన్ కట్ అయింది. ఛ. ఛ.. సమయానికి కట్ అయిపోయింది. విసుగ్గా రిసీవర్ తీసి పెట్టింది. మళ్ళీ రింగ్ వచ్చింది.

"అత్తయ్య కట్టయ్యింది" అంది జ్యోతి.

"ఏమిటో చెప్పాలన్నావు చెప్పు, జ్యోతీ.. చప్పున చెప్పు" అంది తులసి.

"అదే కిరణ్ బాబు మీ మనువడే, మీ అబ్బాయి కొడుకు" అంది.

"నిజమా" అంది. ఆ గొంతులో ఆనందం తొణికింది.

"అవును అత్తయ్యా, మీ అబ్బాయి నోట ఆ మాట నేను విన్నాను" అంది.

"నీ ఎదురుగా అన్నాడా" అంది.

"కాదు బావ నన్ను చూడలేదు" అంది.

"మరి ఆరోజు నాకు వాడు ఏదో ఏదో చెప్పాడు" అంది.

"పోనీలెండి అత్తయ్యా" అంది.

"అది కాదు. జ్యోతీ అచ్చంగా వాడు ఏమన్నాడో, అదే మాటలు నేను నీకు చెప్పాను. కానీ నేను ఏమీ దాచలేదు. ఎందుకంటే నిజాయితీగా ఆడేమాటే పెద్దతనాన్ని నిలబెడుతుంది. నేను నీతో ఎప్పుడూ అబద్ధం చెప్పను" అంది.

"అత్తయ్యా మీరు నాకు అబద్ధం చెప్పారని అడగాలని కాదు మీకు ఫోన్ చెయ్యడం. మీరు ఎవరి బిడ్డో అనుకునే పిల్లాడు మీ మనువడే అని చెప్పాలని" అంది జ్యోతి.

"ఇది మంచి మాటగానే భావిస్తున్నాను. నువ్వు వాడిని తల్లిలా చూస్తున్నావు. వాడు తండ్రి అయ్యాడు. ఇంక మనకి బేధం లేదు కానీ జ్యోతీ వాడిని ఆ వివరాలు ఎప్పుడూ అడక్కు నీకు ఏమీ తెలియనట్టే వుండు. నా బంగారు తల్లివి కదూ, నా మాట మరచిపోకు. మీరిద్దరూ అన్యోన్యంగా వుండడమే నాకు కావాలి" అంది.

"మేము బాగానే వున్నాం. మీరు ఈ మాట మీ మనసులోనే వుంచుకోండి" అంది.

"అలాగే" ఫోన్ పట్టుకుని వెనక్కి చూసింది. మోహనరావుగార్ని గమనించింది, వుంటాను అని ఫోన్ పెట్టేసింది తులసి.

జ్యోతి నుంచి ఏవో మంచి మాటలు వినిపించినట్టే తులసి ఆనందంగా మాట్లాడడం గమనించారు. కొన్ని మాటలు వినిపించాయి కానీ పూర్తిగా అర్థం కాలేదు. అడిగినా నిజం చెప్పదేమో ఎందుకు అడగడం.ఎప్పుడూ ఏమీ దాయని తులసి శేఖర్ విషయంలో ఏదో దాస్తోందని అనుకుంటున్నారు మోహనరావుగారు. కానీ అడగరు. ఆమె చెప్పదు. ఏమీ లేనట్టు ఆమె పెరటిలోకి వెళ్ళిపోయింది.

జ్యోతి మనసు కొంచెం తేలిక పడినట్టు అనిపించింది. మళ్ళీ ఇలా చెప్పడం వల్ల ఏమైనా గొడవ వస్తుందా. ఎందుకు చెప్పాను అనుకుంటోంది. మరి ఆ రోజు అత్తయ్యే కదా తనని చాటుగా తీసుకెళ్ళి కిరణ్ గురించి వేరేగా చెప్పింది. అందుకే తనకు వీడి గురించిన నిజం చెబితే సంతోషిస్తుంది అని మంచి ఉద్దేశ్యంతోనే కదా నేను చెప్పాను, అత్తయ్య అర్థం చేసుకుంటుంది. ఏమీ జరుగదు అనుకుంటుండగా కిరణ్ లేచాడు. వస్తున్నానురా అని వాడి దగ్గరకు వెళ్ళిపోయింది.

★★★

ఒక రోజు పెద్దమ్మ దగ్గరకు వెళ్ళి, "పెద్దమ్మా! పెళ్ళిరోజు తారీఖు ప్రకారం చేసుకుంటారా, తిథి ప్రకారం చేసుకుంటారా" అంది కృష్ణవేణి.

"పెళ్ళిరోజు తారీకు ప్రకారమే చేసుకుంటారు చాలా మంది. పుట్టిన రోజైతే తిథి చూసుకుని చేసుకుంటారు. నక్షత్రం కన్నా తిథే ముఖ్యంగా చూసుకుని చేసుకుంటారు. మళ్ళీ తేది నాడు కూడా పుట్టినరోజు చేసుకుంటారు. రెండుసార్లు చేసుకుంటారు" అంది పెద్దమ్మ.

"అవును మా గీత వాళ్ళమ్మ గారు రెండు సార్లు దాని పుట్టిన రోజు చేసేవారు" అంది కృష్ణవేణి.

"ఇంతకీ నువ్వడిగే ఆ పెళ్ళిరోజు ఎవ్వరిది నీదా" అంది పెద్దమ్మ.

ఆమె తలదించుకుంది. నిరుడు ఈ రోజుకు కిరణ్ బాబు తన దగ్గర వున్నాడు. తల్లి వాడితో ఆటలాడుకుంటోంది. అప్పుడే ఏడాది తిరిగిపోయింది. బిడ్డ ఎలా వున్నాడో అనుకుంది మనసులో కృష్ణవేణి.

"నీకు పెళ్ళి అవడం అంటేనే నేను నమ్మలేకపోతున్నాను" అంది పెద్దమ్మ.

"అవును ఎవరూ నమ్మరు" అని కృష్ణవేణి అంటుంటే, "ఏంటే సోది చెప్పుకుంటున్నారు, ఇలారండే" అని మేరీ గట్టిగా అనడంతో మాట్లాడకుండా ఆమె దగ్గరకు నడిచారు. ఆమెను చూడగానే కృష్ణవేణి గుండె దడదడలాడింది. ఈ మధ్య సెలవులో వెళ్ళిన మేరీ మళ్ళీ ఈ రోజే వస్తోంది అని భయంతో ఆమెను చూస్తూ వుండిపోయింది.

"ఆ గదులన్నీ చాలా చెత్తగా వున్నాయి. రోజూ తుడిపించడం లేదా వీళ్ళని తీసుకెళ్ళి శుభ్రం చేయించు" అని ఇంకో ఆమెతో చెప్పి వెళ్ళిపోయింది. కృష్ణవేణి ఆమెను పరిశీలనగా చూసింది. ఈమె చాలా నీరసంగా వున్నట్టు కనిపిస్తోంది. ఏమైంది ఈమెకు అనుకుంది. "కృష్ణవేణీ వెళ్ళూ" అని ఇంకొకామె పిలుస్తుంటే ఆ పనిలోకి వెళ్ళిపోయింది.

ఉదయాన్నే వచ్చి, "నన్ను దీవించు పెద్దమ్మా" అని కాళ్ళు తాకి దణ్ణం పెడుతున్న కృష్ణవేణిని అలా చూస్తూ వుండిపోయింది పెద్దమ్మ. తలారా స్నానం చేసి నుదుట ఇంత బొట్టు పెట్టుకుని ఎంతో నిండుగా వున్న కృష్ణవేణిని "దీర్ఘసుమంగళీభవా" అని దీవించింది పెద్దమ్మ ఆమె తలమీద చెయ్యివేసి.

"చాలు పెద్దమ్మా" అంది. ఆమె వంగి పాదాలకు నమస్కరిస్తుంటే ఆమె మెళ్ళో మంగళ సూత్రం పమిట మీదకు వచ్చింది. అల్లుకొన్న జడ అందానికి అందంగా వుంది. ఆమెను చూస్తూ వుండిపోయింది పెద్దమ్మ.

"ఎన్నాళ్ళయ్యింది నీకు పెళ్ళి జరిగి" అంది.

"ఇది రెండో పెళ్ళిరోజు" అంది తలదించుకుని.

"ఏమిటి ఆలోచిస్తున్నావు" అంది.

"నా బాబు గుర్తొచ్చాడు పెద్దమ్మా. మా అమ్మని నీలో చూసుకుంటున్నాను" అని ఆమెను పట్టుకుంది.

"నీకు ఒక బాబు కూడా వున్నాడా" అంది.

"అవును వాడిని దూరంగా వుంచాను" అంది విచారంగా.

"ఏమీ బాధపడకు అన్నీ మంచిగానే జరుగుతాయి. నీ బాబు క్షేమంగానే వుంటాడు" అంది.

"పోనీలే నీ నోట వాక్యాన వాడు బాగుంటే చాలు" అంది కృష్ణవేణి.

అతనికి ఈ రోజు గుర్తుంటుందా? అతను ఎన్ని పనుల్లో వున్నాడో అనుకుంటుండగా, కృష్ణవేణీ నీ కోసం ఎవరో వచ్చారు అనగానే "ఆమె ఎవరూ" అంది.

"ఒకతను అంది" అంతే. ఆమె ప్రాణాలు గాలిలో తేలిపోయాయి. అయితే చంద్రశేఖరేమో అని అతని దగ్గరకు రొప్పుతూ వచ్చింది. అతను కళ్ళలో ఏదో వింత మార్పు వచ్చింది. ఆమెను నిలువెల్లా పరికిస్తున్నాడు. అంగాంగం తన చూపులతో తాకుతున్నాడు. ఆ చూపుల వాడికి తట్టుకోలేక కృష్ణవేణి తలదించుకుంది.

"ఏయ్ కృష్ణవేణీ! తలదించకు, నాకేసే చూడు" అన్నాడు.

కృష్ణవేణి కొంచెం తేరుకుని "ఏంటి అలా చూస్తున్నారు" అంది.

శేఖర్ కూడా తేరుకుని, "ఈ రోజు ఎందుకో నిన్ను చూపులతో చుట్టేయాలని వుంది" అన్నాడు.

"ఎందుకనీ" అంది.

"ఏమో" అన్నాడు అలా చూస్తూ.

"ఈ రోజు ఎందుకు తలస్నానం చేసావు" అన్నాడు. ఆమె మరింత ఆనందం పొందుతోంది. మౌనముద్ర వేసుకున్నట్టు ఆమె పెదవులు కదలటం లేదు. "చెప్పు కృష్ణవేణీ" అన్నాడు.

"ఈరోజు.." అంది.

"ఏంటి ఈ రోజు" అన్నాడు. ఆమె చెప్పకుండా తలదించుకుంది.

"ఈ రోజు రాత్రి 10 గంటలకు నీ మెళ్ళో నేను తాళి కట్టాను" అన్నాడు. ఆమెలో ఆనందం ఒక్కసారి ఉప్పెనలా వచ్చింది.

"మీరు మరచిపోలేదా.." అంది.

"లేదు కృష్ణవేణీ, ఆ రోజు నుంచీ నేను నిన్ను ప్రేమిస్తున్నాను. నువ్వు నన్ను ప్రేమిస్తున్నావు. అందుకే మనం ఎప్పుడూ విడిపోము కృష్ణా.." అన్నాడు మధురస్వరంతో శేఖర్.

ఆమె చెప్పలేని ఆనందంతో తబ్బిబ్బయిపోతోంది. చాలు చాలు అనుకుంటోంది. "ఆ రోజు నేను నీకు ఒక గొలుసు ఇచ్చాను, అది నీ దగ్గర వుందా" అన్నాడు.

"అదీ గుర్తుందా మీకు" అంది.

"ఆ.. వుంది. అన్నీ గుర్తున్నాయి మరచిపోతే కదా" అన్నాడు.

"ఆ గొలుసు వుంది. జాగ్రత్తగానే వుంది. కానీ ఇప్పుడు నా దగ్గర లేదు" అంది కంగారు పడుతూ.

"పోనీలే వుంది కదా తరువాత చూడొచ్చులే" అన్నాడు.

"సమయం అయిపోయింది. దా.. కృష్ణవేణీ" అంది ఆమె. ఆమె అతనికి నమస్కరించి వెళ్ళిపోతోంది. అతను ఆమెను మనసులోనే దీవించి, బాయ్.. కృష్ణవేణీ బాయ్ అని ఆ చెయ్య ఊపుతూ ఆమె వెడుతున్న వైపే చూస్తున్నాడు. ఆమె ముందుకు నడుస్తూ వెనక్కి చూస్తోంది. ఆమె కనుమరుగైపోయింది. ఆ కళ్ళు ఇంకా ఆమె వెళ్ళిన వైపే చూస్తున్నాయి. స్థంబనగా వుండిపోయాడు. కృష్ణవేణి వెళుతున్నట్లు అతని కళ్ళల్లోనే వుండిపోయింది. అలా చూస్తున్న చంద్రశేఖర్ని ఒకతను "బాబూ ఇంక వెళ్ళు" అన్నాడు. అతను అంతా గమనిస్తున్నట్లు శేఖర్ గమనించలేదు. అతన్ని సమంగా చూడలేదు. ఏదీ గమనించే స్థితిలో లేని శేఖర్ వెళ్ళిపోతుంటే చూస్తూ నిలబడ్డాడు రంగడు. అయితే ఇతనేనా కృష్ణకు తాళికట్టిన వాడు అనుకున్నాడు. ఆ విషయాలు అన్నీ వివరంగా తెలుసుకోవాలి. ఆ రోజు కిరణ్ బాబుని తీసుకొచ్చి కనకానికి ఇచ్చినవాడు ఇతను కాదు. కానీ ఆ రోజు ఇతనూ, అతనూ కలిసే వెళ్ళారు అనుకున్నాడు రంగడు.

మురళీ లేకుండా రావడం ఇదే మొదటిసారి. వాడిని రమ్మందాము అనుకుంటే వాడు వెళ్ళవద్దంటాడేమోనన్న భయంతో తన నోరు కదపలేదు. ఇప్పుడు వెళ్ళాక వాడికీ చెప్పుకోవాలి అనుకుని ఇల్లు చేరాడు.

తన కోసం చూస్తున్న జ్యోతి "వచ్చావా" అంది.

"కొంచెం కాఫీ ఇయ్యి" జ్యోతీ అన్నాడు.

ఆమె కాఫీ ఇస్తూ "తలనొప్పిగా వుందా బావా" అంది.

"అవును జ్యోతీ! కిరణ్ బాబు ఇప్పుడు నిద్రపోతున్నాడా" అన్నాడు.

"అవును ఎందుకో నిద్రపోతున్నాడు" అంది. నిద్రపోతున్న

కిరణ్ బాబుని ముద్దు పెట్టుకుని, తనూ నిద్రపోయాడు. జ్యోతి ఆలోచిస్తూ అతనికేసి చూస్తోంది. ఈ రోజు పొద్దుటే తలస్నానం చేసి వచ్చి చాలా సేపు దేవునికి దణ్ణం పెట్టుకున్నాడు. ఏ కారణం చేతనో కొంచెం ముక్తసరిగా వున్నాడు. ఏమిటి అని అడుగుదామనుకుంది. ఏమీ అడగొద్దు అని ముందే చెప్పాడు కదా అనుకుని ఊరుకుంది. మామూలుగా బ్యాంక్ కు వెళ్ళిపోయాడు. మామూలు వేళకే వచ్చాడు గానీ మొఖంలో ఏదో మార్పు కొట్టొచ్చినట్టు కనిపిస్తోంది. మనసులో ఏదో మూగవేదన అనుభవిస్తున్నాడు అతనిని చూస్తుంటే అనుకుని తన పనులు ముగించుకుంటోంది.

★★★

సూర్యుడు పడమర సంధ్యకు వాలుతున్నాడు. వర్షం వచ్చేలా నల్లమబ్బులు అలముకుంటున్నాయి. చంద్రశేఖర్ ఇల్లు చేరాడో లేదో అనుకుంటోంది. చంద్రశేఖర్ మాటలను గుర్తుచేసుకుంటోంది....

"వర్షం వచ్చేలా వుంది దా కృష్ణవేణీ" అంది. పెద్దమ్మ.

"మాది పెళ్ళేనంటావా" అంది.

"నీది పెళ్ళే... ఒక మగాడు ఒక ఆడదాని మెళ్ళో ఇష్టపడి తాళి కడితే అది అంది పెళ్ళే" అంది.

"మా పెళ్ళిరోజు గుర్తు చేసుకుని ఆయన వచ్చారు" అంది కృష్ణవేణి.

"చాలా సంతోషం అయిన మాట ఇది" అంది పెద్దమ్మ.

★★★

"దా... రంగా" అంది. అతను చెప్పే కూతురి విషయాలు వినడం కోసం ఆమె మనసు ఆరాటపడుతోంది.

"కనకం నీ అల్లుడు కూడా నీ కూతురుని చూడ్డానికి వచ్చాడు. ఈ రోజు వాళ్ళ పెళ్ళిరోజుట కదూ. అవునా" అన్నాడు నవ్వుతూ.

కనకం మనసు రెండు సంవత్సరాలు వెనక్కి వెళ్ళింది. వెంటనే లేచి పెట్టెలో దాచిన ముహూర్తం వ్రాసిన కాగితం చూసింది. "అవును అవును రంగా, ఈ రోజే దాన్ని పెళ్ళికూతుర్ని చేసాం. ఈ రోజు రాత్రే అతను వచ్చాడు. దానికి తాళి కట్టాడు. అతను మళ్ళీ రాలేదని నా దగ్గర ఎన్నో సార్లు బాధపడింది. పాపం పిచ్చితల్లి. ఇప్పుడు అతను వచ్చి దానిని చూసాడా. పోనీలే దాని ఆనందం నేను ఊహించగలను. అయితే అది ఎక్కడున్నా ఆనందంగా వుంటే చాలు. రంగా నాకు మంచి మాట చెప్పావు. ఈ మాటతో నాకు మళ్ళీ ప్రాణం వచ్చింది. కిరణ్ బాబు కూడా బాగున్నాడు అనుకుంటుంటే, "ఆ కిరణ్ బాబును తీసుకొచ్చి నతను, ఇతను ఒక బండి మీద వెళ్ళారు. వాళ్ళిద్దరూ స్నేహితులే అనిపించింది. దీనిని బట్టి చూస్తే అతనికి పిల్లాడి గురించి తెలుసేమో అనిపిస్తోంది. అన్నీ మంచిగానే జరుగుతాయి కనకం. నువ్వు బాధపడకు. నేను సిఐడిలాగా వెతికి అన్ని వివరాలు తెలుసుకుంటాను" అన్నాడు రంగడు.

"అలాగే రంగా, అలాగే చెయ్యి నీ మేలు మరచిపోను. నా కృష్ణవేణి చల్లగా వుండాలి. అదే నా కోరిక" అంది ఆనందంతో కనకం.

ఆ మాటలు విన్న శంకుతల, నాగమణి "పోనీలే అది బాగుంటే చాలు. మేము వెళ్ళి దానిని చూసి వస్తాము" అన్నారు.

"అలాగే వెళ్ళండే. వెళ్ళి దానిని చూసి రండి" అంది కనకం.

★★★

శకుంతలనీ, నాగమణినీ చూసి కృష్ణవేణి కళ్ళు కాలువలు అయ్యాయి. "పిన్నీ ఎలా వున్నారే, అమ్మా, అమ్మమ్మా ఎలా వున్నారే, అమ్మని చూడాలని వుందే" అంది.

వాళ్ళు కళ్ళు తుడుచుకుని "బాధపడకు కృష్ణవేణీ, అక్క ఇప్పుడు బాగానే వుంది. అప్పుడయితే బతుకుతుందనుకోలేదు. హాస్పటల్లో అయిపోతుందనుకున్నాము. కానీ, నీ బిడ్డ అక్కను బతికించాడు. ఆ పుణ్యాత్ముడు తీసుకువచ్చి బిడ్డను మీ అమ్మ మీద పెట్టి ఇడిగో మీ కిరణ్ బాబు అన్నాడు. వాడు చిట్టి చేతులతో పాకి మీ అమ్మను తాకాడు. అప్పుడు లేచి వాడిని ముద్దాడి ఆనందించింది" అంది శకుంతల.

కృష్ణవేణి ఆనందాశ్చర్యాలతో "ఏంటి పిన్నీ, ఏంటే మీరనేది" అంది. వాళ్ళు అదే మాట మళ్ళీ అన్నారు. కృష్ణవేణి ఆశ్చర్యంతో చూస్తూ వుండిపోయింది.

"ఏమి చెప్పాలో తెలియక అలా ఆశ్చర్యంగా చూస్తావేమిటి కృష్ణవేణీ! నువ్వు ఎవరో పిల్లలు లేని వాళ్ళకు ఇచ్చాను. అతను ఒకసారి చూపిస్తాడు అన్నావు కదా. అతనే కిరణ్ బాబుని తీసుకువచ్చి మీ అమ్మకు చూపించాడు. పది వేల రూపాయలు అమ్మకిచ్చి మందులకు వాడుకోండి, ఆరోగ్యం జాగ్రత్తగా చూసుకోండి. మళ్ళీ డబ్బు సర్దుతాను అని చెప్పాడు." అంది శకుంతల.

"పిన్నీ మీరు సమంగా చూసారా? వాడు మన కిరణ్ బాబే నా" అంది కృష్ణవేణి ఆతృతతో.

"అవునే మన కిరణ్ బాబేనే వాడు. అక్క వాడి కుడిచేతి మీద పుట్టు మచ్చ కూడా చూసింది. ఆ తరువాతే వాడిని హత్తుకుంది. పిల్లాడు బాగున్నాడు" అంది శకుంతల.

"ఎన్నాళ్ళయిందే తీసుకువచ్చి" అంది కృష్ణవేణి.

"సమంగా చెప్పలేము కాని 3 నెలలు అయి వుండవచ్చు" అంది.

"ఈ మధ్య మళ్ళీ రాలేదు. కానీ వస్తాడు. తప్పక వస్తాడు" అంది శకుంతల.

"అయితే ఈసారి తీసుకువస్తే వాడి ఫోటో ఒకటి ఇమ్మనండి, నాకు చూపించుదురు గాని, అతని పేరు ఏమిటో కనుక్కోవాలి"

"నీకు గుర్తు లేదా అతని పేరు" అంది.

"మరచిపోయాను పిన్నీ" అంది.

"దామ్మా.. టైము అయిపోతోంది" అంది. కృష్ణవేణి వెళ్ళిపోతుంటే బాధగా చూస్తూ వాళ్ళూ వెళ్ళిపోయారు.

కృష్ణవేణికి ఏ పనీ చెయ్యాలని లేదు. మనసులో సుడిగుండాల్లాంటి ఆలోచనలు తలెత్తుతున్నాయి. ఏమిటిది? ఏమి జరుగుతోంది? అనుకుంటూ ఒంటరిగా చెట్టు కింద కూర్చుంది.

పెద్దమ్మ వెళ్ళి "కృష్ణవేణీ ఏమైంది, అలా ఉన్నావేం" అని అడిగింది.

"ఏమి చెప్పను పెద్దమ్మా, నా బిడ్డ నేను దాచుకున్న చోట లేడు. వాడిని ఎవరో పెంచుతున్నారు" అంది.

"అలా చెబితే ఎలా తెలుస్తుంది" అంది పెద్దమ్మ.

"వాళ్ళ పిన్నిలు చెప్పిన విషయమంతా చెప్పింది".

"ఏమీ భయపడకు.. ఎవరో పిల్లలు లేని వాళ్ళు అడిగితే ఆ ఆశ్రమం వాళ్ళు ఇచ్చి ఉంటారు. అతను మీ అమ్మ పరిస్థితి తెలుసుకుని, తీసుకువచ్చి చూపించి ఉంటారు. నీ బిడ్డ బాగానే ఉంటాడు. నువ్వేమీ బాధపడకు" అని ధైర్యం చెప్పింది.

"నీ మాటలు నాకు ధైర్యాన్ని కలిగిస్తున్నాయి. నా బిడ్డ ఎక్కడున్నా బాగుంటే చాలు, వాడిని నేను చూడకపోయినా పర్వాలేదు కానీ... నా తల్లిని తలచుకుంటేనే గుండె నీరైపోతోంది. నేను లేకుండా ఆమె ఉండలేదు. ఆమె కోసం, నా బిడ్డ కోసం... ఏడ్చి ఏడ్చి పడుకుంటున్నాను పెద్దమ్మా" అంది కృష్ణవేణి.

"బాధపడకు నీలాంటి బిడ్డను కన్న నీ తల్లి మీద ఈర్ష్య కలుగుతోంది. మళ్ళీ జాలి వేస్తోంది నీకు దూరమైనందుకు" అంది పెద్దమ్మ.

"కాదు పెద్దమ్మా... నేను ఆమెకు దూరమై ఇలా వున్నాను" అంది కృష్ణవేణి.

"ఈ మేరీ మళ్ళీ డ్యూటీకి వచ్చింది. మళ్ళీ నన్ను చావగొట్టి ఏ పెద్ద ఆఫీసర్ల దగ్గరకు పంపుతుందేమోనని భయ పడిపోతున్నాను. ఆరోజు 'ఒకామె కృష్ణవేణి భయపడకు ఆ తిరుపతి దేవుని దయ నీకు ఉంది'... అని ఇంకా ఏదో చెప్పాలనుకొంది. ఏదో చెబుతుంది అని వింటుంటే ఇంతలో మేరీ వచ్చింది. ఆమె మాట్లాడలేదు. ఆ తరువాత ఆమె కూడా కనిపించలేదు. ఎప్పుడయినా వీలు కుదిరితే ఆమెను ఆ విషయం అడగాలి. ఇప్పుడిప్పుడే కాస్త కోలుకుంటున్నాను. నీ ఆదరాభిమానాలతో నిజంగా నీవు నా

పుణ్యం కొద్దీ కలిశావు. మనిషికి మనిషి తోడు కావాలి. ఎక్కడ ఉన్నా తోడు లేకపోతే బ్రతకలేం" అంది కృష్ణవేణి.

"అవును కృష్ణవేణి నిన్ను చూస్తే నాకూ కొంచెం ఊరట కలుగుతోంది" అంది పెద్దమ్మ.

"నీకు ఆడపిల్లలు లేరా" అంది కృష్ణవేణి. లేరు అంది ముక్తసరిగా.

"నీ గురించి తెలుసుకోవాలని ఉంది పెద్దమ్మా" అంది.

"అలాగే తరువాత తెలుసుకుందువు గాని. ఆరోజు నిన్ను ఊరడించి ఆమె ఆ మాట అంది కానీ పూర్తి చెయ్యలేదు, ఆగిపోయింది కదా. ఆమె కనబడగానే అడుగుతాను, అయినా ఆ మేరీ నాకు చనువే, నిన్ను అలాంటి పని ఏదైనా చెయ్యబోతే నేను ఊరుకోను. భయపడకు" అంది కృష్ణవేణి వీపు తట్టి.

"చాలు పెద్దమ్మా ఈ భరోసా నాకు చాలు" అంది కృష్ణవేణి కృతజ్ఞతతో చూస్తూ... నడు లోపలికి అందరూ వెళ్ళిపోతున్నారు అంది పెద్దమ్మ నడుస్తూ. ఆమె వెనకాల నడిచింది కృష్ణవేణి.

★★★

"మీ నాన్న రేపు వచ్చి నిన్ను తీసుకెడతాడుట వెడతావా" అన్నాడు శేఖర్ అదోలా చూస్తూ.

"వెళతాను బావా, నాకు మా అమ్మను, నాన్నగార్ని చూడాలని ఉంది" అంది.

"నేను రాను లే" అన్నాడు.

"నువ్వురా బావా! నేనొక్కదాన్ని వెళ్ళను" అంది.

"నాకు శెలవు దొరకాలి కదా జ్యోతి" అన్నాడు.

"ఎలాగైనా రా బావా ఇదే మొదటిసారి. నేను పుట్టింటికి వెళ్ళడం నువ్వు రాకుండా ఏమి బాగుంటుంది. మన ఇద్దరం సరదాగా మా ఇంట్లో గడుపుదాం దా బావా" అంది.

"నాకూ రావాలనే ఉంది. వీలయితే వస్తాను. కానీ నువ్వు అన్ని రోజులు ఉండకూడదు. నేను రెండు రోజులు వుండి వస్తాను. ఇంకో రెండు రోజులు వుండి వచ్చేయ్యాలి" అన్నాడు. అలాగే అంది గోముగా చూస్తూ.

"మరి కిరణ్ బాబు" అన్నాడు ప్రశ్నార్థకంగా చూస్తూ.

"అదేంటి బావా అలా అంటావు. నా బిడ్డ నాతోనే వుంటాడు" అంది.

ఆమె హృదయంలో ఉన్న ప్రేమకు తార్కాణం ఆ మాట అనుకుని ఆమెకేసి నిండు మనసుతో చూసాడు. "నీ బాబు నీ దగ్గరే వుండగలడు కానీ మీరిద్దరూ లేకుండా నేనుండలేనే" అన్నాడు చిన్నపిల్లాడిలా శేఖర్.

"అందుకే నువ్వు కూడా రా అంటున్నాను" అంది జ్యోతి.

"సరేలే ముందు నాకు భోజనం పెట్టు. నేను బయలుదేరాలి" అన్నాడు. భర్త ఆఫీసుకు వెళుతుంటే చూస్తూ నుంచుంది దిగులు గూడుకట్టుకున్న మనసుతో జ్యోతి.

★★★

గుమ్మం ముందు కారాగిందని జానకి, భాను బైటికి వచ్చారు. జ్యోతి దిగి బాబుని ఎత్తుకుని భర్తతో సహా వస్తుంటే, జానకి మనసు ఆశ్చర్యానందాలతో నిండిపోయి చూస్తోంది. మెళ్ళో తాళి, పక్కన భర్త వుంటే కడుపున పుట్టని వాళ్ళకు కూడా ఆడది తల్లయిపోగలదు. అవి రెండూ లేకపోతే కడుపున పుట్టిన బిడ్డకు తల్లిని అని చెప్పుకోలేక చచ్చినట్లు బ్రతుకుతుంది ఆడది అని అనుకుంది జానకి. భాను కూడా అచ్చం అలాగే ఆలోచించింది.

"జానకీ! వెళ్ళి వాళ్ళకు దిష్టి తియ్యి" అంది భాను.

జానకి తేరుకుని వెళ్ళి వాళ్ళకు దిష్టితీసుకొచ్చింది. బాబుని ఎత్తుకుని హుందాగా వస్తున్న జ్యోతిని చూసి ఆనందంతో మురిసిపోతోంది ఆ తండ్రి హృదయం.

"ఒరేయ్ బాబూ దాదా.." అని కిరణ్ బాబుని ఎత్తుకోబోయారు రామారావు గారు. వాడు జ్యోతిని పట్టేసుకున్నాడు. అమ్మమ్మా... అని భానుని పట్టేసుకుంది జ్యోతి. నా బంగారు జ్యోతి ఎంత పెద్దయ్యిందమ్మా అని జ్యోతి వీపు నిమిరింది.

జ్యోతిని చూసిన జానకి కళ్ళు చెమ్మగిల్లాయి. అమ్మా అని జ్యోతి జానకిని వాటేసుకుంది. "ఇన్నాళ్ళు ఎప్పుడూ నా జ్యోతిని వదిలి వుండలేదు" అంది జీరపోయిన కంఠంతో.

"అవునమ్మా నేను అలాగే అనుకునేదాన్ని" అంది జ్యోతి.

"అమ్మమ్మ వుండబట్టి ఎలాగో ఉన్నాము కానీ లేకపోతే..." అని ఇంక మాట్లాడలేదు జానకి.

"ఏంటి జానకీ అలా చిన్నపిల్లలా" అని ఊరడించింది భాను.

జానకి తేరుకుని "ఒరే బాబు నా దగ్గరకు వస్తావా అని చేతులు చాచింది. రాను అని కిరణ్ జ్యోతిని అదిమిపట్టుకున్నాడు. అమ్మో వీడికి మాటలు వచ్చేస్తున్నాయ్" అంది జానకి.

"అవునమ్మా అన్ని మాటలూ వస్తున్నాయి" అంది జ్యోతి.

"ఈ ఇంటికి మీ రాకతో పండగొచ్చినట్టు వుంది" అన్నాడు తిరుపతయ్య కాపీలు అందిస్తూ.

"అల్లుడికీ,జ్యోతికీ మనుగుడుపుల్లో పెట్టినట్టు వండి పెట్టాలి తిరుపతయ్య" అంది భాను. అలాగేనమ్మా అన్నాడు తిరుపతయ్య.

శేఖర్ మేడమీద గదిలోకి వెళ్ళి కూర్చున్నాడు. జ్యోతి అతన్ని అనుసరించింది. అల్లుడు, కూతురు మొదటిసారి ఇంటికొస్తే ఆనందంతో పరవశించిపోతోంది ఆ తల్లి మనసు. జానకీ ఆ పిల్లాడు జ్యోతి కొడుకు అంటే నమ్మేటట్టు వున్నాడేం అంది భాను. అవును పిన్నీ అలాగే వున్నాడు. రేపు జ్యోతికి పిల్లాడు పుట్టినా వీడు బేధంగా అనిపించడు అంది జానకి.

శేఖర్ కి ఆ కిరణ్ బాబుతో ఆ ఇంట్లో తిరగడానికి ఏదో తప్పు చేసినట్టుగా వుంది, వెళ్ళిపోవాలని వుంది. కానీ జ్యోతిని వదిలి వెళ్ళలేక వున్నాడు.

అనిత,రమణి వచ్చి "జ్యోతి నిన్ను చూద్దామని, అంతకన్నా ముఖ్యంగా నువ్వు పెంచే పిల్లాడిని చూద్దామని వచ్చామే. ఏమే జ్యోతి ఈ పిల్లాడి పెంపకంతో ఎలా వుందే నీ జీవితం" అన్నారు.

"ఏదో బాగానే వుంది" అంది జ్యోతి.

"పోనీలే నీకు నువ్వే ధైర్యంతో ముందుకు వెళ్ళినందుకు, నువ్వు సుఖంగా వుంటే అతని తోటి.. మాకు ఆనందమేనే" అంది రమణి.

"మేము మళ్ళీ వస్తామే, మీ శ్రీవారు వెళ్ళాక నువ్వు వుంటావు కదా" అన్నారు. వుంటానే అంది జ్యోతి. వాళ్ళు వెళ్ళిపోయారు.

"జ్యోతి రేపు నేను వెళ్ళిపోతాను. నువ్వేమి చేస్తావు" అన్నాడు శేఖర్. జ్యోతి ఏమీ మాట్లాడకుండా వుండి పోయింది. 'ఏయ్ జ్యోతి వినిపించిందా' అన్నాడు ఆమె బుగ్గ గిల్లి.

"ఇంకా నాలుగు రోజులు వుంటాను బావా" అంది మెల్లగా, అతని గుండెల మీద రాస్తూ.

"దొంగ! నువ్విలా అంటావని నేను అనుకున్నాను" అని ఆమెను తన దగ్గరకు హత్తుకున్నాడు.

"నువ్వు కూడా వుంటే బాగుంటుంది బావా" అంది.

"బాగానే వుంటుంది, నాకు బాగానే వుంటుంది. అత్తయ్య మనుగుడుపు అల్లునికి పెట్టినట్టు వండించి పెడుతుంటే హాయిగా తిని కూర్చుంటే బాగానే వుంది. నేను బ్యాంకు కి వెళ్ళి పనిచెయ్యనక్కరలేదు. నువ్వు వంటపని చెయ్యనక్కరలేదు. హాయిగా మూడు రోజులు మూడు క్షణాల్లా గడిపేసాం" అన్నాడు శేఖర్.

"అవును బావా! అప్పుడే మూడు రోజులు అయిపోయాయి"

"మరీ అయిపోలేదు" అన్నాడు. "అయితే నువ్వు రావూ" అన్నాడు. ఆమె తల అడ్డంగా ఊపింది.

"సరే అయితే! రేపు వెళ్ళిపోతాను నేను" అన్నాడు.

"వూ.." అంది.

"నా బంగారు జ్యోతిని, నా బంగారు కిరణ్ బాబును వదిలి వెళ్ళడానికి కొంచెం బెంగగా అనిపిస్తోంది" అన్నాడు.

"మళ్ళీ సెలవుపెట్టి వచ్చేయి బావా" అంది జ్యోతి.

"అలాగే దేవి గారి ఆజ్ఞ అయింది కదా వచ్చేస్తాను. బాబుని జాగ్రత్తగా చూసుకో" అన్నాడు.

"బావా వాడు నా ప్రాణం. నువ్వు దిగులు పడకు, సరేనా" అంది జ్యోతి.

★★★

"ఏమే జ్యోతి మీ ఆయన వెళ్ళిపోయినా ఇంకా క్రిందికి రాలేదు. మీ అబ్బాయి ఏం చేస్తున్నాడు. నీతో ఆడుకుంటున్నాడా" అంటూ వచ్చింది భాను.

"దా అమ్మమ్మా! వీడు వాళ్ళ నాన్న వెళుతుంటే టాటా చెప్పాడు. ఏడుస్తాడేమో అనుకున్నాను. కానీ ఏడవలేదు" అంది జ్యోతి.

"నాన్న అంటున్నాడేమిటే" అంది భాను.

"అవును అమ్మమ్మ. లోకం తెలియని ఈ పసివాడిని పెంచుతున్నాడు బావ. వీడిచేత అమ్మ, నాన్న అనిపించుకోకపోతే ఏమి బాగుంటుంది. పైగా అందరికి జవాబు చెప్పలేము. వాడికి రేపు ఎదిగాక అనేక ప్రశ్నలు వస్తాయి. అందుకే ఆయన తండ్రి, నేను తల్లిని. నాకు అలా పిలిపించుకుంటేనే బాగుంది" అంది జ్యోతి.

"పోనీలే అలా అనుకుంటే మంచిదే. వాడికి ప్రేమ వుంటుంది. రేపు నీకు సంతానం కలిగినా ఈ ప్రేమ ఇలాగే వుంచుకో" అంది.

"అలాగే అమ్మమ్మా! నాకు వీడి తరువాతే నాకు పుట్టేవాళ్ళు. వీడు దేవుడిచ్చిన వరం" అంది జ్యోతి .

"ఇంకా, ఏమిటే నీ కొత్త కాపురం విషయాలు మాకు చెప్పు. నీకు లోటు రాకుండా చూసుకుంటున్నాడా" అంది భాను.

"ఏమీ లోటు చెయ్యరు. నన్ను బాగానే చూసుకుంటున్నారు" అంది జ్యోతి.

"ఈ పిల్లాడు గురించి ఏమీ గొడవలు రాలేదు కదా!" అంది జానకి.

"ఏమీ గొడవలు లేవు అమ్మా! బావ నన్ను అర్థం చేసుకున్నాడు" అంది.

"ఈ గొలుసు కొన్నారా" అంది జానకి.

"అవును కొన్నారు" అని తీసి చూపించింది. "ఈ డబ్బు కూడా ఇచ్చారు. ఏమైనా వస్తువు చేయించుకోమని" అంది.

"ఒరే కిరణ్ బాబూ! అమ్మమ్మ నీకు అమెరికా నుండి బొమ్మలు తెచ్చిందిరా. అమెరికా విషయాలు అన్నీ చెబుతుందిరా విందామా" అంది జ్యోతి.

బాబుని మంచం మీద కూర్చోబెట్టి చెప్పమ్మమ్మా ఆ విషయాలు అంది. అలాగేలే చెబుతానులే అంది భాను.

"అమ్మా టిఫిన్ చేద్దురు గాని రండమ్మా, ఇక్కడ ఆ విషయాలు చెబితే నేను కూడా వింటాను" అన్నాడు తిరుపతయ్య.

"చెప్పు పిన్నీ" అంది జానకి.

"అక్కడ మనవాళ్ళు చాలా మంది వున్నారుట కదమ్మా! వాళ్ళు మీతో మాట్లాడేవారా" అన్నాడు తిరుపతయ్య.

"అక్కడ మనలాగా గుళ్ళు వుంటాయా" అంది జానకి.

"ఆ.. అక్కడ మనవాళ్ళు కనబడితే ఒకరినొకరు మాట్లాడుకుంటారు. ఎవరు ఏ ప్రాంతం నుంచి వచ్చారో తెలుసుకుంటారు. ఇంక గుళ్ళు అంటే వుంటాయి. కానీ మన ఊళ్ళల్లో వున్నట్టు వుండవు. ఒక చోట వుంటాయి. ఆ గుళ్ళల్లో కూడా మన దేశం నుంచి వచ్చిన అర్చక స్వాములే వుంటారు. తిరుపతి నుంచి వచ్చిన స్వాములు ఎక్కువ మంది వుంటారు. తమిళ బ్రాహ్మణులు కూడా వుంటారు. వాళ్ళకు కొంచెం తెలుగు వచ్చి

వుంటుంది. మన తోటి మాట్లాడతారు. ఏ ప్రాంతం నుంచి వచ్చారు? ఇండియాలో ఎక్కడుంటారు అని చిరునవ్వుతో అడుగుతారు".

"విమానం ఎక్కాక మీకు కళ్ళు తిరిగినట్టు అయిందామ్మా" అన్నాడు తిరుపతయ్య.

"అలాగేమీ వుండదు తిరుపతయ్య. ముందు అలా అవుతుందేమో అనిపించింది కానీ..." అంటుంటే, "ఎలా వుంటుందో నాకు అర్థమయ్యేటట్టు చెప్పండమ్మా" అన్నాడు తిరుపతయ్య.

"ఈ రోజు వంట లేదా" అంది నవ్వుతూ భాను.

"ఎంతసేపమ్మా అలా వింటూ క్షణాల్లో చేసేస్తాను" అన్నాడు తిరుపతయ్య.

"ఆ రోజు రాత్రి హైదరాబాద్లో 10-11 గంటల మధ్యలో బయలుదేరి ఆరు గంటలు సుమారుగా ప్రయాణం చేసి సింగపూర్ చేరింది. మన కాలమానం ప్రకారం లెక్క చూస్తే, అక్కడకు వెళ్ళేటప్పటికి వెలుగురావాలి కానీ, రాలేదు. అక్కడ మళ్లీ సుమారు నాలుగు గంటలు కూర్చున్నాము. ఆ సింగపూర్ విమానాశ్రయం చూడవలసిందే కానీ చెప్పలేము. ఎంత శోభాయమానంగా వుంటుందో నేను చెప్పలేను. ప్రయాణీకులు కూర్చుండే విశాలమైన వరండాలు, దీని ముందు పూల చెట్లు, సన్నని కాలువా అన్నట్లు నీటి కాలువ అందులో రంగు రంగుల చేపలు పరుగులు పెడుతూ వుంటాయి. వెండి, బంగారం, ముత్యాలు, పగడాల షాప్లు చాలా దేశాల వ్యాపారస్తులు అక్కడ కొని తీసుకువెళతారు.

ఎంతమందో ఎస్కలేటర్ మీద నుంచి దిగుతూ వుంటారు. ఇంకో ఎస్కలేటర్ మీద పైకి వెళుతూ వుంటారు. అలా రెండు అంతస్తులు మీద ఎస్కలేటర్లు వుంటాయి. అవిరామంగా పనిచేస్తూ వుంటాయి. ఏ గేటు నుండి ఎవరు వస్తున్నారో ఏ గేటు నుండి ఎవరు వెళుతున్నారో తెలియదు. చాలా ఆశ్చర్యం కలిగిస్తుంది. ఎన్ని దేశాల విమానాలు ఆగుతాయో. ఎంత మంది ప్రయాణికులు ట్రాలీలు తీసుకుంటూ చాలా లగేజీలతో వస్తారు. క్రిందికి దిగేవాళ్ళు దిగుతూ వుంటారు. పైకి ఎక్కే వాళ్ళు మెట్లు ఎక్కి వెళుతూ వుంటారు. ఎంత రద్దీగా వుంటుందో అంత కామ్ వుంటుంది. కొట్లాటలు కానీ, తోసుకోవడాలు కానీ వుండదు" అంది భాను.

"అయితే ఒక ఐదు వేలు పడెయ్యండయ్యా, నేను సింగపూర్ చూసి వస్తాను" అన్నాడు తిరుపతయ్య.

"అమ్మ తిరుపతయ్యా! సింగపూర్ చూడాలని వుందా" అంది జానకి నవ్వుతూ. తిరుపతయ్య సిగ్గుపడి తలదించుకున్నాడు.

"ఆ తరువాత ఇండియన్ జెట్లైన్ పెద్ద విమానం రెండు అంతస్తులు వుంటుంది. అది ఎక్కితే ఆ మరునాడు సియోలు విమానాశ్రయంలో రెండు గంటలకు ఆగింది. అక్కడ దిగి కొంత దూరం తిరిగి ఆ విమానాశ్రయంతా చూశాము. మళ్ళీ ఆ విమానమే ఎక్కాం. సియోలు విమానాశ్రయం చాలా పెద్దది. ఆ మరునాడు ఉదయం 11 గంటలకు అమెరికా చేరుకుంది. కాలిఫోర్నియా విమానాశ్రయానికి చేరుకుంది. ఆ విమానాశ్రయం బయటకు వెళ్ళడానికి రెండు గంటలు పట్టింది. అన్నీ అడిగి మళ్ళీ మన వేలి ముద్రలు తీసుకుని, మన ఫోటోలు తీసుకుని, మన లగేజీ అంతా చెకింగ్ చేసుకుని, ఒక కుక్కను కూడా తీసుకొచ్చి వెదికిస్తారు. మిషన్తో పరికిస్తారు. వాళ్ళకి అనుమానంగా అనిపించిన ఏ వస్తువైనా, ఏ పదార్ధమైనా అక్కడ వుంచమంటే వదిలేసి వెళ్ళవలసిందే. మారు మాట్లాడకూడదు. ఆ విమానంలో ఎయిర్ హోస్టెస్ ని చూసి తీరాలి. ఒకే శిల్పి చెక్కిన బొమ్మల్లా వుంటారు. ఒకే రకం డ్రస్ లు, ఒకే రకం మేకప్ లు, చిరునవ్వుతో పనులు చకా చకా చేస్తారు. వినయంగా మాట్లాడతారు. ఇంగ్లీష్, ఎక్కువ చైనీస్ వారు ఉంటారు. ఎవరు బెల్ కొట్టినా వాళ్ళు వచ్చి ఏది తీసి ఇమ్మన్నా ఇస్తారు. ఏది కావాలన్నా తెస్తారు. వాళ్ళ టైమ్ ప్రకారం చేసే పనులు కాక, ఎవరు ఏ అవసరం వచ్చినా, పిలిచినా విసుగు లేక వినయంతో ఆ పని చేస్తారు. వాళ్ళు పెట్టే ఏ పదార్థమైనా సీల్డు కవరుతోనే వుంటుంది. చాలా తక్కువగా వుంటాయి. అయినా సరిపోతాయి. విమాన ప్రయాణం చేస్తున్నప్పుడు ఒక బస్ ప్రయాణీకులతో ప్రయాణం చేస్తున్నట్లు ఉంటుంది. కానీ చీకటిలాగా వుంటుంది. అందరికి కనిపించేలాగ ఎత్తయిన చోట ఒక టివి ఉంటుంది.

మనం వున్న విమానం ఏ దిశగా ప్రయాణం చేస్తోందో అప్పుడు ఆ ప్రాంతంలో వాతావరణం ఎలా వుందో, ఎంత వేగంగా నడుస్తోందో అంతా ఆ టీవీలో చూపిస్తూ వుంటారు. అదే టివి మన ఎదురు సీటుకు కూడా ఉంటుంది. మనం ఆన్ చేసుకుని చూడొచ్చు".

"అక్కడి చలి చాలా ఎక్కువగా ఉంటుందిట కదా, ఎలా భరించావు పిన్నీ" అంది జానకి.

"అలాగే స్వెట్టర్ వేసుకోవడం. ఎక్కడా ఓపెన్ వుండదు. అన్ని తలుపులు మూసే వుంటాయి. విశాలమైన రోడ్లు, ఆ రోడ్డు మధ్య లోను, పక్కలన రంగు రంగుల చెట్లు, ఆ

చెట్లు కింద రంగు రంగుల పూలతీగలు, ఆకులు ఎక్కువ కనిపించవు. అన్నీ పువ్వులే వుండడం చేత నేల పూసిందా ఎవరైనా పేర్చారా అన్నట్లు ఆశ్చర్యంగా వుంటుంది.

రోడ్డు పక్కన మంచి మంచి గులాబీ పూలు, బంతిపూలు విరబూసి వున్నా ఎవ్వరూ కొయ్యరు. అలాగే వుంటాయి. ఆ మొక్కలకు ఎవరూ నీళ్ళు పొయ్యరు. ఎక్కడ స్విచ్ ఆన్ చేస్తారో కాని రాత్రి అన్ని మొక్కలకు భూమిలో వున్న గొట్టాలలోంచి నీరు పడుతుంది. ఆ సమయం అయిపోయాక ఆ నీరు ఆగిపోతుంది. పొలాల్లో వున్న పైరుకు కూడా ఎవ్వరూ నీరు పెట్టరు. గొట్టాల్లోంచి నీరు వాన కురిసినట్టు పైరును తడుపుతుంది. ఇంకో ఆశ్చర్యకరమైన విషయం అక్కడ రోడ్డుల మీద కరెంటు స్థంభాలు వుంటాయి. అవి కర్ర స్థంభాలు. ఆ కర్ర స్థంభాలే కానీ సిమెంట్ వి కానీ, ఇనుపవి కానీ ఉండవు. ఆ కర్రకు చెద ఉండదేమో మరి" అంది.

"అందుకే చెక్కలతో ఇళ్ళు కట్టుకుంటారు. ఇక్కడ లాగా చెద వుంటే... అలా ఇళ్ళు వుండవు" అంది జ్యోతి.

"అవును. అక్కడ ఇంట్లో ఒక చీమ గానీ, దోమగానీ వుండదు. అక్కడ ఇళ్ళల్లో వాళ్ళు పిల్లుల్ని పెంచుతారు. అవి చాలా బలిష్టంగా పెరుగుతాయి. ఒక్కోసారి బైట కనిపిస్తాయి. అంటే ఇళ్ళపక్కన కనబడతాయి. కొంతమంది ఇళ్ళ దగ్గర పిట్టలను పంజరం లాంటి వాటిలో పెంచుతారు. వాటికి వేళకి అన్నీ అందిస్తూ చాలా జాగ్రత్తగా పెంచుతారు. వాళ్ళు తెల్లారితే పూజలు చెయ్యరు, అలా అని చర్చికి వెళ్ళినట్లు కనిపించరు.

ఒక సమయం అని లేకుండా ఎవరికి ఎప్పుడు చెయ్యాలనిపిస్తే అప్పుడు ఆ స్విమ్మింగ్ పూల్లో పడి ఆడ, మగ అని లేకుండా, చిన్నపిల్లలు కూడా ఈత కొడతారు. మా పక్కనే వున్న స్విమ్మింగ్పూల్లో ఒకామె ఆమె ఒక సంవత్సరం బాబుని వీపు మీద వుంచుకుని ఈత కొట్టేది. వాడు చేతులు నీళ్ళలో కొడుతూ ఆనందంగా నవ్వేవాడు. నాకు చాలా ఆశ్చర్యంగా వుండేది.

ఒక రోజు ఎల్లయి దగ్గర మాలిభూలో వెంకటేశ్వరస్వామి గుడికి వెళ్ళినపుడు ఎంతో ఆనందం! ఆశ్చర్యం!!! కూడా కలిగాయి. ఏ దేశ మేగినా ఎందుకాలిడినా పొగడరా నీ తల్లి భూమి భారతిని, నిలుపరా నీ జాతి నిండు గౌరవము అన్నారు రాయప్రోలు వారు. అలాగ, ఏ దేశమేగినా, ఎక్కడుంటున్నా మరువలేదు మన వారు మన దేవుని భక్తిని అనేటట్లు నిర్మించిన ఆ గుడిని చూసి చాలా ఆనందం కలిగింది. వెంకటేశ్వరుని మీద పాట పాడుకుంటూ వస్తున్న అయ్యవారు మమ్మల్ని చూడగానే మీరు ఇండియాలో ఏ ప్రాంతం వారు అనగానే ఈయన తెలుగువారేనా అని నాకు ఆనందం

కలిగింది. మా బావగారి అబ్బాయి, మేమంతా హైదరాబాద్ నుంచి వచ్చాం అన్నాడు. మా మా గోత్ర నామాలతో అక్కడ అర్చన చేయించుకుంటున్నాం. విశేషమేమిటంటే, ఒక అమెరికా తెల్ల అమ్మాయి ఇద్దరు ఇండియా వారు, ఒకామె వయసు 40 సంవత్సరాలు, ఒకామె వయసు 30 సంవత్సరాలు వారితో కలిసి వచ్చి పళ్ళు, పూలు దేవునికి సమర్పించి తన రెండేళ్ళ కొడుకు గణేష్ పేరున అర్చన చేయించమంది. అప్పుడామె ఆకాశరంగు పంజాబ్ డ్రస్ వేసుకుంది. ఆ చున్నీ సవరించుకునే తీరు చూస్తే కొంచెం నవ్వొచ్చింది. వాళ్ళకు కూడా మన దేవుని మీద నమ్మకం కలుగుతోందని అనిపించింది. మన ఆచారాల మీద కూడా ఇష్టత కలిగింది అన్నట్లు అదే రంగు స్టిక్కర్ నుదుట పెట్టుకుంది. ఒక్కో చేతికి ఒక్కో బంగారుగాజు వేసుకుంది. చేతులు జోడించి దేవునికి దణ్ణం పెటుకుంది. అది చూసి మన తిరుమల రాయున్ని వాళ్ళూ నమ్ముతున్నారు పిన్నీ అన్నాడు మా శంకర్. నమ్మకమంటే విషయం గుర్తొచ్చింది. ఒకసారి నాన్నగారు చెప్పిన మాటలు గుర్తొచ్చాయి. వీళ్ళ నమ్మకం ఎలా వున్నా నాకు మాత్రం ఆ దేవుడంటే చాలా నమ్మకం అన్నాను. ఏం.. ఎందుకనీ అంది శంకర్ భార్య. మా నాన్న గారు చెప్పిన మాటల వల్ల బాగా నమ్మకం అన్నాను. ఏమి చెప్పారు ఆ విషయం చెప్పండి అంది లలిత.

మేము చిన్నపిల్లలుగా వున్నప్పుడు వ్యవసాయం కలిసిరాక ఋణాలు చేసి ఇబ్బందులు ఎదుర్కోవలసి వచ్చిందిట. కొన్ని సంవత్సరాల కాలం కలిసి రాక ఋణభారం పెరిగిపోతోందిట. తండ్రీ వెంకటేశ్వరా! కాలం కలిసి రావడం లేదు. బ్రతుకు భారమైపోతోంది. నన్నీ ఇక్కట్ల నుంచి గట్టెక్కించు. కుటుంబ సమేతంగా నీ కొండకు వచ్చి నీ దర్శనం చేసుకుని తల నీలాలు ఇచ్చుకుంటాను అని దణ్ణం పెట్టుకున్నారుట.

కొన్ని రోజుల తరువాత కాలం అనుకూలించి పంటలు కలిసొచ్చి ఋణబాధలు తీరాయట.

అప్పుడు అనుకున్నాను తిరుపతి వస్తానని. వెళ్ళి వస్తే ఆ మొక్కు తీరుతుంది అనుకున్నారుట. కుటుంబమంటే మాది. ఉమ్మడి కుటుంబం. చిన్నాన్న గార్కి ముగ్గురు పిల్లలు. నేను, మా రుక్కుమణి అదే మీ అమ్మమ్మ" అంది జ్యోతికేసి చూపించి, "మేమిద్దరం, అమ్మనాన్నగారు, చిన్నాన్న గారు కుటుంబం, బామ్మ ఇంత మంది చిన్నాన్న గార్ని పిలిచి ఈ మాట చెప్పారట. ఈ మాట వినగానే ఏ తిరుపతి వెళదామనుకున్నావు అన్నయ్యా... చిన్న తిరుపతా, పెద్ద తిరుపతా అన్నారుట మా చిన్నాన్న గారు.

ఒరే నేను ఏ తిరుపతీ అనుకోలేదురా. నువ్వు ఇలా అడిగాక అనిపిస్తోంది. ఏదో ఒక తిరుపతి అని అనుకోవలసిందని అనిపిస్తోంది. కానీ నేను అప్పుడు అనుకోలేదు

అన్నారుట. అప్పుడు మా బామ్మ వచ్చి ఏదో ఒక తిరుపతి పేరు తలుచు కొని, మన వీలును బట్టి నీ కొండకు వస్తాం అనవలసింది అందిట.

నేను అలా అనలేదు అమ్మా. ఆ భగవంతుడు ఎక్కడకు తీసుకువెళ్ళదలచుకుంటే అక్కడకు వెళ్ళడం జరుగుతుంది అని అక్కడ నుంచి పొలం వెళ్ళిపోయారట. కొన్ని రోజులు గడిచాయట. ఒకరోజు రాత్రి పొలం పనులతో చాలా అలసిపోయి నిద్రపోయారట.

వేంకటేశ్వరుని మొఖం ఒక్కటే మా నాన్న గారి మొఖం దగ్గరకు వచ్చి మళ్ళీ దూరంగా వెళ్ళి మళ్ళీ దగ్గరకు వచ్చి మళ్ళీ దూరం వెళ్ళి నాన్నగారు అలా చూస్తుంటే పెద్ద తిరుపతి, పెద్ద తిరుపతి పెద్ద తిరుపతి వెళ్ళాలని అని గట్టిగా మూడుసార్లు అనడంతో నిద్ర మేల్కొని ఒళ్ళు జల్లుమంటుంటే చేతులు జోడించి అలాగే వస్తాను, అక్కడకే వస్తాను తండ్రీ అని మనసారా నమస్కరించుకుని తెల్లవారాకా అమ్మా.. ఇంక ఎక్కడికి వెళ్ళి ఆ వెంకటేశ్వరస్వామిని దర్శించుకోవాలనే సందేహం లేదమ్మా.. ఆ కొండలరాయుడు పెద్ద తిరుపతికి రమ్మన్నారు అని, హనుమంతూ ఇలా జరిగింది కనుక పెద్ద తిరుపతికే వెళ్ళాలి అని చిన్నాన్న గార్కి చెప్పి, మమ్మల్ని అందరిని ప్రయాణం చేయించి పెద్ద తిరుపతి తీసుకువెళ్ళారు. ఆ రోజు నుండి నాన్నగారు శనివారాలు చాలా నిష్టగా చేసేవారు. చాలాసేపు పూజలోనే ఉండేవారు. ఎటువంటి పరిస్థితిల్లోనూ శనివారం రాత్రులు భోజనం చేసేవారు కాదు. ఆఖరు వరకూ అదే ఆయన నమ్మకం. చాలా మంచి విషయం చెప్పారు అత్తయ్యగారు. చాలా బాగుంది. ఇలాంటి సంఘటనలు వినడం వల్ల భగవంతుని మీద భక్తి విశ్వాసాలు పెరుగుతాయి అంది లలిత. అవును పిన్నీ అన్నాడు శంకర్. నడవండి అంతా తిరిగి వద్దామని ఆ గుడి ప్రాంగణం అంతా తిరిగాము.

ఆ తరువాత ఒక రోజు గోల్డెన్ బ్రిడ్జి చూడడానికి వెళ్ళాము. తీరా వెళ్ళాక అంటుంటే "బంగారం బ్రిడ్జా అమ్మా" అన్నాడు తిరుపతయ్య, కాదు బంగారం కన్నా ఎక్కవే అని వాళ్ళ భావన. ఆ బ్రిడ్జికి స్థంబాలు వుండవు. చాలా బాగుంటుంది. చూసి వద్దామని బయలుదేరాము. తీరా వెళ్ళాక, కారు దిగలేని పరిస్థితి. విపరీతమైన చలిగాలి వీస్తోంది. ఎలాగో, దిగితే నుంచోలేక నుంచొని చూస్తే ఆ బ్రిడ్జి కనిపించలేదు. అంత ఫాగ్ వచ్చేసింది. చేసేది లేక మళ్ళీ కారులోనే కూర్చున్నాము. చాలా మంది వచ్చారు చూడడానికి. కొందరు వెళ్ళిపోయారు. కొందరు వున్నారు. 1 గంట సేపటికి తగ్గింది. అప్పుడు ఆ సముద్రం వరకు వెళ్ళి నుంచుని చూశాము. చాలా ఆశ్చర్యకరం ఆ నిర్మాణం. కింద స్తంభాలు వుండవు. సముద్రం రెండు కొండల మధ్య నుంచీ ఒక పాయలాగా వచ్చి

అక్కడ కొంత ప్రాంతం విస్తరించింది. కానీ ఆ బ్రిడ్జి రాజమండ్రి–కొవ్వూరు బ్రిడ్జి అంత ఉండకపోవచ్చు. మధ్యలో స్తంభాలు వేస్తే ఓడలు రావడానికి అడ్డు తగులతాయి. కనుక స్తంభాలు పెట్టకుండా రెండు కొండల మీద ఎత్తయిన ఉక్కుదిమ్ములు వున్నాయి. ఆ దిమ్మలకు మన తాడిచెట్టు అంత లావు వున్నా ఇనుపరాడ్ వేసారు. అలా రెండు రాడ్లు వేశారు. ఆ రాడ్లకు ఈ బ్రిడ్జి వేలాడుతుంది ఉయ్యాలలాగ. మన మోకులంత లావు ఇనుపరాడ్లు ఆ ఉయ్యాల తాడుల్లాగా వుంటాయి. ఆ తాడి చెట్టంత లావు ఇనుపరాడ్, మళ్ళీ మోకుల్లాంటి ఇనుపతాడులు కూడా సన్నని ఇనుపతీగలతో తయారు చేయబడినవే. ఆ లావుపాటి ఇనుపరాడ్ నమూనా రెండు గజాల ముక్క సందర్శకులకు చూడడానికి వీలుగా ఒక ఎత్తయిన దిమ్మ మీద పెట్టారు. దాని చరిత్ర అంతా ఒక రాతి పలక మీద రాసి అక్కడ పెట్టారు. మళ్ళీ అక్కడ కేంటిన్లో కూడా అద్దాలలో రాసి వుంటుంది. చూసి, చదువుకొని డైరీలో రాసుకుంటారు. ఫోటోలు తీసుకుంటారు, వీడియోలు తీసుకుంటారు. చీకటి పడ్డాక చూడాలి. రంగుల రంగుల దీపాల వెలుగులో వున్న ఆబ్రిడ్జి మీద నుంచి వెళుతుంటే చాలా ఆశ్చర్యంగా ఉంటుంది. ముందు వెళుతున్న కారుల ఎర్ర దీపాలు, ప్రక్కన వచ్చే కారులు ముందు వెలిగే పచ్చదీపాలు, బ్రిడ్జి దీపాల కాంతిలో మిలమిల మెరుస్తున్న సముద్ర జలాలు చాలా శోభాయమానంగా వుంది. ఆ కారుల్లోంచే కామ్కోడర్తో అది అంతా తీసుకున్నారు అందరూ" అంది భాను.

"అబ్బా చాలా ఆశ్చర్యకరమైన దశ్యాన్ని కళ్ళకు కనిపించేటట్టు చెప్పావు పిన్నీ" అంది జానకి.

"అమ్మమ్మా వీడు చూడు కదలకుండా ఎలా వింటూ కూర్చున్నాడో" అంది జ్యోతి.

"అవును వాడు నాకేసే చూస్తూ కూర్చున్నాడు" అంది భాను.

"కాఫీలు తీసుకోండమ్మా" అని తిరుపతయ్య అందరికీ కాఫీలు అందిస్తూ "మనకు ఇక్కడ దొరికినట్టు కాఫీలు, టీలు దొరుకుతాయా" అన్నాడు.

"కేంటీన్ కు వెళ్ళినపుడు దొరకుతుంది కాఫీ, కానీ.. చేదుగా వుంటుంది. ఎంత వుంటుందనుకుంటున్నావు ఒక సోలడు కాఫీ వుంటుంది ఒక డబ్బాలో. ఆ డబ్బాకి చిన్న చిల్లు ఉంటుంది. ఆ కాఫీ నాలుగు గంటల్లో ఎప్పుడు తీసుకున్నా వేడిగానే వుంటంది. అప్పుడప్పుడు తీసుకోవచ్చు. విశేషమేమిటంటే మన ఇండియన్ ఫుడ్ అమెరికా వాళ్ళు ఇష్టంగా తింటారు. మన దోసెలు, ఇడ్లీలు. ఇండియన్ రెస్టారెంట్లో గానీ మిగిలిన చోట్ల దొరకవు. ఎక్కువ చైనీస్ హోటల్స్ వుంటాయి. తప్పని సరియై తిందామన్నా అవి మనం

తినలేం. ఇక్కడ లాగా గేదెపాలు అక్కడ దొరకవు. ఆవుపాలే వుంటాయి. ఒక 5 లీటర్ల డబ్బా తెచ్చుకుని ఫ్రిజ్లో వుంచుకుంటారు. పెరుగు తోడుపెట్టుకుంటారు.

"జెసి పెన్నీ" అది ఒక పెద్ద మాల్, దాని ముందు వున్న ఖాళీ స్థలంలో మనం ఆ మాల్లోకి వెళ్ళేటపుడు మన కుడిచేతి వైపు ఎంట్రన్స్ లో మహాత్మా గాంధీ. ఒక్కసారి చూపు నిలిచిపోయి మన బాపూజీ ఇక్కడ కూర్చున్నారా అన్నట్లు అనిపించింది. బ్లాక్ &వైట్ రౌండ్ గ్లాస్లో మహాత్ముని రూపం వుంది. రాట్నం వడుకుతున్నట్టు వుంది. లోపల చిన్న లైట్ వుందేమో. ఎంత జీవకళ వుందో... అక్కడ కూర్చుని రాట్నం వడుకుతున్నారా అన్నట్టు వుంది. కింద మహాత్మాగాంధి అని రాసి వుంది. ఆనందం, ఆశ్చర్యాలు కలిగాయి. మన బాపూజీ మీద వారికున్న గౌరవానికి నిదర్శనం, ఆయన రూపం అక్కడ వుంచడం అనిపించింది..." అంటుంటే "అవును పిన్నీ ఇక్కడ మన వాళ్ళు బాపూజీలాగ వేషం వేసుకుని డబ్బులు అడుగుకుంటుంటే చూసినప్పుడు గుండె నీరవుతుంది. అక్కడకు వెళ్ళి ఇలా చెయ్యవద్దూ అని అరవాలనిపిస్తుంది. కానీ మనసులోనే అరచుకుని మౌనంగా వచ్చేయ్యడం తప్ప ఏమీ చెయ్యలేం. మన జాతి పరువును మనమే కించపరచుకుంటున్నామేమో అనిపిస్తుంది" అంది జానకి.

"అవును అవును అటువంటప్పుడు అలాగే అనిపిస్తుంది" అంది భాను.

"అక్కడ ఏది చూడాలన్నా గంటల తరబడి ప్రయాణం చేసి వెళ్ళాలి. కార్లు నడిపి అలసట వచ్చిన వాళ్ళకు వీపు మాలిష్ చేసే మిషన్ వుంటుంది. ఎలా వుంటుందంటే ఒక పెద్ద పడక కుర్చీలాగా వుంటుంది. చేతులు పెట్టుకునేలాగా వుంటుంది. 5 డాలర్లు వేసి ఐదు నిమిషాలు అందులో పడుకుంటారు. అంతే చాలా రిలీఫ్ ఉంటుందిట. అలాంటివి నాలుగైదు వుంటాయి. ఒకే చోట మగవాళ్ళు, ఆడవాళ్ళు కూడా అలా అలసట తీర్చుకుని మళ్ళీ లేచి ప్రయాణం మొదలు పెడతారు"

"ఆడవాళ్ళు కూడా కారు నడుపుతారామ్మా" అన్నాడు తిరుపతయ్య.

"ఆ... ఆడవాళ్ళు కూడా బాగా నడుపుతారు. ఆ దేశం వాళ్ళు పిల్లలు, అలాగే పెద్ద వయసు వచ్చిన ఆడవాళ్ళు కూడా చక్కగా కారు నడుపుకుని వెళుతుంటే మనం అన్నిటికీ భయపడతాం ఎందుకో అనిపిస్తుంది వాళ్ళని చూసినపుడు. వాళ్ళు చాలా చిన్నపిల్లల్ని కూడా చేతులకు రబ్బర్ టైర్లు వంటివి వేసి నీళ్ళలో దింపుతారు, ఈత నేర్చుకోమని. గాలి నిండిన ఆ రంగుల టైర్లు మునగనివ్వవు. కొంచెం ఈదుతారు. మళ్ళీ పక్కన వుంటారు. తరువాత నెల పిల్లల్ని కూడా తీసుకుని తిరిగేస్తారు. వాళ్ళకు మనలాంటి భయాలుండవు. ఒక చోట ఒక చేపల మ్యూజియం ఉంది. అక్కడ ఎన్ని రకాల చేపలో. రక రకాలు చేపలు

కొంచెం చిన్నవి, జానడు పొడవు, కొంచెం లావు, చూడచక్కనివి ఇత్తడి రంగువి ఒక అద్దాల గదిలో,.అద్దాల గది అంటే ఎలా వుంటుందంటే మనిషి నుంచుని చూసేలా ఆ గది గోడకు చుట్టూ అద్దాలలో వున్న నీటిలో వేల కొద్దీ చేపలు ఒకే రంగు ఒకే సైజులో పరుగులు పెడుతుంటే ఎంతో వింతంగా వుంటుంది. అలాగే చిన్న చేపలు, ఒక రకం బంగారం రంగు, రాగి రంగు లో కూడా వున్నాయి. అలాగే ఒక పెద్ద గదిలో సుద్ద ముక్క రంగు చేపలు చాలా పెద్దవి, అంటే మనిషంతవి నాలుగు చేపలు నిద్రిస్తున్నాయి. సుద్దముక్కలా అనుకుంటాము. కాని కదలలేక ఆశ్చర్యంగా చూస్తాము. అవి ఒకేసారి అద్దం దగ్గరకొచ్చి మనుషులను చూస్తాయి. అక్కడ కొచ్చిన చిన్న చిన్న పిల్లలు కేరింతలు కొడతారు వాటిని చూసి. చేపలే కాకుండా సముద్రంలో తిరిగే జలచరాలను కొన్నింటిని తెచ్చి ఆ అద్దాలో పెడతారు. వాటి వయసును బట్టి మళ్ళీ పెద్దవి ఒకచోట, పిల్లలుగా వున్నవి ఒక చోట వుంచుతారు.

తెల్లని పులి ఒక కటకటాల గదిలో, ఆ చేపల పై అంతస్థులో వుంటుంది. దాన్ని కూడా చూసి వస్తారు. ఆశ్చర్యం కలిగింది. అలా తెల్లపులి వుంటుందనుకోము కదా. అలాగే కనకాంబరం రంగు కొంగలు ఎన్నో ఒక చోట గుంపులు గుంపులుగా వుంటాయి. ఎక్కడ చూసినా పచ్చని చెట్లతో చల్లగా వుంటుంది అక్కడ వాతావరణం.

మనం తెలియని ప్రాంతాలకు వెళ్ళవలసి వచ్చినా, ఎప్పుడూ ఎవ్వరినీ ఏమీ అడుగనక్కరలేదు. 10 గజాలకు ఒక బోర్డు వుంటుంది. ఎటు వెళితే ఏది వస్తుందో అన్నీ వివరంగా రాసిన బోర్డులు అర్ధరాత్రి సమయంలో కూడా కనిపిస్తూ వుంటాయి. అందువల్ల ఏ ఇబ్బందీ వుండదు. అందుకే చాలా దూరాలు కారుల్లో తిరుగుతారు శని, ఆదివారాల్లో..." అంది భాను.

"అక్కడ నీకు ఎలా తోచేది పిన్నీ, తమ్ముడు ఆఫీస్ కి వెళ్ళినపుడు ఇక్కడ లాగా పక్కన ఎవరూ వుండరు కదా. టివి చూసేదానివా" అంది జానకి.

"అవును ఇక్కడ లాగా పక్కన మాట్లాడే వాళ్ళు వుండరు. ఎవరి ఫ్లాట్లో వాళ్ళు తలుపేసుకుని వుంటారు. పని అయిపోయాక టివి పెట్టుకోవడమే. ఆ టీవీ పెట్టుకున్నాక మనకి ఆనందం, ఆశ్చర్యం కలిగించేది లాస్ విగాస్ కూడా ఒకటి.

అమెరికా టివిలో రోజూ అదొక సినిమాలాగా చూపిస్తారు. దేశ విదేశాలలో వుండే గొప్ప గొప్ప ధనవంతులు విమానం దిగి వస్తే వాళ్ళని మర్యాదగా ఆహ్వానించి తీసుకురావడం, వాళ్ళని ఆ భవనాల్లో వుంచడం, వాళ్ళకి కావలసిన ఏర్పాట్లు చూడడం అన్నీ మనకి చూపించినప్పుడు అదో ఆశ్చర్యం కలుగుతుంది. ఆ లాస్ విగాస్

చూడాలనిపిస్తుంది. ఒక రోజు శంకర్, లలిత వచ్చి లాస్ విగాస్ చూడడానికి వెళదాం అన్నారు.

పదిరోజులు పోనీ అన్నయ్యా నాకు శెలవులు ఇస్తారు. అప్పుడు వెళదాం అన్నాడు శ్రీధర్. పిన్నీ, ఇప్పుడు చూసినవి అన్నీ ఒక ఎత్తు అయితే లాస్ విగాస్ మరొక ఎత్తు చూసి తీరాలి అన్నాడు శంకర్. అలాగే తమ్ముడికి శెలవులు ఇవ్వనీ వెళదాం అన్నాను. సరే ఆరోజు రానే వచ్చింది. వాళ్ళు మేము బయలుదేరాం. కాలిఫోర్నియా నుంచి రోజున్నర ప్రయాణం చేయడం జరిగింది. ఒకరాత్రి ఒక చోట విశ్రాంతి తీసుకుని మరునాడు ఉదయం బయలుదేరి ప్రయాణం చేసాము. ఎంతో దూరం ఎడారిలో ప్రయాణం, చాలా సేపు కొండలలో ప్రయాణం. ఒక పచ్చని చెట్టు కూడా కనిపించడం లేదు. అంతా ఎడారిలా వుంది. వెళ్ళే కారులు, వచ్చే కారులు కనిపించడమే కానీ మరేమీ లేదు. అలా చాలా దూరం కొండలన్నీ దాటుకుని వెళితే రతనాల కొండలా కనిపించింది. కాదు కాదు ఇంద్రలోకంలా అనిపించింది లాస్ విగాస్. ఎక్కడ చూసినా తీర్చిదిద్దినట్టు కనిపించే విశాలమైన రోడ్డులు, వాటి పక్కన అతి అందమైన పూలమొక్కలు, అక్కడక్కడ పచ్చటి చెట్లు కాకుండా ఒక రంగు ఒక చెట్టు, ఒక రంగు ఒక చెట్టు. ఎక్కువ లక్క రంగు, ఎరుపు ఆకుల చెట్లు కనిపించేవి. అలాగే లేత ఆకుపచ్చ చెట్లు కనిపించేవి. ముదుర పచ్చరంగు చెట్లు మధ్య పూల మొక్కలు అతి సుందరమైన ఆ ప్రదేశం చూసి తీరాలి.

ఇంద్ర వైభవాన్ని, ఇంధ్రసభను మనం ఊహా చిత్రాల్లో చూసి ఆనందిస్తాం కానీ, ఇది ఇంద్రలోకమా అనిపించింది. ట్రెజెల్ రౌండ్ అనే భవనాన్ని చూసినప్పుడు ప్రధమంగా ఆ భవనంలో దిగాము. ఎటు వెళుతున్నామో, ఎటు వస్తున్నామో తెలియదు. నాలుగు అంతస్థుల పెద్ద భవనం, నాలుగు లిఫ్టులు పనిచేస్తూ వుంటాయి. పెద్ద హాలు, ఆ హాలుకు నాలుగు దారులు, ఆ దారులకు అటూ ఇటూ గదులు, ఆ హాల్లో చూడ ముచ్చటైన తివాసీలు, అందానికి అందం అన్నట్టుగా వుంది. తీర్చిదిద్దినట్టు వున్న ఆ గదులు, ఆ గదుల అద్దాల్లోంచి బైటికి చూస్తే జలక్రీడలు కనిపిస్తాయి. స్విమ్మింగ్ పూల్ నిండిపోయి వుంటారు జనం. ఆ ట్రెజెల్ రౌండ్ లో గదులన్నీ నిండిపోయాయి. అంత జనం వున్నారు. వచ్చేవారు వస్తారు, వెళ్ళేవారు వెళతారు. వెళ్ళేవారిని, వచ్చే వారిని మర్యాదపూర్వకంగానే చూస్తారు. ఆ రూమ్ లో వుండి బెల్లునొక్కితే ఏమి కావాలి అని అడుగుతారు వచ్చి.

కొంతసేపు అక్కడ రూమ్ లో విశ్రాంతి తీసుకుని లాస్ విగాస్ చూడడానికి బయలుదేరాం. ఏమి చెప్పగలనూ ఆ కళాత్మకమైన ప్రదేశాన్ని. చిత్ర విచిత్రమైన కట్టడాలను వర్ణించనలవికాదు. ద్వాపరయుగంలో మయసభ నిర్మాణం చేసిన

చిత్రకారుడు మయుడు మళ్ళీ జన్మించి తన ప్రతిభా చాతుర్యాలను మళ్ళీ కనబర్చడానికి లాస్ విగాస్ లో వుండి ఆ భవనాల చిత్రమైన నిర్మాణం జరిపిస్తున్నాడేమో అనిపిస్తుంది.

అతిసుందరమైన ఒక భవన సౌందర్యాన్ని చూసి వచ్చి అక్కడ వున్న సిమెంట్ బల్లల మీద కూర్చుని ఐస్క్రీమ్ తీసుకుంటుంటే అత్తయ్యగారు పైకి చూసారా అంది లలిత. మనం ఆరుబయట వున్నాం అన్నాను. కాదు అది ఆకాశం కాదు. ఇక్కడ రూఫ్ అలా కనిపిస్తుంది అంది. అప్పుడు మళ్ళీ పైకి చూసాను. ఏమీ మార్పులాగా లేదు. ఆకాశం లాగే వుంది. ఎంత విచిత్రం, అచ్చం సాయంకాలం ఆకాశంలాగా వుంది అని విస్తుపోయాను. ఇంకో చోట అందమైన భవనం, ఆ భవనంలో రవివర్మకే అందని ఒకే ఒక అందానివా అన్నట్టు అందమైన బొమ్మలు. సజీవ కన్యలా అన్నట్టుగా భ్రమింప చేస్తున్నాయి. ఆ భవన ప్రాంగణంలో లేని ఆకాశాన్నే కాదు రాని చుక్కల్ని కూడా చూపించగలగడం, ఆ కళాకారుల నైపుణ్యానికి దర్పణం. ఆ భవన నిర్మాణం ఆహా.. మానవుని మేధా శక్తిని చాటిచెప్పే ఈ అభూత కల్పనా చిత్ర నిర్మాణాలు చూసి ఆనందాశ్చర్యాలు పోక తప్పదు అనిపిస్తుంది.

ఇటలీలో రోమ్ రాజుల అరాచక క్రీడలు, టీవీ, సినిమాల్లో చూచినప్పుడు ఒళ్ళు జలదరించి గుండె కొట్టుకుంటోంది. ఇద్దరు యువకులను బరిలోకి రప్పించి వారికి బల్లెములు ఇచ్చి వారిని ఒకరినొకరు పొడుచుకోమని ముందు చచ్చినవాడు ఓడినట్టు వాడిని లాగేస్తారు. పులిబోనుల్లోకి బతికినవాడు వెళ్ళిపోతాడు. మళ్ళీ ఇలాగే జరుగుతాయి. వారి క్రీడలు, వారి పైశాచిక ఆనందం చూసినప్పుడు గుండె కొట్టుకుంటోంది.

ఆనాటి రోమ్ రాజుల విగ్రహాలు ఆ విశాల భవనంలో మనిషి ఎత్తుకు, గోడల మీద, పేరు పేరు వరుసన నుంచొని వున్న ఆ రాజుల విగ్రహాలు చూసినప్పుడు మళ్ళీ భయం వేసింది. ఆ రాజుల విగ్రహాలే కాదు ఆనాటి ఆయుధాలు కూడా పేరు పేరు వరుసన చూపించే తీరును చూడాలి. కొంచెం భయాందోళన కలిగించింది. ఇత్తడితో చేసిన రోమ్ రాజుల విగ్రహాలున్న భవనం చూస్తే తర తరాల నాటి రాజులందరూ వచ్చి నుంచున్నారా అన్నట్టుగా వుంది. ఒక భవనంలో భవనానికి మధ్య విరబూసిన అందమైన మొక్కలు నేలకు దగ్గరగానే వున్నాయి. వాటి పక్కన ఊయలలో మైమరచి ఊగుతున్నది, ఊపుతున్నవాడు బొమ్మలేనా అని విభ్రాంతి కలుగజేసే చిత్రం చూడవలసిందే.

ఒక భవనం నుంచి ఇంకో భవనానికి వెళ్ళడానికి ట్రామ్ ప్రయాణం చాలా ఆనందం కలిగించింది. ఎంత చూసినా తనివి తీరక ఇంకా చూడాలనిపించే ఆశ

కలుగుతుంది. ఒక భవనంలో శీతాకాలంలో సూర్యోదయ వేళ లేచినప్పుడు, మంచు పడుతున్నప్పుడు మన పెరటిలో లైటు వేసుకుని మసలేటప్పుడు ఎలా వుంటుందో, అలాంటి వాతావరణంలో వున్నట్టు వుంటుంది. ఇంకో భవన ప్రత్యేకత, పగలో రాత్రో తెలియదు.

ఆ భవనంలో మధ్య హాలుకి పై ఫ్లోర్లకి ఇచ్చిన డిజైను ఏమిటో తెలుసా, కొలనులో తామరాకులు, పెద్ద పెద్దవి, రంగు రంగులవి దగ్గరగా వుంటే ఎలా వుంటుందో అలాగ పెట్టారు. ఆ తామరాకులు వాటి వెనుక వున్న లైట్ వెలుగుకు అవి మిలమిలా మెరసి పోతున్నాయి. ఆ గాజు తామరాకులు, క్రింద నేలమీద అద్దంలో కూడా కనిపిస్తాయి. పైనా చూడొచ్చు ఆ సుందర దృశ్యాన్ని. బెలాజియో, అది ఒక పెద్ద అందమైన భవనం. దాని ముందు విశాల మైన ఖాళీ స్థలం వున్నా.. అది ఒక చిన్న చెరువులాగా వుంది. ఆ చెరువు చుట్టూ గోడ వుంది. గోడ పక్కన పెద్ద అరుగు వుంది.

రెండు పక్కల నుంచీ లోపలికి వెళ్ళేందుకు దారి వుంది. ఆ దారుల నుంచి లోపలికి వెళ్ళి అంతా చూసి వచ్చి రాత్రి వేళకు అంతా ఆ గోడల చుట్టూ చేరి వున్నారు. చేతులలో కెమెరాలు, కామ్ కోడర్లు తీసుకుని సిద్ధంగా వున్న జనాన్ని చూసినప్పుడు ఎందుకు ఇలా నుంచున్నారు అనిపించింది. ఎక్కువ లైట్లు వెలిగాయి. ఆ అందరూ ఏదో చూడ్డానికి సిద్ధం అయ్యారు అనిపించింది. చూస్తూ వుంటే ఒక పాట మొదలయింది. ఆ పాట ఇంగ్లీష్‌లో వినిపిస్తోంది.

జలకన్యకు కూడా డాన్సు వచ్చిందా, ఆ పాటకు తగ్గట్టు డాన్స్ చేస్తోంది అనిపించింది. ఆ నీటిలో ఏ రకమైనవి అమర్చారో తెలియదు. ఆ నీరు కొన్ని తారా జువ్వలా ఒక్కసారి పైకి లేచింది. మళ్ళీ పక్కకు వరిగింది. గుండ్రంగా తిరిగింది, మళ్ళీ పువ్వులాగా మారింది. అందంగా ఆడింది. ఆ విన్యాసం చాలా ఆశ్చర్యాన్ని కలిగించింది. అది చాలా పెద్ద పాట. ఆ పాటకు తగ్గట్టు నీటితో ఆట సాగింది. ఒక్కోసారి ఒక్కో భంగిమతో ఆ నీరు పైకి లేచేది. ఎన్నో కెమెరాలు ఆ చిత్రాన్ని బంధించుకుంటే ఆ అందమైన లైట్ల వెలుగులో ఎంతో హాయిగా చూడగలుగుతున్న జనసమూహాన్ని చూసి ఆశ్చర్యం కలిగింది.

ఈఫిల్ టవర్ ఇది ఎన్నో సార్లు టీవిలో లాస్ విగాస్ చూపించినప్పుడు మనకు కనిపిస్తుంది. ఫ్రాన్స్ దేశంలో ఉన్న ఈఫిల్ టవర్ లాంటిది ఫ్రాన్స్ దేశం వారు అక్కడ కట్టారు. ఇది చాలా ఎత్తైన టవర్. ఈ టవర్ దగ్గర కెళ్ళి చూసినప్పుడు దాని పైకి వెళ్ళి లాస్ విగాస్ అంతా చూసినప్పుడు దేశ విదేశాల వారందరూ ఒకే లాగా ఆశ్చర్యానుభూతిని

అనుభవించారు. ఈ ఈఫిల్ టవర్ దగ్గరకు వెళ్ళి చూస్తే ఎంత ఆశ్చర్యం కలుగుతుందో చెప్పలేము. ఈ టవర్ పైన వెలిగే దీపాల కాంతిని, విమానాల నుంచి పైలెట్లు గుర్తించుకుంటారుట.

అంత ఎత్తైన ఆ ఈఫిల్ టవర్ కు నాలుగు బలమైన పాదాలా అన్నట్టుగా నాలుగు పాదాలు నేల మీద వున్నాయి. అవి చూస్తే ఆశ్చర్యం కలిగింది. గజం ఎత్తు 4.5 గజాల పొడవున, గజం వెడల్పు వున్న ఆ బలమైన కట్టడం కింద చూస్తే ఆ నాలుగు పాదాల మీద నుంచి ఆ టవర్ పైకి వెళ్ళింది అనిపిస్తుంది. అది ఇంకా భూమిలోకి వుంది అనిపిస్తుంది. గోల్డ్ కలర్లో వున్న ఆ మొత్తం కట్టడం చూస్తే కళ్ళు చెదురుతాయి. ఆ దీపాల కాంతిలో మెరిసిపోతుంది ఆ ఈఫిల్ టవర్.

ఇంకా ఆశ్చర్యాన్ని కలిగించేది ఏమిటంటే వెన్నిస్ దేశంలోని రాజప్రసాదం మోడల్ భవనం. అక్కడ ఆ రాజప్రసాదంలోకి వెళ్ళాలంటే మామూలు దారి వుండదుట. ఆ రోడ్డులన్నీ నీటితోనే వుంటాయి. అక్కడికి వెళ్ళాంటే పడవ మీద వెళ్ళాలట. రవాణా కూడా పడవ మీద జరుగుతుందంట.

ఆ వెన్నిస్ దేశ రాజప్రసాదం మోడల్ భవనం లాస్ విగాస్ లో నిర్మించారు. ఆ భవనం చూడాలంటే ఆ చిన్న నావ లాంటిది అక్కడ వుంది. నల్లగా వున్న ఆ నావ మీద నల్ల తెడ్డు. ఆ తెడ్డుకు గోల్డ్ డిజైన్. అలాగే ఆ నావకు కూడా అక్కడక్కడ గోల్డ్ పువ్వులు ఉన్నాయి. ఆ నల్లటి నావ, గోల్డ్ డిజైన్ చూడముచ్చటగా వుంది. దాని మీద నుంచి ఆ నీలిరంగు నీటిలో ఆ భవనాన్ని చూడడానికి వెళ్ళాలి. అలా ఆ పైఅంతస్థుకు కూడా ఆ నీటి మీద వెళ్ళి చూడాలి. పై అంతస్తుకు కూడా కింద లాగే నీటి కాలువను ఎలా నిర్మించగలిగారో అన్నది ఆశ్చర్యకర మైన అంశం. ఒక దేశం వాళ్ళు వాళ్ళ సంస్కృతిని ప్రతిబింబింప చేసేట్టు రిప్రజంట్ చేయడం వాళ్ళ సంస్కృతికి తగినట్టు అక్కడ కట్టడాలు, అక్కడ వ్యాపాలు వుంటాయి. అలాగ కొన్ని దేశాల వాళ్ళు, వాళ్ళ దేశాల ముఖ్య పట్టణాలలో ముఖ్యమైన భవనాలు, వాటిని పోలిన రీతిలో అక్కడ కట్టారని అంటారు. ఒక దానిని మించినిది ఒకటిగా వున్న ఆ సుందర భవనాలను చూసి తీరాలి కానీ ,చెప్పలేము.

ఒక చోట ఈజిప్టులో పిరమిడ్స్. అది చాలా విశాలమైన ఆ భవనం. నీలి రంగు గ్లాసెస్ తో ఒక పెద్ద పిరమిడ్ ను పోలి వుంది. ఆ పెద్ద భవనంలో మన భాషలో చెప్పాలంటే అన్నీ సమాధులే. ఈజిప్టు వారు వాళ్ళ దేశంలో సమాధులకు అంత ప్రాధాన్యత వుంది. కనుక వాళ్ళు కొన్ని సమాధులు లాస్ విగాస్ లో నిర్మించారు. ఏ సమాధి దగ్గర, ఆ రాజుల

జీవిత గాధను అక్కడ బుక్ లో రాసి వుంటుంది. అది మనం చదువుకోగలం. చాలా సులువుగా చదువుకోగలం.

ఆ కాగితాలకు ప్లాస్టిక్ కవరుంటుంది. కానీ ఈ బుక్ తియ్యడానికి రాదు. అక్కడ లైట్ వుంటుంది. అక్కడ చదువుకుంటారు. ఒక పెద్ద సమాధిని పోలిన భవన నిర్మాణం చూడవలసిందే. అందులో అనేక సమాధులు వున్నాయి. వాటి గురించిన విశేషాలు అక్కడ వున్నాయి. ఆ ఈజిప్టులో ఒకసారి జరిగిన యధార్ధ గాధ ఆధారంగా సినిమాలాగా చూపిస్తున్నారు. ఒక రాజు కుమారుడిని, 12 ఏళ్ళ పసివాడిని దారుణంగా హత్యచేసారుట. ఎవరో కాదు, కావలసిన వాళ్ళే రాజ్యకాంక్షతో పాపం ఆ పసివాడిని హత్యచేసారుట. ఆ విషయం అంతా చిన్న సినిమాలాగా చూపిస్తున్నారు. కానీ చూడలేక వచ్చేసాం. ఆ పిల్లాడి పిర మిడ్స్ దగ్గర ఇంకా ఫోటోలు కూడా వుంచారు. ఆ భవనంలో కూడా సందర్శకులు రూమ్ లు తీసుకుని వుంటారు. అదీ ఈజిప్టు భవన నిర్మాణ విశేషం.

ఇలా అన్ని భవన సౌందర్యాలు, ఇన్ని సుందర కట్టడాలు, ఇన్ని విచిత్రమైన నిర్మాణాలు సందర్శకులు చూసి ఆశ్చర్యపోతూ వుంటే పైన రూమ్ లో జరిగేదేమిటంటే, అరబ్ సేట్ లు, దేశ విదేశాల కోటీశ్వరులు అక్కడకు వచ్చి చేసేదేమిటంటే, మన భాషలో చెప్పాలంటే అది పేకాట. మన ప్రాంతాలలో పేకాట ఆడే వాళ్ళు ఎక్కడ పోలీసులకు తెలుస్తుందో, వచ్చి పట్టుకుంటారో అని బిక్కుబిక్కుమంటూ ఆడుకుంటారు. కానీ అక్కడకు మహారాజుల్లాగ వచ్చి పేకాట ఆడుతారు. ఆ గొప్ప గొప్ప వాళ్ళకు రాచ మర్యాదలతో ఆహ్వానించి, ఆ భవన రూమ్ వుంచి వారిని మహరాజుల్లాగా చూసుకుంటారు అక్కడ వాళ్ళు. అక్కడ పేకాడినా ఏమీ తప్పులేదు. లైసెన్స్ ఉన్నట్లే ఉంటుంది వాళ్లకు. ఆ ఆటల్లో లక్షలు, లక్షలు పెడుతారట. సొంత విమానాలలో వచ్చి లక్షలు ఖరీదైన రూమ్ ల్లోకి దిగి రాత్రంతా పేకాడుతున్నారంటే ఆ పందాలు ఎలా వుంటాయో ఊహించుకోవాలి. కోట్ల రూపాయలు లాభం వచ్చినా, నష్టం వచ్చినా వారికి లెక్క వుండదుట. ఆ లెక్కలేని కోటీశ్వరులకు మందు పట్టుకెడుతున్న అమ్మాయిని చూస్తే ఆగిపోవలసిందే. అందమైన గాజు ట్రేలో, అందమైన బాటిల్, అందమైన గ్లాస్ పట్టుకుని ఫాషన్ షోలో అందమైన అమ్మాయిలను చూపిస్తారు అలా వుంది. తెల్లని నైలాన్ గౌను వేసుకుని నడిచిన ఆ రాజహంస నడక తీరు చూడవలసిందే. అక్కడ పగలు ఏమీ ఉండదు. అందరూ నిద్రపోతున్నారా అనిపిస్తుంది. చీకటి పడ్డాక మొదలవుతుంది. తెల్లారేదాకా తిరునాళ్ళ రద్దీతో నిండిపోతుంది.

ఒకచోట చాలా మంది పెద్ద కేకలు వేస్తున్నారు. ఆ కేకలు విని గుండె కొట్టుకుంది. అలాంటి కేకలు ఎక్కడా వినలేదు అనుకున్నాము మెల్లగా.

అక్కడకు వెళ్ళి చూస్తే ఒక గోడ పైభాగాన పెద్ద సినిమాలాగ కనిపిస్తోంది. మన థియేటర్ తెరకన్నా పెద్దదిగా వుంది. అక్కడ గుర్రపు పందాలు కనిపిస్తున్నాయి. అవి ఎక్కడో జరుగుతున్నాయి. కాని వీళ్ళు ఇక్కడ నుంచి చూసి, అక్కడ గుర్రాలను పందెం కాస్తున్నారు. ఆ గుర్రాలు నెగ్గితే పెద్ద పెద్ద కేకలతో, ఆనందం పంచుకుంటున్నారు తోటి వాళ్ళతో. అలాగే వాళ్ళుకాసిన గుఱ్ఱం పరుగెడుతున్నప్పుడు వారు ఆరాటంతో వేసే కేకలు అలా చూస్తే అదో లోకంలో వున్నట్టుగా అనిపించింది. ఎక్కడో జరిగే పందాలు ఇక్కడ చూసి కాయడం ,అది అంతా లైవ్ ఇవ్వడం, అంతా విచిత్రంగా అనిపించింది" అంది భాను.

భాను చెప్పిందంతా విన్న తిరుపతయ్య "అంత అందమైన, అంత అద్భుతమైన భవనాలలో జరిగేది పేకాటా!" అన్నాడు సులువుగా.

"అవును తిరుపతయ్య అక్కడ జరిగేది పేకాటే. ఆ పేకాట వల్లనే ఆ ప్రాంతానికి అంత శోభ వచ్చింది. అసలు అక్కడ అలా పేకాటలు ఆడుకోవడానికి కారణం ఏమిటంటే ఆ రాష్ట్రమంతా కరువు కాటకాలతో తిండికి కూడా ఇబ్బంది పడేవారట అక్కడి ప్రజలు., అక్కడ భూమి పంటకి అనుకూలమైన భూమి కాదుట. మరే విధమైన అభివృద్ధి లేక వెనుకబడిన ప్రాంతంగా వుండిపోయిందిట. అక్కడ నివసించేవారు ఏమీ చెయ్యలేక పేకాడుకొనేవారుట. అలాగే కొన్ని రోజులకు వారందరూ ప్రధానమంత్రి దగ్గరకు వెళ్ళి తమకు ఏదైనా దారి చూపించమన్నారుట. ఆనాటి ప్రధాన మంత్రి గారు, వారిని పేకాడుకోమన్నారుట. అలా అక్కడ లైసెన్స్ పొందిన వారు పేకాటను యధేచ్ఛగా మొదలు పెట్టారుట. చాలా సంతవ్సరాలకు పూర్వం మాటట. అప్పటి నుంచి అక్కడ అలా పేకాట మొదలయ్యిందిట. అలా మొదలైన పేకాట దిన దిన ప్రవర్ధమానంగా ఎదిగిపోయి, బోలుడంత ధనలాభం రావడమే కాక కొన్ని దేశాల వారు అక్కడ భవన నిర్మాణాలు జరపడమే కాక దేశ విదేశాల వారు వచ్చి అక్కడ పేకాడుకొని వెళుతున్నారు. ఇప్పటికీ ఆ పేకాటకు వచ్చిన ధనంతో లాస్ విగాస్ గా పేరొందింది. అంత శోభాయ మానంగా మారింది" అంది భాను.

"అలా లక్షలు పెట్టి పేకాడేవారేగాని కొంచెం డబ్బుతో పేకాడే వుండరా అమ్మా" అన్నాడు తిరుపతయ్య.

"ఏం కొంచెం డబ్బుతో పేకాడాలని వుందా" తిరుపతయ్యతో అంది జ్యోతి నవ్వుతూ. తెలుసు కోవాలని అడిగాను అన్నాడు తిరుపతయ్య.

"తిరుపతయ్య మంచి మాటే అడిగాడు. నువ్వన్నట్టు కొంచెం డబ్బుతో వచ్చి ధనలాభం పొందేవారు ఎంతమంది వుంటారో నేను చెప్పలేను. చాలా మంది అలా ఆడుతూనే వుంటారు. వాళ్ళు ఎవ్వరితోనూ ఆడుకో అక్కరలేదు. ఒక్కళ్ళే కూర్చుని ఆడుకోవచ్చు.

ఎలాగంటే, ఒక పెద్ద విశాలమైన హాల్లో ఫస్టార్లో, మన కంప్యూటర్ ఒక బల్ల మీద పెట్టి అక్కడ కుర్చీ వేసుకుని కూర్చుంటే ఎలా వుంటుంది. అలాగే ఒక చోట రెండు కుర్చీలు రెండు స్లాగర్లు వుంటాయి.

ఆ స్లాగ్స్, మన కంప్యూటర్ లాగా కాకుండా నిలువుగా పెట్టే లాగా వుంటుంది. ఒక చోట రెండు కుర్చీలు, రెండు స్లాగస్లు వుంటాయి. అలాగే దాని వెనుక భాగంలో కూడా రెండు స్లాగ్లు, రెండు కుర్చీలు వుంటాయి. అటు రెండు, ఇటు రెండు నాలుగు స్లాగ్లు దగ్గర నలుగురు కూర్చుని వుంటారు. అలాగ ఒక లైనుకి 10 చోట్ల వుంటాయి. అలాగే 5, 6 లైనులు వుంటాయి. మధ్యన దారి వుంటుంది. ఆ దారుల్లో ఎప్పుడూ ప్రయాణీకులు నడుస్తూ వుంటారు. పైకి రూముల్లోకి వెళ్ళేవారు, రూమ్ ఖాళీ చేసి వెళ్ళిపోయేవారు, ఈ భవనం ఎలా వుందో చూడడానికి వచ్చే సందర్శకులు, అలా చాలా రద్దీగా వుంటుంది. ఇంక ఈ స్లాగ్స్ దగ్గర కూర్చున్న వాళ్ళు ఏమీ పట్టించుకోనట్టు ఆ ఆటలోనే నిమగ్నమైపోయి వుంటారు. ఒక అర్ధ రూపాయి, ఒక పావలాయో వేసి ఒక బటన్ నొక్కతారు. టైమ్ బాగుంటే ఒకసారి ఒకటికి నాలుగు రావచ్చు. ఇంకా ఎక్కువ కూడా రావచ్చు. ఒక్కోసారి పెట్టింది పెట్టినట్టే పోవచ్చు. కానీ అదో థ్రిల్లింగా వుంటుంది. ఆ అద్దాలలో నెంబర్ లు వుంటాయి. ఆ నెంబర్లు తిరుగుతూ ఉంటాయి. మనం ఏదో ఒకటి అనుకుని బటన్ నొక్కితే వచ్చాయంటే గలగలమని పడిపోతాయి. ఆ అద్దంలోంచి కనబడతాయి. మళ్ళీ అక్కడ బటన్ నొక్కితే క్రిందకు వచ్చేస్తాయి. ఆ ఆట చాలా బాగుంటుంది.

అలా ఆ కుర్చీల మీద కూర్చుని వుండే వాళ్ళు పెద్ద వయసు వాళ్ళు. ఏమీ తోచక వచ్చి అలా కూర్చుంటారు. ఏ సంపాదనా లేనివాళ్ళు అలా కూర్చుని ఓపిక పట్టి కొంత లాభం రాగానే తీసుకుని వెళ్ళిపోవచ్చు. మళ్ళీ పెట్టూ అని ఎవరు అడగరు. ఇంకా చూడడానికి వచ్చిన వాళ్ళు ఏదో ఒక 10 నిమిషాలు, ఆడి వస్తే తీసుకుని పోతే దణ్ణం పెట్టి వెళ్ళిపోతారు. ఇలా ఇన్ని రకాలు అక్కడ జరుగుతున్నా ఇన్ని దేశాల ప్రజలు అక్కడకొస్తూ

వున్నా ఏ ఒక్కరూ తిట్టుకోవడం కానీ, నేను ముందు, నేను ముందు అని తోసుకోవడం కానీ లేక చిరునవ్వు మొఖాలతో కూల్ గా, కామ్ గా వుంటారు.

అక్కడ కూడా ఇండియన్ రెస్టారెంట్లు కనిపించినా ఆ ఆనందం కన్నా, మన ఆంధ్రప్రదేశ్ వాళ్ల రెస్టారెంట్లు వుండడం మరీ ఆనందం కలిగించింది. మిగతా దేశాల వారు కూడా ఆ రెస్టారెంట్లోకి వచ్చి ఇడ్లీ, దోశ అని ఆర్డర్ ఇచ్చి తినడం ఆశ్చర్యం కలిగించింది. చాలామంది అక్కడ చిన్న చిన్న హోటల్స్ పెట్టుకొని అక్కడే వుండిపోతున్నారు. పెద్ద వయసు వచ్చిన వారు కూడా అక్కడ కాలక్షేపంగా వుంటుందని ఏదో 10 రూపాయలు వస్తాయని చిన్న ఇల్లు నిర్మాణం చేసుకుని అక్కడే వుండి పోయేవారు కూడా వున్నారు.

ఇలాగ లాస్ విగాస్ అంతా చూసి చూసి మళ్ళీ బయలుదేరి శాండియాగో చేరుకున్నాము. చుట్టుపక్కల ప్రాంతాలకు అది ముఖ్యమైన పట్టణం అన్నమాట. ఉద్యోగాలకు ఇంటర్వ్యూలు, పెద్ద వాళ్ళు సమావేశాలు అన్నీ అక్కడ జరుగుతాయి. పైగా సందర్శకులను ఆకట్టుకునే చేపల విన్యాసాలు చూడ ముచ్చటగా ఉంటాయి. ఒక వైపు ఖాళీ ప్రదేశం లో ఒక చిన్న చెరువు లాగ ఉంటుంది. ఆ చెరువుకు ఒక వైపు గ్యాలరీలు వుంటాయి. ఆ గ్యాలరీల మీద సందర్శకులు కూర్చుని వుంటారు. ఆ గ్యాలరీల వైపు ఆ చెరువు నీరు ఆపేది మాత్రం దళసరి గ్లాస్. ఆ నీరు రాకుండా గోడ లాగా ఆపేది మాత్రం గ్లాస్. కొన్ని నిమిషాలు అక్కడ కూర్చున్నాము.

నాలుగు నల్లటి చేపలు ఆ నీటిలోకి వచ్చాయి. అవి మనషి అంత లావు, మనిషి అంత పొడవు వున్నాయి. నలుగురు మనుష్యులు కూడా వచ్చారు. ఇద్దరు ఆడవాళ్ళు, ఇద్దరు మగవాళ్ళు, ఆ చేపలు లాగ వాళ్ళు కూడా నల్లని డ్రస్ వేసుకున్నారు. అది వంటిని అంటి పెట్టుకుని వుంది. వీళ్ళు కూడా చేపలా అన్నట్టు వున్నారు. ఆ నీలం రంగు చెరువు నీటిలో వాళ్ళు ఇంగ్లీషులో ఏదో చెప్పారు. ఈ చేపలు నాలుగు ఒకే ఒక్కసారి ఈ మనుషులు వున్న వైపు గ్లాస్ మీదకు వచ్చేసాయి. మనని పరిచయం చేసుకోవడం అన్నమాట.

మళ్ళీ ఏదో అంటున్నారు. ఈ చేపలు నాలుగు ఒక్క సారి పైకి లేచి కింద పడ్డాయి. వాళ్ళు అలా ఏదో గట్టిగా చెబుతూనే వుంటారు. అవి వాళ్ళ మాటకు అనుగుణంగా వుంటాయి. ఈ నలుగురూ ఆ చేపల మీద నుంచుని చేతులు చాచి నుంచుంటే అవి ఎంతో స్పీడ్ గా వాళ్ళను ఆ చెరువు చుట్టూ నాలుగు సార్లు తిప్పి తీసుకువచ్చాయి. వాళ్ళు వాటి నడుం మీద నుంచున్నారు అంతే.

మళ్ళీ ఈ నలుగురు ఆ నాలుగు చేపలకు ఆట చెబుతారు. అవి మనుషు ల్లాగ వాళ్ళు చెప్పినట్టు ఆడతాయి. వాటి చుట్టూ అవి తిరగడం, పైకి లేచి కిందకు పడడం, ఆ తరువాత వెల్లకిలా పడుకుని ఒకదాని వెనకాల ఒకటిగా అలా ఆ నీటిలో తిరుగుతాయి. వాటి అడుగుభాగం మళ్ళీ తెల్లగా వుంటుంది. అలా తిరిగి మళ్ళీ మామూలుగా వుంటాయి. ఆ చేపలను డాల్ఫిన్స్ అంటారు. ఆ చేపలూ, ఈ మనుషులూ కనబడలేదు. ఒక నిమిషం తరువాత నీటి అడుగున వున్న మనుషులను, వాటి నోటితో వారి పాదాలు పట్టుకుని పైకి తీసుకువచ్చినట్టు వాళ్ళను వాటి నోటితో తీసుకుని పైకి వస్తాయి. వాళ్ళు వాటి మూతి మీద నుంచుంటారు. అలా వాళ్ళను పైకి లేపి అలాగే తీసుకువెళ్ళి అటువైపు గట్టు మీద వుంచాయి. వాళ్ళు చేతులు వదిలేసి నుంచుని వున్నారు అంటే ఆశ్చర్యం కలిగింది.

అలా ఆడిన ఆ డాల్ఫిన్ ఆఖరున వాటి వెనుక భాగంతో ఆ నీటిని మనుషుల మీద జల్లుతాయి. ఎలా అంటే ఆ చేప మొఖం మన వైపుకు వుండి నీటిలో మునిగి వుండి విసినకర్రలా వెనుకభాగంతో నీటిని మన వైపుకు విసురుతాయి. ఆ నీరు జల్లులాగా పడుతుంది. ఆ నీటిలో తడవాలని దూరంగా కూర్చున్న వాళ్ళు కూడా దగ్గర కొచ్చి ఆ జల్లులో తడిసిపోతారు. వాళ్ళకు చలి వుండదు. ఎంత ఆనందమో అలా, ఆ చేప విసిరే నీటిలో తడవడం. వాళ్ళకు ఆఖరుగా ఒక చేపను పైన పెట్టిన బాల్ అందుకోమంటారు. ఎలా అంటే ఆ చెరువు మధ్యన వున్న ఎత్తైన స్తంభాలకు ఒక తీగ పైభాగంలో వుంటుంది.

ఆ తీగకు ఒక బాల్ వుంచుతారు. ఆ డాల్ఫిన్ను ఆపైనున్న బాల్ ని తాకమంటారు. అది మనిషిలాగా ఆ నీటిలో నుండి పైకి ఎగసి ఆ బాలును తాకడానికి ఎగురుతుంది. ఒకసారి తాకలేకపోయినా మళ్ళీ ఎగిరి ఆ బాలుని తాకుతుంది. అందరూ చప్పట్లు కొట్టి కేకలు వేస్తారు. ఆ డాల్ఫిన్ అంతపైకి ఎగసి మళ్ళీ నీళ్ళలో పడ్డప్పుడు ఎంత చప్పుడై ఆ నీళ్ళు చెల్లాచెదురవుతుందో చూడాలి. అలా ఆడిన డాల్ఫిన్స్ అటువైపు గట్టు మీద నుంచున్న వాళ్ళ దగ్గరకు వెళ్ళి నోర్లు తెరుస్తాయి. వాళ్ళ ఒక్కొక్క చిన్న బకెట్టెడు రొయ్యలు వాటి నోటిలో పోసేస్తారు.

కృతజ్ఞతగా తోకాడిస్తూ వెళ్ళిపోతాయి. అలా ఒక్కొక్క ఆట సుమారు ఒక గంట సేపు వుంటుంది. అలా చాలా సార్లు చేపలతో అలాంటి ఆటలు ఆడిస్తారు. సందర్శకులు వచ్చి చూసి వెళుతూ వుంటారు. అలాగే ఇంకోచోట ఇలాంటిదే ఇంకో చెరువులో చిన్న చేపలు – 4, పెద్దచేపలు–2 అవి నల్లగా లేవు. కానీ మన ప్రాంతాల చేపలలాగా వున్నాయి.

అక్కడ కూడా ఇక్కడ లాగా వున్న వాళ్ళే వాటితో ఆడిస్తారు. ఆ చేపల మీద నుంచోరు కానీ వాటితో కూడా నీళ్ళు జల్లిస్తారు. పైకి క్రిందకు పడుతూ వుండి ఆడతాయి.

ఇంక ఆఖరుగా హాలీవుడ్ కి వెళ్ళాము. ఒక రోజు పట్టింది, అదంతా చూసేటప్పటికి. ఆ రోజు ఆదివారం కావడంతో చాలా మంది వచ్చేసారు చూడ్డానికి. ఆ హాలీవుడ్ అంతా కొంచెం ఎత్తైన విశాలమైన కొండ మీద వుంది. చాలా బాగుంటుంది. ఒక గైడ్ మనకి అన్నీ వివరిస్తాడు. ఎప్పుడు ఏ సినిమా షూటింగ్ జరిగిందో ఆ సీన్ కు సంబంధించి కట్టడాలు అక్కడే వుంటాయి. మనకు దాని గురించి అన్నీ విపులంగా చెబుతారు.

ఏ తేదీన ఎవరు ఏ హీరోతో ఏ సినిమా తీసారో అక్కడ బోర్డు వుంటుంది. ఆ హీరో ఫోటో వుంటుంది. అలాగ దాని తరువాత తీసినది అలాగా దాని తరువాత తీసినవి అలా వుంటాయి ఫోటోలతో సహా. మళ్ళీ ఆ కొండ మీద నుంచి ఇంకో కొండ మీదకు వెళ్ళి చూస్తే, మళ్ళీ ఇంత ప్రదేశం అక్కడ వుంటుంది. రెండు చిన్న చిన్న బస్సులు, ఒకదానికి ఒకటి తగిలించి వుండి ఆ రెండిటి మీద ఇద్దరు గైడ్లు వుండి చూసేవారికి అన్నీ చెబుతారు. ఏ సినిమా గురించి, ఏరకమైన నిర్మాణం చేసారో, దాని దగ్గరకు వెళ్ళి అక్కడ, ఆ హీరో, ఆ హీరోయిన్ ఈ ఇంట్లో వుండేవారు అని ఆనాటి విషయాలు మనకు చెబుతారు. అలా బస్ వెడుతుంటే పెద్ద వాన వచ్చింది. అది వానకాదు. మళ్ళీ పెద్ద వరదనీరు వచ్చింది. ఆ బస్సుల్ని కదిపేసింది. అదీ వరద కాదు. ఇంకోచోటికి తీసుకువెళ్ళారు. అక్కడ అంతా చీకటిగా ఉంది . అక్కడ నుంచి బస్సు వెళుతుంటే పెద్ద చింపాంజి మేం వున్న బస్సు లోపలకు మొఖం పెట్టి పెద్ద పెద్దగా అరుస్తుంది. ఎర్రని దాని కళ్ళు, పెద్ద నోరు తెరిచింది. ఎంత భయంకరంగా అనిపించిందో ఆ చీకటిలో.

స్టేషన్ కనిపిస్తుంది. చూస్తుండగానే అది ఊగిపోయి విరిగిపోయి పెళపెళ మంటూ పడిపోతుంది, భూమిలోకి దిగబడి పోతుంది. మనం కూడా పడిపోతామేమో నన్నభయం వేస్తుంది అని చెబుతున్న భాను మాటలను ఎప్పటినుంచో వింటున్న రామారావు గార్ని, అప్పుడే తిరుప తయ్య మంచినీళ్ళు తీసుకువెళుతుంటే అందరూ అటు చూసారు.

"అల్లుడుగారు వచ్చారా" అని లేచి నుంచుంది.

"అత్తయ్య గారు చెప్పడం ఆపకండి" అన్నారు.

"ఊ. చెప్పు అమ్మమ్మా" అంది జ్యోతి.

"అంతే ఇంకేముంది. అలా హాలీవుడ్ చూసేము" అంది భాను.

"మా నాన్నగారు, పెదనాన్నగారు వుంటే విని ఆనందిద్దురు" అంది జానకి.

"మళ్ళీ మీ నాన్నగారు వచ్చినప్పుడు చెబుతానులే. అల్లుడు గారు వచ్చేరు, లేవండి భోజనాలకి" అంది భాను.

"ఆ ఫొటోలు పంపమని తమ్ముడికి లెటరు వ్రాయి" అంది జానకి.

"అలాగే. మరచిపోయాను ఈ హడావిడిలో. వాడిని పంపమంటాను" అంది.

"అయితే అత్తయ్యగారు ఇంక చెప్పరా" అన్నాడు రామారావు.

"మీరు ఎంతసేపయ్యింది వచ్చి" అంది జానకి.

"మీరందరూ మైమరచి లాస్ విగాస్ వింటున్నప్పుడు వచ్చేను" అన్నారు.

"అయితే అంతా విన్నారు" అంది.

"అప్పుడొచ్చారా" అంది జానకి.

తిరుపతయ్య ఆలోచిస్తూ నుంచొన్నాడు. "ఏంటి తిరుపతయ్యా అమెరికా వెళ్ళి పేకాడి వస్తావా" అన్నారు నవ్వుతూ.

"లేదు బాబూ మీరు వచ్చినట్టు నేను కూడా చూడలేదేమిటా అని ఆలోచిస్తున్నాను" అన్నాడు తిరుపతయ్య.

"అంతేనయ్యా, విదేశాల విశేషాలు అంటే అలాగే వింటాం మరి" అన్నారు రామారావు.

"జ్యోతి! నువ్వూ మీ నాన్నగారూ కూర్చోండి" అంది జానకి.

"లేదమ్మా నేను కిరణ్ బాబుకి పెట్టి తింటాను" అంది.

ఆ పినతల్లీ, కూతురూ ఒక్కసారి జ్యోతి కేసి చూసేరు. "నేను పెడతానే వాడికి" అంది జానకి.

"వాడు తినడు. నాకే సమంగా తినడు" అంది జ్యోతి.

"సరే తిరుపతయ్యా నాకు వడ్డించు ఆకలేస్తోంది" అన్నారు రామారావు. రండి బాబూ అని ఆదరంగా వడ్డించేడు.

"జానకికి, నాకూ పెళ్ళి అవ్వని క్రితం, ఒక సంవత్సరం అమెరికాలో వుండి వచ్చాను" అన్నారు రామారావు.

"అలాగా మీరు అమెరికా వెళ్ళేరా" అన్నాడు తిరుపతయ్య.

"ఆ... వెళ్ళేను" అన్నారు.

తన రూమ్లో కూనిరాగం తీస్తూ, ఫ్రెండ్స్తో చదువుకుంటూ, కేరమ్స్ ఆడుకుంటూ తిరిగే జ్యోతి... కాపురానికి వెళ్ళిపోయాక, ఆ గది తలుపులు తియ్యలేక పోయారు ఆ తల్లిదండ్రులు. ఆమెను గుర్తు చేసుకుని కొన్నాళ్ళు బాధపడి, ఇంక ఆ గది తలుపులు మూసేసింది జానకి. కానీ రామారావు, ఒక్కోసారి ఆ గదిలోకి వెళ్ళి చూసి నా తల్లి లేని ఈ గది ఎంత బోసి పోయిందో అని కన్నీళ్ళతో బైటికి వచ్చేవారు. ఇంతే ఆడపిల్లను కన్నవాళ్ళ కళ్ళు ఇలా చెమ్మగిల్లడమే అనుకునే వారు. అలా ఆ రోజులు గడిపారు.

మళ్ళీ ఆ గదిలో నిదురపోతున్న జ్యోతిని ఒక్కసారి చూడాలనిపించింది తండ్రి మనసుకు. నా బంగారు తల్లి ఏమి చేస్తోంది అనుకుంటూ గది గుమ్మంలో నుంచుని చూస్తున్నారు. జ్యోతి అప్పటికే నిద్రపోతోంది. కిరణ్ బాబు మాత్రం ఆమె పడుకున్న మంచం మీద కూర్చుని, అమ్మా... అమ్మా.. అంటూ మళ్ళీ ఆమె గుండెల మీద తలపెట్టుకుని పడుకుంటూ..మళ్ళీ అమ్మా అమ్మా అంటూ ఏడుపు ఆపుకుని బిక్క మొఖంతో వున్నాడు. నా చిన్నారి తల్లి అప్పుడే నిద్ర పోయిందా, ఈ కనిపెట్టని బిడ్డ ఒకడు.. అమ్మా అమ్మా అంటున్నాడు. అయినా మెళుకువలేదు. ఎందుకని ,అనుకుని దగ్గరకు వచ్చి "జ్యోతి" అన్నారు. ఆమెకు మెళుకువ లేదు. "అమ్మా.. జ్యోతీ" అన్నారు కొంచెం గట్టిగా. ఆమె కళ్ళు తెరిచింది. ఆ కళ్ళు ఎర్రగా వున్నాయి.

"నాన్న గారూ" అంది.

ఆయన ఆమె తల మీద చెయ్యి వేసి "ఏమ్మా అంత నిద్రపోతున్నావు" అన్నారు. ఆయన చేతికి ఆమె నుదురు వేడిగా తగిలింది.

"జ్యోతి!" అన్నారు కంగారుగా.

బాబును జోకొడుతూ "ఏంటి నాన్నగారు" అంది.

"అమ్మా నీ ఒళ్ళు వేడిగా కాలుతోందిరా" అన్నారు ఆందోళనగా.

"పర్వాలేదు నాన్న గారు. పెద్ద వేడి లేదు లెండి" అంది.

"ఎందుకు వీడు ఏడుస్తున్నాడూ" అన్నారు.

"బావ కనబడడం లేదు కదా, అందుకని ఏడుస్తున్నాడు. అన్నం కూడా తినలేదు" అంది.

"అవునా! కిరణ్, మీ నాన్న కావాలా, వస్తున్నాడేమో చూద్దాం దా. మీ నాన్నని చూపిస్తాను దా... "అన్నారు చేతులు చాచి.

"తాత దగ్గరకు వెళ్ళు. నాన్నను చూపిస్తారు" అంది జ్యోతి.

వాడు బిక్క మొఖంతో ఇష్టం లేకపోయినా చేతులిచ్చాడు. వాడిని ఎత్తుకోగానే మనవణ్ణి ఎత్తుకున్న అనుభూతి పొందారు. ఆయన మనసు ఏమిటిది వింత అనుభూతి కలుగుతోంది అని వాడిని ఒకసారి హత్తుకుని ముద్దు పెట్టుకుని, "మీ నాన్న కావాలా" అంటూ వంటింటి వైపుకు వెళ్ళి "జానకీ ఇలారా.. జ్యోతికి జ్వరం వచ్చింది చూడు" అన్నారు.

ఆ మాట విన్న భాను, జానకీ కంగారుగా వచ్చి "జ్యోతికి జ్వరమొచ్చిందా, ఆసుపత్రికి వెళదామా" అంది జానకి.

"ఏమీ వద్దమ్మా ఇంత రాత్రి ఏమి వెళతాము" అంది.

"పోనీ నాన్న గారిని డాక్టర్ గారిని పిలవమంటావా" అంది జానకి.

"కంగారు పడకమ్మా.. నిన్న రాత్రి కూడా కొంచెం వేడిగా వుంది అనిపించింది. మళ్ళీ తగ్గిపోయింది" అంది జ్యోతి.

"అలా రాత్రులు జ్వరం రావడం ఏమిటే, అలా రాకూడదు" అంది భాను.

"రేపు డాక్టర్ని పిలుద్దాం" అన్నారు రామారావు.

"మీరు పడుకోండి నాన్నగారూ" అంది.

"నీకు జ్వరమొస్తే నాకు నిద్ర వస్తుందా జ్యోతీ" అన్నారు.

"అయ్యో నాన్నగారూ, ఏమీ పెద్ద జ్వరం కాదు పడుకోండి" అంది. ఆయన తన గదికి వెళ్ళారు.

"అమ్మా నువ్వు ఇక్కడ పడుకో" అంది జ్యోతి.

"నా పిచ్చితల్లీ! నేను ఆ మాట అందామనుకుంటున్నాను, నువ్వే అన్నావు అంది జానకి.

"మేము నీ దగ్గరే పడుకుని నీ కొడుకుని చూస్తాం. తల్లీ ,నువ్వు నిద్రపో" అంది.

భాను కిరణ్ కు పాలు పట్టించి పడుకో బెట్టుకుని తనూ నిద్రపోయింది.

"పిన్నీ! మన జ్యోతిని ఈ కిరణ్ బాబుని చూస్తే నాకు ఏమనిపిస్తోందో తెలుసా. గత జన్మ ఋణానుబంధం వుండి వుండాలి. లేకపోతే ఇలా జరుగదు" అంది జానకి.

"అవును అలాగే వుంది. అది కన్న బిడ్డ కన్నా ఎక్కువగా చూస్తోంది. కన్నతల్లి కూడా ఒక్కోసారి విసుక్కుంటుంది. కానీ జ్యోతి వాడిని ఏమీ అనదు. వాడు అదే తల్లిగా

అనుకుంటున్నాడు. పాపం పసివాడు వాడిని కన్న తల్లి ఎక్కడ వుందో లేదో తెలియదు అడగాలని అనిపిస్తోంది. కానీ శేఖర్ని ఏమీ అడగొద్దు, ఏమీ అనొద్దు అని పెళ్ళికి ముందే మాకు చెప్పింది. అందుకే దాన్ని కానీ, అతన్ని కానీ ఏమీ అడగకూడదని ఊరుకున్నాము" అంది జానకి.

"అదే మంచిది. వాళ్ళిద్దరూ అన్యోన్యంగా కాపురం చేసుకుంటున్నారు. వీడు చంద్రశేఖరుడు, పార్వతి దగ్గర విఘ్నేశ్వరుడు లాగా పెరుగుతాడు" అంది భాను మంచం మీద ఒరుగుతూ.

★★★

జ్యోతిని పరీక్షించి వచ్చిన డాక్టర్ "కంగ్రాట్స్ రామారావు నువ్వు తాత కాబోతున్నావు" అంది.

ఆ మాట విన్న రామారావు ఆనందంతో నోట మాట రాలేదు. తేరుకుని ఎంత మంచి మాట చెప్పావు నీరజా అన్నారు.

ఆమె తరువాత జ్యోతి దగ్గరకు వెళ్ళి, "నువ్వు తల్లివి కాబోతున్నావు" అంది. ఆ మాట విన్న జ్యోతి ఆనందించలేదు, "డాక్టర్!" అని ఆశ్చర్యంగా చూసింది.

"జానకీ జానకీ చప్పున రా... నీకో మంచి మాట చెప్పాలి" అన్నారు.

"ఇదిగో వస్తున్నా. నీరజకు కాఫీ తెద్దామని" అంటూ కాఫీ పట్టుకుని వచ్చింది. ఆయన మాట పూర్తిగా వినలేదు.

"నేనన్న మాట విన్నావా" అన్నారు రామారావు.

"ఏమన్నారు!" అంది.

"మన జ్యోతి నిన్ను అమ్మమ్మను, నన్ను తాతను చేస్తోంది" అన్నారు.

"ఎంత మంచి మాట చెప్పారండీ" అని ఆమె కళ్ళు ఆనంద భాష్పాలు రాల్చుచున్నాయి. ఆ కళ్ళు తుడుచుకుని "ఏదీ నా తల్లి" అని జ్యోతి గదిలోకి వెళ్ళింది. "నా బంగారు తల్లి తల్లి కాబోతుందా" అంటూ వచ్చిన తల్లిని చూసిన జ్యోతి, "అమ్మా నువ్వు అంత ఆనంద పడిపోకు. నాకు అప్పుడే వద్దు" అంది.

ఆ మాట అంతకు ముందే విన్న భాను, డాక్టర్ నీరజ అలా నుంచుని చూస్తున్నారు. జ్యోతి అన్న మాట విన్న జానకి చూపు నిలిచి పోయింది. నోట మాట రావడం లేదు.

"మీరు కాఫీ తీసుకోండి" డాక్టర్ అంది జ్యోతి.

"నువ్వు ఇంకొకసారి ఆలోచించు జ్యోతి" అంది నీరజ.

"నాకు ప్రెగ్నెన్సీ అంటే నేను నమ్మలేకపోతున్నాను. నాకు వాంతులు ఏమీ లేవు" అంది జ్యోతి.

"అందరికీ వాంతులు రావు. కొందరికి జ్వరం వస్తుంది. నీకు జ్వరం అందుకే వచ్చింది" అంది డాక్టర్ నీరజ.

"నువ్వు ఎందుకు వద్దనుకొంటున్నావో నాకు తెలియదు కానీ.. అలా వద్దు అనుకోవడం వల్ల ఆరోగ్యానికి మంచిది కాదు. మళ్ళీ కాన్పు కావాలనుకున్నప్పుడు రాదు" అంది నీరజ.

ఆ మాట విన్న రామారావు కంగారు పడి "జ్యోతి!" అన్నారు.

"నేను రేపు మళ్ళీ వస్తాను. నాకు మళ్ళీ ఫోన్ చెయ్యండి, వస్తాను" అని డాక్టర్ నీరజ వెళ్ళిపోయింది.

"జ్యోతి ఎందుకమ్మా ఇలా అంటున్నావు" అన్నారు రామారావు.

"వీడు ఇంకా చిన్నవాడు కదా అందుకని" అంది.

"ఏమి చిన్నవాడు? నీకు డెలివరీ అయ్యే సమయానికి ఎంచక్కా ఆడకుంటాడు. శుభమా అంటూ వచ్చిన తొలికాన్పును వద్దు అనకు. సంతాన భాగ్యం కలగాలని ఎందరో తపస్సు చేస్తారు. అలాంటిది నీకు వచ్చింది కాదనకు" అంది భాను.

"అమ్మమ్మ మాట విను" అంది జానకి.

"బావ ఏమంటాడో" అంది జ్యోతి.

"అంటే బావ వద్దంటాడేమోనని, నువ్వు వద్దనుకొంటున్నావా?" అంది భాను.

"అది కాదు అమ్మమ్మా! ఈ పరిస్థితిలో వాడిని నేను సమంగా పెంచలేనేమో" అంది జ్యోతి.

"నీ భయం నాకు అర్థమైంది" అని భాను అంటుంటే, 'నేను తల్లిని అయితే వీడి మీద వున్న అభిమానం మారిపోతుందేమో అమ్మమ్మా' అంది జ్యోతి.

ఆ మాటకు జానకి కళ్ళే కాక రామారావు కళ్ళు కూడా చెమ్మగిల్లాయి. మంచం మీద కూర్చున్న జ్యోతి తల గుండెలకు హత్తుకుని "నా బంగారు జ్యోతి, ఆ కిరణ్ బాబు గురించే ఆలోచిస్తోందని నాకు తెలుసమ్మా. వాడి మీద ఏ రకమైన భావన ఏర్పడుతుందో అన్న భయంతో కన్నబిడ్డకు దూరం అవ్వదలచుకున్న నీ మనసు పడే వేదన నేను అర్థం చేసుకున్నాను. అలా ఏమీ జరుగదు. ముందు ఒక బిడ్డ పుడితే మళ్ళీ ఇంకో బిడ్డను కన్నతల్లి

ముందు బిడ్డను చూడదా. ఎంత మంది పిల్లలున్నా తల్లి అందరినీ పెంచుతుంది. నువ్వూ అంతే. వాడు నీ కొడుకే, వీడూ నీ కొడుకే. ఇలాంటి ఆలోచనలు రానీయకు"అంది భాను.

"సరే అమ్మమ్మా, బావ వచ్చాక నేను ఒక మాట అంటాను అప్పుడు చూద్దాం" అంది.

"సరేలే అందువు గాని, ఇంక ఆనందంగా వుండు. జానకీ తిరుపతయ్యను పాయసం చెయ్యమను. మీరు వెళ్ళి స్వీట్స్ తీసుకురండి" అంది.

"అత్తయ్యగారూ! మా తులసికి, బావకి ఫోన్చేసి చెప్పనా" అన్నారు రామారావు.

"ఉండండి" అని జానకి పంచాంగం తీసింది.

ఏమీ చెప్పలేక తటపటాయిస్తూ నుంచున్న జానకి దగ్గరకు వెళ్ళి, "ఏం నీకు ముహూర్తం కుదరలేదా? అలా ఊరుకున్నావు" అన్నారు.

"అవును రెండు రోజుల వరకు ఏమీ బాగోలేదు. ఆ తరువాత నేను చెపుతాను. మీరు చెబుదురు గాని. ఎందుకంటే మనం మంచిమాట చెప్పడం ఇదే మొదటిసారి. అందుకని మంచి సమయంలో చెబితేనే బాగుంటుంది" అంది.

"సరే అలాగే కానీ" అన్నారు రామారావు. సరే నేను వెళ్ళి స్వీట్లు తీసుకువస్తానని బయటకు వెళ్ళిపోయారు రామారావు.

ఫోన్ రింగవుతుంటే తిరుపతయ్య చూసి, "అమ్మా! శేఖర్ బాబు" అన్నాడు.

"జ్యోతీ ఎలా వున్నావు. బాబు రాత్రి నిద్రపోయాడా" అన్నాడు శేఖర్.

"లేదు చాలా సేపు ఏడుస్తూనే వున్నాడు. నిన్ను చూపిస్తానని నాన్నగారు ఎత్తుకు తిప్పారు. ఏడ్చి ఏడ్చి ఎప్పటికో పడుకున్నాడు" అంది జ్యోతి.

"నాకు తెలుసు జ్యోతీ... అందుకే నువు తొందరగా వచ్చేసెయి" అన్నాడు శేఖర్. అలాగే బావా అని ఫోన్ పెట్టేసింది. తులసికి, బావగారికి ఈ విషయం ఎప్పుడు చెబుదామా అని ఆతృతతో ఉన్న రామారావుకు జానకి గ్రీన్సిగ్నల్ ఇచ్చింది. చెల్లెలు తోటి, బావగారి తోటి చెప్పి వారితో పాటు ఆనందాన్ని పంచుకున్నారు.

★★★

గడియారం 8 గంటలు కొట్టింది. అల్లుడికి రాత్రి భోజనానికి వంటకాలు చేయిస్తోంది జానకి. తన మనసులోని ఆనందాన్ని అల్లుడితో పంచుకోవడానికి ఎదురుచూస్తున్నారు రామారావు. కిరణ్ బాబును ఎత్తుకుని వీధిలో పచార్లు చేస్తున్న

మామగార్ని ఆనందాశ్చర్యాలతో చూస్తున్నాడు శేఖర్. రామారావు భుజం మీంచి వస్తున్న తండ్రి రాకను గమనించిన కిరణ్ బాబు నాన్న, నాన్న అన్నాడు.

"అమ్మో నువ్వే చూసావురా ముందు అనుకుని, దా.. శేఖర్" అన్నాడు.

"ఏమిటి మావయ్యా అర్జెంటుగా రమ్మన్నావుట నాన్న చెప్పారు" అన్నాడు శేఖర్, కిరణ్ ను తీసుకుంటూ. జానకి అల్లుడికి మంచినీళ్ళు అందించింది.

"ముందు ఈ స్వీటు తీసుకో" అన్నారు రామారావు.

"విషయం చెప్పు మావయ్యా" అన్నాడు శేఖర్.

"నువ్వు తండ్రివి కాబోతున్నావని చెప్పడానికే ఈ స్వీటు" అన్నారు.

ఆ మాట చెవిన పడగానే జ్యోతి, జ్యోతి అంటూ మేడ మీదకు వెళ్ళిపోయాడు శేఖర్. బీరువాలో బట్టలు పెడుతున్న జ్యోతిని వాటేసుకుని పైకిలేపి గిరగిరా తిప్పుతున్నాడు. ఉండు బావా ఉండని అతన్ని వారించి ఆమె నుంచుంది. ఆమె పైట తీసి ఆమె పొట్ట మీద ముద్ద పెట్టుకుంటూ ఆమెను బాహు బంధనం చేసాడు.

"ఉండు బావా ఏంటిది చిన్న పిల్లాడిలా" అంది జ్యోతి.

అతని వెనుకే వచ్చిన జానకిని అతను గమనించలేదు. అల్లుడి ఆనంద శృంగారక్రీడ చూడకూడదనుకున్నా జానకి కళ్ళు మూయబడలేదు. అన్యోన్యమైన ఆ జంటను కళ్ళారా చూసింది. ఆమె వెనుక వున్న తన భర్తనూ ఆమె గమనించలేదు. జ్యోతి పొట్టలో ఉన్న బాబుని ముద్దుపెట్టుకుంటున్నట్టు తన్మయత్వంలో ఉన్న శేఖర్ ను ఉండుబావా అమ్మ అంది. ఆ మాటకు తేరుకున్న శేఖర్ అటు వైపుకు తిరిగి తలదించుకున్నాడు. జానకి కూడా అటువైపు తిరగబోతోంటే ప్రత్యక్షమైన రామారావును చూసి సిగ్గుపడింది. ముందు తేరుకున్న జ్యోతి, జానకిని దామ్మా అంది. తండ్రిని చూడలేదు. భాను లోపలికి వస్తూ లోపలికి నడవండి అంది ఇద్దరిని ఉద్దేశించి.

"ఏమయ్యా శేఖర్ నువ్వు తండ్రివి కాబోతున్న శుభసందర్భంలో మాకేమైనా స్వీట్లు పంచుతావా, మీ భార్యాభర్తలు ఏమైనా ఆలోచించు కుంటున్నారా" అంది.

"స్వీట్లు పంచడానికి ఆలోచన ఏముంది. నాకు విషయం తెలియక వచ్చేటపుడు స్వీట్లు తేలేదు. ఎవరెవరికి ఏయే స్వీట్లు ఇష్టమో చెబితే ఆ స్వీట్లు తెస్తానని" బయలుదేరబోతున్నాడు.

"ఈ విషయం తెలిసి మేము ఆనందిస్తుంటే జ్యోతి ఎందుకో ఆనందించలేదు. ఏమిటి కారణమని మేమడిగితే తనకప్పుడే వద్దంది. నీకు కూడా ఇప్పట్లో ఇష్టం ఉండదేమో అంది. ఆ విషయమే నీకు చెప్పాలని చెబుతున్నాను" అంది భాను.

"అలా అందా! జ్యోతి కిరణ్ బాబు గురించి ఆలోచించి అలా అనుంటుంది.కిరణ్ కు తమ్ముడు పుట్టడం జ్యోతికీ ఇష్టమే, నాకు ఇష్టమే. మీ అందరికీ ఇష్టమే కనుక నేను వెళ్ళి స్వీట్లు తెస్తున్నానని" బయటకు వెళ్ళిపోయాడు.

అక్కడున్న వారంతా హమ్మయ్య అని ఊపిరి పీల్చుకుంటుంటే జ్యోతి వాళ్ళకేసి చూసింది. ఘుమఘుమల వంటకాలతో తిరుపతయ్య వడ్డించిన భోజనం అందరూ తిన్నారు.

మోహనరావు ఫోన్ చేసి "నీ అల్లుడికి గుడ్న్యూస్ చెప్పావా" అన్నారు బావమరిదిని.

"ఆ.. చెప్పాను. నువ్వు, తులసి కూడా ఇక్కడుంటే ఎంత బాగుండును. రేపు బయలుదేరి వచ్చేయ్యండి. ఈ మధ్య తులసి రాలేదు" అన్నారు రామారావు.

"మేము మీ దగ్గరకు రావడం కాదు. నా కోడల్ని తీసుకుని మీరంతా ఇక్కడకు రండి. అందరం సరదాగా నాలుగురోజులు వుందాం" అన్నారు మోహనరావు. తులసి కూడా అలాగే అంది. ఉండు జానకికి ఇస్తానని ఫోన్ జానకికి ఇచ్చాడు.

"తులసి, జ్యోతిని రెండు నెలలు ఉంచుకుందామని అనుకుంటున్నా" నంది జానకి.

"అమ్మో అత్తయ్య అలా అనకండి నేను తీసుకెళ్ళిపోతానన్నాడు" శేఖర్.

ఆ మాట ఫోన్లో విన్న తులసి "ముందు నా దగ్గర 10 రోజులు వుంచుకున్నాక కానీ పంపను"

"ఆ మాట శేఖర్ కు చెప్పు" అంది తులసి.

"సరేలే తరువాత ఆలోచిద్దురు గాని మీరు, మీ అబ్బాయి" అని ఫోన్ పెట్టేసింది.

"అత్తయ్యా నేను జ్యోతిని ఎక్కడా వుంచను. మీరు మరోలా అనుకోకండి. మీరొచ్చి జ్యోతికి సహాయంగా వుంటే బాగుంటుంది" అన్నాడు శేఖర్.

"మీ అత్తయ్య జ్యోతి దగ్గరుంటే ఎలా కుదురుతుంది. వాళ్ళ నాన్నగారు, పెదనాన్న గారు తీర్థయాత్రలు ముగించుకుని వచ్చేస్తున్నారు. పోనీ తులసిని తీసుకెళితే నయమేమో" అన్నాడు.

"అమ్మను పంపడానికి నాన్న గారు కుదరదు అంటారు. జ్యోతినే అక్కడ ఉంచమంటారు. జ్యోతి లేకపోతే నాకు కుదరదు. ఎలాగో నేనే చూసుకుంటాను" అన్నాడు నిష్ఠూరంగా.

ఆ మాట విన్న భాను "పోనీలే నేను వచ్చి వుంటాను. కొన్నాళ్ళ పాటు జ్యోతికి సహాయంగా" అంది.

శేఖర్ ఆనందంతో 'మీరొస్తే ఇంకేం కావాలి పురుటికి కూడా పంపనక్కరలేదు' అన్నాడు శేఖర్ నవ్వుతూ.

"అమ్మో పురుటిదాకా అక్కడ వుంచుతామా. మా ఆనవాయితీ ప్రకారం 7వ నెల రాగానే సూడిదలు ఇచ్చి తీసుకువచ్చేస్తాం" అంటుంది జానకి.

"ఇంకా చాలా సమయం ఉందిలే, నువ్వు సూడిదలు చేయించడానికి" అన్నారు రామారావు.

"ముందు మా ఇంటికి తీసుకెళతాను" అన్నాడు శేఖర్.

"ఉండు మీ అత్తగారు పంచాంగం చూసి చెబుతుంది" అన్నారు రామారావు.

"అయితే తొందరగా చూడండి అత్తయ్యా ఎప్పుడు బాగుందో" అన్నాడు శేఖర్.

"జ్యోతి ఏమంటుందో అడుగుదామా" అన్నారు రామారావు.

"జ్యోతి నా మాట కాదనదు" అన్నాడు శేఖర్ తన నమ్మకాన్ని వ్యక్తపరుస్తూ.

పంచాంగం చూసిన జానకి "మరి అలా అయితే రేపు బాగుంది మీ ఇద్దరికి. ఆనందాది యోగాలు కూడా బాగున్నాయి. నాకైతే ఇంకా వారం వుంచుకోవాలని వుంది".

"అలా కుదరదు అత్తయ్యా, అక్కడ నాలుగు రోజులుంచి నేను తీసుకెళ్ళిపోతాను" అన్నాడు శేఖర్.

"సరే అయితే రేపు ఉదయం 10 గంటలకు బయలుదేరాలి. పిన్నిని కూడా సిద్ధం చేస్తాను" అంది జానకి.

"సరే అత్తయ్యా" అని మేడ మీద గదికి వెళ్ళాడు శేఖర్.

కిరణ్ ను భుజాన వేసుకుని నిద్రపుచ్చుతున్న జ్యోతిని చూసి,

"వాడిని నాకియ్యి జ్యోతి నువ్వు నిద్రపో. నేను వీడిని చూసుకుంటాను" అన్నాడు.

"ఏమీ పర్వాలేదు బావా నువ్వు పడుకో" అంది.

"అమ్మా... నేను పడుకోను. ఇంకో యువరాజుని తెస్తున్నావు. మహారాణీ ఇంక నువ్వు పడుకోమంటే పడుకోవాలి, కూర్చోమంటే కూర్చోవాలి, అమ్మో నాకు భయం వేస్తోంది బాబోయ్" అన్నాడు, చిరు మందహాసంతో చేతులు కట్టుకుని ఆమె దారికి అడ్డు నుంచుని.

"చూడరా కిరణ్ మీ నాన్న ఏమి చేస్తున్నారో" అంది. వాడు నిద్రకళ్ళతో నాన్నా అని శేఖర్ మీదకు వాలిపోయాడు.

"దా.. నాన్నా.. అమ్మ మనకు బుజ్జి తమ్ముడు గురించి చెబుతుంది వింటూ నిద్రపోదాం. రేపు నానమ్మ గారి ఇంటికి వెళదాం. అక్కడ నానమ్మ, తాతయ్య వున్నారు" అంటున్నాడు, వాడిని మంచం మీద పడుకోబెడుతూ.

జ్యోతి అతనిని అనుసరించింది. "జ్యోతీ నువ్వు అలా అనడం ఏమీ బాగోలేదు. మనకు దేవుడు ఇచ్చాడు, కాదు కాదు జ్యోతి నువ్వు కోరుకున్న వరాన్ని ఆ దేవుడు వెంటనే ప్రసాదించాడు. వెంటనే వద్దు అనవచ్చా" అన్నాడు, ఆమెను దగ్గరకు తీసుకుని.

"బావా నేను నీకు దగ్గరవ్వాలని అలా అన్నాను. అంతే కానీ, వెంటనే తల్లి నవ్వాలనుకుని అలా అడుగలేదు" అంది.

"ఈ పుచ్చిపుల్లయ్యకు దగ్గరయ్యావు. వీడి బిడ్డకు తల్లివి అవుతున్నావు" అన్నాడు.

"నేను తల్లిని అవుతున్నానని ఇందాక నువ్వు చేసిన అల్లరి మా అమ్మ చూసిందే, అది నాకు చాలా సిగ్గుగా అనిపించింది. అందుకే ఈ గదిలోనే వున్నాను" అంది.

"పందిట్లో పెళ్ళి చేసుకుని, మేనమామ కూతురులాగా చూసానే కానీ భార్యగా చూడలేదు. అయినా నువ్వు ఓర్చుకుని కాపురం చేసావు. ఇప్పుడు నీకు బిడ్డ పుడుతున్నాడు అనగానే ఆనందంతో ఏదేదో చెయ్యాలనిపించింది. మీ అమ్మ, నాన్నలకు జరిగినవి ఏమీ తెలియక పోయినా, మన అన్యోన్య కాపురం చూసారు, ఆనందిస్తారు. ఇంకా ఆరు నెలలకు మా రాణి గారు అమ్మయిపోతారు" అంటుంటే "మీరు నాన్నయిపోతారు" అంది జ్యోతి. "జ్యోతి", అని ఆమెను అక్కున చేర్చుకున్నాడు.

"ఏమిటి జ్యోతీ నీ వళ్ళు ఇంత వేడిగా వుంది. ఈ బావ కోసం ఎదురుచూసి వేడెక్కిందా" అన్నాడు.

"కాదు బావా ఇది జ్వరం" అంది.

"జ్వరమా నువ్వు అన్నం తినడం లేదా" అన్నాడు.

"ఆ జ్వరం కాదు, ఇది మీ బుజ్జిబాబు పుట్టబోతుంటే వచ్చే జ్వరం" అంది.

"ఇలాక్కూడా వుంటుందా. ఏమో బాబూ" అన్నాడు.

"నాకు అలాగే అనిపిస్తోంది ఏమో, ఏమిటో" అంది.

ఏదైనా నువ్వు, నీ బిడ్డ క్షేమంగా వుంటే నాకంతే చాలు అన్నాడు ఆమె కౌగిలిలో కరిగిపోతూ...

★★★

కిరణ్ బాబుని ఎత్తుకుని గుమ్మంలో నుంచున్న జ్యోతిని చూసిన తులసికి ఇద్దరు మనుమలతో వున్న కోడలు కనిపించింది. కొడుకుతో సహా ఆ నలుగురికి దిష్టి తీసి కిరణ్ని ఎత్తుకుని లోపలకు తీసుకెళుతూ గుండెలకు హత్తుకుంది. వాడి మీద వున్న ప్రేమాభిమానాన్ని గుండెలోనే దాచుకున్న ఆమె మనసుకి వాడిని హత్తుకున్నాక ఊరటగా అనిపించింది. తన వంశాంకురాన్ని రహస్యంగా జన్మించిన వాడి తల్లి ఎవరో? ఎక్కడ వుందో, లేదో కానీ... వీడు తన కొడుకుకు పుట్టిన బిడ్డ అని ఆమె మనసు ఎంతో తృప్తిని పొందుతోంది.

జ్యోతి కన్న కొడుకులాగా ప్రేమతో చూసి, వీడికి తల్లి అయి వీడికి తల్లిదండ్రుల ప్రేమ అందించి, తన ఔన్నత్యాన్ని చాటుకుంది. తన కుటుంబానికి వీడి వల్ల వచ్చిన చిక్కు సమస్యను తృటిలో తొలగించి వీడిని గుండెకు హత్తుకుంది. ఆ పుణ్యఫలమో ఏమో జ్యోతి వెంటనే తల్లి అవబోతోంది.

వీడిని నేనెందుకు పెంచాలి అని తను అని వుంటే తన బిడ్డ అయోమయంలో పడి పోదుడు. ఎవరు మాత్రం ఏమి చెయ్యగలం? బాధపడడం తప్ప. అప్పటికే శేఖర్ జీవితం ఏమౌతుందో అని తను మనోవ్యాధికి గురైంది. చెప్పుకోలేని బాధ అను భవించింది. కన్నబిడ్డని తన బిడ్డ అని చెప్పలేని తన బిడ్డ పరిస్థితి ఏనాటికైనా ఆ దేవుడు మంచిగా మారుస్తాడా? ఆ రోజు తను చూస్తుందా..?. సూర్యునికి, కుంతికి జన్మించిన కర్ణుడు సూత పుత్రుడుగా జీవించి ఏ అస్త్ర విద్య నేర్చుకొందుకు నోచుకోక నలుగురిలో అవమానాలు పొంది, ఇనుమును అంటుకొన్న నిప్పుకు కూడా సమ్మెట దెబ్బలు తగిలినట్లు ,వారితో కలిసి చేసిన దురాగతాలకు, వాటికొచ్చిన శాప ఫలితాలకు దుర్యోధనాదులు, కర్ణుడుకూడా అధర్మపరులుగా పేరు పొంది నాశనమైపోయారు. కన్న తల్లి, తండ్రి, నా బిడ్డ అని చెప్పుకోని కారణంగా అతని జీవితం నాశనం అయిపోయింది.

కానీ తన కిరణ్ జీవితం అలా కాకూడదు. తను అలా అవకుండా చేయాలి. వీడికి ఏమీ లోటు రాకుండా చెయ్యాలి. అదే తన కోరిక అనుకుంటోంది. వాడిని మరింత హత్తుకొంటున్న తులసిని, ఆమె మైమరపాటును చూసిన మోహనరావుకు కొంచెం అనుమానం వచ్చింది. తనకు తెలియని రహస్యమేదో ఆమెకు తెలిసుండాలి అనుకుని "తులసీ, నాన్నమ్మ అయిపోతానన్న ఆనందంతో అందరినీ మరచిపోతే ఎలాగా" అన్నారు. ఆ మాటకు తేరుకుని అందరికీ మంచినీళ్ళు ఇచ్చింది. ఆమెను క్రీ గంట చూసిన జ్యోతి కూడా ఆమె ప్రేమను అర్థం చేసుకుంది.

★★★

"నాన్నగారు ఇప్పుడు మేము నాలుగు రోజులు ఉన్నాం. మీరు ఇద్దరూ వచ్చి 10 రోజులు వుండాలి" అన్నాడు శేఖర్.

"అలాగే వస్తాం రా... కొంచెం వీలు చూసుకుని వస్తాం" అన్నారు.

"ఇంకెంత ఇంక నాలుగు నెలలు గడిస్తే మళ్ళీ జ్యోతిని ఇక్కడకు తీసుకురావాలి. మావయ్య, అత్తయ్య సూడిదలు ఇచ్చి తీసుకెళతారు" అంది తులసి.

"అయితే రానంటావా" అన్నాడు.

"అది కాదురా... ఆ సంబరం తొందరగా రావాలని ఆరాటంలో అలా అంటోంది. పది రోజులు పోనీ పుట్టబోయే తన మనుమడు ఎలా వున్నాడా అని పరుగెట్టుకొని వస్తుంది" అన్నారు మోహనరావు.

"మీరెళ్ళరా" అంది.

"నేను వెళతాను , ఇద్దరు వెళదాం" అన్నారు.

"రేపు పొద్దున్నే ప్రయాణం జ్యోతి అన్నీ సర్దుకున్నావా, పెందరాడే లేవగలవా? మరి మీ అమ్మ గారు చెప్పిన టైం కి బయలుదేరాలి కదా" అన్నాడు శేఖర్.

"అలాగే బయలుదేరదాం" అంది జ్యోతి.

పొద్దు పోయింది, పెందరాడే లేవాలంటూ తన గదిలోకి వెళ్ళిపోయారు మోహనరావు. తులసి జ్యోతికి చాలా సామానులు, చాలా రకాల పిండి వంటలు, పచ్చళ్ళు వగైరాలు వద్దన్నా వినకుండా పేకేజీలు చేస్తోంది ఆనందంతో.....

★★★

బ్యాంక్ పని ముగించుకుని బయటకు వచ్చిన మురళికి బండి మీద కూర్చుని హారన్ కొడుతూ శేఖర్ కనిపించాడు.

"ఏరా చెప్పా చెయ్యకుండా ఎక్కడకు పోయావు" అన్నాడు.

"అర్జంటుగా మా ఊరు వెళ్ళవలసి వచ్చింది. చెప్పే అవకాశం లేదు. మా అమ్మకి బాగోలేదు అని కబురు వచ్చింది. వెంటనే వెళ్ళిపోయాను" అన్నాడు మురళి.

"ఇప్పుడు కులాసాగా వున్నారా" అన్నాడు శేఖర్.

"ఆ.. బాగానే వున్నారు. నువ్వు ఎప్పుడు వచ్చావు" అన్నాడు మురళి.

"నేను ఈ రోజే వచ్చాను దా... అలా బైటకు వెళదాం" అన్నాడు. సరే నడు అని మురళి అతన్ని అనుసరించాడు.

"ముందు స్వీట్ ఆ తరువాత హాట్ నీకు ఏమి కావాలో ఆర్డర్ చెయ్యి" అన్నాడు శేఖర్.

"ఏంటి ఏదైనా మంచి మాట చెబుతావా" అన్నాడు మురళి.

"ముందు స్వీట్ తినవయ్యా" అన్నాడు. సరే అని స్వీట్ తెప్పించుకుని తిన్నాడు.

"మీ చెల్లెలు జ్యోతి తల్లి కాబోతుంది. నీకు ఒక బుజ్జి మేనల్లుడు పుట్టబోతున్నాడు" అన్నాడు.

"అబ్బ ఎంత మంచిమాట చెప్పావురా! చాలా సంతోషం, చాలా సంతోషంగా వుందిరా. తిన్న స్వీట్ కన్నా మధురమైన మాట చెప్పావు" అన్నాడు మురళి.

"జ్యోతి మాత్రం కిరణ్ బాబును సమంగా పెంచలేనేమో అని ఆలోచించింది. నేను కేకలేసాను. నేను వాడిని చూసుకుంటాను. నువ్వు నీ ఆరోగ్యం చూసుకో" అన్నాను అని జరిగినదంతా చెప్పాడు శేఖర్.

"పోనీలే జ్యోతి తల్లవుతుంది. జాగ్రత్త. వాళ్ళమ్మమ్మ ఇంట్లో వున్నారు అని గుర్తుంచుకుని మసలుకో" అన్నాడు.

"బాగా చెప్పావురా.. నేను కొంచెం ఇబ్బందిని అనుభవిస్తున్నా ఈ సమయంలో జ్యోతికి తోడు వుండాలి. ఆవిడ వుండడం మంచిది అని అందరం వచ్చేం" అన్నాడు.

"ఎలాగైనా నువ్వు లక్కీఫెలోవిరా. మళ్ళీ ఇంకొక కొడుకు పుడతాడేమో, అంతా లాభమే రా.. నీకు" అన్నాడు.

"నువ్వన్నట్టు నాకు కొడుకు పుడితే నువ్వు ఇంక బ్రహ్మచారిలా వుండకూడదు. ఒక ఆడపిల్లని కని ఇవ్వాలి" అన్నాడు.

"మొన్న మా ఇంట్లో కూడా ఇదే గొడవ వచ్చింది. అమ్మకు చాలా జ్వరం వచ్చి నీరసంగా అయిపోయారు. నువ్వు పెళ్ళిచేసుకో అన్నారు. సరే అన్నాను. సంబంధాలు వస్తున్నాయట. అన్నీ కుదిరితే చేసేస్తారు" అన్నాడు.

"పోనీలే నువ్వు సంసారం పెట్టుకుంటే నాకు ఆనందంగా వుంటుంది. నాకు పోటీగా ఆడపిల్లను వెంటనే కంటే మరీ ఆనందంగా వుంటుంది" అన్నాడు శేఖర్. "ఈ మంచి మాట నీకు, కృష్ణవేణికి చెప్పి ఆనందించాలని మనసు తొందరపడుతోంది. ఆమెకు స్వీట్ ఇవ్వాలని వుంది" అన్నాడు.

"ఒరే శేఖర్ వద్దురా, ఇక మరచిపో" అన్నాడు మురళి.

"ఆమెను మరచిపోవడమా? నేనా? అది జరగని పనిరా. నన్ను నేను మరచిపోతానేమో గానీ, ఆమెను మరిచిపోను. నా మనసు చాలా బెంగ పడుతోంది ఆమె కోసం. ఈ మధ్య వెళ్ళలేదు. నీ సహాయం ఆ విషయంలో ఎప్పుడూ కావాలి రా.. మురళి. ఈ జీవితం, ఈ పెళ్ళి, ఈ బిడ్డ ఇవన్నీ ఎలా వచ్చాయిరా.. ఆమె వల్లే అని నేను మరచిపోతే నువ్వు గుర్తు చెయ్యాలి కానీ ఆమెను మరువమనకూడదు" అన్నాడు.

"ఒరే శేఖర్ నిన్ను మరువమనలేదు కానీ..." అంటుంటే "ఒరే మురళి! ఏ ఆనందానికీ నోచుకోక కిరణ్ కడుపులో వుండగా కాలు విరిగి మంచం మీద వుండి, కడుపులో బిడ్డను చంపేస్తారేమో అన్న భయంతో బ్రతికిన కృష్ణవేణి జీవితానికీ, జ్యోతి జీవితానికీ పోలికటరా.. ఇటు నేనున్నాను, వాళ్ళ అమ్మమ్మ వున్నారు. ఇటు తల్లిదండ్రులు, అత్తమామలు అభిమానంగా చూస్తున్నారు. అన్ని విధాలా జ్యోతి ఆనందంగా వుంది. కానీ ఆ పిచ్చిపిల్ల ఎలా బ్రతికింది? ఏ రాత్రి తన మీద అత్యాచారం జరుగుతుందోనన్న భయంతో గుండెను గుప్పెట్లో పెట్టుకుని వుందంటే ఆ మాట వింటేనే కళ్ళు చెరువులయ్యాయి తెలుసా మురళి. నేను ఎప్పుడైనా కృష్ణవేణిని మరచిపోతానని అనుకోకు. నేను ఎప్పుడూ ఆమెను మరువను. నా గుండెలో వున్న ఆమెను నేనెలా మరచిపోగలను" అన్నాడు శేఖర్.

"సరేలేరా నువ్వు మరువకు కానీ జాగ్రత్త" అన్నాడు.

"అలాగే నీ సహాయం వుండాలి నాకు" అన్నాడు.

"వుంటుంది లేరా.." అన్నాడు మురళి.

ఇద్దరూ బయలుదేరి ఇళ్ళు చేరుతుంటే "నేను ఇంకోసారి వస్తాను. నువు వెళ్ళు" అన్నాడు మురళి.

:సరే బై.." అని ఇల్లు చేరాడు శేఖర్.

★★★

కిరణ్ బాబు కోసం వెదుకుతున్న డేగ కంటికి కిరణ్ బాబు కనిపించాడు. భానుతో సహా కనిపించడంతో రంగడి చూపు నిలిచి పోయింది. "ఈమె... ఈమెను ఎక్కడో చూసాను, ఎప్పుడు చూసాను, ఈమె ఎవరు" అని అతని మనసు ఆలోచిస్తోంది.

"ఈమెను జానకి పెళ్ళిలో చూసాను. ఈమె పేరు ఏదో వుంది. మరి ఈమె చేతిలో కిరణ్ బాబు వున్నాడేమిటి. ఈమె కొడుకుకే పిల్లలు లేరా" అనుకుని చూస్తూ నుంచున్నాడు. కూరలు తీసుకుని లోపలకు వెళ్ళింది భాను.

ఆమె వెనుక లోపలకు వస్తూ అమ్మా "లక్ష్మమ్మ గారూ.. లక్ష్మమ్మ గారూ.." అంటూ లోపలికి వస్తూ వీధి గుమ్మంలో నుంచున్నాడు.

"ఎవరు కావాలి? లక్ష్మమ్మ గారు ఇక్కడ ఎవరూ లేరు" అంది భాను.

"లక్ష్మమ్మ గారూ.. లేరా?" అనుకుంటున్నాడు

"నా పేరు భాను. నువ్వు ఎవరిని చూసి ఎవరనుకున్నావో" అంది.

"మా ఎరుగున్న వాళ్ళ ఇల్లేమో అని వచ్చాను, ఇది కాదు. కాసిని మంచినీళ్ళు ఇయ్యండమ్మా" అన్నాడు.

"సరే వుండు" అని భాను లోపలకు వెళ్ళి మంచినీళ్ళు తెచ్చింది.

"ఎవరమ్మా" అంటూ జ్యోతి కిరణ్ బాబును ఎత్తుకుని వచ్చింది.

"ఎవరో తెలియదు గానీ, నువ్వు వాడిని అలా ఎత్తుకోకమ్మా దింపు" అంది.

"పర్వాలేదమ్మా" అంది జ్యోతి లోపలకు వెళుతూ.

తలుపు వెయ్యడానికి వచ్చి చూసింది భాను. అతను వెళ్ళి పోతున్నాడు. ఆ సాయంత్రం కుమారి కిరణ్ బాబును ఎత్తుకుని వీధి గుమ్మంలో ఆడిస్తోంది. బైటికి వస్తే బాగుండును అని అటూ, ఇటూ తిరుగుతున్నాడు. ఆ పిల్ల బాబుని తీసుకుని రోడ్డు మీదకు వచ్చింది. గేటు పక్కన వున్న నందివర్ధనం పూలు కోస్తున్నాడు కిరణ్.

ఏమీ ఎరగనట్టు రంగడు, "పాపా! మీ అయ్యగారి పేరేంటి" అన్నాడు.

"చంద్రశేఖర్ గారు" అంది.

"మరి ఆవిడ ఏమవుతారు" అన్నాడు.

"మా అమ్మగార్కి చిన్న అమ్మమ్మ గారు. మా అమ్మగార్కి సాయం వుంటారని వచ్చారు" అంది.

"మరి ఈ బాబుని ఎత్తుకొందుకు నువ్వున్నావా" అన్నాడు.

"అబ్బే నేనేమీ ఎత్తుకొని వుండను. పనికి వచ్చినప్పుడే ఎత్తుకుంటాను. మా అమ్మగారే చూసుకుంటారు. అయ్యగార్కి పెళ్ళి అవ్వని క్రితం ఎత్తుకుని వుండేదాన్ని" అంది.

"అలాగా" అన్నాడు రంగడు.

"ఇవన్నీ ఎందుకు అడుగుతున్నావు" అంది.

"ఊరికే అడిగాను, అమ్మగారితో అనకేం బాగోదు" అన్నాడు.

"సరేలే అనునులే" అంది.

రంగడు ఇంటిదారి పట్టాడు. తీగకోసం వెదుకుతుంటే డొంకంతా కనిపించింది అనుకుని నడుస్తూ. నేను తెలిసో, తెలియకో చేసిన పొరపాటుకు కృష్ణవేణి జీవితం నాశనమైపోయింది. కానీ ఆ దేవుడు ఆమె బిడ్డను చేర్చవలసిన చోటుకే చేర్చాడు అనుకుని కనకం ఇల్లు చేరుకున్నాడు.

"రంగ ఎక్కడికి వెళ్ళావు" అంది కనకం.

"నేనక్కడికి వెళితే ఏం కానీ కనకం! నీ మనుమడివి, కృష్ణవేణి ఫోటోలు వున్నాయా" అన్నాడు.

"ఏమో రంగా ఆ అలమారులో వున్నాయేమో, నేను ఏమీ చూడడం లేదు" అంది.

రంగడు ఆ అలమారు అంతా వెదికాడు. కృష్ణవేణి ఫోటోలు, చంద్రశేఖర్ ఫోటో ఒకటి, కిరణ్ చిన్నపిల్లాడప్పుడు ఫోటో ఒకటి వుంది. బాగా చూసాడు. ఆరోజు జైల్లో కృష్ణవేణితో మాట్లాడిన చంద్రశేఖర్, ఈ రోజు ఆ ఇంట్లో ఫోటోలో వున్న ఈ చంద్రశేఖర్ ఒకడే. అయితే ఇతనే పెంచుకుంటూ అతని చేతికిచ్చి పంపిస్తున్నాడన్నమాట. ఈ మాట తెలిస్తే కృష్ణవేణి ఎంత ఆనందిస్తుందో అనుకుంటూ అటూ ఇటూ తిరుగుతున్నాడు.

"రంగా పడుకో" అంది కనకం.

"నీకు నిద్ర పడుతోందా" అన్నాడు.

"నాకు నిద్రా... ఏనాడో నా నిద్ర పోయింది. నా బిడ్డ ఏనాడు ఆ జైలు పాలయ్యిందో ఆ రాత్రి నుంచి సరిగా నిద్రపోలేదు. ఏనాడైనా అది వచ్చి అమ్మా.. అనకపోతుందా అని జీవిస్తున్నాను" అంది.

"ఆరోజు వస్తుంది కనకం, బెంగపడకు" అన్నాడు.

"నువ్వు పెద్ద దిక్కులాగా వచ్చి వున్నావు కనుక ఏదో రోజులు గడుపుతున్నాము" అంది.

"ఇది నా బాధ్యత కనక. నీకు, నీ బిడ్డకీ ఎప్పటికైనా మంచి రోజులు వస్తాయి నిద్రపో" అన్నాడు. ఈ విషయాలు కనకానికి అప్పుడే చెప్పకూడదు అనుకుని రంగడు నిద్రలోకి జారుకున్నాడు.

★★★

"ఆంటీ బాగున్నారా" అంటూ గీత, ఉషా వచ్చారు.

"ఏం బాగు" అంది కనకం.

"మళ్ళీ నెలలో నాకు పెళ్ళి జరుగబోతోంది. ఇంకా 20 రోజులు ఉంది. మీరంతా రావాలి" అని శుభలేఖ ఇచ్చింది.

"నీకు పెళ్ళా గీతమ్మా, మా కృష్ణ వింటే ఎంత సంబరపడిపోనో" అంది నాగమణి.

ఆ మాటకు తలదించుకున్న గీత, ఉష ఈ శుభలేఖ దానికి ఎలాగైనా చూపించండి. లేకపోయినా విషయం చెప్పండి అంది. అలాగే చెబుతాము అంది నాగమణి. వాళ్ళకి మంచినీళ్ళు ఇచ్చారు. ఇంతలో ఇద్దరు యువకులు కారు దిగారు. మేము ధనవంతులమూ, అన్న దర్పం వారిలో కనిపిస్తోంది. వారిని చూసిన గీత, ఉష లోపలకు తప్పుకున్నారు. రాజయ్య వాళ్ళ దగ్గరకు వెళ్ళి నుంచున్నాడు.

"ఏరా నేను గుర్తున్నానా.. మరచిపోయారా.." అంటూ నడుం మీద చెయ్యి వేసుకున్న అతన్ని లోపల నుండి గీత, ఉషా చూసి, "ఏమే ఇతన్ని మనం ఎక్కడ చూసామే" అంది ఉష.

"అదే అనుకుంటున్నానే" అంది గీత జ్ఞాపకం చేసుకుంటూ...

అతను 'ఏదిరా కృష్ణవేణి' అన్నాడు.

"బాబూ మీరు ఈ దేశానికి ఇప్పుడే వచ్చినట్టు వున్నారు" అంటున్న రాజయ్యని "అవునురా నేను మొన్నే వచ్చాను. అది నన్ను స్కూల్లో ఎన్ని మాటలందిరా. అవన్నీ గుర్తు

చేసుకుంటూ దానికి నా పవరేమిటో చూపిద్దామని వచ్చాను. దాన్ని పిలు. అది రంగసాని అయ్యిందని తెలిసిందిరా” అన్నాడు లోపలకు చూస్తూ.

“ఒసేయ్ ఉషా వీడు మన స్కూల్లో చదువుకున్నాడే, ఆ తరువాత ఏమయ్యాడో కానీ, వీడు రౌడీగా వుండేవాడు నీకు గుర్తుందా” అంది గీత. అవునే అంది ఉష.

వారితో రాజయ్య జరిగిన విషయమంతా చెప్పాడు. అంతా విన్న వాడు వికటంగా నవ్వి “అలా జరిగిందా.. మా బాగా అయ్యింది. దానికి అలా అవ్వాలి. జైల్లో బతికే వుంది కదా.. నేను చూసుకుంటాను లే.. “అన్నాడు.

ఆ మాట విన్న రంగడు గుండె కొట్టుకుంటోంది. ఈ గద్దలు ఆ పిల్లని అక్కడ కూడా బతకనివ్వవేమో అనుకుంటున్నాడు. కనకం కూడా అలాగే అనుకుంటోంది.

“బాబూ మీకెలా చెప్పాలో తెలియడం లేదు. అది అక్కడ చచ్చి బ్రతుకుతోంది బాబు. దాన్ని అలా బ్రతకనివ్వండి” అన్నాడు ప్రాధేయంగా.

“దాన్ని బ్రతకనివ్వక మేమేం చేస్తాంరా...” అన్నాడు వెళ్ళిపోతూ.

“ఇలాంటి వాళ్ళ వల్లే దాని జీవితం అలా అయిపోయింది. అందరికీ దూరమైంది. అది అక్కడ బ్రతుకుంటే వీళ్ళు దాన్ని ఏమి చేస్తారో” అంది గీత. ఆందోళనతో ఆమె కళ్ళు చెమ్మగిల్లాయి.

“బాధపడకు గీత నువ్వు శుభలేఖ ఇవ్వడానికి వచ్చావు. కళ్ళు తుడుచుకో” అంది ఉష జీరపోయిన కంఠంతో.

“ఏమి శుభలేఖ ఇవ్వడమో ఏమిటో... చూడు కృష్ణవేణి లేని ఈ ఇల్లు ఎంత కళావిహీనంగా వుందో. ఆంటీ చూడు ఎంత పాడైపోయారో. అక్కడ అది అందరికీ దూరమై దిక్కులేని పక్షిలాగా జీవిస్తుంటే వీళ్ళు దాన్ని ఏమి చేస్తారో” అనుకుంది.

వారి మాటలు విన్న రంగడు, అక్కడ ఏదైనా జరిగితే నా.. యలా.. వాడెవ్వడన్నదీ చూడక పుచ్చ తెగేస్తాను అన్నాడు ఉక్రోషంగా. ఆ మాటలు విన్న గీత, ఉష ఆశ్చర్యంగా చూస్తూ, ఇతనెవరో మన మాటల్ని కూడా వింటున్నాడే అంది ఉష. అవునే అంది గీత. ఇంక మనం బయలుదేరదాము అంది ఉష.

“మేము వస్తాం ఆంటీ” అని వాళ్ళతో చెప్పి బయలుదేరారు. ఇంకా ఆ వూళ్ళో వున్న ఎరుగున్న వాళ్ళకి ఫ్రెండ్స్ కి ఇచ్చి బయలుదేరి మళ్ళీ ఇల్లు చేరుకున్నారు.

కనకం జరిగినదంతా చూసి కన్నీరు మున్నీరుగా ఏడ్చింది.

“రంగా.. నా పిల్లని ఎలాగైనా నువ్వే కాపాడాలి. అక్కడ కూడా ఏ అత్యాచారమో జరిగితే, నా తల్లి మనకు శాశ్వతంగా దూరమైపోతుంది. అది అక్కడే చచ్చిపోతుంది. అది ఇంక నా కళ్ళకు కనిపించదు...” అని భోరున ఏడ్చింది కనకం.

అందరూ వచ్చి అలా ఏమీ జరుగదు. అక్కడ చాలా బందోబస్తీ ఉంటుంది. ఇలాంటి వాళ్ళను ఏమీ రానివ్వరు. నువ్వు ఏడవకు అని కనకాన్ని ఊరడించారు. రంగడు కూడా అలా చెప్పే ఊరడించాడు. కానీ ఏమి చెయ్యలేని నిస్సహాయ స్థితిలో వున్న కనకాన్ని చూస్తే హృదయం కరిగిపోతోంది. తన శక్తికి మించిన సమస్యల సుడి గుండాల్లో చిక్కుకున్న కృష్ణ వేణిని తను రక్షించగలడా? మాట మాత్రం చెప్పి కనకాన్ని ఊరడించాడే కానీ తన వల్ల ఏమవుతుంది? అయినా శక్తివంచన లేకుండా పోరాడాలి, ప్రయత్నించాలి అనుకుని... ఆ నిశిరాత్రి అలా తిరుగుతున్నాడు. మళ్ళీ గుర్ఖా విజిల్ వినిపిస్తోంది. ఎటు నుంచో ఇటు వస్తున్నాడు అనిపిస్తోంది. 20 సంవత్సరాల క్రితం ఇదే గుర్ఖా విజిల్ కృష్ణవేణి జీవిత గమ్యాన్ని మార్చేసింది.

ఇన్ని చిక్కు సమస్యలకు కారణమైంది అనుకుంటుండగా, ఆ విజిల్ నిశ్శబ్దాన్ని చీల్చుకుంటూ వస్తోంది. రంగడి గుండెను కూడా చీల్చుచున్నట్లు అనిపిస్తోంది. వెళ్ళి వీధి తలుపు మూసాడు. బిక్కు బిక్కు మంటూ వచ్చి సోఫా మీద కూర్చున్నాడు.

కృష్ణవేణి పరిస్థితిని తలచుకుంటే గుండెల్లో రగులుతున్న చితిమంటను భరించలేక అటూ ఇటూ తిరుగుతోంది గీత. వీడి కామాగ్ని, దాని జీవితానికి చరమగీతం పాడుతుందేమో. జైల్లో కృష్ణవేణి ఆత్మహత్య చేసుకుంది అని పేపర్లో వస్తుంది. తమంతా పరుగున వెళ్ళేటప్పటికి కృష్ణవేణి శవం మంటల్లో వుంటుంది అని ఊహించిన గీత వెక్కి వెక్కి ఏడుస్తుంటే ,ఏడ్వకే గీత నాన్న గారు వస్తారే ఊరుకో అంది ఉష.

అప్పటికే గుమ్మం దగ్గర వున్న రామనాధం గారు... అమ్మా గీత అన్నారు తలుపు మీద కొడుతూ.. చూసావా నాన్న గారు పిలుస్తున్నారు అంది మళ్ళీ ఉష. పర్వాలేదు తలుపు తియ్యి అంది గీత.

లోపలికి వచ్చిన రామనాధం గారు “ఏమి జరిగిందమ్మా” అన్నారు కంగారుపడుతూ.

కళ్ళు తుడుచుకుంటూ “కూర్చోండి నాన్న గారూ” అంది కుర్చీ జరిపి.

“ఏంటో చెప్పమ్మా” అన్నారు ఆతృతతో.

“జైల్లో ఆడవారికి రక్షణ వుండదా” అంది.

ఏమనాలో తెలియక "ఎందుకు" అలా అడిగారు అన్నారు రామనాథం గారు.

"కృష్ణవేణి గురించి" అంది.

"రక్షణ అంటే వాళ్ళ వాళ్ళ పలుకుబడిని బట్టి వాళ్ళకు రక్షణే కాదు, మర్యాదలు కూడా వుంటాయి. ఇంతకీ ఏమి జరిగిందో చెప్పనేలేదు" అన్నారు. జరిగిన విషయం అంతా చెప్పింది. అలా జరిగిందా అన్నారాయన.

"మీకు ఎవరైనా తెలిసిన వాళ్ళు వుంటే దానికి రక్షణ కలిగించమని చెప్పండి" అంది బేలగా.

"అలాగేనమ్మా, నేను ప్రయత్నం చేస్తాను. నువ్వు బాధపడకు" అన్నారు. కృష్ణవేణి పరిస్థితికి గీత పడుతున్న వ్యధకు ఆయన మనసు చలించింది. ఎలాగైనా కృష్ణవేణి రక్షణకు ప్రయత్నించాలి. తరువాత దేవుని భారం అనుకున్నారు. పడుకోండమ్మా అన్నిటికీ భగవంతుడు ఉన్నాడు అని ఆయన వెళ్ళిపోయారు.

"గీతా పడుకో, అంత బెంగపడి ఏడిస్తే కృష్ణవేణికి వచ్చిన కష్టం తీరుతుందా" అంది ఉష.

"నేను ఏడిస్తే తీరే కష్టం అయితే నేను ఏడుస్తూనే వుందునే. దానికొచ్చిన కష్టం తీర్చలేనిది కనుకే ఇలా ఏడుస్తున్నాను. ఏమీ చెయ్యలేక ఏడుస్తున్నాను" అంది.

"బాధ పడకు గీత, గుండె నిబ్బరం చేసుకోవాలి. కాలమెప్పుడూ ఒక్కలాగా వుండదు. దాని కష్టాలు తీరతాయి" అంది.

"ఎప్పుడు తీరతాయి ఉష, ఎన్నేళ్ళకు తీరతాయి" అంది జాలిగా.

"ఏం చేస్తాం నీ మనసు పడే బాధ నేను అర్థం చేసుకున్నాను. పడుకో" అని లైటు తీసేసింది. ఉష పక్కన పడుకున్న గీతకు నిద్ర రావడం లేదు. గతం గుర్తు కొస్తోంది.

"ఉషా.. నాకు కృష్ణ విషయాలు తలచుకుంటే బెంగ వస్తోందే. దానిదీ, నాదీ ఒకరోజు స్నేహం కాదు" అంది గీత.

"అవునే నేను ఈ మధ్యనే కలిశాను" అంది ఉష.

"అవును ఉషా! మన ఊరు ఒకటే అయినా నీవు వేరే చోట వుండి చదువుకున్నావు. కానీ నేను, కృష్ణవేణి ఒకే సమయంలో స్కూల్లో జాయిన్ అయ్యాం. ఆ రోజు నుంచీ ఒకరినొకరు వదలకుండా ఒక్కచోటే కూర్చునేవాళ్ళం. తోడబుట్టిన వాళ్ళకన్నా అన్యోన్యంగా వుండేవాళ్ళం. ఒకరితో ఒకరు కష్టసుఖాలు చెప్పుకునే వాళ్ళం. రోజు రోజుకీ మా మధ్య స్నేహం, ప్రేమ పెరిగాయి. అలా కొంతకాలం గడిచింది.

ఒకరోజు కృష్ణవేణి, నేనూ స్కూలు నుంచి వచ్చి, అమ్మతో వాడు కృష్ణవేణిని స్కూల్లో ఏడిపించిన విషయం చెప్పాను. ఆ మాటకు మా అమ్మ కోపంగా చూసి అది వేశ్య కనుక దానిని అందరూ అంటారు. నువ్వు దానితో స్నేహం చేస్తే నిన్నూ అంటారు. ఇకనైనా దానితో స్నేహం మానెయ్యి అంది. అమ్మా కృష్ణవేణి చాలా మంచిదమ్మా. నువ్వు కూడా ఇలా మాట్లాడుతున్నావేంటి అన్నాను. అది మంచిదైనా ఇంక దానితో స్నేహం వద్దు అంది. అమ్మా ఆ మాట అనొద్దు అంటూ నేను వీధిలోకి వచ్చాను. కృష్ణవేణి కనిపించలేదు. కృష్ణా.. కృష్ణా.. అన్నాను. అమ్మ వచ్చి కృష్ణవేణి నీతో వచ్చిందా అంది. వచ్చింది కానీ వెళ్ళిపోయిందేమో అన్నాను. అలాగా నాకు చెప్పలేదేం అని అమ్మ పశ్చాత్తాప పడింది. అప్పటి నుంచీ కృష్ణవేణి మా ఇంటికి రాలేదు. నన్ను వాళ్ళింటికి రావద్దంది. స్కూల్లోనే మాట్లాడుకునేవాళ్ళం. అది పదో తరగతికి వచ్చేటప్పటికి స్కూల్లో కుర్రాళ్ళ బాధ ఎక్కువైంది. అది స్కూలుకు రాక ఇంట్లోనే చదువుకునేది. ఎలాగో పరీక్షలు రాసింది. అప్పుడే శోభనకు పెళ్ళి అని, వచ్చి వుండాలి అని లత, శోభనా మనలను పిలిచారు. మనం ఆ రోజు అక్కడే వున్నాం. అది ఆ టైముకు వచ్చింది.

పెళ్ళికూతురులా వున్న శోభనను కళ్ళార్పకుండా చూస్తూ శోభనా అంది. ఆ పిలుపుకు శోభనా వచ్చావా కృష్ణవేణీ అంది. నీ పెళ్ళి కళ్ళారా చూడడానికి రాకుండా వుంటానా అంది. దాని బుగ్గలు చేత్తో నొక్కి ముద్దు పెట్టుకుంది. పెళ్ళికూతుర్ని తీసుకురండమ్మా అన్న పురోహితుని పిలుపుకు శోభనను తీసుకువెళుతుంటే ఇంత అందం ఎలా వచ్చిందే శోభనకు. ఈ బుగ్గ చుక్కతోనా.. నుదుట కళ్యాణ బొట్టుతోనా... ఈ కళ్యాణ ఘడియలో ఈ శోభ తనంతట తానే వస్తుందా పెళ్ళికూతురికి అని అడిగింది. అవునే దాన్నే పెళ్ళి కళ అంటారు అన్నాను నేను. అవును అది పెళ్ళి కళే అంది. ఆ పాపిడిబొట్టుతో, ఆ పూలజడతో శోభన రూపం కొత్త శోభను సంతరించుకుంది కదే అనుకుంటూ పెళ్ళి పీటల దగ్గరకు వచ్చింది.

పెళ్ళి అంతా అలా చూస్తూ నుంచుండిపోయింది. తెర అడ్డు వుండడం చేత పెళ్ళికొడుకు కనిపించడం లేదు. ఇంతలో భజంత్రీలు పెద్దగా వాయించారు. సుముహూర్తం అంటూ పురోహితులు గడియారాలు చూసుకుంటున్నారు. అందరి చూపులూ వధూవరులు మీదే వున్నాయి. ఇద్దరి చేతులూ పుచ్చుకుని ఒకరి తలపై ఒకరు జీలకర్ర, బెల్లంతో పెట్టించారు. అడ్డు తెర తొలగింది. అందరూ వచ్చి అక్షింతలు వేస్తున్నారు. సుముహూర్తం అంటే ఇదేనా అని అడిగింది కృష్ణవేణి. ఇదేనే అన్నాను.

మాంగల్యధారణ మంత్రం పెళ్ళికొడుకుతో చెబుతున్నారు. మంగళసూత్రం కడుతున్నాడు. బ్యాండ్ మేళం కళ్యాణం పాట వాయిస్తున్నారు. అందరూ ఆ పెళ్ళి చూస్తున్నారు. అంతవరకూ వున్న కృష్ణవేణి ఎప్పుడు వెళ్ళిపోయిందో వెళ్ళిపోయింది. నేను చుట్టూ చూసాను కనిపించలేదు.

ఇంక తను అక్కడ వుండడం మంచిది కాదు అనుకుందో ఏమో ఎవ్వరికీ చెప్పకుండా వెళ్ళిపోయింది" అంది ఉష.

"పెళ్ళి అంటే దానికి ఎంత ఇష్టమో పాపం దానికి ఏదీ జరుగలేదు" అంది గీత.

"అసలు విషయం మరచిపోయి అన్ని విషయాలూ గుర్తు చేసుకుంటున్నాము" అంది ఉష.

"అవునే వాడి విషయం గురించి ఆ చంద్రశేఖర్ కు తెలియజేస్తే అతను ఏమన్నా దానికి రక్షణ కలిగిస్తాడేమో అనుకున్నాము కదా.. అయితే ఈ పరిస్థితిలో అమ్మ నన్ను ఎక్కడకూ కదలనివ్వదు" అంది గీత.

"నేను వెళ్ళి అతనికి ఈ విషయం చెబుతాను. నువ్వు కంగారుపడకు గీతా" అంది ఉష.

★★★

బండి మీద వెళుతున్న మురళిని చూసిన ఉష "ఏవండీ, ఏవండీ చంద్రశేఖర్ ఫ్రెండ్ గారూ" అని పిలిచింది. ఆ మాట చెవినపడి ఆగి చూసాడు మురళి. "మీ కోసమే పిలిచాను" అని కంగారుగా వస్తున్న ఆమె ఎవరా అని చూస్తున్నాడు. "నేనండీ కృష్ణవేణి" ఫ్రెండ్ ని. మీ ఫ్రెండ్ చంద్రశేఖర్తో ఒక మాట చెప్పాలి ఎలాగా" అంది.

"నాకు చెప్పండి ఏమిటది" అన్నాడు.

"అదా... ఆ విషయం మీకు చెప్పమంటారా" అంది.

"చెప్పండి మీకేమీ పర్వాలేదు" అన్నాడు. జరిగినదంతా చెప్పింది.

"ఏమీ భయంలేదు. ఇప్పటికే ఆమెకు చాలా సెక్యూరిటీ వుంది. మేమే కలిగించాము. మీరు ఇంటికి వెళ్ళి గీత గార్కి చెప్పండి" అన్నాడు. సరే అని ఉష ఇంటి దారి పట్టింది.

మురళి బాగా ఆలోచించి ఇప్పుడు శేఖర్ కు చెప్పడం కన్నా తిరుపతి ఫోన్ చేసి బాబాయి కి చెబితే చాలు. అయినా పాపం ఆమెకు అన్నీ బాధలే అనుకుని తిరుపతిలో

వున్న వీరేశలింగం గారికి చెప్పాడు. ఆయన ఏమీ భయంలేదు, నేను చూసుకుంటాను. భయపడకండి అని ధైర్యంగా చెప్పాడు.

ఇంక తను శేఖర్ కు చెప్పకపోవడమే మంచిది, వాడు కంగారు పడతాడు అనుకుని ఊరుకున్నాడు.

★★★

జైలు గేటుకు దూరంగా గోడ పక్కన మాట్లాడుకుంటున్న శేషు, అతని ఫ్రెండ్ ను చూసి "ఒరే.. మా కృష్ణవేణిని ఏమన్నా చెయ్యాలని ప్రయత్నం చేసాడా, వాడ్ని ఈ గేటు దాటి రానివ్వను చూడరా నా కత్తి పదును" అని కత్తి తీసాడు రంగ. ఉగ్రరూపంతో ఊగిపోతున్న రంగని చూసి శేషు, అతని ఫ్రెండ్స్ భయపడ్డారు.

"ప్రాణాల మీద ఆశ వుంటే ఈ జైలు దగ్గరకు రాకు. ఈ జైలు చుట్టూ నేను పహారా కాస్తున్నానని మరచిపోకు. నేను ప్రాణభయం లేనివాడిని. శిక్షభయం లేనివాడిని. నిన్ను నరికేసి నేను ఉరికంభం ఎక్కడానికైనా సిద్ధమే" అన్నాడు.

"ఏరా ముసలాడా! నువ్వు దాన్ని ఉంచుకున్నావా, దాని తల్లిని ఉంచుకున్నావా అంతగా ఊగిపోతున్నావు" అన్నాడు పొగరుగా చూస్తూ, గెడ్డం గోక్కుంటూ శేషు.

"ఒరే, నన్ను కదపకు" అని ఊగిపోతున్న రంగని చూసి, శేషు ఫ్రెండ్ "ఒరే రారా! మనకొద్దు ఈ గొడవ అతను ఎంతకైనా తెగించేలాగా వున్నాడు" అన్నాడు వెనక్కి లాగుతూ. పొండి, వెనక్కి పొండి అని ముందుకొస్తున్న రంగని చూసి బండెక్కి పారిపోయారు.

★★★

"మురళీ, నేను జ్యోతి దగ్గరకు వెళుతున్నాను. డెలివరీ అవ్వొచ్చని హాస్పటల్లో చేర్చారుట మావయ్య చెప్పారు. నేను బయలుదేరుతున్నాను" అని చెప్పిన మాట ఫోన్లో విని "చాలా సంతోషం, మా అల్లుడు పుట్టగానే ఫోన్ చెయ్యి" అన్నాడు. తప్పకుండా చేస్తాను అన్నాడు. శేఖర్ కు ఏదో కంగారు మొదలయింది. తల్లి, బిడ్డ చల్లగా వుండేలా చూడు తండ్రీ అని దేవునికి దణ్ణం పెట్టుకున్నాడు.

"వచ్చేవా శేఖర్, అత్తయ్య, ఆంటీ ఆ గదిలో వున్నారు" అన్నారు రామారావు.

ఇంతలో ఒక నర్సు కంగారుగా వచ్చి "డాక్టర్ గారు మిమ్మల్ని లోపలకు రమ్మన్నారు" అంది రామారావు గారితో. అందరూ కంగారు పడిపోతున్నారు.

"మేము చాలా ప్రయత్నం చేస్తున్నాము, ఆపరేషన్ పడకుండా. ఒక వేళ తప్పనిసరి అయితే తప్పదు. అందుకు మీరు సంతకం పెట్టాలి. ఆమె భర్త అయినా పెట్టొచ్చు" అన్నారు.

ఒక్క నిమిషం ఉండి డాక్టర్ అని ఆయన బైటికొచ్చి ఆ మాట శేఖర్ కు చెప్పారు. శేఖర్ కంగారుపడుతున్నాడు. ఆ మాట విన్న తులసి, అమ్మో ఆపరేషన్ వద్దు. ఇద్దరు కన్నా పిల్లలు కలగరు అంది. ఎంతమంది కావాలమ్మా, నీకు మనుమలు అన్నాడు. నలుగురు కావాలి అంది. మావయ్యా నేను సంతకం పెట్టి వస్తాను. ఆపరేషన్ అయినా ఏమీ కంగారు పడవలసినది లేదు అన్నాడు. తులసి, జానకి దేవుళ్ళకు దండాలు పెడుతున్నారు. జ్యోతి పెద్దగా అమ్మా అని అరుస్తోంది. జానకి మనసు విలవిల్లాడుతోంది.

ఆ కేకల మధ్యలో మరొక చిన్న స్వరం వినిపిస్తోంది, "ఉంగా.." అంటూ. ఆ స్వరం చెవున పడగానే అందరి కళ్ళూ ఆనందంతో మెరుస్తూ ఆ గదికేసి చూసాయి. జానకి ఆతృతతో ఆడ, మగ అని గట్టిగా అరిచింది. ఒక నర్స్ ఇవతలకొచ్చి నుంచుంది. మళ్ళీ జానకి అదే మాట. ఆవిడ ఒక నవ్వు నవ్వి మగపిల్లాడు అని చెప్పి లోపలకు వెళ్ళిపోయింది. మగపిల్లాడు పిన్నీ అని అంది జానకి. రామారావు గారు అల్లుణ్ణి పట్టుకుని డాన్స్ చేస్తున్నారా అన్నట్టు వున్నారు. నాకు కొడుకులు పుట్టకపోయినా మనమడు పుట్టాడే తులసీ అన్నారు. అవును అన్నయ్య అంది తులసి. తను తెచ్చిన స్వీట్లు అందరికీ పెట్టింది. శేఖర్ స్వీట్ తీసుకుంటూ మళ్ళీ కొడుకునే ప్రసాదించావా భగవాన్ అని మనసులో దేవునికి నమస్కరించుకున్నాడు. అందరూ బయటకు రండమ్మా అని నర్సు పిలుపు విని అందరూ బయటకు వెళ్ళారు.

కిరణ్ ను ఎత్తుకుని శేఖర్ జ్యోతి మంచం మీద కూర్చుని ,ఆమె మొఖం మీదకు వచ్చిన ముంగురులు సవరిస్తూ "జ్యోతీ నువ్వడిగిన కొడుకునే కన్నావే" అన్నాడు.

అతని చేతిని పుచ్చుకుని "బావా మనదేముంది, అంతా ఆ దేవుని దయ" అంది.

"బాబుని బాగా చూసావా అచ్చం నీలాగే వుంటాడు" అన్నాడు.

"ఏమో నేను వాడిని ఇంకా చూడలేదు" అంది.

"అలా తిరిగి చూస్తావా" అన్నాడు.

"నేను ఇప్పుడు కదలలేను బావా" అంది. ఇంతలో నర్సు వచ్చి మీరు కూడా బయటకు వెళ్ళండి, అంది. వెడతాను సిస్టర్ కానీ బాబును తల్లికి చూపించండి అన్నాడు. ఆ పసివాడ్ని జ్యోతి దగ్గరకు తీసుకొచ్చి చూపించింది.

"పిన్నీ! నువ్వూ, నేను వుందాం ఈ రాత్రికి" అంది జానకి.

"వద్దు నువ్వు వెళ్ళు. నేను వుంటాను చాలు" అంది భాను. సరే అని అందరూ ఇల్లు చేరారు.

★★★

"ఎందుకు మళ్ళీ శ్రమపడి ఇంత రాత్రి వేళ వచ్చారు. ఏమీ భయం లేదు అయినా నేను నిద్రపోతానా" అంది భాను.

"అలా ఎందుకు అత్తయ్య గారూ మీరు కొంచెం విశ్రాంతి తీసుకోండి అన్నారు" రామారావు.

"ఈ ఒక్కరోజూ నిద్ర లేకపోయినా ఏమీ పర్వాలేదు" అంది.

"కాఫీ తీసుకురానా" అన్నారు రామారావు.

"తీసుకురా" అన్నారు గిరీశం గారు.

భాను వద్దన్నా వినకుండా ప్లాస్క్ ఇచ్చారు. భానును చూస్తూ కూర్చొన్నారు. ఆయన చూపులను మార్చే ప్రయత్నంగా "చిన బావ గారిని కూడా తీసుకురావలసింది, బాబును చూద్దురు" అంది భాను.

"వాడు ఇప్పుడు వచ్చే పరిస్థితిలో లేడు" అన్నారు.

"అంత పనేముంది" అంది.

"పనిలేకపోవడమేమిటి మునిమనువడు పుట్టాడని భార్యతో చెబుతున్నాడు" అన్నారు.

ఆ మాట విన్న భాను వెంటనే లేచి అటూ ఇటూ తిరుగుతోంది. ఆమె హృదయం కలుక్కుమంది. అక్క ఉన్నట్టుగా భావించి బావ ఆడుకునే మాటలు ఎన్నోసార్లు విని బాధపడింది. మళ్ళీ ఇప్పుడు అదే జరిగి వుంటుందని కన్నీరు పెట్టుకుంది.

"భాను బాధపడకు. నేను వాడిని చూసి బాధపడి ఇంక ఇలా వచ్చేసాను. ఏదో గబుక్కున అన్నాను. నువ్వు బాధపడకు" అన్నారు.

"లేదు బావగారూ! మీరు అన్నారని కాదు. రెండు రోజుల నుంచి ఆయనను చూస్తున్నాను. ఆనాటి ఫోటోలు చూసుకుంటున్నారు. ఎందుకో తెలుసా.." అంది. ఎందుకన్నట్టు చూసారు.

"రేపు వాళ్ళ పెళ్ళి రోజు" అంది కళ్ళు తుడుచుకుంటూ.

"అలాగా భాను, వాడి పెళ్ళిరోజా? పాపం వాడు అలా బ్రతుకుతుంటే చాలా జాలిగా అనిపిస్తుంది. జానకి వాళ్ళ పెళ్ళి బంధానికి, గుర్తుగా పుట్టింది. దానితో వాడు రుక్మిణిని తలచుకుని, జానకిని చూసుకుని బ్రతుకుతున్నాడు" అన్నాడు.

"బావగారు మీరు నాతో ఎప్పుడూ ఇలాంటి మాట మాట్లాడలేదు" అంది ఆశ్చర్యంగా చూస్తూ.

"అవును భానూ నాకన్నా వాడే చాలా అదృష్టవంతుడు. హృదయంలో ఉన్న భార్య తన తోటే వుందన్న భావనతో జీవితాన్ని గడుపుతున్నాడు. ఇంట్లో తిరిగే కూతురు, అల్లుడు, మనుమలు అలా వాడి జీవితం గడిచిపోతోంది కదా!" అన్నారు.

"అవును బావగారు. ఆయన అలాగే జీవితం గడిపే సారు" అంది భాను.

"వాడు పెళ్ళి చేసుకుని ఒంటరి వాడు. నేను పెళ్ళి చేసుకోలేక ఒంటరి వాడిని" అన్నారు.

భాను ఆయనకేసి అదోలా చూసి "మీ నుంచి ఈ మాటలు నేను వినడం నాకు ఆశ్చర్యాన్ని కలిగిస్తోంది" అంది.

"నా జీవితం గురించి చెప్పాలని వుంది భాను. ఎప్పటికైనా చెబుతాను" అన్నారు.

"అలాగే బావగారు తప్పక చెబుదురు గాని" అంది భాను.

పిల్లాడు చిన్న రాగం మొదలు పెట్టాడు. ఆ ఊయల ఊపుతూ నుంచున్న భానును చూస్తున్నారు గిరీశంగారు. రామారావు కాఫీ తీసుకొచ్చి భానుకు ఇచ్చారు. జ్యోతి లేవలేదా అన్నారు. లేదు. ఇదిగో వీడు రాగం తీస్తున్నాడు అంది. వాడిని రామారావు, గిరీశం గారు ఒకసారి చూసి ఇంటికి బయలుదేరారు.

"ఈ మధ్య మనసు బాగా ఆనందం నింపుకుంది. భాను ఇక్కడ వుండడం, జ్యోతి కూడా ఇక్కడ వుండడం, ఆ కిరణ్ బాబుతో ఆడుకుంటూ అందరూ వయసు మరచిపోయి చిన్న పిల్లల్లా వున్నారు. హృదయాలు తేలిక పడ్డాయి. కలవని ప్రేమలో కలలు కనే తన మనసు కట్టు తప్పింది. ఇక మీద ఎప్పుడూ ఇలా జరగనివ్వకూడదు" అనుకున్నారు. "మనసు దిటవు చేసుకోవడం అంటే ఇదే కాబోలు" అని ఒక వేడి నిట్టూర్పు విడిచి మంచం మీద ఒరిగిపోయారు గిరీశం గారు.

"మురళి, జ్యోతి కి మగ పిల్లడు పుట్టాడు. ముందుగా నీకే చెప్పాను" అన్నాడు.

"మంచి మాట చెప్పావు చాలు. స్వీట్స్ వద్దులే" ఫోన్ పెట్టేస్తూ అన్నాడు.

★★★

"ఒరే నువ్వు లక్కీ ఫెలోవి, నిజంగా లక్కీ ఫెలోవి.. మళ్ళీ కొడుకుని కన్నావురా" అని శేఖర్ దండ మీద రెండు గుద్దులు గుద్దాడు. ఈ అన్నిటికీ కారణం జ్యోతి అని మరచిపోకురా అన్నాడు" మురళి.

"అవునురా మురళి నేను అదే అనుకుంటున్నాను" అన్నాడు.

"ఇప్పుడు అనుకుంటున్నావా" అన్నాడు మురళి.

"అవునురా ఇప్పుడే అనుకుంటున్నాను. ఎందుకో తెలుసా జ్యోతికి బాబు పుట్టాక, ఆ మరునాడు నేను కిరణ్ బాబును తీసుకొని అమ్మ, నాన్నగారు కలిసి మా ఊరు వెళతాము. నువ్వు రెస్ట్ తీసుకో జ్యోతి అన్నాను. వద్దు బావా వాడు ఎక్కడా వుండడు. వాడిని తీసుకెళ్ళకూ అంది. పర్వాలేదు నేను వాడిని చూసుకుంటాను అన్నాను. అలా వద్దు బావా వాడిని నువ్వు తీసుకువెళ్ళడానికి వీల్లేదు. వాడ్ని ఇక్కడే వుంచు. వాడు లేకుండా నేను వుండలేను అంది బాధగా. నాకు ఏమనాలో తోచలేదు. వీడు సరే సరి అమ్మా అని ఒకటే ఏడుపు. దా... అని వాడిని మంచం మీద పడుకోబెట్టుకుంది. నా ఇద్దరు బిడ్డలకు తల్లి అయిందిరా జ్యోతి" అన్నాడు.

"ఒరే శేఖర్, నేను ఆమెను ఎప్పుడో అర్థం చేసుకున్నాను. ఆమె వలన నీకు ఏ సమస్యలూ రావని, ఉన్న సమస్యలు తీరిపోతాయని అనుకున్నాను" అన్నాడు.

"నిజమేరా అలాగే జరిగింది" అన్నాడు శేఖర్.

"ఇంతకీ వీడు నా అల్లుడేనా" అన్నాడు మురళి.

"ఒరే బ్రహ్మచారీ నీకు అల్లుడెందుకురా" అన్నాడు శేఖర్.

"అలా అనకురా నాకు పెళ్ళి కుదిరినట్టే. ఆ అమ్మాయి వాళ్ళు ఇది వరకు నుంచి మాకు తెలుసు. ఒకసారి ఆ అమ్మాయిని కూడా చూసాను. బాగానే ఉంటుంది. వాళ్ళ కుటుంబం మంచిది అన్నారు నాన్న గారు. బహుశా ఆ సంబంధమే అవ్వొచ్చు కానీ వాళ్ళు పెళ్ళి గుడిలో చేస్తారుట. అట్టహాసంగా పెళ్ళి చేయలేరుట" అన్నాడు.

"పోనీలే మురళి. తరువాత నువ్వు నీ ఫ్రెండ్స్ కు పార్టీ ఇద్దువు గానీ" అన్నాడు శేఖర్.

"నువ్వు మాత్రం రావాలి సుమా" అన్నాడు.

"నేను ఎందుకు రాను తప్పకుండా వస్తాను" అన్నాడు శేఖర్.

"ఇంతకీ నీకు కాబోయే భార్య పేరిమిటిరా" అన్నాడు మళ్ళీ.

"నీలిమ అన్నాడు" మురళి.

"పేరు బాగుంది" అన్నాడు శేఖర్.

"ఒరే నా అల్లుడు ఎలా వున్నాడు రా" అన్నాడు.

"బాగానే వున్నాడు" అన్నాడు శేఖర్.

"వాడికి ఏం పేరు పెడతావు" అన్నాడు మురళి.

"చెప్పుకో చూద్దాం" అన్నాడు శేఖర్.

మురళి ఆలోచనలో పడ్డాడు. "నాకు తోచడం లేదు. నువ్వే చెప్పు బాబూ" అన్నాడు.

"ఆ మాత్రం తోచలేదురా?" అన్నాడు శేఖర్.

"కృష్ణవేణి పేరా!" అన్నాడు మురళి.

"అవును, ఆ పేరే" అన్నాడు శేఖర్.

"అలా బ్రతికి ఉన్న వారి పేరు పెట్టకూడదేమో" అన్నాడు.

"అదేమీ లేదు. ప్రేమతో పెట్టుకోవచ్చు" అన్నాడు శేఖర్.

"అయినా జ్యోతిని అడుగు" అన్నాడు మురళి.

"అడుగుతాను, ఒప్పిస్తాను" అన్నాడు.

"తప్పురా అలా చెయ్యకు, ఆమె ఇష్టానికి వదిలెయ్యి. ఆమెకు నచ్చిన పేరు పెట్టుకోనివ్వు" అన్నాడు మురళి.

"నా మాట కాదనదు. ఆడపిల్ల అయితే కృష్ణవేణీ అని పిలుచుకొందును" అన్నాడు శేఖర్.

"అవును కృష్ణవేణి మీద నీకున్న ప్రేమ అలాంటిది" అన్నాడు.

"ఆమె ప్రేమతో పోల్చుకుంటే నా ప్రేమ చాలా చిన్నది. ఒకసారి ఆమెను చూసి రావాలి. ఏమి చేస్తోందో, ఏమిటో" అన్నాడు. "అలాగే చూద్దాం కానీ" అన్నాడు మురళి.

" ఏమిట్రా కానీ.. అంటున్నావు" అన్నాడు. జరిగినదంతా చెప్పాడు. వెంటనే మా బాబాయ్ గార్కి చెప్పాను. జంట్స్ ఆమెను చూడకుండా వుండేలా చెయ్యామన్నారుట అన్నాడు మురళి. ఇప్పుడు వెళ్ళొద్దు. ఎందుకంటే మనమే ఆంక్షలు పెట్టించి మళ్ళీ మనమే తప్పు చెయ్యకూడదు కదా" అన్నాడు మురళి.

"పోనీ ఒక్కసారి కృష్ణవేణి నాతో ఫోన్లో మాట్లాడే అవకాశం అయినా కలుగజెయ్యరా, నా మనసులో బెంగ తీరుతుంది" అన్నాడు.

"అలా చెయ్యవచ్చో, చేయకూడదో బాగా ఆలోచించి ప్రయత్నం చేస్తాను. నువ్వు కంగారుపడకు. జ్యోతి, పిల్లలు వచ్చేదాకా హాయిగా విశ్రాంతి తీసుకో" అన్నాడు మురళి.

"అలాగేరా నువ్వు ఈ విషయం గుర్తు పెట్టుకో" అన్నాడు శేఖర్. అలాగేరా.. మరి నేను బయలుదేరతాను అని మురళి బయలుదేరాడు.

★★★

మేరీ లాఠీ ఊపుకుంటూ కంగారుగా పరుగెడుతోంది. ఎవరిని కొట్టడానికో అని ఖైదీలు కంగారుగా చూస్తున్నారు. కానీ ఆమె కుళాయి దగ్గరకు పరుగు పెట్టింది. ఓ...క్ అంటూ వస్తున్న వాంతికి ఆమె కళ్ళు తిరుగుతున్నాయి. అలా వంగుని వాంతి చేసుకుంటుంటే కృష్ణవేణి చూసి పరుగున వెళ్ళి మేరీ కళ్ళు మూసి పట్టుకుంది. ఆమెకు పెద్ద వాంతి అయిపోయింది. మేరీ అలా కూర్చొని ఉండిపోయింది.

కృష్ణవేణి ఆమె తల పట్టుకుని నీళ్ళు ఇచ్చి "తీసుకోండమ్మా" అంది. మెల్లగా కళ్ళు తెరచి చూసింది. ఆమెను లేపి మంచి నీళ్ళు ఇచ్చి "తీసుకోండమ్మా" అంది. మేరీ అవి తీసుకుంది.

కృష్ణవేణి ఆ వాంతి కడిగేసింది. "కృష్ణవేణీ" అంది మేరీ. "ఏమ్మా" అని దగ్గరకు వచ్చింది.

"ఏమీ లేదు నువ్వెందుకు కడిగావు" అంది.

"ఏమ్మా.. నేను కడగడానికి పనికిరానా..." అంది బాధగా.

"అయ్యో నా ఉద్దేశ్యం అది కాదు" అంది.

"మీరేమీ మాట్లాడకండి, మీ రూమ్ లోకి నడవండి. అక్కడ విశ్రాంతి తీసుకోండి" అంది.

ఆమె వెళ్లి కూర్చుంది. "కృష్ణవేణి ఫ్లాస్క్ లోని కాఫీ పోసి ఇవ్వు" అంది.

"థాంక్స్ అమ్మా" అంది.

"ఎందుకు థ్యాంక్స్" అంది మేరీ.

"మీరు నన్ను ఇలా పిలిచినందుకు" అంది.

"ఓ.. అదా, ఇంకా అలాగే పిలుస్తాను" అంది మేరీ.

"నాకు చాలా సంతోషంగా వుందమ్మా" అంది. "మీకు ఎందుకు వాంతులు అవుతున్నాయమ్మా" అంది మెల్లగా కృష్ణవేణి.

మేరీ ఆలోచించి "తరువాత చెబుతానులే" అంది.

"మీరు ఏమైనా పని చెయ్యమని చెప్పండి చేస్తాను" అంది.

కొంచెం ఆలోచించి "ఇప్పుడు వద్దులే" అంది మేరీ.

"సరేనమ్మా నేను వెళతాను" అంది వినయంగా.

"వెళ్ళు" అంది మేరీ. ఆమె వెళుతుంటే చూసి మేరీ మనసు జాలిగా మూలిగింది. ఎప్పుడూ కష్టపడి పనిచేసే కృష్ణవేణి మీద ఈ మధ్య మంచి భావనేర్పడింది. కానీ మేరీ బయటపడలేదు.

జరిగినదంతా చూసిన పెద్దమ్మ "కృష్ణవేణీ నీ మంచితనమే నీకు సుఖ శాంతులను ప్రసాదిస్తుంది" అంది.

"ఏమో పెద్దమ్మా రోజూ సెక్స్ వర్కర్ అని పిలిచే ఆమె నన్ను కృష్ణవేణీ అని పిలిచింది. నాకు ఆనందంగా వుంది. ఆమెకు ఏ సేవ కావాలన్నా చేస్తాను. నన్ను ఆ పిలుపు పిలవకుండా ఉంటే చాలు" అంది.

"ఇంక పిలవదులే ఆమెలోనూ మార్పు వచ్చింది" అంది.

"ఆ మాట అన్నావు పెద్దమ్మా... ఆ మార్పు వస్తే బ్రతికి పోతాను" అంది.

ఇంతలో "నీ కోసం ఎవరో వచ్చారు" అని పిలుస్తున్న చంద్రమ్మను చూసి, నా కోసమా అంది కృష్ణవేణి. కాదు ఆమె కోసం.

"నీ కోసం ఎవరూ రారు" అంది చంద్రమ్మ.

భయంతో "ఎందుకూ" అని అడిగింది.

"అవన్నీ నాకు తెలియవు. అమ్మగార్ని అడుగు" అంది, ఇంకో ఆమెను తీసుకెళుతూ.

"ఇది ఏంటి పెద్దమ్మా" అంది విషయం అర్థం కాని కృష్ణవేణి.

"తరువాత పూర్తిగా తెలుసుకుని చెబుతానులే" అంది పెద్దమ్మ.

"నాకేదో భయంగా వుంది పెద్దమ్మా" అంది.

"అలా కంగారుపడకు. ఏమీ అయివుండదు. ఆమె ఏదో అంది, అన్నీ తెలుసుకుందాము" అంది పెద్దమ్మ.

"నా కోసం ఎవరూ రారు అంది అంటే ఏదో జరిగింది. అందుకే నాకోసం ఎవరు రారని చెప్పగలిగింది" అనుకుంది.

ఆ మాట విన్న ఇంకో పోలీస్ "నిన్ను చూడడానికి మగవారిని ఎవ్వరినీ రానియ్యవద్దు అని తిరుపతి నుంచి ఇన్స్పెక్టర్ గార్కి ఫోన్ వచ్చింది. అందుకని నిన్ను ఎవరూ జంట్స్ చూడ్డానికి రాకూడదు అన్నారు. అదీ విషయం కృష్ణవేణీ" అంది పోలీస్.

"ఎందుకిలా జరిగిందో నీకు తెలుసా" అంది ఆమెతో కృష్ణవేణి.

"ఏమో నాకు పూర్తిగా తెలియదు. మేరీ అమ్మగార్ని అడిగి తెలుసుకో" అంది వెళ్ళిపోతూ.

కృష్ణవేణి గుండె వేగంగా కొట్టుకుంటోంది. "అయ్యో చంద్రశేఖర్ తన కంట కనబడడా అనుకుంటోంది. ఇలా ఎన్నాళ్ళు? అతని రాక కోసం ఆశతో చూస్తున్న తన కళ్ళకు ఇంక నిరాశే మిగులుతుందా భగవంతుడా. నా కిరణ్ బాబు గురించిన విషయాలు కూడా తెలియవా, నాకేది దారి భగవంతుడా. అయిపోయింది పెద్దమ్మ... నా ఆశ నిరాశ అయిపోయింది పెద్దమ్మ" అని ఏడుస్తోంది కృష్ణవేణి.

అక్కడి వాళ్ళు జాలిగా చూసి "అలా ఏడవకు కృష్ణవేణి ఏ కారణం చేతనైనా ఇలా అన్నా మళ్ళీ మారుస్తారు" అన్నారు.

"ఏమైందో నేను తెలుసుకుంటాను, నువ్వు ఏడవకు. నా తల్లివి కదూ" అని పెద్దమ్మ కృష్ణవేణిని ఓదార్చింది తల్లిలాగ.

ఇప్పుడిప్పుడే ఈ పరిస్థితులకు అలవాటు పడుతూ, అందరితోనా స్నేహభావంతో మసలుతూ, బాధలన్నీ మరచిపోయి చంద్రశేఖర్ అప్పుడప్పుడైనా వస్తాడని అతని రూపం కళ్ళారా చూసుకోవచ్చు అన్న ఆశతో జైలు శిక్ష అనుభవిస్తున్న తనకు ఆ ఆశ దూరమైతే తను జీవించగలదా. తన తల్లికి దూరమై, తన బిడ్డకు దూరమై బ్రతుకు భారమై పోయినా అతను బ్రతకాలి, అతను బాగుండాలి, ఎప్పటికైనా తన బిడ్డకు అతనిని, అతనికి తన బిడ్డను చూపించాలన్న పిచ్చి కోరికతోటి చేసిన పనే తనను ఈ స్థితికి తెచ్చింది.

ఇక్కడ ఆ మేరీ చేతిలో ప్రత్యక్ష నరకం చూసింది. ఇప్పటికీ ఏ క్షణాన ఏమి జరుగుతుందో అన్న భయంతో బిక్కుబిక్కుమంటూ వున్న తన కోసం వచ్చి కృష్ణవేణీ అని పిలిచిన అతని పిలుపు కొత్త జీవాన్ని పోసింది. తన కంటికి ఎప్పటికీ కనబడడన్న చంద్రశేఖర్ మళ్ళీ కనిపించి కను విందు చేశాడు. నిన్ను నేను ప్రేమిస్తున్నాను అన్న

మాటతో మళ్ళీ జీవితాశ చిగురింపచేసాడు. ఈ మధ్య ఏ కారణం చేతనో రాలేదు అను కుంటూ, వస్తాడు అనుకుంటూ రోజులు గడుపుతున్న తనకు ఈ మాట తీరని వ్యధని కలిగించింది. ఇప్పుడెలాగా అని లోలోన కుమిలిపోతోంది.

"అలా బాధపడకు .వీలు చూసుకుని ఆ మేరీని అడుగు. విషయం తెలుస్తుంది" అంది పెద్దమ్మ.

"అలాగే పెద్దమ్మా" అని వెళ్ళి తన చేసే పనిలో నిమగ్నమైపోయింది కృష్ణవేణి.

ఆఫీసు రూములో వర్కు చేసుకుంటున్న మేరీని చూసింది కృష్ణవేణి. ఆ గుమ్మం ముందు అటూ ఇటూ తిరుగుతోంది. అది గమనించిన మేరీ "కృష్ణవేణి" అంది.

కృష్ణవేణి లోపలికి వెళ్ళి ఆమెకు చేతులు జోడించి నుంచుంది. కళ్ళు చెమ్మ గిల్లుతున్నాయి. "ఏమైంది అంది" మేరీ.

"ఏమీ తెలియక మిమ్మల్ని అడగాలని వచ్చాను. తప్పయితే క్షమించండమ్మా" అంది.

"అర్థమయ్యే లాగా చెప్పు" అంది మేరీ.

"నిన్ను చూడ్డానికి ఎవ్వరూ రారు అందమ్మా చంద్రమ్మ. ఎందుకో ఏమిటో మిమ్మల్ని అడగాలనిపించింది" అంది కృష్ణవేణి.

"అదా.: అదో పెద్ద గొడవలే మరచిపో" అంది. కానీ కృష్ణవేణి అక్కడే నుంచుని వుంది. "ఏమి జరిగిందో తెలుసుకోవాలని వుందా" అంది. అవునన్నట్టు తలూపింది.

"ఎవరో పొలిటికల్ లీడర్ కొడుకు నిన్ను కొన్ని రోజులు బయటకు తీసుకెళతాను అని ఇన్ స్పెక్టర్ గార్కి చెప్పాడుట. చాలా ధనం, పలుకుబడి వుంది అని కూడా చెప్పాట్ట. కానీ అలా ఒప్పుకోలేదుట. ఆ విషయం నీ బంధువులకు ఎవరికి తెలిసిందో తెలియదు.

పెద్ద తిరుపతి జైలు సూపరింటెండెంట్ గార్కి చెప్పి, ఇక్కడ ఎస్ఐ గార్కి ఫోన్ చేయించారు. ఆమెకు మంచి సెక్యూరిటీ వుండేలా చూడండి. లేకపోతే ఆమెను జంట్స్ ఎవ్వరూ చూడ్డానికి రాకూడదు అని చెప్పండి. చాలా కేర్ ఫుల్ గా వుండాలి అని చెప్పారట. ఇది ఇలా వుండగా గోడ పక్కన ఇద్దరు వ్యక్తులు నీ కోసం వద్దామని నీతో మాట్లాడాలని అనుకుంటున్నారుట. వాళ్ళ రాక కోసం కాస్తున్న ఒక ముసలతను వాళ్ళ మీదకు వెళ్ళి కృష్ణవేణిని ఏమైనా చేసారంటే మిమ్మల్ని ఇక్కడే చంపేస్తాను. మీ పలుకుబడి నన్ను ఆపలేదు. నేను ప్రాణాలకు భయపడను. మీ అంతు చూస్తాను అని వాళ్ళ మీదకు

వెళ్ళాడుట. వాళ్ళు పారిపోయారుట. దూరం నుంచి ఈ విషయం చూసిన పోలీసు వాళ్లు ఆ విషయం గురించి ఆరా తీసారుట. వచ్చిన వాళ్ళు మీ ఊరు వాళ్ళేనట. వాడిపేరు శేష అట" అంది మేరీ.

ఆ మాట విన్న కృష్ణవేణి కళ్ళు తిరిగిపోయాయి, గోడ మీద పడిపోబోయింది. ఎలాగో నిలబడి "అమ్మా, చంద్రశేఖర్ నన్ను చూడక పోయినా పర్వాలేదు. అతను క్షేమంగా వుంటే చాలు అని మనసులో అనుకుని ,ఏ మగాడి కంటా నన్ను పడ కుండా కాపాడుతల్లీ" మేరీ రెండు కాళ్ళు పట్టుకుని భోరున ఏడ్చింది.

"కృష్ణవేణీ అలా ఏడ్వకు, నేను నిన్ను రక్షిస్తాను" అంది మేరీ.

"చాలమ్మా ఈ మాట చాలు. నీకు ఋణపడి వుంటాను. మళ్ళీ ఏ రొంపిలోనూ పడకుండా ఈ గోడల మధ్య ఈ జీవితం ముగిసిపోతే చాలు. ఇంకేమీ వద్దు" అంది రుద్ధ కంఠంతో.

"ఇంక అవేమీ ఆలోచించకు కృష్ణవేణి. ఏమీ భయం లేదు. నేను మాట ఇస్తున్నాను" అంది.

"చాలమ్మా చాలు" అంది కృతజ్ఞతతో చూస్తూ.

"మరి నాకు కాఫీ పోసి ఇవ్వవా" అంది మేరీ.

"ఇప్పుడు కాఫీ తీసుకుంటారా అమ్మా, అన్నం తినరా" అంది

"లేదు కృష్ణవేణి నాకు జ్వరంగా వుంది" అంది.

"మరి మందులు వేసుకున్నారా" అంది.

"ఆ మందులిచ్చి ,కాఫీ ఇవ్వు" అంది కృష్ణవేణి.

కాఫీ ఇస్తుంటే ఫోన్లో ఎవరో మేరీకి కంగ్రాట్స్ చెబుతున్నారు. ఎన్నో నెల నడుస్తోంది అన్నారు. మూడవ నెల అంది. అది విన్న కృష్ణవేణి పెదాల మీద నవ్వు వచ్చింది.

"అమ్మా మీరు తల్లి కాబోతున్నారా" అంది.

"అవును కృష్ణవేణీ" అంది.

"అమ్మా నేను టెన్త్ క్లాస్ పాసయ్యాను. మీకు ఏమైనా వర్కు కానీ చెయ్యమన్నా నేను చేస్తాను. మీకు బాబు పుడితే ఇక్కడకు తీసుకురండి. నేను చూసుకుంటాను" అంది.

"కృష్ణవేణీ" అంది మేరీ.

"ఏమ్మా నేను ముట్టకూడదా. అవును లెండి" అంది.

"కాదు కృష్ణవేణి. నేను నిజంగా ఆలోచిస్తున్నాను. నాకు ఇంట్లో ఎవ్వరూ లేరు. ఎవరు చూస్తారు అనుకుంటున్నాను. నువ్వు అన్నావు కదా. ఇంక నాకు ఆ భయం లేదు. నువ్వే పెంచుదువు గాని" అంది మేరీ.

"ఆ మాటకు ఆమె ముఖంలో ఆనందం తాండవించింది. తప్పకుండా పెంచుతాను. వస్తాను అమ్మా" అని చేతులు మళ్ళీ జోడించిన కృష్ణవేణిని చూసి, "అదేం వద్దు మనం ఫ్రెండ్స్" అంది మేరీ. మాటలు రాని ఆనందంతో తన చోటకు వెళ్ళిపోయింది కృష్ణవేణి.

★★★

ఏడుకొండల వాని దర్శనం చేసుకుని చిన్ననాటి స్నేహితుడైన వీరేశలింగం గార్ని కలుసుకుందామని వెళ్ళిన రంగనాథ్ ను చూసి కూర్చో అన్నట్టు చెయ్యి ఊపి తిరుగుతూ ఫోన్ లో మాట్లాడుతున్నారు.

"బాబాయ్... ఒక్కసారి ఆమెను చూడకుండా వుండలేను అంటున్నాడు" మురళి గొంతు.

"ఒరే మురళీ, మీ చంద్రశేఖర్ కు ఇంక అవేమీ కుదరవని చెప్పు. ఆ ప్రేమ అన్నీ... ఆమె శిక్ష అయ్యాకే అప్పుడు చూసుకొమ్మను" అన్నాడు.

"వాడు ఇప్పుడు ప్రమోషన్ మీద హైదరాబాద్ వెళ్ళిపోతున్నాడు. మళ్ళీ ఎప్పటికో గాని రాట్ట. ఎలాగైనా ఒక్కసారి చూడాలంటున్నాడు" అన్నాడు మురళి.

ఆ మాట విన్న వీరేశలింగం గారు, "అయితే మురళీ! మీ చంద్రశేఖర్ ను చంద్రశేఖరిగా చేసెయ్యి అప్పుడు చూడమను, మాట్లాడమను" అన్నారు.

ఆయన నోట మురళి, చంద్రశేఖర్ అన్న మాట విన్న రంగనాథ్ కు ముచ్చెమటలు పడుతున్నాయి. అయినా తుడుచుకుని లేని నవ్వులు పులుముకుని చూస్తున్నాడు.

"ఏదో ఒకలాగా ఒకసారి మాట్లాడితే వాడి బాధ తీరుతుంది" అన్నాడు మురళి.

"అయితే అదే దారి. అలా చెయ్యమను. ముందు నాకు ఫోన్ చెయ్యి, నేను వాళ్ళకు చెబుతాను" అన్నారు.

"అలాగే బాబాయ్" అన్నాడు మురళి.

"అయితే వుండు మురళి, అప్పుడప్పుడు ఫోన్ చెయ్యి. అంతా కులాసా కదా వుంటాను" అని ఫోన్ పెట్టేసిన వీరేశలింగం గారు కుర్చీలో కూర్చొని, క్షణమాగి మంచి నీళ్ళ గ్లాస్ రంగనాథ్ కు ఇచ్చి తనూ తీసుకున్నారు.

"అబ్బబ్బా ఈ ఉద్యోగం, ఈ సమస్యలు నా తల పగిలిపోతోందిరా రంగనాథ్. నువ్వు హాయిగా పాఠాలు చెప్పుకుంటూ ప్రశాంతంగా వున్నావు" అన్నాడు.

ఆ విషయం తెలుసుకోవాలన్న ఆతృతతో "ఏమైందిరా" అన్నాడు రంగనాథ్.

"అదో చిత్రమైన కథలే. నిజంగా అలాంటివి జరుగుతాయా అనుకుంటాము" అన్నారు వీరేశలింగం.

"ఆ కథ ఏంటో చెప్పరా వింటాను" అన్నాడు రంగనాథ్.

"నిజంగా వినాలని వుందా" అన్నాడు.

"అవును చెప్పు" అన్నాడు.

"అయితే విను నా కజిన్ బ్రదర్ కొడుకు భీమవరంలో వున్నాడు. భీమవరంలో బ్యాంక్లో పనిచేస్తున్నాడు. వాడి ఫ్రెండ్ చంద్రశేఖర్ వున్నాడు. వాడూ అక్కడే పని చేస్తున్నాడు. వాడు ఒక రోజు ఒక వేశ్య మెళ్ళో తాళి కట్టాట్ట" అని చెబుతుంటే ,"తాళి కట్టాడా" అన్నాడు రంగనాథ్.

"కట్టాలని కట్ట లేదుట. కానీ ఆమె కోరిందో ఏదో అయిందిట. మొత్తం మీద కట్టాట్ట. అప్పటి నుంచీ ఆమె అతన్ని భర్తగా చూసుకుందిట. ఆమెకు కొడుకు పుట్టాట్ట. కొడుకు ఇతని కొడుకేనట. ఇలా వుండగా ఒక రోజు అతని మీద హత్యా ప్రయత్నం జరిగిందిట. ఆ విషయం తెలుసుకున్న ఆ వేశ్య అతన్ని రక్షించాలని వెళ్ళిందిట ఆ రాత్రి వేళ. కానీ.. అని ఆయన లేచి అటూ ఇటూ చూసి చంపాలన్న వాడే చచ్చిపోయాట్ట. ఆమె ఏ విధంగానైనా అతన్ని రక్షించాలని ఆ శిక్ష అనుభవిస్తోందిట. యావజ్జీవ ఖైదీగా వుందిట.

అలా వుంటే అక్కడున్న పోలీస్ ఆఫీసర్ కాబోలు మేరీ అనే ఆమెకు చచ్చిన వ్యక్తి ఫ్రెండ్ భర్తట. నా ఫ్రెండ్ భర్తను చంపేవా. దాని పిల్లలు, అదీ దిక్కులేని వాళ్ళు అయిపోయారే అని ఆమెను చావకొట్టేదిట. ఆమె కముకు దెబ్బలు మా మురళీ, శేఖర్ వెళ్ళినపుడు చూసాట్ట. నాకు చెప్పాడు. నేను వాళ్ళను హెచ్చరించి అలా చెయ్యకండి అని ఆపు చేసాను. అప్పుడు ఆ చంద్రశేఖర్ చాలా భయపడ్డాట్ట. మా మురళి సాయంతో నిలదొక్కుకుని ఆమెకు పుట్టిన బిడ్డను పెంచుతున్నాట్ట, మళ్ళీ పెళ్ళి చేసుకున్నాట్ట. ఆమె

కూడా బాగానే పెంచుతోందిట. అతను వచ్చి జైల్లో వున్న ఆ అమ్మాయిని చూస్తున్నాట్ట. అలా జరుగుతోంది. ఈ మధ్య ఎవడో ఏదో గొడవ చేసాట్ట. మా మురళి నాకు ఫోన్ చేసి చెప్పాడు.

నేను చాలా జాగ్రత్త అని మళ్ళీ హెచ్చరించాను. జంట్స్ ఎవ్వరినీ చూడనివ్వద్దు అన్నాను. అలా వుండగా ఇప్పుడు ఆ చంద్రశేఖర్ ప్రమోషన్ మీద హైదరాబాద్ వెళ్ళిపోతున్నాట్ట. ఒకసారి ఆమెను చూడాలని గొడవ చేస్తున్నాడట. అందుకే ఆడవేషంతో చూడమన్నాను. ఇదిరా జరిగిన కథ" అన్నాడు వీరేశలింగం.

రంగనాథ్ షాక్ తగిలిన వాడిలా వుండిపోయి చూస్తున్నాడు. "ఏంటిరా అంత ఆశ్చర్యంగా వుండిపోయావు, కాఫీ తెప్పిస్తాను వుండు" అని బెల్లు నొక్కాడు. వచ్చిన అతనిని మంచి కాఫీ తీసుకురమ్మన్నారు. రంగనాథ్ కు కళ్ళు తిరుగుతున్నట్టు అయింది. ఆ రూమ్ లో వున్న దేవుని పటం చూసి మా శేఖర్ కు ఎంత గండం తప్పింది తండ్రీ. ఆ శిక్ష పడుంటే తన అన్న గారు, వదిన గారు ఏమవుదురు అనుకుని మనసులో దేవునికి నమస్కరించుకున్నాడు.

"ఒరే వీరేశలింగం నువ్వు చెప్పిన కథ చాలా చిత్రంగా వుందిరా. ఆ అమ్మాయిని ఒక్క సారి చూడాలని వుందిరా. చెయ్యని నేరానికి శిక్ష అనుభవిస్తున్న ఆ త్యాగమూర్తిని చూడాలని వుందిరా" అన్నాడు. రంగనాథ్.

"సర్లే ఇప్పుడంతా విని నువ్వు మళ్ళీ మొదటికి వచ్చావా" అన్నారు వీరేశలింగం.

"అలాంటి వేశ్యలు వుంటారా అనిపిస్తోందిరా, నిజంగా చూడాలని వుందిరా ఏదో దారి చెప్పు" అన్నాడు.

"సరిపోయింది ఆ శేఖర్ కు ఎలా చెప్పాలా అని సతమతమై ఆ కథ నీకు చెబితే, నువ్వు ఆమెను చూడాలన్నావా బాగుందిరా. అలాంటివి చాలా జరుగుతాయి" అన్నాడు వీరేశలింగం.

"ఇప్పుడు కాకపోతే మరొక్కసారి ఎప్పుడైనా నీ సహాయంతో ఆమెను ఊరకే ఒకసారి చూస్తాను" అన్నాడు. ఇంతలో ఆయనకు ఫోన్ వచ్చింది. ఆ విషయం మాట్లాడిన ఆయన ఫోన్ పెట్టేసి "ఒరే నీ కోరిక తీరుతుంది" అన్నారు నవ్వుతూ.

"నిజమా" అన్నాడు రంగనాథ్. "అవును నాకు రాజమండ్రి వెళ్ళే పని తగిలింది. నాతో వస్తే చూపిస్తాను. కానీ లోపలికి పోలీస్ వేషం వేసుకుని వస్తే ఏ గొడవా వుండదు" అన్నాడు.

"సరే అలాగే చేస్తాను" అని అతనితో రాజమండ్రి బయలుదేరాడు.

ఇద్దరు మొక్కల్లో పనిచేస్తున్న మహిళా ఖైదీల దగ్గరకు వెళ్ళారు. మేరీ వాళ్ళకు మెల్లగా కృష్ణవేణిని చూపించింది. ఆమెను చూసిన రంగనాథ్ కు మతిపోయింది. చూపు నిలిచిపోయింది.

జానకి పోలికలు కొన్ని కనిపిస్తున్న ఆ పిల్లను చూసి కంగారు పడ్డాడు. జానకికి చెల్లెలా.. కూతురా... అన్నట్టుగా వుంది.

మొత్తం మీద ఆ కుటుంబంలో పిల్లే అనుకుని చూస్తూ వుండిపోయాడు. "ఏంటిరా రంగనాథ్ అలా చలనం లేకుండా వుండిపోయావు" అన్నారు వీరేశలింగం.

ఆ మాటకు తేరుకుని "ఏం పేరు" అన్నాడు రంగనాథ్ . ఆయన మేరీని అడిగారు. "కృష్ణవేణి" అని చెప్పింది మేరీ.

"కృష్ణవేణా" అని ఒక్కసారి ఆమెను తేరిపారా చూసారు వీరేశలింగం.

"కృష్ణవేణి అనుకుని" ఆమెను చూస్తున్నాడు రంగనాథ్. ఇద్దరూ అక్కడ నుంచి బయటకు వచ్చేసారు. వీరేశలింగం గారికి బై చెప్పి బయలుదేరుతున్న రంగనాథ్ ను చూసి "ఈ విషయాలు చాలా జాగ్రత్త సుమా. నువ్వు నాకు ఫ్రెండ్ వి కనుక చెప్పాను" అన్నారు.

"ఎంతమాట, థాంక్స్. చూడాలనుకున్న వెంటనే ఆమెను చూడ్డం జరిగిందిరా" అన్నాడు. సరే అయితే బయలుదేరు అన్నారు వీరేశలింగం.

★★★

రామారావుగారి ఇల్లు చాలా సందడిగా వుంది. వీధిలో పెళ్ళిపందిరిలాగా కొత్త పందిరి కూడా వేయించారు. అనురాధ, శ్రావణి, వాసు కూడా వచ్చారు. తను ఇలా తిరుపతి నుంచి వస్తాను, మీరు అలా రండి అని చెప్పిన ప్రకారం వచ్చారు అనుకుని లోపలకి వస్తున్న రంగనాథ్ కు అక్కడ తిరుగుతున్న కిరణ్ బాబు కనిపించాడు. చుట్టూ చూసి వాడిని ఎత్తుకుని గుండెలకు హత్తుకున్నాడు. వాడు కొత్తగా చూసి ఏడుస్తుంటే దింపి జ్యోతి దగ్గరకు వెళ్ళాడు. పిలిస్తే చూసి నవ్వుతున్న చంటి పిల్లాడిని చూసి ఆనందించాడు.

"ఇంతకీ ఏం పేరు పెడుతున్నారు జ్యోతి" అన్నాడు రంగనాథ్.

"మీ అబ్బాయి ఏ పేరంటే అదే మామయ్య గారూ" అంది జ్యోతి.

మురళి భార్యతో సహా వస్తుంటే అందరూ ఆనందించారు. "ఏరా శేఖర్ ఏ పేరు పెడుతున్నావు" అన్నాడు.

"అదే ఆలోచిస్తున్నాను. చిన్నాన్నా... నాన్నని కూడా అడుగు" అన్నాడు.

"పిల్లాడ్ని తీసుకురండమ్మా" తొందరగా అన్నారు పురోహితులు.

"నన్నే అడిగావు కనుక చెబుతున్నాను. నీ పెళ్ళి చూడాలని అన్న కోరిక తీరకుండానే చనిపోయారు తాతగారు. ఆయన పేరు పెట్టు వెంకట చలపతిరావు ఆయన పేరు" అన్నారు మోహనరావు.

"ఏం జ్యోతి" అన్నాడు శేఖర్.

"నీ ఇష్టం బావా" అంది.

"అయితే వెంకట కృష్ణ ప్రసాద్ అని పెడతాను" అన్నాడు.

అప్పటి దాకా కృష్ణవేణి గురించి తెలుసుకొచ్చిన రంగనాథ్ పెదాలు కదలలేదు. అతని కళ్ళు శేఖర్ కేసి చూస్తూ వుండిపోయాయి. జ్యోతి కూడా అదే అనుకుంది. బావ కృష్ణవేణి పేరు పెట్టకుండా ఉండడు అనుకుంది.

పురోహితులు తొందర పెట్టడంతో పీటల మీద కూర్చున్నారు. కిరణ్ బాబు కూడా ఇద్దరికీ మధ్యన కూర్చున్నాడు. వెంకట కృష్ణప్రసాద్ అని నామకరణం వ్రాసాడు శేఖర్. మురళి చాలా ఫోటోలు తీశాడు. ఫోటోలు ఎలా వుంటాయో అనుకుంటున్నాడు. "ఒరేయ్... బాగా రాకపోతే నీకు డబ్బు లివ్వను, నువ్వే కడిగించాలి" అన్నాడు శేఖర్. "సర్లే నేను కడిగిస్తాను" అన్నాడు మురళి. ఆనందంగా బారసాల పూర్తయింది. అంతా భోజనాలు చేసారు.

గిరీశం గారు తన గదిలో కూర్చున్నారు. ఆయన గదిలోకి వెళ్ళిన రంగనాథ్ ఆ గదిలో వున్న జానకి చిన్నప్పటి ఫోటో చూసి, "బాబాయి గారు నేను మొన్న ఒక అమ్మాయిని చూసాను. అచ్చం జానకిలా వుంది. జానకికి చెల్లెలా అన్నట్టు వుంది. ఇద్దరిని చూసినవాళ్ళకు అలా అనిపిస్తుంది" అన్నాడు.

ఆ మాటకు షాక్ తగిలినట్టు లేచి నుంచుని "ఎంత వయసు వుంటుంది" అన్నారు గిరీశంగారు.

"ఇంచుమించు జ్యోతి వయసు వుంటుంది" అన్నాడు.

"ఎక్కడ చూసావు" అన్నారు ఆతృతతో.

"జైల్లో వుంది" అన్నాడు.

ఆయన మనసు చిగురుటాకులా అల్లాడిపోయింది. రంగనాథ్ అది గమనించాడు. ఆనాటి భయానక పీడకల మళ్ళీ మనసును కుదిపేసింది. ఆయన గుండె

వేగంగా కొట్టుకుంటోంది. అయినా తమాయించుకుని "జైల్లో వుందా" అన్నారు, కంగారు కనబడ నీయకుండా గిరీశం గారు.

"అవును రాజమండ్రి సెంట్రల్ జైల్లో వుంది. ఆమె వేశ్యట" అన్నాడు రంగనాథ్.

"ఏ ఊరు వేశ్య" అనబోయిన ఆయన నోరు టక్కున మూతబడిపోయింది. ఉప్పెన రోజు సముద్రంలా మనసు కల్లోలంలా మారిపోయింది. పైకి నవ్వు తెచ్చుకుని "మనిషిని పోలిన మనుషులు ఉంటారు" అన్నారు.

"అవునండి ఆమెను చూసినప్పుడు నేను అలాగే అనుకున్నాను" అని అక్కడున్న పుస్తకం తిరగేస్తున్నాడు. ఈయన బ్రహ్మచారి అని, బీష్ముల కోవకు చెందినవాడని దర్పంగా తిరుగుతూ వుంటారు. ఈయన తమ్ముడు త్యాగమూర్తి అని, భార్య పోయినా పిల్లల కోసం ఒంటరి జీవితాన్ని అనుభవిస్తున్నాను అని అదో విరక్తి భావనగా తిరుగుతూ వుంటారు. కానీ ఆ వేశ్యలకి ఈ పోలిక పిల్ల వుందంటే అది ఆలోచించదగిన విషయమే. ఏదో జరిగి వుండాలి అనిపిస్తోంది ఆ పిల్లను చూసినప్పటి నుంచి. ఇప్పుడు ఈయన పడ్డ కంగారు చూసి సందేహం లేదు, తప్పకుండా ఏదో వుంది అనుకుంటున్నాడు రంగనాథ్.

"నాన్న గారూ... పెదనాన్న రమ్మంటున్నారు" అన్న వాసు మాట విని "వస్తాను బాబాయ్ గారు" అని అన్నగారి దగ్గరకు వెళ్ళాడు రంగనాథ్.

"ఏంటిరా ఎక్కడున్నావు? ఇంక బయలుదేరండి నువ్వు, పిల్లలు కూడా. మనింటి దగ్గర రెండు రోజులుండి వెళుదురు గాని" అన్నారు మోహనరావుగారు.

"అన్నయ్యా శెలవు లేదు" అన్నాడు నసుగుతూ.

"అదేం కుదరదు నడవండి. శేఖర్, జ్యోతి పిల్లల తోటి సరదాగా నువ్వు వుండాలి" అన్నారు. కాదనలేక "సరే" అన్నాడు రంగనాథ్.

నిప్పులాంటి నిజాన్ని సాక్ష్యంతో బయట పెట్టి మమ్ములను దోషులుగా నిలబెట్టకు తండ్రీ... నువ్వే మమ్ములను రక్షించాలి. నా తమ్ముని గుండె అసలే తట్టుకోలేదు. వాడు లేకుండా నేను బ్రతకలేను. మాపై కరుణ చూపించు అని దేవుని ఫోటో చూసి వేడుకున్నారు గిరీశం గారు. మనువడికి బారసాల జరిగిందన్న ఆనందం కన్నా పిల్ల దూరంగా వెళ్ళిపోతోందని జానకి ఒకటే కంటతడి పెట్టింది.

"జానకి అలా వుండకు ఏమి చేస్తాం. ఎన్నాళ్ళున్నా ఆడపిల్ల అంతే. అయినా అతను ప్రమోషన్ మీద దూరం వెళుతున్నాడు. దానికి నువ్వు ఆనందించాలి. మనువడు

పుట్టాక పెద్ద ఉద్యోగంలోకి వెళ్ళాడు. మళ్ళీ ఇంకో ప్రమోషన్ మీద దగ్గరలోకి వస్తాడులే" అంది భాను.

భార్యను చూసిన రామారావు మొఖం చిన్నబోయింది. ఆరు నెలల నుంచి ఇంట్లో పిల్లలతో సందడిగా వుంది. ఇప్పుడు జ్యోతి దూరంగా వెళ్ళిపోతుందని ఆయన మనసు బాధపడుతోంది. అయినా తప్పదు అనుకుని ధైర్యంగా వున్నారు. చిన్న పిల్లలా వున్న జానకిని చూసి ఇంక అక్కడ వుండలేకపోయారు. ప్రయాణానికి సిద్ధం అయిపోయిన తులసికి, మోహనరావుకు, అందరికి కొత్త బట్టలు పెట్టి సాగనంపుతుంటే పుట్టిల్లు వీడుతున్న జ్యోతి కళ్ళు చెమ్మగిల్లాయి.

జ్యోతి కళ్ళు తుడిచి, "అమ్మా మేము హైదరాబాద్ వచ్చేస్తాం" అన్నారు జీరపోయిన కంఠంతో రామారావు గారు తులసితో. జ్యోతి కూడా అత్తవారింటికి వెళ్లిపోతుంటే, "అమ్మమ్మా టాటా!" అంటున్న కిరణ్ బాబును ఒక్కసారి గుండెలకు హత్తుకుంది జానకి. చంటి పిల్లాడితో కూడా టాటా అని చెయ్యి ఊపిస్తూ జ్యోతి వెళ్ళిపోయింది.

★★★

మురళీ, నీలిమ వెళ్ళిపోతుంటే తులసి నీలిమకు బట్టలు పెట్టింది. సాగనంపడానికి వెళ్ళిన రంగనాథ్ మురళి చెయ్యి పుచ్చుకుని "నీలాంటి స్నేహితుడు దొరకడం మా శేఖర్ అదృష్టం. నీలాంటి స్నేహితుడు వుండడేమో" అన్నాడు.

"ఏంటంకుల్ అలాంటి పెద్ద మాటలు, నేను వాడి స్నేహితుడిని అంతే" అన్నాడు మురళి.

"కాదు నవ్వు సొంత సోదరుడిలాంటి వాడివి. ఇప్పుడు వాడు నిన్ను వదిలి ఒంటరివాడు" అవుతున్నాడు.

దూరం వెళుతున్నాడు అంటుంటే, "ప్రమోషన్ మీద వెళుతున్నాడు. అయినా హైదరాబాద్ ఎంత దూరం. రాత్రి ఎక్కితే మరు నాడు పొద్దున్నే దిగుతాం" అన్నాడు మురళి.

"నీ ఫ్రెండ్ దూరంగా వెళ్ళిపోయినా నువ్వు మమ్మల్ని మరచిపోకు" అన్నాడు రంగనాథ్.

ఆయన మాటలు మురళికి కొత్తగా అనిపిస్తున్నాయి. ఏమైంది ఇది వరకు ఈ రకంగా మాట్లాడేవారు కాదే అనుకుని మీరు వుండండి. మేము వెళ్ళివస్తాం అన్నాడు మురళి.

★★★

కృష్ణవేణికి తెలియని మనోవ్యాధి మొదలైంది. ఇంక చంద్రశేఖర్ తన కంటికి కనపడడా అని లోలోన వాపోతోంది. ఒక్కసారైనా అతను కనిపిస్తే బాగుండును అనుకుంటోంది. ఇంతలో చంద్రమ్మ "కృష్ణవేణీ నువ్వు రా. నీ కోసం ఎవరో ఆడవాళ్ళు వచ్చారు" అంది.

ఎవరొచ్చారు అనుకుంటూ వెళ్ళింది. ఈ ముస్లింలు ఎవరూ? తనకు ఎప్పుడు ఇలాంటి ఫ్రెండ్స్, బంధువులు లేరే అనుకుంది. ఎవరబ్బా అని భయపడుతోంది. ఒకామె కొంచెం దూరంగా వెళ్ళింది. ఆమె కాలి పట్టాలు ఘల్లు మంటూ వినిపిస్తున్నాయి. ఒకామె మాత్రం చాలా దగ్గరకు వచ్చి నుంచుంది.

కృష్ణవేణి గుండె వేగంగా కొట్టుకుంటోంది. "కృష్ణవేణీ" అన్న స్వరం వినిపిస్తోంది. ఆ ముసుగు పైకి తీసి చంద్రశేఖర్ చూస్తున్నాడు. ఆమె మనసులో ఆనందం పొంగిపోతోంది.

మాటల కందని ఆనందంతో మాట రాలేదు. "కృష్ణవేణి" అంటూ మళ్ళీ అదే పిలుపు. గొంతు పెగల్చుకుని "మీరా, బాగున్నారా" అంది.

"ఆ బాగానే వున్నాను. నువ్వెలా వున్నావు" అన్నాడు శేఖర్.

"నేను బాగానే ఉన్నాను" అంది.

"నిన్ను చూసి చాలా రోజులైంది. కొన్ని కారణాల వల్ల రాలేకపోయాను. నీకో విషయం చెప్పాలి"అన్నాడు శేఖర్ .

"ఏమిటది?" అంది.

"నాకు బాబు పుట్టాడు" అన్నాడు.

"చాలా సంతోషం, మగపిల్లాడు పుట్టాడా బాగుంది" అంది.

"వాడి పేరు ఏం పేరో చెప్పుకో?"అన్నాడు.

"ఏమో! మీరే చెప్పండి" అంది.

"కృష్ణప్రసాద్" అన్నాడు నవ్వుతూ.

"పేరు బాగుంది" అంది.

ఎవరి పేరనుకున్నావ్, ఆమె చూస్తోంది... "నీ పేరే కృష్ణ" అన్నాడు.

ఆమె మనసులో ఆనందపు కెరటం ఉవ్వెత్తున లేచింది. మళ్ళీ ఎందుకో ఆ ఆనందం అణిగిపోయింది "నా పేరు ఎందుకు పెట్టారు, అలా పెట్టకుండా ఉండాల్సింది" అంది.

"నేను అలా పెట్టుకోవాలి అనుకున్నాను. అలా పెట్టాను" అన్నాడు. ఆమె తలవంచుకుంది, ఏమీ మాట్లాడలేదు.

కిరణ్ బాబు బాగున్నాడా అని అడగాలనుకుంది. కానీ అడుగలేదు. "నీకు ఇంకో మాట చెప్పాలి?" ఆమె ఏమిటి అన్నట్లు చూసింది.

"నాకు ప్రమోషన్ వచ్చింది. హైదరాబాద్ వెళ్ళిపోతున్నాను" అన్నాడు. ఆమె దీనంగా చూసింది.

"దిగులుపడకు కృష్ణవేణీ, అప్పుడప్పుడు వచ్చి చూస్తాను. నిన్ను చూడకుండా నేను ఉండలేను" అన్నాడు.

"కిరణ్ బాబు బాగున్నాడా? వాడి యోగక్షేమాలు ఇంక మీకు తెలియవేమో?" అంది.

ఆమె బాధను అర్థం చేసుకున్న శేఖర్, "ఎందుకు తెలియవు, వాళ్ళతో నేను రోజూ మాట్లాడుతూ వుంటాను కదా, కిరణ్ గురించి నేను చూసుకుంటాను. నువ్వు ధైర్యంగా ఉండు" అన్నాడు. ఆమె కృతజ్ఞతాభావంతో చూసింది. "మాట్లాడు కృష్ణవేణీ" అన్నాడు.

"మీ చిన్నికృష్ణుడికి నా ముద్దులు" అంది.

"వాడికొకడికేనా? అన్నాడు కొంటె చూపు చూస్తూ.

ఈ కొంటె చూపులూ, ఈ మంచి మాటలు ఇంక తనకు దూరమౌతాయి అని మనసు లోలోన రోదిస్తుంది. "నీ యోగక్షేమాలు తెలుసుకోవడానికి, నా విషయాలు తెలియజేయడానికి ప్రయత్నిస్తాను. మళ్ళీ ఎప్పుడు వస్తానో చెప్పలేను కృష్ణవేణీ" అన్నాడు బాధగా. "నడమ్మా! టైము అయిపోతోంది" అంది.

"నిన్ను చూడలేనేమో అని భయపడ్డాను" అతని కళ్ళు నీళ్ళు తిరిగాయి. "ఇలాగైనా చూడగలిగాను, ఆనందంగా వుంది" అన్నాడు.

"చాలా టైమ్ అయింది ఇంక నడు" అంది.

కృష్ణవేణీ బైయ్ అన్నాడు చెయ్యి ఊపుతూ. చంద్రమ్మ లాగుతుంటే బైయ్ అంటూ అతని కేసి చెమ్మగిల్లిన కళ్ళతో చూస్తూ ఆమె వెనుక నడుస్తోంది. తన కోసం వేషం మార్చుకొచ్చిన అతని రూపే కళ్ళల్లో ఉండిపోయింది. అలా వెళ్ళి చెట్టు కింద కూర్చుని ఉండిపోయింది. రానిక నీ కోసం సఖీ...కీ రాదిక.. వసంత మాసం, వాకిలిలో నిలబడకు... ఇంక నాకై మరి మరి చూడకు... అని పాడుకుంటూ వెళ్ళిపోతోంది ఏదో మైక్... అలా ఉండిపోయింది కృష్ణవేణి.

★★★

మురళిని వదలలేక వదలలేక బండి ఎక్కాడు. చాలా దూరం దాకా చెయ్యి ఊపుతూనే వున్నాడు. చాలా దూరం వెళ్ళిన శేఖర్ ను చూసి "ఒరే శేఖర్ నన్నొదిలి వెళ్ళిపోతున్నావా, మళ్ళీ ఎప్పుడొస్తావురా" అని కేకపెడుతూ అటువైపుకు పరుగెట్టాడు. దగ్గరగా ఉండగా అతనికి ధైర్యం చెప్పి, దూరమయ్యేసరికి మనసులోని బాధ ఒక్కసారే బయటపడింది. తన స్నేహం చెయ్యి ఊపుతూ తన పిలుపుకు అందనంత దూరం వెళ్ళిపోయింది.

"ఒరే.. మురళీ! నా మనసు నీ మీద, కృష్ణవేణి మీద ఉంటుందిరా" అన్న మాటలు చెవిలో వినిపిస్తున్నాయి.

ఆడవారి వేషం వేసుకుని, ఆమెను చూసి బయటకు వచ్చాక చాలా బాధపడ్డాడు. "ఈ ఒంటరి జీవితం చెయ్యని నేరానికి శిక్ష అనుభవిస్తూ నువ్విక్కడ, ఎక్కడెక్కడికో నేను, మనం మళ్ళీ ఎప్పుడు కలుసుకుంటామో, కలుసుకోలేక పోతామేమో కృష్ణవేణీ" అని ఆ జైలు గోడకేసి చూసి బాధపడుతున్నాడు.

"అలా బాధపడకు రా.. ఏమీ పర్వాలేదు. మళ్ళీ కలుసుకుంటారు" అని తనంటే, "పాపం కృష్ణవేణీ ఏమందో తెలుసా.. కిరణ్ బాబు విషయాలు ఇంక మీకు తెలియవేమో.. అని బాధ వ్యక్తం చేసింది. తల్లి మనసు బిడ్డ మీదే ఉంటుంది. ఆ దేవుని దయతో, మీ అందరి సహకారంతో కిరణ్ని పెంచి పెద్ద చేస్తాను. ఇడిగో నీ కిరణ్ బాబు అని చెబితే ఆమె చాలా సంతోషిస్తుంది. కానీ అంత కాలం ఆమె చల్లగా వుండాలని కోరుకుంటున్నాను. ఒరేయ్ మురళీ నువ్వు అప్పుడప్పుడు ఆమె గురించి తెలుసుకుని నాకు ఫోన్ చెయ్యి" అన్నాడు. "అలాగే చేస్తానురా.."

"ప్రేమ పాశాన్ని తెంచుకోలేక మనసు ఏడుస్తోందిరా" అని కన్నీళ్ళతో తన చెయ్యి పుచ్చుకుని అడుగులు వేసిన శేఖర్ చెయ్యి ఊపుతూ దూరంగా వెళ్ళిపోయాడు.

రైలు అతన్ని తీసుకుని వెళ్ళిపోయింది. తన శేఖర్ ను తీసుకువెళ్ళిపోయింది. తనను ఒంటరిని చేసింది అని అక్కడ బల్లమీద జేబురుమాలు కళ్ళకు పెట్టుకుని కూర్చున్నాడు.

★★★

గుండెనొప్పితో హాస్పటల్లో చేరిన అమృతం, రంగని పిలిచి, "రంగా! కనకాన్ని వదిలెయ్యకు. రాజయ్య, కొండయ్యా చిన్న వాళ్ళు. నువ్వు వాళ్ళని చూసుకుంటూ అండగా వుండు. కృష్ణవేణిని తీసుకొచ్చి కనకానికి చేర్చే బాధ్యత నీదే సుమా. మరచిపోకు" అని చేతిలో చెయ్యి వేయించుకుని కళ్ళు మూసింది అమృతం.

తల్లి కన్నా ఎక్కువగా పెంచిన పినతల్లి మరణం కనకాన్ని దుఃఖసాగరంలో ముంచేసింది. "కనకం! నువ్వు ధైర్యంగా వుండి, నీ తమ్ముళ్ళకు, చెల్లెళ్ళకు ధైర్యం చెప్పాలి. నువ్వే అలా వుంటే ఎలాగా" అని తన తోటి వాళ్ళు, రంగడు ధైర్యం చెప్పారు.

ఏనాటికైనా కృష్ణవేణి వచ్చి తనను అమ్మా అని పిలుస్తుంది అన్న ఆశతో కుటుంబ బాధ్యత నిర్వహిస్తోంది కనకం.

★★★

ఎవరు ఎవరికోసం ఎదురుచూసినా, ఎవరు నవ్వుతూ కాలం గడిపినా, ఎవరు విచారంతో జీవిస్తున్నా పొద్దు పొడవకా మానదు. మళ్ళీ చీకటి పడక మానదు. ఎవరు ఏమి చేస్తున్నా, తన పని తాను చేసుకుంటూ 20 సంవత్సరాల ముందుకు కదలిపోయింది. తనుశ నీళ్ళు పోసి పెంచిన చెట్లు పెద్దవైపోయాయి. చూస్తుండగా 20 సంవత్సరాలు గడచిపోయాయి. ఇంక తను ఎంత కాలమో ఉండదు. బయటకు వెళ్ళక తప్పదేమో, వెళ్ళాలని లేదు. ఇక్కడే వుండి పోవాలని వుంది. బయటకు వెళితే ఎక్కడకు వెళ్ళాలి. ఎక్కడుండాలి. తనకోసమే ప్రాణాలు నిలుపుకొని చూస్తున్న తల్లి దగ్గరకా? నేను నీ భర్తను, నువ్వు నా భార్యవు. నిన్ను ప్రేమిస్తున్నాను అన్న భర్త దగ్గరకు వెళ్ళాలా? హంతకురాలిగా ముద్రవేసుకుని, వేశ్యగా కొంతకాలం జీవితం గడిపిన నేను, నీకు జన్మనిచ్చిన తల్లిని, నువ్వు నా బిడ్డవు అని కిరణ్ బాబు దగ్గరకు వెళ్ళాలా? ఎక్కడకు వెళ్ళాలి? ఎక్కడ ఈ తనువు దాచుకోవాలి భగవాన్. తల్లి తన కోసం బ్రతికి వుంది. చాలా సంతోషమైన మాట. ఆమె దగ్గర వుండాలని వుంది కానీ వుంటే ఏమవుతుంది. పెద్ద రెడ్డి వచ్చారు. మళ్ళీ నీ ఆట మొదలెట్టు అన్న శాస్త్రంలా అవుతుంది తన బ్రతుకు. ఇలా అవతారాలెత్తిన తన బ్రతుకు పుస్తకంలో ఫుల్ స్టాప్ పెట్టేస్తే.. ఎంత బాగుండును. తనకు మరణం సంభవించి, పుణ్యం కట్టుకుంటే ఆ మృత్యుదేవతకు, ఋణపడి వుందును.

మనసు మాత్రం ఒక్కసారి చంద్రశేఖర్ని చూడాలని కోరుకుంటోంది. తనివితీరా తల్లిని కౌగలించుకుని 'అమ్మా' అని భోరున ఏడ్వాలని వుంది. ఆమెకు తన దగ్గర వున్న ఆనందం ఇంక ఎందులోనూ వుండదు. కన్నతల్లిని సుఖపెట్టాలి. కానీ, ఆ వృత్తి చేసి మాత్రం కాదు. ఎక్కడకైనా పోవాలి. ఎవ్వరికీ కనిపించకుండా వుండాలి అనుకుంటోంది కృష్ణవేణి.

"కృష్ణా!" అని పిలుస్తున్న పెద్దమ్మ దగ్గరకు వెళ్ళి "ఏమ్మా" అంది.

"కొంచెం మంచినీళ్ళిచ్చి, మందు కూడా ఇయ్యమ్మా" అంది.

"అలాగే పెద్దమ్మా" అని ఇచ్చింది.

"నా దగ్గరే కూర్చో కృష్ణవేణి. నాకేదో భయంగా వుంది" అంది పెద్దమ్మ.

"అలా భయపడకమ్మా ఏమీ భయం లేదు" అంది కృష్ణవేణి, ఆమెకు దగ్గరగా కూర్చుంటూ.

"నీలాంటి కూతురుకు నీ తల్లి దూరమై బాధపడుతోంది. ఇక్కడ నేను నిన్ను కన్న కూతురుగా భావించుకుని హాయిగా రోజులు గడపాను. కానీ ఎన్నాళ్ళ నుంచో నీకు కొన్ని విషయాలు చెప్పాలనుకున్నాను. కానీ చెప్పలేదు. ఎందుకంటే కడుపు తీపి అడ్డొచ్చింది. నిజానిజాలు నీకు చెబితే ఏమవుతుందోనని భయపడ్డాను. కానీ ఇప్పుడు నా కథ నీకు చెప్పాలి. ఈ ప్రాణం రాలిపోక ముందే నీకు చెప్పాలి. నాకు నువ్వు ఆడపిల్లలా వున్నావు. ఏ జన్మబంధమో మనలను ఈ విధంగా కలిపింది. మళ్ళీ మనం విడిపోయామే అన్న బాధ కలుగకుండా నీ ఒళ్ళో నేను నిద్రపోవాలి. శాశ్వతంగా నిద్రపోవాలి" అంది పెద్దమ్మ.

"అమ్మా అలా అనకు. నిన్ను చూసుకునే నేను ఈ జైల్లో బ్రతికాను. నీకు నేను పిల్లనైతే, నువ్వు నాకు తల్లివి కాదా. తల్లి లేకపోతే పిల్ల ఏడ్వదా" అంది కృష్ణవేణి.

కన్నీళ్ళు తుడుచుకుంటూ "పిచ్చితల్లీ ఎంత ప్రేమ, ఎంత మంచి హృదయమే నీది. ఇంత ప్రేమ గల కూతురుకు తల్లి దూరమై జీవిస్తోంది. ఇంత ప్రేమ గల తల్లికి బిడ్డ దూరమై జీవిస్తున్నాడు. ఇంక భర్త అనే మాట ఒక గాలివాటు పాటలా వినిపిస్తోంది. ఇది నీ జీవితం. ఇక నా జీవితం గురించి నువ్వు ఎన్నిసార్లు అడిగినా చెప్పలేకపోయాను. ఇప్పుడు చెబుతున్నాను విను. కొన్ని నిజాలు బయటపెట్టలేక కన్నవాళ్ళ శ్రేయస్సు కోసం గుండెల్లో దాచుకుని నేను ఇలా దోషిలా నిలబడి పోయాను. నేను చేసిన త్యాగం తెలియని కొడుకు దృష్టిలో నేను హంతకురాల్ని. తండ్రిని చంపిన తల్లిని. దుర్మార్గురాలిని. వాడి హృదయపుటల నుంచి చెరిపివేయబడ్డాను. అయినా పర్వాలేదు. వాడు బాగుండాలి. భార్య, బిడ్డలతోటి సుఖంగా వుండాలి. అదే నా కోరిక" అంది దుఃఖాన్ని దాచుకుంటూ.

"ఏంటి పెద్దమ్మా నువ్వు చెప్పాలనుకుంటున్న ఆ నిజం. నాకు చెప్పు, నేను నీ కూతుర్ని అన్నావు కదా" అంది.

"ఆనాటి సంఘటన తలచుకుంటేనే భయంతో నా గుండె కొట్టుకుంటోంది. ఆగిపోతుందేమోనన్న భయంతో నా నోరు మూతపడిపోతుంది. మరణానికి భయపడి కాదు. బ్రతకాలని ఆశతోనూ కాదు. ఆ నిజం నా నోటి నుండి బయటపడితే వాడి బ్రతుకు ఏమైపోతుందోనన్న బాధతో నేను చెప్పలేదు. కానీ ఇప్పుడు మరణం నన్ను సమీపిస్తోందనిపిస్తోంది. నీలాంటి మంచి కూతురుకు చెబితే నా మనసుకు ఊరట లభిస్తుంది. నా కథ విన్నాక నువ్వు ఏమీ బాధపడక, ఆవేశపడక విన్నది మనసులోనే వుంచుకుని ఏమీ విననట్టుగానే ఊరుకో" అంది.

"అలాగే పెద్దమ్మా నాకు చెప్పు" అంది కృష్ణవేణీ.

"నా జీవితం అంతా ఒక వ్యధ. అతనికి మంచి, చెడు లేదు. భార్య అన్న ప్రేమ, అభిమానం వుండేది కాదు. అయినా నా భర్తను నేను ఏమీ అనేదాన్ని కాదు. కొన్నాళ్ళకు మార్పు వస్తుందేమోనని ఆశతో బ్రతికాను. నా ఆశ నిరాశ అయింది. అతనిలో మార్పు రాలేదు. నాకు ఒక్కగానొక్క కొడుకు వాడు. వాడ్ని పెంచుకుంటూ అలాగే కాలం గడిపాను" అంది పెద్దమ్మ ఆవేశపడుతూ.

"ఆవేశపడకు పెద్దమ్మా... నెమ్మదిగా చెప్పు" అంది కృష్ణవేణి.

"ఆవేశం కాదు ఇది ఆనాటి భయం. మళ్ళీ గుండెను కుదిపేస్తోంది. ఆ రోజు నా కోడలు అన్న మాటలు చెవిలో వినిపిస్తున్నాయి. అదే భయం" అంది.

"భయపడకు అన్నీ అయిపోయాయి కదా. మామూలుగా చెప్పు" అంది. ఆమె మాట్లాడడం లేదు. "చెప్పు పెద్దమ్మా" అంది కృష్ణవేణి.

నా కొడుకు పెళ్ళి అయిపోయింది. కోడలు కాపురానికి వచ్చింది. అందమైన ఆ పిల్ల మంచిదే. చిన్నపిల్ల ఆ పిల్ల అణకువగా వుండేది. నా కొడుకు వీర్రాజు కూడా చాలా మంచివాడు. తండ్రి అంటే వాడికి ప్రేమ, భయం వుండేవి. టెలికంలో ఉద్యోగం చేసేవాడు. ఆఫీస్ పనిమీద హైదరాబాద్ వెళ్ళాడు.

ఆ పిల్ల మీద వీడి డేగ కన్ను పడింది. ఆ చూపులు ఆ పిల్ల తట్టుకోలేకపోయేది. చాటుకు తప్పుకునేది. అది నేను గమనించి తట్టుకోలేకపోయేదాన్ని. ఏమి చెయ్యాలో తోచేది కాదు. అలాగే రోజులు గడుస్తున్నాయి.

వాడు హైదరబాదు వెళ్ళాడు. నేను, కోడలు వున్నాము. మా అమ్మకు బాగోలేదని తెలిసి, నేను మా అమ్మ దగ్గరకు వెళ్ళాను. అమ్మను చూసి ఆ ఊరు నుంచి బయలుదేరి మళ్ళీ రాత్రికి ఇల్లు చేరాలని వచ్చేసాను. నేను కంగారుపడుతూ వచ్చాను. వచ్చేటప్పటికి అన్ని తలుపులు, గడియలు వేసి వున్నాయి. చీకటి పడింది. ఇంట్లో ఏదో జరుగుతున్నట్టు కేకలు వినిపిస్తున్నాయి.

నేను భయంతో తలుపులు కొట్టాను. ఎవ్వరూ తలుపు తియ్యలేదు. దొడ్డి వైపుకు వెళ్ళి తలుపు కొట్టాను. కానీ తలుపు తియ్యలేదు. కిటికీ తలుపు తోసాను. గడియ బాగోలేని కిటికీ తలుపు వచ్చేసింది.

ఆ గదిలో... వేటుతిన్న పులిలా నా భర్త నడవలేక, నుంచోలేక మెడ మీంచి కారుతున్న రక్తంతో మోకాళ్ళ మీద ప్రాకుతూ నా కోడలు మీదకు వెళుతున్నాడు. అతనితో పెనుగులాడి ,పెనుగులాడి అతనిని కత్తిపీటతో కొట్టి వుంటుంది. అతని రక్తం చూసి భయంతో కళ్ళు తిరిగి ఇంక నిలువలేక పడిపోయి చూస్తున్న నా కోడలు, రాకు.. రాకు.. నన్ను ముట్టుకోకు అని అరుస్తోంది మెల్లగా. ఆమె ఒంటిమీద బట్టలు చినిగిపోయి ఉన్నాయి.

“దా..దా”.. అంటూ అతను ఆమె మీదకు వెళుతున్నాడు. మళ్ళీ ఆమె కాళ్ళ మీద చెయ్యి వేస్తున్నాడు. ఆమెను ఎలాగైనా తన వశం చేసుకోవాలని కాంక్షతో వాడు ఆమె మీదకు వెళుతున్నాడు. శక్తి కూడగట్టుకుని ఆమె లేచి మళ్ళీ ఆ కత్తి పీటతో కత్తి వైపు పెట్టుకుని చెక్కతో తల మీద రెండు దెబ్బలు బలంగా కొట్టింది. కొయ్యబారిపోయిన నేను ఆమెను చూసి “ఆగు.. ఆగు..” అని అరిచాను. అవేమీ వినే పరిస్థితిలో లేని ఆమె అలా చేసింది. మళ్ళీ నేను తలుపు మీద కొట్టి తియ్యమన్నాను. ఎలాగో తలుపు తీసి అలా కూలబడిపోయింది. నేను చూసి ఆయనను తల కదిపాను. ఆయన పడిపోయాడు.

నేను ధైర్యం తెచ్చుకుని ఆమెకు మంచి నీళ్ళు ఇచ్చి వెళ్ళి స్నానం చెయ్యమన్నాను. కంగారు పెట్టాను. నాకు దణ్ణం పెట్టింది నా కోడలు లక్ష్మి. చప్పున వెళ్ళు అని ఆమెను పంపి, నా బట్టలు నేను చింపుకుని, నా జుట్టు నేను పీక్కొని ఆ రక్తం ఒంటికి పులుముకుని అతని పక్కన కూర్చున్నాను.

అది తెలిసి కంగారుగా వచ్చిన నా కొడుకు ఆ బాధ తట్టుకోలేక, “ఎంత పనిచేసావే ,ఎంత పనిచేసావే” అంటూ.. నా తల గోడకు పెట్టి ఎన్ని సార్లుకొట్టాడో నీకు చెప్పలేను. నా కోడలు ఆవేశపడుతుంటే ఆమెను చూపులతో ఆపాను. వాడు నా మొఖం

మీద ఉమ్మేసాడు. నా కోడలు, వచ్చిన వాళ్లు ఆపకపోతే నేను అప్పుడే చచ్చిపోదును. అలా నేను ఈ జైలుకు వచ్చేసాను.

ఈ శిక్ష అనుభవిస్తున్నాను. ఇక్కడ వుండలేక చచ్చిపోవాలనుకున్నాను. ఎవరైనా ఆనాటి సంఘటన విని ఆ తప్పు ఆమె చెయ్యలేదు, ఆ కోడలే చంపింది అని అంటే నా కోడలిని ఇందులో పెడతారని, నా కొడుకు జీవితం పాడవుతుందని, ఇలా బ్రతుకుతున్నాను. కొన్నాళ్ళకు ఇలా అలవాటైపోయింది. వాడు ఒక్కసారైనా రాలేదు, చూడలేదు. భార్యను కూడా పంపలేదు.

లక్ష్మిని వాడికి ఏనాడూ ఆ నిజం తెలియనివ్వద్దని ఒట్టు వేయించుకున్నాను. తన తండ్రి చేసిన పని తెలిస్తే వాడు ఎంత అసహ్యించుకుంటాడో అనుకుని వాడి శ్రేయస్సు కోరి ఈ పని చేసాను. హంతకురాలిగా ముద్ర వేసుకున్నాను" అంది పెద్దమ్మ. కృష్ణవేణి నివ్వెరపోతోంది.

"నా త్యాగాన్ని, నా నిర్దోషత్వాన్ని చెప్పి వాడిని నా దగ్గరకు చేర్చుకోవాలని కాకపోయినా, వాడిని ఒక్కసారి కడసారి చూపుగా చూడాలనిపిస్తోంది. ఒక్కగానొక్క కొడుకు ప్రాణాలన్నీ వాడిమీదే పెట్టుకుని బ్రతికాను. వాడు బిడ్డా, పాపాలతో వుంటే ఆయనతో కలిసి చూసి ఆనందించాలనుకున్నాను. నా తలరాత క్షణంలో మారిపోయింది. హంతకురాల్నిచేసింది" అని భోరున ఏడ్చింది పెద్దమ్మ. కృష్ణవేణి కొయ్య బొమ్మలాగ కూర్చుని వుండిపోయింది. ఇలాంటి భర్తా.. నీ భర్త అనకుంటోంది. అలా ఏడుస్తూ స్పృహ కోల్పోయింది పెద్దమ్మ.

కంగారుగా 'పెద్దమ్మా పెద్దమ్మా..' అని లేపిన కృష్ణవేణికి కంగారు వచ్చింది. అందరినీ పిలిచింది. డాక్టర్ వచ్చి పెద్దమ్మకు ఇంజక్షన్ ఇచ్చి సెలైన్ కూడా పెట్టారు. మార్పు రాలేదు. ఆమెను ఆసుపత్రికి చేర్చారు. ఆ మరునాడు వీర్రాజుకు కబురుచేశారు. నేను రానన్న భర్తను బ్రతిమలాడి, ఒకసారి రండి అని పిల్లల్ని తీసుకుని భర్తతో సహా వచ్చింది పెద్దమ్మ కోడలు లక్ష్మి. పెద్దమ్మ పరిస్థితి బాగోలేదు అని డాక్టర్ చెప్పారు. కృష్ణవేణి గుండె వేగంగా కొట్టుకుంటోంది. ఆమె తల ఒళ్ళో పెట్టుకుని ఎగశ్వాస వస్తున్న పెద్దమ్మ గుండెలు రాస్తోంది. పెద్దమ్మ కళ్ళు ఎవరి కోసమో చూస్తున్నాయి.

అటు వైపు దూరంగా వుండి ఎవర్నో చూస్తున్నట్టు చూస్తున్న వీర్రాజుని లక్ష్మి బ్రతిమాలుతోంది. అది చూసిన కృష్ణవేణి పెద్దమ్మా అటుచూడు అని ఆమె తల తిప్పింది. వాళ్ళను చూస్తున్న పెద్దమ్మను, "నీ కొడుకూ, కోడలూ వాళ్ళేనా పెద్దమ్మా" అంది. అవునన్నట్టు కృష్ణవేణి కేసి చూసి తలూపింది. ఆమె కళ్ళల్లో ఆనందం రేఖ తళుక్కున

మెరసినట్టు కనిపించింది. మృత్యుకోరల్లో వున్నా కాంతివంతమైన పెద్దమ్మ కళ్ళల్లో కన్నబిడ్డను చూసిన ఆనందం కనిపించింది. "నీ కొడుకుని కళ్ళారా చూసుకో" అంది కృష్ణవేణి చూస్తూ. చూస్తున్నాను అన్నట్టు తలూపింది పెద్దమ్మ.

"ఆమె, మీ నాన్నని చంపలేదు. నా మాట నమ్మండి. నా ఇద్దరి పిల్లల మీద ఒట్టువేసి చెబుతున్నాను. ఆమె దగ్గరకు వెళ్ళండి. మీ అమ్మ నిర్దోషి. అదంతా మీకు తరువాత చెబుతాను, నా మాట నమ్మండి. వీళ్ళ మీద ఒట్టువేసి చెబుతున్నాను అని వాళ్ళ తల మీద చెయ్యి వేస్తోంది".

లక్ష్మిని ఆశ్చర్యంతో చూసి "ఏంటి చెబుతున్నావు" అన్నాడు.

"అమ్మా.. అనండి" అంది.

ఆశ్చర్యంతో తల్లిని చూసి, "అమ్మా.. " అన్నాడు. ఆ పిలుపు చెవులకు సోకిందో ఏమో ఆ చూపు నిలిచిపోయింది.

"అమ్మా.. అమ్మా..." అని ఏడుస్తున్నాడు. రెండడుగులు ముందుకు వచ్చి ఇంక నడవలేక నుంచుని పశ్చాత్తాప హృదయంతో కుమిలిపోతున్న భర్తను లక్ష్మి చెయ్యి పుచ్చుకుని తల్లిని చేర్చింది. అమ్మా.. అని తల్లి తల నిమిరాడు.

తన బిడ్డ చేయి తాకినట్టు ఆ కట్టెకు తెలియదు. హృదయానికి తగిలిన దెబ్బలతో ఆమె వెళ్ళిపోయింది. కానీ ఆ కళ్ళు తెరిచి వున్నాయి. తల్లి వుందని ఆనాడు తలకు కొట్టిన దెబ్బల మీద అమ్మా.. అంటూ పాముతున్నాడు. అతని హృదయం ద్రవిస్తోంది.

'పెద్దమ్మా ,నీ కొడుకుతో మాట్లాడు' అంది కృష్ణవేణి. ఆమెలో చలనం లేదు. "పెద్దమ్మా... పెద్దమ్మా" అని కృష్ణవేణి, "అమ్మా..." అని వీర్రాజు ఏడుస్తున్నారు. ఆ ఇద్దరు మనవళ్ళను తీసుకుని లక్ష్మి ఆమె కాళ్ళు పుచ్చుకుని ఏడ్చింది. ఆ హాస్పటల్ నుంచి పెద్దమ్మ అంతిమ యాత్ర సాగిపోయింది. పెద్ద దిక్కును కోల్పోయినట్టుగా వాళ్ళందరూ బాధపడి కృష్ణవేణిని ఓదార్చారు. చెయ్యని నేరాన్ని ఎవరి కోసమో తలమీద వేసుకుని శిక్ష అనుభవించే వాళ్ళు ఇంకెందరున్నారో అనుకుంది కృష్ణవేణి.

★★★

"రంగా ఈ మనోవ్యాధితో నేను ఎంతో కాలం బ్రతకను. తరువాత అయినా నువ్వు కృష్ణవేణిని కన్నతల్లి దగ్గరకు చేర్చగలవా? ఆ జన్మ వృత్తాంతం తెలిసినవాడవు నువ్వే ఇన్నేళ్ళుగా నాకు చెప్పలేదు. నువ్వే ఆమెకు అండగా వుండి తల్లిని చూపించాలి. నేను బతకను. తరువాత కృష్ణవేణి ఒక్కత్తే అయిపోతుంది" అంది కనకం.

"నువ్వలా మాట్లాడకు, బెంగపెట్టుకోకు. కృష్ణవేణి నీ దగ్గరకు వచ్చేస్తుంది. నీ బెంగ తగ్గి నువ్వు బాగుంటావు. అన్ని దగ్గరకు వస్తున్నాయి. కనకం నువ్వు ఆందోళన పడిపోయి ఆరోగ్యం పాడుచేసుకోకు. నేను ఎన్ని విషయాలు గమనిస్తున్నానో నీకు తెలియదు. అన్నీ నీకు తరువాత చెబుతాను. ఏమీ ఆలోచించక హాయిగా నిద్రపో. నీకు మనువణ్ణి, కూతుర్ని, అల్లుడ్ని అందరిని చూపిస్తాను" అన్నాడు రంగడు.

"రంగా, నీ మాటలు వింటుంటే నా ప్రాణం లేచి వస్తోంది. నా బంగారు తల్లిని మళ్ళీ చూస్తే నాకు చాలు. ఇంకేమీ అక్కరలేదు. ఈ జన్మకి ఈ వరం చాలు అందుకే, ఈ ప్రాణం నిలుపుకుంటున్నాను" అంది కనకం.

"ఊరు చివరకొచ్చేక ఉరుకులు పరుగులు ఎందుకు అన్నట్టు, ఇన్నాళ్ళు ఎలా ఎదురు చూస్తూ కాలం గడిపావో, అలాగే ఇంకొంత కాలం ఓపిక పట్టు. అన్ని సమస్యలూ తీరుతాయి. నేను చేసే ఈ ప్రయత్నంలో నీ సహకారం కావాలనకపోయినా నువ్వు బ్రతికి వుంటే చాలు, అప్పుడు నీకూ తృప్తిగా వుంటుంది, నాకూ తృప్తిగా వుంటుంది" అన్నాడు రంగడు.

"ఇవన్నీ నేను చూడనేమో అనిపిస్తోంది" అంది కనకం.

" నీ భయం నేను అర్థం చేసుకున్నాను. భయపడకు. నీకేమి కాదు" అన్నాడు రంగడు అలా సోఫో మీదకు ఒరుగుతూ.

★★★

"చిన్నా.... నాన్నగార్కి కోపం తెప్పించక, ఆయనకు ఎదురు సమాధానం చెప్పక నడు తొందరగా బట్టలు సర్దుకో" అంది జ్యోతి.

"ఏంటి జ్యోతి? కృష్ణప్రసాద్ ఏమంటున్నాడు" అన్నాడు శేఖర్.

"ఏముంది ఆ రాజమండ్రి ఎందుకు, ఎంచక్కా ఈ ఊళ్ళోనే వుండొచ్చు కదా అంటున్నాడు" అంది.

"అయితే వాడ్ని ఇక్కడే వుండమను మనం వెళ్ళిపోదాం" అన్నాడు శేఖర్.

"వాడొక్కడూ ఎలా వుంటాడు, వాడూ మన తోటే వస్తాడు" అంది జ్యోతి.

"పెద్దోడు ఇలాగ మాటలాడడు. వీడికి పెంకితనం ఎక్కువ. బాగా గారం పెట్టేవు. నేను అలా వెళ్ళి వస్తాను. మీరు రెడీ అవ్వండి" అన్నాడు శేఖర్.

"చిన్నా! చెప్పినట్టు విను నాన్నగార్కి కోపం వస్తుంది. ఆయన రాజమండ్రిలో ఎందుకు వుండాలనుకొన్నారో? అన్నయ్య అలా మాట్లాడాడా!" అంది జ్యోతి.

"అన్నయ్య ఈయన మాట విని వాడి జీవితం పాడుచేసుకున్నాడు" అన్నాడు కృష్ణప్రసాద్.

"ఒరే చిన్నాడా, అలా మాటలాడకు" అంది.

"లేకపోతే ఏంటమ్మా? వాడికి ఆ జైల్లో ఉద్యోగం ఏంటి? నా ఫ్రెండ్స్ అందరూ మీ అన్నయ్య ఏమి ఉద్యోగం చేస్తున్నాడు అంటే ఏం చెప్పాలి" అన్నాడు.

"ఏం.... అదే చెప్పు అందులో తప్పేముంది" అంది.

"అది కాదమ్మా వాడి తెలివి తేటలకి పెద్ద ఉద్యోగం చేసే చదువు చదవాలి" అన్నాడు.

"ఏమో ఆయన ఆ చదువే ఎందుకు చదవమన్నారో, ఆ జైల్లో ఉద్యోగం ఎందుకు చెయ్యమన్నారో అనుకోవాలి" అంది.

"కాదమ్మా ఆయనకి పట్టుదల, ఆయన మాటే నెగ్గాలి. అదే ఆయన తత్వం. నన్ను పెంకితనం అంటున్నారు కానీ ఆయనకే అదుంది" అంటున్నాడు.

"ఒరే అలా అనకు, ఆయన వచ్చేస్తారు. మీ నాన్నగారు చెప్పినట్టు విను. నీకు మంచి వుద్యోగం వచ్చేక, నీ ఉద్యోగం, ఊరు, నువ్వు వెళ్ళిపోతావు. గొడవలు పెట్టకు, తొందరగా తెములు" అంది.

"ఆ తెములుతాను. ఆ రాజమండ్రిలో వాడు... రోజూ ఆ జైలుకి లాఠీ ఊపుకుంటూ వెడతాడు. నేను పుణ్యం కోసం పుష్కరఘాట్లో స్నానం చేసి ఎంచక్కా బొట్టు పెట్టుకొని, ఆ గోదావరి గట్టుమీద వున్న గుళ్ళల్లో ప్రదక్షణలు చేస్తాను. అక్కడ అవే కదా వున్నాయి. ఇదే కదా మీ కోరిక" అన్నాడు కృష్ణప్రసాద్.

"కృష్ణా అని పేరు పెట్టి పొరబాటు చేసేను ఈ పెంకి వెధవకి. ఆ మమకారంతో వీడ్ని కొట్టలేకపోయేను. లేకపోతే తోలు తీసేద్దును" అనుకొన్నాడు శేఖర్, కృష్ణ ప్రసాద్ మాటలు విని.

"ఒరే మీ నాన్నగారు వచ్చేస్తారు, వింటే బాగోదు నోరు మూసుకో" అంది జ్యోతి.

"నువ్వూ, నీ చిన్నకొడుకు వస్తున్నారా లేకపోతే ఇక్కడే వుంటారా" అన్నాడు శేఖర్.

"లేదండీ వస్తున్నాడు రా... రా.. చప్పున" అంది కసురుకుంటూ జ్యోతి.

"వాడ్ని బలవంతం చెయ్యకు జ్యోతి. వాడికి వాళ్ళన్నయ్య అమెరికాలో సాఫ్ట్వేర్ ఇంజనీర్ అని చెప్పుకుంటే బాగుణ్ణు అని వుంది. కానీ కాదే.. వాళ్ళ నాన్న ఏ

బొంబాయిలోనే సెటిల్ అవ్వాలని వుంది, కానీ అది జరుగదు. అందుకని వాడ్ని ఇక్కడ వుండమను" అన్నాడు.

"లేదు వస్తున్నాడు. మీరు కూడా ఇంకొకసారి అన్నీ చూసుకోండి" అంది.

"ఒరే చిన్నా, నువ్వు అక్కడకు వచ్చాక అందువుగాని, ఇక్కడ చాలా బాగుంది అని" అంది జ్యోతి.

"సరేలే నడవండి" అన్నాడు కృష్ణప్రసాద్ విసురుగా.

"అక్కడకు దగ్గరలో గూడెంలో మురళి మావయ్య వున్నాడు. మావయ్యకు ఒక అందమైన కూతురు వుంది" అంది.

"మావయ్య కూతురు ఎలా వుంటుంది అని అడగవేం" అంది జ్యోతి.

"వాడు అడగడం ఎందుకు నువ్వే చెప్పు" అన్నాడు శేఖర్ బ్యాగ్ తీసుకుంటూ.

"నాకు ఎవరి గురించి చెప్పనక్కరలేదు" నడవండి అన్నాడు కృష్ణప్రసాద్.

"మా మురళికి ఫోన్ చేసాను. వాడు స్టేషన్ కు వస్తాడు" అన్నాడు శేఖర్. సరే ఇంకేం నడవండి అంది జ్యోతి.

★★★

"నీలిమా... నేను పొద్దునే రాజమండ్రి వెళ్ళాలి. శేఖర్, జ్యోతి, కృష్ణప్రసాద్ వస్తున్నారు" అన్నాడు మురళి.

"నేను రానా డాడీ" అంది శోభన.

"నువ్వెందుకు నాన్నగారు వెళతారు" అంది నీలిమ.

"అదేంకాదులే నేనే వెళ్ళాలని కాదు. మనం అందరం వెళ్ళొచ్చు నా స్నేహితుడు రాక మనందరికి ఆనందమే. ఎన్నాళ్ళయిందో వాడ్ని చూసి" అన్నాడు మురళీ.

"సరే నిద్రపోండి మళ్ళీ ఉదయాన్నే వెళ్ళాలి" అన్నాడు.

"గుడ్నైట్ డాడీ" అని శోభన తన గదిలోని వెళ్ళిపోయింది. మురళికి ఆనందంతో పాటు కొత్త ఊహలు వస్తున్నాయి. ఆ ఊహలు ఎంతో ఉల్లాసాన్నిస్తున్నాయి. నిజంగా అలా అనుకున్నట్టు జరిగితే ఎంత బాగుంటుంది అనుకుంటున్నాడు. పెదాల మీదకు చిరునవ్వు వస్తోంది. భర్త మొహం చూసిన నీలిమ, "ఏమిటి ఆ ఆనందం నాకు చెప్పకూడదా" అంది. చెబుతాను విను.

"నాకు చెప్పాలని వుంది కానీ ఇప్పుడు చెప్పాలని అనుకోలేదు. కానీ చెబుతాను. నాలుగరోజుల క్రితం మా శేఖర్ ఫోన్ చేశాడు. ఒరే మురళీ నేను వచ్చేస్తున్నాను కాసుకో" అన్నాడు. నాకు అర్థం కాలేదు. అయినా "రారా" అన్నాను. "ఎందుకు వస్తున్నావు ఏంటి అని అడగవా" అన్నాడు. "ముందు రారా, తరువాత చెప్పుకోవచ్చు" అన్నాను. "తరువాత ఎందుకు ఇప్పుడే చెబుతాను కాసుకో, నేను ట్రాన్స్ఫర్ మీద వచ్చేస్తున్నాను. ఏ ఊరో చెప్పుకో" అన్నాడు. నేను కొంచెం ఆలోచించాను. ఏ ఊరో వస్తున్నాడు అనుకుంటున్నాను. "ఏరా వెలిగిందా" అన్నాడు. "నువ్వే చెప్పరా" అన్నాను. "రాజమండ్రి రా.. ఇంకెక్కడికి వస్తాను అనుకున్నావు" అన్నాడు శేఖర్. "నా గుండె కొట్టుకుంటోంది" అన్నాడు మురళి. "ఎందుకు మీకు కంగారు" అంది నీలిమ.

ఏమి చెప్పాలో తెలియక ఇప్పుడెలాగ అనుకుని "అదేం లేదు నీలిమా. ఎందుకో కంగారుగా అనిపించింది" అన్నాడు మురళి. అతను చెప్పనప్పుడు ఎందుకని, ఇంక ఆ విషయం రెట్టించక "పోనీలెండి రాజమండ్రి బాగుంటుంది" అంది నీలిమ.

"అవును రాజమండ్రి బాగుంటుంది. అందుకే వస్తున్నాడు. వాడితో పాటు కృష్ణప్రసాద్ కూడా వస్తున్నాడు" అన్నాడు. "అదేమిటి అలా అంటున్నారు కృష్ణప్రసాద్ రాడా" అంది నీలిమ.

వాడు రాడా అంటే వస్తున్నాడు. కానీ వాడి ఊహలు ఆకాశ వీధుల్లో విహరిస్తాయిట. వాడు పెంకి ఘటంరా. చెప్పిన మాట వినడు అని విసుకున్నాడు శేఖర్.

"అలా విసుక్కోకురా.. వాడికి చిన్నతనం" అన్నాను నేను. ఆ మాటకు వాడు "ఒరే వెర్రిబాగులవాడా.. వాడి మీద ఆశలు పెట్టుకోకు. వాడు నిన్నూ, నీ కూతుర్ని కలిపి అమ్మేస్తాడు" అన్నాడు. "అలా అనకురా, చిన్నతనంలో అలాగే వుంటారు" అన్నాను నేను అని ఊరుకున్నాడు మురళీ.. "ఏంటి మీరనేది, అర్థమయ్యేటట్టు చెప్పొచ్చు కదండీ" అంది ఆసక్తిగా నీలిమ.

"అదా.. వాడు పుట్టని క్రితం జ్యోతికి కొడుకు పుడితే నీ అల్లుడు రా.. అనేవాడు శేఖర్. నేను కూడా నాకు అల్లుడే పుడతాడు అనేవాడిని. అలాగే మగపిల్లాడు పుట్టాడు. నీకు అల్లుడు పుట్టాడురా అని ఫోన్ చేసి చెప్పాడు ఎంతో ఆనందంతో. నేను ఆనందించాను" అన్నాడు మురళి.

"మీ కోరిక తీర్చడానికి జ్యోతి మళ్ళీ మగబిడ్డను కందన్న మాట" అంది నీలిమ. మురళీ మాట ఆగిపోయి చూస్తున్నాడు. నీలిమ ఏమంది మళ్ళీ మగపిల్లాడిని కంది అంది.

అంటే కిరణ్ కూడా జ్యోతికి కలిగిన సంతానమే అనుకుంటుందన్న మాట, అంటే ఆ విషయాలు నీలిమకు తెలియవు కదూ... అనుకుని "అవును" అన్నాడు.

మురళికి గతం అంతా కళ్ళ ముందు తిరిగింది. చాలా జాగ్రత్తగా మాట్లాడాలి అనుకుంటున్న మురళిని చూసి "మీరు నాకు ఏమి చెప్పాలనుకుంటున్నారో.. ఏది నా దగ్గర దాచాలనుకుంటున్నారో నాకైతే అర్థం అవడం లేదు" అంది నీలిమ.

"నీలు, నీ దగ్గర నేనేమీ దాచాలనుకోవడం లేదు. మా ఇద్దరి స్నేహాన్ని బంధుత్వంగా మార్చాలన్నది నా కోరిక. ఆ కృష్ణప్రసాద్ ను నా అల్లుడిగా చేసుకోవాలన్నది నా ఆశ అప్పుడు. ఇప్పుడు ఏమి జరుగుతుందో" అన్నాడు మురళి ఆలోచనగా చూస్తూ.

"అలాగే చేద్దాం. మీ ఆశ తీర్చుకోండి. మానడం ఎందుకు, నేను వద్దంటానని మీ భయం" అంది నీలిమ.

"కాదు నీలు, పిల్లలు మన మాట వినాలి కదా రోజులు ఎలా వున్నాయి. పెళ్ళిళ్ళల్లోనే గొడవలు మొదలవుతున్నాయి. దాని మనసులో ఏముందో ఏమో" అన్నాడు మురళి.

"మన పిల్ల మనమాట కాదనదు అయినా అడిగి తెలుసుకుని ఆ పెళ్ళి జరిగేలా మనం కూడా ప్రయత్నిద్దాం" అంది నీలిమ.

"పోనీలే నువ్వు మంచి మాట అన్నావు. ఏనాటి మాటకో ఆ పెళ్ళి చేస్తావా అని, నా పిల్లని వేరే వాళ్ళకు ఇచ్చి చేస్తాను అనకుండా మంచి మాట అన్నావన్నాడు" మురళి ఆనందంగా చూస్తూ.

"ఇంతకీ శేఖర్ అన్నయ్యగారు రాజమండ్రిలో ఎక్కడుంటారు. ఇంకా ఇల్లు చూసుకోలేదు. కదూ" అంది నీలిమ.

"వాళ్ళ బాబాయ్ గారి ఇంట్లో దిగుతాడు. వాళ్ళ రంగనాథ్ బాబాయి గారు రిటైర్డ్ అయిన తరువాత రాజమండ్రిలో ఇల్లు కొన్నుకున్నారు" అన్నాడు మురళి.

"కాబోయే వియ్యంకులు దగ్గరకు వస్తున్నారన్న మాట" అంది నీలిమ.

"చూద్దాం భగవంతుడు ఎలా చేస్తాడో" అన్నాడు మురళి లైటు తీసేస్తూ. నీలిమ నిద్రలోకి జారుకుంది.

మురళికి నిద్ర రావడం లేదు. "ఇప్పుడేమి జరుగబోతోంది. మళ్ళీ తను ఏమి చూడబోతున్నాడు. శేఖర్ రాజమండ్రిలో స్థిరపడాలన్న కోరిక వెనుక కారణం ఏమిటో

తనకు తెలుసు. ఇప్పుడు ఏమి చెయ్యాలి? శేఖర్ వస్తే కృష్ణవేణిని కలువక మానడు. ఆమెను బయటకు తీసుకువస్తాడు. అలా చెయ్యాలనే ఇలా వస్తున్నాడు. ఆమెను బయటకు పంపుతారు. వాడికి జీవితం ఇచ్చి తను మసిబారిపోయిన కృష్ణవేణికి వెలుగు రావడం మంచిదే. కానీ ఏమి జరుగుతుందో... జరిగిన కథలో తను సాక్షిగా నిలబడవలసి వస్తుందేమో? అన్ని విషయాల్లోనూ శేఖర్ చెయ్యి పట్టుకుని తోడుగా నిలిచిన జ్యోతికి ఇప్పుడు కృష్ణవేణి గురించి తెలిసిపోతుందేమో, జ్యోతి ఏమి చెయ్యగలదు. పిల్లలు పెళ్ళీడుకు వచ్చేసారు. వాళ్ళకు పెళ్ళిళ్ళు చెయ్యాలి.

ఇంతకాలం గడిచిపోయినా వీడు కృష్ణవేణిని మరచిపోలేదు. ఇంక మరువడు. ఇప్పుడెలాగా ఆమె బయటకు వస్తే వీడు ఊరుకుంటాడా. గుండె గుడిలో దేవత కంట పడగానే మనసు ఆగుతుందా.. ఓ భగవాన్ ఇప్పుడేమి జరుగబోతోంది.

జరిగిపోయిన కథ పునరావృతం అవుతుందా? కట్టలు తెంచుకున్న ప్రేమను ఎవరు ఆపగలరు? వరద గోదావరిని చిన్న గట్లు ఆపగలవా? ఇప్పుడు తనేమి చెయ్యాలి? తన కూతుర్ని ఆ కృష్ణ ప్రసాద్ కు ఇచ్చి పెళ్ళి చెయ్యాలా? ఆ కృష్ణవేణికి, చంద్రశేఖర్ కు జరిగిన పెళ్ళికి సాక్షిగా నిలవాలా?

భగవంతుడా అంతవరకు వస్తే శేఖర్ తనను సాక్షిగా పెట్టి కిరణ్ బాబు కూడా తన కొడుకే అని చెప్పడానికి వెనకాడడేమో. ఆమెకు ఆనందం కలిగించడానికి చేసే పనిలో భాగమే కిరణ్ బాబు ని ఇన్స్పెక్టర్ కోర్సు చదివించాడు.

ఆమె ఆనందం కోసమే ఆమె పేరు పెట్టుకున్నాడు. ఇంకా ఏమి చేస్తాడో?" అనుకుంటూ కళ్ళు మూశాడు మురళి.

★★★.

హైదరాబాద్ నుంచి గౌతమీ ఎక్స్‌ప్రెస్ ఒక గంట లేటు అని ఎనౌన్స్మెంట్ వచ్చినా ఆ సమయం కూడా దాటిపోతోందని మురళి వాచి చూసుకుంటున్నాడు. గౌతమీ నెం.1 ప్లాట్ఫారం మీదకు వస్తోందని చెబుతున్న వార్త విని కాఫీ చప్పున తీసుకుని స్టేషన్లోకి వచ్చాడు. రాజమండ్రి పెద్ద స్టేషన్, చాలా రద్దీగా వుంది.

రైల్వే కూలీలు, పాసింజర్లు, బంధువుల రాక కోసం చూసే వాళ్ళు, కాఫీ, టీ, అమ్మేవాళ్ళు, పళ్ళ బండ్లు తోసుకుంటూ పళ్ళ వ్యాపారస్తులు, ఇడ్లీ, ఆమ్లెట్ బండి వాళ్ళు, చాలా కంగారుగా వున్నారు. కూ.. అని కూత వేసుకుంటూ గౌతమీ ఎక్స్‌ప్రెస్ వచ్చేస్తుంది.

శేఖర్ వస్తున్నాడనే ఆనందం కొంత, భయం కొంత కలిసి మురళిని కదిలిస్తున్నాయి. బండిలో డోర్ దగ్గరకు వచ్చి నుంచున్న చంద్రశేఖర్ మురళి కోసం ఎదురు చూస్తున్నాడు. ఒకరినొకరు చూసుకుని ఆనందంతో చెయ్యి ఊపుకుంటున్నారు.

ట్రైన్ దిగిన జ్యోతి మురళిని ఆనందంతో పలుకరించింది. శేఖర్ ఒకసారి మురళిని కౌగిలించుకున్నాడు. చిన్ననాటి స్నేహం మళ్ళీ దగ్గరైనట్టు మళ్ళీ ఆ స్నేహితులు ఒకరినొకరు ఆలింగనం చేసుకున్నారు.

"మీ నాన్నగారి స్నేహితుడు మురళి మావయ్య అని చెప్పానే ఇతనే" అంది జ్యోతి.

"తెలుస్తోంది లే" అన్నాడు కృష్ణ ప్రసాద్.

"ఒరే మురళీ, వీడే నా ముద్దుల కొడుకు కృష్ణప్రసాద్" అన్నాడు శేఖర్.

అందమైన అతని రూపాన్ని తేరిపార చూస్తున్నాడు మురళి. ఇష్టం లేనట్టు చూస్తూ "నమస్తే అంకుల్" అన్నాడు కృష్ణప్రసాద్.

అప్రయత్నంగా మురళి చెయ్యి అతని వీపుతట్టి చేయి పట్టుకుని ఊపింది. "నేను గుర్తున్నానా" అన్నాడు మురళి.

"తలూపాడు కృష్ణప్రసాద్".

"చిన్నా... నీకు గుర్తుందా, ఒకసారి మన ఇంటికి వచ్చారు కదా అంకుల్" అంది జ్యోతి.

"అవునన్నట్టు తలూపాడు".

"చిన్నాన్న గారు ఇంకా రాలేదు చూద్దాం రారా మురళీ" అన్నాడు శేఖర్ మురళి చెయ్యి పుచ్చుకుని.

"పెళ్ళికొడుకు ఎలా వున్నాడు? చిన్న పెళ్ళికొడుకు బాగున్నాడా" అన్నాడు శేఖర్.

"ఆ బాగానే వున్నాడు. పెద్ద పెళ్ళికొడుకు ఎప్పుడు వస్తాడు? వాడిని కూడా చూడాలని వుంది" అన్నాడు.

"మురళి, ఏం రా.. నా మొఖంలో నీకు పెళ్ళికళ కనిపించడం లేదా" అన్నాడు శేఖర్. ఆ మాట విన్న మురళి వీపుమీద ఎవరో చరిచినట్టయింది.

"నన్ను ముసలాడి కింద జమకట్టేసి అలా కొట్టిపారెయ్యకు. ఏదో ఈ మధ్య రెండు తెల్ల వెంట్రుకలు వచ్చాయి. అంతేకానీ నా గ్లామర్ తగ్గలేదు" అన్నాడు శేఖర్.

"అవును నాయనా ఏదో కొంచెం జుట్టు తెలుపు వచ్చినా నీ గ్లామర్ తగ్గలేదు. కొంచెం ఒళ్ళు చేసి నిండుగా వున్నావు" అన్నాడు మురళి.

"హమ్మయ్య! నా అందాన్ని నువ్వు మెచ్చుకున్నావురా! ఈ చిన్నోడు అస్తమానూ ఈ పెద్దాయన పెద్దాయనలా వుండరు. అన్నీ కావాలి అంటాడు. వాళ్ళమ్మదగ్గరకు వెళ్ళి, నన్ను ఒకచోట కూర్చోమనేలాగా వున్నాడురా వీడు. నీకీ బాధ లేదు. ఎంచక్కా ఆడపిల్లను కన్నావు. నీకు సపోర్టుగా వుంటుందా" అన్నాడు శేఖర్.

"ఆ.. నాకు సపోర్టుగానే ఉంటుంది. కానీ, ఆడపిల్ల ఎన్నాళ్ళుంటుందిరా" అన్నాడు మురళి.

"ఆ.. ఈ రోజుల్లో ఎవరైనా అంతేరా, ఎవరి దారిన వాళ్ళు వెళ్ళిపోతారు. ఎవ్వరూ మన దగ్గర వుండరు" అన్నాడు శేఖర్.

"ఏంటిరా విషయాలు" అన్నాడు మురళి.

"నువ్వే చెప్పాలి కృష్ణవేణి విషయాలు. ఈ మధ్య ఏమన్నా తెలుసుకున్నావా" అంటున్న శేఖర్ ను చూసిన రంగనాథ్ "ఒరేయ్ శేఖర్" అంటున్నారు.

"చిన్నాన్నా" అంటూ ఆయన దగ్గరకు నడిచాడు శేఖర్.

"హమ్మయ్య ఇప్పుడు ఆమె విషయాలు అడిగి ఈ ఆనంద సమయంలో నేను వెళ్ళలేదురా అంటే, కలత చెందుతాడేమో అనుకున్నాను. వీడు ఏ మాత్రం మారలేదు. పైగా నేను పెళ్ళికొడుకును అంటున్నాడు. వీడికి మనువలు పుట్టే సమయం వస్తోంది. ఇప్పుడు పెళ్ళి చేసుకుంటాడా. జ్యోతి ఎలా ఒప్పుకుంటుంది" అనుకుంటున్న మురళిని, "బాగున్నావా మురళి" అని పలుకరించారు రంగనాథ్.

అందరినీ చూసిన అనురాధ "పోనీలే వాసు, శ్రావణీ మాకు దూరంగా వున్నా నువ్వు, జ్యోతి మాకు దగ్గరగా వచ్చారు" అంది.

"అవును మనకు వీళ్ళు దగ్గరగా వచ్చారు . అన్నయ్యకు.. రామారావు, జానకికీ కూడా దగ్గరే. అందుకే వీడు ఈ ఊరు వచ్చాడు" అన్నారు.

"అవును చిన్నాన్నా అందరికీ దగ్గరగా వుండొచ్చునని ఈ ఊరు వచ్చాను" అన్నాడు శేఖర్.

"మంచిపని చేసావు" అంది అనురాధ.

"ఇల్లు దొరికేదాకా మీ ఇంట్లోనే వుంటాం పిన్నీ" అన్నాడు.

"అలాగే శేఖర్, ఇక్కడే వుండండి" అంది అనురాధ.

"మరి నేను బయలుదేరతాను" అన్నాడు మురళి.

"మురళీ ,మళ్ళీ వీలు చూసుకుని రారా" అన్నాడు శేఖర్.

★★★

ఈ మధ్య ఎందుకో తన తల్లి దగ్గర నుంచి ఎవ్వరూ రావడం లేదు. తల్లికి 'ఏమీ కాలేదు కదా' అనుకుని కంగారుపడి ,అమ్మా భవానీ... అని వేడుకుంది. ఎందుకో ఈ మధ్య మురళి గారు కుడా రావడం లేదు. ఎవరు ఎలా వున్నారో, చంద్రశేఖర్ ఎలా వున్నాడో? కిరణ్ బాబు ఎలా వున్నాడో? ఎక్కడున్నాడో? ఇప్పుడు ఎంత వున్నాడో అని ఆలోచిస్తోంది కృష్ణవేణి. చెట్టుకో పిట్టలాగా ఉన్న మా జీవితాలు కలిసి ఆనందంగా జీవించకపోయినా, ఒకరి యోగక్షేమాలు మరొకరు తెలుసుకుని బతుకులు గడుపుతుంటే చాలు అనుకుని రోజులు గడుపుతున్న తనకు ఈ మధ్య తన తల్లి విషయం కానీ, కిరణ్ బాబు విషయం గానీ తెలియడం లేదు. తనలాంటి వాళ్ళను చూసి తన బతుకు వెళ్ళదీస్తోంది. గీత, ఉషా ఎలా వున్నారో? ఏం చేస్తున్నారో... అనుకుంటుండగా, దూరంనుంచి వస్తున్న ఒకామెను చూసి "గీతా..." అంటూ పరుగు తీసింది. కృష్ణవేణి.

తనను కాదన్నట్టు వెళ్ళిపోతున్న ఆమెను చూసి, "గీతా" అంది మళ్ళీ కృష్ణవేణి. "నా పేరు గీత కాదు అంది" వెళ్ళిపోతూ ఆ అమ్మాయి. అక్కడే నుంచుని ఆమెను చూస్తూ ఉండిపోయింది. వాస్తవంలోకి వచ్చి ఆలోచించి ఏమిటి నేను చేసిన పని. నా గీత ఇంత చిన్న పిల్ల కాదు కదా. 20 సంవత్సరాల క్రితం చూసిన గీతలా వుంది. ఏమిటిది? ఈమె గీత కూతురు కాదు కదా అనుకుని ఆలోచిస్తోంది. వెళ్ళి నువ్వు గీత కూతురువా అని అడగాలనుకుంది. అలా కాదు ఎలా అడగాలి? అనుకుంటుండగా "ఏమిటి అలా చూస్తున్నావు. ఆ అమ్మాయి ఈ రోజే టీచర్ గా వచ్చింది" అంది అక్కడున్న ఒకామె. "అలాగా.. టీచర్ గా వచ్చిందా అయితే రోజూ వస్తుంది. మెల్లగా పరిచయం చేసుకుని మీ అమ్మ ఎవరు? ఆమె పేరేమిటి?" అని అడగాలి అనుకుని తన పనిలోకి వెళ్ళిపోయింది కృష్ణవేణి.

సోఫాలో కూర్చుని ఆలోచిస్తున్న పద్మను చూసి, "ఏంటే ఎప్పుడు వచ్చావు? అలా ఆలోచిస్తున్నావేంటి" అంది గీత.

"అమ్మా.. నీ వాళ్ళెవరైనా జైల్లో వున్నారా".. అంది అదోలా చూస్తూ పద్మ.

ఏమి చెప్పాలో తెలియక, ఏమి చెబితే ఏమంటుందోనని కృష్ణవేణి గురించిన విషయమేదో తెలియవస్తోందన్న ఆనందం లోలోన కలుగుతున్నా ఏమీ తెలియనట్టు చూస్తూ "ఎందుకలా అడిగావు" అంది గీత.

"ఎందుకడిగానా... ఎవరో ఒకామె నన్ను చూసి పరుగు పరుగున వచ్చి గీతా అంది ఆతృతగా చూస్తూ.. నేను అసలే బెరుకు బెరుకుగా వెళుతున్నాను. నేను వెళ్ళిపోతుంటే మళ్ళీ గీతా అంది. మతి బాగోలేదేమో అక్కడ తిక్క మనుషులు వుంటారు కదా అని నేను ఊరుకుని ఒకసారి ఆమెను చూసాను. కానీ ఆమె అలా లేదు. ఆమె గీతా అనే ఆమె కోసం చూస్తోందని అర్థం చేసుకుని నేను గీతను కాదు అని ముందుకు వెళ్ళిపోయాను. వెనక్కి చూసాను. ఆమె అలా చూస్తూ ఆలోచిస్తూ వుండిపోయింది. నేను తరువాత ఆలోచించాను" అంది పద్మ.

"ఏమని ఆలోచించావు" అంది గీత.

"ఏదో ఆలోచించానులే.. నువ్వు చెప్పు నీకు తెలిసిన వాళ్ళు ఎవరూ లేరు కదా" అంది పద్మ.

"నేను నీకు ఇప్పుడు ఏమీ చెప్పలేను. రేపు మళ్ళీ వెళ్ళి ఏమి జరిగిందో నాకు చెప్పు" అంది గీత.

"అక్కడ నాకు అదోలా ఉందమ్మా... నేను వెళ్ళలేనమ్మా.." అంది పద్మ.

"అదేం లేదు... అలా అనకు బాగానే వుంటుంది. అక్కడ వున్న వాళ్ళు మనలాంటి వాళ్ళే. కర్మకొద్దీ వాళ్ళు హంతకులుగా అక్కడ వుంటారు" అంది గీత లోపలికి వెళుతూ.

"ఈమె మాటను బట్టి చూస్తుంటే అమ్మ గురించే అడిగి వుంటుందనిపిస్తోంది" అనుకొంటుంది పద్మ.

వీధిలోంచి వస్తున్న ప్రభాకర్, "ఏంటి పద్మా నీలో నువ్వే మాట్లాడేసుకుంటున్నావు" అన్నారు.

"డాడీ, మీకు చెబుతాను, ఫ్రెష్ అయ్యి రండి" అంది.

ప్రభాకర్ వచ్చి కూర్చున్నాడు. జరిగిన విషయం అంతా చెప్పి "ఇందులో ఏదో రహస్యం వుంది. మీకు తెలుసో, తెలియదో మీరు కూడా ఆ ఉద్యోగం వదలకు" అన్నారు.

"మీకు కూడా తెలుసా" అంది పద్మ.

ఇద్దరికీ కాఫీ ఇస్తూ, "ఏంటి తండ్రీ కూతుర్లు సమావేశం జరుపుతున్నారు. నాక్కూడా చెప్పొచ్చు కదా" అంది గీత.

"నీకు ముందే చెప్పేనమ్మా. కానీ నాకు నువ్వే నా సందేహం తీర్చలేదు" అంది పద్మ. గీత చూస్తూ నుంచుంది.

"చెప్పకూడని రహస్యం ఏముంది గీతా. ఎప్పటికైనా చెప్పాలి కదా చెప్పెయి రాదూ" అన్నాడు ప్రభాకర్.

"నీకు విషయమంతా తరువాత చెబుతాను. ఇప్పుడు నన్ను కంగారుపెట్టకు పద్మ" అంది గీత.

"అలాగేనమ్మా... నేను నీకు ఈ విషయంలో సహకరిస్తాను" అంది పద్మ. సరే నడవండి అలా బైటకి వెళ్ళొద్దాం అన్నారు ప్రభాకర్.

★★★

కారు డోర్ తీసి," ఈ అడ్రస్ చెబుతారా" అని రోడ్డు ప్రక్కన ఖాళీస్థలంలో షటిల్ ఆడుతున్న వాళ్ళలో ఒక అమ్మాయిని అడిగాడు కృష్ణప్రసాద్. ఇదే తిన్నంగా వెళ్ళి, అదిగో ఆ... లైట్ స్తంభం దగ్గర ఆగండి, అదే ఇల్లు అంది. అందమైన ఆ... అమ్మాయి మోము చూస్తూ వుండి పోయాడు కృష్ణప్రసాద్. ఆమె వెళ్ళిపోతుంటే...

"ఎక్కడన్నారు మళ్ళీ చెప్పండి" అన్నాడు.

"చెప్పేను. కదండీ... అదే ఆ లైటు స్తంభం దగ్గర అడగండి. అదే ఇల్లు" అంది తన ఆటకు వెళ్ళిపోతూ.

కారు నడుపుకొని ముందుకు వెళ్ళిపోతూ ఆడుకుంటున్న అమ్మాయిలను చూస్తున్నాడు కృష్ణప్రసాద్. "ఎదురుచూడు నాయనా..." అన్నాడు చంద్రశేఖర్.

"ఎదరే, చూస్తున్నానండీ. అదే ఇల్లుట" అన్నాడు కృష్ణప్రసాద్.

లోపలకొస్తున్న శేఖర్ కుటుంబాన్ని చూసి, "ఒరే... ఏంటిరా ఈ సర్ప్రైజ్, ఒక్క ఫోన్ చెయ్యవచ్చు కదా" అంటూ ఎదురు వెళ్ళేడు మురళీ.

"మనలో మనకి ఫోనెందుకురా ఇలా చేస్తే ఇదో థ్రిల్లింగ్ కదా" అన్నాడు శేఖర్.

"నీలిమా... శోభనా.. ఎవరొచ్చారో చూడండి" అని పిలిచాడు మురళి. నీలిమ వచ్చి వాళ్ళను లోపలికి ఆహ్వానించింది.

"అమ్మాయి ఏదీ" అన్నాడు మురళి.

"బయటకు వెళ్ళింది" అంది నీలిమ.

"ఎక్కడికి వెళ్ళింది" అన్నాడు.

"అక్కడ ఆడుకుంటున్నారు" అంది.

"నేనే పిలుచుకు వస్తాను" అని బయటకు వెళుతుంటే.. తనింటికేమోనని చూసిన శోభనకు, తండ్రి రాక చూసి తన కోసమే వస్తున్నారు. అయితే ఆ వచ్చిన వాళ్ళు పైన వాళ్ళింటికి కాదు అనుకుని బయలుదేరింది. తనకేసి చూస్తున్న అతన్ని చూసి సిగ్గుపడి చప్పున వెళ్ళిపోయింది.

"ఈ అమ్మాయి మీ అమ్మాయా" అన్నాడు శేఖర్.

'అవునురా' అని పిలిచి పరిచయం చేసాడు మురళి. ఇంటిదారి చెప్పిన పిల్ల ఈ ఇంటి పిల్లేనా అనుకుని ముసిముసి నవ్వులు నవ్వుకున్నాడు కృష్ణప్రసాద్.

నీలిమా, జ్యోతి మాట్లాడుకుంటున్నారు. తన గదిలో కూర్చుని వింటోంది శోభన. "జ్యోతి! నేను, మురళి ఒకసారి బయటకు వెళ్ళొస్తాం" అన్నాడు శేఖర్.

"శోభనా! కృష్ణప్రసాద్ తో మాట్లాడు, అలా గదిలో కూర్చున్నావెందుకు" అంది నీలిమ. శోభన రాలేదు." రామ్మా.." అంది మళ్ళీ.

"పోనీలెండి ఆంటీ, నాకు టివి వుంటే చాలు" అన్నాడు కృష్ణప్రసాద్. ఇదే సమయమని ఇద్దరూ బయటకు జారుకున్నారు.

"ఏంటిరా విశేషాలు.. వాతావరణం అలవాటయిందా" అన్నాడు మురళి.

"ఏం వాతావరణమో ఏమిటోరా.. ఒక్కసారి కూడా కృష్ణవేణిని చూడ్డానికి వెళ్ళలేదు. వీడు నన్ను కదలనిస్తే కదా.. నక్షత్రకుడులా దాపురించాడు. పెద్దాడు వచ్చాక నేను వాడితో వెళ్ళి, ఆ జైల్లో వున్న వాళ్ళకు స్వీట్స్ పంచిపెట్టే కార్యక్రమం పెట్టుకుంటాను" అన్నాడు.

"మగాళ్ళకే పెట్టనిస్తారు నాయనా నిన్ను" అన్నాడు మురళి.

"శకుని పక్షిలా అనకురా" అన్నాడు శేఖర్.

"నాకలాగే అనిపిస్తోంది" అన్నాడు మురళి.

"అయితే మళ్ళీ నల్ల ముసుగుకు పనిచెబుతాను. కాళ్ళపట్టీలు ఎక్కడ కొనాలి. ఆ వేషంలో ఈ వెధవకి దొరికిపోయాననుకో గోదాట్లో ముంచేస్తాడు. వీడంతటి వాడు" అంటున్న శేఖర్ మాటకు పగలబడి నవ్వేస్తున్నాడు మురళి.

"ఒరే నవ్వకురా.." అన్నాడు శేఖర్.

"నువ్వు చెప్పే విధానానికి నవ్వుతున్నాను కానీ లోపల భయపడుతున్నానురా" అన్నాడు మురళి.

"భయం వున్నా తప్పదు రా..! కిరణ్ బాబు వచ్చాక అందరినీ పిలిచి అన్ని విషయాలు అందరి ముందు చెప్పేస్తాను. ఎవ్వరికీ భయపడను. నువ్వు కూడా నా దగ్గర వుండు సుమా.. మా మాంగల్య బంధం, శారీరక బంధం, ఆనాటి నుంచీ నాలో దాగి వున్న ప్రేమానుబంధం, మా తొలి కలియకలో కలిగిన సంతాన బంధం, కిరణ్ జననం, వీటన్నిటికీ మించి ఆమె చేసిన త్యాగం, నేను చేసిన దారుణం గురించి మొత్తం అందరికీ చెబుతాను. ఇన్ని బరువులు నేను మోయలేను. బంధువులు ముందు అంటే అత్తగారు, మావయ్య, అమ్మ, నాన్న, జ్యోతి, పిల్లలు వీళ్ళకు చెప్పేస్తాను" అన్నాడు శేఖర్.

"అలా చెప్పేస్తే ఏమి జరుగుతుందో అని నేను భయపడుతున్నాను" అన్నాడు మురళి.

"ఏమి జరుగుతుంది" అన్నాడు శేఖర్.

"జ్యోతి ఏమంటుందో అని భయంగా వుంది" అన్నాడు మురళి.

"చెబితే జ్యోతి ఏమి అనుకుంటుందో అనుకుంటే, చెప్పకపోతే చాలా ప్రమాదాలువున్నాయి. నీకు గుర్తుందా.. కిరణ్ ను తీసుకుని నేను జ్యోతిని పెళ్ళి చేసుకుందుకు వెళ్ళినపుడు మా అమ్మ ఏమంది. కిరణ్ నీ కొడుకు అని చెప్పమంది. నువ్వుకూడా ఒప్పుకున్నావు. అప్పుడు కిరణ్ చిన్న పిల్లాడు కనుక వాడికి తెలియదు. కానీ ఇప్పుడు మళ్ళీ మా అమ్మ వీడు నీ ఫ్రెండ్ కొడుకు కదా, వీడికి ఆస్తి ఎందుకు? నా వారసుడు కృష్ణప్రసాద్, అంతా వాడికే దక్కాలి అందంటే అప్పుడు ఏమి చెయ్యగలం? పైగా కృష్ణవేణి ఫ్రెండ్స్ కు తెలుసుకదా.. ఆ గీత అనే ఆమె కదా నాకు చెప్పింది. కిరణ్ బాబు మీ కొడుకు, కృష్ణవేణి పవిత్రంగా కంది అని చెప్పింది. ఆమె ఎప్పుడైనా కనిపించి, కృష్ణవేణి కొడుకు ఎలా వున్నాడు అని నన్నడిగితే అప్పుడైనా ఈ రహస్యం కొంచెం బయటపడుతుంది. కనుక అలాంటివి ఏమీ జరుగకముందే నేను అందరిని పిలిచి అన్ని విషయాలు చెప్పేస్తాను" అన్నాడు శేఖర్.

"అవునురా ఆ గీతే చెప్పింది కదా.. నీకింకా గుర్తుందా" అన్నాడు మురళి.

"మరచిపోతే కదా" అన్నాడు శేఖర్.

"సరే, అలాగే చెబుదువు గాని" అంటున్న మురళికి సెల్ మోత వినిపించింది.

శోభన, "డాడీ మీరు అంకుల్ని తీసుకుని రమ్మనమని అమ్మ చెప్పింది" అంది.

"సరే వస్తున్నాం" అన్నాడు మురళి.

అతిథి మర్యాదలు స్వీకరించి వెళ్ళిపోతున్న మిత్రుణ్ణి సాగనంపడానికి మురళి, నీలిమ కారు దగ్గరకొచ్చి నుంచున్నారు. శోభన అరుగు మీద నుంచుని చూస్తోంది. కృష్ణప్రసాద్ చిలిపి చూపులతో శోభనా.. బై.. బై.. అంటూ చెయ్యి ఊపుతూ కారు ముందుకు పోనిచ్చాడు.

★★★

"కృష్ణవేణీ.. ఇంక నువ్వు బయటకు వెళ్ళిపోతావ్, ఎక్కడుంటావు" అంది మేరీ.

"ఏమోనమ్మా ఏమీ తెలియడం లేదు. ఎక్కడుండాలో, ఎలా వుండాలో అన్న ఆలోచనలో తలనొప్పి కూడా వస్తోంది" అంది కృష్ణవేణి.

"నువ్వేమీ అనుకోకపోతే నేనొక మాట చెబుతాను" అంది మేరీ.

"చెప్పండి" అంది కృష్ణవేణి.

"నాకు తెలిసిన ఇన్స్పెక్టర్ ఒకాయన వున్నారు. ఆయనకు భార్య లేదు. నీ గురించి అంతా తెలుసు. నిన్ను పెళ్ళి చేసుకుంటారుట. అదీ నీకు ఇష్టం అయితేనే" అంది మేరీ.

"వద్దమ్మా.. స్త్రీకి ఒక్కసారే పెళ్ళి జరుగుతుంది. అది నాకు జరిగినట్టే. ఈ మంగళ సూత్రం నా మెళ్ళో కట్టిన ఆ మనిషి వున్నారు. ఇంక ఎవ్వరూ నాకు వద్దు" అంది.

"మరి ఆయన దగ్గరకు వెళతావా" అంది మేరీ.

"వెళ్ళను, ప్రశాంతంగా జరిగిపోతున్న ఆయన సంసార జీవితంలో నేను వెళ్ళి కలతలు రేపుతానా" అంది.

"మరి నీ బిడ్డ దగ్గరకు.." అంది మేరీ.

"అసలు వెళ్ళను. నా నీడ వాడి మీద పడనివ్వను" అంది.

"మరి ఎక్కడ వుంటావు" అంది.

"అమ్మ నా కోసం చూస్తోంది. ఆమెను తీసుకుని ఏ దూర ప్రాంతానికో పోయి, ఏ అనాథాశ్రమంలోనో, వృద్ధాశ్రమంలోనో పనిచేసుకుని అమ్మను చూసుకుంటూ బతుకు సాగించాలని వుంది" అంది కృష్ణవేణి.

"నీ వయసంతా ఈ జైలు గోడల మధ్యే మసిబారిపోయింది. నిన్ను కావాలనే వాళ్ళు వున్నప్పుడు పెళ్ళి చేసుకుని సుఖపడు. నీ తల్లిని కూడా అక్కడే వుంచుకోవచ్చు కదా మరి. ఆలోచించు ఇంకొక్కసారి" అంది మేరీ.

"ఈ శరీరం మీద నాకు భ్రాంతి లేదు. ఈ జీవితం మీద ఆశ లేదు. అయినా తప్పదు. ఆత్మహత్య మహాపాతకం కనుక జీవించాలి.

అక్రూరుడు తెలిపినట్టు..

కలలం బోరెడి పుత్ర మిత్ర వనితా రాగ సంయోగముల్
జలవాంఛారతి, నెండమావులకు నాసల్ చేయుచందంబునం దలతున్
సత్యములందు మూఢుడ వృదాత త్వజ్ఞుడన్
నాకు నీ విలసత్పాద యుగంబు సూపి కరుణన్ వీక్షింపు లక్ష్మీపతీ॥

తొమ్మిది చిల్లుల తొలుతిత్తియేగాని కాంతి కల్గిన వజ్ర ఘటము కాదు నిమిష నిమిష మిందుండి నీచులూరునెగాని పునుగు జవ్వాజీలు పుట్టబోవు మలమూత్ర దుర్గంధ మాంసరక్తమె గాని ఘన సువాసనమైన, తనువు గాదు నీచమా ఇది వట్టి నీటి బుగ్గయె కాని కలకాలమిల లోన నిలువబోదు భ్రమల పుట్టించి, నమ్మించి మాసిపోవు నిట్టి దేహముపై భ్రాంతి మేలనీకు హృదయమా! నిన్ను రక్షించుదగు నీదు కన్న తండ్రియె గతిగాక గలరె యెరులు॥

అన్ని కళ్ళు మూసుకొని చదివేస్తున్న కృష్ణవేణిని చూసి ఆశ్చర్యం కలిగి "కృష్ణవేణీ.. ఎంత వైరాగ్య భావన ఏర్పడిపోయిందే నీలోను. ఇవన్నీ ఎవరూ నేర్పారే" అంది మేరి.

"పెద్దమ్మ నాకు ఇచ్చిన జ్ఞానసంపదమ్మా ఇది. ఆమె చదివిన ఈ పుస్తకాలు నాకు అమూల్యమైన ఆభరణాలు. ఈ భావనలు రావడానికి కారణం ఆ పెద్దమ్మేనమ్మా" అంది పెద్దమ్మను తలచుకుంటూ కృష్ణవేణి.

"చాలా మంచి విషయాలు చెప్పింది నీకు పెద్దమ్మ. ఇంకా ఏమేమీ వున్నాయో నాకియ్యి ఆ పుస్తకాలు. నేనూ చదువుతాను" అంది మేరీ.

"ఇస్తాను చదవండి" అంది.

"అయితే పెద్దమ్మ వల్ల నీకు ఇంత వైరాగ్యం అబ్బిందన్నమాట" అంది మేరీ.

"నా మనస్థితికి ఆమె చెప్పే మాటలు హత్తుకుపోయి నాకు కావలసిన జీవితం నాకు దొరకలేదు. అప్పుడు ఎవ్వరూ నా మెడలో తాళి కట్టరు అన్నారు. పోనీలే అని ఊరుకున్నాను. అతను కడతారేమోనని అడిగాను, కట్టారు. బిడ్డ కూడా పుట్టాడు. చాలు ఇంక మళ్ళీ అలాంటివి ఏమీ వద్దు నాకు" అంది కృష్ణవేణి.

"సరే అయితే ఆ మాట చెప్పేస్తానులే" అంది మేరీ.

★★★

"ఇదిగో ఇలా రండి" అంది జ్యోతి.

"ఏంటీ" అన్నాడు శేఖర్ విసుగ్గా.

"ఏంటి అంత విసుగు ఇలా రండి" అంది మళ్ళీ.

"నేను రాను" అన్నాడు.

"రండి బావా.." అంది.

"ఈ బావా అన్న మంత్రం తోటే నన్ను నీవశం చేసుకున్నావు కదే.." అంటూ జ్యోతి దగ్గరకు వచ్చాడు.

"మీరేమీ నా వశం అయిపోలేదు కానీ ఆ మాటలు వినండి" అంది.

" విషయం ఏంటో చెప్పు" అన్నాడు.

"మీ చిన్న కొడుకు వాడి ఫ్రెండ్ కి శోభన అందాన్ని వర్ణించి చెబుతున్నాడు. ఆంటీ కూడా బాగుందిరా అంటున్నాడు" అంది.

"ఆంటీ మాట వీడికెందుకు. ఇలాంటి కొంటి కోనంగి కొడుకుని కన్నావేంటే. వీడ్ని చూస్తుంటే నా ఒళ్ళు మండిపోతోంది" అన్నాడు.

"ఎందుకండి వీడిని ఈ మధ్య అంతగా కసురుకుంటున్నారు. ఏదో చిన్నతనం. ఫ్రెండ్స్తో చెప్పుకునేటప్పుడు అలా అందరి గురించి చెప్పేటపుడు, ఆంటీ కూడా బాగుంది అన్నాడు. మీరు దానికింతగా వాడ్ని అనేయాలా. ఏదో చిన్నతనం" అంది.

"కాదు జ్యోతి, వీడు ఈ మధ్య నాకు అన్నిటికీ అడ్డువస్తున్నాడు" అన్నాడు ఉక్రోషంగా.

"మీరు ఏమి చెయ్యాలనుకుంటున్నారు. వాడు ఏమి వద్దంటున్నాడు. నాకు చెబితే నేను వాడ్ని అడ్డు రాకురా అంటాను" అంది.

"ఆహా.... ఆహా.. ఏం చెప్పిందండీ. నేను ఈ రాణి గారికి చెబితే, ఈమె ఆ యువరాజు గార్కి చెబుతుందిట. అప్పుడు నేను నా దారిన నడవాలిట. గాడిద గుడ్డేం కాదూ. నాకు ఎవరైనా అడ్డొస్తే తాట లేచిపోతుంది" అన్నాడు.

"ఏంటి కొడతారా కొట్టండి. కొట్టండి" అని మీదకొస్తుంటే, "నీకు అసలు నేనంటే భయముందా, అలా మీదకు వస్తావా" అని ఆమెను గట్టిగా కౌగిలించుకున్నాడు.

"నాకంత ధైర్యం ఎక్కడుంది బావా.. నువ్వు కోపంగా చూస్తేనే నేను భరించలేను" అంది.

"నాకు తెలుసే జ్యోతీ, నా బంగారు కొండవే నువ్వు. ఈ బంగారు కొండకు ఏ కానుక ఇవ్వనా అని చూస్తున్నాను" అన్నాడు.

"మీ హోదాకు తగ్గట్టు బంగారం కొని కానుకగా ఇవ్వండి" అంది.

"నీకు చాలా బంగారం కొని ప్రజంట్ చెయ్యాలనుకుంటున్నాను. కానీ ఇంకో కానుక కూడా ఇవ్వాలనుకుంటున్నాను" అన్నాడు.

"ఏంటది" అంది.

"ఏంటా.. నేను మళ్ళీ పెళ్ళి చేసుకుంటాను" అన్నాడు.

"మీకు పెళ్ళా"... అని.. పగలబడి నవ్వింది.

నవ్వి నవ్వి.. "చేసుకోండి, మీ పెళ్ళికి నేనే మిమ్మల్ని ముస్తాబు చేస్తాను. మీ ఫస్ట్ నైటు నేను రూమ్ డెకరేషన్ చేస్తాను" అంటుంటే "వద్దులే ఫస్ట్ నైటుకు నేనే చేసుకుంటాను" అన్నాడు.

"ఏం నీ గదిలో స్వీట్స్ నేను తినేస్తానని భయమా. నేనేమీ తిననులే. పాపం ఆ పిల్లకు అన్నీ చెప్పాలి కదా" అంది.

"పిల్లా.." అన్నాడు. "మరి పిల్ల కాదా" అంది ."ముసలమ్మే ,బాబు ముసలమ్మ" అన్నాడు.

మళ్ళీ పెద్దగా నవ్వి "ముసలమ్మా, బావా ఎప్పుడూ ఇలాంటి జోకులెయ్యకు" అంది.

"జ్యోతీ... "నేను కొన్ని విషయాలు చెప్పాలి" అన్నాడు.

"ఏమీ చెప్పొద్దు" అని నవ్వుకుంటూ వెళ్ళిపోయింది.

మనుషులు అన్నవాళ్ళు కొంతమంది చెయ్యాలనో.. తప్పనిసరి అయ్యో తప్పులు చేస్తారు. ఆ తప్పు అంతటితో సరిపోక అది జీవిత సమస్యగా మారుతుంది కొందరికి. ఎప్పటి తప్పు అప్పుడే కప్పబడిపోతుంది కొందరికి. కానీ తనకు అగాధంలో పడిపోబోయే సమయాన వచ్చి, తనను బయటపడేలా తోసేసి తను అందులో పడిపోయింది. అలాంటి కృష్ణవేణిని మరచిపోలేను. తన కోసమే వచ్చి, తన బిడ్డను కన్న బిడ్డగా పెంచి.. పెద్ద చేసి, తన అడుగుల్లో అడుగేసి నడిచిన జ్యోతిని తను దూరం చేసుకోలేను? ఇప్పుడు ఏమి చెయ్యాలి? ఏమి జరుగబో తోంది? భగవాన్... అని ఆలోచిస్తూ పడుకున్నాడు శేఖర్. మనసు పరిపరివిధాల ఆలోచిస్తోంది. కృష్ణవేణి నా బిడ్డను నాకిచ్చేయండి అని కిరణ్ బాబును తీసుకెళ్ళిపోతే జ్యోతి భరించగలదా?

అలావద్దు అంటే కృష్ణవేణి ఒక్కత్తే ఎలా వుండగలదు? వాళ్ళ వాళ్ళు ఎవరన్నా వున్నారో ,లేదో? తనతో ఉంచుకోవడానికి జ్యోతి ఒప్పుకోదు. వేరే వుంచాలి. ఇవన్నీ ఎలా జరుగుతాయో, ఏమో? అంతా ఆ దేవుని దయ అనుకుని కళ్ళు మూసుకున్నాడు శేఖర్.

★★★

ఖాకీ డ్రస్ వేసుకుని తలుపు మీద లాఠీతో కొడుతూ "ఎవరండీ లోపల, జ్యోతమ్మ గారు లేరా" అంటున్న కిరణ్ బాబును చూసిన జ్యోతి ఆనందంతో వచ్చి, "నా బాబే, నా తండ్రే" అంటూ..." ఏమండీ, చిన్నా... " ఎవరొచ్చారో చూడండి అని కిరణ్ బాబుని ముద్దు పెట్టుకుంది.

"అరెస్ట్ చేయండి సార్" అంటూ రెండు చేతులు ఇచ్చిన తండ్రి కాళ్ళకు దణ్ణం పెట్టి లోపలకు వచ్చాడు.

"అన్నయ్యా! ఈ డ్రస్ నీకు చాలా బాగుందిరా. విప్పి నాకియ్యిరా.. వేసుకుంటాను" అన్నాడు కృష్ణప్రసాద్.

"ఒరేయ్ అలా వేసుకోకూడదురా" అన్నాడు కిరణ్ బాబు.

"అమ్మా నీ శ్రీరామచంద్రుణ్ణి చూసి అలా వుండిపోవడమేనా, మాకేమైనా ఇవ్వడం వుందా" అన్నాడు కృష్ణప్రసాద్.

జ్యోతి తేరుకుని.. "వుండు ముందు అన్నయ్యకు దిష్టి తియ్యని" అని వీధి అరుగు మీద దిష్టి తీసింది.

"అమ్మా.. ఏమిటిది" అన్నాడు.

"అన్నయ్యా.. ఇంకా రెండు రోజుల తరువాత కదా వస్తానన్నావు. ముందే వచ్చేసేవేంటి. నేను, నా ఫ్రెండ్స్ సరదాగా స్టేషన్కు వద్దామనుకున్నాము" అన్నాడు కృష్ణప్రసాద్.

"నువ్వు అలాంటిది ఏదో చేస్తావనే, నేను చాలా జాగ్రత్తపడి నాన్నకు ఒక్కరికే చెప్పి ఊరుకున్నాను. ఏ టైమో ఆయనకు చెప్పలేదు" అన్నాడు, జ్యోతి ఇచ్చిన కాఫీ తీసుకుంటూ.

"అయితే నడు చిన్నా.. అన్నయ్య డ్యూటీలో జాయిన్ అవుతాడు. నువ్వు, నేను చూసి వద్దాం" అన్నాడు శేఖర్.

"వద్దు డాడీ, నేను జాయిన్ అయ్యే వచ్చాను" అన్నాడు.

"అసిస్టెంట్ జైలర్ గా జాయిన్ అయ్యావా" అన్నాడు శేఖర్.

"అవును డాడీ" అన్నాడు.

"చాలా సంతోషం కిరణ్" అన్నాడు శేఖర్.

"కిరణ్ వచ్చాక వస్తానన్నారు. అందరినీ రమ్మన్నాను" అన్నాడు శేఖర్.

"మా నాన్న గారు, అమ్మా వస్తామన్నారు, కానీ రాలేదు. అమ్మకి బాగోలేదు అంట" అంది జ్యోతి.

"ఏమైంది అత్తయ్యకు" అన్నాడు శేఖర్.

"ఏమో వివరంగా చెప్పడం లేదు. వాళ్ళు వస్తారని నేనూ వెళ్ళలేకపోతున్నాను. వాళ్ళు రాలేదు. అందరూ ఒకసారే కిరణ్ వచ్చాక వద్దామని ఊరుకున్నారేమో" అంది జ్యోతి.

"మా చిన్నాన్న వస్తారన్నారు. ఇంకా రాలేదు ఏమిటో" అనుకుంటుండగా రంగనాథ్ అనురాధను తీసుకుని వచ్చాడు. "రండి రండి ఇప్పుడే అనుకుంటున్నాము" అన్నాడు పినతండ్రికి ఎదురెళ్ళి.

"ఏరా కిరణ్! నేను గుర్తున్నానా" అన్నాడు.

"మీరు గుర్తులేకపోవడం ఏంటి తాతగారూ" అన్నాడు కిరణ్.

"మనలో ఒక పోలీస్ ఆఫీసర్ వెలిశాడు ఇన్నాళ్ళకు" అని కిరణ్ వీపు మీద చరిచాడు ఆనందంతో రంగనాథ్.

అందరూ ఆనందంతో నవ్వుకున్నారు. అందరూ లోపలకు వెళ్ళారు. శేఖర్ ఒక్కడే వున్నాడు. రంగనాథ్ అదే అదను అనుకుని "శేఖర్! వచ్చాక ఆమెను చూసొచ్చావా" అన్నాడు.

"ఎవరిని చిన్నాన్నా" అన్నాడు.

మెల్లగా "కృష్ణవేణి"ని అన్నాడు.

శేఖరు గుండె ఆగిపోయినంత పని అయింది. అలా చూస్తూ వుండిపోయాడు. "చిన్నాన్నా! మనం అలా బయటకు వెళదాం నడవండి" అన్నాడు. సరే నడు అని మేము... అలా వాకింగు కి వెళ్ళివస్తాం అని చెప్పి ఇద్దరూ బయటకు వెళ్ళిపోయారు.

అలా గోదావరి గట్టు మీద ఏకాంత ప్రదేశంలో తలవంచుకుని కూర్చుని వున్న శేఖర్ కు దగ్గరగా కూర్చుని వీపు మీద చెయ్యి వేశాడు రంగనాథ్. "చిన్నాన్నా, కృష్ణవేణి మీకెలా తెలుసు" అన్నాడు శేఖర్ ఆయనకేసి చూస్తూ.

"అదా.. ఎలాగో తెలుసులే ఇప్పుడెందుకు కానీ, వెళ్ళావా లేదా" అన్నాడు.

"వెళ్ళాలని వుంది కానీ వీలు కుదరలేదు. వెళతాను, ఆమెను చూస్తాను" అన్నాడు.

"ఇంకేమీ తెలుసు మీకు చిన్నాన్న" అన్నాడు.

"నాకు చాలా తెలుసు. తెలిసిన విషయాలు తరువాత, ఇప్పుడేమి చేయాలనుకుంటున్నావు" అన్నారు రంగనాథ్.

"అయితే మీకు కిరణ్ బాబు గురించి విషయాలు కూడా తెలుసా" అన్నాడు శేఖర్.

"తెలుసు. వాడు నీ కొడుకే అని తెలుసు" అన్నాడు.

"హమ్మయ్య, మీకు తెలుసు అన్న మాట వింటే నాకు కొంచెం గుండె బరువు తగ్గింది. ఎవ్వరికీ తెలియని ఈ విషయాలు అందరినీ పిలిచి చెప్పాలనుకున్నాను. ఎలా చెప్పాలా అని కంగారుగా వుంది. ఏమి చెయ్యాలా అని గుండె కొట్టుకుంటోంది. నాకు కొంచెం ధైర్యం చెప్పి నాకు తోడుగా వుండండి చిన్నాన్నా" అన్నాడు.

"తప్పకుండా నీకు తోడుగా వుంటానురా శేఖర్. కానీ నువ్వు వెళ్ళి చూసిరా.. పాపం" అన్నాడు.

"వెళ్ళాలి, కానీ ఏదో భయం నన్ను ముందు కెళ్ళనివ్వడం లేదు" అన్నాడు శేఖర్.

"వెళ్ళు.. నీ కొడుకు ఈ జైల్లోనే ఉద్యోగం చేస్తున్నాడు. వాడు మన కొడుకు అని చెప్పి ఆమెకు ఆనందం కలుగజెయ్యి" అన్నాడు రంగనాథ్.

"అలాగే వెళతాను కానీ ముందు కిరణ్ కు అన్నీ చెప్పి వెళ్ళనా, చెప్పకుండా వెళ్ళనా అని ఆలోచిస్తున్నాను. అమ్మను, నాన్నను, అత్తయ్యను, మావయ్యను పిలిచి అందరికీ చెప్పాలని ఆలోచిస్తున్నాను" అన్నాడు శేఖర్.

"కంగారుపడకు. అన్ని విషయాలు అందరికీ చెబుదాం. కానీ ముందు కిరణ్ ను పిలిచి నాకు తెలిసిన మనిషిని చూడాలి, ముందు నీకు చెబుతున్నాను. ఎవ్వరికీ చెప్పకు అని చెప్పు. వాడు నీ మాట కాదనడు. అప్పుడు వెళ్ళి ఆమెను చూసిరా. పాపం నీ కోసం బెంగపెట్టుకుని ఎలా వుందో ఆ అమ్మాయి" అన్నాడు రంగనాథ్.

"సరే చిన్నాన్నా! మీ మాటలు నాకు ఎంతో ధైర్యాన్ని ఇస్తున్నాయి. నాకు చిన్నప్పటి నుంచి మా నాన్న కన్నా మీ దగ్గరే చనువు ఎక్కువ. మీరు ఈ విషయంలో నాకు తోవ చూపించారు. ఇక ముందు ఎలా చెయ్యాలో కూడా మీరు నాకు సలహా ఇవ్వండి. ఒక

పక్క మురళి, ఒక పక్క మీరు నన్ను ఈ సమస్య నుంచి ఒక తోవ చూపించాలి. ఎవ్వరికీ అన్యాయం జరుగకూడదు" అన్నాడు శేఖర్.

"ఎవ్వరికీ అన్యాయం జరుగదులేరా.. ముందు కృష్ణవేణిని చూసి వచ్చి నాకు చెప్పు" అన్నాడు రంగనాథ్.

★★★

ఏదో తెలియని ఆనందం కలిగి హృదయం గాలిలో తేలిపోతోంది. మనసు కృష్ణవేణి రూపాన్ని తరచి తరచి జ్ఞప్తికి తెచ్చుకుంటోంది. ఏ ఫోటోలోనూ ఆమె రూపం కనిపించక పోయినా కళ్ళుమూసుకుని ఆమెను తలచుకుంటేనే కళ్ళ ముందు కనిపించేస్తుంది ఆమె రూపం. హృదయంలో దాచుకున్న జ్ఞాపకాలు చెక్కు చెదరని శిల్పల్లాగా, హృదయంలో వుండి తలచుకోగానే కనిపించి కనువిందు చేస్తాయి, కలవరపెడతాయి. ఆనాడు తాళిబొట్టు పట్టుకుని తన కాళ్ళముందు కూర్చున్న తీరు, తన కళ్ళు ఎప్పటికీ మరువ లేవు. ఆ తొలి కలయిక, మధుర స్మృతులు తనని ఎన్నటికీ వీడలేవు, వీడిపోవు. ఆ.. ప్రియురాలి రూపాన్ని మళ్ళీ చూడబోతున్న అతని మనసుకు ఆనందం కలిగి, కూనిరాగం తీస్తోంది. జ్యోతీ, పిల్లలు లేచేటప్పటికి స్నానం చేసేయాలి అనుకుని. స్నానం చేసి పట్టుపంచె కట్టుకుని దేవుని గదిలోకి వెళ్ళాడు శేఖర్.

కళ్ళు తెరచి తెరవకుండా నిద్ర నటిస్తూ వున్న కృష్ణప్రసాద్ ఏంటి ఈయన ఇంత ఆనందంగా వున్నారు. నిన్న కూడా ఈయనలో కొత్త హుషారు కనిపించింది. ఆనందం వచ్చినప్పుడు తీసే కూనిరాగం ఈయన నోట వినిపించింది.

కృష్ణవేణీ... తెలుగింటి విరబోణీ నా ఇంటి అలివేణీ.. అన్న పాట ఆయన ఆనందంగా వున్నప్పుడు వినిపిస్తుందని తనకు గుర్తుంది. మళ్ళీ నిన్న రాత్రి ఆ పాట వినిపించింది. ఆ పాట ఆయన మనోల్లాసానికి గుర్తు. ఎన్నో సార్లు అది తను గమనించాడు. ఏమి జరుగుతుందో పరిశీలనగా చూడాలని పడుకుని ఆలోచిస్తున్నాడు.

కొత్త పెళ్ళికొడుకులాగా ముస్తాబైన భర్తను చూసిన జ్యోతి, "ఈ రోజు మీ డాడీ ఎంత హుషారుగా తయారయ్యారు, ఏమిటి విశేషం" అంది జ్యోతి.

"ఈ రోజు నేను, మా చిన్నాన్న అలా తిరిగి వస్తాం" అన్నాడు శేఖర్.

"డాడీ ఎలా తిరిగొస్తారు, కారు మీద మిమ్మల్ని నేను ఎక్కడికైనా తిప్పుతాను" అన్నాడు కృష్ణ ప్రసాద్.

"వద్దురా.. కృష్ణా.. నేను నడుపుకుని వెళతాను" అన్నాడు శేఖర్.

"అలా వద్దు. మీరు కారు నడుపవద్దు అన్నారు కదా డాక్టర్ గారు" అంది జ్యోతి.

"సరే జ్యోతి! మేం నడిచి, లేకపోతే ఆటో మీద వెళతాం" అన్నాడు శేఖర్.

"ఎందుకు డాడీ అందరం కలిసి, అలా తిరిగి వద్దాం. నేను మిమ్మల్ని తీసుకెళతాను" అనబోతుంటే, "వద్దురా.. కృష్ణప్రసాద్ అడ్డుపడకు" అన్నాడు.

"చిన్నతాతగారు ఏదో మాట్లాడిలిట నాతో. అందుకుని నన్ను ఒంటరిగా రమ్మన్నారు". అన్నాడు శేఖర్.

"సరే మీ ఇష్టం" అని లోపలికి వెళ్ళిపోయాడు కృష్ణప్రసాద్.

"జ్యోతీ వెళ్ళొస్తానోయ్" అన్నాడు నవ్వు లోపల దాచకుంటూ.. "వెళ్ళి రండి, తొందరగా వచ్చేయండి" అంది జ్యోతి.

గేటు దగ్గర నుంచొని మాట్లాడుకుంటున్న వాళ్ళను గమనించి, వాళ్ళ మాటలు వినిపించుకుంటున్న పద్మను వాళ్ళు చూడలేదు. "కృష్ణవేణితో మాట్లాడాక మా ఇంటికి వచ్చేయ్" శేఖర్ అని దూరంగా ఆగి వున్న ఆటో దగ్గరకు వెళుతున్న పెద్దాయనను, శేఖర్ అన్న వ్యక్తిని ఒకసారి పరికించి లోపలకు వెళ్లిపోయింది పద్మ.

అయితే ఈయన కృష్ణవేణికి కావలసిన వాడు అయివుండాలి అనుకుని తన క్లాస్ రూమ్ కుశ వెళ్ళినా దృష్టిమాత్రం కృష్ణవేణి మీదే వుంచింది పద్మ.

తన తండ్రి తనను నువ్వు పోలీస్ డిపార్టుమెంట్లో ఉద్యోగం చెయ్యాలి, జైలాఫీసర్ గా నిన్ను చూడాలి. నీ పర్సనాల్టీకి బాగుంటుంది. నువ్వు ఆ డ్రస్ వేసుకుని వస్తుంటే చూడాలని వుంది అనేటప్పుడు కాదు అనలేదు. తండ్రి కోర్కె తీర్చాలి అనుకున్నాడు. తమ్ముడు అలా వద్దు అని అడ్డుపడ్డా కానీ తను వినలేదు.

ఇప్పుడు తన తండ్రి, ఎవరో తన వాళ్ళు వున్నారు వాళ్ళను నేను చూడాలి అంటే ఎందుకు? ఎవరు? అని ఎదురు ప్రశ్న వేయలేదు. ఎవరయి వుంటారబ్బా.. అడిగి తెలుసుకోవాలని వుంది. కానీ చెప్పరేమో ఎందుకులే అనుకుంటున్న... కిరణ్ బాబుని 'సార్ ఎవరో మీ కోసం వచ్చారు' అన్న మాట విని, తేరుకుని... అక్కడున్న ఇంకో కానిస్టేబుల్ కు చెప్పి ,ఆయనకు అక్కడకు వెళ్ళే అవకాశం కలిగించాడు కిరణ్ బాబు.

"కృష్ణవేణీ, నీ కోసం ఎవరో వచ్చారు" అన్న చంద్రమ్మ మాటకు "ఎవరూ" అంది ఆమె దగ్గరకు వస్తూ... "ఏమో ఒకాయన వచ్చారు" అంది. 'ఒకాయనా..' అనుకుంటూ నడుస్తున్న కృష్ణ వేణి కళ్ళు అక్కడ వెదికాయి. అతని రూపం కనులతో

కాంచగానే కాళ్ళు తొందరగానే కదలసాగాయి. మళ్ళీ ఒక్కసారి ఆగాయి. ఆమె కోసం చూస్తున్న చంద్రశేఖర్ జీరబోయిన కంఠంతో "కృష్ణవేణి" అన్నాడు.

చల్లగాలి సోకిన కారు మేఘం వర్షించినట్లు ఆమె కళ్ళు వర్షిస్తున్నాయి. అనారోగ్యం పాలై లోకమంతా శూన్యంగా గోచరిస్తున్న సమయంలో వేణునాదంలా వినిపించింది ఆ పిలుపు, ఇన్నాళ్ళ ఎడబాటుకు విసిగిపోయిన మనసు ఆమెను చూడగానే మూగవేదన అనుభవిస్తోంది. కళ్ళు చెమర్చాయి. ఒకరి మీద ఒకరికి ఉన్న ప్రేమ ఆ కన్నీరు వ్యక్తపరుస్తోంది. కళ్ళు తుడుచుకుని బాధను మింగేసి అతనికేసి చూస్తుంది కృష్ణవేణి.

అదే పరిస్థితిలో ఉన్న శేఖర్ జేబురుమాలు కళ్లకు పెట్టుకున్నాడు. ఒక్క నిమిషం వారి మనోవేదన కళ్ళల్లోంచి కారిపోయింది. ముందుగా తేరుకున్న శేఖర్ "కృష్ణవేణి ఎలా ఉన్నావు" అన్నాడు. బాగానే ఉన్నాను అన్నట్టు తల ఊపి, జీరబోయిన కంఠంతో "మీరు ఎలా ఉన్నారు" అంది.

"బాగానే ఉన్నానులే, నువ్వు ఎందుకు చాలా చిక్కిపోయావు" అన్నాడు.

"లేదు బాగానే ఉన్నానండి" అంది.

"లేదు కృష్ణవేణి, బాగా నీరసంగా అయిపోయావు" అన్నాడు.

ఈమధ్య జ్వరం పడ్డాను దానివల్ల అలా ఉన్నాను అంది. "ఇప్పుడు జ్వరం తగ్గిందా" కృష్ణవేణి అన్నాడు. ఇప్పుడు బాగానే ఉంది అంది.

"ఇంక మనకు దూరం ఉండదు, బెంగ పెట్టుకోకు. నేను వచ్చేసాను" అన్నాడు.

"మీరు ఇటు వచ్చేసారా" అంది ఆతృతగా.

"నీకు దగ్గరగా వచ్చేసాను, నీ కోసమే వచ్చేసాను" అన్నాడు.

"ఈ ఊరు వచ్చేసారా" అని ఆనందంతో తబ్బిబ్బైపోయింది. నోట మాట రావడం లేదు. చెట్టుకో పిట్టలా విడిపోయిన తమ జీవితాల గురించి తలచుకుంటూ విచారిస్తూ, ఎవరి రాక కోసం ఆశగా ఎదురుచూస్తూ జీవిస్తుందో, ఆ మనిషి కనిపించి నీకోసం వచ్చేసాను అంటే, ఆ ఆనందం ఆ గుండె మోయలేకపోతోంది. కొంచెం తేరుకుని.. "ఎంత కాలమైనా నన్ను మరిచిపోకుండా నా కోసం వచ్చారా" అంది.

"నిన్ను మరచిపోవడమా, అది నాకు జరిగే పనేనా" అన్నాడు.

ఆ మాటకు ఆమె కళ్ళు నుంచి వస్తున్న ధారలు తుడుచుకుంటుంది. "బాధ పడకు కృష్ణవేణి" అన్నాడు.

"కృష్ణ ప్రసాద్ ఎలా ఉన్నాడు" అంది.

"కృష్ణప్రసాద్, ఆ పేరు నీకు గుర్తుందా" అన్నాడు.

"ఎలా మర్చిపోతాను, మీరు అభిమానం ఉంచుకుని పేరు పెట్టుకున్నారు కదా. నాకు ఆ పిల్లాడిని చూడాలని ఉంది" అంది.

"ఇంకెవరిని చూడాలని ఉందో చెప్పు" అన్నాడు.

ఒక్క నిమిషం ఉండి... "ఆవిడ బాగున్నారా, ఆడపిల్లలు ఉన్నారా" అంది.

"ఆవిడ బాగానే ఉంది అమ్మాయిలు లేరు" అన్నాడు.

"అయితే ఒక్కడే అబ్బాయా" అంది.

"నాకు ఒక్కడే అబ్బాయి, నీకు ఒక్కడే అబ్బాయి" అన్నాడు.

"నాకు ఒక్కడే అయినా ఎవరో పెంచుకుంటున్నారు కదా. ఇంక నా పిల్లాడు అని నేను అనలేను కదా. వాడి క్షేమం తెలుసుకోవడమే కానీ... వాడు నా వాడు అనుకోలేను, అనుకోలేను" అంది విచారంగా.

"నీ కిరణ్ బాబును నీకు చూపించనా" అన్నాడు.

"వద్దు, వాడికి నేను తెలియకూడదు. ఎప్పటికీ తెలియకూడదు" అంది. ఆ మాటకు శేఖర్ ఆశ్చర్యంగా చూస్తున్నాడు.

"అయితే కిరణ్ బాబును పెంచుకుంటున్న వాళ్ళు కూడా ఈ ఊళ్ళోనే ఉన్నారా" అంది.

"ఆ.. ఆ.. వున్నారు. అన్ని విషయాలు నీకు తొందరలోనే చెబుతాను. నీకు అందరినీ చూపిస్తాను నేను నిన్ను దగ్గరుండి తీసుకువెళతాను" అన్నాడు.

ఆ మాటలు హృదయానందకరంగా తోస్తుంటే చూపు తిప్పకుండా చూస్తోంది కృష్ణవేణి. "దామ్మా.. చాలా సమయం అయిపోయింది" అని వచ్చిన ఆమెకేసి జాలిగా చూసింది. "కృష్ణవేణి, దాదా.. టైము అయిపోయింది" అని చెయ్యిపట్టుకుంది.

"కృష్ణవేణి బెంగపడకు. వస్తాను" అని చెబుతూ.. ఆమె కళ్ళలోకి చూస్తున్నాడు. ఆ చూపు సోకిన పెదాల మీద చిరునవ్వు చిందులేసింది. ఆ నవ్వుకు అతని మనసు తేలికైపోతోంది. ఆమె వెళ్ళిపోతూ చెయ్యి ఊపుతుంటే తను కూడా మైమరచి చెయ్యి ఊపుతున్నాడు.

"డాడీ, మీరు చూసొచ్చిన మనిషి గురించిన వివరాలు నాకు తెలియజేస్తే నేను ఆమెకు అన్ని విధాలా బాగుండేలా చూస్తాను. ఆమె పేరు, వివరాలు నాకు చెప్పండి" అన్నాడు కిరణ్.

కిరణ్ మాటలు శేఖర్ చెవులకు వినిపించడం లేదు. ఆమెను చూసిన ఆనంద లోకంలో విహరిస్తోంది అతని మనసు. కిరణ్ కు సమాధానం చెప్పలేకపోతున్నాడు.

"ఏంటి డాడీ అలా వున్నారు. మీరు చూడాలనుకున్న మనిషిని చూడగలిగారా లేక" అంటుంటే... తేరుకున్న శేఖర్ "చూడగలిగాను కిరణ్. ఆ మనిషిని చూడగలిగాను. నాకు తృప్తిగా వుంది. ఆ తృప్తితోటే ఏమీ మాట్లాడలేకపోతున్నాను" అన్నాడు.

"ఆ మనిషి వివరాలు నాకు చెప్పండి" అన్నాడు మళ్ళీ కిరణ్.

"నీకు తరువాత చెబుతాను. అన్ని విషయాలు చెబుతాను" అన్నాడు. సరే డాడీ అని ఆయనను ఆటో ఎక్కించి తన రూమ్ కి వెళ్ళిపోయాడు కిరణ్.

జరిగిన విషయాలు అన్నీ చిన్నాన్నకు చెప్పాలి అనుకుని ఆయనను చేరాడు. అన్ని విషయలు విన్న రంగనాథ్ "అప్పుడే కిరణ్ కు ఆమె గురించి చెప్పొద్దు సుమా.. ఎందుకంటే ఆమె వాడిని చూడాలని అనుకోవడం లేదు. అందుచేత వాడికి ఆమె గురించి చెప్పొద్దు. ఎలా వస్తుందో చూద్దాం. కంగారు పడకు. దోషులను శిక్షించి నిర్దోషులను రక్షించే బాధ్యత గల ఆఫీసర్ గా వున్నాడు కిరణ్. ఉడుకు రక్తంలో వున్న కుర్రాడు ఏ నిమిషం ఎలా మారతారో తెలియదు. కంగారుపడకు" అన్నాడు రంగనాథ్.

"మీలాంటి చిన్నాన్న ఉండడం నా అదృష్టం" అన్నాడు.

"అంత పెద్ద మాట లెందుకురా.. నువ్వు మంచివాడవే. అందుకే కృతజ్ఞతతో ఉన్నావు" అన్నాడు.

బయట నుంచి వచ్చిన అనురాధను చూసి విషయాన్ని మార్చి "అన్నట్టు మీ అమ్మ, నాన్న వస్తున్నారు. మీ నాన్న ఫోన్ చేశాడు" అన్నాడు రంగనాథ్.

"అలాగా చాలా సార్లు అన్నారు కానీ రాలేదు. వాళ్ళు వస్తారని నేనూ తీరిక లేక వెళ్ళలేదు.ఇంక నేనే వెళదామని జ్యోతికి కూడా చెప్పాను" అన్నాడు.

"ఎందుకు వాళ్ళే వస్తారు. మనందరిని చూసినట్టు అవుతుంది" అన్నాడు.

"సరే నేను బయలుదేరతాను చిన్నాన్నా అన్నాడు" శేఖర్.

"జాగ్రత్త సుమా! చిన్నాకు ఏ మాత్రం తెలియకూడదు. జ్యోతికి కూడా తెలియకూడదు. చాలా జాగ్రత్త" అన్నాడు.

"అలాగే చిన్నాన్నా వెళ్ళొస్తాను" అని బయలుదేరాడు. చిన్నాన్న ఏదో సీరియస్ మేటర్ చెప్పారు నేను నీకు తీరిగ్గా చెబుతాను, నా బంగారు జ్యోతి అని ఆమె నుంచి

తప్పించుకుని, ఈ సెల్ఫోన్ పీక నొక్కేసి బయట వదిలేసి నా గదిలో తలుపేసుకుని ఒంటరిగా పడుకుంటాను అని నిర్ణయించుకున్నాడు శేఖర్.

★★★

"మల్లికా ఇప్పుడే ఇంటికి వస్తున్నానే. ఈ రోజు ఉదయం కిరణ్ ని చూసానే. నన్ను అతనే పలకరించాడు. నేను అతనిని ఆ డ్రెస్ లో అసలు పోల్చుకోలేదు. ఎవరో జైల్లో వాళ్లేమో అని నేను వెళుతున్నాను. అతను కుడా వస్తున్నాడు. మళ్ళీ హాయ్ అన్నాడు. నేను ఆగాను. ఇక్కడకెందుకు వస్తున్నారు" అన్నాడు.

" ఆ డ్రెస్ లో బాగున్నాడా అంది" మల్లి.

"అతని అందం గురుంచి చెప్పడానికి కాదు మల్లి. ఆతను జైల్లో ఆఫీసర్ గా వచ్చాడట. అదీ విషయం" అంది పద్మ.

"అయితే రోజూ కలుసుకోవచ్చు" అంది.

"ఏయ్ ఆపవే నీ గోల, మళ్ళీ చేస్తాను" అని ఫోన్ కట్ చేసింది.

ఆ మాటలు వింటున్న గీత ఆత్రుతగా చూస్తోంది. "అమ్మా! నీకు చాలా విషయాలు చెప్పాలి" అంది పద్మ.

"ముందు మంచినీళ్ళు తీసుకో, టిఫిన్ తిన్నాక చెబుదువు గాని" అంది.

"కాదమ్మా.. ముందు కూర్చో. ఇప్పుడే చెప్పాలి" అంది.

అయితే చెప్పు అంది గీత.

"ఈ రోజు నేను క్లాసు కి వెళుతున్నాను. ఒక పోలీస్ నా వెనకాల వస్తున్నాడు. ఆతను నన్ను చూసి హాయ్ అన్నాడు. నేను మాట్లాడలేదు. జైలు దగ్గరకు వెళుతున్నాడు. మళ్లి 'హాయ్ నేనండి. నన్ను గుర్తు పట్టలేదా' అన్నాడు టోపీ తీసి. నేను అప్పుడు గుర్తు పట్టాను. మీరా అన్నాను. మీరేంటి ఇక్కడకు వస్తున్నారు అన్నాడు".

"అతని పేరు ఏంటి అన్నావు" అంది గీత.

"కిరణ్" అంది.

"అతన్ని నువ్వు ఎక్కడ చూసావు" అంది.

"బెజవాడలో మల్లి దగ్గర వున్నప్పుడు చూసానులే.. నన్ను చెప్పనీ" అంది.

"మీరు ఎందుకు ఇక్కడకొస్తున్నారు అన్నాడు. సాయంత్రం కలుద్దాం.. టైం అయిపోయింది అన్నాను. సరే అన్నాడు. అతను లోపలికి వెళ్ళిపోయాడు. నేను నా క్లాసు

కి వెళ్ళిపోయాను. తరువాత ఫోన్ లో మాట్లాడుతూ గేటు పక్కకు వచ్చాను. బయట ఒక పెద్దాయన అరవయి అయిదు సంవత్సరాలు, ఇంకొకాయన యాభయి సంవత్సరాలు ఉండొచ్చు. 'ఒరేయ్ చంద్రశేఖర్, జాగ్రత్త. ఆమెను చూసాక మా ఇంటికి వచ్చేసేయ్. నేను వెళతాను' అని ఆటో ఎక్కారు. అలాగే.. చిన్నన్నా... అని ఈయన లోపలకు వెళ్ళాడు. కొంతసేపు తరువాత నేను క్లాసు నుండి బయటకు వచ్చాను. ఇన్నాళ్ళకి నీ చంద్రశేఖరుడు వచ్చాడే, నిన్ను చూసాడే, నీ బెంగ తీరిందా, ఇంక ఆనందంగా వుండు.. మళ్ళీ వస్తాను, బెంగ పడకు అన్నాట్ట. ఈ రోజు నీకు మంచి రోజు అంటున్నారు. అక్కడ వాళ్ళు ఆమె ఆనందంగా వుంది" అంది పద్మ.

"నా కృష్ణవేణి ఆనందంగా ఉందా. భగవాన్... మంచి మాట వినిపించావు తండ్రీ... వుండు పద్మ.." అని "ఉషా.. కృష్ణవేణి బిడ్డ పేరు ఏమిటే" అంది.

"కృష్ణ బిడ్డ పేరు కిరణ్. అతని పేరు చంద్రశేఖర్" అంది ఉష.

"నీకు బాగా గుర్తుందే. ఆ కిరణ్ దాని కొడుకే అయి ఉంటాడు. ఈ రోజు ఆ చంద్రశేఖర్ వచ్చి దాని చూశాట్ట. ఇన్నేళ్ళ తరువాత అతన్ని చూసి కృష్ణవేణి ఆనందంగా ఉందిట" అంది గీత.

"కిరణ్ అంటున్నావేంటి" అంది ఉష.

"ఈ మధ్య కిరణ్ అనే ఆతను జైల్లో ఉద్యోగం చేస్తున్నాట్ట, కృష్ణవేణి కొడుకేమో అనుకుంటున్నాను. నువ్వు రా.. ఇక్కడ మాట్లాడుకుందాం" అంది గీత.

"వస్తాను లే.. గీతా" అంది, ఉష ఫోన్ పెట్టేస్తూ.

"అయితే ఆ చంద్ర శేఖర్ గురుంచి నీకు తెలుసా అమ్మా" అంది పద్మ.

"ఉషా ఆంటీ వస్తుంది. నీకు అన్ని చెబుతుంది" అంది గీత.

"సరే అమ్మా రేపు వెళ్లి మళ్ళీ చెబుతాను. నీ ఫ్రెండ్ గురుంచి" అంది పద్మ.

★★★

మేడమీద గదిలో కిరణ్ ఆలోచనలతో సతమతమౌతున్నాడు. కిరణ్ ను వెతుక్కుంటూ వెళ్ళిన కృష్ణప్రసాద్ కు కిరణ్ మొహం కందగడ్డలా మారి ఆవేదన చెందుతున్నట్టు తెలిసి, "ఏంటిరా.. అలా వున్నావు" అన్నాడు.

"ఉష్.. ఏమీ లేదులే నువ్వు వెళ్ళు" అన్నాడు విసుగ్గా.

"చెప్పన్నా ఏం జరిగిందో" అన్నాడు మెల్లగా.

“ఏం చెప్పమంటావ్, నా తల పగిలిపోతోందని చెప్పనా” అన్నాడు. చెప్పు అన్నట్టు చూస్తున్న తమ్ముని చూసి, “నీకసలే ఆవేశం ఎక్కువ. ఈ విషయం తెలిసి నువ్వు తొందరగా మాట్లాడావనుకో చాలా గొడవలు జరిగిపోతాయి” అన్నాడు కిరణ్.

“ఏదైనా లవ్ లో పడ్డావా, అయినా పర్వాలేదు చెప్పు” అన్నాడు.

“అయితే విను. ఈ రోజు నాతో పాటు సన్నీ మీద ఒక అమ్మాయి వస్తోంది. నేను దగ్గరకొచ్చాక చూస్తే ఆమెను నేను ఒకసారి విజయవాడలో చూసాను. నా ఫ్రెండ్ గౌతమ్ దగ్గరకు వెళ్ళినపుడు వాడి గాళ్ ఫ్రెండ్ మల్లిక దగ్గరకు వచ్చింది ఈ అమ్మాయి. నేను ఆమెను పోల్చుకుని హాయ్ అన్నాను. నా వేషం చూసి కొంచెం భయపడి తలదించుకుని బండి మీద వస్తోంది. నేను మళ్ళీ హాయ్ అన్నాను. ఆమె ఆగింది. నన్ను గుర్తుపట్టలేదా అన్నాను. ఎక్కడో చూసిన గుర్తుంది కానీ సమంగా చెప్పలేకపోతున్నాను అంది. నేను వివరించి చెప్పాను. ఆమె నవ్వింది. గుర్తుకు వచ్చింది అంది. ఇక్కడకెందుకు వస్తున్నారు అన్నాను. ఆమె వెళ్ళిపోతూ తరువాత చెబుతాను టైమ్ అయింది, సాయంత్రం కలుద్దాం అంది” అన్నాడు కిరణ్.

“దానికింత ఇదయ్యిపోతున్నావెందుకు మంచి విషయమే కదా” అన్నాడు.

“ఆమె ఏం చెప్పిందో విను. ఏంటి మంచి విషయమో విను... అప్పుడు చెప్పు” అన్నాడు చిరాగ్గా. జరిగింది చెప్పరా అన్నాడు కృష్ణ ప్రసాద్ ఆతృతగా.

“సాయంత్రం నేను ఆమె కోసం వున్నాను. ఇద్దరం గోదావరి గట్టు దగ్గరకు వెళ్ళాం. నేను ఆ మాటే మళ్ళీ అడిగాను, చెప్పింది” అన్నాడు ఆతృతగా.

“ఆమె ఏమి చెప్పిందో చెప్పరా” అన్నాడు కృష్ణ ప్రసాద్.

“వాళ్ళమ్మకి చిన్న నాటి ఫ్రెండ్ ఒకామె ఆ జైల్లో వుందిట. అందుకే తనని అక్కడ వున్న కస్తూరిబా స్కూల్లో టీచర్ గా వెళ్ళమందిట. ఆమె గురించిన యోగక్షేమాలు తెలుసుకుంటూ వుంటుంది ఈ పద్మ తల్లి. ఆ జైల్లో వున్న ఆమె గురించి చెప్పమంటే చెప్పదుట. తరువాత అంతా చెబుతాను అంటుందిట.

చాలా కాలం తరువాత ఈ జైల్లో వున్న ఆమెని భర్త వచ్చి చూసాడట. ఇంత కాలం తరువాత, భర్త వచ్చి చూసినందుకు ఆమె బెంగ తగ్గి ఎంతో ఆనందపడి పోతోందిట అని చెప్పింది. ‘ఆయన పేరేమిటో నీకు తెలుసా’ అని అడిగాను. ఆయన పేరూ.. అదీ శివుని పేరులా వుందమ్మా.. అని ఆలోచిస్తుంటే, సోమనాథ్... శంఖరా.. అని నేను అన్నాను “కాదు కాదు చంద్రశేఖర్, ఆ.. చంద్రశేఖరట. అక్కడ వున్న వాళ్ళు నీ

చంద్రశేఖరుడు మళ్ళీ వచ్చాడే అని ఆమెను ఆడిస్తున్నారు అని చెప్పింది. నా తల తిరిగిపోయిందిరా... నాన్న ఈ రోజు వచ్చి కిరణ్ నేను ఒక మనిషిని చూడాలి. ఈ విషయం ఎవ్వరికీ చెప్పొద్దు. నాకు చూసే ఏర్పాటు చెయ్యి అన్నారు. నేను ఆయనకు వెళ్ళే ఏర్పాటు చేసాను" అన్నాడు.

ఆ మాట విన్న కృష్ణప్రసాద్ రివ్వున లేచి "అందుకే ఈ రోజు నన్ను రావద్దు, అడ్డుపడకు, నేను ఒక్కణ్ణే వెళతాను అన్నారు రా.. నేను ఊరుకున్నాను. ఇందుకే అన్న మాట. ఈ విషయాన్ని ఇలా వదలకూడదు. హంతకురాలు ఈయన గారి భార్య అయితే, మరి మనమ్మ రెండో భార్యా? బయట వాళ్ళకు తెలిసిన విషయం మనకు తెలియకపోవడమేమిటి అసహ్యంగా. ఈ విషయం తెలుసుకోవాలి" అన్నాడు కృష్ణప్రసాద్.

"చిన్నా! ఆవేశం వద్దు, కంగారుపడకు. అసలు ఆయనకు మరో భార్య, ఆమె హంతకురాలు యావజ్జీవ ఖైదీ అని నాకు వేరే వాళ్ళతోటి తెలిసిందేమిటి? ఆ ఉద్యోగంలో వున్న నాకు ఎంత తలవంపు తెస్తుంది? ఆ మాట తలచుకుంటే నేను భరించలేకపోతున్నాను. అయినా కంట్రోల్ చేసుకుంటున్నాను. నువ్వడిగావు కనుక చెప్పాను" అన్నాడు కిరణ్.

"నాకు నువ్వు చెప్పకపోతే ఎలారా? నేను నీకు, నాకు నువ్వు చెప్పుకోకపోతే ఎలాగ. ఇంకొకళ్ళు ఎవరన్నా మళ్ళీ అడిగేలోపు మనం తెలుసుకోవాలి" అని, "అమ్మా" అని గట్టిగా పిలిచాడు. ఉండు అంటున్న కిరణ్ ను.. నన్నాపకు అని "అమ్మా.." అని మళ్ళీ పిలిచాడు.

"ఏంటిరా, అంత గట్టిగా అరుస్తున్నావు. నెమ్మదిగా పిలవచ్చు కదా" అంది జ్యోతి పైకి వస్తూ.

"నువ్వు నాన్నకి ఎన్నో భార్యవమ్మా" అన్నాడు. ఆమె గుండె వేగంగా కొట్టుకుంటోంది.

"ఎన్నో భార్య ఏమిటి? నేను ఒక్కదాన్నే భార్యను" అంది.

"కాదు తల్లి, నువ్వు ఆయన రెండో భార్యవు" అన్నాడు. జ్యోతి నిర్ఘాంతపోయింది. "రెండో భార్యనా" అని అక్కడున్న సోఫాలో వాలిపోయింది.

"కంగారుపడకమ్మా.. కంగారుపడకు" అని ఆమెను లేపి మంచినీళ్ళు ఇచ్చారు.

"అమ్మా.. నిజంగా నీకు తెలియదా.." అన్నాడు కిరణ్ వృత్తి ధర్మంగా చూస్తూ.

"నిజం చెబుతున్నానురా పెద్దాడా, ఆయన ఎవర్నో పెళ్ళి చేసుకున్నట్టు నాకు తెలియదురా" అంది.

"మోసం అమ్మా.. మోసం. నిన్ను మోసంచేసారు" అన్నాడు కిరణ్.

"నిన్ను చేసుకున్న తరువాతే ఆమెను చేసుకున్నారేమో" అన్నాడు కృష్ణప్రసాద్.

"ఏమో" అంది జ్యోతి.

"ఆమెను ఎప్పుడు చేసుకున్నారో నీకు తెలియదు. ఎవర్ని మర్డర్ చేసి హంతకురాలైందో నీకు తెలియదు. ఈయన వెళ్ళి చూసి వస్తున్నారని నీకు తెలియదు. అందుకే ఈ వెర్రిబాగుల వాడ్ని ఆ సెంట్రల్ జైల్లో ఉద్యోగం చెయ్యరా.. అన్నారు. ఇప్పుడు బాగా తెలిసిందా. నిన్నక్కడ ఉద్యోగం ఎందుకు చెయ్యమన్నారో.. ఆ హంతకురాలు ఈయన గారి ప్రియురాలు" అంటున్న కృష్ణ ప్రసాద్ ను.. "ఆపండ్రా" అంది రంగనాథ్ కంఠం గట్టిగా.

"తాతగారు..." అన్నాడు కిరణ్. కృష్ణప్రసాద్ కోపావేశంగా చూస్తున్నాడు ఆయనకేసి.

"ఎవర్రా హంతకురాలు, కృష్ణవేణా? అన్నారు గుడ్లు గుప్పెడు చేస్తూ" రంగనాథ్. ఆ పేరు వినగానే జ్యోతి గుండె వేగంగా కొట్టుకుంటోంది. ఎప్పుడో విన్న ఆ పేరు ఇప్పుడు మళ్ళీ తన చెవుల్లో పడింది. గతంలో విషయాలు గుర్తుకొస్తున్నాయి. ఆ జైల్లో వున్నది కృష్ణవేణా.. అయితే కృష్ణవేణి ఆయన గుండెల్లోనే వుందన్న మాట. ఆమెను మరువలేదన్న మాట. ఆ తొలిరాత్రి భర్త నోట, ఆ పేరు విని తను కలవరపడిపోయింది. అతని హృదయంలో తను లేదని కృంగిపోయింది. తరువాత భర్త ఆదరాభిమానాల్లో అన్నీ మరచిపోయి కృష్ణవేణి జాడ తనకు కనపడ లేదేమో అనుకుని, కిరణ్ బాబును కన్నబిడ్డలా పెంచింది. భర్తతో, బిడ్డలతో హాయిగా కాలం గడిపేసింది. కానీ, ఇప్పుడు ఏం జరుగుతుంది? అని... మళ్ళీ సోలిపోయింది.

'అమ్మా.. అమ్మా..' అంటున్నారు కృష్ణప్రసాద్, కిరణ్.

ఇంక ఆగలేక తన గదిలోంచి వింటున్న చంద్రశేఖర్ ఒక్క పరుగున వచ్చేసి "జ్యోతి కళ్ళు తెరు. నువ్వు కళ్ళు తెరచి చూడకపోతే నేను తట్టుకోలేను జ్యోతి. కళ్ళు తెరు" అని ఆ మొఖం పట్టుకుని కుదుపుతున్నారు.

నీళ్ళు మొఖం మీద చల్లాడు. ఆమె కళ్ళు తెరచి “ఏమండీ! నన్ను వదిలి వెళ్ళిపోవద్దు. కిరణ్ నువ్వు కూడా నన్ను వదిలి వెళ్ళిపోవద్దు. నేనే నీ తల్లినిరా..” అని ఏడుస్తోంది.

“అమ్మా! ఏమిటి నువ్వనేది, నేను నీ బిడ్డనే కదమ్మా” అన్నాడు.

“ఆ కృష్ణవేణి అడిగినా నిన్ను ఇవ్వను బాబూ. నిన్ను ఇవ్వను” అని ఏడుస్తోంది. కిరణ్ తల తిరిగిపోతోంది.

“ఏమిటిది ఆ కృష్ణవేణి నన్నెందుకు ఇమ్మంటుంది” అన్నాడు.

“నీ తల్లి కనుక” అన్నాడు రంగనాథ్.

“ఏంటి తాతగారు?” అన్నాడు.

“అవును నీ తల్లి ఆ త్యాగమూర్తి” అన్నాడు.

“అమ్మా నువ్వు నా కన్నతల్లివి కావా” అని జ్యోతి ఒళ్ళో తలపెట్టుకుని భోరున ఏడుస్తున్నాడు. జ్యోతి అతని తల నిమురుతూ ఏడుస్తోంది.

కిరణ్ లేచి “మరి నా కన్న తండ్రి ఎవరూ” అన్నాడు.

“నేనే నిన్ను కన్న తండ్రిని” అన్నాడు చంద్రశేఖర్.

“అన్నయ్యా” అని ఏడుస్తూ వాటేసుకున్నాడు కృష్ణప్రసాద్, కిరణ్ ను.

“ఏడవకండి, మీ ఇద్దరికీ తండ్రిని నేనే. తల్లులు వేరు” అన్నాడు.

“కాదు, నేనే ఇద్దరికీ తల్లిని, నేనే తల్లిని” అంది.

“అవునమ్మా , నువ్వే నా తల్లివి” అన్నాడు కిరణ్.

“నేను చేసిన తప్పుకు ఇన్ని అనర్థాలు జరిగాయి” అన్నాడు శేఖర్.

“ఆమెను మీరు పెళ్ళి చేసుకున్నట్టు నాకు ఒక్కసారైనా చెప్పవలసింది” అంది జ్యోతి.

“జరిగింది చెప్పరా” అన్నాడు రంగనాథ్.

“నేను పీటలేసుకుని ఆమెను పెళ్ళి చేసుకోలేదు” అన్నాడు.

“మరీ..” అంది. అయితే విను. మా మురళి వుంటే నీకు సాక్ష్యం చెపుదును అంటుంటే... “వచ్చానురా... సాక్ష్యం చెప్పడానికి” అన్నాడు మురళి..

“రారా బాబూ, సమయానికి దేవుడిలా వచ్చావు” అన్నాడు శేఖర్.

"అంతా వినండి నేను చెబుతాను. పెళ్ళిళ్ళు కాని బ్యాచ్లర్ గా వున్న రోజుల్లో, ఒక రోజు వయసు ప్రభావమో, పుస్తక ప్రభావమో క్లిష్ట పరిస్థితి తెచ్చిపెట్టింది. తప్పనిసరి పరిస్థితిలో వేశ్యగృహంకు తీసుకువెళ్ళాను. ఆ పాపంలో నాకూ భాగం వుంది.

ఆ రోజు ఆమె ఎందుకందో నాకూ, వాడికి తెలియదు. వీడ్ని చూసి ఈ తాళి నా మెడలో కట్టమందిట. వీడు ఆలోచిస్తుంటే, కట్టండి, ఇది మా ఆచారం, ఇది నా మొదటి రాత్రి అందిట. వీడు కట్టేసాడట. ఆమె మళ్ళీ మీ గుర్తుగా నాకు ఏదన్నా ఇవ్వమందిట. మెళ్ళో వున్న గొలుసు ఆమె మెళ్ళో పెట్టాట్ట. నేను భయం భయంగా బయట సోఫాలో కూర్చున్నాను. కునుకు తీసాను. తెల్లారుతోంది. వీడ్ని లేపాను. వీడు వస్తుంటే ఆమె భోరున ఏడ్చిందిట. నేను వీడిని తీసుకుని వచ్చేసాను.

ఆ గొలుసు ఇచ్చి, ఆ తాళి కట్టాను అని చెప్పగానే నేను భయంతో వణికి పోయాను. కానీ వీడు ధైర్యంగా వున్నాడు. నేను రోజు మంత్రదండం పట్టుకుని ఊపుతున్న మాంత్రికునిలా 'ఆమెను మరచి పో... ఆమెను మరచిపో'... అనే వాడిని" అన్నాడు మురళి.

"నేను ఊ.. ఊ... అనే వాడ్ని కానీ మరువలేకపోయాను. కానీ మళ్ళీ వెళ్ళలేదు. ఆమెను చూడలేదు. ఒకరోజు నేను సినిమాకు వెళ్ళి వస్తుంటే చీకటిలో ఎవరో రోడ్డుకు అడ్డుపెట్టి, నన్ను ఆపి నన్ను చంపే ప్రయత్నం చేసారు.

వాడూ.. నేనూ... చాలా సేపు పెనుగులాడేము. వాడే నన్ను పొడిచి చంపేస్తాడని భయపడ్డాను, కానీ కత్తి జారింది. నేను వాడ్ని పొడిచేసాను. ఆ రాత్రి వేళ ఒకామె వచ్చి నన్ను తడిమి పోల్చుకొని ,'వెళ్ళిపో ..వెళ్ళిపో' అని నన్ను ప్రక్క పల్లంలోకి తోసేసింది.

ఆమె నన్ను పట్టుకోవడానికి వచ్చిందని, అతని మనిషి అని నేను కొయ్యబారి పోయాను. ఆమె నా తల నిమిరింది. జుట్టు పట్టుకుని చూసింది. ఎత్తుగా వున్న ఆ బంగ్లా అరుగు మీద నుంచి నన్ను తోసేసింది. నేను అటువైపు పల్లంలోకి పడిపోయాను అంటుంటే... "ఆ చచ్చిపోయిన వాడిది బాల్డ్ హెడ్డా" అన్నాడు కిరణ్.

"అవును వాడిది బాల్డ్ హెడ్డే" అని ఇంకా మాట్లాడలేదు శేఖర్.

"వాళ్ళు ఎందుకు మిమ్మల్ని చంపబోయారు" అన్నాడు కిరణ్. ఆ రోజు జరిగినదంతా చెప్పాడు. "ఇంక వాటి గురించి ఎందుకు? మీ నాన్నను విషయం చెప్పనివ్వు" అన్నాడు మురళి. "చెప్పండి డాడీ" అన్నాడు కిరణ్.

"నాకంతా అయోమయంగా వుంది. అక్కడ నుంచి మెల్లగా రూమ్ చేరుకున్నాను. మురళీ లేడు, భయంతో వణికిపోయాను. మురళి వచ్చాక అదంతా చెప్పాను. ధైర్యం తెచ్చుకుని ముస్లిం వేషాలు వేసుకుని కోర్టుకు వెళ్ళాము. ఆ బోనులో కృష్ణవేణిని చూసాను. నా గుండె ఆగిపోయినంత పనయ్యింది. ఈమె వచ్చి నన్ను రక్షించిందా? అని ఆశ్చర్యంతో వుండిపోయాను. చెయ్యని నేరాన్ని తను చేసినట్టు చక్కగా చెప్పి నమ్మించి శిక్ష అనుభవించిందిరా.. కృష్ణవేణి. నాకొక జీవితాన్ని ఇచ్చి తను హంతకురాలైంది రా.. కృష్ణవేణి" అని విచారంగా తలదించుకుని కూర్చున్నాడు శేఖర్. అందరూ మౌనంగా వున్నారు.

జ్యోతి వెక్కి వెక్కి వస్తున్న దుఃఖాన్ని పమిట కొంగులో ఆపుకుంటోంది. ఆమె గుండె కరిగిపోతుంది. దుఃఖాన్ని మింగి, "పాపం కృష్ణవేణి! ఆ తాళిబొట్టు కోసం తపించి ఆ భర్తను రక్షించుకోవాలని, ఆరాటపడి వచ్చింది. కాని అనుకున్నది ఒకటి, జరిగింది వేరొకటి. అయినా ఈ విధంగానైనా రక్షించడమే అని తను మిమ్మల్ని రక్షించి, తను శిక్ష అనుభవిస్తోంది. అసలు ఇలాంటి వేశ్యలు వుంటారా. మిమ్మల్నే భర్తగా భావించి మిమ్మల్ని రక్షించింది" అంది జ్యోతి.

కిరణ్, కృష్ణప్రసాద్ కూడా జ్యోతి మాటలకు స్పందించిన హృదయాలతో ఆలోచిస్తూ తలవంచుకున్నారు. "నీ తండ్రి కూడా అంతటితో ఊరుకోలేదు. ఆమెను చూసి వచ్చి ఎంతో బాధ పడిపోయి, వాళ్ళమ్మకు డబ్బు పంపించి, నీ గురించి తెలుసుకుని నిన్ను తీసుకువచ్చి..." అంటున్న మురళిని, "ఇంకా ఏమి తెలుసుకున్నారు" అన్నాడు కిరణ్.

"అంటే నీ ఉద్దేశ్యం?" అన్నాడు శేఖర్.

"నేను మీ బిడ్డనే అంటున్నారు కదా.. అంత ఎలా చెప్పగలుగుతున్నారు" అన్నాడు.

"అదా.. నీ సందేహం..." అన్నాడు శేఖర్.

"నువ్వు నా బిడ్డవని తెలియకుండానే, ఆమె బిడ్డవని తెచ్చి పెంచుతున్నాను. ఒకరోజు ఒకామె వచ్చి, నేను కృష్ణవేణి ఫ్రెండ్ ను. ఆమె కొడుకును మీరు తెచ్చి పెంచుతున్నారుట కదా.. నేను ఆ పిల్లాడిని చూద్దామని రహీమ్ జీ ఆశ్రమానికి వెళ్ళాను. మీరు తీసుకువెళ్ళారని చెప్పారు. మిమ్మల్ని కలిసి మీకు ఒక విషయం చెప్పాలని, మీ గురించి వెదుకుతున్నాము" అంది. "ఏంటి ఆ విషయం" అన్నాను. "వాడు మీ బిడ్డ. మా

కృష్ణవేణికి మీరు తాళి కట్టి వెళ్ళిన మరునాడు చీకటి పడేవేళ ఇంటి నుండి పారిపోయే ప్రయత్నంలో గోడ మీద నుండి పడిపోయింది. దాని కాలు విరిగిపోయింది. ఐదు నెలలు హాస్పటల్లో వుంది. అప్పుడు కిరణ్ ఆమె కడుపున పడ్డాడు. వాడిని పవిత్రంగా కన్నది. తను వేశ్యని వాడికి తెలియకూడదని, వాడి మీద తన నీడ కూడా పడకూడదని వాడిని అనాధాశ్రమంలో వుంచింది" అని చెప్పింది. "ఆమె చెప్పిన మంచి మాటకు నా హృదయం గాలిలో తేలిపోయింది. ఇంటికొచ్చి నిన్ను గుండెలకు హత్తుకొని ఎంత ఆనందించానో. పందిట్లో పెళ్ళి చేసుకోక పోయినా, హృదయంలో కృష్ణవేణిని దాచుకున్నాను. నిన్ను దగ్గరుంచుకుని ఆమె చేసిన త్యాగాన్ని తలచుకుంటూ వున్నాను" అన్నాడు శేఖర్.

"నేను చెబుతాను. నువ్వు రాత్రుళ్ళు ఎంత ఏడిపించే వాడివో.. నీ తండ్రి ఎంత ఓపికగా నిన్ను పెంచాడో నాకు మరపురాదు. అప్పటికే జ్యోతితో నిశ్చితార్థం జరిగింది. పిల్లాడ్ని పెంచుకొనుచుండగా, పెళ్ళికి ఒప్పుకుంటుందా అని అనుకున్నాం. ఆమె నిన్ను పెంచుతాను అని ముందుకొచ్చి మీ నాన్నకు ధైర్యం చెప్పి శేఖర్ను పెళ్ళి చేసుకుంది" అన్నాడు మురళి.

"ఆ పెళ్ళికి నిన్ను తీసుకువెళ్ళాను. నిన్ను ఎత్తుకుని జ్యోతిని పెళ్ళిచేసుకున్నాను" అన్నాడు శేఖర్. అందరూ ఆశ్చర్యంతో వింటున్నారు ఆ మాటలను.

"కృష్ణవేణిది తల్లి ప్రేమంటే తన బిడ్డ మీద తన కులం నీడలు పడకూడదని, కన్నపేగు బంధం కూడా తెంచుకుని, వాడిని అనాధాశ్రమంలో వుంచిందంటే ఆమె వేశ్యా? అలాంటి వేశ్యలుంటారా" అని జ్యోతి అంటుంటే, "కాదమ్మా, ఆమె వేశ్య కాదు.." అంది ఒక వృద్ధ కంఠం.

"ఎవరు, ఎవరు? ఆ మాట అన్నది" అంటూ అందరూ అక్కడకు వెళ్ళారు.

వీధి అరుగు మీద పడుకుని వున్న అతన్ని చూసి "ఎవరు ఇతను" అన్నాడు శేఖర్.

"ఎవరో నాకు తెలియదు. ఈ రోజు వచ్చి, అమ్మా... నాకు ఎవరూలేరు మీ వీధిలో రాత్రులు కాపలా వుంటాను. నాకు ఒకపూట అన్నం పెట్టండి చాలు అన్నాడు. అలాగేలే రాత్రికి రా.. అన్నాను. నేను మళ్ళీ మాట మరచిపోయాను. వచ్చి వుంటాడు" అంది జ్యోతి.

లైటు వేసి చూసారు. తువ్వాలు కప్పుకుని పడుకుని వున్నాడు. అతని దగ్గరకు వెళ్ళి చూసి "నువ్వెవరు" అన్నారు రంగనాథ్. అతను మాట్లాడలేదు. ఆవేశపడుతూ మాట్లాడలేకపోతున్నాడు. ఏమి జరుగుతుందో అని కంగారుతో అతని గుండె వేగంగా కొట్టుకుంటోంది.

కిరణ్ అతని దగ్గర కూర్చుని "కంగారుపడకు, నీకేమీ భయంలేదు. విషయం చెప్పు. ఆమె వేశ్య కాదు కదా..." అంటున్న కిరణ్ కు కాదన్నట్టు చెయ్యి ఊపి పక్కకు తిరిగిపోయాడు. మాటలేదు అతనికి. అందరికీ కంగారు ఎక్కువైంది.

కొంచెం నీళ్ళు అతని మొఖం మీద చల్లి ,"చెప్పు ఆమె ఎవరు? ఆమె నీకు తెలుసా? చెప్పు తాతా, నీకు తెలిసిన విషయాలు నాకు చెప్పు" అన్నాడు కిరణ్. కానీ అతను మాటలాడడం లేదు. కంగారుగా అతనిని ఆసుపత్రికి తీసుకువెళ్ళారు.

"డాక్టర్ ఇతన్ని బ్రతికించండి" అన్నాడు కిరణ్. అతనిని లోపలికి తీసుకువెళ్ళారు.

"నేను అతని కోసం ఆసుపత్రిలో వుంటాను" అన్నాడు కిరణ్.

"వద్దురా నువ్వు వెళ్ళు, నేను వుంటాను" అన్నాడు శేఖర్.

"నువ్వు వెళ్ళు, నేను వుంటాను" అన్నాడు రంగనాథ్.

"నాకేమీ తోచడం లేదు. ఇదంతా ఏమిటోగా వుంది. అసలు ఆమె ఎవరో ఎవరికి తెలుస్తుంది. ఎలా తెలుసుకోగలను" అన్నాడు కిరణ్.

అతని ఆవేదన అర్థం చేసుకున్న రంగనాథ్ "కిరణ్! నువ్వు ఎక్కువ ఆలోచించకు. ఇతనికి తెలివి రాగానే అన్నీ తెలుసుకుందాం" అన్నాడు రంగనాథ్.

"తెలివి రాకపోతే.." అన్నాడు విచారంగా కిరణ్.

"కిరణ్ అలా అనకు, తెలివి వస్తుంది. ధైర్యంగా వుండు" అన్నాడు రంగనాథ్.

"కిరణ్! నీకెందుకంత ఆవేదన, నేను నీ తండ్రిని. ఆమె నా భార్య అని నేను అంటున్నాను కదా! నీకెందుకింక భయం" అన్నాడు శేఖర్.

"అది కాదు డాడీ, అసలు అతనెవరు? ఇతను మనింటికి ఎందుకు రావాలి? అది ఆలోచించండి. అయితే ఇతను అన్నీ తెలుసుకుని మనింటికి వచ్చాడు. మనలను గమనిస్తున్నాడేమో ఆలోచించండి" అన్నాడు కిరణ్.

మురళి కూడా అక్కడకు వచ్చి "కిరణ్ నువ్వు కంగారుపడకు, ఇంటికి వెళ్ళి విశ్రాంతి తీసుకో" అన్నాడు.

కిరణ్ తప్పక ఇంటికి వెళుతూ "ఇతనికి స్పృహ వస్తే వెంటనే నాకు ఫోన్ చెయ్యండి డాడీ" అని ఇల్లు చేరాడు. మనసులో ఏదో ఆవేదన. ఇన్నాళ్ళూ నా తల్లి అనుకున్న తల్లి... కన్న తల్లి కాదా... అని మనసు రోదిస్తోంది.

ఎన్నడూ తనకు తెలియని తన జీవిత రహస్యం ఇప్పుడు బయటపడింది. ఇది తను ఎన్నడూ ఊహించలేదు. ఇప్పుడు తన తల్లి జన్మరహస్యం ఏమిటో అది తెలియడం కోసం మనసు ఆరాటపడుతోంది. వీధిలో తిరుగుతున్నాడు.

"అతనేమన్నా చెప్పాడా" అంది జ్యోతి.

"లేదమ్మా, అతనికి మాట రాలేదు" అన్నాడు.

"వస్తుందిలే ,నువ్వు వచ్చి భోజనం చెయ్యి" అంది.

"వద్దమ్మా ,నాకు ఆకలిగా లేదు" అన్నాడు.

'కాదురా బాబు. నా మాట విను' అని అన్నం కలిపి తినిపించబోతుంటే, "అమ్మా! నన్ను ఇంత ప్రేమగా ఎందుకు పెంచావమ్మా.. నీలాంటి అమ్మలుంటారా" అన్నాడు.

"నా తండ్రీ, అంత మాట అనకురా. అలాంటి తల్లికి పుట్టిన బిడ్డవని నీ మీద మరింత అభిమానం పెరుగుతోంది. వెళ్ళు ,నాయనా వెళ్ళు. రేపు వెళ్ళి నీ తల్లిని చూడు" అంది.

"అమ్మా నాకు ఏదో భయంగా వుందమ్మా... నువ్వు నాతో రామ్మా" అన్నాడు.

"వద్దు. నేను అక్కడకు రాను. ఆమె వచ్చాక చూస్తాను. నువ్వే ధైర్యంగా వెళ్ళి, ఆ తల్లిని చూసి నాకు చెప్పు" అంది .

ఇంతలో ఫోన్ వచ్చింది. "కిరణ్ కులాసాగా వున్నారా, అమ్మ వుందా, అమ్మకివ్వు" అన్నారు రామారావు గారు.

"నాన్నగారూ" అంది జ్యోతి. ఆమె గొంతు బొంగురు పోయింది. "ఎందుకు మీరు, అమ్మా రాలేదు వస్తారనుకున్నాను" అంది.

"అమ్మకు ఏదోలా వుంది. ఏదో పూజలు, ఉపవాసాలు ఏమిటో చెప్పదు, అది నీకు ఫోన్లో చెప్పలేను. నువ్వు, కిరణ్ బయలుదేరి రండి" అన్నారు.

"అలాగే రేపు వస్తాము" అంది జ్యోతి.

"కిరణ్ బాబు ఇప్పుడేమి చేద్దాము" అంది జ్యోతి.

"అమ్మమ్మకు ఏమైందన్నారమ్మా" అన్నాడు.

"ఏమో, ఏమిటో నాన్నగారు ఏదోగా మాట్లాడారు. ఏం చేద్దాం" అంది మళ్ళీ.

"రేపు ఆ.. ముసలతనకు మాట ఏమన్నా వస్తుందేమో" అని చూస్తున్నాను. పొద్దుటే లేచి వాని దగ్గరకు వెళ్ళి చూసి డ్యూటీకి వెళ్ళి రెండు గంటలుండి వచ్చేస్తాను. అప్పుడు నువ్వు, నేను వెళదాము" అన్నాడు.

"సరే అలాగే చెయ్యి. ఆమెను చూసిరా" అంది.

"అలాగేనమ్మా" అని తన గదిలోకి వెళ్ళిపోయాడు.

★★★

కిరణ్ రాక కోసం జ్యోతి ఎదురుచూస్తోంది. కిరణ్ కనిపించగానే ఆరాటంగా లోపలికి వెళ్ళి మంచినీళ్ళు తెచ్చి," చూసావా.." అంది. "ఆ.. చూసాను" అన్నాడు. "మాట్లాడావా..." అంది.

"నాకు నేనుగా ఒక ఖైదీ దగ్గరకు వెళ్ళి, నువ్వే నా తల్లివి అని అంటే ఏమో... ఆమె ఎలా అంటుందో, ఆమె మనస్థితి ఇప్పుడు ఎలా వుందో. నేను అలా అనకూడదు అని ఆలోచించాను" అన్నాడు కిరణ్.

"కిరణ్..." అంది జ్యోతి.

"అవునమ్మా, మనం ఒక ఉద్యోగంలో వున్నప్పుడు ఆ పరిధి దాటి అడుగు వెయ్యకూడదు. అందుకని అక్కడ వార్డెన్ మేరీ అన్న ఆమెతో వెళ్ళాను. ఆమెను చూడగానే నాకెంతో ఏడుపు వచ్చిందమ్మా. అమ్మా.. అని వెళ్ళి కౌగిలించుకుందామని అనిపించింది. చాలా బాధ కలిగింది. నుదుటన బొట్టు, మెళ్ళో నులుతాడు, మాసినట్టు వున్న చీర, అనారోగ్యంగా వున్నట్టు వున్న ఆమె రూపం చూస్తే బాధేసిందమ్మా.." అన్నాడు.

"ఇంతకీ అమ్మా! అన్నావా, లేదా" అంది జ్యోతి.

"నేను వెళ్లి మేరీ రూమ్ లో కూర్చున్నాను. నా గుండె వేగంగా కొట్టుకుంటోంది. ఆమెను మేరీ తీసుకువచ్చింది. కృష్ణవేణీ, ఇతను నీతో మాట్లాడాలని వచ్చాడు అంది. ఆమె నేనేమి చేసాను అంది. అది కాదమ్మా, ఈ జైల్లో నా తల్లి వుందని తెలిసివచ్చాను అన్నాను. అలాగా బాబూ! నీ తల్లి ఎవరో చూసుకో అంది.

ఆమె పేరు కృష్ణవేణి అట. అందుకనే నిన్ను పిలిపించాను అంది మేరి. నా తల్లిని చూడాలని వచ్చానమ్మా అన్నాను. ఆమె ఏమీ మాట్లాడలేదు. నాకేసి చూసింది. నేను తల్లిలేని అనాధగా పెరిగానమ్మా అన్నాను. అలాగా బాబూ ఎలాగైనా పెరిగి పెద్దవాడివి అయ్యావు కదా అని ఆమె అంటుంటే... అతని తల్లి నువ్వేనేమో అనుకుంటున్నాడు అంది

మేరీ. అయ్యో అలా అనుకుంటున్నావా, కాదు బాబూ. నేను నీ తల్లిని కాదు అంది. నీ పేరు అదే కనుక నిన్ను పిలిపించాను అంది మేరీ. నాకు పిల్లలు లేరు. నేను ఏ పిల్లాడినీ అనాధగా వుంచలేదు., కృష్ణవేణీ నా పేరు అయినంత మాత్రాన నేను నీ తల్లినవ్వను కదా అంది. నా తల తిరిగిపోయింది. మేరీ అలా చూస్తూ వుండిపోయింది. పోనీలేమ్మా, నువ్వే నా తల్లివేమోనని వచ్చాను. నేను ఈ జైల్లో జైలర్ గా ఉద్యోగానికి వచ్చాను. నా తల్లివి కాకపోయినా, నన్ను దీవించమ్మా అని ఆమె కాళ్ళు తాకబోయాను. వద్దు బాబూ, వద్దు. నిన్ను పెంచిన వాళ్ళకు పెట్టు. ఆ దైవానికి పెట్టు అంది. అయినా ఆమెకు దణ్ణం పెట్టాను.

ఆమె చెయ్యి తగలకుండా వుంచి, నిన్ను దీవించే అంత గొప్ప దానను కాదు గానీ, నీ తల్లినేమో అని దణ్ణం పెడుతున్నావు గనుక చెబుతున్నాను. ధన వ్యామోహంలో పడి నీ వృత్తి ధర్మాన్ని మరచిపోకు. సర్వవేళలా నీ ధర్మం నిన్ను రక్షిస్తుంది అంది. అలాగేనమ్మా... అని నేను అక్కడ నుంచి వచ్చేసాను" అన్నాడు. జ్యోతి ఆలోచనగా వుండిపోయింది.

"నీ పేరేమిటి బాబూ అని అడుగుతుందేమో? అప్పుడు నన్ను బాబూ... అని దగ్గరకు తీసుకుంటుందేమో అనుకున్నాను. ఆమె అలా చెయ్యలేదు. నాకు పిల్లలు లేరు అనేసింది. నా మీద ఇష్టం లేదా? లేక నేను ఆమె బిడ్డను కాదా? అనే ఆలోచన వచ్చిందమ్మ. నాన్న గారు చూసిన మనిషి ఈమేనా, కాదా అనిపించింది" అన్నాడు కిరణ్.

"కిరణ్ నువ్వు అర్థం చేసుకున్నది ఇదేనా? ఆమెకు నీ మీద ప్రేమ బాబూ! ప్రేమే. ఆ ప్రేమతోటే నిన్ను తన బిడ్డ కాదంది. అంత ప్రేమ ఆమెది. ఆమె నిన్ను 'నువ్వే నా కన్న బిడ్డవి' అందనుకో, నువ్వు నీ కుర్చీలోకి వచ్చేటప్పటికే నీ గురించి గుసగుసలు వినిపించును. అది నువ్వు భరించలేకపోదువు. అది ఆమె ఆలోచించి అలా చెప్పింది. కృష్ణవేణి... నువ్వు మెచ్చుకోదగ్గ మనిషివే" అంది జ్యోతి.

"అమ్మా! నేను అలా ఆలోచించలేదు" అన్నాడు.

"నీకు అంత తోచదులే కిరణ్" అంది జ్యోతి.

"మరి అలా అయితే ఎలాగమ్మా ఇంక ఆమెను అమ్మా.. అనలేనా.." అన్నాడు.

"ఎందుకు కిరణ్ కంగారు? ఆమె వచ్చేస్తుంది కదా, అప్పుడు ఒప్పుకుంటుంది. కన్నబిడ్డ వచ్చి అమ్మా! అని కాళ్ళు దగ్గర వున్నా ,చలించకుండా నేను నీ తల్లిని కాదంది అంటే, చాలా ముందు చూపు వున్న మనిషి" అంది జ్యోతి.

"ఈ మనిషికి మాట వచ్చిందో లేదో... నాన్నగారు ఏమైనా ఫోన్ చేసారా" అన్నాడు.

"లేదు కిరణ్, చిన్నా కూడా అక్కడే వున్నాడు" అంది.

"తాతగారు ఏమన్నా ఫోన్ చేసారా" అన్నాడు.

"లేదు కానీ, నేను తాతాగారికి చేసి అమ్మమ్మతో మాట్లాడి, వాళ్ళనే ఇక్కడకు రమ్మంటాను" అంది.

"అలాచెయ్యమ్మా. ఈ టైములో వాళ్ళు కూడా మన దగ్గరుంటే బాగుంటుంది" అన్నాడు. అంతలో ఫోన్ వచ్చింది. 'తాతగారేమో' అనుకుంటూ ఫోన్ తీసింది. "జ్యోతీ! నేను అమ్మమ్మను. ఇప్పుడే వచ్చాను. నువ్వు కంగారుపడకు. మీ అమ్మ కులాసాగానే వుంది. మేము బయలుదేరి వస్తున్నాము" అంది భాను.

"హమ్మయ్య, అమ్మమ్మా! నువ్వు వచ్చావా, నాకు చాలా ధైర్యంగా వుంది. తొందరగా వచ్చేయండి" అంది ఫోన్ పెట్టేస్తూ.

"పోనీలే వాళ్ళు వచ్చేస్తే మనకు బాగుంటుంది .అమ్మా! నేను హాస్పటల్ కి వెళ్ళివస్తాను అని బయలుదేరుతూ... అమ్మా! తాతగారు రాగానే జరిగిన విషయాలు చెప్పకు. తరువాత చెబుదాం" అన్నాడు కిరణ్.

"అలాగే" అంది జ్యోతి.

★★★

రామారావుగారు ఇంటికి వచ్చేటప్పటికి చీకటి పడింది. అమ్మమ్మనీ, అమ్మను చూసి ఎంతో ఆనందించింది జ్యోతి. "నాకసలు ప్రయాణాలు చేసే ఓపిక లేదు. అయినా ఒకసారి జానకిని చూద్దామని వచ్చాను" అంది భాను.

"పోనీలే అమ్మమ్మా.. మేము కూడా దగ్గరకు వచ్చాము. కానీ మీరు ఎవరూ రాలేదు అనుకుంటున్నాను" అంది జ్యోతి.

"నాకు జ్వరం వచ్చి తగ్గాక, మీ నాన్నగారికి జ్వరం. అలా ఆలస్యం అయిపోయింది" అంది జానకి.

"శేఖర్, పిల్లలూ ఏరి" అన్నారు రామారావు గారు.

"ఒక పెద్దతను నాకు రాత్రి పూట భోజనం పెట్టండి. వాచ్ మెన్ గా వుంటాను అన్నాడు. సరే అన్నాను. అతనికి బాగోలేదు. అందరూ హాస్పిటల్ లో వున్నారు" అంది జ్యోతి.

"ఒకసారి హాస్పిటల్ కి వెళ్లి వస్తాను" అన్నారు రామారావు గారు.

"వెళ్లి రండి" అంది జ్యోతి.

బయట వున్న వాళ్లందరితో మాట్లాడి, లోపలున్న వారిని పరికించి చూస్తున్నారు రామారావు గారు. అప్పుడే చూపు వచ్చిన అతగాడు తల కదిపేస్తూ కుడిచెయ్యి కదపబోతూ ఊ.. ఊ.. అన్నాడు. ఇది గమనించిన కిరణ్, "ఏంటి, ఏంటి ఆయనా? ఆయన మా తాతగారు" అన్నాడు. కానీ అతడు ఆయనే, ఆయనే అన్నట్లు తలూపాడు. కిరణ్ ఆయనకేసి చూసాడు.

"ఏంటి, ఏంటంటాడు?" అంటూ రామారావు గారు బయటకు వెళ్ళిపోయారు.

ఆ రాత్రి జరిగిన విషయమంతా చంద్రశేఖర్ జ్యోతి పక్కనుండగా, రామారావు గారు, జానకీ, భానమ్మ గారు ముగ్గురుకు చెప్పాడు. జరిగినదంతా విన్న తరువాత చాలా ఆనందించి, ఒక్కసారి చేసిన చిన్న పొరపాటుకు ఎంతెంత మలుపులు తిరిగిందో నీ జీవితం. ఏది ఏమైనా కిరణ్ కూడా నీ కొడుకైనందుకు చాలా సంతోషంగా వుంది అన్నారు. భాను కూడా అదే మాట అంది. జానకి ఆశ్చర్యం నుండి ఇంకా తేరుకోలేదు. ఆమెను చూసి రామారావు గారు "జ్యోతీ! మీ అమ్మను తీసుకెళ్ళి కొంచెం హార్లిక్స్ కలిపియ్యమ్మా" అన్నారు.

"దామ్మా..." అని జ్యోతి జానకిని తీసుకుని వెళ్ళింది.

"ఆ ముసలివాడు నన్ను చూసి కదలి పోయాడెందుకో, వాడికి మతి బాగోలేదేమో అనుకున్నాను" అన్నారు రామారావు. ఆ మాటలు జానకి వినిపించుకోలేదు.

భానమ్మ "ఏమిటి మీరన్నది" అంది. రామారావు గారు మళ్ళీ అదే మాట అన్నారు. భాను తల గిర్రున తిరిగింది. వెంటనే వెళ్ళి అతనెవరో చూడాలనుకుంది. కాని, ఇంత రాత్రి ఎందుకు? ఉదయాన్నే వెళ్ళి చూడొచ్చు అనుకుంది.

"నేను హాస్పటల్ కి వెళుతున్నాను జానకి. నువ్వు జ్యోతికి సాయం చెయ్యి, వెంటనే వచ్చేస్తాను" అంది భాను.

"అలాగే పిన్నీ వెళ్ళిరా" అంది జానకి.

"నాకు ఆ దారి తెలియదు. మీరు కూడా రండి అల్లుడుగారు" అంది.

"నేనా.. నేనొచ్చి ఆ ముసలాడ్ని, ఇబ్బంది పెట్టినవాడ్ని అవుతానేమో" అన్నారు.

"పర్వాలేదు రండి" అంది. భాను మాట కాదనలేక వెళ్ళారు రామారావు గారు.

★★★

"మీరు ముందు నడవండి" అంది భాను.

"నేను లోపలకు రాను. మీరు వెళ్ళి చూడండి" అన్నారు రామారావు.

"పర్వాలేదు రండి. మిమ్మల్ని చూసి అతనికి కదలిక వస్తుందేమో, అలా ఆవేశపడగానే మాట వస్తుంది, అప్పుడు మాట్లాడుతాడు" అంది.

"సరే మీరు కూడా రండి" అన్నారు.

ముందు రామారావు లోపలకు వెళ్ళారు. ఆ అలికిడికి కళ్ళు తెరచి, మళ్ళీ అతను తల ఊపుతూ ఊ... ఊ.. అంటున్నాడు. అతని పక్కనే వున్న కిరణ్ "మాట్లాడు మాట్లాడు" అంటున్నాడు. భాను ముందుకొచ్చి అతని దగ్గరకు వెళ్ళి "కంగారు పడకు ,మెల్లగా వుండు. ఈయన నీకు తెలుసా రామారావు గారు" అంది. తెలుసన్నట్లు తలూపాడు. "నా పేరు భాను. నేను నీకు తెలుసా" అంది. తెలుసు అన్నట్టు మెల్లగా తలూపాడు.

"గిరీశం గారు, భూపతి గారు తెలుసా అన్నారు" రంగనాథ్.

అతను నొప్పితో బాధపడుతూ తల కదపలేదు.

అప్పుడే వచ్చిన నర్స్ "అందరూ బయటకు వెళ్ళిపొండి. అతనికి బాగోలేదు. అతన్ని బలవంతంగా మాట్లాడిస్తే, అతని ప్రాణాలకు ఇబ్బంది అవుతుంది" అంది.

"ఎందుకురా అన్నయ్యా! కంగారుపడి అతనిని ఇబ్బంది పెడుతున్నారు. అతను కోలుకుంటే అన్ని తెలుసుకోవచ్చు కదా.. చూడండి ఎలా బాధ పడుతున్నాడో" అని డాక్టర్ గారిని పిలుచుకు వచ్చాడు. సిలైన్ పెట్టి అందరిని బయటకు వెళ్ళమన్నారు డాక్టర్.

బయట ఆలోచిస్తూ కూర్చున్న కిరణ్ పక్కకు వచ్చి, "ముత్తాత గారి పేర్లు అడిగారేమిటి చిన్న తాతగారు" అన్నాడు కృష్ణ ప్రసాద్.

"ఏమో అదే నేనూ ఆలోచిస్తున్నాను" అన్నాడు కిరణ్.

"విన్నాడో లేదో, తెలుసో తెలియదో నొప్పి వస్తున్నట్టు బాధపడుతున్నాడు. ఆయనను మనం ఏమని అడగగలం" అన్నాడు కృష్ణ ప్రసాద్. అవును ఇదంతా ఏదో మిస్టరీ లా వుంది అన్నాడు కిరణ్.

రంగనాథ్ అడిగిన ప్రశ్న భానుకు ఆశ్చర్యం కలిగిస్తోంది. అయితే ఇతను ఎవరై ఉంటాడు. తను అక్కడ వున్నట్టు చూసిందా అని ఆలోచిస్తోంది. మరి రంగనాథ్ కి ఎలా తెలుసు? అతను ఏ విధంగా ఆలోచిస్తున్నారు, అడిగి తెలుసుకోవాలి. దూరంగా వెళ్లి నుంచున్న రంగనాథ్ ని సమీపించి, "మీరు మా బావ గార్ల పేర్లు చెప్పి తెలుసా? అని అడిగారు. ఆ విషయం ఏమిటో తెలుసుకోవచ్చా" అంది. అతను మాట్లాడలేదు. "మీకు తెలిసిన విషయం ఏమిటో చెప్పండి రంగనాథ్" అంది.

అతను ఆలోచనగా చూస్తున్నాడు." జరిగిన అన్ని విషయాలు ఇప్పుడు శేఖర్ ద్వారా మీరందరూ విన్నారు. కానీ నేను తిరుపతిలో జైలు సూపరింటెండెంట్గా పనిచేసే నా ఫ్రెండ్ సూపరింటెండ్ (జైల్) వీరేశలింగం ద్వారా 20 సంవత్సరాల క్రితం అనుకోకుండా తెలుసుకున్నాను. అప్పుడు నేను వాడి సహాయంతో ఆమెను చూసాను. నాకు ఆమెను చూడగానే జానకి పోలికలు కొన్ని కనిపించాయి. వాళ్ళిద్దరూ అక్క, చెల్లెళ్ళు అన్నట్టు వుంటారు చూడండి అలా వుంది. నేను అప్పుడు ఆ వేశ్యకు, వాళ్ళకు ఉన్న సంబంధం వల్ల ఈ పిల్ల పుడితే, జానకి చెల్లెలులా వుందేమో అనుకున్నా" అన్నాడు రంగనాథ్.

అక్కడకొచ్చిన రామారావు ఆ విషయాన్ని తెలుసుకొని "మరి నన్నెందుకు చూపిస్తున్నాడో నాకర్థం కావడం లేదు" అన్నాడు.

రంగనాథ్ చెప్పిన మాటలు, అతని చేష్టలు చూసిన భానుకు విషయం పూర్తిగా అర్థమైంది. ఆమెకు సిద్ధాంతి గారు చెప్పిన మాటలు నిజమే అనుకుంది.

"ఏమిటి ఆలోచిస్తున్నారు అత్తయ్యగారు" అన్నారు.

ఆమె ఏమీ మాట్లాడేలాలేదు. "మీ బావగారికి డైరీ వ్రాసే అలవాటు ఉందా?" అన్నారు.

"బావగారు మాట నాకు గుర్తు లేదు కానీ, పెద బావగారు వ్రాసేవారు" అంది భాను.

"ఒకసారి వెళ్ళి చూద్దాం. ఆ అన్నదమ్ముల్లో ఎవరు వ్రాసినా ఒకటే. రండి అత్తయ్య గారు" అన్నారు రామారావు.

"నేనూ రానా అన్నారు" రంగనాథ్.

"రండి ముగ్గురూ వెళదాం" అన్నారు.

ఆ అలమారులో గిరీశం గారి డైరీ కనిపించింది. ఆమె తీసి చూడగానే చూపు నిలిచి పోయింది. ఏమిటది నిజమా? కలా? అనుకుంది.

"నా ప్రేమ దేవత భాను. ఆమెను చూసుకుని బ్రతుకుతున్నాను. కలవని ప్రేయసి కనిపించి, కనువిందు చేసిననాడే నా కనులకు పండుగ. మనసు విప్పి చెప్పాలనేటప్పటికి ఆమెకు పెళ్ళి కుదిరిపోయింది. తమ్ముని మరదల్ని అన్న చేసుకోవడం ఏమిటి అంటారని, ఆగి.. ఆగి.. ధైర్యం చేసి చెప్పాలనుకున్నాను. కానీ ప్రయోజనం లేదని ఆగిపోయాను. కొన్ని రోజులకు రుక్మిణి... భూపతిని ఒంటరిని చేసి, జానకిని తల్లి లేని పిల్లను చేసి

వెళ్ళిపోయింది. తమ్ముని పరిస్థితికి నా మనసు శిలగా మారిపోయింది. జానకిని కంటిపాపలా పెంచి భూపతిని ఊరడించాను". అక్కడ ఆమెది చిన్న ఫోటో ఉంది.

"అత్తయ్య గారు కనిపించిందా?" అన్న రామారావు పిలుపుకు తేరుకుని, "ఆ... ఆ కనిపించింది" అని ఫోటో తీసేసి ఆయనకు ఇచ్చింది బెదురుగా ఆ డైరీ.

"అయితే పెద్ద బాబయ్య గారు పెళ్లి చేసుకోలేదా?" అని రంగనాథ్ అడిగాడు.

"సి.ఏ. పూర్తి చేస్తేనే గానీ పెళ్లి చేసుకోను. తమ్ముడికి చేసేయండి అని అన్నారు. మా అక్కయ్యని చిన్న బావగారికి ఇచ్చి చేసారు" అంది భాను.

"అసలు ఒకరి డైరీ ఇంకొకరు చూడకూడదు. ఇది వ్రాసిన పెద్ద మావయ్య గారు లేకపోయినా చూడకూడదు. ఒక నిజం బయట పడాలంటే, ఇలా చేయక తప్పడం లేదు" అన్నారు రామారావు.

"అల్లుడుగారు మీ పెళ్లి సంబంధం కుదిరిన దగ్గర నుండి చదవండి. అంతా చదివితే సమయం చాలదు కదా" అంది భాను.

"అలా అంటారా... అయితే మీరు తీసి ఇవ్వండి" అన్నారు.

ఆమె చేతి నుంచి ఆత్రుతగా ఆ డైరీ తీసుకున్నారు.

"జానకి, రామారావులకు నిశ్చయ తాంబూలాలు వేడుక చాలా ఘనంగా జరిపించాం. ఆ ఆనందం నెమరు వేసుకుంటూ, ఆ ఫోటోలు చూసుకుంటూ ఆనందంగా కొన్ని రోజులు గడిపాం. భూపతిని వ్యవసాయం జాగ్రత్తగా చూసుకోమని, జానకిని జాగ్రత్తగా చూసుకోమని, నేను ఆఫీసు పనులు చూసుకుని వచ్చేస్తాను అని వెళ్ళాను. భాను వచ్చింది. నేను పనులు చూసుకుని ఇంటికి వచ్చాను. జానకి ఒంట్లో బాగోలేదని జ్వరం వచ్చిందని మా ఫ్యామిలీ డాక్టర్ని పిలిపించింది. ఆమె జానకిని పరీక్షించి ఆమె పరిస్థితి చెప్పింది. మేమిద్దరం కొయ్యబారిపోయాము. భూపతి కళ్ళు కాలువల్లా ఉన్నాయి. డాక్టర్ని ప్రాధేయపడ్డాము అబార్షన్ చేసేయమని. అది ఆమె ప్రాణాలకు ప్రమాదం అంది డాక్టర్ గారు. ఎంత డబ్బు అయినా తీసుకొని అలా చేయండి అన్నాము. ఆమె ప్రాణాలకు ప్రమాదం వచ్చినా పర్వాలేదని మీరు సంతకం పెట్టండి అంది.

మా ప్రాణాలు పైకి పోయాయి. ఇప్పుడు ఎలా? నేను గోడకు అతుక్కుపోయాను. నేను చాలా జాగ్రత్తగా ప్రసవం చేస్తాను. తల్లికి ఏ ప్రమాదం రాకుండా చేస్తాను అంది. జానకిని నేను తీసుకువెళతాను, జాగ్రత్తగా చూసుకుంటాను భయపడకండి అని తనతో తీసుకు వెళ్ళింది భాను.

నాలుగు నెలలు నేను, నా తమ్ముడు పడ్డ నరకయాతన మరువలేను. వాడు తన భార్య రుక్మిణి ఫోటో దగ్గర కూర్చుని ,కావాలని ఏ తప్పు చేయని మన బిడ్డ దోషిలా నిలబడింది. విధి మన మీద పగ పట్టింది. నేను ఉండి ఏమీ చేయలేని అసమర్థ స్థితిలో ఉన్నాను. మనల్ని భగవంతుడు ఎలా రక్షిస్తాడో అని బాధ పడేవాడు. ఇలాంటి సమస్యలు వచ్చినప్పుడే ధైర్యంగా ఉండాలి. అలా ఏడిస్తే సమస్య తీరుతుందా అని ఊరడించి రోజులు గడిపాను.

విధి కాటు వేసిన రాత్రి, అది కాళరాత్రి. జానకి కి ప్రసవం జరిగే సమయం దగ్గర పడుతుంది. ముసలం పుడుతుందని బాధగా ఉన్నాము. ఇద్దరు డాక్టర్లు, నర్సులు లోపల ఉన్నారు. జానకి అమ్మా, అమ్మా అని పెద్దగా కేకలు వేస్తూ, ఏడుస్తూ ఉంటే... బాణం గుండెల్లో గుచ్చుకున్నట్టు విలవిలలాడిపోతున్నాడు. లేని నీ తల్లిని ఎక్కడ తేనే తల్లి అని ఏడుస్తున్నాడు.

ఒరేయ్! భూపతి ఊరుకో. అది తల్లి కోసం ఏడవడం కాదురా, నొప్పులు భరించలేక అలా అంటోంది అంతే. దానిని మనం తల్లి కోసం ఏడ్చేలా పెంచామా చెప్పు. బాధపడకు ఎలాగోలాగా ఈ ఆపదనుండి బయట పడిపోయాము అనుకో... పిల్లను తీసుకుని ఇంటికి వెళ్లి పోదాం, ధైర్యంగా ఉండు. మనం ఇంటి దగ్గర ఎంత ఆలోచించుకుని ఇక్కడికి వచ్చాం. అలాగే ధైర్యంగా ఉండాలి అని చెప్పి భూపతిని దగ్గరికి తీసుకున్నాను.

డాక్టర్ బయటకు వచ్చి ప్రసవం సమయం దగ్గరకు వస్తోంది అంది. మా జానకిని కాపాడండి అన్నాను. అప్రయత్నంగా చేతులు జోడించాను. భూపతి ఇంకా ఇంకా ఏడుస్తున్నాడు.

ఎందుకురా అన్నాను కోపంగా. “మా రుక్మిణి ఒక మాట చెప్పింది రా.. అది గుర్తుకు వచ్చి బాధ వస్తుంది” అన్నాడు.

ఏం చెప్పిందో చెప్పు అన్నాను.

మన జానకి కి మగపిల్లాడు పుడితే మనం పెంచుకుందాం. ఇంక నాకు పిల్లలు పుట్టే అవకాశం లేదు కదా అంది. అలాగే పెంచుకుందాం అన్నాను. ఇప్పుడు మగ బిడ్డ పుడితే మనం పెంచగలమా? అప్పుడప్పుడు వెళ్లి చూసుకుంటాను అన్నాడు.

నా కాళ్ళ కింద భూమి కదిలి పోతున్నట్టు ,తల మీద తాటిపండు పడ్డట్టు అయిపోయాను. ధైర్యం తెచ్చుకుని, “అవి జరిగే పనులు కావు. ఏ బిడ్డ పుట్టినా

వదిలేయడమే మనం చేయవలసిన పని" అన్నాను కటువుగా. దీనంగా మొహం పెట్టుకుని కూర్చున్నాడు. ఒంటరి వాడిని అయిపోయాను.

కటిక చీకటి, అర్ధరాత్రి ముసలం పుట్టేస్తోంది. భూపతి ఏడవకు. మళ్లీ జానకికి పిల్లలు పుడతారు, పెళ్లి జరుగుతుంది, ఇప్పుడు మనం ధైర్యంగా ఉండాలి అన్నాను.

నర్సు వచ్చి ప్రసవం జరుగుతోంది అంది.

ఆ సమయంలో నా గుండె కొట్టుకుంటుంది కదా. ఆ వేగం భరించలేక భగవాన్... మగ బిడ్డనివ్వకు. నా తమ్ముడు తన భార్య కోరిక అని ఏడుస్తాడు. మమ్మలను కరుణించు అని వేడుకున్నాను. డాక్టర్ నా దగ్గరకు వచ్చి మెల్లగా ఆడపిల్ల అంది. నేను ఊపిరి తీసుకున్నాను. నా అదృష్టవశాత్తు ఆడపిల్ల పుట్టింది అనుకుని, భూపతికి చూపించి, జానకికి ఏమీ తెలియకుండా చాలా జాగ్రత్త పడ్డాము.

"భూపతి ఏడవకు, ధనం ఉండి దరిద్రులం మనం" అని ఊరడించాను.

భాను వచ్చింది. జానకిని తల్లిలా ఆదరించింది. భూపతిని నేను ఊరడించాను.

రామారావు అమెరికా నుండి ఇండియాకు వస్తున్నాడు. పెళ్లి ముహూర్తాలు చూపించండి అని నరసింహారావు గారు నాకు లెటర్ రాశారు. మా మనస్సులో కనుమరుగైన ఆనందం మళ్ళీ కనిపించింది.

రామారావు అమెరికా నుంచి వచ్చిన వెంటనే తులసిని తీసుకుని మా ఇంటికి వచ్చారు. మేము మాట్లాడుతుండగానే, జానకి ఏది అని జానకి దగ్గరకు వెళ్ళిపోయాడు. మేము ఊపిరి పీల్చుకున్నాము.

అంతవరకు చదివిన రామారావు పేరా మడిచేసి, కళ్ళు మూసుకుని ఎడమ చేతితో తల పట్టుకుని కూర్చొన్నాడు. ముఖాల చెమటలు పడుతున్నాయి.

భాను మౌనంగా నుంచుని చూస్తోంది.

"ఏమైంది బావగారు" అన్నాడు రంగనాథ్.

"ఘోరం జరిగింది బావగారు. ఈ కథలో ప్రధాన దోషిని నేనే. నా వల్ల ఇన్ని అనర్థాలు జరిగిపోయాయి. ఆ ముసలాడు పాపం ఎంత వేదనపడ్డాడో నన్ను చూసి. చెప్పడానికి నోరు రాక చెప్పలేక నలిగిపోయాడు. వాడే కనుక లేకపోతే ఈ నిజం భూస్థాపితం అయిపోను కదా! ఇంతగా ఎందుకు భయపడిపోయారో నాకు అర్థం కావడం లేదు" అన్నారు రామారావు.

ఆ రోజుల్లో ఆ విషయంలో తాను అనుభవించిన బాధను నెమరు వేసుకుంటూ నుంచుంది భాను.

"విషయం అర్థమయ్యేలా చెప్పండి బావగారు" అన్నాడు రంగనాథ్.

"తను చదివిన దగ్గర నుంచి తీసి, ఇది చదవండి .ఎన్నో కథలు చదివి ఉంటారు. ఇది యదార్ధ గాథ. బాగా చదవండి రంగనాథ్"అన్నాడు రామారావు బాధగా.

ఆ విషయం అంతా చదివిన రంగనాథ్ , కళ్ళు పెద్దవి చేసుకుని ఆశ్చర్యపోతూ "ఓహో... ఇలా జరిగిందా... నేను ఆ విధంగా ఆలోచించి వాళ్ళ పేర్లు చెప్పి తెలుసా? అని అడిగాను.

నా మాట అతను విన్నాడో, లేదో ,తెలుసో, లేదో ఆ విషయం తెలియదు అన్నాడు రంగనాథ్. రామారావు వాళ్ళకేసి చూడలేక తల దించుకుని కూర్చున్నాడు.

"మనం విధి చేతుల్లో కీలుబొమ్మలం బాధపడకండి బావగారు" అన్నాడు రంగనాథ్.

భాను కళ్ళు తుడుచుకుంటూ "ఆ రోజు నేను ఎప్పటికీ మర్చిపోలేను. ఏడుస్తూ మా జానకి ఏమి చెప్పిందో తెలుసా? "పిన్ని! ఆయన నన్ను బలవంతం చేశారు. ఎంత వద్దని ప్రాధేయపడ్డా వినలేదు. నేను నీకు కాబోయే భర్తనే కదా, నిశ్చితార్థం జరిగిపోయాక ఇంకా భయపడతావ్ ఎందుకు? అసలు ఈరోజు మన పెళ్లిరోజు అవ్వాలి. నేను ఈ విదేశాలకు వెళ్ళవలసి రావడం వలన మన పెళ్ళి ఆగిపోయింది. ఈరోజు మనం హాయిగా ఒకటయ్యే వాళ్ళం. ఇలా పెళ్ళి మానుకుని, విదేశాలకు వెళ్ళాలని నాకూ బాధగానే వుంది. మళ్ళీ ఈ అవకాశం రాదేమోనని వెళుతున్నాను. జానకీ, నా మాట కాదనకు అని బలవంతం చేసారు పిన్నీ అని ఏడ్చింది" అంటుంటే..

"కాదు, ఆమెను నేను బలాత్కారం చేసాను. నేను చాలా తప్పు చేసాను అత్తయ్యగారూ... ఆ క్షణం అలాంటిది. ఆ రాత్రి వేళ వానకు తడిసిన మేమిద్దరమే వున్న వేళ చేసిన పొరపాటు అది" అన్నారు పశ్చాత్తాప హృదయంతో రామారావు.

"మీకు గుర్తుందా" అంది భాను.

"నేను చాలా కాలం ఆ విషయం మరచిపోలేదు. మదనపడ్డాను. కాని జానకి దగ్గర మళ్ళీ ఆ విషయం ప్రస్తావించలేదు" అన్నారు రామారావు.

"నేను వుంటే జానకిని అలా ఒంటరిగా వెంట పంపకపోదును. మా అత్తయ్య గార్కి అసలు బాగోక నేను మధ్యాహ్నమే వెళ్ళిపోయాను. తరువాత మా బావగారు చాలా విచారించారు.

తల్లి లేని పిల్ల తెలియక వెళ్ళింది. మేము ఇంతగా ఆలోచించలేదు అని ఎంతగానో విచారించారు బావ గారు. అప్పటికే ఐదవ నెల వచ్చేసింది. ఋతు క్రమం ప్రతి నెల సమంగా రాని కారణంగా ఈ పిల్ల తెలుసుకోలేకపోయింది అంది డాక్టర్.

ఎలాగైనా తీసేయండి అని డాక్టర్ను ప్రాధేయపడ్డాను. పెళ్ళికాని తల్లిలా నా జానకిని చూడలేను అని రోదించాను. కానీ డాక్టర్ ఒప్పుకోలేదు. ఒక పక్క పరువు ప్రతిష్టలు, ఒక పక్క కూతురు ప్రాణం. ఏమి చేయాలో తెలియక ఆ పిల్ల పుట్టాక, చచ్చిపోయిందని చెప్పి ఎవరికో ఇచ్చేసి వుండాలి ఏ అనాథాశ్రమంలో పెట్టమని. అదీ నాకు ఇప్పటివరకు తెలియదు. పురిటి సమయంలో జానకిని వేరే చోటుకు తీసుకు వెళ్ళారు.

మా అత్తగారికి కళ్ళు లేని కారణంగా నేను జానకిని నా దగ్గర రహస్యంగా వుంచుకోగలిగాను. ఆ తరువాత వెళ్ళాను. పిల్ల చచ్చిపోయిందని చెప్పారు. నిజమేనేమో అని నమ్మాము. జానకి ఆ పిల్లను కళ్ళతో కూడా చూసుకోలేదు అని చాలా రోజులు ఏడ్చేది. నేను ఊరడించలేక పోయేదాన్ని.

మీరు అమెరికా వెళ్ళి తిరిగి వచ్చారు. మళ్ళీ పెళ్ళి ముహూర్తాలు పెట్టారు. జానకి భయపడుతూనే మళ్ళీ మిమ్మల్ని పెళ్ళి చేసుకుంది. మీరు దాన్ని గుండెల్లో దాచుకున్నారు.

మీ కాపురం ఆనందంగా సాగిపోయింది. ఆ విషయం మరుగున పడింది కానీ జానకి మాత్రం ఆ విషయం మరువలేదు. ఆ పిల్ల బతికే వుంటుందని తను నమ్మేది. ఆ పుట్టిన సమయం ఎవరికో చూపించి ఈ సమయంలో పుట్టిన పిల్ల ఆయువు లేనిదా అని అడిగిందట. "ఆ సిద్ధాంతి గారు చూసి ఈ సమయంలో పుట్టిన పిల్ల అయినా, పిల్లాడు అయినా బతికే వుంటారు. కానీ నా అన్నవాళ్ళకు దూరంగా వుంటారు. బతుకంతా కష్టాలు, కడగండ్లు అనుభవిస్తారు అని చెప్పారు పిన్నీ అని చెప్పేది". నేను నమ్మేదాన్ని కాదు. నీకు ఆ సమయం సరిగా తెలుసా అన్నాను. డాక్టర్ చెప్పింది పిన్నీ అంది. "కానీ అది ఆయన చెప్పిన మాట మనసులో వుంచుకుని ఆ దేవున్ని ప్రార్థించుకునేది. ఎవ్వరికీ చెప్పుకోలేదు. ఏమీ తెలుసుకోలేదు. ఎలా తెలుసుకోగలదు? తండ్రులను ఏమని అడుగుతుంది? ఆయన చెప్పిన మాట ప్రకారం ఆ పిల్ల బతికే వుంది. అదీ దాని నమ్మకం.

కానీ ఇప్పుడు ఆ పిల్లకు బాగోదు అని ఆయన చెప్పారు అని తను పూజలు చేయిస్తుంది, ఆందోళన చెందుతోంది" అంది భానమ్మ.

"పాపం జానకి ఇంత రోదన అనుభవించిందా... ఇంకా బాధపడుతోందా" అన్నారు రామారావు.

"అయితే మిగిలిన విషయం అతనిని అడిగి తెలుసుకోవాలి. సరే అయితే ఇంక నడవండి" అన్నాడు రంగనాథ్.

అతడు ఏమి చెబుతాడో, ఎలా వున్నాడో అనుకుని హాస్పటల్ కి బయలుదేరారు. చాలా చీకటి పడింది. డాక్టర్ ఎవ్వరినీ లోపలికి రానివ్వటం లేదు. "అమ్మమ్మ గార్ని తీసుకుని నువ్వు ఇంటికి వెళ్ళు కిరణ్. మేము తరువాత వస్తాము" అన్నారు రంగనాథ్.

కిరణ్ కారు దగ్గరకు వెళుతుంటే "అత్తయ్యగారూ! ఈ విషయం మన ముగ్గురు మధ్యే వుండాలి. అప్పుడే ఎవ్వరం బయట పడవద్దు" అన్నారు రామారావు.

"అలాగే అంది" భాను.

★★★

ఇన్ని సంవత్సరాలు తను నివసించిన ఆ ప్రదేశం ఒక్కసారి చూసి, తనతో ఉన్న వాళ్లందరికీ వీడ్కోలు చెప్పి తను మెల్లిగా నడుస్తోంది కృష్ణవేణి. బై బై అని రుద్ధ కంఠంతో అంటున్న వారిని వెనక్కి చూసి తను కళ్ళు తుడుచుకుంది. మేరీ కూతురు గబగబా వచ్చి రెండు యాపిల్ పండ్లు ఇచ్చి, 'బై కృష్ణ ఆంటీ' అని ముద్దు పెట్టుకుంది. నీ దగ్గరకు వస్తాను మళ్ళీ నిన్ను కలుస్తాను అని చెయ్యి పట్టుకుంది. 'తప్పకుండా రా' అంది.

"రా కృష్ణవేణి" అని చెయ్యి చాచిన మేరీ చెయ్యి పుచ్చుకొని నడుస్తోంది. ఆమె వెనుకాల కిరణ్ నడుస్తున్నాడు.

గేటు దగ్గర నుంచి కృష్ణవేణిని చూస్తున్నాడు చంద్రశేఖర్. గంధం రంగు ఎర్రంచు చీర, అదే జాకెట్టు వేసుకుంది. ఎర్రని కుంకుమ బొట్టు పెట్టుకొని జుట్టు ముడి పెట్టుకుంది. అతని చూపులు మరవ లేకపోతున్నాయి.

"ఈ చీర కట్టుకున్నప్పుడు, నన్ను గుర్తు పెట్టుకో కృష్ణవేణీ" అంది మేరీ.

"అలాగేనమ్మా! తరచు ఈ చీరే కట్టుకుంటాను" అంది.

"నేను నీ దగ్గరకి వస్తానులే" అంది మేరి.

"తప్పకుండా రండి" అంది.

ఒకసారి వెనక్కి చూసింది కృష్ణవేణి. లాఠీ పట్టుకుని వెనకాల వస్తున్న కిరణ్ కనిపించేడు. ముందుకు చూసింది, చంద్రశేఖర్ తన కోసమే చూస్తున్నాడు. అహా భగవాన్.. ఈ రోజు, ఎంత మంచి రోజూ, నా జీవితంలో ఇది మరువలేని రోజు. కన్న కొడుకు తను వున్న జైల్లోనే ఆఫీసర్ గా వున్నాడు. కట్టుకున్న భర్త తన రాకకోసం చూస్తున్నాడు. నా కోరిక తీర్చేవా భగవంతుడా అనుకుంటోంది కృష్ణవేణి. "నా మాట విని అతనితో వెళ్ళు" అంది మేరీ. ఆమె కేసి చూసింది కృష్ణవేణి. బైయ్ అంటూ చెయ్యి ఊపుతోంది మేరీ.

"దా కృష్ణవేణీ" అని చెయ్యి చాపుతున్నాడు శేఖర్.

మళ్ళీ వెనక్కి చూసింది, మేరీ వెళ్ళిపోతోంది. కిరణ్ "బాయ్" అంటూ చెయ్యి ఊపుతూ లోపలికి వెళ్ళిపోతున్నాడు.

"దా కృష్ణవేణీ" అన్నాడు చంద్రశేఖర్ ఆమె మోముకేసి చూస్తూ. మీ చూపులో ఏ మంత్ర శక్తి వుందో చంద్రశేఖర్, ఇదివరకటి నా నిర్ణయాలు అన్నీ మారిపోతున్నాయి అనుకొంటోంది. శేఖర్ ఆమె చెయ్యి పుచ్చుకొని కారు దగ్గరకు నడిపిస్తున్నాడు. ఆమె ఆ చేతిని వదిలించుకుంది.

"ఏంటి కృష్ణా" అన్నాడు.

"నేను మా అమ్మను చూడాలి" అంది.

"నేను తీసుకెడతాను దా" అని బలవంతంగా కారెక్కించుకున్నాడు.

ఇంకొక కారులోంచి కృష్ణను చూస్తున్న పద్మ "చూసారా మామ్మా ,మీ కూతుర్ని" అంది. కనకం కళ్ళు తుడుచుకుంది. "ఏడవకాంటీ, మీ కూతురి కోరిక తీరింది, చూసేరా మీ మనుమడుని, అల్లుడుని, కూతుర్ని. ఇప్పుడు మీరు బాధపడకుండా ఉంటే, మనం అందరం ఆ ఇంటికి వెడదాం.

"చంద్రశేఖర్ దగ్గర కాసేపు వుండనీ... ఎన్ని ఏళ్ళ తరువాత కృష్ణవేణి అతన్ని కలుసుకుంది. వాళ్ళిద్దరూ అలా వుండడం నీకు ఇష్టంగా వుందా ఆంటీ..." అంది గీత. "గీతమ్మా, నా కూతరు కోరిక తీరుతుంటే నాకు ఆనందం కాదా... అమ్మా! అతనే నా భర్త అని అది అన్నందుకు , అతనే దాన్ని చేయి పుచ్చుకుని తీసుకెళ్ళాడు" అంది ఆనందంతో కనకం.

"అందుకే కృష్ణవేణిని చూడడానికి కంగారుపడొద్దు. అతనే తీసుకువస్తాడు" అంది. "సరే గీతమ్మా" అంది కనకం.

"డాడీ.. మీరు అమ్మ మనసును ఏ విధంగానూ నొప్పించకండి. ఇప్పుడే బయటకు వచ్చిన ఆమె మనస్థితి ఇప్పుడే కుదుటపడదు. ఆమె ఇష్టానికే వదిలేయండి" అన్నాడు కిరణ్.

"సరే సార్" అని వీడి తమ్ముడి గారి నుండి ఇంకో సలహా రాకముందే నిన్ను నొక్కేయాలనుకుంటూ సెల్ఫోన్ నొక్కేసాడు శేఖర్,

"కృష్ణవేణీ దగ్గరకు రా.." అన్నాడు. ఆమె జరుగలేదు. తనే జరిగి, ఆమె మీద చెయ్యి వేశాడు. "వద్దు నన్ను తాకొద్దు" అంది.

"కృష్ణవేణీ! నిన్ను తాకకుండా వుండలేనూ, వుండను. నేను కట్టిన తాళి మెళ్ళో వుంచుకుని నన్ను తాకద్దంటావా, నీకు న్యాయమేనా" అన్నాడు జాలిగా చూస్తూ.

"నేను నీ మెళ్ళో తాళి కట్టాను అని ఒప్పుకున్న ఆనందం చాలదా .నాకు ఈ జన్మకి చాలు" అంది.

"చాలదు నాకు చాలదు. దా.. కృష్ణా" అన్నాడు. ఏమనాలో తెలియక చూస్తోంది. ఆ కారు చాలా దూరం వెళ్లింది. ఏకాంత ప్రదేశంలో ఒక తోటలో ఆపాడు. అతనిని అనుసరించాలా, మానాలా అని చూస్తోంది.

"ఇక్కడ మనం కొంతసేపు మాట్లాడుకుందాం. నీతో మాట్లాడాలన్న నా కోరిక తీర్చు. నీ కోసం అక్కడకు శ్రమపడి వచ్చేవాడిని. కానీ మాట్లాడడం కుదిరేది కాదు" అన్నాడు.

"అవును" అంది.

"మన తొలి పరిచయం నాడు మనం మాట్లాడుకోలేదు. ఒక్కసారి నవ్వుతూ నాతో మాట్లాడు" అన్నాడు చంద్రశేఖర్.

"మీరింకా ఆ మాట గుర్తుంచుకున్నారా" అంది అతనికేసి ఆనందంగా చూస్తూ.. "గుర్తుంచుకోవడమా? ఆ కృష్ణవేణిని, ఆ రేయినీ, ఆ హాయిని, ఆ సోయగాల రాణిని, నా కృష్ణవేణిని, బెదురుచూపులతో వచ్చి... ఈ తాళి నా మెడలో కట్టండి అని అడిగిన కన్నెపిల్లని, నన్నడిగి గొలుసు పెట్టించుకున్న కొత్త పెళ్ళికూతుర్ని, తొలిముద్దు అందించిన ఈ ముగ్ధమోహన రూపాన్ని నేను.. నేనూ.. ఏనాడూ మరచిపోలేదు" అని ఆమెను ముద్దు పెట్టుకోబోయాడు. ఆమె వెనక్కు జరిగింది. శేఖర్ కిరణ్ మాటలు గుర్తు చేసుకున్నాడు.

"చాలండీ, చాలు ఈ ఆనందపు బరువు. నా గుండె మోయలేదు" అంది గుండె పట్టుకుని.

"నేను నిన్ను మరచిపోలేదు అంటేనే ఇంత ఆనందం పొందితే ఎలా.. ఇంకా విను. ఆ తరువాత నా మీద ప్రేమతో నువ్వు చేసిన త్యాగానికి నేను నిన్ను తలచుకోని రోజు లేదు.

నీ బిడ్డ ఉన్నాడని వాడిని, అనాథగా వుంచావని తెలిసి వాడిని తీసుకువచ్చి నేను పెంచాను. ఆ కిరణ్ బాబును నేనే పెంచి పెద్ద చేశాను. నాకు పెళ్ళి అయ్యాక జ్యోతి కూడా వాడిని తల్లిలా పెంచింది. ఆ తరువాత ఒక రోజు నీ ఫ్రెండ్ గీత నన్ను చూసి, చంద్రశేఖర్ గారూ అని పిలిచి... మీరు పెంచే మా కృష్ణవేణి కొడుకు... మీకు, కృష్ణవేణికి కలిగిన వాడేనని ఆ విషయమంతా చెప్పింది. ఆ రోజు నిజంగా నిన్ను ఎన్నిసార్లు తలచుకున్నానో తెలుసా. మన బిడ్డని పెంచి నా కోసం నువ్వు మగ్గిపోతున్న ఆ జైల్లో కిరణ్ ను ఆఫీసర్ గా ఉద్యోగం చేయించాలని పట్టుపట్టి వాడిని అలా చేసాను. జ్యోతి ఇద్దర్నీ తల్లిలా పెంచింది. చిన్నాకు కృష్ణప్రసాద్ అని పేరు పెట్టుకున్నాను. మీ అమ్మ యోగక్షేమాలు మా మురళితో చూస్తూ, కిరణ్ ను వేరే వాళ్ళు పెంచుతున్నట్టు ఆమెకు చూపించేవాడిని" అన్నాడు.

"ఆమె నోట మాట రావడం లేదు".

"కృష్ణవేణీ" అన్నాడు. ఆమె కళ్ళు ఆనందాశృవులు రాలుతున్నాయి.

"నేను చాలా అదృష్టవంతురాలిని. ఏ వేశ్యకు దొరకని తాళిబొట్టు, నాకు మీ వల్ల దొరికిందని ఎంతో ఆనందపడిపోయాను. మీరు వెళ్ళిపోయినా, మీ రూపం నాలో పెరుగుతూంటే మీరిచ్చిన గొలుసులో ఉన్న మీ ఫోటో చూసుకుని, మీ బాబుని ఒకసారి చూడరూ అనేదాన్ని. నేను అలా అనకూడదేమోనని మళ్ళీ ఊరుకునేదాన్ని" అంది.

"కృష్ణా.. కృష్ణా.." అని ఆమె చేతిని పట్టుకున్నాడు.

"నాకు పుట్టిన బిడ్డను మీ బిడ్డగా చూసుకున్నారు. నన్ను మీ భార్యగా భావించారు. నాకు ఈ మాట చాలు. ఈ ఆనందం చాలు. ఈ జన్మకు చాలు. ఇంకేమీ కోరను" అంది ఆనందంతో.

కానీ, అతని చేతిని తన చేతితో సృజించలేదు. కానీ అతనామె చేతిని వదలలేదు. అలా నడిచారు. ఎవరో స్కూటర్ మీద వస్తున్నారు. కిరణ్ బాబో, కృష్ణప్రసాద్ అయివుంటారని కంగారుగా చూసాడు. కానీ కాదు. ఎందుకైనా మంచిదని సెల్ ఆన్ చేద్దాం, లేకపోతే పిల్లలకు కోపం వస్తుంది అనుకుని సెల్ ఆన్ చేశాడు.

పద్మ "అంకుల్ ఆంటిని ఈ ఇంటికి తీసుకురండి" అంది.

"అలాగే పద్మా" అన్నాడు చంద్రశేఖర్. పద్మ తీసుకురమ్మంది, ఇంటికి వెళదాం అన్నాడు. "ముందు మా అమ్మను చూడాలని వుంది" అంది. అక్కడ నుంచి వెళదాం అన్నాడు. "సరే" అంది. నడవండి అన్నట్టు చూస్తోంది. ఒక్కసారి నా కౌగిలిలోకి రా.. అన్నాడు చేతులు చాచి. ఆర్తితో చూస్తున్న అతని కళ్ళల్లోకి చూసింది. ఒక్కసారి ఆ ఇరువురి చూపులు కలిసాయి. ఆమె కళ్ళల్లోంచి చూపు మరల్చకుండా చేతులు చాచి రా.. అన్నాడు. తన భర్త తన కోసం చూస్తున్నాడన్న తృప్తి, ఆ ఆనందం చిరునవ్వులు ఆమె పెదాల మీదకు వచ్చింది. చాచిన అతని చేతులు తన చేతులతో పట్టుకొని ఒక్కసారి ఆ అరచేతులను సృజించి పట్టుకొని "రండి వెళదాం"అంది. ఇంతేనా అన్నట్టు చూస్తున్నాడు. "రండి" అంది ప్రాధేయంగా చూస్తూ. "సరే నడూ" అన్నాడు.

లోపలికి వస్తున్న కృష్ణవేణిని కనకం, గీత ఒక్కసారి కౌగిలించుకుని ఏడ్చారు. మాటలకందని మనోవేదనను కన్నీళ్లుగా కరిగించుకున్నారు.

"నా తల్లి... ఈ కళ్ళతో నిన్ను మళ్ళీ చూస్తాను అనుకోలేదే, చచ్చిపోతాను అనుకున్నాను. ఇంకా నిన్ను చూసుకునే భాగ్యం ఉంది, అందుకే బ్రతికాను. మృత్యువుతో పోరాడాను" అంది కనకం.

అమ్మా "నిన్ను మళ్ళీ చూడలేనేమో అని భయపడే దాన్నమ్మా. భగవంతుని దయవల్ల నిన్ను చూడగలిగాను" అంది కృష్ణవేణి.

"బాధ పడకు కృష్ణ, బాధ పడకండి ఆంటీ" అని ఇద్దర్నీ గదిలోకి తీసుకువెళ్లింది గీత.

ఉష, నాగమణి, శకుంతల కృష్ణవేణిని ఒక్కసారి పట్టేసుకున్నారు. వాళ్ళని కౌగిలించుకుని కృష్ణవేణి బాధపడింది. అందరికీ కాఫీలు అందించింది పద్మ.

"పద్మ నేను బయలుదేరుతాను" అన్నాడు చంద్రశేఖర్. గీత బయటకు వచ్చి నేను కృష్ణవేణి తోనే ఉంటాను అంది. "కృష్ణవేణి నేను బయలుదేరుతాను" అన్నాడు. కృష్ణవేణి గది గుమ్మం దగ్గరకు వచ్చి చూస్తోంది. మళ్లీ వస్తానని బయలుదేరాడు చంద్రశేఖర్.

కిరణ్ తన గదిలో తిరుగుతున్నాడు. మేరీ మాటలు గుర్తుకు వస్తున్నాయి.

"కిరణ్.. మీరా చెప్పిన మాట గుర్తుందా" అంది జ్యోతి.

"గుర్తుందమ్మా... భయంగా కూడా ఉంది. ఏమి చెయ్యాలా అని ఆలోచిస్తున్నాను" అన్నాడు.

"నువ్వు వెళ్లి అక్కడే ఉండు. చాలా జాగ్రత్త సుమా" అంది.

"కానీ .. అమ్మ.. అక్కడ వాళ్లంతా ఉంటారు" అన్నాడు.

"అంతా ఉన్నా... నిన్ను అనాథాశ్రమంలో ఉంచింది. అందరూ ఉన్న మీ నాన్నని కాపాడుకోవాలని ఒక్కతే వెళ్ళింది. కనుక మేరీ చెప్పిన మాటను బట్టి నాకు కంగారుగా ఉంది. ఏం నిర్ణయం తీసుకుంటుందోనని భయంగా ఉంది. చాలా జాగ్రత్తగా చూసుకోవాలి" అంది జ్యోతి.

"సరేనమ్మా.. నేను అక్కడే పడుకుంటాను" అన్నాడు.

"పడుకోవడం కాదు, జాగ్రత్తగా చూసుకోవాలి" అంది జ్యోతి.

"అలాగేనమ్మా జాగ్రత్తగా చూసుకుంటాను" అన్నాడు.

"నేను నీతో వస్తాను, ఇద్దరం వెళ్దాం" అన్నాడు కృష్ణప్రసాద్.

"సరే రా, ఇద్దరం అక్కడే ఉందాం" అని పద్మకు ఫోన్ చేశాడు కిరణ్.

బండి దగ్గరకు వచ్చాక మేరీ ఆంటీ ఏమి చెప్పారు అన్నాడు కృష్ణప్రసాద్.

చాలా విషయాలు చెప్పారు. నాకు చాలా బాధ, భయం కలిగాయి. ఒకప్పుడు అమ్మని చాలా బాధలు పెట్టిందట, అనరాని మాటలు అందిట. ఆ చచ్చిపోయిన వాని భార్య మేరీ ఫ్రెండ్ అంట. తన ఫ్రెండ్ ని, బిడ్డలని అనాధలను చేసిందని కోపంతో బాధ పెట్టేదిట. ఒకరోజు ఆమె బలరాముని చంపి ఉండదు, ఎందుకు తనమీద వేసుకుందని ఆ రౌడీలు చెప్పుకోవడం విని ఆమె మేరీకి చెప్పిందిట. అప్పటినుంచి అమ్మను బాధ పెట్టడం లేదట. తరువాత నాకు పాప కడుపున ఉండగా వాంతయ్యి కళ్ళు తిరిగి కూర్చుని పోయాను. ఆ సమయంలో తను నా కళ్ళు మూసుకుని పట్టుకుని మంచినీళ్లు ఇచ్చి నన్ను కుర్చీలో కూర్చోబెట్టింది. ఆ వాంతిని కడిగేసింది. అంతేకాదు నా రూమ్ కి వచ్చి మందులు ఇచ్చేది, పండ్ల రసాలు తీసి ఇచ్చేది. అలా నాకు చాలా దగ్గర అయింది. నా పిల్లను తెచ్చి ఆమెకి ఇచ్చి డ్యూటీ చేసేదాన్ని. నా పిల్లని పెంచింది. ఆమె మంచితనానికి, నేను ఆమెను పెట్టిన బాధలకు పశ్చాత్తాప పడి రోజూ విచారించే దాన్ని.

ఈ మధ్య 'నువ్వు బయటికి వెళ్ళిపోతావు కృష్ణవేణి. నీ భర్త దగ్గరకు వెళ్తావా..' అంటే వెళ్లనందిట. నీకు బిడ్డ ఉన్నాడు. కానీ, ఎవరో పెంచుతున్నారు అన్నావు కదా... అక్కడికి వెళతావా అంటే, వెళ్ళను, ఎవ్వరికీ కనిపించకుండా ఎక్కడో మా అమ్మని

తీసుకుని వెళ్ళి ఉంటాను అంది. గత జీవితం ఆమెను భయపెడుతోంది. నీకు ఈ విషయం చెప్పాలి. ఆమె నిర్దోషి. ఈ దోషం ఆమెలో లేదు. ఏ ఘోరం ఆమె చెయ్యలేదు, ఏ పాపము ఆమెకు అంటదు. జాగ్రత్త సుమా అని చెప్పింది మేరీ ఆంటీ.

"ఆ మాటలు విన్నాక, అమ్మ మీద జాలి వేసింది అన్నాడు" కిరణ్ బాధగా.

"నాకు కృష్ణమ్మను ఓదార్చి ఆమె ఒళ్ళో పడుకుని భోరున ఏడవాలని ఉంది" అన్నాడు.

"సరే మనం చాలా జాగ్రత్తగా ఉండాలి, నడు వెడదాం" అన్నాడు కృష్ణ ప్రసాద్.

పద్మ మెల్లిగా తలుపు తీసింది. మా తమ్ముడు కృష్ణ ప్రసాద్ అని చెప్పాడు. రండి లోపలికి అని ఒక రూమ్ లోకి తీసుకు వెళ్ళి, మీరు ఇక్కడ పడుకోండి అంది. "పద్మ.. మెయిన్ తలుపుకు తాళం వేయండి" అన్నాడు కిరణ్.

"ఎందుకు తాళం"అన్నది.

"వేసి తాళం చెవి నాకు ఇవ్వండి" అన్నాడు. సరే అని అలా చేసింది.

ఆ గదిలో చిన్న లైట్ వెలుగుతోంది. కిరణ్, ప్రసాద్ వాళ్లను పరికించి చూస్తున్నారు. కృష్ణవేణి ఆమె మీద చెయ్యి వేసుకుని కనకం కుడి చేతి వైపు, కృష్ణవేణి చేతిని తన చేతితో కలుపుకుని పడుకుంది గీత. ఆమె పక్కన ఉష పడుకున్నారు. ఆ మంచం ప్రక్కన చాప మీద నాగమణి, శకుంతలా పడుకుని నిద్రలో ఉన్నారు. "మీరిద్దరూ ఆ రూములో పడుకోండి, చాలా సమయం అయ్యింది కదా" అని మెల్లగా తను నాగమణి ప్రక్కన పడుకుంది.

కృష్ణవేణి కి మెలుకువ వచ్చింది. తన మీద చెయ్యి వేసుకున్న తల్లి అలానే ఉంది. గీత, ఉషా కూడా అలానే ఉన్నారు. ఎన్ని ఏళ్లయింది తన తల్లి ప్రక్కన పడుకుని అనుకుంటోంది. ఎవరో తను ఉన్న గదిలోకి వస్తున్నట్టు అలికిడి అవుతోంది . ఎవరా అని తల తిప్పకుండా పరీక్షిస్తోంది. తెల్లని బనేను, నైట్ ప్యాంటు వేసుకున్న వాడు తన మంచం దగ్గరకు వచ్చి తనను పరికించి చూస్తున్నాడు. తన తల మీద చెయ్యి వేసి నిమిరాడు. "ఉష్.. పడుకోనీ" అంటుంది పద్మ.

మెల్లగా చూస్తున్న కృష్ణకు అతని కుడి చేతి దండం మీద నల్లటి పుట్టుమచ్చ కనిపించింది. మనసు ఒక్కసారి పొంగిపోయింది. నా కిరణ్ బాబు, రాత్రి వచ్చి ఇక్కడే పడుకున్నావా... నాకోసం వచ్చావా... కారుతున్న కన్నీరు తుడుచుకోకుండా... చిన్నగా చూస్తోంది. తలుపు దగ్గరగా వేశారు.

కొంత సమయం తర్వాత మళ్లీ తల మీద చేయి వేసి, అమ్మా! అన్నాడు. నిన్ను జ్యోతి నుంచి దూరం చెయ్యలేను బాబు అంది.

ఆమె బాధపడుతోందని తెలుసుకుని ఆమె కళ్ళు తుడుస్తూ "చూడమ్మా! ఒక్కసారి కళ్ళు తెరు, నన్ను చూడమ్మా" అన్నాడు.

కళ్ళు తెరిచింది, తల మీద చెయ్యి పెట్టి కళ్ళల్లోకి చూస్తున్నాడు. కృష్ణవేణి ఆశ్చర్యంగా చూస్తోంది. నోట మాట రావడం లేదు. 'నేనెవరో చెప్పు' అన్నాడు. నవ్వుతూ చూస్తూ అందరూ లేచిపోయారు.

పద్మ వచ్చి "ఈరోజు మంచి రోజు ఆంటీ. మీరు, అమ్మ, ఉష ఆంటీ, కనకం, మామ్మ అందరూ ఒకే మంచం మీద కూర్చున్నారు, చాలా ఆనందంగా ఉంది. ఈయన ఎవరనుకుంటున్నారా? చంద్రశేఖర్ గారి చిన్న కొడుకు. ఈయన పేరు అంటుంటే... "నా పేరు కృష్ణప్రసాద్... నీ పేరేనమ్మా... నా పేరు" అన్నాడు ఆనందంగా.

"మా కృష్ణవేణి పేరా... "అని కనకం, గీత, ఉష ఆనందంగా చూస్తున్నారు.

"మీ పెద్ద కొడుకు లేచి, మీ చుట్టూ ప్రదక్షిణం చేసి, లేపుదాం అనుకుంటే... నేను ఆపి లోపలికి పంపాను" అంది పద్మ.

మాటకు కిరణ్ లేచి వచ్చి అందరినీ చూస్తున్నాడు. "అన్నా.. అమ్మ తల మీద చెయ్యి వేసి అమ్మా! అన్నాను. నిన్ను జ్యోతి నుంచి దూరం చెయ్యలేను బాబు అంది. ఇప్పుడు అర్థమైందా అమ్మ బాధ" అన్నాడు కృష్ణప్రసాద్.

కిరణ్ ఆనందంగా చూస్తున్నాడు తల్లి కేసి. "మీరందరూ అలాగే ఉండండి, ఒక్క ఫోటో తీస్తాను. కిరణ్ మీరు కూడా ఆంటీ ప్రక్కన కూర్చోండి" అంది పద్మ.

"నా కిరణ్ బాబే... దా" అంది చేతులు చాచి. ఒక్క దూకులో వెళ్లి ఆమె కాళ్ళ మీద తల పెట్టుకుని, బోర్లా పడుకుని చంటి పిల్లాడిలా ఏడుస్తున్నాడు. ఆ తల నిమురుతూ కన్నీరు మున్నీరుగా ఉంది కృష్ణవేణి.

"చంటి బిడ్డగా ఉన్నప్పుడు నిన్ను దూరం చేసుకుని, నీ తల్లి ఎంత బాధ పడిందో నేను మరువలేను" అంది కిరణ్ తల నిమురుతూ కనకం.

"లే.. కిరణ్ బాబు బాధపడకు అమ్మను బయటికి తీసుకొచ్చావు కదా, ఇంక అమ్మ మన దగ్గరే ఉంటుంది. ఊరుకో" అంది గీత.

"అమ్మ... నన్ను జో కొట్టు, నీ చేత్తో జో కొట్టమ్మా..." అన్నాడు. కృష్ణవేణి చంటి పిల్లాడిలా జో కొడుతోంది.

"అమ్మా! కొట్టమ్మా కొట్టు. మేము నీ గురించి చెడుగా అనుకున్నాము" అని కృష్ణవేణి చెయ్యి పట్టుకుని తన చెంప మీద కొట్టుకుంటున్నాడు కృష్ణ ప్రసాద్.

"వద్దు నిన్ను నేను కొట్టడం ఏంటి, నువ్వు నా బంగారు తండ్రివి" అని కృష్ణ ప్రసాద్ తల కూడా నిమిరింది.

"మా మంచి అమ్మ" అని ఆమె భుజం మీద తలవాల్చి కూర్చున్నాడు కృష్ణ ప్రసాద్.

"ఈరోజు మంచి రోజు కృష్ణవేణి. కిరణ్ బాబు, కృష్ణ ప్రసాద్, ఉష, కనకం ఆంటీ అందరూ కలుసుకున్నాము" అంది గీత.

కిరణ్ బాబు, కృష్ణ ప్రసాద్ కళ్ళు తుడుచుకుని, "అమ్మ... నువ్వు మాకు మాట ఇవ్వాలి" అన్నారు. కృష్ణవేణి చూస్తోంది. 'ఇస్తావా అమ్మ' అన్నాడు కృష్ణ ప్రసాద్.

"ఏంటో చెప్పండి"అంది కృష్ణవేణి.

"నువ్వు, అమ్మమ్మ ఎక్కడికి వెళ్ళకూడదు, ఇక్కడే ఇంట్లోనే ఉండాలి" అన్నాడు.

"అలాగే మేమిద్దరం ఎక్కడికి వెళ్ళం. ఇక్కడే ఉంటాం" అంది కృష్ణవేణి. కనకం కూడా అలాగే అంది.

"అమ్మ... మాటిచ్చావు .తప్పకూడదు సుమా" అన్నాడు కృష్ణ ప్రసాద్.

"తప్పను, మాట తప్పను" అంది కృష్ణవేణి.

అయితే సరే "అమ్మా, నేను జైలుకు వెళ్లాలి అక్కడ కృష్ణవేణి అనే ఆమె ఉందట ఆమెను చూడాలి అన్నాడు" కిరణ్. ఆమె చెయ్యిని నేరాన్ని నెత్తిన వేసుకుంది అన్నాడు కృష్ణ ప్రసాద్. ఆమె ఆశ్చర్యంగా చూస్తోంది. నోటి మీద చెయ్యి వేసుకుని తల అడ్డంగా ఊపింది. చుట్టూ చూసింది ఎవరన్నా ఉన్నారా అని. "మాకు అన్నీ చెప్పారు మా డాడీ" అన్నాడు ప్రసాద్. "కిరణ్, అంతా అయిపోయింది ఇంకేమీ చేయవు కదా" అంది భయపడుతూ. "ఏమీ చేయను నీ చంద్రశేఖర్ ని" అన్నాడు. "ఈ మాట మళ్లీ బయటకు రానివ్వమని ,ఎప్పుడు ఈ ప్రస్తావన తేమని నాకు మాట ఇవ్వండి... "మీరిద్దరూ ప్రాణ రక్షణ కోసం చేసిన పని అది" అన్నారు.

"ఆయన స్థానంలో ఉన్నవారు అలాగే చేస్తారు. నేను ఒక హంతకురాలుగా ముద్ర వేసుకున్నాను. శిక్ష అనుభవించాను. బ్రతికి బయటికి వస్తా అనుకోలేదు, అంతా అయిపోయింది, బయటికి వచ్చాను. ఒక హంతకురాలు నీ తల్లి అంటే నీకు చెడ్డ పేరు వస్తుందని, నేను నీ తల్లిని కాదన్నట్టు ఉన్నాను. ఇప్పుడు మీరు ఈ విషయంలో చాలా

జాగ్రత్తగా ఉండాలి సుమా. లేకపోతే మీ తండ్రికి చెడ్డపేరు వస్తుంది. నాకు మాట ఇవ్వండి" అంది.

"భయపడకమ్మా.. నీ మాట గుర్తుపెట్టుకుంటాం... నువ్వు నిర్దోషివని చెప్పడానికి ఈ మాట పైకి అన్నాను కానీ ఎప్పుడూ ఈ మాట పైకి రానివ్వం. మాట ఇస్తున్నాను అని ఆమె చేతిలో చేయి వేశాడు" కృష్ణ ప్రసాద్.

"భయపడకమ్మా... అని ఆమె చేతిలో చేయి వేసి నువ్వు హంతకురాలివి కాదమ్మా... నిర్దోషివమ్మా... నువ్వు నిర్దోషివమ్మా" అన్నాడు ఆమె మెడ చుట్టూ చేయి వేసి కిరణ్.

"మీ తండ్రి కూడా మంచివారే. లేకపోతే ఈ మాట పైకి చెప్పరు కదా" అంది కృష్ణవేణి.

"అవునమ్మా" అన్నాడు కిరణ్.

"మా వాళ్ళెవ్వరికి తెలియదు మీరు చాలా జాగ్రత్తగా ఉండాలి సుమా" అంది.

"సరేనమ్మా... మేము బయలుదేరుతాము" అన్నాడు.

"పద్మ మీరు రారా" అన్నాడు కిరణ్.

"నేను రాను. ఆంటీ వచ్చేసింది కదా, సెలవు పెట్టాను" అంది.

"సరే అందరినీ జాగ్రత్తగా చూసుకోండి పద్మ" అన్నాడు కిరణ్.

"ఫోటో వద్దా" అంది పద్మ.

"కావాలి ఇలాగే తీసేయ్" అన్నారు. అందరిని దగ్గరగా నుంచోమని నాలుగు ఫోటోలు తీసింది. "మీరు ఉండండి, నేను తీస్తాను" అని ప్రసాద్ మళ్లీ తీశాడు".

అమ్మా , అమ్మమ్మ, చిన్న అమ్మమ్మలు.. ఆంటీలు, పద్మ టీచర్ అందరికీ బై బై అని ఇద్దరు వెళ్తూ ఉంటే ఆనందమే ఆనందం... అందరిలోనూ ఆనందం.

కిరణ్ ఫోన్ చూసి "కిరణ్ బాబు, చెప్పమ్మా" అంది గీత.

"ఆంటీ మీరు ఎలాగైనా అమ్మమ్మ చెల్లెళ్ళని మెల్లగా అడగండి. పెంచుకున్న పిల్లా, కన్న పిల్లా అని కనుక్కోండి. వాళ్లు ఏమి చెప్పారో, వెంటనే నాకు ఫోన్ చేసి చెప్పండి" అన్నాడు కిరణ్.

"అలాగే కిరణ్" అంది గీత.

★★★

"నేను తప్పు చేశాను తులసి. నన్ను దండించు, బాగా తిట్టు. పాపం జానకి ఎన్ని రకాలుగా బాధలు అనుభవించిందో తెలుసుకున్నాక, నేను తప్పు చేశాను అని పశ్చాత్తాప పడుతున్నాను. జానకి ముందు ఈ ప్రస్తావన ఎలా తీసుకురావాలి అన్న ఆలోచన వస్తోంది" అన్నాడు రామారావు.

రామారావు చెబుతున్న మాటలకి ఆశ్చర్యంతో చూస్తూ "ఏం తప్పు చేశావు అన్నయ్య, జానకి అంతగా బాధపడేలా ఏం తప్పు చేశావు" అంది తులసి.

మోహనరావు ఆశ్చర్యంగా చూస్తున్నారు. రంగనాథ్ ఆ డైరీ తీసి చదవమని మోహనరావుకు ఇచ్చారు. మోహనరావు చదివి ఆశ్చర్యంగా చూస్తూ... తులసికి ఇచ్చాడు. తులసి చదివి ఆశ్చర్యంగా చూస్తూ ఉండిపోయింది.

"ఇలాంటి విషయాన్ని గుట్టుగా దాచడం అంటే చిన్న మాట కాదు.. చాలా జాగ్రత్తగా ఉండాలి. ఈ విషయం వల్ల ఎక్కువ బాధ జానకిదే. పాపం జానకి! ఎవ్వరికీ చెప్పుకోలేక అలా అని ఊరుకోలేక ,ఆ తల్లి ప్రాణం ఎంత నలిగిపోయిందో. ఇంకా నలిగిపోతోంది కదా, పాపం జానకి" అంది తులసి.

"ఈ విషయాన్ని ముందు జానకి దగ్గర చెప్పాలి. ఎలా చెప్పాలి అని ముందు మీకు తెలియజేశాను. ఈ విషయం వాళ్ళు ధైర్యంగా నాకు చెప్పి ఉంటే, నేను అమెరికా నుంచి వచ్చి జానకి మెళ్ళో తాళి కట్టేద్దును. మావయ్య గారు ఎక్కువ భయపడిపోయారు" అన్నారు రామారావు.

"నాన్నగారి గురించి నీకు తెలియదు. ఆయనకు ఈ విషయం తెలిస్తే పెళ్లికి ఒప్పుకోకపోదురు. ఎవరికైనా పొరపాటు జరిగితే మాటలు అనడంలో వెనుకాడే వారు కాదు. కోపం ఎక్కువ. అందువల్ల వాళ్ళు భయపడ్డారు. వారిది తప్పులేదు. మాటలు పడడం చాలా కష్టం. కావాలని చేయని తప్పుకు ఎంత మానసికంగా కృంగిపోయారో ఆ పెద్దవారు. పాపం ఈ డైరీ లేకపోతే ఈ విషయం బయటికి వచ్చేది కాదు" అంది తులసి.

"మీరిద్దరూ రాజమండ్రి వస్తాము అంటున్నారే కానీ రాలేదు. వచ్చి ఇంటి దగ్గర ఉంటే మీకు ఈ జరిగిన విషయం అంత చెప్పాలనుకున్నాను. చంద్రశేఖర్ కూడా మీకు చెప్పాలనుకున్నాడు. కానీ కుదరలేదు".

ఆనాడు ఆమెకు తాళి కట్టిన దగ్గర నుండి జరిగిన విషయాలు, కిరణ్ ని పెంచడం, మళ్ళీ శేఖర్ రాజమండ్రి వచ్చిన దగ్గర నుంచి జరిగిన విషయాలు అన్నిటిని, ఆ

ముసలాడు ఆమె వేశ్య కాదమ్మా అన్న మాట వరకు రంగనాథ్ మోహనరావుకు, తులసికి చెప్పాడు.

"అయ్యబాబోయ్! చంద్రశేఖర్ కి చాలా ప్రమాదాలు తప్పాయా.. వాడి జీవితంలో ఎన్ని సంఘటనలు జరిగాయో, ఎన్ని మలుపులు తిరిగిందో వాడి జీవితం. ఏనాడూ నాకు చెప్పలేదు బిడ్డ" అన్నాడు మోహనరావు.

"అన్నయ్య! నేను ఆనాటి నుంచి వాడి విషయాలు అన్నీ తెలుసుకుంటూనే ఉన్నాను" అన్నాడు రంగనాథ్.

"బావగారు! మీరు, తులసి ఇప్పుడు మా ఇంటికి రండి" అన్నాడు రామారావు.

"తులసి వస్తుంది, నేను తరువాత వస్తాను" అన్నారు మోహనరావు.

"అన్నయ్య, మేము బయలుదేరుతున్నాం" అన్నాడు రంగనాథ్.

"ఎప్పటికప్పుడు నాకు ఫోన్ చెయ్యి, నేను వస్తాను" అన్నాడు మోహనరావు.

★★★

రామారావుకి, రంగనాథ్ కి, తులసికి కాఫీలు ఇచ్చింది జానకి. కుశల ప్రశ్నలు వేసుకున్నారు అందరూ. దా.. తులసి అని, తులసిని గదిలోకి తీసుకువెళ్లింది భాను.

"జానకి, నీకు ఈ విషయం ఎలా చెప్పాలో తెలియడం లేదు. కానీ చెప్పక తప్పదు. ఆనాడు జరిగిన విషయమే అయినా, ఇప్పుడు ఆ విషయం బయటకు వచ్చింది. నేను ఇప్పుడు నీ దగ్గరకు వచ్చానంటే... మా అన్నయ్య జరిగిన విషయం నాకు చెప్పాడు, బాధపడ్డాడు. నేను బాధపడ్డాను. నిన్ను తలుచుకుని ఆ అన్న చెల్లెలుగా నీకు క్షమాపణ చెబుతున్నాను" అంది తులసి.

"జానకి అలా చూస్తోంది. జానకి నీకు ఆ సిద్ధాంతి గారు చెప్పిన విషయం నిజమేననిపిస్తోంది. ఇది మీ పెద్ద నాన్న గారి డైరీ. తప్పో, ఒప్పో. మేమంతా ఈ డైరీ చదివాం. నువ్వు చదువు అని జానకికి ఇచ్చింది" భాను.

ఆ డైరీలో ఆ విషయమంతా చదివిన జానకి, "నాన్న, పెదనాన్న అని భోరున ఏడుస్తూ వాళ్ళ ఫోటోల దగ్గరికి వెళ్లి చేతులు జోడించి నుంచుంది.

"నాకు పిల్లను చూపించలేదే అని బాధపడ్డాను. కానీ మీరిద్దరూ ఎంత బాధ పడ్డారో ఇది చదివాక తెలుసుకున్నాను" అని ఏడుస్తున్న భార్యను రామారావు కౌగిలించుకుని, "బాధపడకు జానకీ"అన్నాడు.

"ఇన్ని ఏళ్లుగా మీతో పంచుకోవాలనుకున్న నా బాధ ఎవరికి చెప్పనండీ.."అని అతనిని గట్టిగా పట్టుకుంది. గుండె కరిగేలాగా ఏడ్చింది జానకి.

"అవును జానకి అంతా తెలుసుకున్నాను. నీ బాధ నేను అర్థం చేసుకున్నాను. ఇంక నీ బాధను నేను పంచుకుంటాను, నేను అనుభవిస్తాను. ఏడవకు నీ ఆరోగ్యం బాగోలేదు ఊరుకో, జానకి ఊరుకో" అన్నాడు. భాను ,తులసి కూడా జానకిని ఊరడించారు.

"ఈ విషయం ఇప్పుడు అందరికీ తెలిసి మనల్ని దోషులుగా చూస్తారేమో అల్లుడు, మనుమలు అని చాలా ఆందోళనగా ఉంది" అంది జానకి.

"ఎవరో ఏదో అంటారని భయపడితేనే ఇన్ని జరిగాయి. ఇప్పుడు ధైర్యంగా ఉండాలి జానకి. ఆ పిల్ల ఎక్కడ ఉందో? ఇప్పుడు ఏం చేయాలి? ఈ విషయం ఆలోచించాలి" అంటున్న రామారావుతో, "నేను ఈ విషయం అందరికీ ఎలా చెప్పాలో అలా చెబుతాను అన్నయ్య. జానకి మీరు భయపడకండి" అంది తులసి.

"అమ్మా! మీరు వస్తున్నారా, కృష్ణవేణి బయటకు వచ్చేసింది. మీరు త్వరగా రండి. అందరూ వెళ్లి చూద్దాం" అంది జ్యోతి. జానకి ఏమీ మాట్లాడలేకపోతోంది, ఏదో ఆందోళనతో చూస్తోంది.

తులసి ఆ ఫోన్ తీసుకుని "జ్యోతి! నేను అత్తయ్యను, కృష్ణవేణిని ఎక్కడ ఉంచారు" అంది.

"అత్తయ్యా.. మీరా? కృష్ణవేణిని వాళ్ళ ఫ్రెండ్ గీత ఇంటి దగ్గర ఇల్లు చూసి అక్కడ ఉంచారు. వాళ్ళందరూ అక్కడే ఉన్నారు. మీరందరూ వచ్చేయండి" అంది జ్యోతి. "వచ్చేస్తున్నాము" అంది తులసి.

"జానకి ఆందోళన పడకు" అని రామారావు, భాను ధైర్యం చెప్పారు.

★★★

"మీ అందరికీ ఒక ముఖ్యమైన కథ చెప్పాలి, అందరూ శ్రద్ధగా వినండి" అంది తులసి.

జ్యోతి, శేఖర్, కిరణ్, కృష్ణ ప్రసాద్ అందరూ వచ్చి కూర్చున్నారు. "ఏదో చెబుతాను అన్నారు అత్తయ్య, చెప్పండి" అంది జ్యోతి. ఏం చెబుతుందా అని అందరూ ఆసక్తిగా చూస్తున్నారు. "నేను చెప్పాక మీరు ఎవరు తొందర పడకూడదు. నిదానంగా ఉండాలి అంది.

అందరూ ఆమెకేసి చూస్తున్నారు.

"అనగనగా ఒక ఊరిలో ఒక జంటకు పెళ్లి కుదిరిందట. పెళ్లి ముహూర్తం పెట్టుకున్నారట. కానీ పెళ్లి ఒక సంవత్సరం వరకు ఆపవలసి వచ్చింది అంట. ఆ పెళ్ళికొడుకు వేరే దేశం వెళ్ళవలసి వచ్చిందిట. వేరే దేశం వెళ్లి వచ్చాక పెళ్లి చేద్దాము, ఇప్పుడు నిశ్చితార్థం జరిపిద్దామని పెద్దలు నిశ్చితార్థం జరిపించారట. ఆ శుభకార్యం జరిగాక కాబోయే భార్యను తీసుకుని షికారుకు వెళ్లారట. ఒక పార్కులో కూర్చున్నారట. అంతలోనే పెద్ద వానే వచ్చి వారిద్దరూ తడిసిపోయారట. తరువాత వెళదామని అక్కడ ఒక రూమ్ తీసుకుని ఉన్నారట. పరిస్థితుల ప్రభావం ఆ జంటను ఒకటి చేసిందట.

అతను ఆ రాత్రి ఆమెను ఇంటి దగ్గర ఉంచి, తన ఊరు వెళ్ళిపోయాడట. అక్కడ నుంచి అమెరికా వెళ్లిపోయారట. ఆమెకు ఒక పిల్ల పుడితే, పెళ్ళికాని కారణంగా పుట్టిన ఆ పిల్లని చచ్చిపోయిందని చెప్పి, ఎవరికో ఇచ్చారు ఆ తండ్రులు. ఎవరికీ తెలియదు. కన్నతల్లికీ తెలియదు.

ఆ జంటే మేడ మీద గదిలో కూర్చున్న మీ తాత రామారావు, మీ అమ్మమ్మ జానకి దంపతులు. అందుకు ప్రత్యక్ష సాక్ష్యం భాను అమ్మగారు.

ఆ పిల్ల ఎవరా అన్నదే అందరి ఆలోచన. ఇది కథ" అంది తులసి. అందరూ నిర్ఘాంతపోయి చూస్తున్నారు.

"నానమ్మా.. ఈ పరిస్థితుల్లో మంచి కథ చెప్పావు" అన్నారు ఆ మనుమలు ఇద్దరూ.

అత్తయ్యా! అని ఆశ్చర్యంగా చూసింది జ్యోతి.

అమ్మా... ఆ పిల్ల వేశ్య దగ్గరకు వెళ్ళదు కదా అన్నాడు శేఖర్.

అసలు ఈ విషయం ఆ డైరీ చదవబట్టే తెలిసింది. మిగిలిన విషయాలు కూడా తెలుసుకోవచ్చు. ఎవరూ కంగారు పడకండి అంది తులసి.

చిన్నాన్నగారు చదివారా... వాళ్ళింటికి వెళ్ళకుండా ఇక్కడే ఉండవలసింది అన్నాడు చంద్రశేఖర్. 'చిన్నాన్నగారు ముందే చదివారు' అంది తులసి.

"కిరణ్ అందరికీ కాఫీ ఇవ్వండి నువ్వు, తమ్ముడు" అన్నాడు శేఖర్.

జ్యోతి పరుగున తల్లి దగ్గరకు వెళ్లి "అమ్మా! ఎంత బాధను గుండెల్లో దాచుకున్నావమ్మా" అంది. ఆమె మీద చెయ్యి వేసి పక్కన కూర్చుని జానకి సిగ్గుతో,

బాధతో తలదించుకుని కూర్చుంది. రామారావు బయటికి చూస్తూ కిటికీ దగ్గర నుంచున్నాడు.

కిరణ్ నీకు ఒక గుడ్ న్యూస్... "ఆంటీ వేశ్య కాదట. ఆ మాట విన్నాక ఆంటీ అదోలా ఉంది. నువ్వు రా" అంది పద్మ.

"వెంటనే వస్తాను పద్మ .జాగ్రత్త" అన్నాడు కిరణ్.

"అందరూ వినండి నాన్నమ్మ, కృష్ణ ప్రసాద్, అమ్మ, నాన్నగారు అమ్మమ్మ, తాతగారు అందరూ వినండి. కృష్ణమ్మ వేశ్య కాదట. కనకమ్మ, మామ పెంచుకుందుట. ఇప్పుడే పద్మ చెప్పింది. నేను వెళతాను. అమ్మ దగ్గర ఉండాలి, ఏదోగా ఉందిట" అన్నాడు కిరణ్.

"నేను వస్తాను" అన్నాడు శేఖర్.

★★★

ముందు కిరణ్ లోపలికి వెళ్ళాడు. "ఒరేయ్ కిరణ్ బాబు.. నేను వేశ్యను కాదు. నువ్వు వేశ్యకు పుట్టలేదు బాబు. నేను అనాధను, అనాధను తెచ్చి పెంచుకుంది మా అమ్మ" అంటోంది గట్టిగా. శేఖర్ కంగారుగా చూస్తున్నాడు. "చంద్ర శేఖర్ గారూ.. నేను వేశ్యను కాదండీ... అనాధను, నేను అనాధను" అంటోంది.

"అమ్మా.. నువ్వు వేశ్యవు కాదా.. మంచి మాటమ్మా. అనాధవు కూడా కాదమ్మా.. నీకు నేనున్నాను, నాన్న ఉన్నారు, కనకమ్మ ఉంది. నువ్వు అనాధవు కాదమ్మా, నువ్వు ఆవేశపడకమ్మా... కంట్రోల్ గా ఉండు" అని మంచినీళ్లు ఇచ్చాడు కిరణ్. గీత కూడా నువ్వు ఆవేశ పడకు అంటోంది.

"కృష్ణ ప్రసాద్.. నేను వేశ్యను కాదు. నా పేరు నీకు పెట్టారు మీ నాన్నగారు. నీకు ఇబ్బంది కలుగుతుందేమో అనుకునేదాన్ని. నేను వేశ్యను కాదు, అనాధను.. అనాధను.. ఇప్పుడు ఈ మాటను నేను గర్వంగా చెప్పుకుంటున్నాను" అని ఆవేశం వచ్చి పడిపోయింది.

"అమ్మా... ఆగమ్మా.. అన్నాను కదమ్మా.." అని బాధపడుతూ ఆమెను ఒళ్ళో పెట్టుకున్నాడు కిరణ్.

కృష్ణ ప్రసాద్ డాక్టర్ ని తీసుకువచ్చాడు. గీత, ఉష పట్టుకున్నారు. డాక్టర్ గారు సెలైన్ పెట్టారు. ఇంజక్షన్ చేసి, విశ్రాంతి తీసుకోవాలి అన్నారు. 'కంగారు పడకండి, మత్తు వస్తుంది, నిద్రపోతారు' అన్నారు.

"నాన్నగారు మీరు ఇంటికి వెళ్ళండి, నేను ఉంటాను" అన్నాడు కిరణ్. "లేదు నువ్వు, నాన్నగారు వెళ్ళండి. భోజనం చేసి నువ్వు రా" అన్నాడు కృష్ణ ప్రసాద్. సరే అని చంద్రశేఖర్ ని తీసుకుని కిరణ్ వెళ్ళాడు.

"గీతా ఆంటీ! ఏం జరిగింది? అసలు ఈ విషయం ఎలా తెలిసింది" అన్నాడు కిరణ్. కృష్ణప్రసాద్, పద్మ ఆసక్తిగా చూస్తున్నారు.

అవి కృష్ణ జైలుకు వెళ్లిన రోజులు. ఆ విషయం విని నువ్వు ఎలా ఉన్నావో అని చూద్దామని నేను వాళ్ళ ఇంటికి వెళ్ళాను. కనకం అంటీ హాస్పిటల్లో ఉన్నారు అని తెలిసి చూద్దామని హాస్పిటల్ కి వెళ్ళాము. ఆమె చాలా నీరసంగా అయిపోయి, మంచం కూడా దిగడం లేదు. నేను అక్కడ స్టూలు మీద కూర్చున్నాను. కనకం ఆంటీ కళ్ళు తెరిచి నన్ను పట్టుకుని, తల నా ఒళ్లో పెట్టుకుని, అమ్మా..! నిన్ను కన్న బిడ్డ కన్నా ఎక్కువ పెంచానే, నన్ను వదిలిపోకే... అని ఏడ్చి సోమసిల్లిపోయింది నా ఒడిలో. నేను ఆశ్చర్యంగా చూస్తున్నాను. వెంటనే అమృతం మామ్మ వచ్చి "గీతమ్మా..దానికి మతి బాగోలేదమ్మా" ఏదో వాగుతోంది ,పట్టించుకోకు. ఎవ్వరికీ ఈ మాట చెప్పనని ఒట్టు వెయ్యమంది. చెయ్యి చాచి నేను ఒట్టు వేసాను. కానీ నాకు అప్పటినుంచి ఒక అనుమానం పీకుతోంది. కనకం ఆంటీకి పుట్టిన బిడ్డ లేక పెంచుకుందా అని.

ఆనాటి ఆ విషయం అంతా చెప్పి, శకుంతల ఆంటీని అడిగాను. ఆరోజు మీరు అక్కడ ఉన్నారు నిజం చెప్పండి అన్నాను.

"గీతమ్మ! ఆరోజు నాకు గుర్తుంది. ఆ విషయం నేను చూశాను. నేను చెప్పానని ఎవ్వరికీ చెప్పకు. కృష్ణవేణి అక్కకు పుట్టిన పిల్ల కాదు, పెంచుకుంది" అని చెప్పింది. ఆ మాట విన్న కృష్ణవేణి నన్ను అడిగేసింది. నేను మాట్లాడలేకపోయాను. ఏమనుకుందో కనకం ఆంటీ, "నిజంగా చెబుతున్నాను .ఇన్నాళ్లు దాచిన రహస్యం నీకు చెబుతున్నాను. నిన్ను నేను పెంచుకున్నాను. కన్నతల్లిని కాదమ్మా అని చెప్పింది బాధగా. అప్పటినుంచి ఇలా మాట్లాడుతోంది" అంది గీత. కిరణ్, కృష్ణప్రసాద్ ఆశ్చర్యంగా చూస్తున్నారు.

"నీకు తను తల్లిగా ఇప్పుడు తెలిసింది. అది నా ప్రాణం. చిన్నప్పటిది మా స్నేహం. అది జైలుకు వెళ్ళింది, హత్య చేసిందని తెలిసి విలవిలలాడిపోయాను. దాని బిడ్డ ఎలా ఉన్నాడు? అని ఏడ్చి వాడిని చూడాలి అని ఉంది అంటే మా అమ్మ ఒప్పుకోలేదు. పెళ్లి ఈడు పిల్లవి, జైలుకు వెళ్ళవద్దు, వాళ్ళ ఇంటికి వెళ్ళవద్దు, ఆ పిల్లాడిని చూడవద్దు అని కండిషన్ పెట్టింది. ఒక్కసారి అమ్మా.. మళ్ళీ వెళ్ళను అని బ్రతిమాలుకుని, అతి కష్టం మీద మా నాన్నగారి సహాయంతో దాన్ని చూసాము నేను, ఉష. ఆ తరువాత దాని గురించి ఏమీ

తెలియలేదు. ఉందో... లేదో... అన్న భయం... అని ఆ మాట మాట్లాడలేదు. కళ్ళకు చీర పెట్టుకుంది. అందుకే ఈ పిల్లను ఆ జైల్లో టీచరుగా పంపాను. వాళ్ళ నాన్న ఒప్పుకున్నారు.

దీనిని నేను చిన్నప్పుడు ఎలా ఉండేదాన్నో, అలా జడ వేసి పంపాను. దీనిని చూడగానే "గీతా" అని పరుగున వచ్చిందట. గీతలా అనుకుందిట. మెల్లగా "నేను గీతను కాను" అందిట పద్మ. ఆ మాట నాకు పద్మ చెప్పగానే "మనసులో దేవుళ్లకు మొక్కుకున్నాను" అంది గీత. ఆ మాటలు విని తల్లి పడ్డ వేదనకు మనసు కరిగింది, కళ్ళు చెమర్చాయి. 'అమ్మా.. నేను మంచి పని చేశాను కదా' అంది కళ్ళు తుడుచుకుంటూ. "బాధపడకండి పద్మ" అని ఆమె భుజం మీద చెయ్యి వేసి ఓదార్చాడు కిరణ్.

ఒకపక్క కనకం, ఒకపక్క ఉష కూర్చుని చూస్తున్నారు. సెలైన్ వెళుతోంది. కృష్ణవేణికి మెలకువ లేదు. "అమ్మమ్మ పడుకో... ఉష ఆంటీ పడుకోండి. మేము చూస్తాము" అన్నాడు కిరణ్.

మురళి రాక కోసం ఎదురు చూస్తున్నాడు చంద్రశేఖర్. "ఏరా! కంగారు పడుతున్నావా.కృష్ణవేణి ఎక్కడుంది. కొత్త విషయాలు ఏమి తెలిసాయి, ఆమెతో మాట్లాడావా" అన్నాడు మురళి.

"కిరణ్, మేరీ ఇద్దరూ ఆమెను గేటు దాకా తెస్తే, నేను కారు మీద తీసుకువెళ్లి ఒక చోట మాట్లాడాను. వాళ్ళ అమ్మ దగ్గరికి వెళతాను అంది. కృష్ణ ఫ్రెండ్ గీత ఉంది కదా.. ఆమె కూడా రాజమండ్రిలోనే ఉంటోంది. ఆమె ఇంటి దగ్గర ఒక ఇల్లు అద్దెకు తీసుకుని, అక్కడ ఉంచాలని కిరణ్, ప్రసాద్ అనుకున్నారు. అక్కడే గీత, ఉష, వాళ్ళ అమ్మ ఉన్నారు. అక్కడే ఉంది.

మొన్న రాత్రి అందరూ ఆనందంగా ఉన్నారు నేను ఇంటికి వచ్చేసాను.

గీత, కృష్ణ పినతల్లిని అడిగిందట. కృష్ణవేణి కనకం ఆంటీకి పుట్టిన పిల్ల... పెంచిందా... అని. నేను చెప్పానని ఎక్కడా చెప్పకు, అక్కకు పిల్లలు లేరు. కృష్ణను పెంచుకుంది అందిట. ఆ మాట కృష్ణవేణి వినేసిందట. నేను అమ్మ బిడ్డను కాదా... పెంచుకుందా... అని అడిగేసిందట. కనకం అవునని ఒప్పుకుందుట. అప్పటినుంచి నేను వేశ్యను కాదు అని... అనాధను.. నేను ఇప్పుడు గర్వంగా చెప్పుకుంటున్నాను అని ఆవేశపడి పడిపోయింది. డాక్టర్ మందులు ఇచ్చారు, విశ్రాంతిగా ఉండమన్నారు. రాత్రంతా నిద్రపోయింది. అది అక్కడ పరిస్థితి.

మామయ్య, భానమ్మ గారు హాస్పిటల్ కి వెళ్ళినప్పుడు, ఆ ముసలి అతను మామయ్య గారిని చూసి ఏదో చెప్పాలని కదిలిపోయాడట. భానమ్మ గారు, మా అల్లుడు రామారావు నీకు తెలుసా అంటే, తెలుసు అన్నట్టు తల ఊపాడట. నేను తెలుసా అంటే, తెలుసు అన్నట్టు తల కదిపాడట. అంతకన్నా చెప్పలేకపోతున్నాడు అని రంగనాథ్ బాబాయి, మామయ్య,భానమ్మ గారు ఆలోచించుకుని జానకి అత్తయ్య తండ్రి రాసిన డైరీ వెళ్లి చూశారట. అందులో విషయం ఏమిటి అంటే మావయ్య పెళ్లి ముహూర్తం పెట్టాక, అమెరికా వెళ్లి ఒక సంవత్సరం ఉండి వచ్చాక పెళ్లి అని నిశ్చితార్థం జరిగిందట. తులసి చెప్పిన కథ అంతా వివరించి చెప్పాడు.

అంతా విన్న మురళి ఆశ్చర్యంగా చూస్తూ, "అయ్యబాబోయ్! కొత్త కొత్త విషయాలు చాలా తెలుస్తున్నాయి అన్నమాట. ఇంకా ఎన్ని తెలుస్తాయో" అన్నాడు మురళి.

"అందుకే నిన్ను రమ్మన్నాను, నువ్వు నా పక్కన ఉండాలి. అప్పుడే నేను ధైర్యంగా ఉంటాను" అన్నాడు శేఖర్.

"అలాగే ఉంటాను" అన్నాడు మురళి.

"నిన్న ఆమె వేదన చూసి బాధ వచ్చింది. వేశ్య అన్న మాట భరించటం ఇష్టం లేదు. కానీ ఆమె ఏమి చేయగలదు? ఇప్పుడు తను వేశ్యకు పుట్టలేదు కనుక ఆనందం ఎక్కువయ్యింది. మొన్నటిదాకా జైలులో నీరసించింది. ఈ ఆనందంతో ఏదో మాట్లాడుతోంది. ఇప్పుడు ఎలా ఉందో వెళ్లి చూద్దాం" అన్నాడు శేఖర్. "సరే నడు, నేను కృష్ణవేణి వచ్చాక వచ్చి చూద్దామనుకుంటున్నాను" అన్నాడు మురళి.

కృష్ణవేణి, గీత మంచం మీద కూర్చుని జార్లబడి కాఫీ తాగుతున్నారు. హమ్మయ్య అనుకున్నాడు శేఖర్. లోపలికి వెళ్లిన శేఖర్... "గుడ్ మార్నింగ్ కృష్ణవేణి, గీత గారు. కృష్ణని చూడడానికి ఎవరొచ్చారో చూడండి" అన్నాడు శేఖర్.

మురళిని చూసిన కృష్ణవేణి ఆనందంగా మంచం దిగి "బాగున్నారా అన్నయ్య" అంది. "గీత! నాకు అన్నయ్య అభిమానమైన మురళి అన్నయ్య వచ్చారు. కాఫీ ఇవ్వమ్మా" అంది కృష్ణవేణి. "ఇప్పుడేం వద్దు .అన్నయ్య అన్నమాట నీ నోట వింటే కాఫీ త్రాగిన దాని కన్నా బాగుంది" అన్నాడు మురళి.

"బాగున్నారా మురళి గారు.. నా పేరు గీత" అంది గీత. "నా పేరు ఉష. నేను గుర్తున్నానా"అంది ఉష. "మీరిద్దరూ, మీ పేర్లు గుర్తున్నాయి "అన్నాడు మురళి.

"అసలు ఈ కథకంతటికీ మూలం మీరు" అంది గీత. "అవును" అంది ఉష. "విధి విలాసం, మనది ఏమీ లేదు" అన్నాడు మురళి. కనకమ్మ కృతజ్ఞతతో చూస్తూ.. "బాగున్నారా బాబు, నమస్కారమయ్యా" అంది చేతులు జోడించి.

"ఆనాడు మా అక్క చచ్చిపోతుందేమోనని మేము ఏడుస్తున్నప్పుడు, మా కిరణ్ బాబుని తీసుకువచ్చి అక్కను బ్రతికించిన మహానుభావుడు ఈయన" అని కాళ్లకు దండం పెట్టేసింది శకుంతల.

"అయ్యో వద్దమ్మా" అన్నాడు. లేచి నుంచుని "ఒక కన్నెపిల్లకు పెళ్లి చేసిన అన్నయ్యవు, నాకు నువ్వు ఆ జైల్లో రక్షణ కల్పించిన నా సోదరుడువు నువ్వు.

శేఖర్ గారు హైదరాబాదు వెళ్లిపోతే ,ఆయన యోగక్షేమాలు కష్టపడి వచ్చి నాకు చెప్పి నన్ను బ్రతికించిన నా తోబుట్టువు. అన్న కన్నా ఎక్కువ. మీకు మనస్ఫూర్తిగా నమస్కరిస్తున్నాను" అంది. "వద్దమ్మా, పెద్ద మాటలు మాట్లాడకు" అన్నాడు మురళి.

"మీలాంటి స్నేహితుడు దొరకటం ఆయన అదృష్టం. ఆరోజు మీ స్నేహితుడిని తీసుకువచ్చి, మీరు చేసిన ఉపకారం వల్లే ఈరోజు ఈ తాళిబొట్టుతో నేను ఉన్నాను" అంది కృష్ణవేణి. "ఎక్కువ మాట్లాడకు ,మందులు వేసుకో" అంది గీత.

"ఇంతకీ అన్నయ్య.. నేను వేశ్యను కాదు, అనాధను. నాలాంటి అనాధను తెచ్చి నా తల్లి పెంచుకుంది. నేను అనాధను" అంది కృష్ణవేణి.

రంగనాథ్, ఇంకో అతను... సహాయముతో లోపలకు వస్తున్న రంగడు... ఆ మాట విని "అమ్మ కృష్ణవేణి.. నువ్వు అనాధవు కావు, వేశ్యవు కాదు... గొప్పింటి బిడ్డవు... గొప్పింటి బిడ్డవమ్మా నువ్వు" అన్నాడు. అందరూ ఆశ్చర్యంగా చూస్తున్నారు.

కనకం "రంగా! ఇన్నాళ్ళు ఏమైపోయావు, నీకోసం వెతికిస్తున్నాను" అంది.

"స్పృహ లేకుండా ఉన్నాడు. హాస్పిటల్ లో పెట్టాము. మళ్ళీ బ్రతికి వచ్చాడు"అన్నాడు రంగనాథ్. అందరూ ఆశ్చర్యంగా నోట మాటలు రాక అలా చూస్తున్నారు.

కిరణ్, ప్రసాద్ లేచి వచ్చి ఆశ్చర్యంగా చూస్తున్నారు. శకుంతల మంచినీళ్లు తెచ్చి రంగకు ఇచ్చింది. "గొప్పింటి బిడ్డవమ్మా అన్నావు రంగా... నా కృష్ణవేణి ఎవరు? తల్లిదండ్రులు ఎవరో? ఎక్కడ ఉన్నారో తెలిసినవాడవు నువ్వే. గొప్పింటి బిడ్డవన్నావు, ఆ విషయం తెలిసేలా చెప్పు" అంది కనకం.

"కంగారు పడకు తాత" ఈ జ్యూస్ తీసుకో అని నోటికి పట్టాడు కిరణ్.

"చెప్పు తాత" అన్నాడు ప్రసాద్ అతని గుండెల మీద రాస్తూ...

కృష్ణవేణి ఆశ్చర్యంగా చూస్తోంది. మాట రావటం లేదు.

"చెబుతాను, ఉండు చెబుతాను" అని ఊపిరి తీసుకుంటున్నాడు.

"ఆ రామారావుకి, జానకమ్మ కి పుట్టిన బిడ్డ ఈ పిల్ల" అన్నాడు ఆవేశంగా రంగడు.

"మరి కనకం దగ్గరకు ఎలా వచ్చింది" అన్నాడు రంగనాథ్.

రంగా! ఈ మాట ఎక్కడ చెప్పకూడదు సుమా... అనాథాశ్రమంలో పెట్టేసి రా.. అన్నారు గిరీశం గారు. ఇంక నేను చెప్పలేను బాబు...

కనకం నువ్వు చెప్పు అన్నాడు.

"పిల్లను తీసుకు వెళుతుంటే ఏడుపు మొదలుపెట్టింది. ఆ వెనుక వస్తున్న గూర్ఖా ఎవరు.. ఎవరు.. ఎవరక్కడ అని వెనుకబడితే, నా ఇంట్లో దాక్కున్నాడు. ఆ తరువాత ఆ బిడ్డను నాకు ఇవ్వమని నేను ప్రాధేయపడ్డాను. నాకు పిల్లలు లేరు... కనుక నేను తల్లిలా పెంచుకుంటాను అన్నాను. బ్రతిమలాడి తీసుకున్నాను. అలా నా బిడ్డగా పెరిగింది" అంది కనకం. ఆ మాట విన్న కృష్ణవేణి అక్కడ సోఫాలో వాలిపోయింది.

"నా కృష్ణ.. నా కృష్ణ..." అని కనకం కంగారుపడుతుంది.

"కృష్ణవేణి ఈ మందు వేసుకో, నోరు తెరువు" అంటుంది గీత. ఆమె కళ్ళు తెరవలేదు.

లోపలకు వస్తున్న జ్యోతి, భాను కంగారుగా "ఏమయింది, ఏమైంది" అంటున్నారు.

ఆ వెనుక వస్తున్న రామారావు అతనిని చూసి "హాస్పటల్ నుంచి ఇతను వచ్చాడా.. ఆ విషయం పూర్తిగా చెప్పాడా" అన్నాడు.

"ఇప్పుడే తీసుకు వచ్చాము" అన్నాడు రంగనాథ్.

"కంగారు పడకండి, మావయ్య. కూర్చోండి" అన్నాడు శేఖర్. ఎవరు ఏమి చెబుతారా అని జానకి కంగారుగా చూస్తోంది.

డాక్టర్ వచ్చి లోపల గదిలోకి మార్చమన్నారు. కిరణ్, ప్రసాద్, గీత, ఉష ఆ సోఫాతో ఆమెను లోపల గదిలోకి తీసుకువెళ్లారు. ఇంజక్షన్ ఇచ్చి, సెలైన్ పెట్టడానికి చూస్తున్నారు. ఆ వెనుక అందరూ ఆ గదిలోకి వెళ్లారు. ఆ మంచం పట్టుకుని కూర్చుని, "నా కృష్ణవేణి... నా కృష్ణవేణి" అని బాధపడుతుంది కనకం.

"కనకం ఆంటీ! బాధపడకండి. నిన్న కూడా ఇలాగే ఆవేశంగా, ఆనందంగా ఎక్కువ మాట్లాడింది. నీరసం వచ్చేసింది. మళ్లీ తగ్గింది కదా. కంగారు పడకండి" అంది గీత.

"అందరికీ నమస్కారం. కూర్చోండమ్మా" అంది సోఫా చూపిస్తూ... "నేను కృష్ణవేణికి చిన్ననాటి స్నేహితురాలిని, నా పేరు గీత. ఇది మా ఫ్రెండ్ ఉష. ఈమె కృష్ణవేణి తల్లి కనకం ఆంటీ.." అని పరిచయం చేసింది గీత.

హాలులో ఉన్న వారందరికీ మర్యాదగా కాఫీలు అందించిన పద్మ గదిలోకి వచ్చి "నమస్కారం ఆంటీ, కాఫీ తీసుకోండి" అని అందరికీ కాఫీలు అందించింది.

అందరూ ఉత్కంఠ గా చూస్తున్నారు "హాస్పిటల్ నుంచి వచ్చిన ఆ పెద్దాయన ఏమి చెప్పారమ్మా" అంది జానకి కనకాన్ని చూస్తూ.

"నా కృష్ణవేణికి జన్మనిచ్చిన తల్లివి నువ్వేనంటమ్మా" అంది కనకం.

"నువ్వు చెప్పేది నిజమా" అంది జానకి ఆందోళనగా చూస్తూ.

"అవునమ్మా! ఇప్పుడే రంగడు ఆ మాట చెప్పాడు. ఇప్పటివరకు నాకు తెలియదు" అంది కనకం.

"పిన్ని" అని భానుని గట్టిగా పట్టేసుకుని, ఆమె భుజం మీద తల వాల్చింది జానకి. కంగారు పడకు జానకి... కంగారు పడకు అంది.

"అమ్మా! కంగారు పడకమ్మా" అంది జ్యోతి.

"ఆమెకు సెలైన్ పెట్టాలి. అందరూ బయట కూర్చోండి" అన్నారు డాక్టర్. భాను, కనకం, జానకి ఉన్నారు.

"నీ కడుపున ప్రాణం పోసుకున్న పసిగుడ్డు, నా ఒడిలో కళ్ళు తెరిచి నా బిడ్డగా జీవించింది. ఇది నాకు బిడ్డ కాదు, నా ప్రాణం" అంది కనకం.

"అవునమ్మా" అంది భాను మెల్లగా.

జానకి కళ్ళు కాలువల్లా ఉన్నాయి. "నా బిడ్డ.. నా తల్లి.." అని కృష్ణ తల, ఒళ్ళు నిమురుతోంది.

ఉత్కంఠగా చూస్తున్న రామారావును "రండి బావగారు! మీ బిడ్డ కృష్ణవేణిని చూడండి" అన్నాడు రంగనాథ్.

ఆత్రుతగా లోపలికి చూసాడు. జానకి ఆమె తల నిమురుతోంది. బాధపడుతూ.. "కంగారు పడకు జానకి" అని, కృష్ణవేణిని కళ్ళార చూసుకొని ఆ తండ్రి బయటకు వచ్చారు. భాను జానకిని ఊరడిస్తోంది.

"అమ్మా.. ఇంక ఏడవకు. రాత్రంతా ఏడుస్తూ, దైవ ప్రార్థన చేస్తూనే ఉన్నావు. ఈ మంచం మీద కూర్చో.. నేను నీ ఒళ్ళో తల పెట్టుకుంటాను. ఈ శరీరాన్ని నేను చంద్రశేఖర్ని ముట్టుకోనివ్వలేదు. ఎందుకో తెలుసా... నన్ను ఎందరో నమిలి ఉమ్మి వేశారమ్మ. కన్నతల్లివి కనుక నీకు చెబుతున్నాను. నన్ను ముట్టుకోవటం నీకు ఇష్టమైతే, నన్ను నీ దగ్గరకు తీసుకో... అమ్మా... నిర్బంధించి తప్పు చేయించారమ్మ నా చేత" అంది కన్నీటితో.

"నా తల్లీ.. నా కృష్ణవేణీ.. బాధపడకు. పీడకల మరచిపో. బాధ పడకమ్మా, నీకు అసలే బాగోలేదు. నువ్వు బ్రతికితే నాకు అంతే చాలమ్మా. నేను 40 సంవత్సరాల నుంచి పడ్డ బాధను ఎవరికి చెప్పుకోను తల్లి.

కన్న బిడ్డ బురదలో పడిపోతే కంగారుతో తల్లి ఒళ్ళు కడిగి ,ఎత్తుకుంటుందే కానీ అసహ్యించుకోదు తల్లీ," అని ఆమెను తన మంచం మీదకు తీసుకుంది. ఆమె ఒడిలో తల పెట్టుకుని, "అమ్మా! నేను ఒక మాట అడగాలనుకుంటున్నాను" అంది కృష్ణవేణి. "అడుగు అమ్మ" అంది జానకి.

"నువ్వు ఎక్కువ మాట్లాడకు, నీ ఆరోగ్యానికి మంచిది కాదు అన్నారు డాక్టర్" అంది మళ్లీ జానకి. "అమ్మ, పోయే ప్రాణం ఎవరు ఆపలేరు. మళ్లీ ఈ అవకాశం మనకు వస్తుందో.. రాదో.. చెప్పమ్మా... నేను నష్టజాతకు రాలినా.. నన్ను వద్దనుకున్నారా... మీ నాన్నగారు" అంది. జానకి మాట్లాడలేక పోతోంది. "చెప్పమ్మా" అంది. "నీకు తెలియలేదా" అంది. "తెలియదమ్మా! తల్లి ,తండ్రి మీరు అని చెప్పాడు అతను. అనాధ పిల్లను పెంచాను, నువ్వు వేశ్యవు కాదు,నాకు పుట్టలేదు. పెంచుకున్నాను అని నిన్న కనకమ్మ చెప్పింది. నేను ఎంత ఆనందపడ్డానో. వేశ్యవు కాదు అన్నందుకు, ఆ ఆనందంతో నీరసం వచ్చింది. రాత్రి నిద్రలో మళ్లీ కోలుకొని లేచాను. ఇవాళ ఈ ముసలి అతను అనాధవు కావమ్మా, వేశ్యవూ కావు, గొప్పింటి బిడ్డవు. రామారావుకు, జానకికి పుట్టిన బిడ్డవు అని చెప్పి ఇంక మాటలాడలేకపోయాడు. నేను నష్ట జాతకురాలినా అని బాధ కలిగి కళ్ళు తిరిగాయి" అంది కృష్ణవేణి.

"అమ్మా.. నీకు ఈ మాట ఎలా చెప్పాలో తెలియడం లేదమ్మా. అయినా... నా బిడ్డవు నువ్వు. నీ జీవితం నీకు చెప్పాలి. మీ తండ్రికి, నాకు పుట్టిన పిల్లవు. కానీ నాకు పెళ్లి

జరగలేదు. కొన్ని కారణాల వల్ల పెళ్లి కాకుండా పుట్టిన పిల్లవని, రహస్యంగా నిన్ను పంపించేసి ,చచ్చిపోయింది అని చెప్పారు. మీ నాన్నగారు అమెరికా నుంచి వచ్చాక మా పెళ్లి చేశారు. తరువాత మాకు జ్యోతి పుట్టింది. ఇది నా జీవితం.

ఈ విషయం మొన్నటిదాకా మీ నాన్నకు కూడా తెలియదు. నాకు నువ్వు బ్రతికే ఉంటావని నమ్మకం. నువ్వు పుట్టిన సమయం సిద్ధాంతికి చెబితే ,ఆయన ఈ సమయం లో పుట్టిన వారు మరణించరు, కన్నవారికి దూరంగా ఉంటారు అని చెప్పారు. కానీ ఎవరిని అడగను, ఎక్కడ వెతకను... చెప్పుకోలేని పరిస్థితి" అంది జానకి.

"అమ్మా.. నీ బాధ నాకు అర్థమైంది. బాధపడకు అమ్మా, బాధపడకు. ఎన్నాళ్ళ నుంచో ఇంత బాధను అనుభవిస్తున్నావా తల్లి ! ఊరుకో.. తప్పు ఎలా జరిగినా శిక్ష ఆడదానికే వేస్తాడు, ఆ దేవుడు కూడా అంది. అమ్మ, నేను ఒక మాట చెప్పాలనుకుంటున్నాను" అంది కృష్ణవేణి.

"చెప్పమ్మా, ఏమి చెప్పాలి అనుకుంటున్నావు" అంది జానకి.

"నేను ఒకవేళ పోయినా... నా గుర్తుగానో, నా బదులుగానో ...మీరు ఆ బాధ మరిచి... కిరణ్ బాబుని... మీ బిడ్డగా చూసుకోండి. మీ బాధ్యతలు వాడు చూసేలాగా మీ మనవడిని మీ దగ్గర ఉంచుకోండి" అంది.

"అమ్మా.. కృష్ణా.. నీకు ఏమీ కాదు. నిన్ను నా దగ్గర ఉంచుకుంటాను" అంది జానకి. "కాదమ్మా... అలా జరగకపోతే.." ఆ గదిలోకి రామారావు వచ్చారు." కృష్ణవేణి.. మెలకువ వచ్చిందా తల్లి" అన్నారు. తల మీద చెయ్యి వేసి నిమిరారు.

"జానకీ... నీ బిడ్డ నీ ఒళ్ళో పడుకుంది. చాలా సంతోషంగా ఉంది నాకు" అన్నారు.

"మన బిడ్డ ఏమంటుందో విన్నారా" అంది జానకి.

"ఏమంది చెప్పు" అన్నాడు రామారావు.

"కిరణ్ బాబుని మనకి ఇస్తుందట, తీసుకోమంటుంది" అంది.

"అలాగా... మంచి మాట... చాలా మంచి మాట...నువ్వు, కిరణ్ నాకు కావాలి తల్లి" అన్నాడు రామారావు.

"అయితే మీకు ఇష్టమేనా" అంది.

"ఇష్టమేమిటి.. ఆనందం, చాలా ఆనందం. కన్నబిడ్డవు నువ్వు దూరమైనా.. కనీ.. పెంచని.. పుత్రుని మాకు ప్రసాదిస్తున్నావు" అన్నారు. భానమ్మ ఆ గదిలోకి వచ్చింది.

"కృష్ణవేణి! మా పిన్ని.. కన్నతల్లి నాకు" అంది జానకి. ఆమె కృష్ణ తల నిమిరింది. "నమస్కారం అమ్మమ్మా" అంది కృష్ణ.

"జానకి, ఆ మాట భానుకి చెప్పింది. చాలా మంచి మాట. అలా చేయండి" అంది భాను. "జానకీ! శేఖర్ కి, జ్యోతికి ఈ మాట చెబుతాను. నువ్వు పంచాంగం చూడు" అన్నాడు రామారావు.

గీత లేచి కృష్ణ దగ్గరకు వచ్చి, "కృష్ణవేణి! నీ జీవితం ఎన్ని మలుపులు తిరిగిందో. ఆఖరుకు కన్న తండ్రి, కన్నతల్లి, అమ్మమ్మ... చాలా సంతోషం. ఈ సంతోష సమయంలో మీకు నేను ఒక మాట చెప్పాలి" అంది. "చెప్పు గీత" అంది కృష్ణవేణి.

"నా కూతురు పద్మను కిరణ్ బాబుకి ఇస్తాను. మీకు ఇష్టమేనా" అంది అందరినీ ఉద్దేశించి. అందరూ ఆనందంగా చూస్తున్నారు.

"మన స్నేహబంధం బంధుత్వంగా మారుతుంది అంటే నాకు ఆనందమే" అంది కృష్ణవేణి. "మాకు ఇష్టమే అన్నారు జానకి, రామారావు, భాను". అయితే మీరు కిరణ్ ను అభిమాన పుత్రుడుగా చేసుకున్నాక, ఆ మాట కూడా అనుకుందాం" అంది గీత . "సరే, చాలా సంతోషం" అన్నారు.

శేఖర్, జ్యోతి అంగీకారం తెలుసుకున్న రామారావు మోహనరావుకి, రంగనాథ్ కి, తులసికి, అనురాధకి ఈ విషయాలు చెప్పారు. వెంటనే జరిపించెయ్యాలి ఈ రెండు కార్యాలు అన్నారు మోహనరావు.

పురోహితులు వచ్చేశారు. శేఖర్, జ్యోతి, కిరణ్ ఒకవైపు... రామారావు, జానకి ఒకవైపు... కూర్చోపెట్టి మంత్రాలు చదివి, విఘ్నేశ్వరుని పూజ చేయించి, "పిల్లవాని పేరు, నక్షత్రం చెప్పండమ్మా" అన్నారు.

మురళి ఆ కార్యక్రమాన్ని ఆనందంగా చూస్తున్నాడు. కృష్ణవేణి ఆలోచిస్తోంది, జ్ఞాపకం రావడం లేదు. మూలా నక్షత్రం, కిరణ్ బాబు పేరు అని గీత చెప్పింది. రంగనాథ్ మళ్లీ చెప్పమ్మా.. అన్నారు. అవును అంకుల్! పుట్టిన సమయం చూపించి, బ్రహ్మ గారిని అడిగాను .మూలా నక్షత్రం అని చెప్పారు అంది.

"అన్నయ్య... మూల నక్షత్రం" అన్నాడు రంగనాథ్. ఆ అన్నదమ్ములు చిరునవ్వు నవ్వుకున్నారు. జ్యోతి, శేఖర్, కిరణ్ ని.. తల్లి తండ్రికి కొబ్బరి బొండాం, తాంబూలంతో వారి చేతులలో పెట్టమన్నారు. పురోహితులు మంత్రాలు చదివి ఆ కార్యక్రమం జరిపించి

కిరణ్ ని అమ్మమ్మ పక్కన కూర్చోబెట్టారు. జానకి, రామారావు మొహాల్లో.. ఆనందం వెల్లివిరుస్తోంది.

ఇప్పుడు గీత, ప్రభాకర్, పద్మ ని కూర్చోబెట్టారు. నిశ్చితార్థ మంత్రాలు చదివి తాంబూలాలు మార్చుకున్నారు.

కృష్ణవేణి ఆనందం పట్టలేక పోతోంది. "శేఖర్ పక్కన నువ్వు కూర్చొని కిరణ్ ని అమ్మా నాన్నకి ఇయ్యి" అంది జ్యోతి. కానీ తను ఒప్పుకోలేదు. జ్యోతి, శేఖర్ అలా కూర్చోవడం చాలా ఆనందంగా చూస్తోంది కృష్ణవేణి.

ఇప్పుడు ఇంకా ఆనందం కలుగుతోంది. తన గీత తన కూతురుని కిరణ్ బాబుకు ఇస్తానంటే ఇంతకన్నా ఆనందం ఉందా... నాకు... అని మురిసిపోతోంది. కనకమ్మ కూడా కృష్ణ పక్కన నుంచుంది. సిగ్గుగా ఉన్న కిరణ్ బాబు ని చూడాలని కోరికతో వుంది.

"అన్నయ్య, వదిన! కనిపెంచని రత్నం లాంటి కొడుకు... రావడమే భాగ్యం అనుకుంటే, కోడలు కూడా వస్తోంది వదిన నీకు" అంది తులసి. జానకి చిరునవ్వుతో చూసింది.

"అమ్మా! ఈ మాత్రలు వేసుకో" అని నీళ్లు కూడా పట్టుకొచ్చాడు కృష్ణ ప్రసాద్.

"ఇంకా నాకు మందులు ఎందుకు బాబు ఈ ఆనందం చాలాదా" అంది కృష్ణవేణి.

"మాత్రలు వేసుకో, నీకు నీరసం వస్తుంది" అంది ఉష. ఆ మాత్రలు వేసుకుంటుంటే పెద్ద దగ్గు వచ్చింది. వెనక్కి వాలిపోయింది కృష్ణవేణి. ఉష ఆమె తల పట్టుకుని నుంచుని చూస్తోంది.

"అమ్మా... రెండు శుభకార్యాలు పూర్తయ్యాయి. కిరణ్ బాబు మీరు లేవచ్చు" అన్నారు పురోహితులు.

"గీత, కృష్ణవేణిని గదిలో పడుకోబెడదాం పట్టుకో" అంది ఉష.

"నన్ను ఇక్కడ ఉంచకండి. శుభకార్యాలు జరిగిన చోట మరణం మంచిది కాదు. నన్ను హాస్పిటల్ లో పెట్టండి అని తల వాల్చేసింది. అది చూసిన జానకి, "ఏమండీ.." అంది. శేఖర్ చూసి "కృష్ణా.." అన్నాడు.

"ఏవండీ, హాస్పిటల్కి తీసుకువెళ్లండి" అంది మెల్లగా. "అలాగే కృష్ణవేణి" అన్నాడు. "ప్రసాద్, కారు గేటు దగ్గర పెట్టండి" అని ఆమెను తన రెండు చేతులతో

ఎత్తుకొని నడుస్తున్నాడు. మీరు మొయ్యలేరు అంటున్న కిరణ్ మాట వినకుండా ఆమెను ఎత్తుకొని గేటు దగ్గరకు నడుస్తున్నాడు.

కిరణ్ తల పట్టుకుని నడుస్తున్నాడు. జ్యోతి కాళ్లు పట్టుకొని నడుస్తోంది. ప్రసాద్ కారు ముందుకు తీస్తున్నాడు. గేటు దాటి రోడ్డు మీదకు వచ్చేసాడు. “ఆగండి డాడీ, అమ్మకు మాట వచ్చింది” అన్నాడు కిరణ్. శేఖర్ ఆగి చూస్తున్నాడు. ఆమె మాట్లాడాలి అన్నట్టు పెదాలు కదులుతున్నాయి. “వెళుతున్నాను” అంది. అతనికేసి చూస్తూ కళ్ళు మూసేసింది.

“కృష్ణవేణీ”.... అన్నాడు గట్టిగా శేఖర్. “అమ్మా.. “అన్నాడు కిరణ్. కారు దిగివచ్చి కృష్ణను పట్టుకున్నాడు ప్రసాద్ భోరున ఏడుస్తూ. “కృష్ణక్కా వెళ్లిపోయావే...” అని బాధపడుతుంది జ్యోతి.

నడవలేక చెల్లెళ్ల సహాయంతో కృష్ణ కోసం వస్తున్న కనకం ,ఆ మాట విని అక్కడే కూలబడిపోయింది. కళ్ళు మూసేసింది. “మా అక్క కృష్ణమ్మతో వెళ్లిపోయింది గీతమ్మ” అంది శకుంతల. అందరూ ఆమెను ఆశ్చర్యంగా చూస్తున్నారు. గీత, ఉష కనకం దగ్గరకు వచ్చారు.

ఇంటిలోని వారందరూ వచ్చి ఆమెను చూస్తున్నారు. పెంచిన ప్రేమ గొప్పది. ఆమె కూడా వెళ్ళిపోయింది అనుకుంటున్నారు.

రాజయ్య, కొండయ్య... రంగను ఎత్తుకుని వచ్చి కృష్ణవేణి దగ్గర నిలబెట్టారు.

“ముందు వచ్చే ముప్పు తెలుసుకోలేక, చేసిన తప్పుకు నన్ను క్షమించు తల్లి” అని చేతులు జోడించి వెళ్లిపోయాడు రంగడు.

కనకం కోసం వచ్చిన ట్రక్కులో రంగని ఎక్కించారు. కనకాన్ని పడుకోపెట్టారు. “కృష్ణవేణి బై అమ్మ బై “అని చేతులు ఊపుతూ వెళ్ళిపోయారు వాళ్ళు...

“కన్న బిడ్డ ఎప్పుడూ బ్రతికే ఉంటుందని, మరణించదని అనుకునేదాన్ని పిన్ని. ఉన్నానమ్మా అని కనిపించిన నా బిడ్డ, ఇప్పుడు చచ్చిపోయింది పిన్ని” అని భోరున ఏడుస్తోంది జానకి.

“పుట్టినట్టే తెలియలేదు, ఎక్కడుందో తెలియదు, కనిపించినట్టే కనిపించి, వెళ్ళిపోతున్నావా తల్లి...” అని జానకిని పట్టుకుని విలపిస్తున్నాడు రామారావు.

"అన్నయ్య బాధపడకు. ఇంతే రుణం. జానకీ, మళ్లీ మనకు కనిపించదు కృష్ణవేణి. కడసారి చూసుకుందాం" అని అన్నను, వదినను భానమ్మ... అనూరాధ సహాయంతో తీసుకువచ్చారు.

దుఃఖ సాగరంలో ఉన్న ఆ దంపతులు కృష్ణ తల నిమిరారు. నా బిడ్డ అనుకుంటూ, భర్త చేతుల్లో ప్రాణాలు వదిలి వెళ్ళిపోయావే. నువ్వు ధన్యురాలివే కృష్ణవేణి.." అంది భానమ్మ.

పెద్ద అంబులెన్స్ వచ్చింది. ఇద్దరు యువకులు అందులోంచి దిగారు. ఆమెను అంబులెన్సులో ఒక వైపు పడుకోబెట్టారు. వచ్చేవారు రండి, ఇటువైపు కూర్చోండి అన్నారు ఆ ఇద్దరు యువకులు. "అలా వద్దు. కుదుపులకు కృష్ణవేణి పడిపోతుంది" అని కూర్చొని .. "నా ఒళ్ళోనే పెట్టండి "అన్నాడు చంద్రశేఖర్. వాళ్లు ఆమెను శేఖర్ ఒడిలో పెట్టారు. కిరణ్ కృష్ణవేణి తలను తన ఒడిలో పెట్టుకున్నాడు. జ్యోతి కృష్ణవేణి కాళ్ళను తన ఒడిలో పెట్టుకుంది. తన అంత్యక్రియలు కృష్ణా నది దగ్గర జరగాలని, తను కృష్ణలో కలిసి పునీతమవ్వాలని కోరింది. ఆ కోరిక తీర్చడానికి తీసుకు వెళుతున్నాడు తల్లిని కిరణ్. రంగనాథ్, మోహన్ రావు ముందు కారు లో వున్నారు. మురళి, ప్రసాద్ ఒకవైపు కూర్చొన్నారు. కృష్ణవేణిని కృష్ణా నదికి చేర్చడానికి అంబులెన్స్ కదిలిపోతుంది. అప్పటిదాకా బయటకి కనిపించని బాధ కుదిపేస్తుంటే... గీత, ఉషా... కృష్ణవేణీ... అన్నారు గట్టిగా. ఆ పిలుపు విననంత దూరానికి వెళ్ళిపోయింది కృష్ణవేణి.

సమాప్తం

రచయిత్రి

శ్రీమతి కొత్తపల్లి జానకి

KASTURI VIJAYAM

📞 00-91 95150 54998

KASTURIVIJAYAM@GMAIL.COM

SUPPORTS

- PUBLISH YOUR BOOK AS YOUR OWN PUBLISHER.

- PAPERBACK & E-BOOK SELF-PUBLISHING

- SUPPORT PRINT ON-DEMAND.

- YOUR PRINTED BOOKS AVAILABLE AROUND THE WORLD.

- EASY TO MANAGE YOUR BOOK'S LOGISTICS AND TRACK YOUR REPORTING.